சேடிப்பெண் சொன்ன கதை

ஷஹிதா
மொழிபெயர்ப்பாளர்

சென்னையில் பிறந்துவளர்ந்த ஷஹிதா கடந்த 30 வருடங்களாகப் புதுக்கோட்டையில் வாழ்கிறார். கணவர் அக்பர் அலி, குழந்தைகள் அர்ஷத்ஆரிஃப் மற்றும் ஆஷிஃபா ஷெனாஸ்.

புதுகையருகிலிருக்கும் பள்ளியொன்றில் ஆங்கில ஆசிரியராகப் பணிபுரிந்திருக்கும் இவர் இணையப்பத்திரிகை ஒன்றையும் நடத்திவந்திருந்தார்.

மொழிபெயர்ப்பிலும் கவிதைகளின்பாலும் புத்தகவிமர்சனங்கள் எழுதுவதிலும் மிகுந்த ஆர்வம் உள்ளவர்.

எதிர் வெளியீட்டில் இவருடைய மொழிபெயர்ப்பில் பிரசுரமான 'அன்புள்ள ஏவாளுக்கு', 'ஆயிரம் சூரியப் பேரொளி' 'மானக்கேடு' ஆகிய நாவல்கள் பரவலான வாசக கவனம் பெற்றிருக்கின்றன.

மின்னஞ்சல் முகவரி: shahikavi@gmail.com

சேடிப்பெண் சொன்ன கதை

மார்கரெட் அட்வுட்

தமிழில்

ஷஹிதா

எதிர்
வெளியீடு

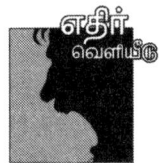

சேடிப்பெண் சொன்ன கதை
மார்கரெட் அட்வுட்
தமிழில்: ஷஹிதா

முதல் பதிப்பு: ஜூலை 2023

எதிர் வெளியீடு,
96, நியூ ஸ்கீம் ரோடு, பொள்ளாச்சி – 642 002
தொலைபேசி: 04259 226012, 99425 11302

விலை: ரூ. 599

The Handmaid's Tale
Margaret Atwood
Translated by Shahidha

Copyright © 2019 by O.W. Toad Ltd.
First Edition: July 2023

Published by
Ethir Veliyeedu, 96, New Scheme Road, Pollachi – 2
email: ethirveliyedu@gmail.com
www.ethirveliyeedu.com

ISBN: 978-81-959664-1-7
Cover Design: Santhosh Narayanan
Printed at Jothy Enterprises, Chennai.

All rights reserved. No part of this book may be reprinted or reproduced or utilised in any form or by any electronic, mechanical or other means, now known or hereafter invented, including photocopying and recording, or in any information storage or retrieval system, without permission in writing from the Publisher.

தன்னால் யாக்கோபுக்குப் பிள்ளைகள் பெற்றுத்தர முடியாததைக் கண்டு, ரேச்சல் தன் சகோதரி மீது பொறாமை கொண்டாள். யாக்கோபிடம் சொன்னாள்: எனக்குப் பிள்ளைகளைக் கொடும், அல்லாவிட்டால் நான் மரிப்பேன்.

ரேச்சல் மீது கோபம் கொண்ட யாக்கோபு சொன்னான்: தேவனல்லோ உன் கர்ப்பத்தை அடைத்திருக்கிறார், நான் என்ன தேவனோ?

அப்போது அவள்: இதோ என் வேலைக்காரியாகிய பில்காள் இருக்கிறாளே, அவள் பெற்றெடுத்து என் மடியில் கிடத்துவாள்; அவளால் நான் தாயாவேன்.

— ஆதியாகமம், 30:1-3

வருடக்கணக்காக வீணான, எதற்கும் உதவாத, தீர்க்கதரிசனச் சிந்தனைகளையும் தளர்ச்சியடையச் செய்யும் தோல்விகளையுமே கண்ட பிறகு நல்வாய்ப்பாக இந்தப் புத்தம்புதிய திட்டத்தை அடைந்துவிட்டேன்...

— ஜோனதன் ஸ்விஃப்ட், 'எ மாடஸ்ட் ப்ரொபோஸல்'

நீவிர் கற்களைத் தின்னலாகாது என்று சொல்லும் பதாகைகள் ஏதும் பாலைகளில் கிடைக்காது.

— சூஃபி பழமொழி

மொழிபெயர்ப்பாளர் குறிப்பு

எரிக்க முடியாத பிரதி

'அடிமைப்பெண்ணின் கதை', 'சேடிப்பெண்ணின் கதை' என்றே இந்த நாவலின் முதல் இணைப்பிரதிக் கோப்புக்குத் தலைப்பிட்டிருந்தேன். இதன் தமிழாக்கப் பணியைத் தொடங்கிய 2021 முதலே 'தி ஹாண்ட்மெய்ட்ஸ் டேல்' எனும் இந்தப் பிரதியாகவும், 'தி டெஸ்டமெண்ட்ஸ்' எனும் இதன் இரண்டாம் பாகமாகவும், நெட்ஃப்ளிக்ஸில் வெளியாகிய இந்தக் கதையின் தொடர் வடிவமாகவும் இந்த நாவல் என் வாழ்வின் ஒரு அங்கமாக மாறத் தொடங்கியிருந்தது. மொழியாக்கத்தின்போது உண்டான சந்தேகங்களை, உணர்வுந்துதல்களைப் பகிர்ந்துகொள்ளவெனவே திட்டமிட்டு நிகழ்த்திக்கொண்ட நண்பர்களோடான சந்திப்புகளையும், Totalitarian, Authoritarian, Nightmarish, Terrifying என்றெல்லாம் அர்த்தப்படும்படியான பிறழுலக நாவல், அதிலும் வருங்காலஞ்சார்ந்த பிறழுலக நாவல் (Futuristic Dystopian) வகையிலானது என்பதால் பாவிக்கப்பட்டிருக்கும் புதிய சொல்லாட்சிகள், கற்பனைக்கெட்டாத வார்த்தையுருக்கள் என்று விழிகளைப் பிதுங்கவைத்த சவால்களெல்லாம் நண்பர்களின் உதவியாலும் தொடர் உரையாடல்களாலும் வாசிப்பாலும் மெல்லச் சிடுக்கு நீக்கம் பெற்று இலகிவந்த நொடிகளையும் இந்த மொழியாக்கப் பணி தந்த பரிசுகளாகக் கருதுகிறேன்.

'சேடிப்பெண்ணின் கதை' என்ற தலைப்பிலுமே பிசிறு தட்டுவதாக உணர்ந்து அதைச் சரிசெய்துகொள்வதற்காகப் பேராசிரியர் தங்க.ஜெயராமனைத் தொடர்புகொள்ளக் கிடைத்தது உண்மையில் ஒரு நல்வாய்ப்பு. 'சேடிப்பெண் சொன்ன கதை' என்று தலைப்பு கச்சிதமாக அமைந்ததற்கு அவரே காரணம். அவருக்கு என் மனமார்ந்த நன்றி.

மொழியாக்கம் குறித்து உரையாடி, சந்தேகங்களைத் தீர்த்துவைத்து, *unwoman, unbaby, particicution, econowife* போன்ற பதங்களுக்குப் புதிய சொல்லாக்கங்களை உருவாக்கித்தந்ததற்காக சீனிவாச ராமாநுஜத்துக்கு நன்றி. எப்போதும் உடனிருந்து, மொழியாக்கப் பணியில் தொய்வு நேரும்போதெல்லாம் விரட்டிப்பிடித்து, வாக்கிய அமைப்புச் சிக்கல்களையும் பிழைகளையும் சுட்டிக்காட்டி சரிசெய்ய உதவிய த.ராஜனுக்கு என்றைக்குமான அன்பு. நண்பர்கள் இருக்கிறார்கள். நான் இருக்கிறேன்.

எப்போதும்போல இம்முறையும் பொறுமை காக்கும் அனுஷுக்கும், பிழைதிருத்தம் என்ற பெயரில் நான் செய்யும் அழிச்சாட்டியங்களுக்கு ஈடுகொடுக்கும் ஸ்ரீனிக்கும் அன்பும் நன்றியும்.

2023 ஜனவரியிலேயே வெளியாகியிருக்க வேண்டிய நாவல் (மகனின் திருமண வேலைகள் காரணமாக) தாமதப்பட்ட இடைப்பொழுதில் எங்கள் விழிகளின் புத்தொளியாக வந்துசேர்ந்த மருமகள் ருவைதா பானுவுக்கு இந்த நாவலுக்காகச் செலுத்திய உழைப்பையும் காலத்தையும் அர்ப்பணிக்கிறேன். ஆவி சோரும்போதெல்லாம் மிழற்றிக்கொஞ்சி ஆற்றுப்படுத்தும் எங்கள் சின்னக்கிளியும் நல்ல உயிருமான மகள் ஆஷிஃபாவுக்கு முத்தங்கள்.

பெரும்பாலும் புனைவுகளையே வாசித்துக்கொண்டிருந்தவளுக்கு சமகால அரசியலையும் நிகழ்வுகளையும் வாசிக்க வேண்டியதன் அவசியத்தை வலியுறுத்தியவரும், புத்தகங்களையும் ஆசிரியர்களையும் பரிந்துரைப்பவரும், புத்தகங்கள் குறித்தான உரையாடல்களுக்கு மிகுந்த சுவாரஸ்யம் சேர்ப்பவருமான ஹப்பா காத்தூனுக்கு மனம் நிறைந்த அன்பும் நன்றியும். வரலாற்றுக் குறிப்புகளை மொழியாக்கிய சமயத்தில் பல்வேறு அர்த்தங்கள் தொனிக்க பயன்படுத்தப்பட்டிருந்த ஆங்கிலச் சொற்களுக்கு சாத்தியப்படும் அத்தனை அர்த்தங்களையும் காட்டித்தந்த (ஆங்கிலக்) கவிஞர் ஷிவப்ரியா கணபதிக்கு அன்பு.

மொழியாக்கப் பணி தொடங்கியதிலிருந்தே குறிப்பிடத்தக்கதான உடனிகழ்வுகளைக் கவனித்துவருகிறேன். நாவலின் கதைசொல்லி ஆஃப்ரெட்டுக்கு அவள் எந்நேரமும் அணிந்திருக்க வேண்டியிருந்த தலைக்கவிகங்களிலிருந்து தற்காலிக விடுதலை கிடைத்த முப்பத்து ஏழாவது அத்தியாயத்தைத் திருத்திக்கொண்டிருந்த அதே நாளில், ஹிஜாப் அணிந்து பள்ளிக்குச் சென்றதற்காக என்னுடைய நாத்தியின் மகள் கண்டிக்கப்பட்டு வகுப்புக்கு வெளியில் நிற்கவைக்கப்பட்டதும், அவளுடைய பெற்றோர் சார்பாகப்

பள்ளி முதல்வருக்கு நானே கடிதம் எழுத வேண்டிவந்ததும் நிகழ்ந்ததைக் குறிப்பிட்டே ஆக வேண்டும். "எனக்கு பதினேழு வயதாகிறது. நான் எதை எப்படி அணிய வேண்டும் என்று எனக்குச் சொல்ல யாரும்தான் யார். ஹிஜாப் அணியக் கூடாதென்றால் நான் அந்தப் பள்ளிக்குச் செல்வதாயில்லை" என்று சிறுமி திட்டவட்டமாகத் தெரிவித்திருந்தாள். விவகாரத்தை சரியாகக் கையாள வேண்டுமென்ற பதற்றத்தில் புதுக்கோட்டை அரசுப் பள்ளி ஒன்றில் ஆசிரியராகப் பணியாற்றும் எழுத்தாளரும் களப்பணியாளருமான தோழர் ஒருவரைக் கலந்தாலோசித்தபோது, தானும் இஸ்லாமிய மாணவியரை வகுப்புக்கு வெளியிலேயே ஹிஜாபைக் கழற்றிவைத்துவிட்டு வருமாறு பணித்திருப்பதாகவும், மதச் சின்னங்களை வகுப்புக்குள் அனுமதிப்பது சமத்துவத்தைக் குலைக்கும் செயலாகப் பார்ப்பதாகவும் தெரிவித்தார். இஸ்லாமியர் அல்லாத சமூகத்தினரின் மதச் சின்னங்களான நெற்றிப்பொட்டு உள்ளிட்டவை 'இயல்பானவை'யாக இருப்பதாக அவர் பேசியதைப் பதிவுசெய்யும் கடமை அவரோடு நேரடியாக உரையாடலில் ஈடுபட்டேன் என்ற காரணத்தாலேயே என்னுடையதாகிறது என்பதையும், சிறுபான்மையினருக்கு தங்களுடைய பேச்சு, அடையாளச் சின்னங்கள் ஆகியவற்றால் தங்களை வெளிப்படுத்திக்கொள்வதற்கான சுதந்திர வெளியை உண்டாக்கித்தர வேண்டிய தார்மீகக் கடமை சிறுபான்மையினர் அல்லாதவர்களுக்கு உரியதென்றும் மனபூர்வமாக நம்புகிறேன். நாட்டின் பிற பகுதிகளில், எங்கள் கண்கள் காணாத இடங்களில்தான் இப்படி நடக்கும், தமிழகத்தில் அதுவும் எங்கள் குடும்பத்திற்குள்ளாக இப்படியான சம்பவங்கள் நிகழ வாய்ப்பில்லை என்று நாங்கள் மனதாரக் கொண்டிருந்த நம்பிக்கை மீது மண் விழுந்ததும் அன்றுதான். தேதி 16/06/2023, இடம் புதுக்கோட்டை.

2017ஆம் ஆண்டில் ஒளிப்பதியப்பட்டிருக்கும் ஒரு நேர்காணலில் உலகின் ஏதாவது ஒரு மூலையில் ஏதாவது ஒருகாலத்தில் நிகழ்ந்துவிடாத எதையும் நான் இந்த நாவலில் எழுதிவிடவில்லை என்கிறார் மார்கரெட் அட்வுட். கற்பனை உலகம், புலன்களுக்கெட்டா தூரம் என்று நாவல் நிகழும் இடத்தை வேண்டுமானால் மிகுபுனைவாகக் கருதி அசட்டையாக இருக்கலாம். நாவலில் நிகழ்த்திக்காட்டப்பட்டிருக்கும் சம்பவங்களை, வரலாறு மீண்டும்மீண்டும் தன்னை நிகழ்த்திக்கொள்ளும் என்பதை எண்ணற்ற சாட்சியங்கள் வாயிலாகக் காலம்காலமாகப் பார்த்துக்கொண்டிருக்கும் யாரும் அசட்டை செய்துவிட முடியாது.

ஸ்பெயின், போர்ச்சுகல் போன்ற நாடுகளில் ஆட்வுட்டின் இந்த நாவலுக்குத் தடைவிதிக்கப்பட்டிருப்பதும் 2022இல் கனடாவின் பெங்குவின் ராண்டம் ஹவுஸ், இந்த நூலின் எரிக்க முடியாத ஒரு பிரதியை உருவாக்கியது என்பதெல்லாமும் நாம் அனைவரும் அறிந்த செய்திகள். நாவலின் பல அத்தியாயங்களில் புத்தக எரிப்புகளும், புத்தகங்களைச் சேகரித்துவைத்திருந்தவர்கள் தேசத்துரோகிகள் என்று குற்றஞ்சாட்டப்பட்டுக் கொல்லப்படுவதும் நிகழ்ந்த வண்ணமாய் இருக்கின்றன. நூலை எழுதியபோது, இதுவும் எரிக்கப்படும் என்றும் எரிக்க முடியாத அதன் பிரதி ஒன்று உருவாக்கப்படும் என்றும் அட்வுட் நினைத்திருப்பாரா என்று எண்ணுந்தோறும் வியக்கிறேன்.

நூலில், பெண்களுக்கு வாசிக்க அனுமதி மறுக்கப்படுகிறது. உலைகளில் அடைத்துவைக்கப்பட்டு மனிதர்கள் கொல்லப்படுகிறார்கள். மதம் மாறிவிட்டதாய் நடித்தவர்கள் தூக்கிலிடப்படுகிறார்கள். இப்படியான சம்பவங்களெல்லாம் ஏதோ எதிர்காலஞ்சார்ந்த பிறழுலக இலக்கியப் பிரதிகளில் மட்டுமே நடக்கக்கூடியது என்று இரானில் கட்டாயமாக்கப்படும் ஹிஜாபுக்கு எதிராகவும், இந்தியாவிலும் ஃபிரான்சிலும் ஹிஜாப் அணியும் தங்கள் உரிமைக்காகவும், அமெரிக்காவில் கருக்கலைப்பு உரிமை கேட்டும் பெண்கள் குரலெழுப்ப வேண்டிய அவலத்துக்கு ஆளாகியிருப்பதையும், சிறுபான்மையினத்தவர் மீது சுமத்தப்படும் கடுங்கண்காணிப்பு முறைகளையும், பெண் உடல் மீதும், சிறுபான்மையினர் மீதும் கட்டவிழ்த்துவிடப்படும் இப்படியான வன்முறைகளையும் பார்த்துக்கொண்டிருப்பவர்கள் இன்னமும் நம்ப முடியுமா? இப்படியான யதேச்சாதிகாரக் கூறுகள் வெளிப்பட்டுக்கொண்டிருப்பது தாராளமயக் கொள்கைகளை பின்பற்றுவதாய்ச் சொல்லிக்கொள்ளும் நாடுகளில்தான் என்பதை நாம் போதுமான அளவுக்கு அழுத்தமாகக் கவனத்தில் கொள்வதில்லை என்று அஞ்சுவது முஸ்லிம்களாகிய நாங்கள் மட்டும்தானா?

'மொத்தத்துவவாத அரசுகள் தங்களை ஸ்திரப்படுத்திக்கொள்வது குடிமக்கள் மீது அவை சுமத்தியிருக்கும் கடுங்கண்காணிப்பு நடவடிக்கைகளை மக்கள் சகித்துக்கொள்ளும் அளவிலேயேதான். கடுங்கண்காணிப்பு என்பது கருத்தளவில் மட்டுமே இருந்து செயல்படுத்தப்படுவதற்கு முன்பேகூட மாற்றுக்கருத்துக்களுக்குப் பணிந்தாக வேண்டும் எனும் அச்ச உணர்வையும், நிபந்தனைகளற்ற தேசபக்தியைப் பிரகடனப்படுத்திக்கொண்டே ஆக வேண்டும் எனும் அழுத்தத்தையும் அவர்களில் உண்டாக்கிவிடும்.

விளைவுகளைப் பற்றிய கவலைகளில்லாமல் தங்கள் அரசியல் கருத்துகளை வெளிப்படுத்திக்கொண்டிருந்த ஒரு இனத்தில் தங்களுக்குள்ளாகவே தணிக்கை செய்துகொள்ளும் ஒரு கலாச்சாரம் உருவாக இது காரணமாகிறது' என்று அருண் குந்நானி தன்னுடைய 'The Muslims Are Coming!: Islamophobia, Extremism, and the Domestic War on Terror' எனும் புத்தகத்தில் சொல்கிறார். ஆக, விளைவுகளைப் பற்றிய கவலையில்லாமல் குடிமக்கள் தங்கள் எதிர்க்கருத்துகளை முன்வைக்கக்கூடிய வெளியை அதிகாரத்தில் இருப்பவர்கள் உருவாக்கிக்கொடுப்பதுதான் சுதந்திரத்தின் அடிப்படை என்றாகிறது.

ஜனவரி 2019இல் 'ஆயிரம் சூரியப் பேரொளி' நாவலின் முன்னுரையில், குடியுரிமைச் சட்ட திருத்த மசோதாவை எதிர்த்து ஆர்ப்பாட்டம் நடத்திய ஜாமியா மிலியா இஸ்லாமியா பல்கலைக்கழகத்தின் மாணவி ஆயிஷா ரென்னாவைக் குறிப்பிட்டு எழுதியிருப்பதைப் பார்க்கும்போதெல்லாம், "Look at their clothes" என்ற அவப்பிரசித்தி பெற்ற வசனம் உடனடியாக நினைவில் எழாமல் இருப்பதில்லை. இனத்துவேஷத்தை உருவாக்குவதும் தங்களுடைய கொள்கைகளை வளர்த்தெடுப்பதற்கான எரியூட்டியாக இனவெறி குறித்தான பொதுமக்களின் அச்சங்களை உபயோகப்படுத்திக்கொள்வதும் மொத்தத்துவக் கொள்கையாளர்களின் செயல்பாடுகளில் இன்றியமையாதவை என்பது நிரூபணமான ஒன்றுதான். டிசம்பர் 2021இல் 'மானக்கேடு' நாவலுக்காக எழுதியிருக்கும் முன்னுரையில் குடியுரிமை திருத்தச் சட்ட மசோதாவை அமலாக்குவதில், கோவிட் தொற்றால் தற்காலிகமாக ஏற்பட்டிருக்கும் தடை குறித்துக் குறிப்பிட்டிருக்கிறேன். இன்று இதை எழுதிக்கொண்டிருக்கும் வேளையில் பொது சிவில் சட்டம் தொடர்பான விவாதங்களுக்கு வாழும் சாட்சியங்களாக இருக்கிறோம் என்பதை மிகுந்த மனக்கிலேசத்தோடு உணர்கிறேன்.

பொது சிவில் சட்டம் பாலினங்களுக்கிடையிலான சமத்துவத்தின் பெயராலேயே முன்வைக்கப்படுகிறது. தனிநபர் சட்டத்தின் அமைப்பாக்கத்திலேயே இருக்கும் பாகுபாடுகளைப் பொது சிவில் சட்டத்தால் களைந்துவிட முடியுமா? சுதந்திரம் என்பது அடிமைமுறையோடு தொடர்புகொண்டதாலேயே அதிமுக்கியமான ஒரு கருத்தாகிறது என்கிறார் ஓர்லாண்டோ பாட்டெர்ஸன். நாம் அதை ஜனநாயகத்தோடு தொடர்புபடுத்த வேண்டியவர்களாகவும் ஜனநாயகத்தின் அடிப்படையாக முன்வைக்கப்படும் சுதந்திரத்தை நம் சமூகத்தின் அதிகாரக்

கட்டமைப்புக்கு உட்படுத்தி மாற்றி அமைத்துக்கொள்ள வேண்டியவர்களாகவும் இருக்கிறோம். சமத்துவத்தை நிலைநாட்ட முயல்வது சுதந்திரத்தை அழிக்கும் என்று சொல்லும் அம்பேத்கர், சகோதரத்துவத்தைக் கையாள்வதன் வழியாகத்தான் அவை ஒன்றையொன்று அழித்துக்கொள்ளாமல் காக்கலாம் என்கிறார்.

நிகழ்த்தப்படும் எல்லாவற்றையும் பார்த்துக்கொண்டிருக்கும் சிறுபான்மை இனத்தவரை நோக்கி 'எல்லாம் உங்கள் நன்மைக்காகத்தான்' என்று தந்தைமையின் காருண்யம் வழிய சொல்லப்படும் இந்த வசனத்தில் யதேச்சாதிகாரத்தின் ஊத்தை வீசக்காண்பது சிறுபான்மையினர் மட்டும்தானா?

09/07/2023 **ஷஹிதா**

உள்ளடக்கம்

1. இரவு — 13
2. கடைவீதி உலா — 19
3. இரவு — 65
4. காத்திருப்பு அறை — 73
5. சிற்றுறக்கம் — 111
6. குடித்தனம் — 125
7. இரவு — 161
8. பிறப்பு தினம் — 169
9. இரவு — 221
10. சோல் ஸ்ரோல்ஸ் — 231
11. இரவு — 293
12. ஜெஸெபெல்'ஸ் — 303
13. இரவு — 393
14. ரட்சிப்பு — 403
15. இரவு — 437
    வரலாற்றுக் குறிப்புகள் — 445

1
இரவு

அத்தியாயம் ஒன்று

நாங்கள் உறங்கியது முன்பொரு காலத்தில் உடற்பயிற்சிக் கூடமாக இருந்த அறையில். மரத்தாலானதும் மெருகெண்ணெய் பூசப்பட்டதுமான தரையில், முன்பு விளையாடுவதற்காக வரையப்பட்டிருந்த கோடுகளும் வட்டங்களும் அப்படியே இருந்தன. கூடைப்பந்தாட்டக் கூடைகளைக் காணவில்லை என்றாலும் வளையங்கள் அவற்றின் இடத்திலேயே இருந்தன. அறையைச் சுற்றிப் பார்வையாளர்களுக்கான ஒரு பலகணி இருந்தது. பார்த்துக்கொண்டிருந்த பெண்கள் பூசியிருந்த வாசனை திரவியத்தோடும், அவர்கள் மென்றுகொண்டிருந்த சுவிங்கத்தின் இனிய மணத்தோடும் வியர்வையின் குத்துநெடியும் கலந்து மணப்பதை மயங்கிய ஒரு பிற்தோற்றமாக என்னால் நுகர முடிவதாக எனக்குத் தோன்றும். ஃபெல்ட் பாவாடைகள் அணிந்திருந்தவர்களாக நான் புகைப்படங்கள் வாயிலாக அறிந்திருந்த பெண்கள், பின்னர் குட்டைப் பாவாடைகளிலும், அதற்குப் பின் காற்சட்டைகளிலும், பிறகு ஒற்றைத் தோடுகளோடும் பச்சைச் சாயம் பூசப்பட்ட முள் அலங்காரக் கூந்தலோடும் வந்திருப்பார்கள். அந்த அறையில் அப்போது நடன நிகழ்ச்சிகளும் நிகழ்த்தப்பட்டிருந்திருக்க வேண்டும் என்று எண்ணும்படி அடிநாதமாய் இருந்த முரசொலியின் மேல் ஒன்றன் மீது ஒன்றாய்ப் பொருந்திக்கொண்ட கேட்டறிந்திராத ஓசைகளோடு ஏங்கொலியும் உட்குறிப்பாய் இருந்த வெவ்வேறு பாணிகளிலான இசையும் தயங்கியபடி அங்கே தங்கியிருந்தது. மெல்லிழைத்தாள் பூக்களாலும், அட்டைக்காகிதப் பிசாசு உருவங்களாலும் ஆன தோரணங்களோடு ஆடுபவர்கள் மீது வெளிச்சத்தைப் பனியெனத் தூவும் கண்ணாடிகள் பதித்த சுழற்பந்தும் இருந்திருக்கும்.

அந்த அறையில் பழைய கலவி இருந்தது. தனிமையும். உருவமோ பெயரோ அற்ற ஏதோ ஒன்றுக்கான எதிர்பார்ப்பும். அடுத்து நிகழவிருப்பதைக் குறித்த அந்த ஏக்கம் எனக்கு நினைவிருக்கிறது. முன்பு, அந்தக் காலத்தில், வாகனக்கூடங்களிலும், எழுந்து தாழும் தசைகளின் மீது திரைக்காட்சிகள் மட்டும் நடுங்கிச்சுடரும்

ஓசை தணிக்கப்பட்ட தொலைக்காட்சி அறைகளிலும், எங்கள் மீது, எங்கள் அடிமுதுகின் மீது, இருந்த கைகளைப் போல அது நிலைமாறிக்கொண்டே இருந்தது.

நாங்கள் வருங்காலத்திற்காக ஏங்கினோம். நாங்கள் பேசிக்கொள்ளக் கூடாது என்பதற்காக இடைவெளிவிட்டு வரிசையாகப் போடப்பட்டிருந்த ராணுவக் கட்டில்களில் உறங்க முயன்றுகொண்டிருந்தபோதும் ஒரு பின்யோசனைபோல அந்த ஏக்கம் அப்போதும் காற்றில் இருந்தது. அந்தத் திறனை நாங்கள் எப்படிக் கற்றோம், தணியாத தாகத்தோடு பிழைத்திருப்பதற்கு? குழந்தைகளுடையவை போன்ற ஃப்ளானல் விரிப்புகள் எங்களுக்குக் கொடுக்கப்பட்டிருந்தன. பழையவையும் US என்று அச்சிடப்பட்டிருந்தவையுமான கம்பளிகளும் ராணுவத்தால் வழங்கப்பட்டன. படுக்கைகளின் ஓரத்தில் இடப்பட்டிருந்த முக்காலிகளில் நாங்கள் எங்களுடைய உடைகளை நறுவிசாக மடித்து வைத்துக்கொண்டோம். விளக்குகளில் வெளிச்சம் குறைத்து வைக்கப்பட்டதே தவிர அணைக்கப்படவில்லை. ஆன்ட் சாராவும் ஆன்ட் எலிசபெத்தும் சுற்றுப்பணியில் இருப்பார்கள்; அவர்களுடைய தோல்வார்ப்பட்டிகளில் இருந்த வளையங்களில் கால்நடைகளுக்கான மின்சாட்டைகள் தொங்கின.

என்றாலும், துப்பாக்கிகள் கொடுக்கப்படவில்லை. துப்பாக்கிகள் கொடுக்கும் அளவுக்கு அவர்களுமே நம்பப்படவில்லை. தேவதூதர்களிலிருந்து விசேஷமாகத் தேர்ந்தெடுக்கப்பட்ட பாதுகாவலர்களுக்கே துப்பாக்கிகள். அழைக்கப்பட்டாலே தவிர பாதுகாவலர்களுக்குக் கட்டடத்துக்குள் அனுமதியில்லை. எங்களுக்கு வெளியில் செல்ல அனுமதியில்லை, சுற்றிலும் கம்பியிணைப்பு வேலி பொருத்தப்பட்ட கால்பந்தாட்ட மைதானத்தில் நாங்கள் இரண்டிரண்டு பேராக உலவப்போகும்போது தவிர. தேவதூதர்கள் எங்களுக்கு முதுகைத் திருப்பிக்கொண்டு மைதானத்துக்கு வெளியில் நின்றார்கள். எங்களுக்கு அவர்கள் அச்சத்தின் உருவங்கள் என்றாலும் வேறு ஒன்றுக்கானதாகவும் இருந்தார்கள். அவர்கள் மட்டும் திரும்பிப்பார்த்தார்களானால், அவர்களோடு நாங்கள் பேச முடிந்தால் எதையாவது பரிமாறிக்கொள்ளலாம். எதையாவது பண்டமாற்றிக்கொள்ளலாம், ஒப்பந்தங்கள் நிகழலாம் என்பது எங்கள் நினைப்பு - எங்களிடம் இன்னமும் எங்கள் உடல்கள் இருந்தனவே. அதுவே எங்கள் கனவாக இருந்தது.

கிட்டத்தட்ட சப்தமே எழாமல் கிசுகிசுக்க நாங்கள் கற்றுக் கொண்டோம். அரையிருட்டில் ஆன்ட்டுகள் கவனிக்காத

போது எங்கள் கைகளை விரித்து இடைவெளியைத் தாண்டி ஒருவரையொருவர் தொட முடியும். படுக்கையில் மல்லாந்திருந்து தலையைத் திருப்பி அடுத்தவர்களின் வாயைக் கவனித்து உதட்டசைவைப் படிக்கக் கற்றுக்கொண்டோம். இவ்வாறாக நாங்கள் பெயர்களைப் பரிமாறிக்கொண்டோம். படுக்கையிலிருந்து படுக்கைக்கு.

ஆல்மா. ஜனின். டோலோரஸ். மொய்ரா. ஜூன்.

2
கடைவீதி உலா

அத்தியாயம் இரண்டு

ஒரு நாற்காலி, ஒரு மேசை, ஒரு விளக்கு. மேலே வெண்ணிறக் கூரையில் மலர்வளைய வடிவிலான சுதை அலங்காரம், அதன் நடுவில் ஒரு வெற்றிடம், ஒரு முகத்தில் அதன் கண் பிடுங்கப்பட்டுவிட்டால் உண்டாகும் வெற்றிடம் போன்றது, அதில் காரை அப்பப்பட்டிருக்கிறது. ஒருகாலத்தில் அங்கு சரவிளக்கொன்று இருந்திருக்க வேண்டும். எதிலிருந்தெல்லாம் நீங்கள் ஒரு கயிறைத் தொங்கவிட முடியுமோ அதையெல்லாம் அவர்கள் நீக்கியிருக்கிறார்கள்.

ஒரு சன்னல், இரு வெள்ளைத் திரைச்சீலைகள். சன்னலுக்கு அடியில் சிறு தலையணையுடன் ஒரு திண்டு. சன்னலின் ஒரு பகுதி திறக்கும்போது - அதன் ஒரு பகுதி மட்டுமே திறக்கும் - காற்று உள்ளே வந்து திரைச்சீலையை அசைக்கும். நான் கைகளைக் கட்டிக்கொண்டு நாற்காலியில் அல்லது சன்னல் திண்டில் அமர்ந்து இதைப் பார்க்கலாம். சன்னல் வழியாகச் சூரிய ஒளியும் வரும். நீள் பட்டைகளாலான, நன்கு பளபளப்பாக்கப்பட்ட மரத்தரையின் மீது படும். அந்தப் பூச்செண்ணெய் வாசனையை நுகர முடியும். தரையில் நீள்வட்டமான விரிப்பு இருக்கிறது. பின்னப்பட்ட கந்தல்துணியாலானது. இப்படிப்பட்ட பொருட்களே அவர்களுடைய ரசனைக்குப் பொருத்தமானவை: பழங்குடிகளால் செய்யப்பட்டவை, வழக்கிலிருந்து ஒழிந்துகொண்டிருப்பவை, பெண்களால் தங்களுடைய ஓய்வு நேரத்தில் வேறு பயன் ஏதுமற்ற பொருட்களால் செய்யப்பட்டவை. மரபுகளுக்குத் திரும்புதல். வீணாக்காதே தேவைகளை வளர்க்காதே. நான் வீணடிக்கப்படவில்லை, எனக்கு தேவைகள் இருப்பதேன்?

சுவரில் நாற்காலிக்கு மேலே ஒரு சித்திரம். சட்டமிடப்பட்டது, ஆனால் கண்ணாடியாலல்ல: அச்சிடப்பட்ட மலர்கள், நீர்வண்ணங்களால் ஆன நீல ஐரிஸுகள். மலர்கள் இன்னமும் அனுமதிக்கப்படுகின்றன. எங்கள் எல்லோருக்கும் அதே அச்சு, அதே நாற்காலி, அதே போன்ற வெண்ணிறத் திரைச்சீலைகள்தானோ? அரசாங்கம் வழங்குவதோ?

ராணுவத்தில் இருப்பதாக நீங்கள் கருதிக்கொள்ள வேண்டும் என்பாள் ஆன்ட் லிடியா.

ஒரு கட்டில். ஒற்றை மெத்தையுள்ளது. அதன் திண்மை நடுத்தரமானது, கம்பளி திணிக்கப்பட்ட வெண்ணிற விரிப்பால் மூடப்பட்டது. இந்தப் படுக்கையில் வேறெதுவும் நிகழ்வதில்லை, உறக்கத்தைத் தவிர; அல்லது உறக்கமின்மையைத் தவிர. நான் அதிகம் யோசிக்காமல் இருக்க முயல்கிறேன். இப்போது மற்ற எல்லாவற்றுக்கும் செய்யப்பட்டதுபோல எண்ணங்களுக்கும் தணிக்கை செய்யப்பட வேண்டும். சிந்தனையைச் சுமக்க மாட்டாதவை ஏராளம் இருக்கின்றன. சிந்திப்பது ஒருவருடைய வாய்ப்புகளை பாதிக்கலாம். நானோ நிலைத்திருக்க விரும்புகிறேன். எனக்குத் தெரியும், நீர்வண்ண நீல ஐரிஸுகளின் படத்துக்குக் கண்ணாடி இல்லாதது ஏனென்று, சன்னல் பாதி அளவே திறப்பதாய் இருப்பது ஏனென்று, சன்னல் கண்ணாடி துளைக்கப்பட முடியாததாய் இருப்பது ஏனென்று. அவர்களுடைய அச்சம் ஓடிவிடுவது குறித்ததல்ல. எங்களால் வெகுதூரம் சென்றுவிட இயலாது. அவர்களுடைய அச்சம் மற்ற வகையான தப்பித்தல்கள் குறித்தது. உங்களில் நீங்களே உண்டாக்கிக்கொள்ளக்கூடியவை, கிழிக்கக்கூடிய ஏதாவது கிடைத்தால்.

ஆக, இந்த விவரணைகளைத் தாண்டி, இந்த அறை ஒரு கல்லூரியின் விருந்தினர் அறை என்று சொல்லலாம். அவ்வளவாக முக்கியமில்லாத விருந்தினருக்கானது; அல்லது விடுதி வீடொன்றின் அறையென்றும், முந்தைய காலகட்டத்தையது, வாழ்ந்துகெட்ட பெண்களுக்கானது. நாங்கள் அவ்வாறானவர்கள்தான். கேடுகெட்டுவிட்ட வாழ்வு; அதாவது, எங்களில் இன்னமும் வாழ்க்கை இருப்பவர்களுக்கு.

என்றாலும், ஒரு நாற்காலி, சூரியவெளிச்சம், மலர்கள்: இவற்றைக் குறைத்துச் சொல்லிவிட முடியாது. நான் உயிரோடிருக்கிறேன், வாழ்கிறேன், மூச்சுவிடுகிறேன், சூரிய ஒளிக்குள் என் கையை நீட்டுகிறேன் விரிக்கிறேன். இது/அது என்ற விகுதியின் மீது காதல் கொண்டிருந்த ஆன்ட் லிடியா சொன்னது போல, நான் இப்போது இருப்பது சிறையில் அல்ல சிறப்புரிமையில்.

நேரத்தை அளக்கும் மணி ஒலிக்கிறது. அந்தக் காலத்துக் கன்னிமாடங்களில் போல இங்கும் நேரத்தை அளப்பது

மணியோசையே. கன்னிமாடங்களில் போல இங்கும் கண்ணாடிகள் மிகக் குறைவு.

நான் நாற்காலியிலிருந்து எழுகிறேன், பாதங்களை அவற்றின் சிவப்பு ஜோடுகளோடு சூரிய வெளிச்சத்துள் நீட்டுகிறேன். ஜோடுகள் தட்டையாய் இருப்பது முதுகெலும்பைப் பாதுகாப்பதற்காக. நடனமாடுவதற்காக அல்ல. சிவப்புக் கையுறைகள் படுக்கையில் கிடக்கின்றன. நான் அவற்றை எடுத்து ஒவ்வொரு விரலாக நுழைத்து, கைகளின் மீது இழுத்துவிட்டுக்கொள்கிறேன். என்னுடைய முகத்தைச் சுற்றியிருக்கும் கவிகையைத் தவிர மற்ற அத்தனையும் சிவப்புதான். உதிரத்தின் நிறம் எங்களை வரையறுக்கும் நிறம். பாவாடை கணுக்கால் வரையுமானது, முலைகளை மூடும் ஒரு பட்டையோடு இணைந்திருப்பது. சட்டைக்கைகள் முழுநீளமானவை. வெள்ளைக் கவிகையும் பரிந்துரைக்கப்பட்டது. நாங்கள் பார்க்காமல் இருப்பதற்காகவும் பார்க்கப்படாமல் இருப்பதற்காகவும். சிவப்பில் நான் அழகாகத் தோன்றியதில்லை, அது எனக்கான நிறமில்லை. நான் பொருட்கள் வாங்குவதற்கான கூடையை எடுக்கிறேன். கையில் மாட்டுகிறேன்.

அறைக்கதவு - என்னுடைய அறையினதல்ல, என்னுடையது என்று சொல்ல மறுக்கிறேன் - பூட்டப்படவில்லை. சொல்லப்போனால் அது சரியாக மூடிக்கொள்வதுமில்லை. மெருகேற்றப்பட்டிருக்கும் கூடத்தினூடாக, நடுவில் கிடக்கும் மங்கிய இளஞ்சிவப்பு தரைவிரிப்பின் மீது நடக்கிறேன். காட்டினூடான ஒரு பாதைபோல, அரச குடும்பத்தினருக்கான விரிகம்பளத்தைப் போல அது எனக்கு வழியைக் காட்டுகிறது.

கம்பளம் வளைந்து முன்பக்கப் படிக்கட்டின் வழியாக இறங்கிச்செல்கிறது, நான் அதனூடே செல்கிறேன். முன்பொரு காலத்தில் ஒரு மரமாயிருந்து, இன்னொரு காலகட்டத்தில் மாற்றமடைந்து, இப்போது மெருகு சேர்க்கப்பட்டதாய் இருக்கும் பக்கவாட்டுப் பிடிகளை ஒரு கையால் பிடித்தவாறு இறங்குகிறேன். விக்டோரிய காலத்தைச் சேர்ந்த இந்த வீடு, ஒரு குடும்ப வீடு. செல்வாக்கான ஒரு பெரிய குடும்பத்துக்காகக் கட்டப்பட்டது. கூடத்தில் ஒரு தாத்தா கடிகாரம் இருக்கிறது, நேரத்தை அளக்கிறது. அதைத் தொடர்ந்திருக்கும் கதவு நம்மை இளஞ்சிவப்புச் சேர்க்கை வர்ணங்களினாலான, தாய்மை சொட்டும் முன்னறைக்கு, அமரும் அறைக்கு, அழைத்துச்செல்லும். அது நான் ஒருபோதும் அமராத அறை, நின்றவாறோ முழந்தாளிட்டோ மட்டுமே நான் இருக்கும் அறை. கூடத்தின் முடிவில் முன்வாயிற்கதவின் மேலே வர்ணக்

கண்ணாடியால் ஆன விசிறிவிளக்கு ஒன்றுள்ளது. சிவப்பு மற்றும் நீல மலர்கள் பொறிக்கப்பட்டது.

நடைக்கூடத்தில் ஒரு கண்ணாடி எஞ்சியிருக்கிறது. படிகளில் இறங்கும்போது, நான் தலையைத் திருப்பி என் முகத்தைச் சட்டமிடும் வெள்ளைக் கவிகங்களை என் பார்வை அதை நோக்கிக் குவியுமாறு வளைத்தால், உருண்டையாக, புறங்குவிந்ததாக இருக்கும் அந்த நிலைக்கண்ணாடியைப் பார்க்கலாம். அதில் நான் ஒரு மீனின் கண்ணாக, ஒரு உருத்திரிந்த நிழலாக, எதனுடையவோ போலி உருவாக, தேவதைக் கதை ஒன்றின் கதாபாத்திரம் சிவப்பு அங்கியில் இருப்பதுபோல, அசட்டையின், அபாயத்தின் ஒரு நொடிக்குள் இறங்கிவருவதையும் பார்க்கலாம். ரத்தத்தில் தோய்க்கப்பட்ட ஒரு கன்னியாஸ்த்ரீ.

படிகளுக்குக் கீழே தொப்பி மற்றும் குடை தாங்கி ஒன்றிருக்கிறது. அது வளைமர வகையைச் சேர்ந்தது. நீண்ட உருண்ட மரத்துண்டுகள் அழகாக மேல்நோக்கிக் கொக்கிகளாக வளைக்கப்பட்டு ஃபெர்ன் செடிகளின் விரியும் ஓலைகளைப் போல வடிவமைக்கப்பட்டிருப்பது. அதில் நிறைய குடைகள் இருக்கின்றன: கறுப்பு, தளபதிக்காக. நீலம், தளபதியின் மனைவிக்காக, அவற்றோடு எனக்காக ஒதுக்கப்பட்டது, சிவப்பு. நான் சிவப்புக் குடையை அது இருந்த இடத்திலேயே இருக்கவிடுகிறேன். ஏனென்றால், இன்று வெயிலாக இருக்குமென்று சன்னலில் பார்த்துத் தெரிந்துகொண்டேன். தளபதியின் மனைவி அமரும் அறையில் இருப்பாளா என்று யோசிக்கிறேன். அவள் எல்லா நேரமும் அமர்ந்திருப்பதில்லை. சில சமயங்களில் அவள் முன்னும் பின்னும் நடப்பதை, ஒரு கனத்த காலடியோசையைத் தொடரும் தக்கையான ஒன்றை, பிறகு அந்த மங்கிய ரோஜா வண்ண விரிப்பில் அவளுடைய கைத்தடியின் மென்மையான தட்டலை, நான் கேட்பதுண்டு.

நான் நடைக்கூடத்தைத் தாண்டி, அமரும் அறையின் கதவைத் தாண்டி, உணவுக்கூடத்துள் செல்லும் கதவைத் தாண்டி, அதன் கோடியில் இருக்கும் கதவைத் திறந்து அடுப்படிக்குள் செல்கிறேன். இங்கு அறைக்கலங்களின் பூச்சுமணம் இல்லை. இங்கு ரீட்டா இருக்கிறாள். வெள்ளை இனாமல் பூசியதும் சிலும்பல்களுமுள்ள மேற்தளம் கொண்ட மேசையின் அருகில் நின்றிருக்கிறாள். அவளுடைய வழக்கமான மார்த்தா உடையில் இருக்கிறாள். அது மங்கிய பச்சை நிறத்தது, கடந்த காலகட்டத்தின் அறுவை நிபுணர்கள் உடுத்தும் உடை போன்றது.

இந்த உடையின் வடிவம் என்னுடையதைப் போலவேதான் இருக்கிறது. நீண்டும் மறைப்பதாகவும். ஆனால், இதன் மேலே அணையாடை ஒன்றுள்ளது. வெள்ளைக் கவிகங்களும் முக்காடும் இல்லாமலிருக்கிறது. அவள் வெளியில் போகும்போது முக்காட்டை அணிந்துகொள்வாள். ஆனால், ஒரு மார்த்தாவின் முகத்தை யாரும் பார்த்துவிடுவதைப் பற்றி யாரும் அலட்டிக்கொள்வதில்லை. அவளுடைய பழுப்புநிறக் கைகள் வெளித்தெரியுமாறு சட்டைக்கைகள் மேலே சுருட்டப்பட்டிருக்கின்றன. அவள் ரொட்டி செய்துகொண்டிருக்கிறாள். இன்னும் சற்று பிசைந்துகொள்வதற்காக இறுதி முறையாகத் துண்டங்களை விசிறுகிறாள். பிறகு வடிவம் கொடுக்கிறாள்.

ரீட்டா என்னைப் பார்த்துவிட்டுத் தலையசைக்கிறாள். முகமனாகவா அல்லது என் வரவுக்கான ஒப்புதலாகவா என்று சொல்வது கடினம். அணையாடையில் மாவுக்கரங்களைத் துடைக்கிறாள். அடுப்படி அலமாரிக்குள் கிள்ளாக்குப் புத்தகத்தைத் தேடித் துழாவுகிறாள். நெரித்த பாவனையோடே மூன்று கிள்ளாக்குகளைக் கிழித்து என்னிடம் கொடுக்கிறாள். அவளுடைய முகம் கருணையானதாய் இருக்கலாம், அவள் மட்டும் புன்னகைத்தாளானால். என்றாலும், அவளுடைய முகச்சுளிப்பு எனக்கானதல்ல. இந்தச் செவ்வுடையைத்தான் அவள் ஏற்க மறுக்கிறாள். அதன் குறியீட்டுப் பொருளை. நான் ஒரு ஒட்டுவாரொட்டி என்று நினைக்கிறாள். ஒரு துரதிர்ஷ்டம் அல்லது வியாதியைப் போன்றவள் என்று.

சில சமயங்களில் மூடிய கதவுகளுக்குப் பின்னிருந்து நான் ஒட்டுக்கேட்பதுண்டு, முன்பென்றால் நான் ஒருபோதும் செய்திருக்க மாட்டாதது. ஆனால், அந்தச் செய்கையின் போது பிடிபட்டுவிடக் கூடாது என்பதால் நெடுநேரம் கேட்டுவிடவும் மாட்டேன். என்னை நானே ஒருபோதும் இப்படி கீழ்மைப்படுத்திக்கொள்ள மாட்டேன் என்று ரீட்டா ஒரு முறை கோராவிடம் சொல்வதைக் கேட்டேன்.

உன்னை யாரும் கேட்கவில்லையே, என்றாள் கோரா. சரி விடு, அப்படியே கேட்டாலும் உன்னால் என்ன செய்திருக்க முடியும் ?

காலனிக்குப் போக வேண்டியதுதான், என்றாள் ரீட்டா. அந்தத் தேர்வு உண்டே.

அந்தப் பெண்ணல்லாததுகளுடன், பட்டினி கிடந்து சாவதற்கு. கடவுளுக்குத்தான் தெரியும் அதற்கு மேலேயும் என்னவெல்லாமோ? என்றாள் கோரா.

அவர்கள் பட்டாணிக்காய்களை உரித்துக்கொண்டிருந்தார்கள்; கிட்டத்தட்ட முழுக்க மூடப்பட்டிருந்த கதவின் வழியாகச் சட்டிக்குள் பட்டாணிகள் விழும் ஓசையை என்னால் கேட்க முடிந்தது. ரீட்டாவின் எதிர்ப்பையோ ஒப்புதலையோ வெளிப்படுத்திய உறுமல் அல்லது பெருமூச்சையும் கேட்டேன்.

என்னவோ போ. அவர்கள் நம் அனைவருக்காகவும்தான் அதைச் செய்கிறார்கள், அல்லது அப்படித்தான் சொல்லிக்கொள்கிறார்கள் என்றாள் கோரா. என்னுடைய குழாய்களை மட்டும் நான் தைத்துக்கொண்டிருக்கவில்லை என்றால் அது நானாகவும் இருக்கலாம், அதாவது நான் இன்னும் பத்து வயது இளையவளாக இருந்தால். மேலும், அது ஒன்றும் அவ்வளவு மோசமில்லை. கடின உழைப்பு என்று சொல்ல ஒன்றுமில்லை.

அது அவளாக இருந்து நானாக இல்லாதவரை நல்லதுதான் என்று ரீட்டா சொல்லிக்கொண்டிருக்க, நான் கதவைத் திறந்தேன். அவர்களுடைய முகங்கள் உங்கள் முதுகுக்குப் பின்னால் உங்களைப் பற்றிப் பேசிவிட்டு உங்களுக்குக் கேட்டிருக்கும் என்று நினைக்கும் பெண்களின் முகங்களைப் போல சங்கடத்துடனும் அதே சமயம் நாங்கள் அப்படிப் பேச உரிமையுள்ளவர்களே என்பது போன்ற சிறிய இணக்கமின்மையோடும் இருந்தன. கோரா அன்று என்னிடம் வழக்கத்தைவிடவும் இனிமை காட்ட, ரீட்டா இன்னம் அதிகம் கடுகடுத்தாள்.

இன்று ரீட்டாவின் கடுத்த முகத்தையும் அழுந்திய உதடுகளையும் பார்த்தும் நான் இங்கே இருக்கவே விரும்புகிறேன். அடுப்படியில். வீட்டின் வேறு ஏதாவது அறையிலிருந்து அவளுடைய எலுமிச்சை எண்ணெய்ப் புட்டியோடும் துடைப்பானோடும் கோராவும் உள்ளே வரலாம். பிறகு, ரீட்டா காப்பி போடுவாள் - தளபதிகளின் வீடுகளில் இன்னமும் அசல் காப்பி கிடைக்கிறது - நாங்கள் ரீட்டாவின் மேசையில் அமருவோம். அது எவ்வளவுக்கு என்னுடைய மேசையோ அவ்வளவே ரீட்டாவுடையதும். பிறகு நாங்கள் பேசுவோம். வலிகள் வாதைகள் குறித்து. சுகக்கேடுகள் குறித்து. எங்கள் பாதங்கள், எங்கள் முதுகுகள், எங்களுடைய உடல்கள் கட்டுக்கடங்காத குழந்தைகளைப் போல நடந்துகொள்வது குறித்து. அடுத்தவரின் குரலுக்கான நிறுத்தற்புள்ளிகளாக எங்கள்

தலையசைப்புகள் இருக்கும், ஆம் நம் அனைவருக்கும் இது தெரியுமே என்று குறிப்பால் உணர்த்துவதாக. நாங்கள் தீர்வுகளைப் பரிமாறிக்கொள்வோம். அதோடு எங்கள் உடற்துன்பங்களைச் சொல்வதில் ஒருவரையொருவர் விஞ்ச முயல்வோம். மென்மையாகப் புகார் பேசுவோம். எங்களுடைய குரல்கள் கம்மியும் எறவாணத் தொட்டிக்குள் இருக்கும் புறாக்களுடையதைப் போல துயரார்ந்தும் அடங்கிய தொனியிலும் இருக்கும். *நீ என்ன சொல்ல வருகிறாய் என்று எனக்குப் புரிகிறது* என்போம். அல்லது வயதானவர்கள் இப்போதும் சொல்லி நாம் கேட்பதுபோல, ஏதோ அந்தக் குரலே ஒரு பயணி என்பதுபோலவும் தொலைவில் இருக்கும் ஓரிடத்திலிருந்து வருகிறது என்பதுபோலவும் -ஒருவகையில் *அது சரிதான், அது அப்படிப்பட்டது தான்-உன் நிலைமை நீ சொல்லாமலே எனக்குக் கேட்கிறது* என்போம்..

இப்படிப்பட்ட உரையாடல்களை நான் எவ்வளவு வெறுப்பேன். இப்போது அதற்காக ஏங்குகிறேன். குறைந்தபட்சம் அது பேச்சாகவாவது இருந்தது. ஏதோ ஒரு வகையிலான பரிமாற்றமாக இருந்தது.

அல்லது நாங்கள் புறணி பேசுவோம். மார்த்தாக்களுக்கு நிறைய விவரங்கள் தெரியும். அவர்கள் தங்களுக்கிடையில் பேசிக்கொள்வார்கள். அதிகாரபூர்வமற்ற செய்திகளை ஒரு வீட்டிலிருந்து இன்னொரு வீட்டுக்குக் கடத்துவார்கள். சந்தேகமே இல்லை, என்னைப் போல அவர்களும் வாசலில் நின்று கேட்பார்கள். கண்களைத் திருப்பாமலேயே பார்க்கவும் செய்வார்கள். அவர்கள் பேசும்போது நான் கேட்டிருக்கிறேன், அவர்களுடைய ரகசிய உரையாடல்களின் சில முசுமுசுப்புகளைத் தொட்டிருக்கிறேன். *செத்துப்பிறந்தது அது. அல்லது பின்னல் ஊசியால் அவளை வயிற்றிலேயே குத்தினாள். பொறாமை அவளைத் தின்றிருக்க வேண்டும். அல்லது ஆசைகாட்டும் விதமாக இப்படி: அவள் பயன்படுத்தியது கழிப்றைத் திரவத்தைத்தான். அது சரியாக வேலை செய்திருக்கிறது, சுவை தெரிந்திருக்குமே என்று நாம் நினைக்கலாம். ஆனால், அந்த அளவு குடிபோதையில் இருந்திருக்கிறார்; ஆனால், எப்படியோ அவளைப் பிடித்துவிட்டார்களே.*

அல்லது, வெதுவெதுப்பானதும் உப்பியெழுவதும், சதையைப் போன்றதே ஆனதுமான மென்மைக்குள் என் கைகளைப் புதைத்து நான் ரீட்டாவுக்கு ரொட்டி செய்ய உதவுவேன். எதையாவது தொட்டுவிட நான் பசித்திருக்கிறேன், உடைகள் மரங்கள் தவிர

வேறெதையாவது. தீண்டுதல் எனும் செய்கையைச் செய்துவிடப் பசித்திருக்கிறேன்.

ஆனால், அப்படியே நான் கேட்டுவிட்டாலும், விதிமுறைகளை மீறி அவ்வளவுக்கு நான் துணிந்தேன் என்றாலும், ரீட்டா அதற்கு அனுமதிக்க மாட்டாள். அவள் மிகவும் பயந்துவிடுவாள். மார்த்தாக்களுக்கு எங்களோடு-*ஃப்ராடெர்னைஸ்*-தோழமை பாராட்ட அனுமதியில்லை.

ஃப்ராடர்னைஸ் என்றால் சகோதரனைப் போல நடந்துகொள்வது என்று பொருள். எனக்கு இதை லூக் சொன்னான். அதற்கு இணையாக, சகோதரியைப் போல நடந்துகொள்வது என்பதற்கு வார்த்தை ஏதும் இல்லை என்றான். ஒருவேளை இருந்தால் *சோரோரைஸ்* என்றிருந்திருக்க வேண்டுமாம். அவை லத்தீனிலிருந்து வந்த வார்த்தைகள். வார்த்தைகளின் வேர்கள், பயன்பாடுகள் போன்ற விவரங்களைத் தெரிந்துகொள்வதில் அவனுக்கு எப்போதும் விருப்பம். நான் அவனைச் சீண்டுவேன், எப்போதும் ஆசிரியத்தன்மையுடன் இருப்பதாக.

ரீட்டாவின் நீட்டிய கைகளிலிருந்து கிள்ளாக்குகளை எடுத்துக்கொள்கிறேன். அவற்றில் படங்கள் உள்ளன, அவை எவற்றுக்குப் பரிமாற்றப்பட வேண்டுமோ அவற்றின் படங்கள். பன்னிரண்டு முட்டைகள், ஒரு துண்டு பாலாடைக்கட்டி, இறைச்சியைக் குறிக்க அடர்பழுப்பு நிறமான ஏதோ ஒன்று. என்னுடைய சட்டைக்கையின் பையில் அவற்றை வைக்கிறேன், என் கடவுச்சீட்டு இருக்கும் இடத்தில்.

"சென்ற முறைபோல அல்லாமல் புதிய முட்டைகளைத் தரச் சொல். அதோடு, கோழியல்ல, கோழிக்குஞ்சு என்று சொல். அவை யாருக்கானதென்று அவர்களிடம் சொல், பிறகு வாலாட்ட மாட்டார்கள்" என்கிறாள் ரீட்டா.

"சரிதான்" என்கிறேன். புன்னகைக்கவில்லை. ஒரு தோழமைக்கான ஆசையை அவளுக்குக் காட்டுவானேன்?

அத்தியாயம் மூன்று

பின்வாசல் வழியாக வெளியில் செல்கிறேன். தோட்டத்துக்குள். அது பெரியதாகவும் துப்புரவாகவும் இருக்கிறது. நடுவில் புல்வெளியும், ஒரு வில்லோவும், வீப்பிங் காட்கின்களும் இருக்கின்றன. ஓரங்களில் மலர் பாத்திகளில் டாஃபடில்கள் வாடிக்கொண்டிருக்க, தூலிப்புகள் தங்கள் கிண்ணங்களை விரிக்கத் தொடங்கி வண்ணங்களைச் சிந்திக்கொண்டிருக்கின்றன. தூலிப்புகள் சிவப்பாக இருக்கின்றன, அவற்றின் தண்டுகள் தொடங்கும் இடத்தில் கருஞ்சிவப்பாகின்றன, ஏதோ அங்கே வெட்டுப்பட்டு ஆறத் தொடங்கியவற்றைப் போல.

இந்தத் தோட்டம் தளபதியின் மனைவியின் சாம்ராஜ்யம். முழங்கால்கள் தலையணையின் மீதிருக்க அகலமான தோட்டத் தொப்பியின் மீது இள நீலநிற முக்காட்டுத் துணியோடு அவள் இங்கு நிறைய நேரம் இருப்பாள். அருகில் ஒரு கூடையில் வெட்டுக்கத்திகளையும் மலர்களைப் பொருத்தமாய் நிறுத்திக்கட்டுவதற்கான நூற்கண்டையும் வைத்துக்கொண்டிருக்கும் அவளை குண்டுதுளைக்காத என் சன்னல் கதவின் வழியாக நான் பார்ப்பேன். தளபதிக்கென பணியில் அமர்த்தப்பட்ட பாதுகாவலன் ஒருவன் பள்ளம் வெட்டுவது போன்ற கடின வேலையெல்லாம் செய்வான், தளபதியின் மனைவி தன்னுடைய கைத்தடியை நீட்டி கட்டளையிட்டுக்கொண்டிருப்பாள். மனைவியரில் பலருக்கும் இம்மாதிரியான தோட்டங்கள் உண்டு. அவர்களும் அதிகாரம் செய்யவும் பராமரிக்கவும் அக்கறைசெலுத்தவுமான களம் இது.

ஒருகாலத்தில் எனக்கும் ஒரு தோட்டம் இருந்தது. கைகளில் கிழங்குகளின் திரட்சியான வடிவமும் அவற்றின் முழுமையுமாக, விரல்களில் காய்ந்த விதைகளின் சரசரப்பாக, கிளறுபட்ட நிலத்தின் மணம் எனக்கு நினைவு வருகிறது. நேரம் அவ்வகையில் மிக வேகமாகக் கழியும். சமயங்களில் தளபதியின் மனைவி தன்னுடைய நாற்காலியை எடுத்துவரச் செய்து அதில் சும்மா அமர்ந்திருப்பாள். அவளுடைய தோட்டத்தில். தொலைவிலிருந்து பார்க்க அது அமைதியைப் போல தெரியும்.

அவள் இப்போது இங்கு இல்லை, எங்கு இருப்பாளென்று யோசிக்கிறேன். அவள் எதிரில் திடுதிப்பென்று போய் நிற்பதை நான் தவிர்க்க வேண்டும். ஒருவேளை அமரும் அறையில் பாதத்துக்கான சிறிய முக்காலியில் அவளது முடக்குவாத இடது காலை வைத்தவாறு எதையாவது தைத்துக்கொண்டிருப்பாளாய் இருக்கும். அல்லது படைப்பொறுப்பில் இருக்கும் தேவதூதர்களுக்காக கம்பளிச் சால்வைகளைப் பின்னிக்கொண்டிருப்பாளாய் இருக்கும். தேவதூதர்களுக்கு இம்மாதிரியான சால்வைகள் தேவைப்படுகின்றன என்பதை என்னால் நம்ப முடியவில்லை என்றாலும் தளபதியின் மனைவி பின்னுபவை அதிநுட்பமானவை. ஏனைய மனைவிமார் பின்னும் சிலுவை மற்றும் நட்சத்திரக்கு றிகளை இவள் சட்டை செய்வதில்லை, அவற்றில் ஒரு சுவாரஸ்யமும் இல்லை. இவளுடைய சால்வைகளின் ஓரத்தில் ஃபிர் மரங்கள் வரிசைகட்டும், அல்லது பருந்துகள், இல்லாவிட்டால் சிறுவனும் சிறுமியுமாக விரைப்பான மனித உருவங்கள். அவை ஆண்களுக்கானவை அல்ல குழந்தைகளுக்கானவை.

இவை தேவதூதர்களுக்கு அனுப்பப்படுவதே இல்லை என்றும், அவிழ்க்கப்பட்டு, நூற்கண்டுகளாகச் சுற்றப்பட்டு, மறுமுறை பின்னுவதற்காகத் தயாரிக்கப்பட்டுவிடுமென்றும் நான் நினைப்பதுண்டு. ஒருவேளை இது மனைவிமாரை சுறுசுறுப்பாக வைத்திருப்பதற்காகவும் தாங்களும் உபயோகமாயிருப்பதாக அவர்கள் நினைத்துக்கொள்வதற்காகவுமான உபாயமாகவும் இருக்கலாம். என்றாலும், தளபதியினுடைய மனைவியின் பின்னல் வேலையைப் பார்த்து நான் பொறாமைகொள்கிறேன். சுலபமாகச் சாதிக்கக்கூடிய லட்சியங்களைக் கொண்டிருப்பது நல்ல விஷயம்.

அவள் எதற்காகவாவது என்னிடத்தில் பொறாமைகொள்கிறாளா?

அவள் என்னிடம் பேசுவதில்லை, தவிர்க்க முடியாவிட்டாலே தவிர. அவளைப் பொறுத்தவரை நான் ஒரு அவமானம். அத்தியாவசியமும்கூட.

முதன்முறையாக நாங்கள் நேருக்குநேர் பார்த்துக்கொண்டது ஐந்து வாரங்களுக்கு முன்பு, நான் இங்கு பணிக்காக வந்துசேர்ந்தபோது. இதற்கு முன்பு பணியில் இருந்த இடத்தில் இருந்த பாதுகாவலன் என்னை முன்வாசலுக்கு அழைத்துவந்தான். முதல் நாட்களில் நாங்கள் முன்வாசல் வழியாக அனுமதிக்கப்படுவோம். அதற்குப் பிறகு நாங்கள் பின்வாசலைத்தான் உபயோகிக்க வேண்டும்.

விஷயங்கள் இன்னமும் நிலைகொள்ளவில்லை. இது மிகவும் தொடக்கநிலைதான். எங்களுடைய உண்மையான அந்தஸ்து குறித்து யாருக்கும் தெளிவில்லை. சிறிது காலம் கழித்து ஒன்று முன்வாசல் அல்லது பின்வாசல் மட்டுமே என்ற நிலை வரும்.

முன்வாசல் நுழைவுக்காக தான் போராடுவதாக ஆன்ட் லிடியா சொன்னாள். உங்களுடைய படிநிலை மரியாதைக்குரியது என்பாள்.

பாதுகாவலன் எனக்காக வாயில்மணியை அழுத்தினான். அதைக் கேட்டு வாசலுக்கு வந்து கதவைத் திறக்க ஆகும் நேரத்துக்கு முன்பே கதவு சட்டென்று உட்புறமாய்த் திறந்தது. அவள் அதன் பின்னால் காத்துக்கொண்டிருந்திருக்க வேண்டும். ஒரு மார்த்தாவைத்தான் நான் எதிர்பார்த்திருந்தேன், ஆனால் அவளுடைய நீண்ட இளநீல மேலங்கியில் சந்தேகத்துக்கு இடம் கொடுத்துவிடாமல் அவளே வந்துவிட்டாள்.

ஆக, நீதான் புதியவளா என்றாள். எனக்கு வழிவிட பக்கவாட்டில் நகராமல் அங்கேயே வாசலை மறித்தபடி நின்றாள். அவள் சொன்னாலே ஒழிய நான் வீட்டுக்குள் வர முடியாது என்பதை எனக்கு உணர்த்த விரும்பினாள். இந்த மாதிரியான ஒண்டிடங்களில் இப்போதெல்லாம் ஒரே தள்ளுமுள்ளுதான்.

ஆம், என்றேன்.

பாதுகாவலனிடம், என் பையைச் சுமந்துகொண்டிருந்தவனிடம் சொன்னாள், அதை வாசலில் வை. பை சிவப்பு வினைலால் ஆனது. பெரியதல்ல. இன்னொரு பையும் இருந்தது, குளிர்கால அங்கிகளும் கனமான உடைகளும் உள்ளது. ஆனால், அது பின்னர்தான் வரும்.

பாதுகாவலன் பையைக் கீழே வைத்துவிட்டு அவளுக்கு வணக்கம் தெரிவித்தான். பின்னர், எனக்குப் பின்னே அவனுடைய காலடித்தடங்களை, அவை நடைபாதையில் போவதை, முன்வாயிற்கதவு திறக்கப்படும் ஓசையை, கேட்டேன். அத்தோடு பாதுகாப்பாய் இருந்த கரமொன்று பின்னுக்கு இழுத்துக்கொள்ளப்பட்டதாக உணர்ந்தேன். அந்நிய வீட்டின் நுழைவாயில் ஆகத்தனிமையான ஓர் இடம்.

வண்டி கிளம்பிப்போகும்வரை அவள் காத்திருந்தாள். நான் பார்த்துக்கொண்டிருந்தேன், அவளுடைய முகத்தையல்ல, தலையைக் குனிந்துகொண்டிருக்கும்போது அவளுடைய எந்தப் பாகம் தெரியுமோ அதை. அவளுடைய நீல இடுப்பு, அகன்றிருந்தது, அவளுடைய இடதுகை அவளுடைய கைத்தடியின் தந்தத்தலை

மீதிருந்தது, அவளுடைய மோதிர விரலில் இருந்த வைரங்கள் பெரியவை. ஒருகாலத்தில் மிக அருமையானவையாக இருந்திருக்க வேண்டும். இன்றும் அப்படிப் பராமரிக்கப்பட்டிருப்பவை. விரல் நகம் தேய்க்கப்பட்டு சீராக வளைந்து, முடிச்சுக்களோடான அந்த விரலின் முனையில் இருந்தது. அந்த விரலின் மீது அது ஒரு முரண் நகைப்பைப் போல் இருந்தது. அவளைக் கேலிசெய்வதுபோல.

ஆகட்டும் நீ உள்ளே வரலாம் என்றாள். எனக்கு முதுகைக் காட்டித் திரும்பி நொண்டியபடியே கூடத்தினுள் போனாள். கதவை மூடிவிட்டுவா.

அவள் அழுத்தந்திருத்தமாகச் சொன்னபடியே நான் சிவப்புப் பையைத் தூக்கிக்கொண்டு உள்ளே நுழைந்தேன், கதவை மூடினேன். எதுவுமே பேசவில்லை. ஆன்ட் லிடியா சொல்லியிருக்கிறாள், அவர்கள் உங்களிடம் நேரடியாகக் கேள்விகளைக் கேட்கும்வரை ஏதும் பேசாதிருப்பது நல்லது. தன்னுடைய கரங்களைக் கோர்த்துப் பிணைத்துக்கொண்டு சங்கடமான கெஞ்சல் புன்னகையுடன் சொல்வாள், அவர்களுடைய இடத்திலிருந்து யோசித்துப்பாருங்கள், அவர்களுக்கு இது எளிதல்ல.

இங்கே உள்ளே, என்றாள் தளபதியின் மனைவி. நான் அந்த அமரும் அறைக்குள் போனபோது அவள் அதற்குள் அங்கிருந்த நாற்காலியில் அமர்ந்திருந்தாள். அவளுடைய இடதுகால் அதற்கான சிறிய முக்காலியில் பூத்தையல் வேலைப்பாடு - கூடையில் ரோஜாக்கள் - செய்யப்பட்டிருந்த ஒரு தலையணையின் மீதிருந்தது. அவளுடைய பூப்பின்னல் வேலை அவளுடைய நாற்காலிக்குப் பக்கத்தில் தரையில் கிடந்தது, ஊசி அதனூடாகக் கோக்கப்பட்டிருந்தது.

நான் கைகளைக் கட்டிக்கொண்டு அவள் முன்னால் நின்றேன். ஆக, என்றாள். ஒரு சிகரெட்டை எடுத்தவள் அதைப் பற்றவைப்பதற்காக தன் உதடுகளின் இடையில் வைத்து இறுக்கிக்கொண்டாள். அப்படி இறுக்கிக்கொண்டபோது அவளுடைய உதடுகள் மெல்லியவையாய், அவற்றைச் சுற்றிச் செங்குத்துக் கோடுகளுடன், உதடுகளுக்கான ஒப்பனைப் பொருட்களின் விளம்பரப் படங்களில் இருப்பவற்றைப் போல இருந்தன. தீமூட்டி தந்தநிறத்திலானது. சிகரெட்டுகள் கள்ளச்சந்தையிலிருந்து வந்திருக்க வேண்டும். அந்த நினைப்பு எனக்கு நம்பிக்கையைக் கொடுத்தது. அசல் பணம் என்று எதுவும் இல்லாத இந்த நேரத்திலும்கூட இன்னமும் கள்ளச்சந்தை இருக்கிறது. கள்ளச்சந்தை என்ற ஒன்று எப்போதும் இருக்கிறது. பண்டமாற்றுக்கென்று ஏதோ ஒன்று எப்போதும் இருக்கிறது.

அப்படியென்றால் இவள் விதிகளை வளைக்கக்கூடிய ஒருத்தியாக இருப்பாள். ஆனால், என்னிடம் என்ன இருக்கிறது, பண்டமாற்று செய்ய?

நான் அந்த சிகரெட்டை ஏக்கத்துடன் பார்த்தேன். எனக்கு மதுவும் காப்பியும் போல சிகரெட்டுகளும் விலக்கப்பட்டவை.

ஆக, அந்தக் கிழவன், பெயர்-மறந்து-போய்விட்டது, வேலைக்காகவில்லை. அப்படித்தானே என்றாள்.

இல்லை மேம் என்றேன்.

பதிலாக சிரிப்பு போன்ற எதையோ செய்துவிட்டு இருமினாள். பாவம் அதிர்ஷ்டமில்லை. இது உனக்கு இரண்டாவது அப்படித்தானே?

மூன்றாவது, மேம்.

உனக்கும் அப்படியொன்றும் நல்லதில்லையே. இன்னொரு சிரிப்பிருமல். நீ உட்காரலாம். ஆனால், நான் இதை வழக்கமாக்கிக்கொள்வதில்லை. இம்முறை மட்டும்தான்.

சாய்மானப் பகுதி இறுகியிருந்த நாற்காலிகளில் ஒன்றின் ஓரத்தில் அமர்ந்தேன். அந்த அறையை வெறித்துப்பார்த்துவிடக் கூடாது. அவளுடைய பேச்சை நான் கவனிக்கவில்லை என்பதாகத் தோன்றிவிடக் கூடாது. ஆக, எனக்கு வலதுபுறத்தில் பளிங்காலான அந்தத் திண்டும் அதன் மீதிருந்த கண்ணாடியும் பூங்கொத்துகளும் எனக்கு வெறும் நிழல்களாகவே இருந்தன, அதுவும் எனது விழிகளின் ஓரங்களுக்கு. பின்னர் எனக்கு நேரம் கிடைக்கும்போது நான் அவற்றைச் சரியாகப் பார்க்கலாம்.

இப்போது அவளுடைய முகம் என்னுடையதற்கு சமமான தோதில் இருந்தது. எனக்கு அவளை அடையாளம் தெரிந்தாற்போலத் தோன்றியது அல்லது அறிமுகமான எதுவோ ஒன்று அவளிடம் இருப்பதாகவாவது. அவளுடைய கூந்தலில் கொஞ்சம்போல அவளுடைய முக்காட்டுக்குக் கீழே தெரிந்தது. அது பொன்னிறம். அப்போது நான் அவள் அதை வெளிறச்செய்திருப்பாள் என்று நினைத்தேன், கள்ளச்சந்தையிலிருந்து அவள் வாங்கும் இன்னொரு பொருள் கேசச்சாயம் என்றும். ஆனால், இப்போது எனக்குத் தெரிந்துவிட்டது அது உண்மையிலேயே பொன்னிறத்தது தான் என்று. அவளுடைய முகத்தில், திடுக்கத்தில் இருக்கும் ஒரு குழந்தையிடம் காணக்கூடிய நிரந்தர ஆச்சரியம் அல்லது ஆங்காரம்

அல்லது ஆர்வம் போன்ற ஒரு பாவம் இருந்தது. புருவங்கள் மிக மெல்லிய வளைகோடுகளாய்த் திருத்தப்பட்டிருந்ததால் உண்டான பாவம். ஆனால், அவற்றுக்குக் கீழே அவளுடைய இமைகள் களைப்புற்றுத் தெரிந்தன. ஆனால், அவளுடைய விழிகள் அப்படியில்லை. அவற்றுக்குப் பளிச்சென்ற சூரிய ஒளியில் தெரியும் கோடையின் வெறுப்புமிழும் வான நீல நிறம். உங்களை வாயடைக்கச் செய்யும் நீலம். அவளுடைய மூக்கு ஒருகாலத்தில் அழகானது என்று சொல்லப்பட்டிருக்கக்கூடியது. ஆனால், இப்போது அவள் முகத்துக்கு அது மிகச் சிறியது. அவளுடைய முகம் பருமனாயில்லை. ஆனால், பெரியது. அவளுடைய வாயின் ஓரங்களிலிருந்து இரு கோடுகள் கீழே வழிந்தன. அவற்றுக்கிடையில் அவளது முகவாயிருந்தது. ஒரு முஷ்ட்டியைப் போல இறுகிப்போய்.

எவ்வளவு குறைவாக இயலுமோ அவ்வளவு குறைவாகவே உன்னைப் பார்க்க விரும்புகிறேன். நீயும் என்னைப் பற்றி அப்படித்தான் உணர்வாய் என்று நம்புகிறேன், என்றாள்.

நான் பதில் சொல்லவில்லை, ஆம் என்றால் அவமதிப்பாகவும், இல்லை என்றால் எதிர்த்துப் பேசுவதாகவும் ஆகுமே.

நீ முட்டாளில்லை என்பது எனக்குத் தெரியும். அவள் தொடர்ந்து பேசியபடி புகையை இழுத்தாள், ஊதினாள். நான் உன்னைப் பற்றிய கோப்பைப் படித்தேன். என்னைப் பொறுத்தமட்டில் இது ஒரு வியாபார ஒப்பந்தம். எனக்குத் தொல்லை ஏற்பட்டால் நான் உனக்குத் தொல்லை கொடுப்பேன். புரிகிறதா?

ஆம், மேம்.

மேம் என்றழைக்காதே, எரிச்சலுடன் சொன்னாள். நீயொன்றும் மார்த்தா இல்லை.

அவளை எப்படி அழைக்க வேண்டுமென்று நான் கேட்கவில்லை. நான் அவளை எப்படியும் அழைக்க வேண்டிய சந்தர்ப்பமே வரக் கூடாதென்று அவள் விரும்புவது எனக்குத் தெரிந்தது. எனக்கு ஏமாற்றமாக இருந்தது. எனக்கு அவளை ஒரு அக்காளாக, தாயுருவாக, என்னைப் புரிந்துகொண்டு பாதுகாப்பவளாக பாவிக்கும் எண்ணம் இருந்தது. இதற்கு முன்பு நான் பணி அமர்த்தப்பட்டிருந்த இடத்தில் இருந்த மனைவி, பெரும்பான்மைப் பொழுதைத் தன்னுடைய படுக்கையறையிலேயே கழித்தாள். அவள் குடித்தாளென்று மார்த்தாக்கள் சொன்னார்கள். இவளாவது வேறுமாதிரி இருக்க வேண்டுமென்று நான் விரும்பினேன்.

வேறொரு இடத்தில், நேரத்தில், இன்னொரு வாழ்க்கையில் அவளை நான் விரும்பக்கூடுமென்று எண்ண முடிந்தால் நன்றாக இருக்குமென்று நினைத்தேன். ஆனால், அவளை நானும் என்னை அவளும் விரும்பியிருக்கவே முடியாது என்பதைத் தெரிந்துகொண்டுவிட்டேன்.

அவள் சிகரெட்டைப் பாதி புகைத்துவிட்டு, அவளுக்கு அருகில் இருந்த விளக்கு மேசையின் சுருள் சாம்பல் கிண்ணத்தில் எறிந்தாள். பெரும்பான்மை மனைவியரின் வரிசையான தொடர் தட்டல்களைப் போல இல்லாமல், செய்வதைத் தீர்க்கமாகச் செய்தாள். ஒரு குத்து, ஒரு தேய்ப்பு.

என் கணவரைப் பொறுத்தமட்டில், அவர் என் கணவர். அவ்வளவேதான். அது தெள்ளத்தெளிவாக இருக்க வேண்டும். மரணம் எங்களைப் பிரிக்கும்வரை. அதுதான் இறுதி.

மறுபடியும், மறதியாகச் சொன்னேன், ஆம், மேம். முன்பெல்லாம் சிறுமிகளுக்கான பொம்மைகள் இருந்தன, பின்பக்கத்தில் இருக்கும் கயிற்றை இழுத்தால் பேசக்கூடியவை. நான் அப்படித்தான் ஒலித்தேனென்று தோன்றியது. ஏற்றத்தாழ்வுகளற்ற குரலில். ஒரு பொம்மையின் குரலில். ஒருவேளை அவளுக்கு என்னை அறைய வேண்டும்போல்கூட இருந்திருக்கலாம். வசனங்களின் கூற்றுப்படி அவர்கள் எங்களை அடிக்கலாம். ஆனால், சாதனங்களுக்கு அனுமதியில்லை. கைகளால் மட்டும்தான்.

நாங்கள் போராடிய விஷயங்களில் அதுவும் ஒன்று என்றாள் தளபதியின் மனைவி, அப்போது அவள் என்னைப் பார்க்காமல் தன்னுடைய வளைந்த, வைரம் பூண்ட கைகளைப் பார்த்துக் கொண்டிருந்தாள். எனக்கு அவளை எங்கே பார்த்திருக்கிறேன் என்பது பொறிதட்டியது.

நான் எட்டு அல்லது ஒன்பது வயதினளாய் இருந்தபோது, ஞாயிறு காலைகளில் விடிந்த பின்னும் என் அம்மா உறங்கிக்கொண்டிருந்த நேரங்களில், நான் சீக்கிரமே எழுந்து அம்மாவின் வாசிப்பறையில் இருந்த தொலைக்காட்சிப்பெட்டிக்குப் போய் பொம்மைப் படங்களைத் தேடி அலைவரிசைகளை மாற்றிப்பார்ப்பேன். சில சமயங்களில் அப்படி எதுவும் கிடைக்காத நேரத்தில் ஆன்ம வளர்ச்சிக்கான வேத வசன சங்கீர்த்தனம் நிகழ்ச்சியைப் பார்த்திருக்கிறேன். சில பெண்கள் அதில் குழந்தைகளுக்கான பைபிள் கதைகளைச் சொல்லிப் பாடல்களும் பாடுவார்கள். அந்தப் பெண்களில் ஒருத்தியின் பெயர் செரினா ஜாய். அவள்தான்

முன்னணிப் பாடகி. அவள் பொன்மயிரும், சிறிய உருவமும், தட்டை மூக்கும், பாடும்போது மேல்நோக்கி உருளும் பெரிய நீலக் கண்களுமாய் இருந்தாள். அவள் ஒரே நேரத்தில் அழவும் புன்னகைக்கவும் கூடியவள். அவளுடைய குரல் அதிர்ந்து, சிரமமில்லாமல் உச்சஸ்தாயியில் உயரும்போது காத்திருந்ததுபோல ஒன்றிரண்டு கண்ணீர்த்துளிகள் அவளுடைய கன்னத்தில் அழகாய் உருளும். சிறிது காலம் பாடகியாக இருந்த பிறகு தான் அவள் மற்ற பணிகளுக்குச் சென்றாள்.

எனக்கு முன்னால் அமர்ந்திருக்கும் பெண் செரினா ஜாய். அல்லது ஒருகாலத்தில் அவளாக இருந்தவள். ஆக, நான் நினைத்ததை விடவும் இது மோசம்.

அத்தியாயம் நான்கு

கூந்தல் வகிட்டைப் போல பின்கட்டின் புல்வெளியைச் சீராக வகுக்கும் சரளைக்கல் பாதையூடாக நடக்கிறேன். இரவு முழுவதும் மழை பெய்திருக்கிறது. இருபக்கங்களின் புற்களும் ஈரமாயிருக்கின்றன. காற்றில் ஈரப்பதம். மண் வளத்தின் சான்றாக இங்குமங்கும் சூரியவொளியில் வெளிப்பட்டிருக்கும் பாதி செத்தநிலையில் உள்ள புழுக்கள். உதடுகளைப் போல குழைந்தும் இளஞ்சிவப்பாயும் இருக்கின்றன.

வெள்ளைக்குற்றித்தறி வாயிற்கதவைத் திறந்து முன்கட்டின் புல்வெளியைத் தாண்டி, நுழைவாயில் கதவுக்கு நடக்கிறேன். எங்கள் குடித்தனத்துக்கென்று பணியமர்த்தப்பட்டிருக்கும் பாதுகாவலன் ஓடுபாதையில் நின்று வண்டியைக் கழுவிக்கொண்டிருக்கிறான். அப்படியென்றால் தளபதி வீட்டில் இருக்கிறார், சாப்பாட்டு அறையையும் மற்ற எல்லா அறைகளையும் தாண்டி இருக்கும் அவருடைய தனிப் பகுதியில் பெரும்பாலான நேரத்தில் அவர் இருப்பதாகத் தோன்றும் இடத்தில் இருக்கிறார் என்று அர்த்தம்.

கார் மிக விலையுயர்ந்த வர்ல்விண்ட். சாரியட்டைவிடச் சிறந்தது. தடித்த, பெரியதான பெஹெமாத்தைவிட ரொம்பவும் சிறப்பானது. அது கறுப்பாய் - வேறு எந்த நிறமாயும் இருக்க முடியாதே, கௌரவத்தின் நிறம் அல்லது பிண ஊர்தியினது என்றும் சொல்லலாம் - நீளமாய், பளபளப்பாய் இருக்கிறது. சாரதி அதை ஒரு மலையாட்டுத்தோலால் ஆசையுடன் துடைத்துக்கொண்டிருக்கிறான். இதுமட்டுமாவது இன்னமும் மாறிவிடவில்லை, ஆண்கள் நல்ல கார்களை ஆராதிக்கும் முறை மட்டுமாவது.

அவன் பாதுகாவலர்களின் சீருடையை அணிந்திருக்கிறான். அவனுடைய தொப்பி ஒரு இலகுவான கோணத்தில் சரிந்திருக்கிறது. கன்றியும் ஆங்காங்கே அடர்நிற மயிர்க்குற்றிகளோடும் இருக்கும் அவனுடைய முழங்கைகளை வெளிப்படுத்திக்கொண்டு அவனுடைய சட்டைக்கைகள் முழங்கைக்குச் சுருட்டப்பட்டிருக்கின்றன.

அவனிடமும் கள்ளச்சந்தையில் பொருட்களைப் பண்டமாற்ற ஏதோ இருக்கிறது என்பதை அவனுடைய வாயினோரம் இருக்கும் சிகரெட் காட்டுகிறது.

இந்த மனிதனின் பெயர் எனக்குத் தெரியும். நிக். ரீட்டாவும் கோராவும் அவனைப் பற்றிப் பேசிக்கொள்வதைக் கேட்டிருக்கிறேன் என்பதால், எனக்கு அது தெரியவந்தது. மேலும், தளபதி அவனிடம் பேசியதையும் ஒரு முறை கேட்டிருக்கிறேன். எனக்கு இப்போது வண்டி தேவைப்படாது நிக்.

அவன் இங்கு வசிக்கிறான். இந்தக் குடித்தனத்தில், வாகனக்கூடத்துக்கு மேலே. படிநிலையில் தாழ்ந்தவனாய் இருப்பான்: அவனுக்கென்று ஒரு பெண் கொடுக்கப்படவில்லை, ஒருத்திகூட. அவ்வளவுக்குத் தரமில்லாதவனாக இருக்கலாம். ஏதாவது குறைபாடு உள்ளவனாக, தொடர்புகள் பேணாதவனாக இருக்கலாம். ஆனால், அவனுடைய உடல்மொழி இதையெல்லாம் அறியாததைப் போல அல்லது இதையெல்லாம் லட்சியப்படுத்தாததைப் போல இருக்கும். அவன் அதீத இயல்பாய் இருக்கிறான். அவ்வளவாகப் பணிவுமில்லை. இது மடத்தனமாகவும் இருக்கலாம், அப்படி நம்பவும் முடியவில்லை. முன்பெல்லாம் ஏதோ சரியில்லை என்பதற்கு, மீன் வீச்சமடிக்கிறது அல்லது எலி வீச்சமடிக்கிறது என்று சொல்லுவார்கள். அதுபோல, பொருந்தாமை ஒரு வீச்சமாக அடிக்கிறது. என்னையும் அறியாமல் அவனுடைய மணம் எப்படி இருக்குமோ என்று யோசிக்கிறேன். நிச்சயம் மீன் அல்லது அழுகும் எலியின் வாடையாய் இருக்காது. கன்றியதும் வெயிலால் ஈரமானதும் புகையால் போர்த்தப்பட்டதுமான சருமத்தினதாய் இருக்கும். மூச்சிழுக்கிறேன், பெருமூச்செறிகிறேன்.

அவன் என்னைப் பார்க்கிறான், நான் பார்ப்பதைப் பார்க்கிறான். அவனுக்கு ஒரு பிரெஞ்சு முகம். சதைப்பற்றில்லாதது, புதிரானது, உருவிவிட்டதைப் போன்றது. அவனது சிரிக்கும் வாயைச் சுற்றிலும் கோடுகள் உள்ளது. சிகரெட்டைக் கடைசி முறை இழுத்து ஓடுபாதையில் போட்டு அதை மிதிக்கிறான். சீட்டியடிக்கத் தொடங்குகிறான். பிறகு, கண்ணடிக்கிறான்.

நான் என்னுடைய வெள்ளைக் கவிகங்கள் என் முகத்தை மறைக்குமாறு தலையைத் தாழ்த்திக்கொண்டு திரும்புகிறேன். தொடர்ந்து நடக்கிறேன். இப்போது அவன் காட்டியது அதீத துணிச்சல். எதற்காக இது? நான் அவனைப் பற்றி புகாரளித்தால்?

ஒருவேளை அவன் சும்மா நட்பாகச் செய்திருக்கலாம். அல்லது என் முகத்தில் இருந்த பாவத்தைப் பார்த்து வேறெதுவும் தவறாக நினைத்திருக்கலாம். உண்மையில், எனக்கு வேண்டியிருந்தது அந்த சிகரெட்தான்.

ஒருவேளை அது ஒரு சோதனையாய் இருக்கலாம், நான் என்ன செய்கிறேனென்று பார்க்க.

ஒருவேளை அவன் ஒரு **கண்ணாக** இருக்கலாம்.

நான் முன்வாயில் கதவைத் திறந்து மூடிவிட்டு, பின்பக்கம் பார்க்காமல் கீழே பார்க்கிறேன். நடைபாதை செங்கற்சிவப்பாய் இருக்கிறது. நான் இந்த நிலப்பரப்பில், நீள்வட்டங்களின் பரப்பில், பல பத்தாண்டுகளின் குளிர்காலப் பனிப்பொழிவுகளுக்குப் பிறகு இறுகிப்போன மண்ணில் மேற்புறம் மட்டும் சின்ன ஏற்றயிறக்கங்கள் உள்ளதில் கவனங்குவிக்கிறேன். செங்கற்களின் வர்ணம் பழையதென்றாலும், மங்காமல் தெளிவாக இருக்கிறது. சாலையோரப் பாதைகள் முன்னர் இருந்ததைக் காட்டிலும் இப்போது மிகச் சுத்தமாக பராமரிக்கப்படுகின்றன.

நான் மூலைவரை சென்று காத்திருக்கிறேன். காத்திருப்பதில் எனக்கு விருப்பமிருந்ததில்லை. பொறுமையாய்க் காத்திருப்பவர்களுக்குத்தான் ஆசீர்வாதங்கள் கிடைக்கும் என்பாள் ஆன்ட் லிடியா. அதை எங்களை மனப்பாடம் செய்யவும் வைத்தாள். உங்களில் எல்லோரும் இதில் வெற்றியடைய மாட்டீர்கள். உங்களில் சிலர் உலர் நிலத்தில் அல்லது முட்களின் மீது வீழ்வீர்கள். உங்களில் சிலரின் வேர்கள் மேலோட்டமானவை. இப்படியெல்லாமும் சொன்னாள். அவளுடைய முகவாயில் ஒரு மச்சம் இருந்தது, அவள் பேசும்போது அது மேலும்கீழுமாய் போய்வந்தது. உங்களை விதைகளாய் நினைத்துக்கொள்ளுங்கள் என்று அவள் சொல்லிக்கொண்டிருக்கும் அதேநேரம் அவளுடைய குரல், குழந்தைகளுக்கான பாலே நடன வகுப்புகளில், நாம் இப்போது மரங்கள், எங்கே கைகளை மேலே உயர்த்துங்கள் என்று கற்றுத்தரும் பெண்களுடையவைபோல பசப்பலும் மர்மமுமாய் ஒலிக்கும்.

நான் மூலையில் நிற்கிறேன், ஒரு மரமென என்னை பாவித்துக்கொண்டு.

ஒரு உருவம், சிவப்பில், முகத்தைச் சுற்றிய வெள்ளைக் கவிகங்களுடன், என்னைப் போன்றே ஆன ஒன்று தெரிகிறது. எங்கள் வகையின் அடையாளமான ஒருத்தி, சிவப்புடுத்தி, கையில் ஒரு கூடையுடன், செங்கற்பாவிய சாலையோரப் பாதையில் என்னை நோக்கி வருகிறாள். என்னருகில் வருகிறாள். நாங்கள் எங்களை மூடியிருக்கும் துணியாலான வெண்ணிறக் குடைவுப்பாதையின் வழியாக ஒருவர் முகத்தை ஒருவர் பார்க்கிறோம். இவள்தான்.

"அந்தப் பழம் ஆசிர்வதிக்கப்படட்டும்." எங்களுக்கு அனுமதிக்கப்பட்ட முகமனைச் சொல்கிறாள்.

"தேவன் அதைத் திறக்கட்டும்." பதிலளிக்கிறேன், அனுமதிக்கப்பட்ட பதில். நாங்கள் திரும்பி, அந்தப் பெரிய வீடுகளைத் தாண்டி, நகரின் மையப்பகுதிக்கு நடக்கிறோம். இருவராகத் தவிர அங்கு போக எங்களுக்கு அனுமதியில்லை. இது எங்களுடைய பாதுகாப்புக்காக என்று சொல்லப்படுகிறது. ஆனால், இந்தக் கருத்தே நகைப்புக்கிடமானது. நாங்கள் ஏற்கெனவே அதீத பாதுகாப்பில் இருக்கிறோம். உண்மை என்னவென்றால் அவள் என்னுடைய ஒற்றுப்பெண், நான் அவளுடைய ஒற்றள். எங்களுடைய தினப்படி உலாவலின்போது ஏதாவது நடந்து எங்களில் ஒருத்தி வலைக்குள்ளிருந்து நழுவினால் மற்றவள் பதில்சொல்லியாக வேண்டும்.

இரண்டு வாரங்களாக இவள்தான் என்னுடைய உலாத்துணை. இதற்கு முன்பிருந்தவளுக்கு என்னவாயிற்று என்று எனக்குத் தெரியாது. ஒரு குறிப்பிட்ட நாளில் அவள் திடீரென்று இல்லாமலானாள், அவளுடைய இடத்தில் இவள் இருந்தாள். கேள்விகள் கேட்கப்படக்கூடிய விஷயங்களில் இது ஒன்றில்லை. ஏனென்றால், வழக்கமாக, பதில்கள், நாம் விரும்பக்கூடியவையாக இருப்பதில்லை. எப்படியானாலும் பதிலும் இருக்கப்போவதில்லை.

இவள் என்னைவிடக் கொஞ்சம் பருமன். விழிகள் அடர் பழுப்பு. பெயர் ஆஃப்க்ளென். இவ்வளவுதான் இவளைப் பற்றி எனக்குத் தெரியும். இவள் தலையைக் கவிழ்த்து, சிவப்பு உறையிடப்பட்ட கரங்களை முன்பக்கமாகக் கோத்து, சின்னச்சின்ன அடிகள் எடுத்துவைத்து, பழக்கப்படுத்தப்பட்ட பன்றி அதன் பின்னங்கால்களால் நடப்பதுபோல நளினமாக நடக்கிறவள். இந்த நடைகளின்போது மிகச் சம்பிரதாயமானவையன்றி வேறெதையும் இவள் ஒருபோதும் பேசியதில்லை. நானும்தான். சேடிப்பெண்

என்ற பெயருக்கு உண்மையாக இவள் ஒரு தீவிர விசுவாசியாகவும் இருக்கலாம். என்னால் சோதித்துப்பார்க்கவும் முடியாது.

“போர் நல்லபடியாக நடக்கிறது, கேள்விப்பட்டேன்” என்கிறாள்.

“கடவுளுக்கே புகழனைத்தும்.”

“நமக்கு அருமையான சீதோஷணம் அருளப்பட்டிருக்கிறது.”

“நான் அதை மகிழ்ச்சியாய் ஏற்றுக்கொள்கிறேன்.”

“நேற்றிலிருந்து நிறைய புரட்சியாளர்களை வீழ்த்திக் கொண்டிருக்கிறார்கள்.”

“கடவுளுக்கே புகழனைத்தும்.” அவளுக்கு எப்படித் தெரியும் என்று நான் கேட்கவில்லை. “யாராம் அவர்கள்?”

“பாப்டிஸ்ட்டுகள். ப்ளூ ஹில்சைக் கைப்பற்றியிருந்தார்கள். சுட்டுத்தள்ளப்பட்டார்கள்.”

“கடவுளின் அருள்.”

சில சமயங்களில், அவள் வாயை மூடிக்கொண்டு என்னை நிம்மதியாய் நடக்கவிட மாட்டாளா என்றிருக்கும். ஆனால் செய்திகளுக்காக நான் அகோரமாய்ப் பசித்திருக்கிறேன். என்ன விதமான செய்தியானாலும். அது பொய் செய்தியென்றாலும் அதற்கும் மதிப்பு உண்டு.

முதல் தடைவேலியை நாங்கள் நெருங்கிவிட்டோம், சாலைப்பணிகள் நடக்கும்போது அல்லது சாக்கடைகள் தோண்டப்படும்போது போடப்படும் வேலிகளைப் போன்றது அது. குறுக்கும் நெடுக்குமாக வைக்கப்பட்ட மரப்பலகைகள், மஞ்சள் மற்றும் கறுப்புக் கோடுகள் தீட்டப்பட்டவை, நில் எனும் சிவப்பு அறுங்கோணக் கட்டம் ஒன்று. நுழைவாயிலுக்கு அருகில் சில கூண்டுவிளக்குகள் இருக்கின்றன. இது இரவில்லை என்பதால் அவை எரியவில்லை. எனக்குத் தெரியும், எங்கள் தலைகளுக்கு மேலே வெளிச்சம் உமிழும் விளக்குகள் உண்டு என்பது. அவை தொலைபேசிக் கம்பங்களோடு இணைக்கப்பட்டவை, அவசர காலங்களுக்கானவை. சாலையின் இருமருங்கிலும் பதுங்குமாடங்களில் ஆயுதமேந்திய ஆட்கள் உண்டு. என் முகத்தைக் கவிகங்கள் சூழ்ந்திருக்கிறபடியால் விளக்குகளையோ பதுங்குமாடங்களையோ என்னால் பார்க்க முடியாது. அவை இருப்பது எனக்குத் தெரியும் அவ்வளவுதான்.

தடைவேலிக்கு அப்பால், அந்தக் குறுகிய நுழைவாயிலில் எங்களுக்காகக் காத்துக்கொண்டிருக்கின்றனர் பச்சை வண்ணச் சீருடைகளில் விசுவாசத்தின் பாதுகாவலர்கள், தோள்களிலும் விளிம்பற்ற தொப்பிகளிலும் சின்னங்களோடு இருவர்: குறுக்குமறுக்கான இரண்டு வாட்கள், மேலே ஒரு வெள்ளை நட்சத்திரம். பாதுகாவலர்கள் அசல் படைவீரர்கள் அல்லர். அவர்கள் வழக்கமான கண்காணிப்பு மற்றும் அடிமட்ட வேலைகளுக்கானவர்கள். உதாரணத்துக்கு, தளபதிகளின் மனைவியரின் தோட்ட வேலைகளுக்காக உள்ளவர்கள். அதோடு அவர்கள் முட்டாள்களாகவோ அல்லது முதியவர்களாகவோ அல்லது மாற்றுத்திறனாளிகளாகவோ அல்லது மிக்க இளையவர்களாகவோ இருப்பர், ரகசியக் கண்களாக இல்லாதபட்சத்தில்.

இவர்கள் இருவரும் மிக இளையவர்கள். ஒரு மீசை இன்னமும் அரும்பவில்லை, ஒரு முகம் இன்னமும் பருக்களுடையதாய் இருக்கிறது. இவர்களுடைய இளமை மனதைத் தொடுகிறது. ஆனால், இதற்கெல்லாம் ஏமாறக் கூடாதென்பதை நான் அறிவேன். இளையவர்களே பெரும்பாலான நேரங்களில் மிக ஆபத்தானவர்களாயும் அதிவெறியாளர்களாயும் யோசிக்காமல் துப்பாக்கிகளைப் பயன்படுத்துபவர்களாயும் இருக்கிறார்கள். இருத்தல் என்பது குறித்து அவர்கள் காலவோட்டத்தினூடாக இன்னமும் கற்றுக்கொள்ளவில்லை. அவர்களிடம் மிக நிதானமாய் இருக்க வேண்டும்.

சென்ற வாரம் இதே இடத்தில் அவர்கள் ஒரு பெண்ணைச் சுட்டார்கள். அவள் ஒரு மார்த்தா. அவள் தன்னுடைய மேலங்கிக்குள்ளாகக் கடவுச்சீட்டுக்காகத் துழாவிக்கொண்டிருந்தாள், அவள் வெடிகுண்டைத் தேடுகிறாள் என்று இவர்கள் நினைத்துவிட்டார்கள். அவள் மாறுவேடத்தில் இருக்கும் ஆண் என்று கருதிவிட்டார்கள். இப்படியெல்லாமும் நடந்திருக்கிறது.

ரீட்டாவும் கோராவும் அந்தப் பெண்ணை அறிந்திருந்தார்கள். அவர்கள் அடுப்படியில் அது குறித்துப் பேசிக்கொண்டிருந்ததை நான் கேட்டேன்.

அவர்கள் கடமையைச் செய்தார்கள். நம்மைப் பாதுகாக்க, என்றாள் கோரா.

ஆமாமாம் சாவைவிடப் பெரிய பாதுகாப்பு இருக்கிறதா. சினத்துடன் பேசினாள் ரீட்டா. அவள் தன் வேலையைப்

பார்த்துக்கொண்டிருந்தாள். அவளைச் சுட வேண்டிய அவசியமே இல்லை.

அது ஒரு விபத்து.

அப்படியெல்லாம் கிடையாது. எல்லாம் வேண்டுமென்று செய்யப்படுவதுதான். அவள் கழுவு தொட்டியில் பாத்திரங்களை உருட்டுவதை என்னால் கேட்க முடிந்தது.

சரிதான், இந்த வீட்டைத் தகர்க்கும் முன் நிச்சயமாய் ஒருமுறைக்கு இருமுறை யோசிப்பார்கள், என்றாள் கோரா.

எல்லாம் ஒன்றுதான். அவள் அவ்வளவு கடின உழைப்பாளி. இது ஒரு மோசமான சாவு. ரீட்டா சொன்னாள்.

இதைவிட மோசமெல்லாம் உண்டு. குறைந்தபட்சம் அது வேகமாகவாவது முடிந்திருக்கும்.

நீ வேண்டுமானால் அப்படிச் சொல்லிக்கொள். எனக்கு அதற்கு முன்பாகக் கொஞ்சநேரம் வேண்டியிருக்கும். எல்லாவற்றையும் சரிசெய்துகொள்ள.

அந்த இரண்டு இளம் பாதுகாவலர்களும் மூன்று விரல்களைத் தங்களுடைய தொப்பியின் விளிம்புக்கு உயர்த்தி எங்களுக்கு வணக்கம் தெரிவிக்கின்றனர். எங்களுக்கு இப்படிப்பட்ட சலுகைகள் வழங்கப்பட்டிருக்கின்றன. எங்களுடைய சேவையின் மதிப்பு கருதி அவர்கள் மரியாதை செலுத்தியாக வேண்டும்.

எங்கள் அகன்ற சட்டைக்கைகளின் இழைவரிப்பொத்தான் வைத்த பைகளிலிருந்து கடவுச்சீட்டுகளை எடுத்துக் கொடுக்கிறோம். அவை பரிசோதிக்கப்பட்டு முத்திரையிடப்படுகின்றன. ஒருவன் வலதுபுறத்தில் இருக்கும் பதுங்குமாடத்துள் சென்று கம்ப்யூசெக்கில் எங்கள் எண்களைப் பதியப்போகிறான்.

என்னுடைய சீட்டைத் திருப்புகையில் அந்தச் செந்நிற மீசை தன் முகத்தைக் கவிழ்த்து என் முகத்தைப் பார்த்துவிட முயல்கிறான். நான் அவனுக்கு உதவ என் முகத்தைச் சற்றே உயர்த்துகிறேன். அவன் என் விழிகளுள் பார்க்க, நான் அவனுடையவற்றைப் பார்க்கிறேன், அவன் சிவக்கிறான். அவனுடைய முகம் ஒரு ஆட்டினதைப் போல நீண்டும் துயருற்றதாயும் இருக்கிறது. ஆனால், கண்கள் ஒரு நாயின் - டெர்ரியர் அல்ல ஸ்பானியல் - பெரிய உருண்டைக் கண்கள். அவனது சருமம் வெளிறி நலமில்லாத

வகையில் கனிந்ததாய் இருக்கிறது, சிரங்கின் அடிச்சருமம்போல. என்றாலும் எனக்கு என் கையை அதில் வைக்கவேண்டும் என்று, வெளிப்பட்டிருக்கும் அந்த முகத்தில் வைக்க வேண்டுமென்று தோன்றுகிறது. ஆனால் அவன் திரும்பிக்கொள்கிறான்.

இது ஒரு சம்பவம். ஒரு சிறு விதிமீறல். கண்டுபிடிக்கப்பட இயலாத அளவுக்குச் சிறியது. ஆனால், இத்தகைய தருணங்களே நான் எனக்காக வைத்திருக்கும் வெகுமதிகள். ஒரு சிறுமியாக என்னுடைய இழுப்பறையில் நான் ஒளித்துவைத்திருந்த இனிப்பைப் போன்றவை. இப்படியான தருணங்கள் வாய்ப்புகள், சின்னஞ்சிறிய பார்க்குந்துளைகள்.

இரவில் தனியே அவன் பணியில் இருக்கும்போது நான் இங்கு வந்தால் - அவன் அப்படியான தனிமைக்கு அனுமதிக்கப்பட மாட்டான் - அவனை என்னுடைய வெண்ணிறக் கவிகங்களுக்கு அப்பால் அனுமதித்தால்? என்னுடைய செந்நிற மூடாக்கைப் பிய்த்தெறிந்து என்னை இந்தக் கூண்டுவிளக்குகளின் நிச்சயமற்ற வெளிச்சத்தில் அவனுக்கு, அவர்களுக்குக் காட்டினால்? இப்படித்தான் அவர்கள் யோசித்துக்கொண்டிருப்பார்கள். நீண்ட ஓசையெழுப்பாத கறுப்பு வண்டிகளில் வரும் விசுவாசிகளின் தளபதிகளையும், ரட்சிப்புகளுக்கும் அதி ஆராதனைகளுக்கும் கடமையார்ந்து செல்லும் நீல முக்காடிட்ட அவர்களது மனைவிமார்களையும், வெண்ணிற முக்காடிட்ட அவர்களது பெண்மக்களையும், கட்டைகுட்டையான அவர்களது பச்சை மார்த்தாக்களையுமு, நடந்துசெல்லும் அவர்களது சிவப்புச் சேடிப்பெண்களையும், அரிதாக வரும் பிறப்புவண்டிகளையும் அல்லாமல் வேறு யாரும் எதுவும் கடந்துபோகாத இந்தத் தடைவேலியை ஒட்டி, காலவரையில்லாமல் நின்றுகொண்டிருக்கும் வேளைகளில் இந்த இளம் பாதுகாவலர்கள் அப்படித்தான் யோசித்துக்கொண்டிருப்பார்கள். சமயங்களில் வெள்ளை இறகுள்ள கண்ணுடன், கறுப்பு பூசிய ஒரு ஊர்தியும் வரும். ஊர்தியின் சன்னல்களுக்கு அடர்ப்பூச்சும் முன் இருக்கைகளில் அமர்ந்திருக்கும் நபர்களுக்குக் குளிர்க்கண்ணாடிகளும் உண்டு: இரட்டை இருண்மை.

அந்த ஊர்திகள் மற்ற வண்டிகளைவிடவும் சர்வநிச்சயமாக அமைதியானவை. அவை கடக்கும்போது நாங்கள் விழிகளைத் திருப்பிக்கொள்வோம். உள்ளேயிருந்து ஓசைகள் எழும்பினால் அதற்கு செவிகொடாதிருக்க நாங்கள் முயல்வோம். இங்கு யாருக்கும் அவ்வளவு நலம்வாய்ந்த இதயங்கள் இல்லை.

தடைவேலிகளை நெருங்கும் கறுப்பு ஊர்திகள் ஒரு கணத்தாமதமும் இல்லாமல் கடந்துவிடுகின்றன. அவற்றினுள்ளே எட்டிப்பார்க்கும், ஆராயும், அதிகாரத்தைச் சந்தேகிக்கும், தவறை பாதுகாவலர்கள் செய்யவே மாட்டார்கள். அவர்களுக்குள் என்ன சிந்தனை ஓடினாலும் சரி.

அப்படியெல்லாம் அவர்கள் ஒருவேளை நினைத்துவிட்டால் பார்வையிலேயே புலப்பட்டுப்போவார்கள்.

ஆக, புல்வெளியில் கழற்றி வீசப்படும் உடைகள் குறித்து அவர்கள் நினைக்கவே முடியாது. அப்படியே அவர்கள் ஒரு முத்தத்தைப் பற்றி நினைத்துவிட்டால் உடனடியாக அவர்கள் முகப்புவிளக்குகள் இயக்கப்படுவதையும் துப்பாக்கிகள் வெடிப்பதையும் நினைத்தாக வேண்டும். அதற்குப் பதிலாக அவர்கள் தங்கள் கடமையைச் செய்து தேவதூதர்களாகப் பணி உயர்வு செய்யப்படுவதையும் மணம்புரிந்துகொள்ள அனுமதிக்கப்படுவதையும் பிறகு ஒருவேளை போதுமான அளவு அதிகாரம் பெற்றுப் போதுமான அளவு வாழ்ந்தும்விட்டால், அவர்களுக்கென்று ஒரு சேடிப்பெண்ணைப் பெற்றுக்கொள்வதையும் பற்றியே சிந்திப்பார்கள்.

மீசை வளர்ந்தவன் பாதசாரிகளுக்கான சிறிய வாயிற்கதவை எங்களுக்காகத் திறந்துவிட்டு, பாதையிலிருந்து நன்றாக விலகி, தள்ளி நிற்கிறான். நாங்கள் வெளியேறுகிறோம். நாங்கள் நடப்பதை அவர்கள் பார்த்துக்கொண்டிருக்கிறார்கள் என்பதை அறிவேன். இன்னமும் பெண்களைத் தொட அனுமதிக்கப்படாத இந்த இரு ஆண்கள். மாற்றாக அவர்கள் தங்கள் விழிகளால் தொடுகிறார்கள். சிவப்பு முழுப் பாவாடை என் பின்னால் அலைவுறுமாறு நான் என் இடுப்பைச் சற்றே அசைக்கிறேன். ஒரு வேலிக்குப் பின்னாலிருந்து மூக்கை நீட்டுவதுபோல அல்லது எட்டாத உயரத்தில் ஒரு எலும்புத்துண்டை நீட்டி ஒரு நாயைச் சீண்டுவதுபோல. இப்படிச் செய்வதற்காக என்னை நினைத்து வெட்கமுறுகிறேன். ஏனென்றால், இதில் இந்த ஆண்களின் தவறு எதுவுமே இல்லை, இவர்கள் மிகவும் இளைஞர்கள்.

பிறகு, நான் அப்படியொன்றும் வெட்கமுற்றுவிடவில்லை என்றறிகிறேன். நான் இந்த அதிகாரத்தை அனுபவிக்கிறேன், நாய்க்கான எலும்புத்துண்டின் அதிகாரத்தை, முடக்கப்பட்டதென்றாலும் இருப்பதன் அதிகாரத்தை. எங்களைப் பார்ப்பதிலேயே அவர்கள் விரைப்பார்களென்றும் சாயம்

பூசப்பட்ட இந்தத் தடைவேலிகளில் யாருமறியாமல் தங்களைத் தேய்த்துக்கொள்வார்களென்றும் நினைக்கிறேன். அவர்கள் தவித்திருப்பார்கள். இரவில், அதன் பிற்பகுதியில், அவர்களுடைய படையணிப் படுக்கைகளில். அவர்களுக்குத் தங்களைத் தவிர வேறு வடிகால் இல்லை. அதுவுமே ஒரு அவச்செயல்தான். மாதாந்திரிகள் இல்லை, திரைப்படங்கள் இல்லை, பதிலிகள் இல்லை. விரைப்பாய் நிமிர்ந்து ஒரு சாலைத்தடுப்பின் அருகில் நின்றபடி தங்களிடமிருந்து விலகி நடந்துகொண்டிருக்கும் பின்னம்பாகங்களைப் பார்க்கும் அந்த இரு ஆண்களுக்கென்று இருப்பது நானும் என்னுடைய நிழலும் மட்டும்தான்.

அத்தியாயம் ஐந்து

இரட்டையளாக்கப்பட்டு சாலையில் நடக்கிறேன். நாங்கள் இப்போது தளபதிகளின் வளவுக்குள் இல்லை. ஆனால், இங்கும் மிகப் பெரிய வீடுகள் இருக்கின்றன. அவற்றில் ஒன்றின் முன் பாதுகாவலன் ஒருவன் புல் வெட்டிக்கொண்டிருக்கிறான். புல்வெளிகள் சீராய் இருக்கின்றன, வீடுகள் தோட்டங்கள் மற்றும் உள்ளலங்காரம் குறித்த மாதாந்திரிகளில் அச்சிடப்படும் படங்களைப் போல சிறப்பாகப் பராமரிக்கப்பட்டிருக்கும் கட்டட முகப்புகள் அருளார்ந்து பொலிகின்றன. அந்தப் படங்களில் போலவே மனிதர்களின் இன்மையும் இருக்கிறது, அவற்றில் போலவே காற்று உறக்கத்தில் இருக்கிறது. இந்த சாலை ஒரு அருங்காட்சியகத்தைப் போல இருக்கிறது அல்லது மக்கள் எப்படி வாழ்ந்தார்கள் என்பதைக் காட்சிப்படுத்தவெனக் கட்டப்படும் மாதிரிநகரம்போல இருக்கிறது. அந்தப் படங்களில், அந்த அருங்காட்சியகங்களில், அந்த மாதிரிநகரங்களில் போலவே, இங்கும் குழந்தைகள் இல்லை.

இதுதான் கிலியட்டின் இதயம், தொலைக்காட்சியில் தவிர மற்றபடி போர் நுழைய முடியாத பகுதி. எல்லைப் பகுதிகள் குறித்து எங்களுக்கு நிச்சயமில்லை, அது மாறுபடும், தாக்குதலுக்கும் எதிர்தாக்குதல்களுக்கும் தக. ஆனால், இது மத்தியப் பகுதி, இங்கு எதுவும் மாறாது. கிலியட் குடியரசுக்கு எல்லைகளேதும் கிடையாது என்பாள் ஆன்ட் லிடியா. கிலியட் உங்களுக்குள் இருக்கிறது.

ஒருகாலத்தில் இங்கு மருத்துவர்கள் வாழ்ந்தார்கள், வழக்கறிஞர்களும் பல்கலைக்கழகப் பேராசிரியர்களும்கூட. இப்போது வழக்கறிஞர்களும் இல்லை, பல்கலைக்கழகமும் மூடப்பட்டுவிட்டது.

லூக்கும் நானும் சிலசமயம் இந்தச் சாலைகளினூடாக நடந்திருக்கிறோம். இம்மாதிரியான வீடுகளில் ஒன்றை வாங்குவது பற்றி, அதைச் செப்பனிடுவது பற்றியெல்லாம் பேசியிருக்கிறோம். நாங்கள் ஒரு தோட்டமும் குழந்தைகளுக்காக ஊஞ்சலும்

வைப்போம். நாங்கள் குழந்தைகள் பெற்றுக்கொள்வோம். எங்களுக்கு அதற்கான வசதி வாய்க்குமா என்று தெரியாதிருந்தபோதும், நாங்கள் பேசுவதற்கான ஒன்றாக, ஞாயிறுகளுக்கான பொழுதுபோக்காக அது இருந்தது. அப்படியான சுதந்திரம் இப்போது அருவமான ஒன்றாகப் போய்விட்டது.

தெருமுனையில் திரும்பி போக்குவரத்து சற்று அதிகமிருக்கும் பிரதான சாலைக்குள் நுழைகிறோம். கார்கள், பெரும்பான்மை கறுப்பு, வெகுசில சாம்பல் மற்றும் அடர்பழுப்பானவை, கடக்கின்றன. கூடைகளோடு வேறு சில பெண்களும். சிலர் சிவப்பில், சிலர் மார்த்தாக்களின் மங்கல் பச்சையில். சிலர் சிவப்பு, நீலம், பச்சை நிறங்களில் கோடுகள் இடப்பட்ட மலிந்த மட்ட ரகமான ஆடைகளிலும். அவை ஏழை ஆண்களுக்குரிய பெண்களுக்கானவை. அவர்களுக்கு மலிவுமனைவியர் என்று பெயர். வேலைகளுக்கேற்ப அவர்கள் பகுக்கப்படவில்லை. அவர்கள் தங்களால் இயலும் எல்லாவற்றையும் செய்தாக வேண்டும். அரிதாக, முழுக் கறுப்பில் இருக்கும் பெண்களைக் காணலாம், அவர்கள் விதவைகள். முன்பு அவர்களில் பலர் இருந்தார்கள், இப்போது அவர்கள் குறையத் தொடங்கிவிட்டார்கள்.

தளபதிகளின் மனைவியரை நடைபாதைகளில் பார்க்க முடியாது. கார்களில் மட்டுமே காணலாம்.

இங்கு நடைபாதைகள் காரையாலானவை. விரிசல்களில் கால் வைப்பதை ஒரு குழந்தையைப் போல நான் தவிர்த்துக்கொள்கிறேன். முந்தைய காலகட்டத்தில் இந்த நடைபாதைகளின் மீதிருந்த என் பாதங்களை நினைவுகூர்கிறேன், அவற்றில் நான் அணிந்திருந்தவற்றையும். சில சமயங்களில் அவை குதிகால்களுக்குத் திண்டுகள் மற்றும் சுவாச ஓட்டைகளோடு கூடிய ஓட்ட ஜோடுகள். அதோடு ஒளிரும் துணியாலான நட்சத்திரங்கள் பதித்தவையும் கூட, இருளில் ஒளியுமிழ்பவை. நான் இரவில் ஓடியதில்லை. பகலில் மட்டும் அதுவும் நன்கு அறிமுகமான தெருக்களில் மட்டுமே ஓடினேன்.

அப்போது பெண்கள் பாதுகாக்கப்படவில்லை.

எனக்கு விதிகள் நினைவிருக்கின்றன, பேசிக்கொள்ளப்படாதவை என்றாலும் ஒவ்வொரு பெண்ணும் அறிந்திருந்தவை. அந்நியர்களுக்கு ஒருபோதும் கதவைத் திறக்க வேண்டாம். அவன் காவல்துறையைச் சேர்ந்தவன் என்று சொன்னாலும் அவனுடைய அடையாள அட்டையைக் கதவுக்குக் கீழே அனுப்பச் செய்.

சிக்கலில் இருப்பதாகக் காட்டிக்கொள்ளும் மோட்டார் சைக்கிள் ஓட்டிக்காக உன் வாகனத்தை நிறுத்தாதே. பூட்டுகளைத் திறக்காமல் போய்க்கொண்டே இரு. யாராவது சீட்டியடித்தால், திரும்பாதே. இரவில் வெளுப்பகங்களுக்குள் தனியாகப் போகாதே.

நான் வெளுப்பகங்களை நினைத்துக்கொள்கிறேன், அவற்றுக்கு நான் அணிந்து சென்றவற்றையும். அரைக்கால் சட்டைகள், ஜீன்ஸ், மெல்லோட்டக் காற்சட்டைகள். நான் அவற்றில் எதையெல்லாம் வெளுக்கப் போடுவேன் என்பதையும். என்னுடைய உடைகள், என்னுடைய சவர்க்காரம், என்னுடைய பணம். நானே சம்பாதித்த பணம். அப்படியொரு ஆற்றல் இருந்ததை நினைத்துக்கொள்கிறேன்.

இப்போது நாங்கள் அதே சாலையில், சிவப்பு ஜோடிகளாய் நடக்கிறோம். எந்த ஆணும் எங்களை நோக்கிக் கீழ்த்தரமாக கூவுவதில்லை, பேசுவதில்லை, தொடுவதில்லை. யாரும் சீட்டியடிப்பதில்லை.

எதற்கான சுதந்திரம் மற்றும் எதிலிருந்து சுதந்திரம் என்று சுதந்திரத்தில் ஒன்றுக்கும் மேற்பட்ட வகைகள் உள்ளன என்பாள் ஆன்ட் லிடியா. எதற்கான சுதந்திரம் என்பது ஆட்சிக்குலைவின் காலத்தில் செயற்பட்டது. இப்போது உங்களுக்கு எதிலிருந்தெல்லாமோ சுதந்திரம் கிடைத்திருக்கிறது. அதைக் குறைத்து மதிப்பிடாதீர்கள்.

எங்களுக்கு எதிரில் வலப்பக்கத்தில் நாங்கள் ஆடைகள் வாங்கிய கடை இருக்கிறது. சிலர் அவற்றை ஹாபிட் என்றழைத்தார்கள், பொருத்தமான சொல்தான். வாடிக்கைகளை மாற்றிக்கொள்வது கடினமே. கடையின் வாயிலில் தங்க அல்லி வடிவத்தில் மிகப் பெரிய மரச்சட்டம் இருக்கிறது. அதன் பெயர் லில்லீஸ் ஆஃப் தி ஃபீல்ட். கடைகளின் பெயர்களும்கூட எங்களை அதீதமாய்த் தூண்டிவிடக்கூடும் என்ற தீர்மானத்துக்கு அவர்கள் வந்ததும் அந்த எழுத்துகளின் மீது சாயம்பூசிய இடத்தை இப்போது அல்லிக்குக் கீழே பார்க்கலாம். இடங்கள் இப்போது அவற்றின் அடையாளக் குறிகளாலேயே அறியப்படுகின்றன.

லில்லீஸ் அப்போது ஒரு திரைப்பட அரங்காய் இருந்தது. அங்கு எப்போதும் மாணவர்கள் இருப்பார்கள். ஒவ்வொரு வசந்தத்தின்போதும் அங்கு ஹம்ப்ரீ போகார்ட் திருவிழா நடக்கும். திரைப்படங்களில் லாரன் பக்கால் அல்லது காத்தரீன் ஹப்பர்ன் போன்ற சுதந்திரமான, துணிச்சலான பெண்கள்

முன்பக்கம் நெடுக பொத்தான்கள் வைக்கப்பட்ட, அவிழ்த்தல் என்ற வார்த்தைக்கான வாய்ப்புகளைச் சொல்லாமல் சொல்லிய ஆடைகளை அணிந்திருந்தார்கள். அவை அவிழ்க்கப்படலாம் அல்லாமலும் போகலாம். முடிவெடுப்பவர்கள் அந்தப் பெண்களே என்று தோன்றும். அப்போதெல்லாம் முடிவுகள் எங்கள் கைகளில் என்பதாகத் தோன்றியது. நாம் அளவுக்கதிகமான தேர்வுரிமைகளால் நசிந்துகொண்டிருந்த சமூகமாயிருந்தோம் என்பாள் ஆன்ட் லிடியா.

அந்த விழாவை ஏன் நிறுத்திவிட்டார்கள் என்று தெரியவில்லை. அதற்குள் நான் பெரியவளாய் வளர்ந்திருக்க வேண்டும். அதனால் நான் கவனித்திருக்கவில்லை.

நாங்கள் லில்லீசுக்குள் போகவில்லை, சாலையைக் கடந்து இன்னொரு கிளைத்தெருவுக்குச் செல்கிறோம். எங்களுடைய முதல் நிறுத்தம் இன்னொரு மரச்சட்டம் தாங்கிய கடையில்: மூன்று முட்டைகள், ஒரு தேனீ, ஒரு பசு. 'பாலும் தேனும்.' ஒரு வரிசை நிற்கிறது. நாங்கள் இருவர் இருவராய் எங்கள் முறைக்குக் காத்திருக்கிறோம். இன்று அவர்கள் ஆரஞ்சுகள் வைத்திருப்பதைக் கவனிக்கிறேன். மத்திய அமெரிக்காவை லிபெர்த்தியோக்கள் கைப்பற்றியதிலிருந்து ஆரஞ்சுகள் கிடைப்பது அரிதாகிவிட்டது. சமயங்களில் அவை இருக்கின்றன, சமயங்களில் இல்லை. கலிஃபோர்னியாவிலிருந்து வரும் ஆரஞ்சுகளையும் போர் நிறுத்திவைக்கிறது. சாலைகள் அடைபட்டுவிட்டாலோ, ரயில் பாதைகள் தகர்க்கப்பட்டுவிட்டாலோ ஃப்ளோரிடாவையும் நம்புவதற்கில்லை. நான் அவற்றில் ஒன்றுக்கான ஏக்கத்துடன் ஆரஞ்சுகளைப் பார்க்கிறேன். ஆனால், ஆரஞ்சுகளுக்கான கிள்ளாக்கை நான் கொண்டுவரவில்லை. நான் திரும்பிப்போனதும் ரீட்டாவிடம் அவற்றைப் பற்றி சொல்வேன். அவள் மகிழ்ச்சியடைவாள். என்னால் இயன்றது, ஒரு சிறிய சாதனை, ஆரஞ்சுகள் கிடைப்பதைக் கண்டுபிடித்தது.

கல்லாவை நெருங்கிவிட்டவர்கள் எதிர்ப்புறத்தில் பாதுகாவலர்களின் சீருடையில் இருக்கும் இரண்டு நபர்களிடம் தங்களுடைய கிள்ளாக்குகளைக் கொடுக்கிறார்கள். யாரும் அதிகம் பேசுகிறார்களில்லை. ஆனால், சலசலப்பிருக்கிறது. அதோடு இந்தப் பெண்களின் தலைகள் திருட்டுத்தனமாக இப்படியும் அப்படியுமாகத் திரும்புகின்றன. இங்கே, கடைகளில்தான் உங்களுக்குத் தெரிந்தவர்களை நீங்கள் பார்க்க முடியும். முந்தைய காலகட்டத்தைச் சேர்ந்தவர்களை அல்லது சிவப்பு மையத்தில்

இருந்தவர்களை. அப்படியொரு முகத்தைப் பார்த்துவிடக் கிடைப்பதே ஊக்கமூட்டுவதுதான். மொய்ராவை மட்டும் நான் பார்க்க இயன்றால், வெறுமனே பார்த்துவிட்டாலே, அவள் இன்னமும் இருக்கிறாள் என்பதை மட்டும் தெரிந்துகொண்டால். இப்போது அதைக் கற்பனை செய்து பார்ப்பதே கடினம், தோழமையின் இருப்பை.

ஆனால், எனக்கருகில் இருக்கும் ஆஃப்க்ளென் சலமற்றிருக்கிறாள். ஒருவேளை அவளுக்கு இப்போது யாரையுமே தெரியாதாகியிருக்கலாம். ஒருவேளை அவள் அறிந்திருந்த பெண்கள் எல்லோரும் மாயமாகியிருக்கலாம். அல்லது ஒருவேளை தான் பார்க்கப்படுவதை அவள் விரும்பாமலுமிருக்கலாம். அவள் மௌனித்திருக்கிறாள், தலையைக் கவிழ்த்தவாறு.

எங்கள் இரட்டையர் வரிசையில் நாங்கள் காத்திருக்கும்போது கதவு திறக்கிறது, இன்னும் இரண்டு பெண்கள், இருவரும் சேடிப்பெண்களின் சிவப்பு ஆடையோடும் வெள்ளைக் கவிகங்களோடும் நுழைகிறார்கள். அவர்களில் ஒருத்தி அதீத கர்ப்பமாய் இருக்கிறாள். அவளுடைய தளர்ச்சியான உடைக்கு அடியில் அந்த வயிறு வெற்றிகரமாய் வீங்கிநிற்கிறது. அறையில் ஒரு மாற்றம் தெரிகிறது. கிசுகிசுப்பு, பெருமூச்சு, எங்கள் தலைகள் எங்களையும் மீறி தெளிவாய்ப் பார்க்கவென கூச்சம் மறந்து திரும்புகின்றன. எங்களுடைய விரல்கள் அவளைத் தீண்ட நமைக்கின்றன. எங்களுக்கு அவள் ஒரு மாய இருப்பு, பொறாமை மற்றும் இச்சைக்கானவள், நாங்கள் அவள் மீது பேராவல் கொள்கிறோம். மலையுச்சிக் கொடி அவள், இன்னமும் எங்களால் என்ன செய்ய இயலும் என்பதைக் காட்டுபவள்: எங்களுக்கும் விடியலாம்.

அறையில் இருக்கும் பெண்கள் கிசுகிசுக்கிறார்கள், கிட்டத்தட்ட பேசிக்கொள்கிறார்கள், அவ்வளவுக்குக் கிளர்ச்சியடைந்திருக் கிறார்கள்.

"யார் இது?" எனக்குப் பின்னாலிருந்து கேட்கிறது.

"ஆஃப்வெய்ன். இல்லை. ஆஃப்வாரென்."

"சும்மா சிலுப்பிக்காட்டுகிறாள்." ஒரு குரல் கம்மலாய்ச் சீறுகிறது. உண்மைதான். கர்ப்பமாயிருக்கும் பெண் வெளியில் போக வேண்டியதில்லை, கடைவீதிக்குச் செல்ல வேண்டியதில்லை. அவளுடைய அடிவயிற்றுத் தசைகள் இயக்கத்துடன் இருப்பதற்காக

தினப்படி நடைப்பயிற்சி ஏதும் பரிந்துரைக்கப்படுவதில்லை. அவளுக்குத் தேவை தரைப் பயிற்சிகளும் மூச்சுப் பயிற்சிகளுமே. அவள் வீட்டிலேயே இருக்கலாம். மேலும், அவள் வெளியில் வருவது ஆபத்தானது, வாசலில் அவளுக்காகக் காத்துக்கொண்டு ஒரு பாதுகாவலன் நின்றுகொண்டிருப்பானாய் இருக்கும். ஓர் உயிரைச் சுமந்துகொண்டிருக்கிறபடியால் அவள் மரணத்துக்கு அருகில் இருக்கிறாள். ஆகவே, விசேஷப் பாதுகாப்பு அவசியம். பொறாமை அவளைக் கொன்றுவிடலாம், அப்படி நடந்திருக்கிறது. இன்று எல்லாக் குழந்தைகளும் வேண்டப்பட்டவர்கள்தான், ஆனால் எல்லோராலும் அல்ல.

ஆனால், இந்த உலா அவளுடைய பிடிவாதத்துக்காக இருந்திருக்கும், அவர்களும் பிடிவாதங்களுக்கு மசிந்துகொடுப்பார்கள், அதுவும் இது இவ்வளவு தூரத்துக்குச் சிதைவு ஏதுமில்லாமல் வந்துவிட்ட பிறகு. அல்லது இவள் ஒரு போர்த்தியாகியாய் இன்னமும் *எத்தனை வேண்டும் சொல்லுங்கள், என்னால் முடியும்* என்று சொல்பவர்களுள் ஒருத்தியாய் இருக்கலாம். சுற்றிலும் பார்ப்பதற்காக அவள் தன் முகத்தை உயர்த்த நான் அவளை ஒரு நொடி பார்க்கிறேன். எனக்குப் பின்னாலிருந்து வந்த குரல் சொன்னது சரிதான். அவள் தன்னைக் காட்சிப்பொருளாக்கிக்கொள்ளவே வந்திருக்கிறாள். அவள் ஒளிர்ந்துகொண்டிருக்கிறாள், இதன் ஒவ்வொரு நிமிடத்தையும் ரசிக்கிறாள்.

கல்லாவுக்குப் பின்புறம் இருக்கும் பாதுகாவலர்களில் ஒருவன் சொல்கிறான், "அமைதி." நாங்கள் பள்ளிச் சிறுமியரைப் போல அடங்கிப்போகிறோம்.

ஆஃப்க்ளெனும் நானும் கல்லாவை நெருங்கிவிட்டோம். எங்கள் கிள்ளாக்குகளைக் கொடுக்கிறோம். ஒருவன் அவற்றிலிருக்கும் எண்களை கம்ப்யூபைட்டில் பதிய, அடுத்தவன் எங்கள் பொருட்களைக் கையளிக்கிறான். பாலை, முட்டைகளை. அவற்றை நாங்கள் எங்கள் கூடைகளில் வைத்துக்கொண்டு, அந்தக் கர்ப்பிணியையும் அவளுக்குப் பக்கத்தில் ஒடுங்கிச் சுருங்கி எங்கள் எல்லோரையும் போல் தெரியும் அவளுடைய கூட்டாளியையும் தாண்டி மீண்டும் வெளியில் வருகிறோம். கர்ப்பிணியின் வயிறு ஒரு பென்னம்பெரிய பழத்தைப் போல் இருக்கிறது. *மாபெரும்*, என் பிள்ளைப்பிராயத்துச் சொல். அவளுடைய கைகள் அதன் மீதே இருக்கின்றன, அதைப் பாதுகாப்பதுபோல, அதிலிருந்து அவர்களுக்கு ஏதோ கிடைப்பதுபோல: கதகதப்பு, வலிமை.

நான் கடக்க, அவள் என்னைச் சரியாகப் பார்க்கிறாள், என் விழிகளுக்குள். இப்போது எனக்கு இவளை அடையாளம் தெரிகிறது. சிவப்பு மையத்தில் என்னோடு இருந்தவள், ஆன்ட் லிடியாவின் செல்லங்களில் ஒருத்தி. எனக்கு அவளை எப்போதுமே பிடிக்காது. முந்தைய காலகட்டத்தில் அவளுடைய பெயர் ஜனின்.

ஜனின் என்னைப் பார்க்கிறாள். அவளுடைய வாயின் ஓரங்களில் ஏளனத்தின் சுவடொன்று தெரிகிறது. குனிந்து, என்னுடைய சிவப்பு அங்கியின் அடியில் ஒட்டிப்போயிருக்கும் என்னுடைய வயிற்றைப் பார்க்கிறாள். அவளுடைய கவிகங்கள் அவள் முகத்தை மறைக்கின்றன. அவளுடைய நெற்றியின் சிறிதையும் மூக்கின் இளஞ்சிவப்பு நுனியையும்தான் பார்க்கக் கிடைக்கிறது.

அடுத்து, நாங்கள் ஆல் ஃப்ளெஷுக்குப் போகிறோம். அது இரண்டு சங்கிலிகளில் தொங்கிக்கொண்டிருக்கும் மரச்சட்ட பன்றியிறைச்சித் துண்டால் குறிக்கப்பட்டிருப்பது. இங்கு அவ்வளவு பெரிய வரிசை இல்லை. இறைச்சி விலைகூடியது, தளபதிகளுக்குக்கூட தினமும் கிடைப்பதில்லை. ஆனால், மாட்டின் தொடையிறைச்சியை வாங்குகிறாள் ஆஃப்க்ளென். அதுவும் வாரத்தில் இரண்டாவது முறையாக. நான் மார்த்தாக்களிடம் இதைச் சொல்வேன். அவர்கள் ரசிக்கும் வகையான விஷயங்களில் இது ஒன்று. மற்ற குடித்தனங்கள் எப்படி நடத்தப்படுகின்றன என்பதில் அவர்களுக்கு மிகுந்த ஆர்வம். இப்படியான சில்லறைப் புரணிகள் அவர்களுக்குப் பெருமிதத்தையோ ஏமாற்றத்தையோ உணர்வதற்கான சந்தர்ப்பம் அளிப்பவை.

கசாப்புத்தாளில் பொதித்து சணலால் கட்டப்பட்ட கோழியிறைச்சியை எடுத்துக்கொள்கிறேன். இப்போது நிறைய பொருட்கள் நெகிழிப்பைகளில் கிடைப்பதில்லை. பல்பொருள் அங்காடியில் கிடைத்த எண்ணற்ற நெகிழிப்பைகளை நினைக்கிறேன். அவற்றை வீணாக்க மனமில்லாமல் அவை அளவுக்கதிகமாகி ஒருநாள் நான் கதவைத் திறக்கும்போது தரையில் சரியும்வரை கழுவுதொட்டின் கீழே அவற்றைத் திணித்து வைத்திருப்பேன், லூக் இது குறித்து எப்போதுமே குறைபட்டுக்கொள்வான். அவ்வப்போது அவனே எல்லாப் பைகளையும் எடுத்து எறிந்தும் விடுவான்.

அவள் தன் தலைக்கு மேல் இவற்றில் ஒன்றை மாட்டிக்கொள்ளலாம். குழந்தைகள் எப்படி விளையாடுவார்கள் என்று உனக்குத் தெரியுமல்லவா என்பான். அவள் ஒருபோதும் அப்படிச்

செய்ய மாட்டாள் என்பேன். அந்த வயதையெல்லாம் அவள் தாண்டிவிட்டாள். (அல்லது அவள் அதீத சமர்த்து அல்லது அதீத அதிர்ஷ்டசாலி). ஆனால், பயத்தில் நான் சில்லிட்டுவிடுவேன், இவ்வளவு அசட்டையாக இருந்தது குறித்துக் குற்றவுணர்வும் கொள்வேன். உண்மைதான், நான் பலவிஷயங்களில் மிகவும் அசட்டை காட்டிவிட்டேன். அப்போதெல்லாம் நான் விதியை நம்பினேன். நான் அவற்றை உயரே அலமாரியில் வைக்கிறேன் என்பேன். அவற்றை வைத்துக்கொள்ளவே வேண்டாம், அவற்றை நாம் எதற்குமே பயன்படுத்துவதில்லையே என்பான். குப்பைப் பைகளாக பயன்படாதா என்பேன். அதற்கு அவன்...

இல்லை, இங்கு கூடாது, இப்போது கூடாது. எல்லோரும் பார்க்கும்போது கூடாது. நான் திரும்பி சன்னலின் சட்டக் கண்ணாடியில் என் மாரளவு உருவத்தைப் பார்க்கிறேன். அப்படியானால் நாங்கள் வெளியில் வந்துவிட்டோம், சாலையில் இருக்கிறோம்.

எங்களை நோக்கி ஒரு கும்பல் வந்துகொண்டிருக்கிறது. அவர்கள் சுற்றுலாப் பயணிகள், ஜப்பானைச் சேர்ந்தவர்கள்போல் தெரிகிறது, வணிகத்தூதாய் இருக்கலாம். வரலாற்றுச் சிறப்புமிக்க இடங்களை அல்லது உள்ளூரைச் சுற்றவாக இருக்கலாம். அவர்கள் மிகச் சிறிய உருவிலானவர்களாகவும் அழகாய் உடுத்திக்கொண்டும் இருக்கிறார்கள். ஒவ்வொருத்தனும் ஒவ்வொருத்தியும் ஒவ்வொரு புகைப்படக்கருவியோடும் புன்னகையோடும் விரிந்த விழிகளோடும் சிட்டுக்குருவிகளைப் போல் தலையை ஒருசாய்த்துக்கொண்டு சுற்றிலும் பார்க்கிறார்கள். அவர்களுடைய அந்தச் சிரித்த முகமே ஒரு தாக்குதலைப் போல் இருக்க என்னால் வெறிக்காமல் இருக்க முடியவில்லை. அத்தனைக் குட்டையாய் பாவாடைகள் உடுத்திய பெண்களை நான் பார்த்துப் பலகாலம் ஆகிவிட்டது. பாவாடைகள் முட்டிக்கு சற்று கீழே வரை மட்டுமே நீண்டிருக்க, அவற்றின் கீழே, கால்கள், கிட்டத்தட்ட அம்மணமாய், அவற்றின் மெல்லிய உறைகளோடு அப்பட்டமாய்த் தெரிகின்றன. உயர்குதிகாலணிகளின் வார்கள் பாதங்களில் பின்னப்பட்டு சித்திரவதைக்கான மென்மையான கருவிகள்போல் இருக்கின்றன. பொய்க்கால் கழிகளின் மீது நடக்கும் நிதானமற்றவர்கள்போல அவர்களுடைய முதுகு இடுப்பினருகில் வளைய, பிட்டங்களைப் பின்புறமாய்த் துருத்திக்கொண்டு அந்தப் பெண்கள் தத்தி நடக்கிறார்கள்; அவர்களுடைய தலையும் மறைக்கப்படவில்லை, கூந்தல் அதன்

கருமையோடும் பால்கவர்ச்சியோடும் வெளித்தெரிகிறது. அவர்கள் சிவப்பில், முந்தைய காலகட்டத்தின் கழிப்பறைச்சுவர் கிறுக்கல்கள்போல, வாயின் வெளிப்புற ஈரப்பள்ளங்களின் ஓரம் வரைக்கும் உதட்டுச்சாயம் அணிந்திருக்கிறார்கள்.

நான் நடப்பதை நிறுத்துகிறேன், ஆஃப்க்ளெனும் என்னருகில் நின்றுவிடுகிறாள். அவளாலும் இந்தப் பெண்களின் மீதிருந்து கண்களை எடுக்க முடியவில்லை என்பதை உணர்கிறேன். நாங்கள் கவர்ந்திழுக்கப்பட்டிருக்கிறோம், அதேசமயம் வெறுப்பையும் உணர்கிறோம். இவர்கள் உடையற்றவர்கள்போல் இருக்கிறார்கள். எங்களுடைய மனங்களை மாற்ற மிகச் சொற்ப காலமே தேவைப்பட்டிருக்கிறது, இம்மாதிரியான விஷயங்களைப் பொறுத்தவரை.

பிறகு நான் நினைக்கிறேன். நானும் இப்படி உடுத்தியதுண்டு. அதன் பெயர் சுதந்திரம்.

மேற்கத்திய பாணி, என்றும் அதைச் சொல்வார்கள்.

அந்த ஜப்பானியப் பயணிகள் எங்கள் புறமாய் தத்தி வருகிறார்கள், நாங்கள் முகங்களைத் திருப்பிக்கொள்கிறோம். காலம் கடந்துவிட்டது. எங்கள் முகங்கள் பார்க்கப்பட்டுவிட்டன.

மொழிபெயர்ப்பாளர் ஒருவர் இருக்கிறார். வழக்கமான நீலத்தில் சட்டை மற்றும் காற்சட்டையோடு, சிவப்புக் கோடுகளிட்டதும் நீள் இமைகளோடு கூடிய கண் வடிவக் கொக்கியோடுமான கழுத்துப்பட்டையோடும். எங்கள் முன்னால் எங்கள் வழியை மறித்துக்கொண்டு குழுவிலிருந்து முன்னோக்கி வருவது அவர்தான். பயணிகள் அவர் பின்னால் குழுமுகிறார்கள். அவர்களில் ஒருவன் புகைப்படக்கருவியை உயர்த்துகிறான்.

“மன்னியுங்கள்.” அவர் எங்கள் இருவரிடமும் ஓரளவுக்குப் பணிவோடே பேசுகிறார். “உங்களை புகைப்படமெடுத்துக் கொள்ளலாமா என்று கேட்கிறார்கள்.”

நான் குனிந்து பாதையோரத்தைப் பார்க்கிறேன், வேண்டாம் என்பதாய்த் தலையை ஆட்டுகிறேன். அவர்களுக்குப் பார்க்கக் கிடைப்பது வெள்ளைக் கவிகங்களும், முகத்தின் சிறு துணுக்கும், என் முகவாயும், வாயின் ஒரு பாகமும் மட்டுமாகவே இருக்கும். என் கண்களை அல்ல. மொழிபெயர்ப்பாளரின் முகத்தைப் பார்க்கக் கூடாது என்பது எனக்கு மிக நன்றாகவே தெரியும்.

பெரும்பான்மையான மொழிபெயர்ப்பாளர்கள் கண்கள்தான், அப்படித்தான் சொல்லப்படுகிறது.

சரி என்று சொல்லக் கூடாது என்பதுவும் எனக்கு நன்றாகவே தெரியும். கண்களுக்குப் புலப்படாமையே கண்ணியம் என்பாள் ஆன்ட் லிடியா. அதை என்றும் மறந்துவிடக் கூடாது. பார்க்கப்படுவது - பார்க்கப்படுவது - என்னவென்றால் - அவள் குரல் நடுங்கும் - நுழைக்கப்பெறுவது. சிறுமிகளே நீங்கள் எப்படி இருக்க வேண்டும் தெரியுமா, நுழைக்கப்பட முடியாதவர்களாய். அவள் எங்களைச் சிறுமிகள் என்றாள்.

என்னருகில் ஆஃப்க்ளெனும் மௌனமாய் இருக்கிறாள். சிவப்பு உறைகளிட்ட கரங்களை அவளுடைய அங்கியின் பைகளுக்குள் திணித்துக்கொண்டுவிட்டாள், அவற்றை மறைத்துக்கொள்ளவென.

மொழிபெயர்ப்பாளர் குழுவைப் பார்க்கத் திரும்புகிறார், திக்கித்திணறி ஏதோ பேசுகிறார். அவர் என்ன சொல்லிக் கொண்டிருப்பார் என்பதை அறிவேன், அந்த வாசகம் எனக்குத் தெரியும். இங்குள்ள பெண்கள் வித்தியாசமான கலாச்சாரத்தைப் பின்பற்றுபவர்களென்றும், புகைப்படக்கருவியின் கண்கள் வழியாக அவர்களை வெறிப்பது அவர்களைப் பொறுத்தமட்டில் விதிகளை மீறுவதாகும் என்றும் சொல்லுவார்.

நான் அந்தப் பெண்களின் பாதங்களால் வசியப்பட்டவளாய், கீழே, நடைபாதையைப் பார்த்துக்கொண்டிருக்கிறேன். அவர்களில் ஒருத்தி விரல்களை வெளிக்காட்டும் செருப்பு அணிந்திருக்கிறவள் நகங்களில் இளஞ்சிவப்புச் சாயம் பூசியிருக்கிறாள். எனக்கு நகச்சாயத்தின் வாசம் நினைவிருக்கிறது. இரண்டாம் தவணைப் பூச்சை சீக்கிரமே பூசிவிட்டால் அது எப்படி சுருக்கம் காணும் என்பதும். அரையாடையோடு சேர்ந்த காலுறைகள் சருமத்தின் மீது உராயும் மென்மை எப்படியிருக்கும் என்பதும். காலணிகளிலுள்ள இடைவெளிக்குள் உடலின் மொத்த எடையால் திணித்துத் தள்ளப்படும் கால்விரல்கள் எப்படி உணரும் என்பதும். பாதவிரல்களில் நகச்சாயம் பூசியிருக்கும் பெண் கால் மாற்றி நிற்கிறாள். என்னால் அவளுடைய காலணிகளை என் பாதங்களில் உணர முடிகிறது. நகச்சாயத்தின் வாசம் எனக்குப் பசியை உண்டாக்கிவிட்டிருக்கிறது.

மொழிபெயர்ப்பாளர் மறுபடியும் எங்கள் கவனத்தைக் கோரி "மன்னிக்க வேண்டும்" என்கிறார். நான் அவரைச் செவியுற்றேன் என்பதைக் காட்ட தலையசைக்கிறேன்.

“நீங்கள் மகிழ்ச்சியாய் இருக்கிறீர்களா என்று இவர் கேட்கிறார்.” அவர்களுடைய ஆர்வத்தை என்னால் கற்பனை செய்ய முடிகிறது. *இவர்கள் மகிழ்ச்சியாக இருக்கிறார்களா? அவர்களால் எப்படி மகிழ்ச்சியாய் இருக்க முடியும்?* என்னால் உணர முடிகிறது, அவர்களுடைய பளிச்சென்ற கருவிழிகள் எங்கள் மீதிருப்பதை, அவர்கள் எங்கள் பதிலைக் கேட்பதற்காக எங்களை நோக்கிக் குனிவதை, குறிப்பாகப் பெண்கள், ஆண்களுமேகூட. நாங்கள் மறைபொருட்கள், விலக்கப்பட்டவர்கள், நாங்கள் அவர்களைக் கிளர்ச்சியுறச்செய்கிறோம்.

ஆஃப்க்ளென் ஏதும் சொல்கிறாளில்லை. மௌனம் கவிகிறது. ஆனால், பேசாதிருப்பதும் சமயங்களில் ஆபத்தாகிவிடக்கூடும்.

“ஆம், நாங்கள் மிகவும் மகிழ்ச்சியாக இருக்கிறோம்.” நான் முணுமுணுக்கிறேன். நான் ஏதாவது சொல்லியாக வேண்டும். நான் வேறென்ன சொல்ல முடியும்?

அத்தியாயம் ஆறு

ஆல் ஃப்ளெஷைக் கடந்து ஒரு முக்கம் வந்ததும் எந்தப் பக்கம் போவதென்று தயங்குவதைப் போல ஆஃப்க்ளென் தாமதிக்கிறாள். நாங்கள் வந்த வழியில் நேரே போகலாம் அல்லது சுற்றுப்பாதையில் நடக்கலாம். எந்தப் பாதையில் நடக்கவிருக்கிறோம் என்பது எங்களுக்கு முன்பே தெரியும், ஏனென்றால் நாங்கள் எப்போதுமே அப்படித்தான் போவோம்.

“தேவாலயத்தின் வழியாகப் போகலாமே” என்கிறாள் ஆஃப்க்ளென், ஏதோ பக்திமானைப் போல.

அவளுடைய நோக்கம் எனக்கு நன்றாகவே தெரியும், “சரிதான்” என்கிறேன்.

மயக்கத்தில் போல நடக்கிறோம். வெயில் காய்கிறது, வானில் தலையில்லாத ஆடுகளைப் போல் தோன்றும் வெண்ணிற மென்மயிர் மேகங்கள் இருக்கின்றன. கவிகங்களாகிய எங்கள் கண்பட்டிகளோடு முழுக்காட்சியைக் காண்பதும், வானத்தையும் எதையும் அண்ணாந்து பார்ப்பதும் மிகச் சிரமம். ஆனாலும், எங்களால் முடியும். தலையை வேகமாய் ஒரு அசைப்பு அசைத்து, மேலும்கீழும், பக்கவாட்டிலும், பின்புறமுமாகச் சிறிதுசிறிதாக இந்த உலகத்தைத் தெறிப்புகளாய்ப் பார்க்க கற்றுக்கொண்டுவிட்டோம்.

வலதுபுறத்தில் நேராகச் சென்றால் ஆற்றுக்குக் கொண்டுவிடும் சாலை இருக்கிறது. முன்னொரு காலத்தில் துடுப்புகள் வைக்கப்பட்டிருந்த படகுவீடு அங்கு இருக்கிறது. சில பாலங்களும் மரங்களும் இருக்கின்றன. போட்டிகளுக்காக தங்கள் கரங்கள் வெயிலில் பட்டு மின்னுமாறு துடுப்புகளை எழுப்பி படகுகளை ஓட்டிச்செல்லும் இளைஞர்களையும் ஆற்றுத்தண்ணீரையும் பார்த்தவாறு நாங்கள் ஒரு காலத்தில் அமர்ந்திருந்த பசிய கரைகள் இருக்கின்றன. ஆற்றுக்குச் செல்லும் வழியில் தேவதைக் கதைகளில் வரும் வெள்ளை, பொன் மற்றும் நீல வர்ணம் பூசிய சிறு ஸ்தூபிகள் கொண்ட பழைய ஓய்வுக்கூடங்கள் இருக்கின்றன. இப்போது வேறெதற்கோ உபயோகப்படுத்தப்படுகின்றன. கடந்த காலத்தை

நினைக்கும்போது நாம் அழகானவற்றையே தேர்ந்தெடுக்கிறோம். எல்லாம் அப்படி இருந்தது என்று நம்ப விரும்புகிறோம்.

கால்பந்தாட்ட மைதானமும் அங்கேதான் இருக்கிறது. ஆண்களின் ரட்சிப்புகளை அவர்கள் அங்கேதான் நிகழ்த்துகிறார்கள். கால்பந்தாட்டப் போட்டிகளையும்கூட. அவை இன்னமும் நடக்கின்றன.

நான் இப்போதெல்லாம் ஆற்றுக்குச் செல்வதில்லை. பாலங்களுக்கும். சுரங்கப்பாதையில் நிறுத்தம் ஒன்று இருப்பது தெரியும் என்றாலும் அங்கும் போவதில்லை. நாங்கள் அங்கு அனுமதிக்கப்படுவதில்லை. அங்கு பாதுகாவலர்கள் இருக்கிறார்கள். நாங்கள் அந்தப் படிகளில் இறங்கி நடக்கவும் ஆற்றின் அடியில் ரயிலில் பயணித்து நகரின் மையத்துக்குச் செல்லவும் அதிகாரபூர்வமான எந்தக் காரணமும் இல்லை. இங்கிருந்து அங்கே நாங்கள் எதற்காகப் போக வேண்டும்? நாங்கள் அங்கு நல்லவிதமாகப் போய்ச்சேரப்போவதுமில்லை, அவர்கள் கண்டுபிடித்தும் விடுவார்கள்.

தேவாலயம் சிறியது, நூறாண்டுகளுக்கு முன்பு இங்கு நிறுவப்பட்ட முதல் சிலவற்றுள் ஒன்று. அது இனியும் உபயோகத்தில் இல்லை, அருங்காட்சியகமாகத் தவிர. உள்ளே, நீண்ட மங்கிய ஆடைகள் உடுத்திய, வெண்ணிறத் தொப்பிகளால் கூந்தல் மறைக்கப்பட்ட பெண்கள் மற்றும் நீண்டு நிமிர்ந்த, அடர் நிறங்களில் உடுத்திய, புன்னகைக்காத ஆண்கள் ஆகியோரின் ஓவியங்களைக் காணலாம். நம் முன்னோர்களின் ஓவியங்களை. அனுமதி இலவசம்.

ஆனால், நாங்கள் உள்ளே போகிறோமில்லை. பாதையில் நின்று கல்லறைத் தோட்டத்தைப் பார்க்கிறோம். பழைய கல்லறைச் சின்னங்கள் இன்னமும் இருக்கின்றன. மழைவெயிலில் வெடித்து, கரம்பரித்து, மொமெந்தோ மோரி எனும் நிலையாமையைப் பேசும் மண்டையோடுகள் மற்றும் குறுக்கு வசத்தில் நிறுத்தப்பட்டிருக்கும் எலும்புகளோடு அவை இன்னமும் இருக்கின்றன. கடந்துபோய்க்கொண்டிருக்கும் காலத்தை நமக்கு நினைவுறுத்தும் அவற்றின் மாவு-முக தேவதைகள், மற்றும் சிறகு வளர்ந்த காலமானிகளோடும். அதோடு முந்தைய நூற்றாண்டின் தாழிகள் மற்றும் வில்லோ மரங்களும் இருக்கின்றன: துஷ்டிக்கானவை.

அவர்கள் கல்லறைச் சின்னங்களிலும் தேவாலயத்திலும் கை வைக்கவில்லை. சமீபத்திய வரலாறுதான் **அவர்களுக்கு** ஆத்திரமூட்டுவது.

ஆஃப்க்ளெனின் தலை குனிந்திருக்கிறது, ஏதோ பிரார்த்திக்கிறவள்போல. ஒவ்வொரு முறையும் அவள் இப்படிச் செய்கிறாள். ஒருவேளை அவளுக்கும் யாராவது, குறிப்பிடத்தக்க யாராவது, ஒரு ஆணோ குழந்தையோ போயிருக்கலாம் என்று நினைக்கிறேன். என்னால் அதை முழுவதுமாக நம்பவும் முடியவில்லை. ஒவ்வொரு செய்கையையும் வெறுமனே காட்டிக்கொள்வதற்காக, இயல்பாக அல்லாமல் நடிப்பாக மட்டுமே செய்ய இயன்ற ஒரு பெண்ணாகத்தான் அவளை என்னால் நினைக்க முடிகிறது. நல்லவளாகத் தோன்றுவதற்காகவே இப்படிச் செய்கிறாள் என்று நினைக்கிறேன். அதில் எவ்வளவு சிறப்பாகச் செய்ய இயலுமோ அவ்வளவும் செய்கிறாள்.

ஆனால், நானும் அதேபோல்தான் அவளுக்குத் தோன்றுவேனாக இருக்கும். வேறெப்படி இருக்க முடியும்?

இதோ நாங்கள் தேவாலயத்துக்கு எங்கள் முதுகைக் காட்டி நிற்கிறோம், உண்மையில் நாங்கள் எதைக் காண வந்தோமோ அது இதோ இருக்கிறது: சுவர்.

இந்தச் சுவரும் குறைந்தபட்சமாக நூறாண்டுகள் பழையது. நூறாண்டுகளுக்கு மேலும் இருக்கலாம். நடைபாதைகளைப் போல இதுவும் செங்கற்களால் ஆனது. ஒருகாலத்தில் வர்ணங்களற்று, ஆனால் அழகாய் இருந்திருக்கும். இப்போது வாயிற்கதவுகளுக்குக் காவல்காரர்கள் உண்டு, அதோடு அவற்றுக்கு மேலே இரும்புத்தாங்கிகளின் மீது அமைக்கப்பட்ட அசிங்கமான புதிய உமிழ்விளக்குகளும். தரையோரமாக முள்கம்பிகளும், மேற்புறத்தில் காரையில் பதிக்கப்பட்ட கண்ணாடித்துண்டங்களும் இருக்கின்றன.

இந்தக் கதவுகளுக்குள் யாரும் விரும்பிச் செல்வதில்லை. அதற்குள்ளிருந்து வெளியில் ஓட முயல்பவர்களுக்கான முன்னெச்சரிக்கை ஏற்பாடுகள் இவை. ஆனால், மின் அபாய ஏற்பாட்டை மீறி உள்ளேயிருந்து கதவுவரை ஒருவன் வருவதே சாத்தியமற்றது.

நுழைவாயிற்கதவுக்கு அடுத்து ஆறு உடல்கள் இன்னமும் தொங்கிக்கொண்டிருக்கின்றன, கழுத்து இறுக்கப்பட்டு. அவர்களுடைய கைகள் அவர்களுடைய முன்புறத்தில் கட்டப்பட்டிருக்கின்றன. வெள்ளைப் பைகளுக்குள் இருக்கும் தலைகள் அவர்களுடைய தோள்களின் மீது திருப்பி வைக்கப்பட்டிருக்கின்றன. இன்று அதிகாலையில் ஆண்களுக்கான

ரட்சிப்பு ஒன்று நிகழ்ந்திருக்க வேண்டும். எனக்கு மணியோசை கேட்கவில்லை. ஒருவேளை அவை எனக்கு பழகிப்போயிருக்கலாம்.

ஏதோ சமிக்ஞையால் போல அதே நொடியில் நாங்கள் நடப்பதை நிறுத்துகிறோம், உடல்களைப் பார்க்கிறோம். நாங்கள் பார்க்கலாம். நாங்கள் பார்த்தாக வேண்டும்: இதற்காகத்தான் இவர்கள் இங்கிருக்கிறார்கள், இந்தச் சுவரில் தொங்கிக்கொண்டு. சில சமயங்களில் நாட்கணக்கில் இங்கிருப்பார்கள், புதிதாக ஒரு குழு வரும்வரை. எத்தனைப் பேர் பார்க்க முடியுமோ அவ்வளவு பேர் பார்க்க வாய்ப்பாக.

அவர்கள் தொங்கிக்கொண்டிருப்பது கொக்கிகளில். இதற்காகவே சுவரின் செங்கற்களுக்குள் இந்தக் கொக்கிகள் பதிக்கப்பட்டுள்ளன. அவற்றில் எல்லாமே நிரம்பிவிடவில்லை. இந்தக் கொக்கிகள், கை இல்லாதவர்களுக்கான கருவிகள்போல அல்லது தலைகீழாக, பக்கவாட்டில் இருக்கும் இரும்புக் கேள்விக்குறிகள்போல் தோன்றுகின்றன.

இந்தத் தலைகளின் மீதிருக்கும் பைகள்தான் ஆகவும் மோசம். வெறும் தலைகளாய் அவை இருப்பதைவிடவுமே மோசம். அவை இந்த மனிதர்களை இன்னமும் முகம் வரையப்படாத பொம்மைகளைப் போல தோன்றச் செய்கின்றன. சோளக்கொல்லை பொம்மைகளைப் போல. ஒருவகையில் இவை அவைதான், அச்சுறுத்துவதுதான் இவற்றின் வேலை. அல்லது இந்தப் பைகள் இவர்களுடைய தலைகளை வரமாவு அல்லது ஈரமாவு போன்ற வகைப்படுத்தப்படாத பொருட்களால் அடைக்கப்பட்ட கோணிப்பைகளைப் போல் தோன்றச் செய்கின்றன. இந்தத் தலைகளின் எடையையும், அவற்றின் வெறுமையையும், புவியின் ஈர்ப்பு அவற்றைக் கீழே இழுப்பதையும், அவற்றைத் தூக்கிநிறுத்த அவற்றுக்குள் உயிர் இல்லாதிருப்பதையும் கண்கூடாக்குகின்றன. இந்தத் தலைகள் பூஜ்ஜியங்கள்.

ஆனாலும், நாங்கள் இப்போது செய்துகொண்டிருப்பதைப் போல நீங்களும் பார்த்துக்கொண்டே இருந்தால் அந்த வெள்ளைத் துணிக்குக் கீழே சாம்பல் வண்ண நிழல்களைப் போன்ற முகக்குறிகளின் வரைகளை உங்களால் காண முடியும். இந்தத் தலைகள் பனிமனிதர்களின் தலைகள். கரிக்கண்களும் கேரட் மூக்குகளும் விழுந்துபோனவை. இந்தத் தலைகள் உருகிக்கொண்டிருக்கின்றன.

ஆனால், ஒரு பையில் ரத்தம் இருக்கிறது. வாய் இருக்கக்கூடிய இடத்தில் வெள்ளைத் துணியினூடாக வெளியில் ஊறிவந்திருக்கிறது. அது இன்னொரு வாயை, மழலையர் பள்ளிக் குழந்தைகள் தங்களுடைய பட்டைத் தூரிகளால் வரையும் வாயை, புன்னகையைக் குறித்த ஒரு குழந்தையின் எண்ணம் போன்ற ஒன்றைச் செய்திருக்கிறது. இந்த ரத்தப் புன்னகையே இறுதியில் கவனத்தை இறுக்கிவைக்கிறது. ஆக, இவர்கள் ஒருபோதும் பனிமனிதர்கள் ஆக மாட்டார்கள்.

இந்த நபர்கள் மருத்துவர்களும் விஞ்ஞானிகளும் அணிவது போன்ற வெண்ணிற அங்கிகளை அணிந்திருக்கிறார்கள். மருத்துவர்களும் விஞ்ஞானிகளும் மட்டும்தான் என்றில்லை, மற்றவர்களும் இங்கிருக்கிறார்கள். ஆனால், இவர்கள் இன்று காலை வேட்டையாடப்பட்டிருப்பார்கள். ஒவ்வொருவரின் கழுத்திலும் அவர்கள் எதற்காக கொல்லப்பட்டார்கள் என்பதை அறிவிக்க ஒரு அட்டை தொங்கவிடப்பட்டிருக்கிறது: ஒரு சிசுவின் வரைபடம். அப்படியானால் முந்தைய காலகட்டத்தில் இந்த விஷயங்கள் சட்டபூர்வமாக இருந்தபோது இவர்கள் மருத்துவர்களாய் இருந்திருக்கிறார்கள். தேவதைகளை உருவாக்குகிறவர்கள் அல்லது அதேபோன்ற வேறெதோ பெயரில் அவர்கள் இவர்களைக் குறிப்பிடுவார்கள். மருத்துவமனைப் பதிவுகளை உருட்டி எடுத்து இவர்களைப் பிடித்திருப்பார்கள், அல்லது இது - என்ன நடக்கவிருக்கிறது என்று தெளிவாகத் தெரிந்ததும் பெரும்பான்மை மருத்துவமனைகள் இப்படியான பதிவுகளை அழித்துவிட்டபடியால் - ஆட்காட்டிகளின் வேலையாகவும் இருக்கும். அவர்கள் முன்னாள் செவிலிகள் அல்லது அவர்களில் ஒரு ஜோடியாக இருக்கலாம். ஏனெனில், தனிப்பெண்ணின் சாட்சியம் இனியும் அனுமதிக்கப்படுவதில்லை. அல்லது தன்னைப் பாதுகாத்துக்கொள்வதாக நம்பிய இன்னொரு மருத்துவராகவோ, ஒரு எதிரியைப் போட்டுத்தள்ள எண்ணிய முன்னரே குற்றஞ்சாட்டப்பட்ட ஒருவராகவோ இருக்கலாம். அல்லது தான் தப்பிவிடுவதற்கான ஒரு குருட்டுத்தனமான முயற்சியில் பைத்தியக்காரத்தனமாகச் செய்த ஒரு ஆள்காட்டலாகவும்கூட இருக்கலாம். ஆட்காட்டிகளும் எல்லா நேரங்களிலும் மன்னிப்பு பெற்றுவிடுவதில்லை.

இந்த ஆண்கள் போர்க்குற்றவாளிகளுக்கு ஒப்பானவர்கள் என்று எங்களுக்குச் சொல்லப்பட்டிருக்கிறது. அந்தக் காலத்தில் அது சட்டபூர்வமானது என்பது இனி செல்லாது: அவர்களின் குற்றச்செயல் காலாகாலத்துக்கும் பாதிப்புகளை உண்டாக்குவது.

இவர்கள் கொடுஞ்செயல் செய்தவர்கள், அதற்கான தேவையே இப்போது இல்லை என்றபோதிலும் - புத்திசுவாதீனமுள்ள எந்தப் பெண்ணும், அதாவது கர்ப்பமுறும் அளவுக்கு அதிர்ஷ்டசாலியாக இருந்துவிட்ட எவளும் இன்று ஒரு பிறப்பைத் தடுப்பதற்காக மருத்துவ உதவியை நாட மாட்டாள் - ஏனையோருக்கான உதாரணங்களாக இவர்கள் ஆக்கப்பட வேண்டும்.

இந்த உடல்களைப் பார்த்து நாங்கள் வெறுப்பும் துவேஷமும் அடைய வேண்டும். ஆனால், நான் அப்படி உணரவில்லை. இங்கே தொங்கிக்கொண்டிருக்கும் இந்த உடல்கள் காலப்பயணிகள், காலக்குளறுபடிகள். அவர்கள் கடந்த காலத்திலிருந்து இங்கு வந்திருக்கிறார்கள்.

நான் இவர்கள்பால் உணருவது வெறுமையை. நான் உணர்வது எனக்கு உணர்வேற்படக் கூடாது என்பதை. என் உணர்வின் இன்னொரு பெயர் ஆசுவாசம். இவர்களில் யாரும் லூக் இல்லை. லூக், இல்லை. இல்லை. லூக் மருத்துவன் இல்லை.

நான் அந்த ஒற்றை சிவப்புப் புன்னகையைப் பார்க்கிறேன். அந்தப் புன்னகையின் சிவப்பு, செரினாவின் தோட்டத்துத் தூலிப்புகளின், அவற்றின் அடிப்பாகத்தில் அவை ஆறத் தொடங்கும் இடத்தின் சிவப்பை ஒத்திருக்கிறது. நிறம் ஒன்றேதான் என்றாலும் இரண்டுக்கும் தொடர்பு ஏதுமில்லை. அந்தத் தூலிப்புகள் ரத்தத் தூலிப்புகள் அல்ல, இந்தச் சிவப்புப் புன்னகைகளும் மலர்கள் இல்லை. இரண்டுக்கும் ஒன்றின் மீது ஒன்று கருத்து ஏதுமில்லை. தூக்கிலிடப்பட்ட மனிதனின் நம்பிக்கையின்மைக்குத் தூலிப்பு காரணமில்லை, அப்படியே தூலிப்புக்கும். ஒவ்வொன்றும் மதிப்புமிக்கது, அசலாய் இருப்பது. இப்படியான மதிப்புமிக்கவற்றின் பரப்பினூடாகத்தான் நான் என் வழியைத் தேர்ந்தெடுக்க வேண்டியிருக்கிறது, ஒவ்வொரு நாளும், ஒவ்வொரு வகையிலும். இவ்வாறு பிரித்துப்பார்ப்பதில் நான் ஏராளமான முனைப்பைச் செலுத்துகிறேன். நான் இதைச் செய்தாக வேண்டும். என்வரையில் நான் தெளிவாக இருந்தாக வேண்டும்.

என் பக்கத்தில் இருக்கும் பெண்ணிடத்தில் ஒரு திடுக்கத்தை உணர்கிறேன். அவள் அழுகிறாளா? இது எப்படி அவளை நல்லவிதமாகக் காண்பிக்க உதவும்? தெரிந்துகொள்ள எனக்கு வாய்ப்புமில்லை. என்னுடைய கைகளுமே என் கூடையின்

பிடியைச் சுற்றி இறுகியிருப்பதைக் காண்கிறேன். நான் எதையுமே வெளிக்காட்டிக்கொள்ள முடியாது.

ஆன்ட் லிடியா சொல்வாள், சாதாரணத்துக்கு, ஆம் அதற்குத்தான் நீங்கள் பழகி இருக்கிறீர்கள். இப்போது இது உங்களுக்கு சாதாரணமானதாகத் தோன்றாமல் இருக்கலாம். ஆனால், சிறிது காலம் கழித்து அப்படித் தோன்றும். எல்லாம் சாதாரணமாகும்.

3
இரவு

அத்தியாயம் ஏழு

இரவு என்னுடையது. எனதேயான நேரம், நான் விரும்பும் எதையும் செய்யலாம். அதாவது, நான் அமைதியாக இருக்கும்வரை. நான் அசையாதிருக்கும்வரை. நான் அசையாமல் கிடக்கும்வரை. கிடப்பதும் கிடத்தப்படுவதும் வேறுவேறு. கிடப்பதில் முனைப்பேதுமில்லை. ஆண்கள் சொல்வதுண்டு, நான் கிடத்தப்பட விரும்புகிறேன். அவளைக் கிடத்த விரும்புகிறேன் என்றும் சமயங்களில் சொல்வார்கள். இதெல்லாம் வெறும் ஊகம் மட்டுமே. ஆண்கள் அதை எப்படிச் சொல்வார்கள் என்று உண்மையில் எனக்குத் தெரியாது. அவர்கள் சொன்னதை வைத்துத் தெரிந்துகொண்டதுதான்.

ஆக, நான் இருக்கிறேன். அறைக்குள்ளே கூரையின் காரைக்கண்ணுக்குக் கீழே. வெண்ணிறத் திரைகளுக்குப் பின்னே. விரிப்புகளுக்கிடையே. சீரான அவற்றினிடையிலிருந்து, எனக்கான நேரத்திலிருந்து, காலத்திலிருந்து விலகி நழுவிப்போகிறேன். இதுவே காலம் என்றாலும், நான் இருப்பது இதில்தான் என்றாலும்.

என்றாலும், இரவு எனக்கான இடைவேளை. நான் எங்கு போகலாம்?

ஏதாவது நல்ல இடத்துக்கு.

மொய்ரா என்னுடைய படுக்கையினோரத்தில் கால்களை மடித்து, முழங்கையை மடியிலூன்றி, கத்திரிநிற ஓவராலும் ஒற்றைத் தொங்கட்டானும் அணிந்து, வினோதமாகத் தோன்றுவதற்காகவே தங்க நகம் அணிந்து, பருத்த மஞ்சள் நுனிவிரல்களுக்கு இடையில் சிகரெட்டுடன் உட்கார்ந்திருக்கிறாள். வா வெளியில் போய் ஒரு பீர் குடிக்கலாம்.

என்னுடைய மெத்தையில் சிகரெட்டுச் சாம்பலைக் கொட்டுகிறாய்.

நீ ஒத்துக்கொண்டாயென்றால் உனக்கு இந்தத் தொல்லையே இல்லை.

இன்னும் அரை மணிநேரத்தில், என்றேன். மறுநாள் எனக்குத் தேர்வு இருந்தது. என்ன தேர்வு? உளவியல், ஆங்கிலம், பொருளாதாரம். அப்போது நாங்கள் அதையெல்லாம் படித்தோம். அறையின் தரையில் புத்தகங்கள் கிடந்தன. திறந்த பக்கம் குப்புறக் கவிழ்ந்தும், இப்படியும் அப்படியுமாகவெல்லாம். ஏராளமாக.

இதோ பார், நீ உன் முகத்துக்கு வெள்ளை அடிக்கவெல்லாம் வேண்டாம், நான் மட்டும்தான் உடன் வரப்போகிறேன். எந்தத் தாளில் தேர்வு? நான் காதலர் சந்திப்புகளின் போதான டேட் ரேப் குறித்து ஒரு தாள் எழுதினேன்.

காதலர் சந்திப்புகளில் வன்புணர்வு. நீ மிக நவீனமானவள்தான். பேரைக் கேட்க ஏதோ இனிப்புப் பண்டம்போல் இருக்கிறது. டேட் ரப்பே.

ஹாஹா. போதும் உன் மேலங்கியை எடு.

அவளே அதை எடுத்து என் மீது எறிந்தாள். நான் உன்னிடமிருந்து ஐந்து டாலர்கள் கடனாக எடுத்துக்கொள்கிறேன். சரிதானா?

அல்லாவிட்டால், அம்மாவோடு எங்காவது ஒரு பூங்காவில். எனக்கு எத்தனை வயதாய் இருந்திருக்கும்? குளிராய் இருந்தது. எங்கள் மூச்சு நாங்கள் பார்க்க வெளிவந்தது. மரங்களில் இலைகளில்லை. வானம் சாம்பல் பூத்திருந்தது. துயரார்ந்த இரண்டு வாத்துகள் குளத்தில் இருந்தன. சட்டைப் பைக்குள் என்னுடைய விரல்களுக்குக் கீழே ரொட்டித்துண்டங்கள் இருந்தன. நாம் வாத்துகளுக்கு உணவளிக்கப்போகிறோம் என்றுதான் அவள் சொல்லியிருந்தாள்.

ஆனால், புத்தகங்களை எரித்துக்கொண்டு அங்கே சில பெண்கள் இருந்தனர். உண்மையில், அதற்காகத்தான் அவள் அங்கு வந்தாள். சனிக்கிழமைகள் எனக்கானவை. அவளுடைய தோழியரைப் பார்ப்பதற்காக அவள் என்னிடம் பொய் சொல்லியிருக்கிறாள். நான் அவளிடமிருந்து வாத்துகளைப் பார்க்கத் திரும்பிக்கொண்டேன். சலித்துக்கொண்டேன். ஆனாலும், அந்த நெருப்பு என்னைப் பின்னே ஈர்த்தது.

அந்தப் பெண்களுக்கு நடுவில் சில ஆண்களும் இருந்தார்கள். எரிந்துகொண்டிருந்தவை மாத இதழ்கள். காஸோலின் ஊற்றியிருப்பார்கள்போல, பிழம்புகள் உயரே எழும்பி எரிந்தன. பெட்டிகளிலிருந்து புத்தகங்களை ஒவ்வொன்றாக எடுத்து அவர்கள்

வீசினார்கள். சிலர் கோஷம் எழுப்பினார்கள். பார்வையாளர்கள் கூடினார்கள்.

அவர்களுடைய முகங்கள் சந்தோஷமாக இருந்தன, கிட்டத்தட்ட பரவசமாக. நெருப்புக்கு அந்த சக்தி உண்டு. வழக்கமாக மெலிந்தார்போல வெளிறிப்போயிருக்கும் என்னுடைய அம்மாவின் முகமும் மகிழ்ச்சியாக பளபளத்தது: ஒரு கிறித்துமஸ் வாழ்த்து அட்டையைப் போன்றிருந்தது. அங்கே இன்னொரு பெண்ணும் இருந்தாள். பருத்தவள், கன்னத்தில் சாம்பல் கறையுடனும், ஆரஞ்சு வண்ணத் தொப்பியுடனும். எனக்கு அவளை நினைவிருக்கிறது. எனக்கு என்ன வயதாய் இருந்திருக்கும்?

ஹனி, நீயும் ஒன்றை வீசுகிறாயா? அவள் கேட்டாள்.

நாறக் குப்பைகளை நல்லவிதமாகத் தொலைத்துக் கட்டிவிட்டோம். அவள் குதூகலித்தாள். இவளும் வீசட்டுமா?

அவளுக்கு விருப்பமென்றால் வீசட்டும். அம்மா சொன்னாள். அவளிடம் அது ஒரு பழக்கம். என்னைப் பற்றி மற்றவர்களிடம் பேசும்போது அது எனக்குக் கேட்காதது போன்ற பாவனையுடன் பேசுவது.

என்னிடம் அந்தப் பெண் ஒரு புத்தகத்தைக் கொடுத்தாள். அதில் ஒரு அழகான பெண் இருந்தாள், ஆடைகளற்றவளாய் இருந்த அவள் தன் கைகளில் சுற்றிக்கொண்டிருந்த சங்கிலியால் கூரையிலிருந்து தொங்கிக்கொண்டிருந்தாள். நான் அதை ஆர்வத்துடன் பார்த்தேன். அது என்னை அச்சுறுத்தவில்லை. தொலைக்காட்சியில் டார்ஜான் ஒரு கொடியிலிருந்து தொங்குவதைப் போல அவள் தொங்குகிறாள் என்று நினைத்தேன்.

அவளை அதைப் பார்க்கவிடாதே என்றாள் என் அம்மா. இந்தா அதைத் தூக்கி எறி சீக்கிரம்.

நான் அந்தப் பத்திரிகையைத் தீநாக்குகளுக்குள் எறிந்தேன். அது எரிந்துகொண்டே படபடத்துக் காற்றில் விரிந்தது. தாளின் கற்றைகள் கழன்று சுழன்றன, எரிந்தவாறே காற்றிலேறின. என் கண்களின் முன்பாகவே பெண்ணுடல் பாகங்கள் கருஞ்சாம்பலாய் மாறின.

ஆனால், அதற்குப் பிறகு என்ன நடந்தது. ஆனால், அதற்குப் பின் என்ன ஆயிற்று?

நான் காலத்தைத் தவறவிட்டது தெரிகிறது.

ஊசிகள், மாத்திரைகள் இப்படி ஏதாவது இருந்திருக்க வேண்டும். உதவியில்லாமல் அவ்வளவு பொழுதை யாராலும் கடந்திருக்க முடியாது. உனக்கு மனக்குழப்பம் உண்டாகியிருந்தது என்றார்கள்.

ஒரு ஓலம், ஒரு குழப்பம். அலையின் கொதிப்பைப் போன்ற எதையோ என்னால் உணர முடிந்தது. மிகவும் அமைதியாக இருந்ததும் நினைவிருக்கிறது. நான் வீறிட்டது நினைவிருக்கிறது. அது வீறிடலாகத் தோன்றியது என்றாலும் அது கிசுகிசுப்பாக மட்டுமேகூட இருந்திருக்கலாம். *அவள் எங்கே? அவளை என்ன செய்தீர்கள்?*

இரவும் இல்லை பகலும் இல்லை; வெறும் ஒரு துடிப்பதிர்வு மட்டும்தான். சிறிது காலம் கழித்து மீண்டும் நாற்காலிகள், ஒரு படுக்கை, அதற்குப் பிறகு ஒரு சன்னல்.

அவள் பாதுகாப்பான கரங்களில் இருக்கிறாள் என்றார்கள். அருகதையான நபர்களிடம். நீ அருகதையற்றவள். அவளுக்குச் சிறப்பானதைத்தான் வேண்டுகிறாய். இல்லையா?

அவளுடைய முகம் ஒரு நீள்வட்டமாக இருந்த புகைப்படமொன்றை எனக்குக் காட்டினார்கள். புல்வெளியில் நின்றிருந்தாள். அவளுடைய பொன்னிறக் கேசம் அவளுடைய தலைக்குப் பின்னால் இறுக்கிக் கட்டப்பட்டிருந்தது. அவளுடைய கையைப் பற்றியிருந்தது நான் அறிந்திராத ஒரு பெண்ணின் கை. அவள் அந்தப் பெண்ணின் முழங்கை அளவே நின்றாள்.

நீங்கள் அவளைக் கொன்றுவிட்டீர்கள் என்றேன். அவள் ஒரு தேவதையைப் போல் தெரிந்தாள். அமைதியாய், அடக்கமாய், பொட்டுப்போல, காற்றால் செய்யப்பட்டவள்போல.

நான் அதுவரை பார்த்திராத ஆடையை அணிந்திருந்தாள். அது வெண்ணிறத்ததாய், தரைவரை நீண்டதாய் இருந்தது.

நான் சொல்லிக்கொண்டிருக்கும் கதை இது என்று நம்ப விரும்புகிறேன். நான் அப்படித்தான் நம்ப வேண்டும். நம்பியாக வேண்டும். இப்படியான கதைகள் வெறும் கதைகள்தான் என்று நம்ப முடிந்தவர்களுக்கு வாய்ப்புகள் சிறப்பாய் இருக்கும்.

இது நான் சொல்லிக்கொண்டிருக்கும் கதை என்றால் அதன் முடிவு என் கையில் இருக்கும். அதற்கு ஒரு முடிவு இருக்கும். கதைக்கு. அதற்குப் பிறகு நிஜ வாழ்க்கை வரும். நான் விட்ட இடத்திலிருந்து மீண்டும் தொடரலாம்.

இது நான் சொல்லிக்கொண்டிருக்கும் கதை இல்லை.

போகிறபோக்கில் நான் என் தலைக்குள்ளேயே சொல்லிக் கொண்டிருக்கும்வரை இதுவும் ஒரு கதைதான்.

சொல்லுதல், எழுதுதல் அல்ல, ஏனென்றால் எழுதுவதற்கான எதுவும் என்னிடமில்லை. எப்படியும் எழுதுதல்தான் எனக்கு விலக்கப்பட்டதாயிற்றே. ஆனால், என் தலைக்குள்தான் என்றாலும், அது ஒரு கதை எனும்போது, அதை நான் வேறு யாரிடமோதான் சொல்லிக்கொண்டிருக்க வேண்டும். எப்போதும் வேறு யாரோ இருக்கத்தான் செய்கிறார்கள்.

யாருமே இல்லாதபோதும்கூட.

கதை என்பது கடிதத்தைப் போன்றது. அன்புள்ள உங்களுக்கு என்பேன். வெறும் உங்களுக்கு, பெயர் இல்லாமல். ஒரு பெயரைச் சேர்த்துக்கொள்வது உங்களை நிஜத்தின் உலகத்துடன் சேர்க்கிறது. அது ஆபத்தானது, மிக அபாயகரமானது: யாருக்குத் தெரியும் பிழைப்பதற்கான வாய்ப்புகள் என்ன இருக்கிறதென்று? உங்களுக்கு. நான் உங்களை, நீங்கள் என்பேன், ஒரு பழைய காதல் பாடலில் போல. நீங்கள் என்பது ஒன்றுக்கு மேற்பட்டவர்களாக இருக்கலாம்.

நீங்கள் என்பது ஆயிரக்கணக்காகவும் இருக்கலாம்.

நான் உடனடியான எந்த ஆபத்திலும் இல்லை என்று உங்களிடம் சொல்வேன்.

உங்களால் என்னைச் செவியுற முடியும் என்பதாய் பாவித்துக்கொள்வேன்.

ஆனால், அதனால் ஒரு நன்மையும் இல்லை. ஏனென்றால், உங்களால் முடியாது என்பது எனக்குத் தெரியும்.

4
காத்திருப்பு அறை

அத்தியாயம் எட்டு

அருமையான காலநிலை தொடர்கிறது. நாங்கள் கோடையுடைகளையும் செருப்புகளையும் வெளியிலெடுத்து ஐஸ்க்ரீம் கூம்புகள் வாங்கப்போகும் ஜூன் மாதம்போலவே இருக்கிறது. சுவரில் மூன்று புதிய உடல்கள் இருக்கின்றன. ஒருவர் பாதிரியார், குருமார்கள் அணியும் கறுப்பு அங்கியை இன்னும் அணிந்திருப்பவர். கிளைப்பிரிவுகளின் போர் தொடங்கிய பிறகு, இந்த அங்கிகள் அவர்களை வெளிச்சமிட்டுக் காட்டியதால் அதையெல்லாம் இவர்கள் அணிவதை நிறுத்திப் பல வருடங்கள் ஆகிவிட்டபோதும் விசாரணைக்காக அவருக்கு அணிவித்திருக்கிறார்கள். மற்ற இருவரின் கழுத்தைச் சுற்றியும் கத்திரிநிற அட்டைகள் தொங்கவிடப்பட்டிருக்கின்றன: பாலின துரோகம். அவர்களின் உடல்கள் இன்னமும் பாதுகாவலர்களின் சீருடைகளை அணிந்திருக்கின்றன. ஒன்றாகப் பிடிபட்டிருப்பார்கள். ஆனால், எங்கு? அவர்களுடைய முகாமிலா, குளியலறையிலா? ஊகிப்பது கடினம். சிவப்புப் புன்னகையுடனான பனிமனிதனைக் காணவில்லை.

"நாம் போக வேண்டும்" என்கிறேன் ஆஃப்க்ளெனிடம். எப்போதும் இதைச் சொல்பவள் நானாகத்தான் இருக்கிறேன். நான் இப்படிச் சொல்லாமல் விட்டால் இவள் என்றென்றைக்குமாக இங்கேயே தங்கிவிடுவாள் என்று சில சமயங்களில் தோன்றிவிடுகிறது. இவள் துக்கம் அனுஷ்டிக்கிறாளா அல்லது அவலமகிழ்வடைகிறாளா? இன்னமும் எனக்குப் புரியவில்லை.

எதுவும் பேசாதவளாய், குரலால் இயங்குகிறவள்போல, ஏதோ எண்ணெயிடப்பட்ட சக்கரங்களின் மீது இருப்பவள்போல, இசைப்பெட்டியின் மீது இருப்பவள்போல அவள் திரும்புகிறாள். இவளுடைய இந்த நளினத்தை நான் வெறுக்கிறேன். அழுத்தமான காற்றுக்குக் குனிந்தது போன்ற அவளுடைய பணிந்த தலையை வெறுக்கிறேன். இங்குதான் காற்றே இல்லையே.

சுவரை விட்டு அகல்கிறோம். வெதுவெதுப்பான காலை வெயிலின் கீழ், வந்த வழியே திரும்புகிறோம்,

“அழகான மே தினம்” என்கிறாள் ஆஃப்க்ளென். அவளுடைய தலை ஒரு பதிலுக்காக எனை நோக்கித் திரும்புவதை, பார்க்கவில்லை, உணர்கிறேன்.

“ஆம்” என்கிறேன். “கடவுளுக்கு நன்றி” நினைவுவந்ததுபோல் சேர்த்துக்கொள்கிறேன். முன்பொரு காலத்தில், உயர்நிலையில், போர்கள் குறித்துப் படித்தபோது *மே தினம்* என்பது இன்னலில் சிக்கியிருப்பதற்கான அடையாளக்குறியாக இருந்தது. எது எத்தனையாவது போர் என்பதிலெல்லாம் எனக்கு எப்போதுமே குழப்பம்தான். ஆனால், அந்த விமானங்களை மட்டும் சரியாகக் கவனித்தால் இது இன்னதென்று கண்டுபிடித்துவிடலாம். மே தினத்தைப் பற்றி எனக்கு விளக்கமளித்தவன் லூக்தான். தாக்கப்பட்ட விமானங்களின் விமானிகளுக்கும் கப்பல்களுக்கும் - கப்பல்களுக்கும்தானா? அல்லது கப்பல்களுக்கு அது *SOS* என்று நினைக்கிறேன், சரிபார்க்க முடிந்தால் நன்றாக இருக்கும் - *மேடே, மேடே* என்பதுதான் சமிக்ஞை. அதோடு அது இப்படியான போர்களில் ஒன்றின் வெற்றிக்காக பீத்தோவன் இயற்றிய ஒன்றிலிருந்து எடுத்தாளப்படுவது.

மேடே, இது எதிலிருந்து வந்ததென்று தெரியுமா? என்றான் லூக்.

தெரியவில்லையே. ஆனால், இது கொஞ்சம் விநோதமான வார்த்தைப் பயன்பாடுதான் என்றேன்.

அவள் பிறப்பதற்கு முன்னான ஞாயிறு காலைகள். காப்பியோடும் செய்தித்தாள்களோடும் விடிந்தவை. அப்போது செய்தித்தாள்கள் கிடைத்துக்கொண்டிருந்தன. நாங்கள் படுக்கையில் இருந்தபடியே வாசிப்போம்.

இது பிரெஞ்சிலிருந்து வந்தது. *மேதே*.

உதவுங்கள்.

எங்களை நோக்கி ஒரு சிறு ஊர்வலம் வந்துகொண்டிருக்கிறது. ஒரு சவ ஊர்வலம்: மூன்று பெண்கள், தலையணிக்கு மேலாகக் கறுநிற சல்லாத்துணியால் முக்காடிட்டிருப்பவர்கள். ஒருத்தி மலிவுமனைவி, மற்ற இருவரும் அவளுடைய தோழியராக இருக்கலாம். அவர்களும் மலிவுமனைவியர்தான். கோடுகள் தீட்டப்பட்டிருக்கும் அவர்களுடைய ஆடைகள் அவர்களுடைய முகங்களைப்

போலவே கந்தைக்கோலத்தில் இருக்கின்றன. என்றாவது ஒருநாள் நிலைமை சரியாகும். அப்போது மலிவுமனைவியாக இருக்க வேண்டிய அவசியம் யாருக்கும் வராது என்பாள் ஆன்ட் லிடியா.

முதலாலாமவள் துஷ்டிக்காரி, தாய். ஒரு சிறிய கறுப்பு ஜாடியை வைத்திருக்கிறாள். அந்த ஜாடியின் அளவிலிருந்து அது அவளுக்குள் மூழ்கிப்போய், இறந்து வெளியில் வழிந்தபோது எத்தனை மாதத்தினதாய் இருந்திருக்கும் என்பதைக் கணக்கிட்டுக்கொள்ளலாம். இது குழந்தையா, குழந்தையல்லாததா என்பதைக்கூட அறுதியிட முடியாத அளவுக்குச் சிறியது. இரண்டு அல்லது மூன்று மாதங்களாக இருந்திருக்கும். அதனிலும் மூத்தவற்றுக்கு, பிறப்பின்போது இறப்பவற்றுக்கு பெட்டிகள் கிடைக்கும்.

அவர்கள் எங்களைக் கடக்கும்போது நாங்கள் மரியாதை நிமித்தம் நிற்கிறோம். நான் உணர்வதை, வயிற்றில் குத்தியதைப் போன்ற இந்த வலியை ஆஃப்க்ளெனும் உணர்கிறாளா? எங்கள் நெஞ்சில் கையை வைத்து இந்த அந்நியப் பெண்களுக்கு நாங்கள் அவர்களின் துயரத்தில் உடன் இருப்பதை உணர்த்துகிறோம். அந்த முதல் பெண் எங்களைப் பார்த்து அவளுடைய முக்காட்டுக்குள்ளாகவும் முகஞ்சுளிக்கிறாள். மற்றவர்களுள் ஒருத்தி, திரும்பி, நடைபாதையில் துப்புகிறாள். மலிவுமனைவியருக்கு எங்களைப் பிடிக்காது.

கடைகளைக் கடந்து மீண்டும் தடைவேலிக்கு வருகிறோம், தாண்ட அனுமதிக்கப்படுகிறோம். பெரியனவாய், காலியாய், தோன்றும் வீடுகளூடாகக் களைகளில்லா புல்வெளிகளூடாக நடக்கிறோம். வளைவில், நான் பணிக்கப்பட்டிருக்கும் வீட்டுக்கு அருகில் ஆஃப்க்ளென் நிற்கிறாள். எனை நோக்கித் திரும்புகிறாள்.

“அவருடைய **க**ண்களின் பிடியில்” என்கிறாள். பொருத்தமான முகமன்.

“அவருடைய **க**ண்களின் பிடியில்” நான் பதிலளிக்க, தலையசைக்கிறாள். ஏதோ சொல்ல வருவதுபோல் சிறிதே தயங்குகிறாள். பிறகு, சாலையில் திரும்பி நடக்கத் தொடங்குகிறாள். நான் அவளைப் பார்க்கிறேன். அவள் என்னுடைய பிரதிபிம்பம்போல் இருக்கிறாள், நான் எந்தக் கண்ணாடியிலிருந்து விலகி நடந்துகொண்டிருக்கிறேனோ அதில் இருப்பவளைப் போல.

நடைவழியில் நிக் இப்போதும் வர்ல்விண்டை மினுக்கிக் கொண்டிருக்கிறான். பின்புறம் இருக்கும் உலோக பாகத்துக்கு

நகர்ந்திருக்கிறான். நான் வாயிற்கதவில் இருக்கும் தாழ்ப்பாள் மீது உறைக்குள்ளிருக்கும் என் கையை வைக்கிறேன். திறக்கிறேன். உட்புறமாய்த் தள்ளுகிறேன். எனக்குப் பின்னால் வாயிற்கதவு ஓசையெழுப்புகிறது. ஓரத்தில் இருக்கும் தூலிப்புகள் எப்போதைக்காட்டிலும் சிவந்திருக்கின்றன. விரிந்து மதுக்குவளைகளாய் அல்லாமல் குடுவைகளாய் மேல் நோக்கி அண்ணாந்திருக்கின்றன. ஆனால், எதற்காக? எப்படியும் காலியாகத்தானே இருக்கின்றன. முதிர்ந்த பிறகு இவை தம் உட்பக்கத்தை வெளிப்புறம் பிதுக்கி இதழ்கள் துண்டுகளாய்த் தெறிக்க மெல்ல வெடிக்கும்.

நிக் நிமிர்ந்து பார்த்து சீட்டியடிக்கத் தொடங்குகிறான். பிறகு, “நல்ல உலாவலா?” என்கிறான்.

நான் தலையசைக்கிறேன், குரலால் பதிலளிக்கிறேனில்லை. அவன் என்னிடம் பேசுவது கூடாது. ஆனாலும், சிலர் முயன்றுபார்க்கத்தான் செய்வார்கள் என்பாள் ஆன்ட் லிடியா. எல்லாத் தசையும் பலகீனமானதே. நான் அவளை என் தலைக்குள்ளாகத் திருத்தினேன், எல்லாத் தசையும் புல்லே. அவர்களால் தங்களைக் கட்டுபடுத்திக்கொள்ள முடியாது. கடவுள் அவர்களை அப்படித்தான் படைத்திருக்கிறார். ஆனால், உங்களை அவர் அப்படிப் படைக்கவில்லை. உங்களை அவர் வேறு மாதிரி படைத்திருக்கிறார். எல்லைகளை வகுத்துக்கொள்வது உங்கள் கைகளில்தான் இருக்கிறது. பிற்பாடு உங்களுக்கு நன்றிசெலுத்தப்படும்.

வீட்டின் பின்பகுதியில் இருக்கும் தோட்டத்தில் தனக்காகக் கொண்டுவரப்பட்டிருக்கும் நாற்காலியில் தளபதியின் மனைவி அமர்ந்திருக்கிறாள். செரினா ஜாய், என்னவொரு மடத்தனமான பெயர். அப்போதெல்லாம், முந்தைய காலத்தில், கூந்தலை நேராக்க, தலைக்குப் பூசிக்கொள்ள பயன்படுத்தப்பட்ட வஸ்துவின் பெயரைப் போலல்லவா இருக்கிறது. *செரினா ஜாய்* என்று பெயர் பொறிக்கப்பட்டிருந்த அந்தப் புட்டியில், வர்ணத்தாளில் வரைந்தெடுக்கப்பட்டு, இளஞ்சிவப்பு நீளுருண்டைப் பின்னணியில் ஒட்டப்பட்ட ஒரு பெண்ணின் தலை, பொன்னிற விளிம்புகளோடு இருக்கும். பெயர் என்று பார்த்தால் தேர்ந்தெடுக்க எத்தனையோ இருக்கும்போது, இதை எதற்காக அவள் தேர்ந்தெடுத்தாள்? செரினா ஜாய் என்பது அவளுடைய நிஜப்பெயரல்ல, அப்போதும்கூட இதுவல்ல அவள் பெயர். அவளுடைய நிஜப்பெயர் பேம். ஞாயிறு காலைகளில் அம்மா இன்னமும் உறக்கத்தில் இருக்கும்

நேரத்தில், இவளுடைய பாட்டை முதன்முறையாகக் கேட்டு வெகுநாட்களுக்குப் பிறகு, ஒரு செய்திப் பத்திரிகையில் அவளைப் பற்றிய குறிப்பில் படித்தேன். அப்படியான குறிப்புகள் வருமளவுக்கு அப்போது அவள் பெயர்பெற்றிருந்தாள். டைம் அல்லது நியூஸ்வீக் ஆக இருக்கும், அப்படித்தான் இருக்க வேண்டும். அப்போது அவள் பாடுவதை நிறுத்திக்கொண்டு உரைகள் நிகழ்த்திக்கொண்டிருந்தாள். சிறப்பாகச் செய்தாள். அவளுடைய உரைகள் வீட்டின் புனிதத்தைப் பற்றியும் பெண்கள் எப்படி வீடுகளிலேயே தங்கியிருக்க வேண்டும் என்பது குறித்துமே இருந்தன. அவளே அப்படி இல்லை. ஆனால், அதற்குப் பதிலாக அதைப் பற்றி உரைகளைச் செய்தாள். ஆனாலும், தன்னுடைய இந்தத் தோல்வியை மற்றவர்களின் நன்மைக்காக, தான் செய்யும் தியாகமாகக் காட்சிப்படுத்தினாள்.

அந்த சமயத்தில்தான் யாரோ அவளைச் சுட முயன்று தவறினார்கள். அவளுக்கு நேர் பின்னே நின்றுகொண்டிருந்தவள், அவளுடைய காரியதரிசி, கொல்லப்பட்டாள். வேறு யாரோ அவளுடைய வண்டியில் ஒரு வெடிகுண்டை வைத்தார்கள். ஆனால், அது நேரத்துக்கு முன்பே வெடித்தது. ஆனால், சிலர் அது பரிதாப அலைக்காகத் தன்னுடைய வண்டியில் அவளே வைத்துக்கொண்டது என்றார்கள். அவ்வளவுக்கு விவகாரங்கள் சூடேறியிருந்தன.

குளியல் உடைகளோடும் இரவுத்தொப்பிகளோடும் லூக்கும் நானும் சில வேளைகளில் நள்ளிரவுச் செய்திகளில் அவளை, திரவம் பீய்ச்சப்பட்ட அந்தக் கூந்தலை, பேய்க்கூச்சலை, நினைத்த பொழுதில் அவளால் வடிக்க முடிந்த கண்ணீரை, இமைச்சாயம் கறுப்பாக்கிய அவளுடைய கன்னங்களைப் பார்த்திருக்கிறோம். அப்போதெல்லாம் அவள் ஒப்பனை அணியத் தொடங்கியிருந்தாள். நாங்கள் அவள் வேடிக்கையாய் இருப்பதாய்க் கருதினோம். லூக் மட்டுமாவது அப்படி நினைத்தான். நான் அப்படி நினைப்பதாய்க் காட்டிக்கொண்டேன். உண்மையில் அவள் கொஞ்சம் பயங்கரமாய் இருந்தாள். சத்தியமாய் அப்படித்தான் இருந்தாள்.

அவள் இப்போது உரைகள் நிகழ்த்துவதில்லை. பேச்சற்றவளாகி விட்டாள். வீட்டிலேயே தங்கியிருக்கிறாள். ஆனால், அதில் அவளுக்கு ஒப்புதலிருப்பதாய்த் தெரியவில்லை. தன்னுடைய பேச்சு பிடுங்கப்பட்டிருப்பது குறித்து அவளுடைய மனதில் எவ்வளவு ஆங்காரம் இருக்க வேண்டும்.

அவள் தூலிப்புகளைப் பார்த்துக்கொண்டிருக்கிறாள். அவளுடைய கைத்தடி அவளுக்குப் பக்கத்தில் புல்லின் மீது இருக்கிறது. எனக்குப் பக்கவாட்டில் இருக்கிறாள் என்பதை ஒரு வேகப்பார்வையில், அவளைத் கடந்துபோகையில் காண்கிறேன். அவளை உற்றுப்பார்ப்பது கூடாது. இனியும் அது காகிதத்தில் வெட்டியெடுத்த அழகிய உருவமல்ல, அவளுடைய முகம் தனக்குள்ளாகவே மூழ்கிக்கொண்டிருப்பது. ஆறுகளின் மீது எழுப்பப்பட்ட நகரங்களையும் ஒரே இரவில் புதைகுழிகளுக்குள் மூழ்கிப்போகும் அவற்றின் வீடுகளையும் தெருக்களையும் சுரங்கங்களுக்குள் நொறுங்கிவீழும் நிலக்கரி நகரங்களையும் நினைத்துக்கொள்கிறேன். உண்மையில், விவகாரங்கள் எப்படியான உருக்கொள்ளத் தொடங்குகின்றன என்பது தெரிய வந்ததும் அவளுக்கும் இப்படித்தான் ஏதோ நிகழ்ந்திருக்க வேண்டும்.

அவள் முகத்தைத் திருப்பவில்லை. நான் அங்கிருக்கிறேன் என்று தெரிந்தும் என்னுடைய இருப்பை அவள் எவ்விதத்திலும் அங்கீகரிக்கவில்லை. அவள் அறிவாள் என்பது எனக்குத் தெரியும், அது ஒரு மணத்தைப் போன்றது, அவளது அறிதல்; திரிந்துபோன எதையோ போன்றது, பழைய பாலைப் போல.

நீங்கள் கவனமாய் இருக்க வேண்டியது கணவன்மார்களிடம் அல்ல, மனைவிமார்களிடம் என்பாள் ஆன்ட் லிடியா. அவர்கள் எப்படி உணர்வார்கள் என்று நீங்கள் எப்போதும் நினைத்துப்பார்க்க வேண்டும். அவர்கள் உங்களை வெறுக்கவே செய்வார்கள். அது இயற்கைதான். அவர்களுக்காக யோசித்துப்பாருங்கள். மற்றவர்களுக்காக யோசித்துப்பார்ப்பதில் தான் சிறப்புவாய்ந்தவள் என்பது ஆன்ட் லிடியாவின் நினைப்பு. அவர்கள் மீது பரிதாபம்கொள்ளுங்கள். அவர்களை மன்னியுங்கள், தாங்கள் செய்வது யாதென அறியாதவர்கள். மீண்டும் ஒரு பிச்சைக்காரனதைப் போன்ற அந்த நடுக்கத்துடனான புன்னகையும் பலகீனமான அந்தக் கண்களின் சிமிட்டலும். உலோக விளிம்புள்ள வட்டக் கண்ணாடிகளூடாக வகுப்பறையின் பிற்பகுதியின் கூரையை நோக்கும் அந்தப் பார்வை. பச்சைச் சாயம் பூசப்பட்ட அந்த சிமென்ட் கூரையைப் பிளந்துகொண்டு இளஞ்சிவப்பு முத்து முகப்பூச்சு மேகத்தில், அந்தக் கம்பிகளுக்கும் குழாய்களுக்கும் இடையில் ஏதோ கடவுளே இறங்கி வந்துகொண்டிருக்கிறார் என்பதுபோல. அவர்கள் தோல்வியுற்ற பெண்கள் என்பதை நீங்கள் உணர வேண்டும். அவர்களால் அது இயலாமல்...

அங்கு அவளுடைய குரல் உடைந்து ஒருகணம் தாமதிக்க, உடனே ஒரு பெருமூச்சு எழுந்தது. என்னைச் சுற்றியுள்ளவர்களிடமிருந்து கிளம்பும் கூட்டுப் பெருமூச்சு. இவ்வகையான தாமதங்களின்போது அசைவதோ நெளிவதோ தவறாய்ப் போகும்: அதைக் கவனிக்காதவள் போல்தான் ஆன்ட் லிடியா தோன்றுவாள். ஆனால், ஒவ்வொரு சிறு அசைவையும் அறிவாள். ஆக, அந்தப் பெருமூச்சு மட்டுமே வெளிப்படும்.

மீண்டவள், வருங்காலம் உங்கள் கைகளில் என்றாள். அவளுடைய கைகளை எங்களை நோக்கி நீட்டுவாள். உதவுகுறிப்பாக இருப்பதோடு வரவேற்பாகவும் இருக்கும் சைகை. அணைப்புக்குள்ளும் ஒப்புதலுக்காகவும் முன்வர வேண்டும் என்றும் கேட்கும் பழஞ்சைகை. தன்னுடைய கைகளை ஏதோ அவைதான் அவளுக்கு அந்த எண்ணத்தை அளித்தவை என்பதுபோல் பார்த்தவாறே உங்கள் கைகளில் என்றாள். எங்களுடைய கைகள் வருங்காலத்தினால் நிறைந்திருப்பவையாம்; நீட்டப்படக்கூடியவை, ஆனால் பார்க்கப்பட மாட்டாதவை.

நான் சுற்றிநடந்து பின்வாசல் கதவை அடைகிறேன். அதைத் திறக்கிறேன். உள்ளே நுழைகிறேன். அடுப்படி மேசையில் கூடையை வைக்கிறேன். மேசை துடைக்கப்பட்டு, மாவில்லாமல் சுத்தப்படுத்தப்பட்டிருக்கிறது. இன்றைய ரொட்டி, புதிதாய் செய்யப்பட்டு, கம்பித்தட்டில் ஆறிக்கொண்டிருக்கிறது. அடுப்படி, ஈஸ்டின் மணத்தால் நிறைந்திருக்கிறது. நினைவேக்கம் கொள்ளச்செய்யும் மணம் இது. எனக்கு மற்ற அடுப்படிகளை நினைவுபடுத்துகிறது, என்னுடையவையாய் இருந்த அடுப்படிகளை. என்னுடைய அம்மா ரொட்டி செய்ததில்லை என்றாலும் இது அன்னையரையும் நினைவுபடுத்துகிறது. இது என்னுடைய மணமாய்க் கமழ்கிறது, முந்தைய காலகட்டத்தையதாய், நான் அம்மாவாய் இருந்த போதானதாய்.

இது வழிகெடுக்கும் வாசம், எனக்குத் தெரியும், இதைக் கமழவிடாமல் அடைத்தாக வேண்டும்.

இதோ ரீட்டா, மேசை முன் அமர்ந்து கேரட்களைத் தோல் சீய்த்து நறுக்கிக்கொண்டிருக்கிறாள். முதிர்ந்த கேரட்கள். பெரியவை, கூதிர் காலத்தைத் தாண்டிவிட்டவை, கிடங்கில் இருந்த சமயத்தில் தாடி வளர்ந்தவை. மென்மையான, வெளிறிய, புதிய கேரட்கள் தயாராக இன்னமும் பல வாரம் பிடிக்கும். அவள் உபயோகிக்கும்

கத்தி கூரானதும் பளபளப்பானதுமாக இருக்கிறது, ஆவலைத் தூண்டுவதாகவும். எனக்கு அதைப் போன்ற ஒரு கத்தி வேண்டும்.

கேரட்களை வெட்டுவதை நிறுத்திக்கொள்ளும் ரீட்டா எழுகிறாள், கூடையிலிருந்து ஆவலாகவே பொட்டலங்களை எடுக்கிறாள். நான் வாங்கிவருவதைப் பார்க்க ஆர்வமாக இருந்திருப்பாள். ஆனாலும், பொட்டலங்களைப் பிரிக்கும்போதெல்லாம் முகத்தைச் சுளிக்கிறாள். நான் வாங்கிவரும் எதுவும் அவளை திருப்திப்படுத்துவதில்லை. அவளே வாங்கியிருந்தால் எல்லாம் சரியாக இருக்கும் என்பது அவள் நினைப்பு. அவளே கடைத்தெருவுக்குப் போகவும் அவளுக்கு வேண்டியதைக் கச்சிதமாக வாங்கிவிட ஆசையும், என்னுடைய நடைப்பயிற்சி குறித்து என் மீது பொறாமையும் உள்ளவள். இந்த வீட்டில் எல்லோருமே ஒருவர் மீது ஒருவர் எதன் பொருட்டாவது பொறாமை கொள்கிறோம்.

"ஆரஞ்சுகள் கிடைக்கின்றன, பாலும் தேனும் கடையில்" என்கிறேன். "இன்னமும் மீதமும் இருக்கின்றன." இதை அவளுக்குச் செய்யும் உதவியாக நினைக்கிறேன். என்னை உகந்தவளாகக் காட்டிக்கொள்ள விழைகிறேன். நான் ஆரஞ்சுகளைப் பார்த்தது நேற்று. ஆனால், ரீட்டாவிடம் சொல்லவில்லை. நேற்று அவள் மிகவும் சிடுசிடுப்பாக இருந்தாள். "நான் நாளைக்குக் கொஞ்சம் வாங்கிவருவேன், நீ அவற்றுக்கான கிள்ளாக்குகளைக் கொடுத்தால்." கோழியிறைச்சியை அவளிடம் நீட்டுகிறேன். இன்றைக்கு அவள் மாட்டிறைச்சி கேட்டிருந்தாள், கிடைக்கவில்லை.

மகிழ்ச்சியையோ ஒப்புதலையோ காட்டிக்கொள்ளாமல் ரீட்டா முனகுகிறாள். அது குறித்து அவளது இனிமையான ஓய்வுநேரத்தில் அவள் சிந்திப்பாள் என்பதை அவளுடைய முனகல் சொல்கிறது. எண்ணெய்த்தாளைச் சுற்றியிருக்கும் சணலை நீக்கி கோழியை வெளியில் எடுக்கிறாள். ஒரு இறக்கையைத் திருகுகிறாள், ஓட்டைக்குள் ஒரு விரலால் குத்திப்பார்க்கிறாள். உள்ளுறுப்புகளை வெளியில் உறுவுகிறாள். கோழி தலையில்லாமல், கால்களில்லாமல், நடுக்கத்தில்போல தோல் குத்திட்டிருக்க, இதோ கிடக்கிறது.

"குளியல் தினம்" என்கிறாள் ரீட்டா, என்னைப் பார்க்காமலேயே.

துடைப்பான்களை வைத்திருக்கும் பண்டக அறையிலிருந்து வரும் கோரா அடுப்படிக்குள் நுழைகிறாள், "கோழியா" என்கிறாள் கிட்டத்தட்ட மகிழ்ச்சியாகவே.

“எலும்பெலும்பாய்” என்கிறாள் ரீட்டா. “ஆனால், வேறு வழியில்லை.”

“இதைவிட நல்லதாய்க் கிடைக்கவில்லை” என்கிறேன். ரீட்டா என்னை சட்டை செய்கிறாளில்லை.

“எனக்கென்னமோ பெரிதுபோல்தான் தெரிகிறது” என்கிறாள் கோரா. அவள் எனக்காகப் பரிந்து பேசுகிறாளா என்ன? புன்னகைக்க வேண்டுமா என்று தெரிந்துகொள்ள நான் அவளைப் பார்க்கிறேன். ஆனால் இல்லை, அவள் மனதிலிருப்பது உணவு மட்டும்தான். ரீட்டாவோடு பார்க்க அவள் இளையவள், மேற்குப் பக்கமிருக்கும் சன்னலின் வழியாய்ச் சரிந்தபடி உள்ளே வரும் சூரிய ஒளி அவளது பின்னோக்கி வாரப்பட்ட வகிடெடுத்த கூந்தலில் படுகிறது. மிகச் சமீபத்தில்வரை அவள் அழகாய் இருந்திருக்க வேண்டும். தோடுகளுக்காக அவளது செவிகளில் இடப்பட்டிருந்த துளைகள் தூர்ந்ததில் அங்கு சிறிய குறிகள் இருக்கின்றன.

“உயரமாய் இருக்கிறது ஆனால் தொத்தல். நீ வாயைத் திறந்து பேச வேண்டும்” என்கிறாள் ரீட்டா, முதல்முறையாக என்னை நேராகப் பார்த்து. “நீ ஒன்றும் சராசரி அல்ல.” அவள் குறிப்பிடுவது தளபதியின் படிநிலையை. ஆனால் இன்னொரு வகையில், அவளுடைய வகையில், அவள் நினைப்பில் நான் சராசரிதான். அவளுக்கு அறுபது வயதுக்கு மேலிருக்கும். அவளுடைய மனதை இனி மாற்ற முடியாது.

கழுவுதொட்டிக்குப் போகிறாள், குழாயின் கீழ் சிறிதே நேரம் கைகளை நீட்டுகிறாள், துடைதுணியில் அவற்றைத் துடைத்துக்கொள்கிறாள். துடைதுணி வெள்ளையாகவும் அதன் கோடுகள் நீலநிறத்திலும் இருக்கின்றன. துடைதுணிகள் எப்போதும் போலவே இருக்கின்றன. சமயங்களில் இயல்புநிலையின் தெரிப்புகள் என் மீது பாய்கின்றன. பக்கவாட்டிலிருந்து, பதுங்குகுழிகளிலிருந்து பாய்வதைப் போல. ஒரு சாதாரணத்தன்மை, ஒரு வழக்கமான செயல், ஒரு நினைவுகூரல், ஒரு எத்து. தருணங்கெட்டத்தனமாக இந்தத் துடைதுணியைப் பார்த்து இப்படி மூச்சடைத்து நிற்கிறேன். சிலருக்கு, சில வகைகளில், பெரிதாய் எதுவும் மாறிவிடவில்லை.

“குளியல் யார் பொறுப்பு?” ரீட்டா கேட்கிறாள். என்னிடமல்ல, கோராவிடம். “நான் இந்தப் பறவையை ஊறவைக்க வேண்டும்.”

“நான் பிறகு செய்கிறேன். தூசிதட்டிய பிறகு” என்கிறாள் கோரா.

“எப்படியோ முடிந்தால் சரி” என்கிறாள் ரீட்டா.

அவர்கள் என்னைப் பற்றி பேசுகிறார்கள். ஏதோ எனக்குக் கேட்காது என்பதுபோல. அவர்களுக்கு நான் ஒரு வீட்டுவேலை, மற்றவற்றோடு அதிகப்படியான ஒன்று.

நான் கிளம்பச் சொல்லப்பட்டேன். கூடையை எடுத்துக் கொள்கிறேன். அடுப்படி வாயிலைத் தாண்டி கூடத்தினூடாக தாத்தா கடிகாரத்தை நோக்கி நடக்கிறேன். அமரும் அறையின் கதவு மூடியிருக்கிறது. விசிறிவிளக்கின் வழியே வெயில் உள்ளே வருகிறது. தரையின் மீது நிறங்களாய் விழுகிறது: சிவப்பு, நீலம், ஊதா. நான் அதற்குள் அடிவைக்கிறேன், கைகளை நீட்டுகிறேன், அவை வெளிச்சப்பூக்களால் நிரம்புகின்றன. நான் படிகளில் ஏறுகிறேன். கூடத்தின் கண்ணாடியில் என்னுடைய முகம் விலகல் தன்மையோடு, வெளிறி, வடிவஞ்சிதைந்து, அழுத்தப்பட்டிருக்கும் ஒரு விழிபோல் பிதுங்கித் தெரிகிறது. மாடியின் மங்கலான இளஞ்சிவப்பு விரிப்பு பூண்ட நீளமான கூடத்தினூடாக அறைக்குத் திரும்புகிறேன்.

நான் தங்கும் அறையின் கதவுக்கு அருகில் கூடத்தில் யாரோ நின்றிருக்கிறார்கள். கூடம் இருட்டியிருக்கிறது. ஒரு ஆண். அவனுடைய முதுகு என் புறமாய் இருக்கிறது. அவன் அறைக்குள் பார்த்துக்கொண்டிருக்கிறான். அதன் வெளிச்சத்தில் இருளாய்த் தெரிகிறான். இப்போது எனக்குத் தெரிகிறது, இது தளபதி. அவர் இங்கிருக்கக் கூடாது. நான் வருவதை அவர் செவியுறுகிறார். திரும்புகிறார், தாமதிக்கிறார், முன்னே நடக்கிறார், எனை நோக்கி. அவர் சம்பிரதாயங்களை மீறுகிறார். இப்போது நான் என்ன செய்வது?

நான் நிற்கிறேன். அவர் தாமதிக்கிறார். என்னால் அவர் முகத்தைப் பார்க்க முடிகிறது, அவர் என்னைப் பார்த்துக்கொண்டிருக்கிறார். அவருக்கு என்ன வேண்டும்? ஆனால், அவர் தொடர்ந்து நடக்கிறார். என்னைத் தொட்டுவிடாதிருக்கும் பொருட்டு பக்கவாட்டுக்கு நகர்கிறார். தலையை நிமிர்த்துகிறார். போய்விட்டார்.

எனக்கு ஏதோ தெரிவிக்கப்பட்டிருக்கிறது. ஆனால், அது என்ன? ஒரு மலைமுகட்டின் மீதிருந்து ஒரு நொடி மட்டும் காணக்கிடைக்கும் அறிந்திராத நாட்டின் கொடியைப் போன்றது அது. ஒரு தாக்குதல், ஒரு பேச்சுவார்த்தைக்கான அழைப்பு, ஏதோ ஒன்றுக்கான முற்றுப்புள்ளி, ஒரு அதிகாரப்பரப்பு, இப்படி எதற்கும் அது அர்த்தமாகலாம். மிருகங்கள் ஒன்றுக்கொன்று

கொடுத்துக்கொள்ளும் சமிக்ஞைகள்; தாழ்த்தப்பட்ட நீல இமைகள், பின்னுக்கு இழுக்கப்பட்ட காதுகள், உயர்த்தப்படும் திமில்கள். வெளிக்காட்டப்படும் பற்களின் மின்னல். அவர் என்ன இழவைச் செய்துகொண்டிருப்பதாக நினைத்துக்கொண்டிருக்கிறார்? யாரும் அவரைப் பார்த்துவிடவில்லை. அப்படித்தான் நம்புகிறேன். அவர் வேவுபார்த்தாரா? என்னுடைய அறைக்குள் வந்தாரா?

அதை நான் என்னுடைய என்றேன்.

அத்தியாயம் ஒன்பது

ஆக, என்னுடைய அறை. எப்படியும் என்னுடையதென்று நான் சொல்லிக்கொள்ளும் ஒரு இடம் இருந்தாக வேண்டுமே. இப்படிப்பட்ட நேரத்திலும்கூட.

நான் காத்திருக்கிறேன். என்னுடைய அறையில். இது இப்போதைக்கு ஒரு காத்திருப்பு அறை. நான் படுக்கப்போகும் போது இது படுக்கையறை. இந்தச் சிறுகாற்றில் திரைச்சீலைகள் அசைந்துகொண்டிருக்கின்றன. வெளியில் வெயில் காய்ந்துகொண்டிருக்கிறது. அது சன்னலினூடாக நேரடியாக உள்ளே வரவில்லை. மேற்கில் சாய்ந்துவிட்டது. நான் கதைகள் சொல்லாமலிருக்க அல்லது இந்தக் கதையையாவது சொல்லிவிடாமலிருக்க முயல்கிறேன்.

எனக்கு முன் இந்த அறையில் யாரோ வசித்திருக்கிறார்கள். என்னைப் போன்ற யாரோ, அல்லது அப்படித்தான் நான் நம்ப விரும்புகிறேன்.

நான் இங்கு வந்த மூன்று நாட்களில் அதைக் கண்டுபிடித்தேன்.

போக்குவதற்கு எனக்கு ஏராளமான நேரம் இருந்தது. ஒரு விடுதி அறையின் மேசை இழுப்பறைகளையும் அலமாரிக் கதவுகளையும் அலட்சியமாகத் திறந்து மூடி, தனித்தனியே பொதியப்பட்டிருக்கும் சிறு சோப்புத்துண்டங்களின் உறையைப் பிரித்து, தலையணைகளைப் புரட்டி என்று அவசரமாய் செய்தது போல செய்யாமல் அறையை ஆராய முடிவெடுத்தேன். விடுதி அறையொன்றில் மீண்டும் தங்க எனக்கு எப்போதாவது வாய்க்குமா? அதையெல்லாம் அவ்வளவு வீணாக்கினேனே நான். அந்த அறைகளையும் பார்க்கப்படுவதிலிருந்து கிடைக்கும் சுதந்திரத்தையும்.

வாடகைக்கு வாங்கிய உரிமை.

மதியங்களில், லூக் தன் மனைவியிடமிருந்து திருட்டுத்தனமாகக் கழன்றுகொண்டிருக்கும்போது, நான் அவனுக்கு இன்னமும் கற்பனையாக மட்டுமே இருந்தபோது, நாங்கள் மணம் புரிந்துகொண்டு நான் நிஜமாவதற்கு முன்பு, நானே அங்கு முதலில் சென்று சேர்ந்து அறையை அடைவேன். அப்படியும் நாங்கள் பல முறை சந்தித்துவிடவில்லை. ஆனால், இப்போது அது ஒரு பத்தாண்டுகளுக்கு முன்பு நிகழ்ந்ததுபோல, ஒரு ஊழிக்காலம்போல தோன்றுகிறது. நான் என்ன அணிந்திருந்தேன் என்பதெல்லாமும் நினைவில் இருக்கிறது. ஒவ்வொரு சட்டையும், ஒவ்வொரு கழுத்துக்குட்டையுமாக எல்லாமும். அவனை எதிர்பார்த்தபடி நான் முன்னும் பின்னுமாய் நடந்துகொண்டிருப்பேன். தொலைக்காட்சியை இயக்குவேன், அணைப்பேன், சிவப்பும் பச்சையுமான சீனக் குடுவையில் கிடைக்கும் ஒப்பியத்தைக் காதுகளுக்குப் பின்னால் பூசுவேன்.

நான் அமைதியற்றிருப்பேன். அவன் என்னை நேசிக்கிறானா என்று எப்படித் தெரிந்துகொள்வது? இது வெறும் ஒரு தொடுப்பாக மட்டுமே இருக்கலாம். *மட்டும்* என்று சொல்வதன் அர்த்தம் என்ன? அந்தக் காலகட்டத்தில் ஆண்களும் பெண்களும் ஒருவரையொருவர் முயன்றுபார்த்தனரே, சாதாரணமாக, ஆடைகளைப் போல, பொருந்தாததை நிராகரித்துக்கொண்டு.

கதவில் தட்டல் ஒலிக்கும். நான் திறப்பேன், ஆசுவாசத்துடனும் ஆசையுடனும். அவன் உணர்ச்சி உந்துதல்களுக்கு ஆளாகிறவன், அதிகம் பேச மாட்டான். ஆனாலும், அவனில் நான் தொலைந்திருந்தேன். அதற்குப் பிறகு, நாங்கள் ஒருவரை ஒருவர் அணைத்தபடியும் பேசிக்கொண்டும் அந்த மதியப்படுக்கையில் கிடப்போம். சாத்தியங்கள் என்ன? சாத்தியமற்றவை என்ன? என்ன செய்யலாம்? எங்களுக்கு ஏராளமான பிரச்சினைகள் இருந்ததாக நினைத்தோம். அப்போது நாங்கள் மகிழ்ச்சியாய் இருந்தோமென்று எங்களுக்கு எப்படித் தெரியும்?

ஆனால், இப்போது நான் எண்ணி ஏங்குவது அந்த அறைகளுக்காகவுமேகூடத்தான். அந்தச் சுவரில் தொங்கிய விரைப்பான சொரசொரப்பான தாள்களில் வரையப்பட்ட கொடூரமான படங்களுக்காகவும்; இலையுதிர்கால இலைகளால் நிரம்பிய நிலக்காட்சிகள் அல்லது இலையுதிர்க்காடுகளில் பனி உருகும் காட்சி. அல்லது சீன பொம்மை முகங்களும் அடுக்குப் பாவாடைகளும் குடைகளுமாக நூற்றாண்டுகளுக்கு முந்தைய காலத்து ஆடைகள் அணிந்த பெண்கள். அல்லது சோகவிழிக்

கோமாளிகள் அல்லது பழக்கிண்ணங்கள். அழுக்கு படிவதற்காக காத்திருந்த புதிய துவாலைகள், அசட்டையாய் எறிந்த குப்பைகளைக் காட்டி அழைத்தவாறு வாயைப் பிளந்திருந்த குப்பைத்தொட்டிகள், இவை எல்லாவற்றுக்காகவும் ஏங்குகிறேன். அசட்டை. நான் அந்த அறைகளில் அசட்டையாய் இருந்துவிட்டேன். தொலைபேசியை நிமிர்த்தினால் போதும் உணவுத் தட்டு தோன்றும். நான் தேர்ந்தெடுத்த உணவு. சந்தேகமில்லாமல் ஆரோக்கியமானதல்லாத உணவு. பானங்களும். அப்போதெல்லாம் அவற்றை யாரும் பெரிதாய் வாசிக்கவில்லை என்றபோதும் ஏதாவது ஒரு அறநிலையத்தால் அந்த உடையலமாரியின் இழுப்பறைகளில் அங்கு பைபிள் வைக்கப்பட்டிருக்கும். தபால் அட்டைகளும் இருந்தன. அந்த விடுதியின் படங்களைத் தாங்கிய அட்டைகள். நீங்கள் அந்த அட்டைகளில் எழுதி உங்களுக்கு வேண்டிய யாருக்கும் அனுப்பலாம். இப்போது அது ஏதோ நீங்களாகக் கற்பனை செய்யும் விஷயத்தைப் போல சாத்தியமே இல்லாத ஒரு விஷயமாகத் தோன்றுகிறது.

ஆக, அவசரமாக அல்லாமலும், ஒரு விடுதி அறையைப் போல இதை வீணாக்காமலும், எல்லாவற்றையும் உடனே செய்துவிட நினைக்காமலும், இது நீட்டிப்பதை விரும்பியும், நான் இந்த அறையை ஆராய்ந்தேன். என் தலைக்குள்ளேயே நான் இதைப் பாகங்களாகப் பிரித்துக்கொண்டேன், ஒவ்வொரு நாளைக்கும் ஒவ்வொரு பாகத்தை வைத்துக்கொண்டேன். அந்த ஒரு பகுதியை நான் மிகுந்த நுணுக்கத்துடன் தீர ஆராய்வேன். சுவர்க்காகிதத்தின் அடியில் இருக்கும் காரைப்பூச்சின் சமமின்மையை, அடிக்கட்டை மற்றும் சன்னல் விளிம்பின் பூச்சில் இருக்கும் சுரண்டல்களை, பூச்சின் முதல்பட்டையின் அடியில் இருப்பதை. விரிப்புகளையும் கம்பளியையும் கட்டிலிலிருந்து முழுக்க உருவாமல் - ஒருவேளை யாரும் திடீரென்று வந்துவிட்டால் சட்டென்று சீராக்கிவிடுவதற்காக - கொஞ்சம் கொஞ்சமாக நீக்கி பின் மடித்து வைத்து, மெத்தையின் கறைகளையும் பார்த்துவிட்டேன்.

மெத்தையின் கறைகள். காய்ந்த பூவிதழ்களைப் போன்றவை. சமீபத்தியவை அல்ல. பழங்காதல்; இந்த அறையில் வேறு எந்த வகையான காதலும் இப்போது இல்லை.

இருவரால் இடப்பட்ட அந்த சாட்சியம். காதலால் அல்லது அதைப் போன்ற ஒன்றினால் ஆனது, ஆசையால் அல்லது குறைந்தபட்சமாய் தீண்டலால் ஆனது, முதிர்ந்த அல்லது இறந்துவிட்ட இரண்டு நபர்களுடைய அதைப் பார்த்ததும்

நான் மெத்தையை நீவி அதை மீண்டும் சீராக்கி அதிலேயே படுத்துக்கொண்டேன். கூரையின் இருண்ட பூச்சுக்கண்ணைப் பார்த்தேன். எனக்குப் பக்கத்தில் லூக்கை உணர வேண்டும்போல் இருந்தது. கடந்தகாலத்தின் இப்படிப்பட்ட தாக்குதல்கள் எனக்கு நிகழ்கின்றன. ஒரு மயக்கத்தைப் போல. என் தலைக்கு மேலாக மோதிக்கடக்கும் அலையைப் போல. சில சமயங்களில் அதைத் தாங்கவே முடியாது. என்ன செய்யலாம் என்ன செய்யலாம் என்று யோசிப்பேன். செய்வதற்கு ஒன்றுமில்லை. நின்று காத்திருப்பவர்களுக்குத்தான் ஆசீர்வாதங்கள் கிடைக்கும். அல்லது கிடந்து காத்திருப்பவர்களுக்கு. இந்தச் சன்னலின் கண்ணாடி ஏன் துளைக்க முடியாததாக இருக்கிறது என்பதை அறிவேன், சரவிளக்கை ஏன் கழற்றிவிட்டிருக்கிறார்கள் என்பதையும். என்னருகில் லூக் கிடப்பதை உணர விரும்பினேன். ஆனால், அதற்கு இடமில்லை.

அலமாரியை மூன்றாம் நாளுக்கு ஒத்திவைத்தேன். முதலில் கதவை உள்ளேயும் வெளியிலுமாக கவனமாகப் பார்த்தேன். பிறகு, பித்தளைக் கொக்கிகள் இருந்த அதன் சுவரையும் - இந்தக் கொக்கிகளை அவர்கள் எப்படிக் கவனிக்காமல் விட்டார்கள்? அவற்றை ஏன் அவர்கள் அப்புறப்படுத்தவில்லை? தரைக்கு மிக அருகில் இருப்பதாலா? ஆனாலும்கூட வெறும் காலுறை, அது மட்டுமே போதுமே. அதோடு நெகிழிக்கொக்கிகள் உள்ள இந்த இரும்புக்கழியும்தான். என்னுடைய ஆடைகள் அவற்றில் தொங்கிக்கொண்டிருக்கின்றன. குளிர்காலத்துக்கான சிவப்புக் கம்பளி மேலங்கி, சால்வை. தரையை ஆராய மண்டியிட்டேன். அங்கேதான் இருந்தது அது, பொடி எழுத்துகளில், ஓரளவு புதியதாகவும் தோன்றியது, ஒரு ஆணியாலோ வெறும் விரல் நகத்தாலோ கீறப்பட்டிருக்கலாம், மிக இருண்ட நிழல் வீழும் மூலையில்: Nolite te bastardes carborundorum.

அதற்கு என்ன பொருள் என்று எனக்குத் தெரியவில்லை, அல்லது அது என்ன மொழி என்பதுமே. அது லத்தீனாக இருக்கலாமென்று நினைத்தேன். ஆனால், எனக்கு லத்தீன் கொஞ்சம்கூட தெரியாது. ஆனாலும், அது ஒரு செய்தி. அது எழுதப்பட்டிருந்தது. அதனாலேயே அது விலக்கப்பட்டதாகவும் ஆகிறது. மேலும், அது இன்னமும் கண்டுபிடிக்கப்படாததாகவும் இருந்திருக்கிறது, என்னால் தவிர. யாருக்காக அது எழுதப்பட்டதோ அவளால் தவிர. அடுத்து வருபவருக்கானதாக அது குறிக்கப்பட்டிருந்தது.

இந்தச் செய்தியைப் பற்றி சிந்திப்பது எனக்கு இன்பமளிக்கிறது. நான் அவளுடன் தொடர்புகொள்கிறேன் எனும் நினைப்பு எனக்கு இன்பமளிக்கிறது, யாரென்று தெரியாத அந்தப் பெண்ணுடன். அவள் அறிமுகமில்லாதவள்தான். ஒருவேளை அறிமுகமிருந்தவள் என்றால் என்னிடம் குறிப்பிடப்படாதவள். அவளுடையதும் விலக்கப்பட்டதுமான இந்தச் செய்தி என்னை அடைந்துவிட்டது எனக்கு மகிழ்ச்சியளிக்கிறது. அது குறைந்தபட்சமாய் இன்னும் ஒரே ஒரு நபரால், என்னுடைய அலமாரியின் சுவரில் மறைந்திருந்துகொண்டு, என்னால் திறக்கப்பட்டு, வாசிக்கப்பட்டுவிட்டது. சில சமயத்தில் அந்தச் சொற்களை நான் திரும்பச் சொல்லிப்பார்க்கிறேன். அவை எனக்குச் சிறிய மகிழ்ச்சியைத் தருகின்றன. அவற்றை எழுதியவளைப் பற்றி யோசிக்கும்போது அவள் என்னுடைய வயதினளாக அல்லது கொஞ்சம் இளையவளாக இருப்பாளென்று கற்பனை செய்கிறேன். நான் அவளை மொய்ராவாக மாற்றிக்கொள்கிறேன். கல்லூரியில் இருந்தவளைப் போன்ற மொய்ராவாக. என்னுடைய அறைக்கு அடுத்த அறையில் இருந்தவள்; விநோதமானவளும் அலட்டல்காரியும் விளையாட்டு வீராங்கனையும் மிதிவண்டி வைத்திருந்தவளும் மலையேற்றத் தோள்பை வைத்திருந்தவளுமானவள். மங்குமுகத்தினள் என்றும் நினைக்கிறேன். அலட்சியக்காரி, எல்லாம் தெரிந்தவள்.

யாராக இருந்திருப்பாள் அல்லது இருக்கிறாள், அவளுக்கு என்னவாகியிருக்கும் என்று யோசிக்கிறேன்.

அந்தச் செய்தியை நான் கண்டுகொண்ட அன்று ரீட்டாவிடம் பேசிப்பார்த்தேன்.

எனக்கு முன்னே அந்த அறையில் இருந்தவள் யார்? அதை வேறு மாதிரியாக நான் கேட்டிருந்தால், எனக்கு முன் அந்த அறையில் வேறு யாராவது இருந்தார்களா என்று கேட்டிருந்தால் எனக்குப் பதிலே கிட்டியிருக்காது.

எரிச்சலாய், சந்தேக தொனியுடன், எவள்? என்றாள். ஆனால், அவள் என்னிடம் பேசும்போதெல்லாமே அப்படித்தான் தொனிப்பது வழக்கம்.

ஆக, ஒருத்திக்கு மேற்பட்டவர்கள் இருந்திருக்கிறார்கள். சிலர் அவர்களுடைய முழுக் காலமான இரண்டு வருடங்கள்வரை தங்கியதில்லை. சிலர் அனுப்பப்பட்டுவிடுவார்கள், இது அல்லது

அது என்று ஏதோ ஒரு காரணம். அல்லது அனுப்பப்படவில்லையோ; போய்விட்டார்களோ?

கலகலப்பானவள். மங்குமுகம். நானாக ஏதோ அள்ளிவிட்டேன்.

அவளை உனக்குத் தெரியுமா என்றாள் ரீட்டா மேலும் சந்தேகம் தொனிக்க.

முன்பு அறிமுகமானவள், இங்கு இருந்தாள் என்று கேள்விப்பட்டேன். புளுகினேன்.

ரீட்டா இதை நம்பினாள். நிலத்துக்கு அடியில் ஒரு வலைப்பின்னல் இருக்கும் என்று அவளுக்குத் தெரியும்.

அவள் வேலைக்காகவில்லை என்றாள்.

எவ்வளவு சமநிலை பாவனை இயலுமோ அவ்வளவுடன் கேட்டேன். அப்படியென்றால்?

ஆனால், ரீட்டா உதடுகளை ஒட்டி இறுக்கிக்கொண்டாள். நான் இங்கு ஒரு குழந்தையைப் போன்றவள், என்னிடம் சொல்லப்படக் கூடாத விஷயங்கள் இருக்கின்றன. உனக்குத் தெரிய வராதது உனக்குத் துன்பம் செய்யாது, இவ்வளவுதான் அவளால் சொல்ல முடியும்.

அத்தியாயம் பத்து

சமயங்களில் நான் என் தலைக்குள்ளாக பொது ஆட்சிமுறையின் திருச்சபை உறுப்பினர் பாடலொன்றை அதிசோகமான அரற்றலோடு பாடிக்கொள்வேன்:

தேவ கிருபையே, தேனை வார்த்ததே
என்னைப் போன்ற ஒரு பாவியைக் காத்ததே,
தொலைந்த என்னையே மீட்டுத்தந்ததே,
சங்கிலியில் இருந்தெனை விடுவித்ததே.

இந்த வார்த்தைகள் சரிதானா என்று எனக்குத் தெரியாது. எனக்கு நினைவில்லை. இம்மாதிரியான பாடல்கள் இப்போது பொதுவெளிகளில் பாடப்படுவதில்லை. அதிலும் விடுவித்தல் போன்ற வார்த்தைகள் கொண்ட பாடல்கள். இவை மிக அபாயகரமானவையாகக் கருதப்படுகின்றன. இவையெல்லாம் தடுக்கப்பட்ட சமயவகுப்புகளுக்குரியவை.

நான் மிகத் தனிமையாக உணர்கிறேன் அன்பே,
நான் மிகத் தனிமையாக இருக்கிறேன் அன்பே,
நான் மிகத் தனிமையாய் உணர்கிறேன் என் அன்பே
சாவு மேல் என்று நினைக்கும் அளவுக்கு.

இதுவும் தடைசெய்யப்பட்டதே. அம்மாவின் பழைய நாடாப்பதிவு ஒன்றிலிருந்து இதைக் கற்றேன். இதையெல்லாம் இசைக்கக்கூடிய கீறல் விழுந்த உருப்படாத ஒரு இயந்திரமும் அவளிடம் இருந்தது. அவளுடைய தோழிகள் வரும்போது அவள் அதை இசைக்கச் செய்வாள். பிறகு, அவர்கள் குடிப்பார்கள்.

நான் அடிக்கடியெல்லாம் இப்படிப் பாடுவதில்லை. என் தொண்டை வலிக்கத் தொடங்கிவிடுகிறது.

இந்த வீட்டிலும் அப்படியொன்றும் இசையெல்லாம் ஒலிப்பதில்லை. தொலைக்காட்சியில் கேட்பதைத் தவிர. சமயங்களில் ரீட்டா எதையாவது பிசையும்போதும் தோலுரிக்கும்போதும், வார்த்தைகளற்ற முணுமுணுப்பாக,

ராகமில்லாமல், ஆழங்காண முடியாத குரலில் முணுமுணுப்பாள். சமயங்களில் வரவேற்பறையிலிருந்து முன்பெப்போதோ பதியப்பட்ட இசைத்தட்டில் இருக்கும் செரினாவின் குரல் மெல்லியதாய்க் கேட்கும். அங்கே அமர்ந்து பின்னல் வேலை செய்துகொண்டிருக்கும்போது கடந்த காலத்துக்கு உரியதும் இப்போது சிதைக்கப்பட்டதுமான தன் புகழை நினைவுறுத்தும் பாடல்களைக் கேட்டுக்கொண்டிருக்கும் செரினா அந்தச் செய்கையின்போது பிடிபட்டுவிடக் கூடாது என்பதற்காக ஓசையைத் தணித்துவைத்திருப்பாள்: *அல்லேலுயா.*

வருடத்தின் இந்தப் பருவகாலம் வழக்கத்தைவிட வெப்பமாக இருக்கிறது. இம்மாதிரியான வீடுகள் வெயிலில் சூடேறிவிடுகின்றன. கூரையின் அமைப்பு அப்படி. திரைச்சீலைகளைத் தாண்டி மூச்சைப் போல மிக மெல்லிய தென்றலே வருவதால் என்னைச் சுற்றிக் காற்றில் இயக்கமே இல்லை. இந்தச் சன்னலை எவ்வளவுக்கு விரிக்க முடியுமோ அவ்வளவுக்குத் திறந்துவைக்க இயன்றால் நன்றாக இருக்கும். சீக்கிரமே நாங்கள் கோடையாடைகள் உடுத்த அனுமதிக்கப்படுவோம்.

கோடைக்கான ஆடைகள் வெளியிலெடுக்கப்பட்டு அலமாரியில் தொங்கவிடப்பட்டிருக்கின்றன. அவற்றில் இரண்டு சுத்தமான பருத்தியாலானவை. செயற்கையிழை ஆடைகளையும் மலிவுவிலை ஆடைகளையும்விட இவை பரவாயில்லை. ஆனாலும், ஜூலை ஆகஸ்ட்டின் வெக்கையில் இவற்றின் உள்ளேயும் வியர்க்கும். ஆனால், சூரியனால் தோல் அழற்சி உண்டாகும் கவலையில்லை பாருங்கள் என்றாள் ஆன்ட் லிடியா. கரியடுப்பில் சுடப்படும் இறைச்சியைப் போல பெண்கள் உடலில் எண்ணெயைத் தடவிக்கொண்டு தங்களை எப்படியெல்லாம் காட்சிப்பொருட்களாக்கிக்கொண்டிருந்தார்கள். தெருக்களிலும் பொதுஇடங்களிலும் தோள்களையும் முதுகையும் திறந்துவைப்பார்கள். கால்களையும் அவற்றில் உறைகளைக்கூட அணியாமல் காட்சிக்கு வைப்பார்களே. அப்போது அப்படியான விவகாரங்கள் நடந்ததில் ஆச்சரியமே இல்லையே. அவளுடைய வாயிலிருந்து வரக் கூடாத அளவுக்குக் கீழ்த்தரமானவை, வெட்கக்கேடானவை, கொடூரமானவை என்று ஆன்ட் லிடியா கருதியவற்றுக்கான வார்த்தை *விவகாரங்கள்.* வெற்றிகரமான வாழ்க்கை என்று அவள் கருதுவது *விவகாரங்களைத்* தவிர்த்துக்கொள்வது. *விவகாரங்கள்* அற்றது. நல்ல பெண்களுக்கு இப்படியான *விவகாரங்கள்* நடக்காது. அதோடு சருமத்துக்கும்

கொஞ்சமும் நல்லதில்லை, துளிகூட இல்லை, காய்ந்த ஆப்பிளைப் போல உங்களைச் சுருக்கம் நிறைந்தவர்களாக்கிவிடும். ஆனால், சருமத்தைப் பற்றியெல்லாம் நாம் அக்கறைகொள்வது இப்போது தடுக்கப்பட்டிருக்கிறதே. அதை அவள் மறந்துவிட்டாள்.

எங்கள் முன்னால் நின்றபடி நாங்கள் பார்த்துக்கொண்டிருக்கும் போதே ஆன்ட் லிடியா அழுதவாறு சொல்கிறாள், ஆண்களும் பெண்களும் சேர்ந்து பூங்காக்களில், ஐமுக்காளங்களின் மீது என்னவெல்லாம்...

என்னால் ஆனதைச் செய்கிறேன். அடையக்கூடியவற்றிலெல்லாம் மிகச் சிறந்ததை நீங்கள் அடைவதற்காக முயற்சி எடுக்கிறேன். வெளிச்சம் அவளுக்குத் தாங்க இயலாத அளவு இருக்கவே அவள் கண்களைச் சுருக்கினாள். அவளுடைய முன்பற்களை, கொஞ்சம்போல வெளியில் துருத்திக்கொண்டிருந்த நீண்டதும், மஞ்சளாகிக்கொண்டிருந்ததுமான பற்களைச் சுற்றி அவளுடைய வாய் நடுங்கியது. நாங்கள், நாங்கள் மூவரும் ஒரு வீட்டில் வசித்தபோது எங்களுடைய வாசல்படியில் நாங்கள் பார்த்த செத்த எலிகளை நான் நினைத்துக்கொண்டேன். எங்களுக்கு அம்மாதிரியான அன்பளிப்புகளை வழங்கிவந்த அந்த பூனையைச் சேர்த்தால் நாங்கள் நால்வர்.

செத்த எலியினது போன்ற அந்த வாயின் மீது ஒரு கையை வைத்து அழுத்திக்கொண்டாள் ஆன்ட் லிடியா. ஒரு நிமிடத்துக்குப் பிறகு அதை எடுத்தாள். எனக்கு நினைவு வந்துவிட்டதையெல்லாம் எண்ணி எனக்கும் அழுகை வந்தது. அவள் இவற்றை இப்படிக் குற்றுயிராய்க் கொண்டுவந்து போடாமல் இருக்கலாம் என்பேன் லூக்கிடம்.

எனக்கு இது சுலபமாக இருக்கிறது என்று மட்டும் நினைக்காதீர்கள் என்றாள் ஆன்ட் லிடியா.

மொய்ரா என் அறைக்குள் வருகிறாள். டெனிம் அங்கியைத் தரையில் வீசுகிறாள். சிகரெட் வைத்திருக்கிறாயா என்கிறாள்.

என்னுடைய கைப்பையில் இருக்கிறது. ஆனால், தீக்குச்சிகள் இல்லை.

மொய்ரா என் பையைத் தோண்டித் துருவுகிறாள். இந்தக் குப்பையில் பாதியை நீ விட்டெறிய வேண்டும் என்கிறாள். நான் ஒரு உள்ளாடைப் பார்ட்டிக்கு ஏற்பாடு செய்திருக்கிறேன்.

என்ன? என்ன செய்திருக்கிறாய்? இனியும் வேலைசெய்ய முயல்வதில் அர்த்தமில்லை. மொய்ரா அதை அனுமதிக்க மாட்டாள். நீங்கள் வாசிக்க முயலும்போது அதே பக்கத்தில் வந்து சுருளும் பூனையைப் போன்றவள் அவள்.

டப்பர்வேர் தெரியுமில்லையா அதுபோல அண்டர்வேர். உள்ளாடைகள் மட்டும் அணிந்து விருந்துக்கு வருவது. விலைமகள்கள் சமாச்சாரம். சல்லாத் துணி அரையாடைகள், காலுறைகளை இடுப்பில் இணைக்கும் வார்கள். முலைகளைத் தூக்கிநிறுத்தும் மார்க்கச்சைகள். எல்லாம். என்னுடைய தீமூட்டியை எடுக்கிறாள். என் பையிலிருந்து உருவிய சிகரெட்டைப் பற்றவைக்கிறாள். உனக்கு? என்று பெட்டியை எறிகிறாள். என்னுடைய பையிலிருந்து எடுத்த பொருட்கள் என்று பார்க்கும் போது இவள் ரொம்ப தாராளம்தான்.

மிக்க நன்றி என்கிறேன் எரிச்சலுடன். உனக்குப் பைத்தியம். இந்த மாதிரி யோசனையெல்லாம் எங்கிருந்து வருகிறது உனக்கு?

கல்லூரியில்தான். எனக்கு நண்பர்கள் இருக்கிறார்கள். என்னுடைய அம்மாவின் நண்பர்கள். புறநகர்ப் பகுதிகளில் இது பெரிய அளவில் நடக்கிறது. வயதாவதற்கான அறிகுறிகள் தென்பட்டதுமே அவர்கள் போட்டியை வெல்ல வேண்டியாகிறது. இந்த போர்னோமாட்டுகள் அது இது என்று இன்னும் என்னவெல்லாமோ இருக்கின்றனவே.

நான் சிரிக்கிறேன். இவள் எப்போதும் இப்படித்தான் சிரிக்கவைப்பாள்.

ஆனால், அங்கு யார் வருவார்கள்? யாருக்கு இது தேவை?

கற்றுக்கொள்வதற்கு வயதெல்லாம் இல்லை. வா குஷியாக இருக்கும். சிரித்துச் சிரித்து ஜட்டியிலேயே மூச்சா போய்விடுவோம் பார்.

அப்போது நாங்கள் அப்படித்தான் வாழ்ந்தோமா? நாங்கள் இயல்பாய் வாழ்ந்தோம். பெரும்பாலான நேரங்களில் எல்லோரும் அப்படித்தானே. வழக்கமாய் நடப்பது இயல்பாய் நடப்பது. இதுவும்கூட இயல்புதான். இப்போது.

நாங்கள் இயல்பாய் அலட்சியமாய் வாழ்ந்தோம். அலட்சியமும் அறியாமையும் ஒன்றல்ல. அலட்சியத்துக்குப் பழக வேண்டும்.

எதுவும் கணநேரத்தில் மாறிவிடுவதில்லை. மெல்லமெல்லச் சூடேறும் ஒரு குளியல் தொட்டிக்குள் சுதாரிக்கும் முன்பே

அவிந்து செத்துப்போவோம். செய்தித்தாள்களில் செய்திகள் வரத்தான் செய்தன. சாக்கடைகளிலும் காடுகளிலும் அடித்துக் கொல்லப்பட்ட அல்லது சிதைத்துக் கொல்லப்பட்ட பிணங்கள் கிடந்தன. தகாத முறையில் துன்புறுத்திக் கொல்லப்பட்டு என்பார்களே அப்படியும். ஆனால், அப்படி நிகழ்ந்ததெல்லாம் நாங்கள் அறிந்திராத பெண்களுக்கு. அவர்களை அப்படிக் கொன்றவர்களில் யாரும் எங்களுக்குத் தெரிந்த ஆண்கள் இல்லை. பத்திரிகைச் செய்திகளெல்லாம் எங்களுக்குக் கனவுபோல இருந்தது. அடுத்தவர்களுக்கு வரும் கொடுங்கனவுகள்போல. என்ன பயங்கரம் என்போம் நாங்கள். அவை அப்படித்தான் இருந்தன. நம்ப முடியாத வகையில் பயங்கரமாய். அவற்றில் ஏதோ நாடகத்தன்மை இருப்பதாய்ப் பட்டது. அவற்றின் பரிமாணம் எங்கள் வாழ்க்கையின் பரிமாணம் அல்ல.

நாங்கள் செய்தித்தாள்களில் இருந்த நபர்கள் அல்லர். நாங்கள் வாழ்ந்தது அச்சுச் சொற்களுக்கு அப்புறத்தில் இருந்த வெண்ணிற இடைவெளிகளில். அது எங்களுக்கு மிகுந்த சுதந்திரத்தைக் கொடுத்தது.

நாங்கள் கதைகளுக்கு மத்தியிலான இடைவெளிகளில் வாழ்ந்திருந்தோம்.

கீழே ஓடுபாதையிலிருந்து கார் கிளம்பும் ஓசை கேட்கிறது. இந்தக் குடியிருப்புப் பகுதி மிகவும் அமைதியானது. அவ்வளவாகப் போக்குவரத்து அற்றது. ஆகவே, இம்மாதிரியான ஓசைகளை தெளிவாகக் கேட்க முடியும்: காரின் மோட்டார்கள் அலறுவது, புல்வெட்டிகள் இயங்குவது, வேலிகளைச் சீராக்குவது, கதவு அறையப்படுவது. இங்கு ஒருவேளை கூவல், குண்டுவெடிப்பு போன்ற ஓசைகள் எழுப்பப்படுமானால் அவற்றை மிகத் தெளிவாகக் கேட்டுவிட முடியும். சில சமயங்களில் தூரத்து அபாயச்சங்குகள் ஒலிக்கும்.

நான் சன்னலுக்குச் சென்று திண்டில் அமர்கிறேன். அது குறுகியது, அமர வசதியாக இராது. அதில் சிறிய, கனமான தலையணை ஒன்றிருக்கிறது. அதன் சதுரப்பரப்பில் **நம்பிக்கை** என்ற எழுத்துகளும் சுற்றிலும் லில்லிக்களின் மாலையொன்றும் பூத்தையலால் போடப்பட்டுள்ளது. **நம்பிக்கை** வெளிறிய நீலத்தில், லில்லிக்களின் இலைகள் மங்கிய பச்சையில். இது முன்பு எங்கோ உபயோகப்படுத்தப் பட்டிருந்தது. பழையதாகிவிட்டது என்றாலும்

தூக்கி எறியும் அளவுக்குப் பழையதல்ல. எப்படியோ இது தப்பிவிட்டது.

என்னால் பல நிமிடங்களை, பல பத்து நிமிடங்களை இந்த வார்த்தைகளின் மீது விழிகளை ஓட்டியபடி கழிக்க முடியும்: **நம்பிக்கை.** எனக்கு வாசிக்கக் கொடுக்கப்பட்டிருக்கும் ஒரே விஷயம் இதுதான். இதைச் செய்யும்போது நான் பிடிபட்டால் குற்றமாகக் கருதப்படுமா? இந்தத் தலையணையை இங்கு கொண்டுவந்தது நான் இல்லையே.

மோட்டார் ஒலிக்கிறது. நான் முன்பக்கமாய்ச் சாய்கிறேன். வெண்ணிறத் திரைச்சீலையை என்னுடைய முகத்தின் மீது ஒரு முக்காட்டைப் போல இழுத்துவிட்டுக்கொள்கிறேன். இது சல்லாத்துணியாலானது. இதனூடாகப் பார்க்க முடியும். கண்ணாடியின் மீது என் நெற்றியை அழுத்தினால் வர்ல்விண்டின் பிற்பாதி எனக்குத் தெரியும். அங்கு யாரும் இல்லை. ஆனால், நான் பார்த்துக்கொண்டிருக்கும்போதே நிக் அந்தப் பிற்பகுதிக்கு வந்து பின்கதவைத் திறந்து அதனருகில் விரைப்பாய் நிற்பதைக் காண்கிறேன். அவனுடைய தொப்பி இப்போது நேராய் இருக்கிறது, அவனுடைய சட்டைக்கைகள் நீட்டிவிடப்பட்டுப் பொத்தான்கள் இடப்பட்டிருக்கின்றன. நான் மேலிருந்து குனிந்துகொண்டிருப்பதால் அவனுடைய முகத்தைப் பார்க்க முடியவில்லை.

இதோ தளபதி வெளியில் வந்துகொண்டிருக்கிறார். நான் அவரை ஒரே ஒரு நொடிதான் குறுக்கப்பட்ட கோணத்தில்தான் பார்க்கிறேன். அவர் காரை நோக்கி நடக்கிறார். அவர் தலையில் தொப்பி இல்லை. ஆக, பணி நிமித்தமாக அவர் செல்லவில்லை. அவருடைய கேசம் சாம்பல் நிறம். கருணையோடு சொல்வதாயிருந்தால் வெள்ளி நிறம் எனலாம். கருணைகொள்ள இப்போது எனக்கு விருப்பமில்லை. இவருக்கு முன் இருந்தவர் வழுக்கையர். ஆக, இவர் ஒரு மேம்பட்ட வடிவம்தான்.

சன்னலிலிருந்து என்னால் துப்ப முடிந்தால் அல்லது இந்தத் தலையணை போன்ற எதையாவது எறிய முடிந்தால், குறிதப்பாமல் அவர் மீது படும்.

மொய்ராவும் நானும் காகிதப்பைகளில் நீர் நிரப்பி வைத்திருக்கிறோம். அவற்றுக்குத் தண்ணீர் குண்டுகள் என்று பெயர். எங்கள் விடுதிக்கூடத்தின் சன்னலிலிருந்து கீழே நிற்கும் பையன்களின் மீது

அவற்றை எறிகிறோம். அது மொய்ராவின் யோசனைதான். அப்படி அவர்கள் என்ன செய்துவிட்டார்கள்? எதற்காகவோ ஒரு ஏணியில் ஏறினார்கள். எங்கள் உள்ளாடைகளை எடுக்க.

முன்பு அந்த விடுதி இரு பாலருக்குமானதாக இருந்தது. எங்களுடைய குளியலறைகளில் இன்னமும் ஆண்களுக்கான சிறுநீர்த் தொட்டிகள் இருந்தன. ஆனால், நான் அங்கு வந்துசேர்ந்தபோதே ஆண்களையும் பெண்களையும் அவரவர் இருந்த இடங்களுக்கே மீண்டும் அனுப்பிவைத்துவிட்டனர்.

தளபதி குனிகிறார். வண்டிக்குள் ஏறுகிறார். மறைகிறார். நிக் கதவை மூடுகிறான். ஒரு நிமிடம் பொறுத்து கார் பின்னால் நகர்கிறது. ஓடுபாதையில் விரைந்து தெருவுக்குள் நுழைகிறது. வேலிக்கு அப்பால் காணாமலாகிறது.

நான் இந்த மனிதன் மீது வெறுப்பாய் உணர வேண்டும். அப்படித்தான் உணர வேண்டும் என்று தெரிகிறது. ஆனால், நான் அப்படி உணரவில்லை. நான் உணர்வது அதைவிடவும் சிக்கலான ஒன்று. அதன் பெயர் என்னவென்று தெரியவில்லை. அது காதலில்லை.

அத்தியாயம் பதினொன்று

நேற்று காலை நான் மருத்துவரைப் பார்க்கப்போனேன். இம்மாதிரியான விஷயங்களுக்காக அமர்த்தப்பட்டிருக்கும் சிவப்புக் கைப்பட்டைகள் அணிந்திருக்கும் பாதுகாவலர்களில் ஒருவனால் அழைத்துச்செல்லப்பட்டேன். நாங்கள் ஒரு சிவப்புக் காரில் சென்றோம். அவன் காரின் முன்பக்கத்தில் இருந்தான், நான் பின்பக்கத்தில். என்னோடு இரட்டைபோட்டுக்கொண்டு யாரும் வரவில்லை. இம்மாதிரியான தருணங்களில் நான் தனியள்.

பரிசோதனைகளுக்காக மாதமொருமுறை மருத்துவரிடம் அழைத்துச்செல்லப்படுவேன். சிறுநீர், இயக்குநீர், புற்றுப்பரிசோதனை, ரத்தப் பரிசோதனை என்று எல்லாமே முன்புபோல்தான், இப்போது இது கட்டாய விதி என்பது தவிர.

மருத்துவரின் அலுவலகம் ஒரு நவீனக் கட்டடத்தில் இருக்கிறது. நாங்கள் மின்தூக்கியில் போகிறோம் மௌனமாக. பாதுகாவலன் என்னைப் பார்த்தபடி நிற்கிறான். மின்தூக்கியின் கறுநிறக் கண்ணாடிச் சுவரில் அவனுடைய தலையின் பின்புறத்தைப் பார்க்க முடிகிறது. அலுவலகத்தின் உள்ளே நான் போகிறேன். அவன் வெளியில் கூடத்தில் இதற்காகப் போடப்பட்டிருக்கும் நாற்காலிகளில் ஒன்றில் அமர்ந்தபடி மற்ற பாதுகாவலர்களுடன் காத்திருக்கிறான்.

காத்திருக்கும் அறைக்கு உள்ளே மற்ற பெண்கள் இருக்கிறார்கள். மூவர், சிவப்பில். இந்த மருத்துவர் ஒரு நிபுணர். நாங்கள் ரகசியமாக மற்றவர்களை நோட்டமிடுகிறோம். ஒவ்வொருவரின் வயிற்றையும் கவனிக்கிறோம்: யாருக்காவது அதிர்ஷ்டம் இருந்திருக்கிறதா? செவிலன் எங்கள் கடவுச்சீட்டுகளிலிருந்து எங்களுடைய பெயர்களையும் எண்களையும் நாங்கள் யாராக இருக்க வேண்டுமோ அவர்கள்தானா என்பதைச் சோதிக்க கம்ப்யூடாக்கில் பதிகிறான். அவன் கிட்டத்தட்ட ஆறடி இருக்கிறான். நாற்பது வயதிருக்கும். கன்னத்தின் குறுக்காக ஒரு தழும்பு இருக்கிறது. அவனுடைய துப்பாக்கியைத் தோளில் வார்ப்பட்டியில் அணிந்தபடியே அமர்ந்து

தட்டச்சிக்கொண்டிருக்கிறான். தட்டச்சுப்பலகையோடு பார்க்க அவனுடைய கைகள் மிகப் பெரிதாய் இருக்கின்றன.

அழைக்கப்பட்டதும் கதவைத் தாண்டி உள்ளறைக்குச் செல்கிறேன். அது வெள்ளையாய் இருக்கிறது. மரச்சட்டத்தின் மீது சிவப்புத்துணி விரிக்கப்பட்டிருக்கிற ஒரு மடக்குத் திரையைத் தவிர அது வெளி அறைபோலவே குறிப்பிட்டுச் சொல்ல எதுவுமில்லாமல் இருக்கிறது. துணியில் பொன்னிறக் கண் ஒன்றும் அதற்கும் கீழே கைப்பிடியைப் போல பாம்பு பின்னிக்கொண்டிருக்கும் வாள் ஒன்றும் வரையப்பட்டிருக்கின்றன. பாம்புகளும் வாளும் முந்தைய காலகட்டத்தின் எச்சமாய் இருக்கும் குறியீட்டுச் சின்னங்கள்.

கழிப்பறையில் எனக்காகத் தயாராக வைக்கப்பட்டிருக்கும் சிறிய குடுவையை நிரப்பிய பிறகு திரைக்குப் பின்னால் ஆடைகளைக் களைகிறேன். அவற்றை மடித்து அங்கிருக்கும் நாற்காலியில் வைக்கிறேன். நிர்வாணமானதும் பரிசோதனை மேசையில் சில்லிட்டிருப்பதும், கசங்கும் ஓசையை எழுப்புவதுமான ஒற்றைப்பயன் காகித விரிப்பின் மீது படுக்கிறேன். துணியாலான இரண்டாவது விரிப்பை என் உடல் மீது இழுத்துவிடுகிறேன். மருத்துவர் என் முகத்தைப் பார்த்துவிடாதிருக்கும்படியாக விட்டத்திலிருந்து தொங்க விடப்பட்டிருக்கும் இன்னொரு விரிப்பு என் கழுத்துக்குக் குறுக்காக இருக்கிறது. அவர் முண்டத்தை மட்டுமே கையாள்வார்.

என்னை ஒழுங்கமைத்துக்கொண்டதும் கையை நீட்டி மேசையின் வலதுபக்கமாக இருக்கும் ஒரு விசையைத் தேடி அதைப் பின்னுக்கு இழுக்கிறேன். எனக்குக் கேட்காமல் வேறெங்கோ ஒரு மணி ஒலிக்கிறது. ஒரு நிமிடத்துக்குப் பிறகு கதவு திறக்கிறது. காலடிகள் உள்ளே வருகின்றன. மூச்சின் ஒலி கேட்கிறது. மிக அவசியம் என்றாலே ஒழிய அவர் என்னிடம் பேசக் கூடாது. ஆனால், இந்த மருத்துவர் சளசளக்கிறார்.

முந்தைய காலகட்டத்தைய பேச்சின் சாயலில் "எப்படி நலம்தானா?" என்கிறார், என்னுடைய உடலில் இருந்த விரிப்பை நீக்குவதற்கான இழுப்பில் சருமம் புல்லரிக்கிறது. ரப்பர் உறை உடுத்தியதும் பூச்சு தடவியதுமான சில்லென்ற ஒரு விரல் எனக்குள் நுழைகிறது. குத்தப்படுகிறேன், இடிபடுகிறேன். விரல் வெளியேறுகிறது. மறுபுறத்தில் நுழைகிறது. வெளியேறுகிறது.

தனக்குத்தானே சொல்லிக்கொள்வதுபோல, "உனக்கு ஒரு பிரச்சினையும் இல்லை" என்கிறார் மருத்துவர். "வலி ஒன்றும் இல்லையே ஹனி?" அவர் என்னை ஹனி என்றழைக்கிறார்.

"இல்லை."

அடுத்து, முலைகளுக்கான முறை. முற்றல், அழுகலுக்கான சோதனையில் அவை அழுத்தப்படுகின்றன. மூச்சொலி நெருங்கி வருகிறது. பழம்புகை, சவரத்திரவம், மயிரின் மீது விழுந்திருக்கும் புகையிலைப் பொடி ஆகியவற்றின் மணத்தை உணர்கிறேன். பிறகு, அந்த மிக மென்மையான குரல் என் தலைக்கு அருகில் கேட்கிறது. அவர்தான், விரிப்பின் மீது அழுந்திப் புடைத்திருக்கிறார்.

"என்னால் உனக்கு உதவ முடியும்." கிசுகிசுக்கிறார்.

"என்ன?"

"ஷ்ஷ், என்னால் உனக்கு உதவ முடியும். நான் பலருக்கும் உதவியிருக்கிறேன்."

"எனக்கு உதவ முடியுமா! எப்படி?" அவருடையதைப் போலவே மெல்லிய குரலில் கேட்கிறேன். அவருக்கு ஏதாவது தெரிய வந்திருக்குமோ, லூக்கைப் பார்த்திருப்பாரோ, அவனைக் கண்டுபிடித்திருப்பாரோ, அவனை அழைத்துவர இயலுமோ?

"எப்படி என்று நினைக்கிறாய்?" மூச்சை அடக்கிக்கொண்ட குரலில் பேசுகிறார். என்னுடைய கால்களில் ஊர்ந்துவருவது அவருடைய கைதானா? கையுறைகளைக் களைந்திருக்கிறார். "கதவு பூட்டப்பட்டிருக்கிறது. யாரும் உள்ளே வர மாட்டார்கள். அது அவருடையது அல்ல என்று அவர்களுக்குத் தெரியவே வராது."

அவர் விரிப்பை நீக்குகிறார். விதிமுறைகளின்படி அவருடைய முகத்தின் கீழ்ப்பகுதி வெண்ணிற மருந்துப்பட்டை முகக்கவசத்தால் மூடப்பட்டிருக்கிறது. இரு பழுப்புநிறக் கண்கள், ஒரு மூக்கு, ஒரு தலை, அதில் பழுப்புக் கேசம். அவருடைய கை என் கால்களுக்கிடையில். "பெரும்பாலான இந்த முதியவர்களால் எதுவும் செய்ய முடிவதில்லை அல்லது மலடாக இருப்பார்கள்."

நான் திகைத்துவிட்டேன். விலக்கப்பட்ட வார்த்தையைச் சொல்லிவிட்டார். மலடு. இப்போது மலட்டு ஆண் என்பதே கிடையாதே. சட்டப்படி கிடையாது. பெண்களில்தான் பயனுள்ள பெண்களும் மலட்டுப் பெண்களும் இருக்கிறார்கள். சட்டம் அப்படித்தான் சொல்கிறது.

"நிறைய பெண்கள் இப்படிச் செய்கிறார்கள். உனக்குக் குழந்தை வேண்டும், இல்லையா?"

"ஆம்." உண்மைதான். ஏன் என்று நான் கேட்கவில்லை. எனக்குத் தெரியும். எனக்குக் குழந்தையைக் கொடு அல்லது நான் மரிப்பேன். இதற்கு ஒன்றுக்கு மேற்பட்ட அர்த்தங்கள் உண்டு.

"பக்குவமாய் இருக்கிறாய். இதுவே நேரம். இன்றும் நாளையும் வாய்ப்பான நாட்கள். அதை ஏன் வீணாக்க வேண்டும்? ஒரே ஒரு நிமிடம்தான் தேவைப்படும் ஹனி." ஒருகாலத்தில் அவருடைய மனைவியை இப்படி அழைத்திருப்பார். இப்போதும் இருக்கலாம். ஹனி. ஆனால், உண்மையில் இந்தச் சொல் காலாவதியாகிவிட்டது. எங்கள் எல்லோரையும் போல.

நான் தயங்குகிறேன். அவர் தன்னையே எனக்குத் தருகிறேன் என்கிறார். அவருக்கும் அது ஆபத்து என்றாலும் தன்னால் இயன்ற சேவையைச் செய்கிறேன் என்கிறார்.

"உங்களை எதற்கெல்லாம் ஆளாக்குகிறார்கள். நான் உண்மையில் மிகவும் வருந்துகிறேன்." முணுமுணுக்கிறார். இது அசல். அசலான காருண்யம். ஆனால், அவர் இதை ரசிக்கிறார். இந்தக் காருண்யத்தையும் எல்லாவற்றையும். அவருடைய விழிகள் நேயத்தால் கசிகின்றன. கைகள் என் மீது படபடப்பாகவும் பொறுமையின்மையோடும் நகர்கின்றன.

"இது மிக ஆபத்தானது. முடியாது. என்னால் முடியாது" என்கிறேன். தண்டனை மரணம் என்றாலும் அவர்கள் அந்தச் செயல்பாட்டின்போது உங்களை இரு சாட்சிகளுடன் பிடிக்க வேண்டும். இங்கு என்னவெல்லாம் வாய்ப்புகள் இருக்கக்கூடும்? இந்த அறையில் கண்காணிப்புக் கருவிகள் இருக்கின்றனவா? வாசலுக்கு வெளியில் யார் காத்திருக்கிறார்களோ?

அவருடைய கை உறைகிறது. "யோசித்துப்பார். உன்னுடைய அட்டவணையைப் பார்த்தேன். அப்படியொன்றும் உனக்கு அதிக காலம் மீதமில்லை. ஆனால், இது உன் வாழ்க்கை."

"நன்றி" என்கிறேன். நான் கோபப்பட்டுவிடவில்லை என்றும், வாய்ப்புகளை வரவேற்கிறேன் என்றும் ஒரு அபிப்பிராயத்தை உண்டாக்கியாக வேண்டும். அவர் சோர்வாக, மனமில்லாமல் கையை நீக்கிக்கொள்கிறார். அவரைப் பொறுத்தவரையில் இதை என்னுடைய இறுதி முடிவாக அவர் ஏற்றுக்கொள்ளவில்லை. அவர் என்னுடைய பரிசோதனைகளில் தில்லுமுல்லு செய்யலாம். புற்று

இருப்பதாகச் சொல்லிவிடலாம். மலட்டுத்தன்மை இருப்பதாகவும் சொல்லி என்னைப் பெண்ணல்லாதவர்களுடைய காலனிக்கு அனுப்பிவைக்கலாம். இதில் எதுவுமே உச்சரிக்கப்படவில்லை. ஆனால், என்னுடைய தொடையைத் தட்டிவிட்டு, தொங்கும் திரையிலிருந்து அவர் நகரும்போது அவருடைய அதிகாரம் இங்குள்ள காற்றிலும் இருப்பதை நான் உணர்கிறேன்.

"அடுத்த மாதம்" என்கிறார்.

நான் திரைக்குப் பின்னே உடுத்திக்கொள்கிறேன். என் கைகள் நடுங்குகின்றன. நான் ஏன் அஞ்ச வேண்டும்? நான் எந்தத் தடையையும் மீறவில்லை. நம்பிக்கை கொடுக்கவில்லை. அபாயத்துக்கு ஆட்படவில்லை. எல்லாம் நலமாய் இருக்கிறது. இந்த வாய்ப்பிருப்பதுதான் என்னை அச்சுறுத்துகிறது. மீட்சியும், அதற்கான ஒரு வழியும் இருப்பது.

அத்தியாயம் பன்னிரண்டு

படுக்கையறையை ஒட்டி குளியலறை இருக்கிறது. சிறிய நீல ஃபர்கெட் மீ நாட் பூக்கள் அச்சிடப்பட்ட சுவர்த்தாள் ஒட்டப்பட்டுப் பொருத்தமான திரைச்சீலைகளோடு இருக்கிறது. நீலத்தில் தரைவிரிப்போடும் கழிவுப்பீங்கான் இருக்கை மீது நீலநிற போலிக்கம்பளி உறையோடும் இருக்கிறது. முந்தைய காலகட்டத்தில் இருந்த ஏதாவது இந்த அறையில் இல்லாதிருக்கிறதென்றால் அது மேலதிகமாய் இருக்கும் துடைப்புத்தாள்சுருளைத் தனது பாவாடையால் மூடி மறைத்திருக்கும் பொம்மை மட்டும்தான். கழுவுதொட்டியின் மேலே இருந்த கண்ணாடி அகற்றப்பட்டு அதற்குப் பதிலாக நீள்வட்ட வடிவான தகரம் ஒட்டப்பட்டிருக்கிறது. கதவுக்குத் தாழ் இல்லை. சர்வநிச்சயமாக இங்கு சவரக்கத்திகள் இல்லை. ஆரம்பக் கட்டங்களில், அவர்கள் எல்லாவற்றுக்கும் தீர்வு கண்டுபிடிப்பதற்கு முன் குளியலறைகளில் வெட்டுகளும் மூழ்குதல்களுமாகச் சம்பவங்கள் நிகழ்ந்தன. யாரும் உள்ளே வந்துவிடாமல் காக்க வெளியே கூடத்தில் கோரா ஒரு நாற்காலியில் அமர்ந்திருக்கிறாள். குளியலறையில் குளியல்தொட்டியில், நீங்கள் ஊறுபடத்தக்கவர்களாக இருக்கிறீர்கள் என்பாள் ஆன்ட் லிடியா. யாரால் என்று சொன்னதில்லை.

குளியல் அத்தியாவசியம் என்றாலும் ஒரு சொகுசும்கூட. இந்த வெள்ளைக் கவிகங்களையும் முக்காட்டையும் நீக்குவதே, என் கூந்தலை என் கைகளால் மீண்டும் தீண்டுவதே சொகுசான உணர்வுதான். இப்போது என் கூந்தல் வெட்டப்படாமல் நீண்டுவிட்டது. கூந்தல் நீளமாயும் மூடப்பட்டும் இருக்க வேண்டும். ஆன்ட் லிடியா சொல்வாள். ஒன்று அப்படி அல்லது மழுங்கச் சிரைத்து என்று தூயவர் பால் சொல்லியிருக்கிறார். இதைச் சொல்லிவிட்டு, ஏதோ வேடிக்கை செய்துவிட்டவளைப் போல அவளுடைய மட்டுப்படுத்தப்பட்ட அந்தக் கனைப்புச் சிரிப்பைச் சிரிப்பாள்.

தண்ணீரைத் திறந்துவிட்டிருக்கிறாள் கோரா. குழம்புக் கிண்ணத்திலிருந்து எழுவதைப் போல நீராவி எழுகிறது.

எஞ்சியிருக்கும் உடைகளை, மேலங்கி, வெள்ளைச் சட்டை, உள்சட்டை, சிவப்புக் காலுறைகள், தளர்வான பருத்தி அரையாடை எல்லாவற்றையும் களைகிறேன். இறுக்கமான அரையாடைகள் கவட்டை அழுகிப்போகச் செய்யும் என்பாள் மொய்ரா. *கவடு, அழுகல்* போன்ற பாவனைகளை ஆன்ட் லிடியா ஒருபோதும் பயன்படுத்த மாட்டாள். *சுகாதாரமற்ற* என்பதே அவளுடைய சொல். அவளுக்கு எல்லாம் மிகவும் சுகாதாரமாக இருக்க வேண்டும்.

என்னுடைய நிர்வாணம் எனக்கு அந்நியமாகி வெகுகாலமாகிவிட்டது. என்னுடைய தேகம் காலாவதியாகிவிட்டதைப் போல் இருக்கிறது. உண்மையிலேயே நான் கடற்கரையில் நீச்சல் உடை உடுத்தியவளா? உடுத்தியிருக்கிறேன். ஆண்களுக்கு மத்தியில் என்னுடைய முதுகும் கால்களும் கைகளும் தொடைகளும் காட்சிப்படுத்தப்படுவது குறித்து யோசிக்காமல் கவலைப்படாமல் உடுத்தியிருக்கிறேன். *வெட்கக்கேடு, கண்ணியக்குறைவு.* குனிந்து என் உடலைப் பார்ப்பதைத் தவிர்க்கிறேன். அது வெட்கக்கேடு அல்லது கண்ணியக்குறைவு என்பதால் அல்ல. எனக்கு அதைப் பார்க்கப் பிடிக்கவில்லை. என்னை இத்தனை முற்றுமுழுதாய் வரையறுக்கும் ஒன்றைப் பார்க்க எனக்குப் பிடிக்கவில்லை.

தண்ணீருக்குள் இறங்குகிறேன். படுக்கிறேன். அது என்னை ஆக்ரமிக்க அனுமதிக்கிறேன். தண்ணீர் மென்மையாகவும் கைகளைப் போலவும் இருக்கிறது. கண்களை மூடுகிறேன். திடீரென்று எந்த முன்னறிவிப்பும் விடுக்காமல் அவள் என்னிடம் வருகிறாள். இந்தச் சோப்பின் நறுமணம்தான் காரணமாய் இருக்கும். அவளுடைய கழுத்தின் பின்பாகத்தில் இருக்கும் மென்மையான கேசத்தில் என் முகத்தைப் புதைக்கிறேன். மூச்சிழுக்கிறேன். புதிதாகக் கழுவப்பட்ட குழந்தைச் சரும மணமும், ஷாம்பூவும், குழந்தைப் பவுடரும், அவற்றுக்கு அடிநாதமான சிறுநீரின் மெல்லிய வாடையுமாக அவள் என் மூச்சில் வருகிறாள். நான் குளிக்கும் சமயங்களில் அவளுடைய வயது இது. அவள் என்னிடத்தில் வெவ்வேறு வயதுகளில் வருகிறாள். அவள் ஒரு ஆவியுருவல்ல என்பதை நான் அவ்விதமாகத்தான் நிச்சயப்படுத்திக்கொள்கிறேன். ஒருவேளை அவள் ஆவியாக இருந்தால் ஒரே வயதில்தானே எப்போதும் வருவாள்.

அவளுக்குப் பதினோரு மாதங்களாய் இருந்தபோது அவள் நடக்கத் தொடங்குவதற்கு சற்று முன்பு, ஒரு பல்பொருள் அங்காடி தள்ளுவண்டியிலிருந்து பெண்ணொருத்தி அவளைத் திருடிச் சென்றாள். அது ஒரு சனிக்கிழமை. இருவரும்

பணிபுரிந்துகொண்டிருந்தபடியால் அன்றுதான் நானும் லூக்கும் அந்த வாரத்துக்கான பொருட்களை வாங்குவோம். அந்தக் காலத்தில், பல்பொருள் அங்காடிகளில் குழந்தைகளுக்கான இருக்கையோடு அவர்கள் தங்கள் கால்களைத் தொங்கவிடுவதற்கான ஓட்டைகளுடன் கூடிய தள்ளுவண்டிகள் கிடைக்கும். அவற்றில் ஒன்றில் அவள் அமர்ந்திருந்தாள். அவள் மகிழ்ச்சியாகவே இருந்தாள். நான் பூனை உணவுகள் இருந்த பக்கம் - என்று நினைக்கிறேன் - திரும்பி நின்றிருந்தேன். கடையின் மறுபக்கத்தில் இறைச்சி முகப்பில், பார்க்க இயலாத கோடியில் லூக் இருந்தான். அந்த வாரம் நாங்கள் என்ன வகை இறைச்சி உண்போம் என்பதை அவனே தேர்ந்தெடுக்க விரும்புவான். பெண்களைவிடவும் அதிகமாக ஆண்களுக்கே இறைச்சி தேவைப்படுகிறதென்று சொல்வான். அது ஒன்றும் குருட்டு நம்பிக்கை அல்ல என்றும், அவன் முட்டாளல்ல என்றும், ஆராய்ச்சிகள் அப்படித்தான் சொல்கின்றன என்றும் சொல்வான். சில வித்தியாசங்கள் இருக்கவே செய்கின்றன என்பான். அப்படியெல்லாம் இல்லையென்று சொல்லவும், அதை நிரூபிக்க நான் விரும்பியதைப் போலவும் அவன் அதைச் சொல்லுவான். அதிலும் குறிப்பாக என்னுடைய அம்மா அங்கு இருக்கும்போது அதைச் சொல்வான். அவளைச் சீண்டுவதில் அவனுக்கு எப்போதும் விருப்பம்.

அவள் அழத் தொடங்கியதைக் கேட்டு நான் திரும்ப, அவள் நான் பார்த்திராத ஒரு பெண்ணின் கைகளில் பாதையில் மறைந்துகொண்டிருந்தாள். நான் அலறினேன். அந்தப் பெண் தடுத்துநிறுத்தப்பட்டாள். அவளுக்கு முப்பத்து ஐந்து வயதிருக்கும். அவள் அழுதுகொண்டிருந்தாள். அது அவளுடைய குழந்தையென்றும், தேவன் அவளுக்குக் கொடுத்தாரென்றும், சமிக்ஞைகள் அறிவிக்கப்பட்டனவென்றும் சொன்னாள். நான் அவளுக்காக வருந்தினேன். கடை முதலாளி வருத்தம் தெரிவித்தார். போலீஸ் வரும்வரை அவளைப் பிடித்து வைத்திருந்தார்கள்.

அவளுக்குப் பைத்தியம் என்றான் லூக்.

அப்போது, அது எதேச்சையாக நிகழ்ந்த சம்பவம் என்றுதான் நான் நினைத்திருந்தேன்.

அவள் மறையத் தொடங்குகிறாள். அவளை இங்கு நான் என்னுடன் வைத்திருக்க முடியாது. அவள் போய்விட்டாள். அவளை ஒரு ஆவியுருவாகத்தான் நான் நினைக்கிறேனாக இருக்கலாம்.

இறந்துபோன ஒரு சிறுமியின் ஆவி. ஐந்து வயதினளாக இருந்தபோது இறந்துவிட்ட ஒரு சிறுமி. முன்பு என்னிடம் இருந்த எங்களுடைய படங்கள் நினைவில் வருகின்றன. வழக்கமான பாவிப்புகளில் ஒரு தாயும் சேயும். பாதுகாப்புக்காக ஒரு சட்டத்தினுள் பூட்டப்பட்டவை. நான் அவளைத் தூக்கிவைத்துக்கொண்டிருந்த படங்கள். மூடியிருக்கும் என் விழிகளுக்குள், ஒரு திறந்த இழுப்பறையின் முன் அல்லது நிலவறையில் ஒரு பெட்டியின் முன் நான் அமர்ந்திருக்கக் காண்கிறேன். அவளுடைய உடைகள் மடித்து அடுக்கப்பட்டதும் அவளுக்கு இரண்டு வயதாக இருந்தபோது வெட்டப்பட்டு ஒரு உறைக்குள் பொதியப்பட்ட ஒரு கொத்து வெள்ளைப்பொன்னிறக் கேசம் பத்திரப்படுத்தப்பட்டதுமான இடங்கள்.

என்னிடம் இப்போது அவையெல்லாம் இல்லை. அந்த உடைகளும் கேசமும். எங்களுடைய பொருட்களெல்லாம் என்னதான் ஆகியிருக்குமென்று யோசிக்கிறேன். திருடப்பட்டிருக்கும், எறியப்பட்டிருக்கும், எடுத்துச்செல்லப்பட்டிருக்கும், பறிமுதல் செய்யப்பட்டிருக்கும்.

பல பொருட்களின் இன்மைக்கு நான் பழகிக்கொண்டுவிட்டேன். ஆன்ட் லிடியா சொல்வாள், உங்களிடம் ஏராளமான பொருட்கள் இருந்தால் நீங்கள் இந்தப் பொருளுலகத்தோடு அதீதமாக ஒட்டிவிடுவீர்கள், அருட்கொள்கைகளை மறந்துபோவீர்கள். ஆவியில் எளிமையை வளர்த்துக்கொள்ள வேண்டும். பொறுமைசாலிகள் பாக்கியவான்கள். இந்த உலகை வெற்றிகொள்வதைப் பற்றியெல்லாம் விளக்க அவள் முற்படவில்லை.

இதோ நான் நீரால் சூழப்பட்டுக் கிடக்கிறேன். இல்லாத ஒரு திறந்த இழுப்பறையின் முன், ஐந்து வயதினளாக இருந்தபோது இறந்துபோகாத, எனக்கில்லை என்றாலும் இன்னமும் ஜீவிக்கிறாள் என்று நான் நம்பும் ஒரு சிறுமியை நினைத்துக்கொண்டு. அவளுடைய மனதின் இருளாழத்தில் எங்காவது ஒரு புகைப்படமாகவாவது நானும் ஜீவிக்கிறேனா?

நான் இறந்துவிட்டதாக அவளிடம் அவர்கள் சொல்லியிருக்க வேண்டும். அப்படிச் செய்யத்தான் அவர்கள் நினைப்பார்கள். பொருந்தியிருக்க அவளுக்கு அது உதவும் என்பார்கள்.

அவளுக்கு இப்போது எட்டு வயதாயிருக்கும். எனக்குத் தெரியும். தொலைத்துவிட்ட காலத்தை நான் கணக்கு வைத்திருக்கிறேன்.

அவர்கள் சொல்வது சரிதான். அவள் இறந்துவிட்டாள் என்று நம்புவது எல்லாவற்றையும் சுலபமாக்கும். அப்படியான பட்சத்தில் நான் நம்பிக்கைகொள்ள வேண்டாம், வீண் முயற்சி வேண்டாம். தலையைக் கொண்டுபோய் எதற்காகச் சுவரில் முட்டிக்கொள்வது என்பாள் ஆன்ட் லிடியா. சிலசமயங்களில் அவள் எல்லாவற்றையும் வரையுருவங்களாய்ச் சித்தரிப்பாள்.

"இந்த முழு நாளையும் உனக்கே தந்துவிட வேண்டுமா நான்?" கதவுக்கு வெளியில் கோராவின் குரல் கேட்கிறது. அவளுக்கென்று எதுவுமே முழுதாய் இல்லைதான். அவளுடைய நேரத்தை நான் எடுத்துக்கொள்ளக் கூடாது. சோப்பைத் தடவுகிறேன். காய்ந்துவிட்ட சருமத்தை நீக்க நாரையும் நுரைகல்லையும் பயன்படுத்துகிறேன். தூய்மைப்படுத்திக்கொள்வதற்காக இப்படியான பொருட்கள் கொடுக்கப்படுகின்றன. கிருமிகளற்று, பாக்டீரியாக்களற்று, நிலவின் மேற்தளத்தைப் போல முழுத் தூய்மையுடன் இருக்க விரும்புகிறேன். இன்று மாலை என்னைத் தூய்மைப்படுத்திக்கொள்ள முடியாது, அதற்குப் பிறகும், இன்னும் ஒரு நாளைக்கு முடியாது. அது குறுக்கீடு செய்துவிடும் என்கிறார்கள், வாய்ப்புகளை குறைத்துவிடக் கூடாது.

இதோ என் கணுக்காலில் இருக்கும் பச்சைக்குறியைப் பார்க்காமல் தவிர்க்க முடியாது. எதிர்ப்பண்புடைய ஒரு கடவுச்சீட்டு இது. நான்கு இலக்கங்களும் ஒரு கண்ணுமானது. எப்போதுமே நான் இன்னொரு நிலப்பரப்புக்குள் மாயமாகிவிட முடியாது என்பதை உறுதிப்படுத்துவதற்கானது இது. நான் மிக முக்கியமானவள், அதி அரிதானவள். நான் இந்தத் தேசத்தின் சொத்து.

அடைப்பானை நீக்குகிறேன். துவட்டிக்கொள்கிறேன். டெரித்துணி அங்கியை அணிகிறேன். அணிந்திருந்த உடையை இங்கேயே விடுகிறேன். கோரா அதைத் துவைக்க எடுத்துச்செல்லுவாள். அறைக்கு வந்து உடுத்திக்கொள்கிறேன். வெள்ளைத் தலைத்துணியை மாலைகளில் அணிய வேண்டியதில்லை. ஏனென்றால், நான் வெளியில் செல்ல மாட்டேன். என் முகத்தை இந்த வீட்டில் உள்ள அனைவரும் பார்த்திருக்கிறார்கள். சிரைக்கப்படாத என் தலையின் ஈரக்கூந்தலை மறைத்து சிவப்பு முக்காட்டை மட்டும் அணிகிறேன். நகரச் சதுக்கத்தில் மண்டியிட்டப்படி கொத்துக்கொத்தாக விழும் கேசத்தைக் கைகளில் பிடித்துக்கொண்டிருந்த பெண்களைப் பற்றிய அந்தத் திரைப்படத்தை நான் எங்கு பார்த்தேன்? அவர்கள் செய்தது என்ன? அது வெகுகாலத்துக்கு முந்தையதாய் இருக்க வேண்டும். ஏனென்றால், எனக்கு சரியாய் நினைவு வரவில்லை.

கோரா என்னுடைய இரவுணவை ஒரு தட்டத்தில் வைத்து மூடி எடுத்துவருகிறாள். நுழையும் முன் கதவைத் தட்டுகிறாள். அப்படிச் செய்வதற்காக நான் அவளை விரும்புகிறேன். தனித்தம் என்று நாங்கள் முன்பெல்லாம் குறிப்பிட்ட ஒன்றின் எச்சம் இன்னமும் எனக்கிருப்பதாக அவள் நம்புவதை அது காட்டுகிறது.

தட்டத்தை அவளிடமிருந்து வாங்கிக்கொண்டு, “நன்றி” என்கிறேன். அவள் என்னைப் பார்த்துப் புன்னகைக்கிறாள். ஆனால், பதிலளிக்காமல் திரும்பிக்கொள்கிறாள். நாங்கள் தனித்திருக்கும் வேளைகளில் அவள் என்னிடம் வெட்கம் பாராட்டுகிறாள்.

வெள்ளைப் பூச்சு மேசையில் அந்தத் தட்டத்தை வைத்துவிட்டு நாற்காலியை அதனருகில் இழுக்கிறேன். தட்டத்தின் மூடியை நீக்குகிறேன். கோழிக்கால், மசிய சமைக்கப்பட்டது. ரீட்டாவின் இன்னொரு வகைச் சமையலான ரத்தக்கவிச்சையுடனானதைவிட இது மேல். ரீட்டா தன்னுடைய எரிச்சலை உணர்த்த நிறைய வழிகள் வைத்திருக்கிறாள். அவித்த உருளைக்கிழங்கு, பச்சை பீன்ஸ், காய்கறிக்கலவை. இனிப்புப் பதார்த்தத்துக்கு பதப்படுத்தப்பட்ட பேரிக்காய்கள். உப்புசப்பு இல்லாதது என்றாலும் ஓரளவு நல்ல உணவே. ஆரோக்கியமான உணவு. சிற்றுண்டிச்சாலைகளில் போல் துடைத்தாளும் இருக்கிறது. நீங்கள் தாது உப்புக்களையும் விட்டமின்களையும் உண்டாக வேண்டும் என்பாள் ஆன்ட் லிடியா. பெறுமானமுள்ள ஒரு பாத்திரமாகத் திகழ வேண்டும். காப்பியோ தேநீரோ கூடாது. மதுவும்தான். ஆராய்ச்சி முடிவுகள் அப்படித்தான் சொல்கின்றன.

நான் மற்றவர்களை நினைத்துக்கொள்கிறேன், இதுவுமில்லாதவர்களை. நாட்டின் இதயப் பகுதியான இதில் நான் போஷிக்கப்படுகிறேன். தேவன் எங்களை உண்மையான நன்றியுள்ளவர்களாக்கட்டும், அல்லது அது நன்றிமறவாதவர்களா? நான் உண்ணத் தொடங்குகிறேன். எனக்குப் பசியில்லை. வயிற்றைக் கலக்குகிறது. ஆனால், இந்த உணவை வீச இடமில்லை. தொட்டிச்செடிகளில்லை. கழிவுப்பீங்கானில் கொட்டி பிரச்சினையை இழுத்துக்கொள்ள முடியாது. அதீத பதற்றத்தில் இருக்கிறேன். ஆம், அதுதான். உணவைத் தட்டிலேயே வைத்துவிட்டு, புகார் சொல்லிவிட வேண்டாமென்று கோராவிடம் கேட்டுக்கொண்டால்? நான் மெல்கிறேன், விழுங்குகிறேன். வியர்த்து வழிவதை உணர்ந்தபடி மென்று விழுங்குகிறேன். சேர்த்துப் பிசையப்பட்ட கை நிறைந்த ஈர அட்டைகளைப் போல உணவு என் வயிற்றினுள் ஒன்றுசேர்ந்து உருள்கிறது.

கீழேயிருக்கும் உண்ணும் அறையில் அந்தப் பெரிய சீமைத்தேக்கு மேசையில் மெழுகுவர்த்திகள் எரியும். வெள்ளை விரிப்பு, வெள்ளிப் பொருட்கள், மலர்கள், மதுக்குவளைகளில் மதுவும் இருக்கும். பீங்கான் பாத்திரங்களில் கத்திகள் மோதும் க்ளிக் உடன் முட்கரண்டியை அவள் கீழே வைக்கும் க்ளிங்கும். ஓசையற்ற பெருமூச்சுடன் அவள் தட்டிலுள்ளதில் பாதியைத் தொடாமலே மீதம் வைப்பாளாயிருக்கும். பசியில்லை என்று அவள் சொல்லவும் வாய்ப்பிருக்கிறது. ஒன்றுமே சொல்லாமலிருக்கவும்தான். அவள் ஏதும் சொன்னால் அவர் பதிலுரைப்பாரா? அவள் எதுவும் சொல்லாதபோது அவர் கவனிப்பாரா? தன்னைக் கவனப்படுத்திக்கொள்ள அவள் எவ்விதம் மெனக்கெடுவாள்? மிகவும் சிரமம்தானென்று நினைக்கிறேன்.

தட்டின் ஓரத்தில் ஒரு சொட்டு வெண்ணெய் இருக்கிறது. துடைத்தாளின் ஓர் ஓரத்தைக் கிழித்து வெண்ணையின் மீது அதைச் சுற்றுகிறேன். அலமாரிக்கு எடுத்துச்சென்று என்னிடமிருக்கும் உபரி ஜோடியின் வலது காலணிக்குள் அதை வைக்கிறேன். மீதம் உள்ள துடைத்தாளைச் சுருட்டுகிறேன். நிச்சயமாக யாரும் அதை விரித்துப்பார்த்து அதன் ஓரத்தைத் தேட மாட்டார்கள். இரவின் பின்னேரத்தில் நான் அந்த வெண்ணையைப் பயன்படுத்துவேன். இன்று மாலை வெண்ணையின் வாசம் வீச இருப்பது நல்லதில்லை.

அமைந்திருக்கிறேன். என்னைத் தயார்செய்துகொள்கிறேன். என்னுடைய சுயம் என்பது நான் தயாராக்கிக்கொள்ள வேண்டிய ஒன்று. ஒரு உரையைத் தயார் செய்வதுபோல. நான் இன்று ஒப்படைக்க வேண்டியது தயாராகிக்கொண்ட ஒன்றை, பிறந்து வந்த ஒன்றை அல்ல.

5
சிற்றுறக்கம்

அத்தியாயம் பதிமூன்று

நேரம் உபரியாய் இருக்கிறது. நான் என்னைத் தயார்படுத்திக் கொண்டிராத விஷயங்களில் இதுவும் ஒன்று - வெறும்பொழுதின் இந்த அளவு, நீள்வளை அடைப்புக்குறிகளுக்குள் நிரம்பியிருக்கும் இந்த வெறுமை. வெண்ணிற ஓசையென காலம். பூத்தையல் வேலைகள் செய்யக் கிடைக்குமானால், பின்னவோ முடையவோ என்னுடைய கைகளால் ஏதேனும் செய்யவோ கிடைத்தால், ஒரு சிகரெட் கிடைக்குமென்றால், நன்றாக இருக்கும். கலைக்காட்சியங்களில் பத்தொன்பதாம் நூற்றாண்டினூடாக நடந்துசென்றதெல்லாம் நினைவு வருகிறது. அப்போது அந்தப்புரங்கள் அவர்களை ஆட்டிப்படைத்துக்கொண்டிருந்தன. அந்தப்புரங்களும், பின்னணியில் அலிகள் காவலுக்கு நிற்க, தலைகளில் வெல்வெட் தொப்பிகளோ தலைப்பாகைகளோ அணிந்து, மயிலிறகு விசிறிகளால் விசிறுபட்டுக்கொண்டு, சாய்விருக்கைகளில் உருண்டுகொண்டிருந்த குண்டுப்பெண்களும். இப்படி வரையப்பட்ட டஜன் கணக்கிலான ஓவியங்கள் இருந்தன. உட்கார்ந்த இடத்திலேயே உட்கார்ந்திருந்த சதைகளைப் பற்றிய ஆராய்ச்சி. அங்கிருந்து பார்த்திராத ஆண்களால் வரையப்பட்டவை. இந்தப் படங்கள் பாலுணர்வைத் தூண்டுவதற்காம். அந்தச் சமயத்தில் நானும் அப்படித்தான் நம்பினேன். ஆனால், அவை எது குறித்தவை என்பதை இப்போதுதான் புரிந்துகொண்டேன். அவை சடத்துவம் குறித்த படங்கள். காத்திருத்தல், காலாவதியாகிப்போன பொருட்கள் குறித்தவை. அவை சலிப்பு பற்றிய ஓவியங்கள்.

ஆனால் ஒருவேளை, சலிப்பு பாலுணர்வைத் தூண்டுவதாய் இருக்கலாம். அதாவது, பெண்கள் அந்நிலையில் இருப்பது, ஆண்களுக்கு.

காத்திருக்கிறேன், கழுவப்பட்டு, துடைக்கப்பட்டு, உணவளிக்கப்பட்டு, ஒரு விலையுயர்ந்த பன்றியைப் போல. எப்போதோ, எண்பதுகளில், கொட்டில்களில் கொழுக்க வைக்கப்பட்ட பன்றிகளுக்காகப் பன்றிப்பந்துகள் கண்டுபிடிக்கப்

பட்டனவாம். பன்றிப்பந்துகள் மிகப் பெரிய வண்ணப்பந்துகள். பன்றிகள் அவற்றைத் தம் முகரையால் முட்டித்தள்ளின. அவற்றின் தசைகள் திண்மையடைய அது உதவும் என்று பன்றி வியாபாரிகள் கருதினர். பன்றிகள் ஆர்வமிக்கவை, அவற்றுக்கு எது குறித்தாவது சிந்திக்க வேண்டியிருந்தது.

பன்றிப்பந்துகள் பற்றியும், செய்ய ஏதாவது கிடைப்பதற்காக மின்சாரத் தாக்குதலுக்கு தம்மையே ஆளாக்கிக்கொள்ளும் எலிகள் மற்றும் புறாக்களைப் பற்றியும் உளவியல் குறித்த ஓர் அறிமுகத்தில் படித்தேன். அந்த விலங்குகள் ஒரு பொத்தானைக் கொத்தினால் ஒரு சோளமுத்து தோன்றுமாறு பயிற்றுவிக்கப்பட்டவை. அவற்றில் மூன்று குழுக்கள்: முதலாவதற்கு ஒரு கொத்துக்கு ஒரு சோளமுத்து என்றும், இரண்டாவதற்கு ஒரு கொத்து விட்டு மறுகொத்துக்கு ஒரு சோளமுத்து என்றும், மூன்றாவதற்கு கணக்கென்று ஏதும் இல்லாமலும் சோளமுத்துகள் கிடைத்தன. பொறுப்பில் இருந்தவன் முதல் குழுவுக்கு தானியத்தை நிறுத்தியதும் அவை வெகு சீக்கிரமே கொத்தும் பழக்கத்தைக் கைவிட்டன. இரண்டாவது சிறிதே காலம் பிடித்துக் கைவிட்டன. மூன்றாவது குழு கொத்துவதை நிறுத்தவே இல்லை. அவை கொத்திக்கொத்தி உயிரை விட்டன. எந்தக் கொத்து பயன் தருமென்று யாருக்குத் தெரியும்?

என்னிடம் ஒரு பன்றிப்பந்து இருந்தால் நன்றாக இருக்கும்.

பின்னல் தரைவிரிப்பின் மீது படுக்கிறேன். உங்கள் தினப்படிக்குள் பல்வேறு தவணைகளில் எந்த நேரமும் நீங்கள் பயிற்சி செய்யலாம் என்பாள் ஆன்ட் லிடியா. கைகளைப் பக்கவாட்டில் வைத்து, முழங்கால்களை மடக்கி, இடுப்பெலும்பை உயர்த்தி, முதுகுத்தண்டை நீட்டு. மடக்கு. மீண்டும் செய். ஐந்து எண்ணிக்கைக்கு மூச்சை இழு, இழுத்துப் பிடி, வெளியேற்று. முன்பு மனையியல் வகுப்பாக இருந்த அறையில், அங்கிருந்த தையல் மற்றும் சலவை இயந்திரங்கள் அகற்றப்பட்டானதும் சிறிய ஜப்பானியப் பாய்களில் கிடந்தபடி ஒரு ஒலிநாடாவில் *லே சிலுஃபீது* ஒலிக்க நாங்கள் ஒத்திசைவோடு அதைச் செய்தோம். அதைத்தான் இப்போது என் தலைக்குள் கேட்கிறேன். நீட்டி, மடக்கி மூச்சிழுக்கும்போது மூடியிருக்கும் என் விழிகளுக்குள் மெல்லிய, வெண்ணிற நடனமாதுக்கள் சிறைப்பட்டிருக்கும் பறவைகளின் கால்களைப் போல் கால்கள் படபடக்க, மரங்களுக்கிடையே நளினமாகப் பறந்து திரிகின்றனர்.

மதியங்களில் உடற்பயிற்சியகத்தில் எங்கள் படுக்கைகளில் மூன்றிலிருந்து நான்குவரை நாங்கள் ஒரு மணிநேரம் படுத்திருப்போம். அது ஓய்வின், தியானத்தின் நேரம் என்றார்கள். அவர்களுக்கு ஓய்வு வேண்டியிருந்ததால், எங்களுக்குக் கற்பிப்பதிலிருந்து அவர்களுக்கு ஓய்வு தேவைப்பட்டதால் அப்படிச் செய்தார்கள் என்று நினைத்தேன். ஓய்வில் இருந்த ஆன்ட்டுகள் ஆசிரியர்கள் அறை அல்லது அந்தப் பெயரில் அவர்கள் அழைத்த எங்கோ காப்பி அருந்தச் செல்வார்கள் என்று எனக்குத் தெரியும். ஆனால், அந்த ஓய்வும் ஒரு பயிற்சிதான் என்று இப்போது நினைக்கிறேன். நாங்கள் வெறும்பொழுதுகளுக்குப் பழக்கப்பட அவர்கள் அந்த வாய்ப்பை எங்களுக்குக் கொடுத்தார்கள்.

அவளுக்கேயுரிய கொஞ்சல் தொனியில் ஆன்ட் லிடியா அதைப் பூனைத்தூக்கம் என்பாள்.

விசித்திரம் என்னவென்றால் எங்களுக்கு அந்த ஓய்வு தேவைப்பட்டது. எங்களில் பலர் உறங்கிவிடுவோம். அங்கு பெரும்பான்மையான நேரம் நாங்கள் களைப்பாயிருந்தோம். உணவில் மருந்தோ மாத்திரையோ கலந்து நாங்கள் அமைதியாக இருப்பதற்காக எங்களுக்குக் கொடுத்துவந்தார்கள் என்று நினைக்கிறேன். அல்லது அப்படியில்லாமலும் இருக்கலாம். ஒருவேளை அந்த இடமே அப்படிப்பட்டதாய் இருக்கலாம். அந்த முதல் அதிர்ச்சிக்குப் பின், உங்களுக்கு நிலைமை புரிபட்ட பிறகு, சோர்ந்துவிடுவதே நல்லது. சக்தியைச் சேமித்துவைப்பதாக உங்களுக்கு நீங்கள் சொல்லிக்கொள்ளலாம்.

மொய்ரா அங்கு வந்தபோது நான் அங்கு சென்று மூன்று வாரங்களாகியிருக்கும் என்று நினைக்கிறேன். இரண்டு ஆன்ட்டுகளால் வழக்கமான முறையில் அவள் உடற்பயிற்சியகத்துக்கு அழைத்துவரப்பட்டாள். நாங்கள் மதியத் தூக்கத்தில் இருந்தோம். அவள் தன்னுடைய வழக்கமான உடைகளிலேயே ஜீன்ஸும் நீலநிற அரைக்கைச் சட்டையுமாக இருந்தாள். அவளுடைய தலைமயிரும் குட்டையாய் இருந்தது. அவள் நிகழ்பாணியை வழக்கம்போல மறுதலித்திருந்தாள் - ஆக, நான் அவளைப் பார்த்ததுமே அடையாளம் கண்டுவிட்டேன். அவளும் என்னைப் பார்த்துவிட்டாள். ஆனால், திரும்பிக்கொண்டாள். எப்படி நடந்துகொள்வதென்று அவளுக்குத் தெரிந்திருந்தது. அவளுடைய இடது கன்னத்தில் ஒரு காயம் இருந்தது. அது ஊதாவாய் மாறிக்கொண்டிருந்தது. காலியாய் இருந்ததும் முன்பே அந்தச் சிவப்பு உடை வைக்கப்பட்டிருந்ததுமான ஒரு படுக்கைக்கு ஆன்ட்டுகள்

அவளை இழுத்துச்சென்றனர். அவள் தன்னுடைய உடைகளைக் களைந்து மௌனமாய் மீண்டும் உடுத்தத் தொடங்கினாள். படுக்கையின் ஓரத்தில் ஆன்ட்டுகள் நின்றிருக்க, மிச்சப்பேராகிய நாங்கள் எங்கள் அரைக்கண்களால் பார்த்திருக்க, அவள் குனிய, அவளுடைய முதுகுத்தண்டின் முடிச்சுகளை என்னால் காண முடிந்தது.

பல நாட்கள்வரை என்னால் அவளிடம் பேச முடியவில்லை. நாங்கள் மிடறுகள் போன்ற நொடிப்பொழுதுகளுக்கு வெறுமனே பார்த்துக்கொண்டோம். அப்போது நட்புகள் சந்தேகத்துக்கிடமானவை. எங்களுக்குத் தெரியும். உணவகங்களில் உணவுவேளை வரிசைகளில், வகுப்புகளுக்கிடையில், கூடங்களில், நாங்கள் ஒருவரையொருவர் தவிர்த்துக்கொண்டோம். ஆனால், நான்காவது நாள் கால்பந்தாட்ட மைதானத்தில் இருவர் இருவராய்ப் போகும் நடைபயிற்சியின்போது அவள் என் பக்கத்தில் இருந்தாள். நாங்கள் பயிற்சிகளை முடிக்கும்வரை எங்களுக்கு வெள்ளைச் சிறகங்கள் வழங்கப்பட மாட்டா. ஆக, நாங்கள் முக்காடுகள் மட்டுமே அணிந்திருந்தோம். அப்படியாக எங்களால் பேச முடியும். ஒருவரையொருவர் பார்த்துக்கொள்ளாமலும் அமைதியாக இருக்கும்வரை அது இயலும். ஆன்ட்டுகள் வரிசைகளின் தொடக்கத்திலும் முடிவிலும்தான் இருப்பார்கள். ஆக, ஒரே ஆபத்து மற்றவர்களிடமிருந்துதான். விசுவாசிகளாய் இருந்த சிலரில் ஒருவர் புகார் செய்துவிடலாம்.

இது பைத்தியங்களின் கூடாரம் என்றாள் மொய்ரா.

உன்னைப் பார்த்ததில் ரொம்ப மகிழ்ச்சி என்றேன் நான்.

எங்கு பேசலாம்?

கழிப்பறையில். கடைசிக் கொட்டிலில். கடிகாரத்தைக் கவனி. இரண்டு முப்பது.

அவ்வளவுதான் நாங்கள் பேசிக்கொண்டது.

மொய்ரா இங்கிருப்பது என்னைப் பாதுகாப்பாக உணரச் செய்கிறது. கைகளைத் தூக்கினால் நாங்கள் கழிப்பறைக்குப் போகலாம். ஆனால், ஒரு நாளைக்கு எத்தனை முறை என்று அதற்கும் கணக்கிருக்கிறது. ஒரு அட்டையில் அதையும் அவர்கள் குறித்துவைத்தார்கள். முன்னறையில் பச்சைக் கரும்பலகைக்கு மேலே இருக்கும் மின்சாரத்தில் இயங்குவதான உருண்டைக்

கடிகாரத்தைப் பார்த்துக்கொண்டிருக்கிறேன். இரண்டு முப்பதுக்கு சாட்சியங்கூறுகை நடக்கும். ஆன்ட் ஹெலெனா இங்கிருக்கிறாள். ஆன்ட் லிடியாவும். ஏனென்றால், சாட்சியங்கூறுதல் விசேஷமானது. ஆன்ட் ஹெலெனா பருமனாவள், *IOWA*★-வில் எடைக்குறைப்பு நிறுவனம் ஒன்றின் தலைவியாக இருந்தவள். சிறப்பாகச் சாட்சியங்கூறுபவள்.

பேசிக்கொண்டிருப்பது ஜனின். பதினான்கு வயதில் அவள் கூட்டுப் பலாத்காரம் செய்யப்பட்டது மற்றும் கருவைக் கலைத்துக்கொண்டது பற்றிச் சொல்லிக்கொண்டிருக்கிறாள். சென்ற வாரம் அவள் இதே கதையைச் சொன்னாள். அவள் அதைச் சொல்லிக்கொண்டிருக்கையில் கிட்டத்தட்ட பெருமிதம் கொண்டவளாகக்கூடத் தோன்றினாள். அது உண்மைக் கதையாக இல்லாமலும் இருக்கலாம். சாட்சியங்கூறுகையில் வாக்குமூலம் அளிக்க ஏதுமில்லை என்று சொல்வதைக் காட்டிலும் எதையாவது இட்டுக்கட்டுவது நலம். ஆனால், இது ஜனின் என்பதால் அது ஓரளவுக்கு உண்மையாக இருக்கவும் வாய்ப்பிருக்கிறது.

ஆனால், அது யாருடைய குற்றம்? ஆன்ட் ஹெலெனா ஒரு பருத்த விரலை உயர்த்திக் கேட்கிறாள்.

இவளுடைய குற்றம், இவளுடைய குற்றம், இவளுடைய குற்றம், நாங்கள் ஒன்றாய் உச்சாடனம் செய்கிறோம்.

அவர்களைத் தூண்டியது யார்? ஆன்ட் ஹெலெனா புன்னகைபுரிகிறாள். எங்களில் அவளுக்கு பரமதிருப்தி.

இவள்தான். இவள்தான். இவள்தான்.

இவ்வளவு கொடுமையான நிகழ்வு நடக்க கடவுள் ஏன் அனுமதித்தார்?

இவளுக்குப் பாடம் கற்பிக்க. இவளுக்குப் பாடம் கற்பிக்க. இவளுக்குப் பாடம் கற்பிக்க.

சென்ற வாரம் ஜனின் வெடித்தழுதாள். ஆன்ட் ஹெலெனா அவளுடைய கைகளைப் பின்னால் கட்டி, அவளுடைய சிவந்த முகத்தையும் ஒழுகும் மூக்கையும் நாங்கள் எல்லோரும் பார்க்கும் விதமாய் அவளை வகுப்புக்கு முன்னே மண்டியிட வைத்தாள். அவளுடைய கேசம் இளம் பொன்னிறத்தது. அவளுடைய கண்ணிமைகள் அவை இல்லாதிருப்பதுபோலவும்

★ ஐக்கிய அமெரிக்க மாநிலங்களுள் ஒன்று.

தொலைந்த கண்ணிமைகளாகத் தோன்றும் அளவுக்கும் வெளிர் நிறமானவை. தீப்பிடித்தவர்களுடைய எரிந்த கண்கள். அவள் அருவருப்பானவளாகத் தோன்றினாள். பலகீனமாய், புழுபோல, கன்றிப்போய், சிவந்து, புதிதாய்ப் பிறந்த எலிக்குஞ்சுபோல. எங்களில் யாரும் ஒருபோதும் அப்படிக் காட்சியளிக்க விரும்பவில்லை. அவளுக்கு நிகழ்த்தப்படுவதை அறிந்திருந்தாலும், ஒரு நொடி நாங்கள் அவளை அருவருத்தோம்.

அழுமூஞ்சி, அழுமூஞ்சி, அழுமூஞ்சி.

நாங்கள் அதை உணர்ந்து சொன்னோம் என்பதுதான் இன்னமும் பயங்கரம்.

அதற்கு முன், நான் என்னைப் பற்றி நல்லவிதமான அபிப்ராயம் கொண்டிருந்தேன். அதை அப்போது மாற்றிக்கொண்டேன்.

அது கடந்த வாரம். இந்த வாரம் நாங்கள் அவளை இகழும்வரை ஜனின் காத்திருக்கவில்லை. அது என் தவறுதான் என்கிறாள். அது என்னுடைய தவறேதான். நானே அவர்களைத் தூண்டினேன். அந்த வேதனை எனக்குத் தகுதியானதே.

அருமை ஜனின் என்கிறாள் ஆன்ட் லிடியா. நீ ஒரு முன்னுதாரணம்.

நான் கையைத் தூக்குவதற்கு இதுவெல்லாம் முடியும்வரை காத்திருக்க வேண்டும். சில சமயம் தவறான தருணத்தில் கேட்டுவிட்டால் அவர்கள் மறுத்துவிடுவார்கள். உண்மையாகவே போக வேண்டியிருந்தால் சிக்கலாகிவிடும். நேற்று டொலோரஸ் தரையை ஈரமாக்கிவிட்டாள். இரண்டு ஆன்ட்டுகள் அவளுடைய கைகளுக்குக் கீழே பற்றிக்கொண்டு அவளை இழுத்துச்சென்றார்கள். மதிய நடைப்பயிற்சிக்கு அவள் இல்லை. ஆனால், இரவில் அவளுடைய வழக்கமான படுக்கையில் இருந்தாள். இரவு முழுக்க அவளுடைய முனகலை நாங்கள் கேட்டவாறிருந்தோம்.

அவளை என்ன செய்தார்கள்? படுக்கையிலிருந்து படுக்கைக்குக் கேட்டுக்கொண்டோம்.

எனக்குத் தெரியாது.

தெரியாதிருந்தது அதை இன்னமும் மோசமாக்கியது.

நான் கையை உயர்த்துகிறேன். ஆன்ட் லிடியா தலையசைக்கிறாள். எழுந்து வெளியில் நடந்து கூடத்துக்குள் செல்கிறேன். எவ்வளவு புலப்படாமை இயலுமோ அவ்வளவுக்கு அனுசரிக்கிறேன்.

கழிப்பறைக்கு வெளியே ஆன்ட் எலிசபெத் காவலுக்கு இருக்கிறாள். நான் உள்ளே போகலாம் எனத் தலையசைக்கிறாள்.

இந்தக் கழிப்பறை பையன்களுக்கானதாய் இருந்தது. இங்கும் கண்ணாடிகளுக்குப் பதில் மங்கிய சாம்பல்நிற உலோக நீள்வட்டங்கள் வைக்கப்பட்டிருக்கின்றன. ஆனால், ஒரு சுவரின் புறமாய் வெள்ளை எனாமல் மற்றும் மஞ்சள் கறைகளோடு சிறுநீர் கழிக்கும் தொட்டிகள் இன்னமும் இருக்கின்றன. எனக்கு அவை ஏனோ குழந்தைகளின் சவப்பெட்டிகளைப் போல் தோன்றுகின்றன. நான் மறுபடியும் ஆண் வாழ்வின் நிர்வாணத்தன்மை குறித்து வியந்துகொள்கிறேன். வெட்டவெளிக் குளியல்பொழிவிகள், ஆராயவும் ஒப்புநோக்கவும் வெளிப்படுத்தப்படும் உடல்கள், பொதுவில் காட்சிப்படுத்தப்படும் பிரத்யேக உறுப்புகள். இவையெல்லாம் எதற்காக? என்ன மாதிரியான ஆறுதலை, உறுதியை அளிக்கத்தக்கவை இவை? ஒரு முத்திரைச்சின்னத்தைக் காட்டிக்கொள்ளுதல், பாருங்கள் எல்லோரும், இங்கே எல்லாம் சரியாய் இருக்கிறது, நான் இங்கு பொருந்துகிறேன். ஆனால், பெண்கள் ஒருவருக்கொருவர் தாங்கள் பெண்கள்தான் என்று ஏன் நிரூபிக்க வேண்டியதில்லை? ஏதாவது ஒருவகை அவிழ்த்துக்காட்டலில், கவட்டைப் பிளந்துகாட்டுதலில், வெகு சாதாரணமாய் செய்வதுபோல? நாய் மோப்பம் பிடிப்பதுபோல?

இந்த உயர்நிலைப் பள்ளி பழையது. ஒருவகையான சில்லு அட்டை மரத்தாலான தடுப்புகள் உள்ளது. கடைசிக்கு முந்தைய இரண்டாவதற்குள் கதவை வீசித் திறந்துசெல்கிறேன். இப்போது அவற்றில் எதற்கும் பூட்டுகள் இல்லை, இருக்க முடியாது. சுவருக்குப் பக்கத்தில், பிற்பகுதியில், கிட்டத்தட்ட இடுப்பு உயரத்தில், மரப்பலகையில் ஒரு சிறிய பொந்து இருக்கிறது. முன்னாள் காலித்தனங்கள் மற்றும் அந்தக் காலக் காமக்கிறுக்கன் எவனுடையதோவான வெற்றியின் சின்னம். மையத்தில் உள்ள அத்தனைப் பேருக்கும் மரவேலையில் இருக்கும் இந்தப் பொந்து பற்றித் தெரியும். ஆன்ட்டுகள் தவிர மற்ற அத்தனைப் பேருக்கும்.

ஜனினின் சாட்சியங்கூறலில் மெய்மறந்து நான் காலந்தாழ்த்தி விட்டேனோ என்று அஞ்சுகிறேன். ஒருவேளை மொய்ரா முன்னரே வந்திருப்பாளோ? பிறகு போக வேண்டியிருந்திருக்குமோ? நமக்கு அதிக நேரம் கொடுக்கப்படுவதில்லையே. தடுப்புச் சுவர்களுக்குக் கீழே ஒருசாய்த்துக் கவனமாய்ப் பார்க்கிறேன். அங்கே இரண்டு சிவப்பு ஜோடுகள் இருக்கின்றன. ஆனால், அது யாரென்று எனக்கு எப்படித் தெரியும்?

பொந்தில் என் வாயை வைக்கிறேன். மொய்ரா? கிசுகிசுக்கிறேன்.

நீதானா? அவள் கேட்கிறாள்.

ஆம். என்னுள்ளாக ஆசுவாசம் பரவுகிறது.

கடவுளே எனக்கு ஒரு சிகரெட் வேண்டுமே என்கிறாள் மொய்ரா.

எனக்கும் என்கிறேன்.

தலைகால் புரியாத அளவு எனக்கு மகிழ்ச்சியாய் இருக்கிறது.

ஒரு புதைசேற்றுக்குள், சதுப்பு நிலத்துக்குள், நான் மட்டுமே பிடிமானம் அறிந்த இடத்தினுள் புதைவதுபோல என் உடலுக்குள் அமிழ்கிறேன். என்னுடைய எல்லையிலேயே இருக்கிறது ஒரு துரோக நிலம். வருங்காலம் பற்றிய ஊகங்களைச் செவியுறுவதற்காக நான் செவி பதிக்கும் மண்ணாக நானே ஆகிறேன். ஒவ்வொரு நெளிப்பும், லேசான வலியின் ஒவ்வொரு முணுமுணுப்பும், களையப்பெறுவனவற்றின் சிற்றலைகளும், திசுக்களின் வீக்கங்களும் அழிவும், சதை வழிவதும், இவையெல்லாம் நான் தெரிந்துகொள்ள விழைவதைப் பற்றிய குறிகள். ஒவ்வொரு மாதமும் நான் அச்சத்துடன் குருதியை எதிர்பார்த்திருக்கிறேன். அது வருவது என்னுடைய தோல்வியைச் சொல்வதால். என்னுடையவையாக மாறிவிட்ட மற்றவர்களின் எதிர்பார்ப்புகளை நான் மீண்டும் நிறைவேற்றத் தவறியிருக்கிறேன்.

நான் என்னுடைய உடலை ஒரு கருவியாக நினைத்திருந்தேன். இன்பத்தின் அல்லது பயணத்தின் அல்லது என்னுடைய விருப்பங்களைப் பூர்த்திசெய்யும் ஒரு கருவியாக. காரியங்களைச் செயற்படுத்துவதற்கான பொத்தான்களை அழுத்தக்கூடிய ஒன்றாக அதைப் பயன்படுத்தலாம் அல்லது நான் ஓடுவதற்காகவும். அதற்கு சில எல்லைகள் இருந்தன. ஆனால், எப்படியானாலும் என்னுடைய உடல் பதமானதாக, உறுதியாக, ஒற்றைத்தன்மையதாக, என்னோடியைந்ததாக இருந்தது.

ஆனால், இப்போது தசை தன்னை வேறுமாதிரியாக உருவமைத்துக்கொண்டுவிட்டது. நானொரு மேகம். பேரிக்காயின் வடிவிலான, என்னைவிடவும் உறுதியான, அசலான, வெளிச்சம் ஊடுருவக்கூடியதான ஒரு மையப்பொருளை, அதன் சுற்றுப்பொதிக்குள் சிவப்பாய் ஒளிரும் ஒன்றைச் சுற்றி தன்னை பாவிக்கொண்டவள். அதற்குள் இருக்கும் இடம் இரவு வானைப் போல மிகப் பெரியது. அதைப் போலவே இருளாயும்

வளைந்துமிருப்பது. கறுப்பு என்பதைவிடவும் கருஞ்சிவப்பாய் இருப்பது. அதனுள் வெளிச்சத்தின் கணக்கில்லாத ஊசிமுனைகள் நட்சத்திரங்களைப் போல வீங்கி, ஒளிர்ந்து, வெடித்து, சுருங்குகின்றன. ஒவ்வொரு மாதமும் பென்னம்பெரியதாய், உருண்டையாய், எடை மிக்கதாய், ஓர் சகுனமாய், ஒரு நிலவு வருகிறது. அது பயணிக்கிறது, தாமதிக்கிறது, நகர்கிறது, கண்களுக்குப் புலப்படாமல்போகிறது. என்னை நோக்கி பஞ்சம் வருவதைப் போல் துயரம் வருவதைப் பார்த்துக்கொண்டிருக்கிறேன். அதே வெறுமையை மீண்டும் மீண்டும் உணர்கிறேன். என் இதயத்தைக் கவனிக்கிறேன். காலத்தின் கணக்கைச் சொல்லியபடி அலைக்கு மேலே அலை அடிக்கிறது.

நான் எங்கள் முதல் அடுக்கக வீட்டின் படுக்கையறையில் இருக்கிறேன். மடக்கு மரக்கதவுகள் வைத்த அதன் அலமாரிக்கு முன்னால் நின்றிருக்கிறேன். என்னைச் சுற்றி எதுவுமே இல்லை. எல்லா அறைகலன்களும் போயாகிவிட்டன. தரைகள் வெறுமையாய் இருக்கின்றன. விரிப்புகள் இல்லை. ஆனால், அப்படியும் இந்த அலமாரி முழுக்க உடைகள் இருக்கின்றன. அவை என்னுடையவை என்று நினைக்கிறேன். ஆனால், அவை என்னுடையவைபோல் இல்லை. நான் அவற்றை இதற்கு முன் பார்த்ததே இல்லை. ஒருவேளை அவை லூக்கின் மனைவியுடைவையாய் இருக்கலாம். புகைப்படங்களில் பார்த்தது மற்றும் தொலைபேசியில் ஒரு குரலாக - விவாகரத்துக்கு முன்பு, பின்னிரவுகளில் எங்களை அழைத்து, அழுது, அவள் குற்றஞ்சாட்டியிருக்கிறாள் - அன்றி நான் அறிந்திராத அவளுடையவையாய் இருக்கலாம். இல்லை, இவை என்னுடைய உடைகள்தான். எனக்கு உடுத்திக்கொள்ள ஏதாவது ஒரு ஆடை வேண்டும். நான் உடைகளை உருவுகிறேன். கறுப்பு, நீலம், ஊதா. சட்டைகள், பாவாடைகள். எதுவும் சரிவரவில்லை. எதுவுமே பொருந்தவுமில்லை. ஒன்று, மிகப் பெரியதாக அல்லது மிகச் சிறியதாக இருக்கின்றன.

எனக்குப் பின்னே லூக் இருக்கிறான். நான் அவனைப் பார்க்கத் திரும்புகிறேன். அவன் என்னைப் பார்க்கிறானில்லை. குனிந்து தரையைப் பார்க்கிறான். பூனை அவன் கால்களில் தன்னைத் தேய்த்துக்கொள்வதை, துயரார்ந்து அவள் மீண்டும் மீண்டும் முனகுவதைப் பார்க்கிறான். அவளுக்கு உணவு வேண்டும். ஆனால் இவ்வளவு காலியாக இருக்கும் வீட்டில் உணவு எப்படி இருக்கும்?

லூரக் என்கிறேன். அவன் பதிலளிக்கிறானில்லை. ஒருவேளை நான் பேசுவது அவனுக்குக் கேட்கவில்லைபோல. ஒருவேளை அவன் உயிரோடு இல்லாமலிருக்கலாம் என்று பொறிதட்டுகிறது.

நான் ஓடிக்கொண்டிருக்கிறேன். தடுப்பரண்களுக்குள்ளாக. அவளோடு, அவளுடைய கையைப் பிடித்துக்கொண்டு, அவளை இழுத்துக்கொண்டு, வலித்துக்கொண்டு. அவள் எங்களைக் காட்டிக்கொடுத்துவிடும் விதமாய் எதையாவது சொல்லிவிடாமலும், அழுதுவிடாமலும் இருப்பதற்காக அவளுக்குக் கொடுத்திருந்த மாத்திரையால் அவள் அரை விழிப்பில்தான் இருந்தாள். தான் எங்கிருக்கிறோம் என்பது அவளுக்குத் தெரியவில்லை. நிலம் மேடுபள்ளமாய் இருக்கிறது. ஈர நிலத்தின் வாடை இருக்கிறது. பாறைகள், முறிந்த கிளைகள், பழம் இலைகள் கிடக்கின்றன. அவளால் போதுமான அளவுக்கு வேகமாய் ஓட முடியவில்லை. தனியாக என்றால் நான் வேகமாக ஓடுவேன். நான் நல்ல ஓட்டக்காரி. இதோ அவள் அழுகிறாள், அவள் பயந்திருக்கிறாள், அவளைத் தூக்கிக்கொள்ள வேண்டும். ஆனால், எடை அதிகம் இருக்குமே. நான் என்னுடைய மலையேற்ற ஜோடுகளை அணிந்திருக்கிறேன். தண்ணீரை அடைந்ததும் அவற்றை உதறிவிட வேண்டுமென்று நினைக்கிறேன். அது மிகக் குளிராக இருக்குமோ? அத்தனை தூரம் அவளால் நீந்த முடியுமா? நீரோட்டம் எப்படியிருக்கும்? இதை நாங்கள் எதிர்பார்த்திருக்கவில்லை. கோபத்துடன் அவளிடம் சத்தம் போடாதே என்கிறேன். அவள் மூழ்கிவிடுவாளோ என்று யோசிக்கிறேன். அது என் வேகத்தை மட்டுப்படுத்துகிறது. பிறகு எங்களுக்குப் பின்னாலிருந்து வெடிப்புகள் கேட்கின்றன. உரக்கவோ பட்டாசு வெடிப்புபோலவோ அல்ல. சீராக, முறுமுறுவென, காய்ந்த கிளை முறிவதைப் போல. இது தவறாக ஒலிக்கிறது. எதுவுமே நீங்கள் நினைப்பதுபோல எப்போதும் ஒலிப்பதில்லை. படு என்று ஒரு குரல் கேட்கிறது, அது நிஜக்குரல்தானா அல்லது என்னுடைய தலைக்குள்ளிருந்து வருவதா அல்லது உரக்க ஒலிக்கும் என்னுடைய குரலேதானா.

நான் அவளைக் கீழே இழுத்து அவளை மூடுவதற்காக அவள் மீது உருள்கிறேன். அமைதியாக இரு என்கிறேன். வியர்வை அல்லது கண்ணீரால் என்னுடைய முகம் ஈரமாக இருக்கிறது. நான் அமைதியாக மிதப்பதுபோல உணர்கிறேன். ஏதோ நான் இனியும் இந்த உடலில் இல்லாததுபோல. என் கண்களுக்கு அருகில் ஒரு இலை இருக்கிறது. பிஞ்சிலேயே உதிர்ந்துவிட்டது.

பளிச்சென்றிருக்கும் அதன் எல்லா நரம்புகளையும் பார்க்க முடிகிறது. இதுவரை நான் பார்த்த அத்தனையிலும் அதி அழகானது இதுதான். நான் வழுக்குகிறேன். அவளை நசுக்கிவிடாமல் அவளருகில் சுருண்டுகொள்கிறேன். அவளுடைய வாயின் மீது என் கையை வைக்கிறேன். மூச்சிருக்கிறது. நீங்கள் பாதுகாப்பாக இருப்பதாக நினைக்கும் வீட்டின் கதவில் இரவில் கேட்கும் இடிப்பைப் போல என் இதயத்தின் துடிப்பும் கேட்கிறது. ஒரு பிரச்சினையுமில்லை நான் இருக்கிறேன் தயவுசெய்து அமைதியாய் இரு என்று கிசுகிசுக்கிறேன். ஆனால், அவளால் எப்படி முடியும்? அவள் மிக்க இளையவள். காலம் கடந்துவிட்டது. நாங்கள் பிரிக்கப்படுகிறோம். என் கைகள் இழுபடுகின்றன, எல்லைகள் இருள்கின்றன. ஒரு சிறிய சன்னலைத் தவிர வேறெதுவுமே மீதமில்லை. பழைய தொலைநோக்கியின் மறுமுனையைப் போன்ற ஒரு ஒரு மிகச் சிறிய சன்னல். வெளியில் இரவும் பனியும், உள்ளே ஒரு மெழுகுவர்த்தியும், ஒளிரும் மரமும், ஒரு குடும்பமும் வரையப்பட்டிருக்கும் கிறிஸ்துமஸ் வாழ்த்து அட்டையில் இருக்கும் சன்னலைப் போன்றது. எனக்கு மணியோசைகூடக் கேட்கிறது, பனிச்சறுக்கு வண்டியின் மணியோசை. வானொலியிலிருந்து பழைய இசை கேட்கிறது. ஆனால், இந்தச் சன்னலிலிருந்து என்னால் பார்க்க முடியும். சிறியதென்றாலும் மிகத் தெளிவாக என்னால் அவளைப் பார்க்க முடிகிறது. என்னிடமிருந்து அவள் தூரச்செல்வதை. சிவப்பாக, மஞ்சளாக மாறிக்கொண்டிருக்கும் மரங்களூடாக என்னை நோக்கிக் கைகளை விரித்தவண்ணம் அவள் தூக்கிச்செல்லப்படுவதைப் பார்க்க முடிகிறது.

மணியோசையும் பிறகு கோரா என் கதவில் தட்டுவதும் என்னை எழுப்புகிறது. நான் எழுந்து விரிப்பின் மீது அமர்கிறேன். என்னுடை ஈர முகத்தை சட்டைக்கைகளில் துடைக்கிறேன். எல்லாக் கனவுகளிலும் இதுவே மிக மோசமான கனவு.

6
குடித்தனம்

அத்தியாயம் பதினான்கு

மணியொலித்து முடித்ததும் நான் படிகளில் இறங்குகிறேன், கீழ்த்தளச் சுவர் கடிகாரத்தின் கண்ணாடியில் ஒரு நொடி என் பார்வை படுகிறது. கடிகாரம் அதன் முட்களை ஆட்டி நேரத்தை அளக்கும் ஒலிக்கொப்ப, என்னுடைய பாதங்கள் அவற்றின் சீரான சிவப்பு ஜோடுகளில் படிகளை எண்ணியவாறு செல்கின்றன.

அமரும் அறை விரியத் திறந்திருக்கிறது. நான் உள்ளே போகிறேன். இன்னும் யாரும் வந்திருக்கவில்லை. நான் அமரவில்லை. என்னுடைய இடத்தை அடைகிறேன். செரினா ஜாய் தன்னைக் கொலுவேற்றிக்கொள்வதும் தன் கைத்தடி மீது சாய்ந்தவாறு தன்னை அமிழ்த்திக்கொள்வதுமான பாதங்களுக்கான சிறு இருக்கை உள்ள அவளுடைய நாற்காலிக்கு அருகில் முழந்தாளிடுகிறேன். அவளை நிலைப்படுத்திக்கொள்வதற்காக நான் ஏதோ அறைக்கலன் என்பதுபோல தன்னுடைய கையை என் மீது வைத்து அவள் அழுத்தவும் வாய்ப்பிருக்கிறது. முன்னரே அப்படிச் செய்திருக்கிறாள்.

இந்த அமரும் அறை முன்பு வரவேற்பறை என்று அழைக்கப் பட்டிருக்கும், பிறகு கூடம் என்றும் அழைக்கப்பட்டிருக்கலாம். அல்லது சிலந்தி மற்றும் பூச்சிகளுடனான முன்றிலாகவும் இது இருந்திருக்கலாம். ஆனால் இப்போது இது அதிகாரபூர்வமாக அமரும் அறைதான். ஏனென்றால் இங்கு அது மட்டும்தான் செய்யப்படுகிறது, சிலரால் செய்யப்படுகிறது. மற்றவர்களுக்கு நிற்க மட்டுமே இடமிருக்கிறது. இங்கு, இப்போது, உடல்மொழி முக்கியமானது, சிறிய வசதிக்குறைவுகள் அறிவுறுத்தப்பட்டவை, எங்களுக்கு.

அமரும் அறை உள்ளடங்கியது, சீரானது. பணம் உறைநிலைக்குப் போகும்போது எடுக்கும் வடிவங்களில் இது ஒன்று. இந்த அறையினூடாக வருடக்கணக்காக, நிலவறைக்குகை ஒன்றிலிருந்துபோல பணம் சொட்டிக்கொண்டிருந்திருக்கிறது. பொருக்காய்த் திரண்டு, தொங்கூசிப் பாறைகளாய்க் கெட்டிப்பட்டு

இந்த வடிவம் எடுத்திருக்கிறது. தொங்கவிடப்பட்டிருக்கும் வெல்வெட் திரைச்சீலைகளின் மங்கிய இளஞ்சிவப்பில், அதற்குப் பொருத்தமான பதினெட்டாம் நூற்றாண்டு நாற்காலிகளின் பளபளப்பில், தரை மீதிருக்கும் சீனப்பின்னல் விரிப்பின் பசுநாக்குத் தன்மையில், அதன் இளஆரஞ்சு மற்றும் இளஞ்சிவப்புப் பியோனிக்களில், தளபதியினுடைய நாற்காலியின் மென்மையான விலங்குத்தோலில், அதன் அருகில் வைக்கப்பட்டிருக்கும் பித்தளைப் பெட்டியின் மினுக்கத்தில் என்று அறையின் வெவ்வேறு தளங்கள் மௌனமாய்த் தங்களை வெளிப்படுத்திக்கொள்கின்றன.

தரைவிரிப்பு பழமைநலம் வாய்ந்தது. இந்த அறையில் இருக்கும் சில பொருட்கள் மிகப்பழமை வாய்ந்தவை. சில அப்படியல்ல. உதாரணத்துக்கு இரண்டு ஓவியங்கள், இரண்டும் பெண்களுடையவை, கணப்படுப்பின் இரு பக்கங்களிலும் இருப்பவை. இரு பெண்களும் முந்தைய காலகட்டத்தைய தேவாலயத்தில் இருப்பவர்களைப் போலவும் அதைவிடவுமே பழைய காலத்தவர்களாகவும் அடர்நிறத்தில் உடுத்தியிருக்கிறார்கள். ஓவியங்கள் மூலப் படிமங்களாக இருக்க வாய்ப்பிருக்கிறது. தன்னுடைய எல்லா நேரத்தையும் சக்தியையும் வீட்டைப் பேணுவதில்தான் கழிக்க வேண்டியிருக்கும் என்று தெரிய வந்த பிறகு, செரினா ஜாய்க்கு இவை கிடைத்திருக்கலாம் என்றும் இவற்றை அடுத்த தலைமுறைக்குக் கையளிக்க வேண்டும் என்று அவள் நினைத்திருக்கலாம் என்றும் ஊகிக்கிறேன். அல்லது தளபதி இந்த வீட்டை வாங்கியபோதே அவை இங்கிருந்திருக்கலாம். இந்த விஷயங்களில் உண்மை எது என்று தெரிந்துகொள்ளவெல்லாம் வாய்ப்பே இல்லை. எது எப்படியானாலும் முதுகும் வாயும் இறுகியிருக்க, முலைகள் நெரிப்பட்டிருக்க, முகங்கள் சுளித்திருக்க, கஞ்சி போடப்பட்ட தொப்பிகளோடும் சாம்பல் வெளிறலான சருமத்தோடும் இந்த அறையைத் தங்கள் இடுங்கிய கண்களால் காவல் காத்துக்கொண்டு இதோ அவர்கள் தொங்குகிறார்கள்,

அவர்களுக்கிடையில் கணப்படுப்பு மாடத்தின் மீது இருபுறமும் இரண்டு ஜோடி வெள்ளி மெழுகுதிரிச் சட்டங்களால் வரையறுக்கப்பட்டிருக்கும் ஒரு நீள்வட்டக் கண்ணாடி இருக்கிறது. ஒரு ஆட்டுக்குட்டியின் கழுத்தைச் சுற்றித் தன் கரத்தை வளைத்திருக்கும் வெள்ளைப் பீங்கான் காதல் தேவதை நடுவில் இருக்கிறது. தரத்தின் மீதான பெருங்காமமும், மெல்லிய உணர்ச்சிப்பசப்பலுமாக செரினா ஜாயின் கலையார்வம் விசித்திரக் கலவையிலானது. மாடத்தின் இரு மூலைகளிலும் உலர்மலர்க்

கொத்துகள் இருக்கின்றன, சாய்விருக்கையின் பின்னால் உள்ள மரவேலைப்பாட்டு மேசையின் மீது புதிதாய்ப் பூத்திருக்கும் டாஃபடில்கள் வைக்கப்பட்ட பூச்சாடி ஒன்றும் இருக்கிறது.

அறை எலுமிச்சை எண்ணெயால், கனத்த திரைகளால், காயும் டாஃபடில்களால், அடுப்படி அல்லது உணவறையிலிருந்து உள்ளே வந்துவிட்ட சமையலின் மணத்தால், செரினா ஜாயின் வாசனைத்திரவியமான லில்லி ஆஃப் தி வாலியால் மணக்கிறது. லில்லி ஆஃப் தி வாலி. வாசனைத்திரவியம் ஒரு சொகுசுப் பொருள், இவளுக்கு யாரோ அதைக் கள்ளத்தனமாய்க் கொண்டுவருகிறார்கள். ஆராயும் நோக்கத்துடன் நான் அதை சுவாசத்தில் இழுக்கிறேன். இது விடலைப் பருவத்துக்கு முந்தைய வயதில் இருக்கும் சிறுமியரின் வாசம். அன்னையர் தினத்தன்று தங்கள் அம்மாக்களுக்கு இளங்குழந்தைகள் கொடுக்கும் பரிசின் வாசம், வெண்ணிறப் பருத்திக் காலுறைகள் மற்றும் வெள்ளை உள்பாவாடைகளின் வாசம், முகப்பவுடரின் வாசம், அக்குள் மயிரையும் உதிரத்தையும் பார்த்தறியாத பெண்ணின் இளம் தசையின் வாசம். இது எனக்கு லேசான குமட்டலுணர்வை உண்டாக்குகிறது. அதீதமாக முகப்பூச்சு பூசியிருக்கும் முதிர்ந்த பெண்ணொருத்தியுடன் உஷ்ணமும் புழுக்கமுமான நாள் ஒன்றில் மூடப்பட்ட ஒரு வாகனத்துக்குள் இருப்பதைப் போல இந்த அமரும் அறை உணரச் செய்கிறது, அதன் நேர்த்தியையும் மீறி.

இந்த அறையிலிருந்து நான் எதையாவது திருட விரும்புகிறேன். ஏதாவது சிறு பொருளை, அழகிய வேலைப்பாடுள்ள இந்தச் சாம்பற்கிண்ணத்தை அல்லது மாடத்தின் மீதிருக்கும் அந்தச் சிறிய மாத்திரைப்பெட்டியை அல்லது உலர்மலர்களை. என்னுடைய உடையின் மடிப்புகளுக்குள் அதை ஒளிப்பேன். இந்த மாலை முடியும்வரை அதை அங்கேயே வைத்திருந்து என்னுடைய அறைக்குள் படுக்கையின் அடியிலோ ஜோடுகளுக்குள்ளேயோ அல்லது பூத்தையல் வேலைப்பாடு உள்ளதும் கனப்பதுமான **நம்பிக்கை** என்ற அந்தத் தலையணையின் பிளவுக்குள்ளேயோ அதை மறைத்துவைப்பேன். அவ்வப்போது அதை வெளியில் எடுத்துப் பார்த்துக்கொள்வேன். அது எனக்கு வலிமை உள்ளதாக என்னை உணரவைக்கும்.

ஆனால், அப்படியான உணர்வு வெறும் மாயத்தோற்றம் மட்டுமே என்பதோடு மிக அபாயகரமானதும்கூட. என்னுடைய கரங்கள் இருந்த இடத்திலேயே என்னுடைய மடியிலேயே இருக்கின்றன. தொடைகள் இறுகியும் குதிகால்கள் என்னுடலை அழுத்தியவாறு

எனக்குக் கீழே மடங்கியும் இருக்கின்றன. தலை தாழ்ந்திருக்கிறது. என்னுடைய வாயில் பற்பசையின் சுவை இருக்கிறது: செயற்கை புதினா மற்றும் பசையின் சுவை.

இந்தக் குடித்தனம் ஒன்றாய்த் திரள்வதற்காக நான் காத்திருக்கிறேன். இது ஒரு குடித்தனம். நாங்கள் குடித்தனக்காரர்கள். குடித்தனத்தின் உடைமையாளர் தளபதி. இந்த வீடு அவரால் ஆட்கொள்ளப்பட்டிருப்பது. மரணம் எங்களைப் பிரிக்கும்வரை இது அவர் உடைமை கொள்வதற்கும் ஆள்வதற்குமானது.

உடைமை, உடைதல், தகர்தல்.

முதலில் வருபவள் கோரா, அடுத்து, அணையாடையிலேயே கைகளைத் துடைத்தவாறு ரீட்டா வருகிறாள். அழைப்புமணி ஓசை அவர்களை வரச்செய்துவிட்டது. செய்வதற்கு பாத்திரம் கழுவுதல் போன்ற வேறு வேலைகள் உள்ள அவர்கள் இதை வெறுக்கிறார்கள். ஆனால் அவர்கள், அவர்கள் அத்தனைப் பேரும் இங்கு இருந்தாக வேண்டும். சடங்கு இரவுகளில் அது கட்டாயம். நாங்கள் அத்தனைப் பேரும் இதைப் பொறுத்துக்கொண்டே ஆக வேண்டும், ஒரு வகையிலோ வேறொன்றிலோ.

ரீட்டா எனக்குப் பின்னால் வந்து நிற்கும் முன் என்னைப் பார்த்து எரிச்சலோடு முறைக்கிறாள். இப்படி அவளுடைய நேரம் வீணாய்ப் போவது என்னுடைய தவறுதான். என்னுடையதல்ல, என் உடலின் தவறு என்று சொல்லலாம், இரண்டும் வேறு வேறென்றால். தளபதியேகூட அதன் விருப்பங்களுக்கேற்ப ஆட வேண்டியராய் இருக்கிறார்.

நிக் உள்ளே நுழைகிறான், எங்கள் மூவருக்கும் தலையசைத்து முகமன் தெரிவிக்கிறான், அறையைச் சுற்றிலும் பார்க்கிறான். அவனும் எனக்குப் பின்னாலேயே நின்றுகொள்கிறான். என்னுடைய பாதத்தை அவனுடைய ஜோடின் நுனி தொடும் அளவுக்கு நெருங்கிநிற்கிறான். அவன் வேண்டுமென்றே செய்கிறானா? எது எப்படியோ, நாங்கள் தொட்டுக்கொண்டிருக்கிறோம், தோலாலான இரு உருவங்கள். என்னுடைய ஜோடு மென்மையாவதை, அதற்குள் ரத்தம் பாய்வதை, வெப்பம் பரவுவதை, அது மனிதச் சருமமாவதை உணர்கிறேன். என்னுடைய பாதத்தை லேசாக நகர்த்திக்கொள்கிறேன்.

"அவர் சீக்கிரம் முடித்துவிட்டால் நல்லது." கோரா சொல்கிறாள்.

"சீக்கிரம் முடித்துவிடு, காத்திரு." நிக் சொல்கிறான். சிரிக்கிறான், மீண்டும் என்னுடையதைத் தொட்டுக்கொண்டிருக்குமாறு அவனுடைய பாதத்தை நகர்த்துகிறான். என்னுடைய பாவாடை மடிப்புகளுக்குக் கீழே யாராலும் பார்க்க முடியாதே. நான் நெளிகிறேன், பழைய நறுமணத்திரவத்தின் நெடி என் வயிற்றைப் புரட்டுகிறது. இங்கே மிகவும் வெக்கையாக இருக்கிறது. நான் பாதத்தை நகர்த்திக்கொள்கிறேன்.

செரினா வரும் ஓசை கேட்கிறது. விரிப்பின் மீது அவளுடைய கைத்தடியின் அடங்கிய தட்டல் கேட்கிறது. படிக்கட்டுகளின் ஊடாகவும் கூடத்தின் ஊடாகவும் செயல்படும் காலின் அழுத்தம் கேட்கிறது. வாயிலுக்குள் தடுமாறிக்கொண்டே நுழைகிறாள், ஒருகணம் திரும்பி எங்களைக் கணக்கெடுக்கிறாள். பார்க்கிறாளில்லை. நிக்கைப் பார்த்துத் தலையாட்டுகிறாள், ஏதும் சொல்கிறாளில்லை. அவளுடைய மிகச் சிறந்த ஆடைகளில் ஒன்றை உடுத்தியிருக்கிறாள், ஆகாய நீலத்தில் உடை. முக்காட்டின் ஓரங்களில் வெண்ணிறப் பூவேலைப்பாடு செய்யப்பட்டது. மலர்களும் வேலைப்பாடும். இந்த வயதிலும் தன்னை மலர்களால் அலங்கரித்துக்கொள்ள விழைகிறாள். உனக்கு அவற்றால் ஒரு பிரயோசனமும் இல்லை, அவளைப் பார்த்து முகத்தில் சலனம் ஏதும் காட்டாமல் நினைத்துக்கொள்கிறேன். அவற்றை நீ பயன்படுத்த இயலாது, நீ உதிர்ந்துவிட்டாய். அவை செடிகளின் பாலுறுப்புகள் என்று நான் எப்போதோ எங்கோ படித்திருக்கிறேன்.

அவளுடைய இருக்கை மற்றும் பாதத்தை வைப்பதற்கான முக்காலியிடம் செல்கிறாள், திரும்புகிறாள், தொய்கிறாள், பொத்தென்று சரிகிறாள். முக்காலியின் மீது இடதுபாதத்தை நீட்டுகிறாள். சட்டைப்பைக்குள் துழாவுகிறாள். சரசரப்பையும் தீமூட்டி இயக்கப்படுவதையும் கேட்கிறேன், நுனி பொசுங்கும் வாடையை முகர்கிறேன், மூச்சில் இழுக்கிறேன்.

"எப்போதும்போல காலதாமதம்" என்கிறாள். நாங்கள் பதிலளிக்கிறோமில்லை. விளக்கு மேசையின் முனையை அவள் பற்றும் ஓசையும் இன்னொரு க்ளிக் ஓசையும் கேட்கின்றன. தொலைக்காட்சி செயல்பட எடுத்துக்கொள்ளும் சில நொடிகள் கழித்து இயங்கத் தொடங்குகிறது.

ஆண்களின் சேர்ந்திசைக்குழு ஒன்று, "காட்டுக்குள் இருக்கும் தேவாலயத்துக்கு வாருங்கள்" என்று பாடுகிறது, அவர்களுடைய சருமம் பச்சையும் மஞ்சளுமாய் வெறிக்கிறது. வண்ணச்சேர்க்கையை

இவள் சரிசெய்ய வேண்டும். “வாருங்கள், வாருங்கள், வாருங்கள், வாருங்கள்.” பாடகர்களின் கீழ்ஸ்தாயிக் குரல்கள் ஒலிக்கின்றன. அலைவரிசை மாற்றியை செரினா இயக்கும் ஓசை கேட்கிறது. இதோ ஒளி அலைகள், குறுக்குநெடுக்கான வண்ணக் கோடுகள், குழப்படியான ஓசைகள். மான்ட்றியலின் செயற்கைக்கோள் நிலையத்தின் இயக்கம் தடைசெய்யப்பட்டுள்ளது. இப்போது திரையில் ஒரு மதப்பிரசங்கி பளபளக்கும் கருவிழிகளுடன் மேசைக்கு அப்புறமிருந்து எங்களைப் பார்த்துக் குனிந்திருக்கிறார். சமீப காலமாக இவர்கள் வியாபாரிகளைப் போலவே உடுத்தத் தொடங்கியிருக்கிறார்கள். அவரை இரண்டொரு நொடிகள் நீடிக்கவிட்டு செரினா தொடர்ந்து அலைவரிசைகளை மாற்றுகிறாள்.

ஏராளமான வெற்று அலைவரிசைகள், பிறகு இதோ செய்திகள். இதைத்தான் அவள் எதிர்பார்த்துக்கொண்டிருந்தாள். இப்போது வசதியாகச் சாய்ந்துகொண்டு ஆழ மூச்சிழுக்கிறாள். நானோ வளர்ந்தவர்களுடன் விழித்திருக்க அனுமதிக்கப்பட்ட குழந்தையாக முன்னோக்கிச் சாய்கிறேன். இந்தச் சடங்கு இரவுகளில் இது ஒரு நல்ல விஷயம். நான் செய்திகள் பார்க்க அனுமதிக்கப்படுவது. இந்த வீட்டில் இது பேசிக்கொள்ளப்படாத விதி. நாங்கள் எப்போதும் இங்கு நேரத்துக்கு வந்துவிடுவது, அவர் எப்போதும் காலந்தாழ்த்துவது, செரினா எப்போதும் எங்களைச் செய்திகளைப் பார்க்க அனுமதிப்பது.

இப்போதைக்கு இவைதான் செய்திகள். இதில் உண்மை எதுவென்று யாருக்குத் தெரியும்? இந்தத் துண்டுக்காட்சிகள் காலாவதியாகிவிட்டவையாகவோ, போலியானவையாவோகூட இருக்கலாம். எப்படியானாலும் நான் பார்க்கிறேன், உண்மையைத் தெரிந்துகொள்ளலாம் எனும் நம்பிக்கையுடன். எந்தச் செய்தியும் இல்லாதிருப்பதைவிடவும் ஏதோ ஒன்று நல்லதுதான்.

முதலில் முன்னணிச் செய்திகள். முன்னணி மட்டுமல்ல முழுச் செய்தியும் அதுதான். ஒரே சமயத்தில் பல இடங்களிலும் போர் நிகழ்ந்துகொண்டிருக்கிறது.

பறவைக்கோணத்தில் காட்டப்படும் காடடர்ந்த மலைகள், மரங்கள் சீக்குப்பிடித்த மஞ்சளாய் இருக்கின்றன. இவள் வண்ணச் சேர்க்கையைக் கொஞ்சம் சீராக்கக் கூடாதா. ஒளி தேவதைகளின் இருபத்து ஒன்றாவது படை அணியின் துணையோடு ஊழி தேவதைகளின் நான்காவது அணி பாப்டிஸ்ட்டு கொரில்லாக்களின் படையைச் சுட்டுத்தள்ளினார்கள். இது அப்பலாசியன்

மலைச்சிகரம், என்கிறது பின்னணிக் குரல். பக்கவாட்டில் வெள்ளிச் சிறகுகள் வரையப்பட்ட கருநிற ஹெலிகாப்டர்கள் இரண்டு காட்டப்படுகின்றன, அவற்றின் கீழே மரங்களின் தொகுதி ஒன்று சிதறுகிறது.

இதோ கைதி ஒருவனின் நெருக்கத் தோற்றம். வீங்கிப்போன அழுக்கான முகத்தோடு இருக்கிறான். சீரான கருநிறச் சீருடைகளில் உள்ள தேவதைகளால் சுற்றி வளைக்கப்பட்டிருக்கிறான். தேவதைகளில் ஒருவனிடமிருந்து ஒரு சிகரெட்டைப் பெற்றுக்கொள்கிறான், பிணைக்கப்பட்டிருக்கும் கைகளால் அதைத் தடுமாறியபடி வாயில் பொருத்திக்கொள்கிறான். கோணல் சிரிப்பொன்று சிரிக்கிறான். அறிவிப்பாளன் எதையோ சொல்கிறான், ஆனால் நான் செவியுறவில்லை. இவனுடைய மனதில் என்ன ஓடிக்கொண்டிருக்கும் என்பதை அறிவதற்காக அவனுடைய கண்களுக்குள் பார்க்கிறேன். ஒளிப்படக்கருவி அவனைப் பார்த்துக்கொண்டிருப்பது அவனுக்குத் தெரியும். இந்த இளிப்புக்கு என்ன பொருள்? பணிய மறுத்தலா அல்லது அடிபணிவின் அறைகூவலா? பிடிபட்டதில் அவமானப்பட்டுப்போனானா?

அவர்கள் வெற்றிகளை மட்டுமே எங்களுக்குக் காட்டுவார்கள், தோல்விகளை ஒருபோதும் காட்டுவதில்லை. மோசமான செய்திகளைக் கேட்க யார் விரும்புவார்கள்?

ஒருவேளை இவன் ஒரு நடிகனாகக்கூட இருக்கலாம்.

இதோ செய்தி அறிவிப்பாளன். அவனுடைய உடல்மொழி அன்பானதாகவும் தந்தைமையுடனும் இருக்கிறது. எல்லோருக்கும் பிரியமான ஒரு தாத்தனைப் போல் திரைக்குள்ளிருந்து தன்னுடைய கன்றிப்போன சருமத்துடனும் நரைத்த கேசத்துடனும் நேர்மையான கண்களுடனும் அனுபவத்தின் சுருக்கங்களுடனும் எங்களைப் பார்க்கிறான். சமநிலை பேணும் அந்தப் புன்னகை சொல்லாமல் சொல்வது இதெல்லாம் எங்களுடைய நன்மைக்காக என்பதையே. எல்லாம் சீக்கிரமே சீராகும். நான் உறுதி சொல்கிறேன். அமைதி திரும்பும். நம்புங்கள். நல்லபிள்ளைகளாக இப்போது உறங்கச் செல்லுங்கள்.

நாங்கள் நம்ப ஏங்குவதை எங்களுக்குச் சொல்கிறான். நம்பத்தகுந்த விதத்தில் சொல்கிறான்.

நான் அவனை மறுதலிக்கிறேன். இவன் ஒரு பழைய திரைப்பட நடிகனைப் போல இருக்கிறான். பொய்ப் பற்களுடனும்

அறுவையால் சீராக்கப்பட்ட முகத்துடனும் தெரிகிறான் என்று சொல்லிக்கொள்கிறேன். அதேநேரம், வசியப்பட்டவளாக அவனைப் பார்க்க முன்னோக்கிச் சரிகிறேன். எல்லாம் உண்மையாக இருந்தால், இதையெல்லாம் என்னால் நம்ப முடிந்தால் நன்றாக இருக்கும்.

மறைவாகச் செயல்பட்டுவந்த ஒற்றர் வலைப்பின்னல் ஒன்று உள்ளேயிருந்து செயல்பட்ட ஆட்காட்டியின் உதவியுடன் தகர்க்கப்பட்டதாக இதோ தெரிவிக்கிறான். அந்த இயக்கம் அரசின் விலைமதிக்க இயலாத சொத்துகளை எல்லையைத் தாண்டி கனடாவுக்குள் கடத்திச்சென்றிருக்கிறது. “சமயபேதக்காரர்களின் குழுவான க்வேக்கர்களிலிருந்து ஐந்து நபர்கள் கைது செய்யப்பட்டிருக்கிறார்கள்” என்றும், “மேலும் கைதுகள் நடக்கும்” என்றும் நயமார்ந்த புன்னகையுடன் அறிவிக்கிறான்.

க்வேக்கர்களில் இருவர், ஒரு ஆணும் பெண்ணும் திரையில் தோன்றுகிறார்கள். அவர்கள் பீதியடைந்திருப்பது தெரிகிறது, ஆனாலும் ஒளிப்படக்கருவியின் முன் கண்ணியமாய்த் தோன்ற முயல்கிறார்கள். அந்த ஆணின் முன்நெற்றியில் பெரிய கருநிறக் குறி தென்படுகிறது. பெண்ணின் முக்காடு கிழிபட்டு அவளுடைய கூந்தலின் கற்றைகள் முகமெங்கும் தொங்குகின்றன. இருவரும் ஐம்பது வயதை நெருங்கியவர்களாய்த் தெரிகிறார்கள்.

இதோ மீண்டும் பறவைக்கோணத்தில் ஒரு நகரத்தைப் பார்க்கிறோம். இது டெட்ராய்ட்டாக இருந்த இடம். அறிவிப்பாளனின் குரலுக்கு அடிநாதமாக பீரங்கிகளின் அதிர்வு ஒலிக்கிறது. அடிவானிலிருந்து புகைப்படலங்கள் எழுகின்றன.

“ஹாமைச் சேர்ந்த குழந்தைகளின் மீள்குடியமர்வு திட்டமிட்டபடி நடந்துகொண்டிருக்கிறது.” மீண்டும் திரையில் தோன்றும் இளஞ்சிவப்பு முகம் ஆறுதலாய்ச் சொல்கிறது. “மூன்றாயிரம் பேர் நாட்டின் தேசியத் தாயகம் எண் ஒன்றில் இந்த வாரம் வந்துசேர்ந்தார்கள், மேலும் இரண்டாயிரம் பேர் பெயர்ந்துகொண்டிருக்கிறார்கள்.” இவ்வளவு நபர்களை ஒரே சமயத்தில் எப்படி அழைத்துவருகிறார்கள்? ரயில்களிலா அல்லது பேருந்துகளிலா? இது குறித்து எங்களுக்குப் படங்கள் ஏதும் காட்டப்படுவதில்லை. தேசியத் தாயகம் எண் ஒன்று வடக்கு டகோட்டாவில் இருக்கிறது. அங்கு போய்ச்சேர்ந்த பிறகு அவர்கள் என்ன செய்வார்கள் என்பது கடவுளுக்குத்தான் வெளிச்சம். விவசாயம் செய்வார்கள் என்பது எங்களுக்குச் சொல்லப்படுவது.

செரினா ஜாய் போதுமான அளவுக்கு செய்தி கேட்டுவிட்டாள். அலைவரிசைகளை மாற்றும் பொத்தான்களைப் பொறுமையில்லாமல் தட்டுகிறாள், வற்றிப்போன முலைகளைப் போன்ற கன்னங்களையுடையவனும் வயதேறியவனும் உச்சஸ்தாயியில் பாடுபவனுமாகிய ஒருவன் திரையில் தோன்றியதும் மாற்றுவதை நிறுத்துகிறாள். அவன் 'மெல்ல ஒலிக்கும் நம்பிக்கை' எனும் பாடலைப் பாடுகிறான். இவள் அவன் மென்னியை முறிக்கிறாள்.

நாங்கள் காத்திருக்கிறோம். கூடத்தில் இருக்கும் கடிகாரம் ஓசை எழுப்புகிறது. செரினா இன்னொரு சிகரெட்டைப் பற்றவைக்கிறாள், நான் காரில் ஏறுகிறேன். இது ஒரு சனிக்கிழமை பகல், இது செப்டம்பர் மாதம், பலரும் அவர்களுடையதை விற்க வேண்டிவந்தபோதும் எங்களிடம் இன்னமும் ஒரு கார் இருக்கிறது. என் பெயர் ஆஃப்ரெட் அல்ல, எனக்கு வேறு பெயரிருக்கிறது, அது விலக்கப்பட்டது என்பதால் அதை இப்போது யாரும் பயன்படுத்துவதில்லை. உன்னுடைய பெயர் உன்னுடைய தொலைபேசி எண்ணைப் போன்றது, அது மற்றவர்களுக்குத்தான் பயன்படும், ஆகையால் அது பெரிய விஷயமில்லை என்று எனக்குச் சொல்லிக்கொள்கிறேன். ஆனால், அது உண்மையல்ல. அது பெரிய விஷயம்தான். மீண்டும் ஒருநாள் நான் மீட்டெடுக்க இருக்கும் பொக்கிஷம் என்பதைப் போல இந்தப் பெயர் குறித்த விவரத்தை நான் ஒளித்துவைத்திருக்கிறேன். இந்தப் பெயர் புதைக்கப்பட்டது என்று கருதுகிறேன். இந்தப் பெயருக்கென்று ஒரு ஒளி இருக்கிறது, அது கற்பனைக்கெட்டாத கடந்த காலத்தைத் தாண்டிவந்திருக்கும் ஒரு தாயத்தைப் போன்றது. என் ஒற்றைப்படுக்கையில் இரவுகளில் கண்களை மூடிக்கிடக்கையில் கைகளுக்கெட்டாமல், இருளில் மினுங்கியவாறு, என்னுடைய விழிகளுக்குள் அந்தப் பெயர் மிதக்கிறது.

இது செப்டம்பரின் ஒரு சனிக்கிழமை காலை, நான் என் ஒளிரும் பெயரை அணிந்திருக்கிறேன். இப்போது இறந்தவளாகிவிட்ட சிறுமி அன்பாலும் வயதாலும் அழுக்கேறிப்போன தன்னுடைய இரண்டு பொம்மைகளுடன் பின்னிருக்கையில் அமர்ந்திருக்கிறாள். அந்த பொம்மைகளைப் பற்றிய எல்லா விவரங்களும் எனக்கு நினைவிருக்கின்றன. எல்லாமே என்னை உணர்வுவயப்படுத்தும் விவரங்கள், ஆனால் அவற்றை நினைக்காமல் இருக்க முடியாது. அந்த முயலைப் பற்றி நான் ரொம்பவும் சிந்திக்கக் கூடாது, ஏனென்றால் இந்த சீன விரிப்பின் மீது இருந்தபடி செரினாவின்

உடலுக்குள்ளிருந்து வெளியேறும் புகையை சுவாசித்துக்கொண்டே நான் அழத் தொடங்கிவிடவும் கூடும். இங்கே கூடாது, இப்போது கூடாது, அதை நான் பிற்பாடு செய்துகொள்ளலாம்.

நாங்கள் சுற்றுலா போவதாக அவள் நினைத்தாள். பின்னிருக்கையில் உண்மையாகவே சுற்றுலாக்கூடை ஒன்று இருக்கிறது. அசல் உணவு, அவித்த முட்டைகள், தெர்மாஸ் குடுவை என்று எல்லாமும் அதில் இருக்கின்றன. நாங்கள் உண்மையில் எங்கு போகிறோமென்று அவளுக்குத் தெரிந்துவிடக்கூடாது, ஒருவேளை நாங்கள் நிறுத்தப்பட்டால் அவள் தவறியும் அதை வெளிப்படுத்திவிடக் கூடாது என்று கவனமாய் இருந்தோம். எங்கள் உண்மையின் பாரத்தை அவள் மீது சாற்றிவிடக் கூடாதென்று எண்ணினோம்.

நான் மலையேற்ற ஜோடுகளை அணிந்திருந்தேன், அவள் ஓட்ட ஜோடுகள் அணிந்திருந்தாள். அவற்றின் வாரிழைகளில் சிவப்பு, கருஊதா, இளஞ்சிவப்பு மற்றும் மஞ்சளில் இதய வடிவத்தில் அச்சுகள் இருந்தன. வருடத்தின் அந்தப் பருவமென்று பார்க்கும்போது அன்று வெப்பம் அதிகம்தான், சில இலைகள் அப்போதே உதிரத் தொடங்கியிருந்தன. லூக் வண்டி ஓட்டிக்கொண்டிருந்தான். நான் அவனருகில் அமர்ந்திருந்தேன். வெயில் காய்ந்துகொண்டிருந்தது. வானம் நீலமாயிருந்தது. நாங்கள் கடந்துபோய்க்கொண்டிருந்த வீடுகள் ஆறுதல் அளிக்கும் விதமாகச் சாதாரணமாகத் தோன்றின. ஒவ்வொரு வீட்டையும் நாங்கள் கடந்துபோகும்போது அது கடந்த காலத்துள் சென்று மறைவதாகவும், ஒரு நொடிக்குள் அது அங்கு எப்போதுமே இல்லாத ஒன்றைப் போல நொறுங்குவதாகவும் உணர்ந்தேன். ஏனென்றால், நான் அவற்றை இனி எப்போதுமே பார்க்கப்போவதில்லை. அல்லது அப்போது அப்படித்தான் நம்பினேன்.

எங்களிடம் கிட்டத்தட்ட எதுவுமே இல்லை என்று சொல்லலாம். எங்கோ தூரமாக, நிரந்தரமாக, போகிறவர்களாக நாங்கள் தோன்றிவிடக் கூடாது. அசல்போலவே ஆன கள்ளக் கடவுச்சீட்டு, கொடுத்த மதிப்புக்குப் பெறுமானமுள்ள அது எங்களிடம் இருந்தது. எங்களால் பணமாகத் தர முடியவில்லை, கம்ப்யூகவுண்ட்டிலும் போட முடியவில்லை என்பதால் நாங்கள் மற்ற பொருட்களை, அதாவது என்னுடைய பாட்டியின் நகைகள் அதோடு லூக்குக்கு அவனுடைய மாமாவிடமிருந்து கிடைத்த தபாலட்டைச் சேகரம் போன்றவற்றை, பணத்துக்குப் பதிலாகப் பயன்படுத்தினோம். இம்மாதிரியான பொருட்களை மற்ற நாடுகளில் பணத்துக்குப் பதிலாகப் பண்ட மாற்று செய்துகொள்ளலாம். எல்லையை

அடைந்ததும், அவர்களிடம் நாங்கள் ஒரு நாள் உலாவுக்காகத்தான் மறுபுறம் செல்கிறோம் என்றும் கடவுச்சீட்டு ஒரு நாளுக்கு மட்டுமானது என்றும் சொல்வோம். அதற்கு முன்பாக நான் அவளுக்கு ஒரு தூக்க மாத்திரையைக் கொடுப்பேன். ஆக, நாங்கள் எல்லையைக் கடக்கும் நேரம் அவள் தூங்கிவிடுவாள். அப்படியாக அவள் எங்களுக்கு மாறு செய்துவிடாதிருப்பாள். ஒரு குழந்தை நம்பத்தகுந்த விதமாகப் பொய் சொல்லும் என்று எதிர்பார்க்க முடியாதல்லவா.

அதோடு இப்போது என்னுடைய தசைகளை இறுக்கிக் கொண்டிருப்பதும் என்னுடைய முதுகுத்தண்டை விரைக்கவைத்து அதைத் தொட்டால் நான் உடைந்துவிடுவேன் என்பதுபோல என்னைக் கட்டிவைத்திருப்பதுமான இந்த அச்சம் அவளையும் பயமுறுத்த வேண்டாமென்று நினைக்கிறேன். ஒவ்வொரு சாலைத்தடுப்பு நிறுத்தமும் ஒரு சித்திரவதை. இரவை நாங்கள் ஏதாவதொரு விடுதியில் கழிப்போம் அல்லது பக்கச்சாலைகளில் வண்டியை நிறுத்தி அப்படியே உறங்கிவிடுவோம். அது இன்னமும் நல்லது. அவ்விதமாக சந்தேகமான கேள்விகளை எதிர்கொள்ள வேண்டியிராது. காலையில் எல்லையைக் கடக்கலாம், பாலத்தின் மீது பயணிக்கலாம், ஏதோ பல்பொருள் அங்காடிக்குச் செல்வதுபோல் செல்லலாம்.

தடுப்புச்சாவடிகளற்ற சாலையில் திரும்புகிறோம், மிகக் குறைந்த வாகனங்களுக்கு இடையில் வடக்கு நோக்கிப் போகிறோம். போர் தொடங்கியதிலிருந்து எரிவாயு விலை கூடி தட்டுப்பாடாகிவிட்டது. நகரத்துக்கு வெளியில் முதல் சோதனைச் சாவடியைத் தாண்டிவிட்டோம். அவர்களுக்கு வேண்டியதெல்லாம் உரிமத்தைக் காட்ட வேண்டும், அவ்வளவே. லூக் நன்றாகச் சமாளித்தான். உரிமமும் கடவுச்சீட்டும் சரியாகப் பொருந்துகின்றன. லூக் இதைப் பற்றி முன்பே யோசித்துவைத்திருந்தான்.

போய்க்கொண்டிருக்கும்போது அவன் என்னைப் பார்த்து என் கைகளைப் பற்றி அழுத்துகிறான். நீ ஒரு தாளைப் போல வெளிறியிருக்கிறாய் என்கிறான்.

அப்படியேதான் நான் உணர்கிறேன். வெளிறி, தட்டையாய், மெலிதாய். என்னூடாக வெளிச்சம் பாயக்கூடும் என்று தோன்றுகிறது. நிச்சயமாக என்னை அவர்கள் கண்டுகொள்வார்கள். இதில் மிகவும் மோசமானது என்னவென்றால் நான் இவ்வளவு மெல்லியவளாயும் வெளிறிப்போயும் இருந்தால், லூக்கையும்

அவளையும் தக்கவைத்துக்கொள்ள முடியாது என்பதுதான். நான் புகையால் ஆனவள் என்றும், அவர்களுடைய கண்களிலிருந்து வழுக்கிவிடக்கூடிய ஒரு கானல் என்றும், என்னில் பெரிதாய் ஏதும் மீதமில்லை என்றும், அவர்கள் என் கரங்களிலிருந்து நழுவிப்போவார்கள் என்றும் தோன்றுகிறது. அப்படிச் சிந்திக்காதே. நீ என்ன நினைக்கிறாயோ அதையே நிகழக் காண்பாய் என்பாள் மொய்ரா.

மலர்சியாய் இரு என்கிறான் லூக். இப்போது கொஞ்சம் வேகமெடுக்கிறான். அட்ரீனலின் அவனுடைய மண்டைக்குள் வேகமெடுத்துப் பாய்கிறது. இதோ பாடுகிறான். ஆ, என்ன அழகான காலை.

அவனுடைய பாடலும் என்னைக் கவலைகொள்ளச் செய்கிறது. நாங்கள் அதீத மகிழ்ச்சியாகவும் தெரியக் கூடாது என்று எச்சரிக்கப்பட்டிருக்கிறோம்.

அத்தியாயம் பதினைந்து

கதவைத் தட்டுகிறார் தளபதி. தட்டுதல் பரிந்துரைக்கப் பட்டிருக்கிறது. அமரும் அறை செரினா ஜாயின் அதிகாரத்துக்கு உட்பட்டது, உள்ளே நுழைய அவர் அனுமதி கேட்க வேண்டும். அவரைக் காக்கவைப்பதில் அவளுக்கு மகிழ்ச்சி. அது ஒரு சிறிய விஷயம்தான். ஆனால், இந்தக் குடித்தனத்தில் சிறிய விஷயங்களுக்குப் பெரிய மதிப்புண்டு. இன்றிரவு அவளுக்கு அதுவும்கூடக் கிடைக்கவில்லை. ஏனென்றால், செரினா ஜாய் பதில் சொல்வதற்கு முன்னரே அவர் அறைக்குள் நுழைந்துவிட்டார். ஒருவேளை அவர் மரபை மறந்திருக்கலாம் அல்லது தெரிந்தே செய்ததாகவும் இருக்கலாம். வெள்ளிப்பூண் போட்ட அந்த உணவு மேசையில் அவள் அவரிடம் என்ன சொன்னாளோ அல்லது சொல்லாமல் விட்டாளோ யார் கண்டது?

கறுப்புநிறச் சீருடையை அணிந்திருக்கிறார் தளபதி. அதில் அவர் ஒரு அருங்காட்சியகக் காவலாளிபோல இருக்கிறார். அவர் இன்னமும் முழு ஓய்வு பெற்றுவிடவில்லை. இன்முகத்தவர், ஆனால் விவரமானவரும்கூட. பொழுதை வெறுமையாய்க் கழிப்பவர். ஆனால், இதெல்லாம் அவரை முதன்முறை பார்க்கும்போது தோன்றும் எண்ணங்கள்தான். அதற்குப் பிறகு மத்திய மேற்கைச் சேர்ந்த வங்கி அதிபரைப் போல தோன்றுவார். படிய வாரப்பட்ட சீரான வெள்ளிநிறக் கேசம். அமைதியான தோற்றம். சிறிதே வளைந்த தோள்கள். அந்த மீசை இருக்கிறதே. அதுவும் வெள்ளி. அதன் பிறகு அந்த முகவாய், அதைப் பார்க்காமல் இருக்க முடியாது. அந்த முகவாய்வரை பார்த்துவிட்டால், முந்தைய காலகட்டத்தின் பளபளப்பான பத்திரிகைகளின் வோட்கா விளம்பரத்தில் இருக்கும் ஒரு படிமிபோல் இருப்பார்.

அவரது உடல்மொழி கண்ணியமானது. கைகள் பெரியவை. அகன்ற விரல்கள், சேகரிப்பதில் ஆர்வமுள்ள கட்டைவிரல்கள். உணர்வுகளை வெளிப்படுத்தாத நீல விழிகள். அவை தீங்கற்றவை போல் பொய்த்தோற்றம் தருபவை. எங்கள் தலைகளை எண்ணுவதுபோல் பார்வையிடுகிறார். சிவப்புடுத்தி

முழந்தாளிட்டிருக்கும் ஒருத்தி, நீலமுடுத்தி அமர்ந்திருக்கும் ஒருத்தி, பச்சையுடுத்தி நின்றபடி இரு பெண்கள், பின்னணியில் ஒடிசலான முகத்துடன் தனித்தவொரு ஆண். அவர் ஏதோ குழப்பத்தில் இருப்பவர்போல் தோற்றமளிக்கிறார். நாங்கள் எல்லோரும் அங்கு எப்படி வந்துசேர்ந்தோம் என்று தெரியாதவர்போல. ஏதோ நாங்கள் எல்லோரும் அவருடைய முன்னோர்களிடமிருந்து கிடைத்த விக்டோரியக் காலத்து ஹார்மோனியம் என்பதுபோலவும் எங்களை வைத்துக்கோண்டு என்ன செய்வதென்று அவர் இன்னமும் முடிவுக்கு வரவில்லை என்பதுபோலவும் எங்கள் பெறுமானம் என்னவென்று புரியாததுபோலவும்.

அவர் செரினா ஜாய் இருக்கும் பக்கம் பார்த்து பொதுவானபடிக்குத் தலையசைக்கிறார். அவளிடம் சலனமில்லை. அவருக்கென இருக்கும் பெரிய தோல் இருக்கைக்குச் செல்கிறார். சட்டைப்பையிலிருந்து சாவியை எடுக்கிறார். நாற்காலிக்குப் பின்னால் இருக்கும் மேசை மீதுள்ள அலங்காரமானதும் தோலால் செய்யப்பட்டதுமான பித்தளை சட்டமிட்டப்பட்ட பெட்டியோடு மல்லுக்கட்டுகிறார். சாவியை நுழைத்து பைபிளை வெளியில் எடுக்கிறார். அது ஒரு சாதாரணப் பிரதி. கறுப்பு அட்டையும் பொன்னிற விளிம்பும் உள்ளது. வேலைக்காரர்கள் திருடிவிடாதிருக்கும் பொருட்டு மக்கள் தேயிலையைப் பூட்டிவைத்திருந்ததைப் போல் பைபிள் பூட்டிவைக்கப்பட்டிருக்கிறது. இது ஒரு கலகக் கருவி. இது எங்கள் கைகளில் கிட்டினால் இதை வைத்து யார் என்ன செய்வோம் என்று யாருக்குத் தெரியும்? இது எங்களுக்கு வாசித்துக்காட்டப்படலாம். இவரால் மட்டும். நாங்கள் வாசிக்கக் கூடாது. எங்களுடைய தலைகள் அவர்புறமாய்த் திரும்புகின்றன. நாங்கள் எதிர்நோக்கியிருப்பது இதோ வரவிருக்கும் எங்கள் உறக்கநேரக் கதையை.

தளபதி அமர்கிறார். நாங்கள் பார்த்தவாறிருக்க கால்களை மடித்துக்கொள்கிறார். பக்க அடையாளக் குறிப்புகள் அவற்றுக்குரிய இடத்தில் இருக்கின்றன. அவர் புத்தகத்தைத் திறக்கிறார். கூச்சத்தில் செய்வதுபோல் தொண்டையைச் செருமுகிறார்.

“தண்ணீர் கிடைக்குமா?” காற்றுக்குள் பேசுவதுபோல் சொல்கிறார். “கொஞ்சம்” என்று சேர்த்துக்கொள்கிறார்.

எனக்குப் பின்னே இருக்கும் அவர்களில் ஒருத்தி, அது கோராவோ ரீட்டாவோ தெரியவில்லை, பொம்மை கொலுவில் இருந்த அவளுடைய இடத்தை நீங்கி அடுப்படியை நோக்கி

ஓசை எழுப்பாமல் நடக்கிறாள். தளபதி கீழே பார்த்தபடி அமர்ந்திருக்கிறார். பெருமூச்செரிகிறார். தங்க விளிம்புள்ள வாசிக்கும் கண்ணாடியை அவருடைய மேலங்கிப் பையிலிருந்து வெளியில் எடுக்கிறார். அணிகிறார். இப்போது பழைய தேவதைக் கதைகளில் வரும் செருப்புத் தைப்பவரைப் போல் தோன்றுகிறார். கருணை பொங்கும் அவருடைய புனைவேடங்களுக்கு முடிவே இல்லையா?

நாங்கள் அவரை உன்னித்தவாறிருக்கிறோம்: அவருடைய ஒவ்வொரு அங்குலத்தையும், ஒவ்வொரு அசைவையும்.

பெண்களால் உன்னிக்கப்படும் ஆணாய் இருத்தல். அது மிகவும் விசித்திரமான உணர்வாக இருக்க வேண்டும். எல்லா நேரமும் அவர்களால் உன்னிக்கப்படுதல். அவர் அடுத்து என்ன செய்வார் என்று இவர்கள் யோசித்தல். அவருடைய அசைவுகளுக்குத் திடுக்கிடல், அது ஒரு சாதாரணமான அசைவாய் இருந்தாலும். அது அவர் சாம்பல் கிண்ணத்தை எடுப்பதற்காக இருந்தாலும்கூட. அவர்களால் மதிப்பிடப்படுதல். அவர்களால் நினைக்கப்படுதல். இவரால் செய்ய முடியாது, இவரால் முடியாது, இந்த ஒரு முறையாவது இவர் செய்தே ஆக வேண்டும் என்றெல்லாம் அவர்களால் நினைக்கப்பெறுதல். ஏதோ, அவர் ஒரு உடுப்பு, பழைய பாணியிலானது அல்லது மட்டரகமானது, ஆனாலும் வேறெதுவும் கிட்டாததால் உடுத்திக்கொண்டே ஆக வேண்டும் என்பதுபோல.

துருத்திக்கொண்டிருக்கிற, விரிவடைகிற, துடிக்கிற, மேலும் தவறாகத் தொடப்படும்போது அவருக்குள்ளேயே சுருங்கிவிடுகிற, மீண்டும் பெரிதாக வளர்கிற, நுனி சிறிது புடைத்திருக்கிற, அறிந்துகொள்ளும் ஆர்வத்துடன் ஒரு இலையினூடுபோல் முன்னோக்கிப் பயணிக்கிற அவருடைய நுண்ணுணர்வு கொண்ட உபரிக்கட்டை விரலும், உணர்கொம்பும், மென்மையாக நீண்டிருக்கும் கூடில்லா நத்தையின் கண்ணுமான தடியின் மீது, அந்தப் பெண்களை, பாதத்தின் மேல் காலுறையை அணிவதைப் போல் தான் அணிந்துகொள்ளும் அதே வேளையில் அவர்களும் தன்னை அணிந்துகொள்ளும்படி, தன்னை முயன்றுபார்க்கும்படி, முயன்றுமுடிக்கும்படி செய்ய வேண்டும். குருட்டுத்தனமாக முன்னே செல்வதற்குத் தான் இடர்பட்டுக்கொண்டிருக்கையில் இருட்டிலேயே பார்க்கக்கூடியவளான ஒரு பெண்ணுக்குள் பெண்களாலேயே வனையப்பட்ட இருட்டுக்குள் இந்தப் பயணம், இந்த வழியில் தொலையறிவைப் பெறுவதற்கு.

அவள் அவரை உள்ளுக்குள்ளிருந்தே பார்க்கிறாள். நாங்கள் எல்லோரும் பார்க்கிறோம். அது ஒன்றுதான் எங்களால் ஆனது என்றாலும் அது எதற்குமில்லாமல் ஆகிவிடாது. ஒருவேளை அவர் தவறினால், தோற்றால் அல்லது இறந்தால், எங்கள் நிலை என்னவாகும்? கொழகொழப்பான மென்மையான பாதத்துக்கு வடிவங்கொடுக்கும் பூட்ஸைப் போல அவர் வெளிப்புறத்தில் கடினமாக இருப்பதில் ஆச்சரியம் என்ன. ஆனால் இது ஒரு நினைப்பு மட்டுமே. நான் சிறிது காலமாக அவரைப் பார்த்துக்கொண்டிருக்கிறேனே. அவர் மென்மைக்கான தடயமே காட்டியதில்லை.

கவனம் தளபதி, நான் என் மனதுக்குள் சொல்லிக்கொள்கிறேன். நான் உங்களைக் கண்காணித்தபடி இருக்கிறேன். நீங்கள் ஒரு அடி பிசகினாலும் நான் செத்தேன்.

ஆனாலும், இப்படியொரு ஆணாய் இருப்பது நரகமாயிருக்கும்.

அதெல்லாம் நன்றாகத்தான் இருக்கும்.

இல்லை அது நரகம்.

அது நிசப்தமாயிருக்கும்.

தண்ணீர் வருகிறது. தளபதி பருகுகிறார். நன்றி என்கிறார். கோரா அவளது இடத்துக்கு சரசரத்து மீள்கிறாள்.

தளபதி தாமதிக்கிறார். கீழே பார்க்கிறார். பக்கத்தை உன்னிக்கிறார். எங்கள் இருப்பின் பிரக்ஞையற்றவர்போல மெதுகதியில் இருக்கிறார். அவருடைய முழங்கையிலிருந்து மூன்றடி தூரம்கூட அல்லாத பசியிருளிலிருந்து அவரைப் பார்த்துக்கொண்டிருக்கும் விழிகளைக் காணாதது போன்ற பாவனையுடன் ஒரு உணவு விடுதியின் சன்னலுக்குள் இருந்தபடி தன்னுடைய இறைச்சித் துண்டை ஆராய்ந்துகொண்டிருக்கும் மனிதனைப் போல இருக்கிறார். நாங்கள் அவரை நோக்கிக் கொஞ்சமாகச் சாய்கிறோம். அவருடைய காந்தத்துக்கான இரும்புத் துகள்கள் நாங்கள். எங்களிடம் இல்லாத ஒன்று அவரிடம் இருக்கிறது. அவரிடம் வார்த்தை இருக்கிறது. முன்பொரு காலத்தில் நாங்கள்தான் அதை எப்படியெல்லாம் வீணாக்கினோம்.

தளபதி ஏதோ விருப்பமில்லாதவர்போல வாசிக்கத் தொடங்குகிறார். அவர் அதில் சிறப்பானவராகவும் இல்லை. ஒருவேளை அவர் சலிப்புற்றிருக்கலாம்.

அது வழக்கமான கதைதான். வழக்கமான கதைகள். ஆதமுக்குக் கடவுள், நோவாவிடம் கடவுள். நீங்கள் பல்கிப் பெருகி பூமியை நிரப்புங்கள். பிறகு, ரேச்சல் லியா மையத்தில் எங்கள் மண்டையில் அடித்துநிரப்பப்பட்ட இற்றுப்போன சமாச்சாரங்கள். எனக்குப் பிள்ளையைக் கொடும் இல்லாவிட்டால் நான் மரித்துப்போவேன். தேவனல்லவோ உன் கர்ப்பத்தை அடைத்திருக்கிறார், நான் தேவனோ? இதோ என் சேடிப்பெண் பில்காள் இருக்கிறாள். என் மடிக்கு அவள் பிள்ளைகள் பெறுவாள், அவளால் என் குடும்பம் கட்டப்படும். இதுவும் இன்னபிறவும். மையத்தில், உயர்நிலைப் பள்ளியின் உணவுக்கூடத்தில் காலையுணவுக்கு போரிட்ஜுடன் பாலேடும் பழுப்புச் சர்க்கரையும் உண்ணும் ஒவ்வொரு நாளும் எங்களுக்கு வாசித்துக்காட்டப்பட்டது. உங்களுக்குத் தெரியுமா? மிகச் சிறப்பானவைதான் உங்களுக்குக் கிடைக்கின்றன, என்பாள் ஆன்ட் லிடியா. போர் நடந்துகொண்டிருக்கிறது, பொருட்களெல்லாம் தட்டுப்பாடாய் இருக்கின்றன. ஆனால், உங்களுக்கோ ஒரு குறையும் இல்லை. மிதமிஞ்சி உண்கிறீர்கள் என்பாள். சேட்டைக்காரப் பூனையே என்று ஒரு பூனைக்குட்டியைக் கடிந்துகொள்வதுபோல் சொல்வாள்.

மதிய உணவு வேளையில் திருவருட் பேறுகள். இது ஆசிர்வதிக்கப்படட்டும், அது ஆசிர்வதிக்கப்படட்டும் போன்றவை. வாசிப்பு எனும் பாவத்துக்கு ஆன்ட்டுகள் யாரும் ஆளாகிவிடக் கூடாது என்பதற்காக அதையும் ஒரு நாடாபதிவு வாசித்தது. குரல் ஒரு ஆணுடையது. ஆவியில் எளிமையுள்ளோர் பாக்கியவான்கள், பரலோக ராஜ்ஜியம் அவர்களுடையது. இரக்கமுடையவர்கள் பாக்கியவான்கள். சாந்தகுணமுள்ளவர்கள் பாக்கியவான்கள். மௌனிகள் பாக்கியவான்கள். இது **அவர்கள்** இட்டுக்கட்டியது என்றும் இது தவறு என்றும் தெரியும். மேலும், **அவர்களால்** விடுபட்டவையும் உண்டு என்பதும் தெரியும். ஆனால், சரிபார்க்க வழியில்லை. *துயரப்படுகிறவர்கள் பாக்கியவான்கள், அவர்கள் ஆறுதலடைவார்கள்.*

எப்போது என்று யாரும் சொல்லவில்லை.

இனிப்புக்கு டப்பாவில் அடைத்த பட்டைப்பொடி சேர்த்த பியர்களை உண்டுகொண்டிருக்கும்போது நான் கடிகாரத்தைப் பார்க்கிறேன். இரண்டு மேசைகள் தள்ளி அவளுடைய இடத்தில் மொய்ரா இருக்கிறாளா என்று பார்க்கிறேன். அவள் முன்பே போயிருக்கிறாள். நான் கையைத் தூக்குகிறேன், அனுமதியளிக்கப்படுகிறேன். நாங்கள் இப்படி அடிக்கடிச்

செய்வதில்லை. அதிலும் நாளின் வெவ்வேறு சமயங்களில்தான் செய்வோம்.

கழிப்பறையில், வழக்கம்போல, கடைசி இரண்டு தடுப்புகளுக்கு முன்னிருப்பதற்குள் போகிறேன்.

இருக்கிறாயா? கிசுகிசுக்கிறேன்.

வாழ்க்கையைப் போல் பெரிதாகவும் அதைப் போல் இருமடங்கு குரூரமாகவும் இருக்கிறேன். மொய்ரா பதிலுக்குக் கிசுகிசுக்கிறாள்.

ஏதாவது செய்தி இருக்கிறதா?

பெரிதாக ஒன்றுமில்லை. நான் இங்கிருந்து வெளியேறியாக வேண்டும். எனக்குப் பைத்தியம் பிடிக்கிறது.

எனக்குக் கதிகலங்குகிறது. இல்லை இல்லை மொய்ரா, அப்படியெல்லாம் முயன்றுவிடாதே. நீயாக எதையும் செய்யாதே.

உடம்பு சரியில்லாததுபோல நடிப்பேன். அவர்கள் மருத்துவ ஊர்தியை அனுப்புவார்கள். நான் பார்த்திருக்கிறேன்.

நீ மருத்துவமனை வரைதான் போக முடியும்.

அதுவாவது ஒரு மாறுதலாக இருக்கும். இந்தக் கிழட்டு முண்டையின் பேச்சைக் கேட்காமல் இருக்கலாம்.

கண்டுபிடித்துவிடுவார்கள்.

கவலையே படவேண்டாம். நான் தேர்ந்தவள். உயர்நிலைப் பள்ளியில் இருந்தபோது விட்டமின் சி மாத்திரைகளைச் சாப்பிடாமல் எனக்கு ஸ்கர்வியை வரவழைத்துக்கொண்டேன். ஆரம்ப கட்டத்தில் அதைக் கண்டுபிடிக்க முடியாது. பிறகு, மீண்டும் தொடங்கினால் சரியாகிவிடும். என்னுடைய விட்டமின் மாத்திரைகளை ஒளித்துவைப்பேன்.

வேண்டாம் மொய்ரா.

அவள் இங்கே என்னோடு எனக்காக இருக்க மாட்டாள் என்ற நினைப்பையே என்னால் தாங்க முடியவில்லை.

மருத்துவ ஊர்தியில் அவர்கள் இரண்டு ஆண்களை நம்மோடு அனுப்புவார்கள். அதை நினைத்துப்பார். ச்சைய், அவர்களுடைய காற்சட்டைப் பைகளில் கையை விடக்கூட அவர்கள் அனுமதிக்கப்படுவதில்லை. அவர்கள் அதற்காகக் காய்ந்து இருப்பார்கள். என்ன மாதிரியான வாய்ப்புகள்...

உள்ளே யார்? நேரம் முடிந்துவிட்டது, ஆன்ட் எலிசபெத்தின் குரல் வாசலில் கேட்டது. நான் எழுந்தேன். தண்ணீரைத் திறந்துவிட்டேன். சுவரில் இருந்த பொந்தின் வழியாக இரண்டு விரல்கள், மொய்ராவினது தோன்றின. பொந்து இரு விரல்கள் அளவே பெரியது. நான் என்னுடைய இரண்டு விரல்களால் அவற்றைத் தொட்டேன், பற்றிக்கொண்டேன். விடுவித்தேன்.

"மேலும் லியா சொன்னாள், நான் என்னுடைய சேடிப்பெண்ணை என் கணவனுக்குக் கொடுத்த பலனை தேவன் எனக்குத் தந்தார்" என்கிறார் தளபதி. புத்தகத்தைத் தானாக மூடிக்கொள்ள விட்டார். தொலைவில், தோலுறை மூடிய கதவொன்று தானாக மூடிக்கொள்வதைப் போல, காற்றின் சிறிய வெடிப்பைப் போல, அது களைப்பின் ஓசையை எழுப்புகிறது. அந்த ஓசை அந்த வெங்காயச் சருகுத் தாள்களின் மென்மையை, விரல்களின் அடியில் அவை எப்படி உணரப்படும் என்பதை உணர்த்துகிறது. சிகரெட்டுத் தாள்போல. பூவிதழ்கள்போல. முந்தைய காலகட்டத்தின் பூ மாவுத்தாள்போல. மூக்கின் மீதான எண்ணெயை உறிஞ்ச புத்தக வடிவில் கிடைக்கும் அந்தத் தாள் இளஞ்சிவப்பாயும் மென்மையாகவும் இருக்கும். சங்கு மற்றும் காளான்களின் வடிவங்களில் செய்யப்பட்ட மெழுகுவர்த்திகள், சோப்புகள் ஆகியவற்றை விற்கும் கடைகளில் கிடைக்கும்.

தளபதி களைப்பில் இருப்பதுபோல் கண்களை மூடிக்கொண்டு ஒரு நிமிடம் அமர்கிறார். அவர் நெடுநேரம் உழைக்கிறார். அவருக்கு நிறைய பொறுப்புகள் இருக்கின்றன.

செரினா அழத் தொடங்கியிருக்கிறாள். என்னுடைய முதுகுக்குப் பின்னாலிருந்து என்னால் அதைக் கேட்க முடிகிறது. இது முதன்முறையல்ல. சடங்கு இரவுகளில் அவள் எப்போதும் இப்படிச் செய்கிறாள். அவள் ஓசையெழுப்பாமல் இருக்கத்தான் முயல்கிறாள். எங்கள் முன்னிலையில் தன்னுடைய கௌரவத்தைப் பேணிக்கொள்ள நினைக்கிறாள். இருக்கையுறைகளும் தரைவிரிப்புகளும் அவள் குரலை ஒடுக்குகின்றன என்றாலும் அதையும் மீறி எங்களால் அவளைத் தெளிவாகச் செவியுற முடிகிறது. அவளுடைய கட்டுப்பாடின்மைக்கும் அதை அடக்கும் முயற்சிக்கும் இடையிலான அழுத்தம் தேவாலயத்தில் வெளியேறும் அபானவாயுவைப் போல கொடூரமானது. எனக்கு வழக்கம்போல் சிரிக்கும் எண்ணம் வலுக்கிறது. ஆனால், இது வேடிக்கையானது

என்பதால் அல்ல. அவள் அழும் மணம் எங்கள் மீது பரவுகிறது, நாங்கள் அதைக் கண்டுகொள்ளாததுபோல இருக்கிறோம்.

தளபதி கண்களைத் திறக்கிறார். கவனிக்கிறார். முகஞ்சுளிக்கிறார். கவனிப்பதை நிறுத்துகிறார். “இப்போது நாம் ஒரு நிமிடம் மௌனமாகப் பிரார்த்திப்போம். ஆசிர்வாதத்தையும் நம்முடைய எல்லா முயற்சிகளிலும் வெற்றியையும் கேட்போம்.”

நான் தலையைத் தாழ்த்திக் கண்களை மூடுகிறேன். இழுத்துப் பிடிக்கப்பட்டிருக்கும் அந்த மூச்சை, கிட்டத்தட்ட மௌனமாக்கப்பட்ட இரைப்புகளை, எனக்குப் பின்னால் நிகழ்ந்துகொண்டிருக்கும் அந்த நடுக்கத்தைச் செவியுறுகிறேன். அவள்தான் என்னை எவ்வளவு வெறுப்பாள் என்று நினைக்கிறேன்.

நான் மௌனமாகப் பிரார்த்திக்கிறேன்: *nolite te bastardes carborundorum*. எனக்கு இதன் பொருள் தெரியாது, ஆனால் அதுதான் பொருத்தமானதாகத் தொனிக்கிறது. இதுவே போதுமானதாக இருக்க வேண்டும். ஏனென்றால், கடவுளிடம் வேறென்ன சொல்வது என்று எனக்குத் தெரியவில்லை. இப்போது தெரியவில்லை. இந்தத் தருணத்தில் என்பார்களே அதில், தெரியவில்லை. அலமாரித் தரையில் கிறுக்கப்பட்டிருக்கும் அந்த எழுத்து என் முன்னே அலைகிறது, அறிந்திராத ஒருத்தியால் மொய்ராவின் முகத்தையுடையவளால் அங்கே எனக்காக விடப்பட்டது. நான் அவளைப் பார்த்தேன். தூக்குப் படுக்கையில் இரு தேவதூதர்களால் சுமக்கப்பட்டு ஒரு மருத்துவ ஊர்திக்கு அவள் கொண்டுசெல்லப்பட்டதை.

என்ன இது? என் அருகில் இருந்த பெண்ணைப் பார்த்து வாயசைத்தேன். விசுவாசிகள் தவிர மற்றவர்களிடம் இம்மாதிரியாகக் கேட்பது பாதுகாப்பானதுதான்.

ஜூரம், அவள் வாயைக் குவித்துக்காட்டினாள். குடல்வால் இசிவு என்கிறார்கள்.

பன்றியிறைச்சி உருண்டைகளும், வறுத்த உருளைக்கிழங்குமாக அன்றைய இரவுணவை உண்டுகொண்டிருந்தேன். சன்னலுக்கு அருகில் என்னுடைய மேசை இருந்தது. என்னால் நுழைவாயில் வரை பார்க்க முடியும். மருத்துவ ஊர்தி மீள்வதையும் பார்த்தேன். இம்முறை அபாய ஒலியில்லாமல் வந்தது. தேவதூதன் ஒருவன் வெளியில் குதித்துக் காவலாளியிடம் பேசினான்.

காவலாளி கட்டிடத்தினுள் செல்ல, வண்டி காத்திருந்தது. தேவதூதனின் முதுகு எங்கள் புறமாக இருக்கும்படி நின்றிருந்தான். அப்படித்தான் அவர்களுக்குக் கட்டளை. ஆன்ட்டுகளில் இருவர் காவலாளியுடன் கட்டிடத்திலிருந்து வெளியில் வந்தனர். சுற்றி பின்பக்கமாகச் சென்றனர். மொய்ராவை வெளியில் இழுத்தனர். அவளுடைய இருபுறமும் இருவரும் அவளைப் பிடித்துக்கொண்டு நுழைவாயில் வழியாக முன்பக்கப் படிகளுக்கு அவளை இழுத்துவந்தனர். அவளுக்கு நடக்க முடியவில்லை. நான் உண்பதை நிறுத்தினேன். என்னால் உண்ண முடியவில்லை. இதற்குள் என்பக்கமாக மேசையில் இருந்த அத்தனைப் பேரும் சன்னல் வழியே வெறித்துக்கொண்டிருந்தனர். கண்ணாடிக்குள்ளாகப் பொருத்தப்பட்டிருந்த கம்பிவலையால் சன்னல் பச்சையாய் இருந்தது. உங்கள் இரவுணவை உண்ணுங்கள் என்றாள் ஆன்ட் லிடியா. அவள் போய் திரைகளை இழுத்து மூடினாள்.

முன்பு அறிவியல் ஆய்வுக்கூடமாக இருந்த அறைக்குள் அவளை அழைத்துச்சென்றனர். எங்களில் யாரும் விருப்பத்தோடு செல்ல மாட்டாத அறையாக அது இருந்தது. அதன் பிறகு ஒரு வாரத்துக்கு அவளால் நடக்க முடியவில்லை. அவளுடைய பாதங்கள் காலணிக்குள் பொருந்தவில்லை. அவை பயங்கரமாக வீங்கியிருந்தன. முதல் குற்றத்துக்கு அவர்கள் பதம் பார்ப்பது பாதத்தை. முனையில் சிலும்பியிருக்கும் கம்பித்தடிகளைப் பயன்படுத்துவார்கள். அதற்குப் பிறகு கைகளை. உங்களுடைய கைகளுக்கோ கால்களுக்கோ என்ன நேர்ந்தாலும் அது நிரந்தரமானதாக ஆனாலும் அது பொருட்படுத்தப்பட மாட்டாது என்பதை நினைவில் வையுங்கள் என்பாள் ஆன்ட் லிடியா. எங்களுடைய நோக்கத்துக்கு உங்களுடைய கைகளோ கால்களோ அத்தியாவசியமில்லை.

ஒரு உதாரணமாக மொய்ரா தன்னுடைய படுக்கையில் கிடந்தாள். அடுத்த படுக்கையிலிருந்து ஆல்மா சொன்னாள். அவள் ஒரு தேவதூதனிடம் அதைச் செய்ய முயன்றிருக்கக் கூடாது என்று. வகுப்புகளுக்கு அவளை நாங்கள் தூக்கிச்செல்ல வேண்டியிருந்தது. உணவுவேளைகளின்போது நாங்கள் உணவுக் கூடத்திலிருந்து சர்க்கரைப் பொட்டலங்களைப் பதுக்கிக்கொண்டுவந்து இரவுகளில் படுக்கையிலிருந்து படுக்கைக்கு மாற்றி அவளுக்குக் கொடுத்தோம். அவளுக்கு அந்த சர்க்கரை தேவைப்படாமலும் இருந்திருக்கலாம். ஆனால், எங்களால் திருடிக் கொடுக்க முடிந்தது அதைத்தான்.

நான் இன்னமும் பிரார்த்தித்துக்கொண்டிருக்கிறேன். ஆனால், நான் பார்ப்பது மொய்ராவின் பாதங்களை. அவளை அவர்கள் அழைத்துவந்ததற்குப் பிறகு அவை இருந்த நிலையில். அவளுடைய பாதங்கள் அவற்றின் நிறம் தவிர பாதங்களைப் போலவே இல்லை. அவை மூழ்கிப்போனவை போல இருந்தன, வீங்கியும் எலும்புகளற்றவை போலவும். அவை நுரையீரல்கள்போல இருந்தன.

ஓ தேவனே. *Nolite te bastardes carborundorum.* நான் பிரார்த்திக்கிறேன்.

இதுதான் உங்கள் மனதில் இருந்த திட்டமா?

தளபதி செருமுகிறார். நாங்கள் பிரார்த்தனையை முடிக்க வேண்டிய நேரம் இது என்பதைத் தெரிவிக்க அவர் இதைத்தான் செய்வார். "தம்மைப் பற்றி உத்தம இருதயத்தோடு இருக்கிறவர்களுக்குத் தம்முடைய வல்லமையை விளங்கப்பண்ணும்படி, தேவனுடைய கண்கள் பூமியெங்கும் உலாவிக்கொண்டிருக்கிறது" என்கிறார்.

நிறைந்தது. அவர் எழுகிறார். நாங்கள் கலைந்துபோகச் சொல்லப்பட்டோம்.

அத்தியாயம் பதினாறு

சடங்கு வழக்கம்போல நடக்கிறது.

நான் மல்லாந்திருக்கிறேன். ஆரோக்கியமான அந்த வெண்ணிற அரையாடையைத் தவிர்த்து முழுக்க உடுத்தியிருக்கிறேன். நான் மட்டும் விழிகளைத் திறந்தேனானால், செரினா ஜாயின் ஆங்கிலேய பாணியிலானதும் நான்கு புறமும் தாங்கித்தூண்கள் உள்ளதுமான கட்டிலின் அதிபெரிய வெண்ணிற விதானத்தைப் பார்க்கலாம். வெள்ளிமழையின் நீரரும்புகள் கோத்த மேகம் போன்ற அந்த விதானத்தைச் சிறிது நேரம் உற்றுப்பார்த்தவாறிருந்தால் அந்த அரும்புகள் நான்கிதழ் மலர்களாக மாறக்கூடியவை. அங்குள்ள வெண்ணிறத் தரைவிரிப்பையும், பூக்களும் கிளைகளும் அச்சிடப்பட்டிருக்கும் திரைச்சீலைகளையும், விரிப்பு வைத்துத் தைக்கப்பட்டிருப்பதும் வெள்ளிப்பிடி வைத்த கூந்தல்குச்சும் நிலைக்கண்ணாடியும் உள்ளதுமான ஒப்பனை மேசையையும் என்னால் பார்க்க முடியாது. அதில் பொருத்தப்பட்டிருக்கும் துணியின் மெல்லிழைகளாலும் கீழ்நோக்கிய வளைவாலும் ஒரே சமயத்தில் அருவத்தன்மையையும் பொருண்மையையும் உணர்த்தும் அந்த கட்டிலின் விதானத்தை மட்டுமே பார்க்க முடியும்.

அந்த விதானம் கப்பலின் பாய்மரத்தைப் போலவும் தோன்றுவது. வயிறு வீங்கிய பாய்மரங்கள் என்று கவிதைகளில்கூடக் குறிப்பிடுவார்கள். கப்பலை முன்னே உந்திச்செலுத்தும் வீங்கிய பாய்மர வயிறுகள்.

லில்லி ஆஃப் தி வாலியின் சில்லென்ற குத்துநெடி எங்களைச் சுற்றிச் சூழ்ந்திருக்கிறது. இந்த அறை கதகதப்பாக இல்லை.

எனக்கு மேலே, கட்டிலின் தலைப்பாகத்தில், செரினா ஜாய் தன்னை பரப்பிவைத்து அமர்ந்திருக்கிறாள். அவளுடைய கால்கள் விரிந்திருக்கின்றன. நான் அவற்றினிடையில் கிடக்கிறேன். என்னுடைய தலை அவளுடைய வயிற்றின் மீதிருக்கிறது. அவளுடைய இடுப்பெலும்பு என்னுடைய மண்டையோட்டின்

அடியில் இருக்கிறது. அவளுடைய தொடைகள் என்னிரு பக்கங்களிலும் இருக்கின்றன. அவளும் முழுக்க உடுத்தியிருக்கிறாள்.

என்னுடைய கரங்கள் நீட்டப்பட்டிருக்கின்றன. அவள் என்னுடைய கரங்களைப் பிடித்துக்கொண்டிருக்கிறாள். என்னுடைய எல்லாமும் அவளுடையதும்தான், நாங்கள் ஒரே மாமிசத்தாலும் ஒரே ஆன்மாவாலும் ஆனவர்கள் என்பதே இந்த ஏற்பாட்டின் தாத்பர்யம். ஆனால், நிதர்சனத்தில் அது உணர்த்துவது இந்தச் செயல்முறையும் அதன் விளைபொருளும் - ஒருவேளை அப்படியேதும் விளையுமானால் - அவளுடைய கட்டுப்பாட்டின் கீழ் உள்ளவை என்பதே. அவளுடைய இடக்கரத்தின் மோதிரங்கள் என்னுடைய விரல்களுக்குள் அழுந்துகின்றன. இது பழிதீர்ப்புக்கானதாகவும் இருக்கலாம் இல்லாமலும் இருக்கலாம்.

என்னுடைய சிவப்புப் பாவாடை என்னுடைய இடுப்புயரத்துக்கு உயர்த்தப்பட்டிருக்கிறது, அதற்கு மேலேயில்லை. அதற்குக் கீழே தளபதி புணர்ந்துகொண்டிருக்கிறார். அவர் புணர்ந்து கொண்டிருப்பது என்னுடைய உடலின் கீழ்பாகத்தை. கலவி என்று நான் சொல்லவில்லை. ஏனென்றால், அவர் செய்வது அதையல்ல. இணைசேர்வது என்பதும் துல்லியமாக இராது. ஏனென்றால், அது இருவரைச் சொல்வதாகும். ஒருவர்தான் உட்பட்டிருக்கிறார். வன்புணர்வென்றும் ஒரேயடியாகக் கூறிவிட முடியாது. ஏனென்றால், நான் சம்மதம் தெரிவிக்காத எதுவும் இங்கு நடந்துகொண்டிருக்கவில்லை. ஏராளமான வாய்ப்புகள் இல்லை என்றாலும், ஒன்றிரண்டு இருந்தன. நான் தேர்ந்தெடுத்தது இதை.

ஆகவே, நான் அசையாமல் கிடந்து என்னுடைய தலைக்கு மேலே இருக்கும் நான் பார்க்க முடியாத அந்த விதானத்தை எனக்குள் சித்தரித்துக்கொள்கிறேன். ராணி விக்டோரியா தன்னுடைய மகளுக்கு செய்த அறிவுரை நினைவு வருகிறது. விழிகளை மூடிக்கொள், இங்கிலாந்தை நினைத்துக்கொள். ஆனால், இது இங்கிலாந்தல்ல. இவர் சீக்கிரம் முடித்தால் நல்லது.

ஒருவேளை எனக்குப் பைத்தியமாகவும் இது அதற்கான சிகிச்சையாகவும் இருக்கலாமோ.

அது உண்மையாக இருந்துவிட்டால், நலமாகி நான் இங்கிருந்து போக வாய்த்தால் என்றெல்லாம் நினைத்து ஏங்குகிறேன்.

செரினா ஏதோ அவளைத்தான் அவர் புணர்ந்துகொண்டிருக்கிறார் என்பதுபோலவும் அது இன்பத்தையோ வலியையோ அவளுக்குத்

தருவதுபோலவும் என் கரத்தை இறுக்கிப்பற்றுகிறாள். இரண்டுக்கு-நான்கு எனும் வழக்கமான இயங்குமுறையில், சொட்டிக்கொண்டிருக்கும் குழாய் ஒன்றைப் போல தளபதி புணர்ந்துகொண்டிருக்கிறார். குளியலறையில் தான் பாடிக்கொண்டிருப்பதை உணராமலேயே தனக்குள்ளாகப் பாடிக்கொண்டிருக்கும் ஒருவனைப் போல, மனதில் வேறு எதையோ சிந்தித்துக்கொண்டிருக்கும் ஒரு மனிதனைப் போல அவர் தனக்குள்ளாக ஆழ்ந்திருக்கிறார். அவர் வேறெங்கோ இருப்பதைப் போலவும், காத்திருக்கும் நேரத்தில் மேசை மீது தாளமிட்டுக்கொண்டிருப்பதைப் போலவும், ஸ்கலிதமாவதற்காகக் காத்துக்கொண்டிருப்பதைப் போலவும் இருக்கிறார். சீராக இருந்த அவருடைய கதியில் இப்போது ஒரு பொறுமையின்மை தெரிகிறது. ஆனால், ஒரே நேரத்தில் இரண்டு பெண்களுடன் என்பது எல்லோருக்குமான ஓர் பாலியல் கனவில்லையா? கிளர்ச்சியூட்டுவது என்பார்கள். அப்படித்தான் சொல்லிக் கேட்டிருக்கிறேன்.

இந்த அறையில், செரினா ஜாயின் வெள்ளிநிற விதானத்துக்குக் கீழே நடப்பது கிளர்ச்சியூட்டுவது இல்லை. காமம், காதல், காதற்கற்பனைகள் என்பனவற்றுக்கும் நம்மை நாமே கிளுகிளுப்பூட்டிக்கொள்ளும்படியான கருத்தமைவுகளுக்கும் இதற்கும் எந்தத் தொடர்பும் இல்லை. என்னைப் பொறுத்தவரை பால் இச்சைக்கும் இதற்குமேகூட எந்தத் தொடர்பும் இல்லை என்றும், அதுவும் செரினாவைப் பொறுத்தமட்டில் கண்டிப்பாக இல்லை என்றும்தான் சொல்ல வேண்டும். தூண்டப்பெறுதலும் உச்சகட்ட இன்பமென்பதும் அநாவசியமானவையாகக் கருதப்படுகின்றன. ஜாஸ் அரையாடைப்பட்டிகள் அல்லது செயற்கையான அழகு மச்சங்களைப் போல அவையெல்லாம் சிறுமைத்தனமானவர்களுக்கான மேம்போக்கான பொழுதுபோக்குகள் என்றும் கருதப்படுகின்றன. காலாவதியாகி விட்ட கருத்துகள். ஒருகாலத்தில் பெண்கள் இது குறித்து வாசித்தார்கள், யோசித்தார்கள், கவலையுற்றார்கள், எழுதினார்கள் என்றெல்லாம் நினைத்துப் பார்ப்பதே விசித்திரமாக இருக்கிறது. அவையெல்லாம் சர்வநிச்சயமாகப் பொழுதுபோக்கு சமாச்சாரங்கள் மட்டுமே.

இது பொழுதுபோக்கல்ல. தளபதிக்குமே அல்ல. இது தீவிர முக்கியத்துவம் வாய்ந்த ஒன்று. தளபதியும் அவருடைய கடமையையே செய்கிறார்.

நான் மட்டும் என்னுடைய விழிகளை மிக லேசாகத் திறந்தாலும், அவரை, என்னுடைய உடலுக்கு மேலே கவிழ்ந்திருப்பதும், அப்படியொன்றும் விரும்பத்தகாததாய் இல்லாததும், அவருடைய வெள்ளிநிறக் கற்றைகளில் சில விழுந்திருக்கக்கூடியதுமான நெற்றியையும் முகத்தையும் பார்க்கலாம். அவர் எத்தனை வேகமாய்ப் போகிறாரோ அத்தனை வேகத்தில் ஒரு கனவாக விரைந்து அகன்றுகொண்டிருக்கும் அவருடைய உள்வயப் பயணத்தின் இலக்கைப் பார்க்கலாம். திறந்திருக்கும் அவருடைய கண்களைப் பார்க்கலாம்.

அவர் மட்டும் பார்வைக்கு இன்னமும் நன்றாக இருந்தாரானால் இதை என்னால் இன்னமும் ரசிக்க முடிந்திருக்குமோ?

மழைநாள் ஒன்றின் தேவாலய முன்னறையைப் போல, பல்மருத்துவர் நம் பல்லைச் சுரண்டும்போது போல, ஒரு நாசித்துவாரத்தைப் போல நாறியவரும் இதற்கு முன் இருந்தவருமான தளபதியைவிட இவர் நிச்சயமாக மேல்தான். இவர் அந்துருண்டைகளைப் போல மணக்கிறவர். அல்லது இந்தக் கடும் மணம் சவரத்திரவத்தினுடையதா? நகைப்புக்கிடமான இந்தச் சீருடையை இவர் எதற்காக அணிந்திருக்கிறார்? ஆனால், இதைவிட அவருடைய மயிரடர்ந்த வெண்ணிற வெற்றுடம்பு தேவலாமா என்ன?

எங்களுக்கிடையில் முத்தமிட்டுக்கொள்ளுதல் தடைசெய்யப் பட்டிருக்கிறது. அப்படியாக இது சகித்துக்கொள்ளத்தக்கதாகிறது.

விலகி இருக்கிறேன். விளக்குகிறேன்.

ஒருவழியாக அவருக்கு ஸ்கலிதமாகிறது. இழுத்துப் பிடித்திருக்கும் மூச்சை செரினா ஜாய் ஆசுவாசத்தில் வெளியிடுவதைப் போலவே அவரும் மட்டிறுத்தப்பட்ட முனகல் ஒன்றை வெளிப்படுத்துகிறார். பிணைந்திருந்த எங்கள் உடல்களிலிருந்து விலகி தன்னுடைய முழங்கைகளின் மீது தன்னைப் பொருத்திக்கொண்டிருந்த தளபதி எங்களுக்குள் தன்னை அமிழ்த்திக்கொள்ள அனுமதித்துக்கொள்கிறாரில்லை. ஒரே நொடி ஆசுவாசப்படுத்திக்கொள்கிறார். விடுவித்துக்கொள்கிறார். பின் நகர்கிறார். உடுத்திக்கொள்கிறார். தலையசைக்கிறார். திரும்புகிறார். ஏதோ நாங்கள் இருவரும் நோயுற்றிருக்கும் அவருடைய தாயார் என்பதுபோல கதவை அதீத அக்கறையுடன் மூடிவிட்டு அறையை நீங்குகிறார். இதில் ஏதோ ஒன்று அதீத நகைப்புக்கிடமாக இருப்பதாக எனக்குப் படுகிறது. ஆனால் சிரிக்கத் துணியவில்லை.

செரினா என்னுடைய கரத்தை விடுவிக்கிறாள். “நீ எழுந்து கொள்ளலாம்,” “வெளியேறு” என்கிறாள். வாய்ப்புகளை அதிகப்படுத்திக்கொள்வதற்காக நான் இங்கே பத்து நிமிடங்கள்போல் கால்களுக்குக் கீழே தலையணையோடு ஓய்வெடுக்க அவள் அனுமதிக்க வேண்டும். அவளுக்கும் அது மௌனமாகத் தியானிக்கும் நேரமாக இருக்க வேண்டியது. ஆனால், அதற்கெல்லாம் அவளுக்கு இப்போது மனமில்லை. என்னுடைய தசையைத் தீண்டுவது அவளை வியாதிக்குள்ளாக்கிக் கறைப்படுத்திவிடும் என்பதுபோல அவளுடைய குரலில் அருவருப்பு தொனிக்கிறது. நான் அவளுடைய உடலிலிருந்து என்னைப் பிணைநீக்கிக்கொள்கிறேன். எழுந்து நிற்கிறேன். தளபதியின் சுக்கிலம் என்னுடைய கால்களூடாக வழிகிறது. நான் திரும்பிக்கொள்ளும் முன் அவள் தன்னுடைய நீலப்பாவாடையைச் சரிசெய்துகொள்வதையும், கால்களைச் சேர்த்து இறுக்கிக்கொள்வதையும் பார்க்கிறேன். மேலே விதானத்தை வெறித்துக்கொண்டு ஒரு சிலைபோல நீட்டி விறைத்துக்கொண்டு அவள் படுக்கையிலேயே கிடக்கிறாள்.

எங்களில் யார் இதை ஆகவும் அவலமாக உணர்ந்தது. அவளா, நானா?

அத்தியாயம் பதினேழு

என் அறைக்குத் திரும்பியதும் நான் இதைத்தான் செய்கிறேன்; உடைகளைக் களைந்துவிட்டு இரவு உடையை அணிகிறேன்.

இரவுணவுக்குப் பிறகு என்னுடைய வலது ஜோடின் மூலைக்குள் நான் ஒளித்துவைத்த துளி வெண்ணையை எடுக்கச் செல்கிறேன். அலமாரி மிகவும் சூடாக இருந்திருக்கிறது, வெண்ணெய் கிட்டத்தட்ட திரவமாகிவிட்டிருக்கிறது. நான் அதைப் பொதித்திருந்த துடைதாளுக்குள் அதன் பெரும்பான்மை ஊறியிருக்கிறது. இனி ஜோடுக்குள் வெண்ணெய்ப் பிசுபிசுப்பிருக்கும். இது முதல் முறையல்ல, வெண்ணெய் அல்லது மார்ஜரின் கிடைக்கும்போதெல்லாம் நான் இப்படித்தான் அதை எடுத்து வைத்துக்கொள்வேன். நாளைக்கு ஒரு துடைதுணி அல்லது கழிப்பறைத்தாளை பயன்படுத்தி ஜோடின் உட்பூச்சிலிருந்து வெண்ணெயைத் துடைத்துவிடுவேன்.

வெண்ணெயை என் முகத்தின் மீதும் கைகளிலும் தடவிக்கொள்கிறேன். இப்போது கைகளுக்கானதும் சரி, முகத்துக்கானதும்தான், குழைமப்பூச்சுகள் கிடைப்பதில்லை. எங்களுக்குக் கிடைப்பதில்லை. இப்படிப்பட்டவை ஆடம்பரப் பொருட்களாகப் பார்க்கப்படுகின்றன. நாங்கள் கொள்கலன்கள். பாத்திரங்கள். எங்கள் உடல்களின் உட்புறங்கள்தான் முக்கியத்துவம் வாய்ந்தவை. வெளிப்புறங்கள் கொட்டைகளின் ஓடைப் போல இறுகியும் சுருங்கியும் போகலாம். அதை யாரும் சட்டைசெய்யப்பொவதில்லை. மனைவிமாருடைய தீர்ப்பாணையின் விளைவாகத்தான் கைகளுக்கான குழைமப்பூச்சுகளின் இன்மை நேர்ந்திருக்கிறது. நாங்கள் கவர்ச்சிகரமாகத் தோன்றுவதில் அவர்களுக்குப் பிடித்தமில்லை. அவர்களுடைய நிலைமை முன்னமேயே மோசமாகத்தான் இருக்கிறது.

வெண்ணெயை இப்படி உபயோகப்படுத்திக்கொள்ளும் உத்தியை நான் கற்றுக்கொண்டது சிவப்பு மையம் என்றழைக்கப்படும்

ரேச்சல், லியா மையத்தில். அங்கு சிவப்பு ஏராளமாக இருந்ததால் நாங்கள் அதைச் சிவப்பு மையம் என்று அழைக்க ஆரம்பித்தோம். புள்ளிகளையும் அழகான சிரிப்பையும் கொண்ட முகத்தை உடையவளான, எனக்கு முன்பு இந்த அறையில் இருந்தவளான என் சிநேகிதியும் இந்த வெண்ணைப் பூச்சைப் பூசியிருப்பாள். நாங்கள் எல்லோரும் இதைச் செய்வோம்.

எங்கள் சருமத்தை மென்மையாக வைத்திருக்க நாங்கள் வெண்ணெய் பூசிக்கொள்ளும் வரையில், என்றாவது ஒருநாள் வெளியேறுவோம் என்றும், மீண்டும் ஒருநாள் ஆசையுடனும் காதலுடனும் தீண்டப்படுவோம் என்றும், எங்களுடைய சடங்குகளும் எங்கள் தனிப்பட்ட சடங்கிரவுகளும் நடக்கும் என்றும் நாங்கள் நம்பிக்கை கொண்டிருக்கலாம்.

இந்த வெண்ணெய் பிசுபிசுப்பாய் இருக்கிறது, ஊசியும் போகும். பிறகு, நான் பழைய பாலாடைக்கட்டியைப் போல நாறத் தொடங்குவேன். ஆனாலும், அப்போதெல்லாம் சொல்லப்பட்டதுபோல குறைந்தபட்சம் இது இயற்கையானது.

இப்படியான உபாயங்களுக்கு நாங்கள் இறங்கிவிட்டிருக்கிறோம்.

வெண்ணெய் தடவப்பட்ட வாட்டிய ரொட்டித்துண்டு ஒன்றைப் போல நான் என்னுடைய ஒற்றை மெத்தையில் கிடக்கிறேன். என்னால் உறங்க முடியவில்லை. அரையிருளில் அந்தக் குருட்டுக் காரைக்கண்ணை வெறித்துக்கொண்டிருக்கிறேன். பார்வை இல்லாததென்றாலும் அதுவும் என்னை வெறிக்கிறது. காற்றே இல்லை. புண்ணுக்குக் கட்டும் மருந்துப்பட்டைகளைப் போல் இருக்கும் தொய்ந்துபோன வெள்ளைத் திரைச்சீலைகள் தேடுவிளக்குகளின் ஒளியில் மினுங்கிக்கொண்டிருக்கின்றன. அல்லது நிலவொளியிலா?

நான் விரிப்பை மடித்து வைத்துவிட்டு, கவனமாக எழுந்து ஓசையெழுப்பாத வெற்றுப் பாதங்களோடு ஒரு குழந்தையைப் போல சன்னலுக்குச் செல்கிறேன். புதிதாய்ப் பெய்திருக்கும் பனியின் மார்பில் நிலவொளி விழுவதைப் பார்க்க வேண்டும். வானம் தெளிவாயிருக்கிறது. ஆனால் தேடு விளக்கின் ஒளியில் அது தெளிவாகத் தெரியவில்லை. ஆனால் இருளார்ந்த இந்த வானிலும் ஒரு நிலவு மிதந்துகொண்டுதான் இருக்கிறது. வேண்டியதைத் தருவதான புதிய ஒரு நிலவு. பழம்பாறையொன்றின் துண்டு. ஒரு

பெண் தெய்வம். ஒரு கண் சிமிட்டல். இந்த நிலா வெறும் ஒரு கல். ஆக, வானம் பயங்கரமான ஆயுதங்களால் நிரம்பியிருக்கிறது. ஆனாலும் ஆனாலும் எப்படியான அழகு.

இங்கே என் அருகில் லூக் இருக்க வேண்டுமென்று ஏங்குகிறேன். அணைத்துக்கொள்ளப்படவும் என் பெயர் சொல்லி அழைக்கப்படவும் ஏங்குகிறேன். பெறுமானம் உள்ளவளாக, என் தகுதிக்கும் அதிகமான பெறுமானம் உள்ளவளாகக் கருதப்பட விரும்புகிறேன். மதிப்பீடுகளுக்கு அப்பாற்பட்டவளாக இருக்க விரும்புகிறேன். என்னுடைய முன்னாள் பெயரை சொல்லிப்பார்க்கிறேன். என்னால் என்னவெல்லாம் இயன்றது என்பதையும், நான் யாராய் அறியப்பட்டிருந்தேன் என்பதையும் எனக்கு நினைவுபடுத்திக்கொள்கிறேன்.

நான் எதையாவது திருட விரும்புகிறேன்..

கூடத்தில் விடிவிளக்கு எரிகிறது. அந்தப் பகுதியே மென்சிவப்பில் ஒளிர்கிறது. முதலில் ஒரு காலை கவனமாகக் கீழே பதித்து, அடுத்ததைப் பிறகு வைத்து நடக்கிறேன். தரைவிரிப்பின் மீது ஏதோ காட்டுப்பகுதியில் நடப்பதுபோல பதுங்கி நடக்கிறேன். இரவு கவிந்திருக்கிருக்கும் வீட்டினுள் கிரீச்சொலி எழுப்பிவிடக் கூடாதென்ற பதற்றத்தில் இதயம் வேகமாய்த் துடிக்கிறது. நான் இருக்கக் கூடாத இடத்தில் இருக்கிறேன். சட்டத்துக்குப் புறம்பான செய்கை இது.

கூடத்துச் சுவர்க் கண்ணாடியின் மீன் கண்ணுக்குக் கீழே கூடாரம் ஒன்றினுள் இருப்பதைப் போன்ற என் உடலை, முதுகில் தவழும் பிற்றைமயிர்க் கற்றைகளை, பளபளக்கும் விழிகளை, என்னுடைய வெண்ணுருவத்தை, காண முடிகிறது. நான் இதை ரசிக்கிறேன். சுயேச்சையாக எதையோ செய்கிறேன். நான் சுயமாக எதையோ செய்கிறேன். இயங்குகிறேன், இதன் இலக்கணக் குறிப்பு என்ன? தன்மை ஒருமை வினைமுற்று. நான் திருட விரும்புவது அடுப்படியில் இருக்கும் ஒரு கத்தியை. ஆனால், அவ்வளவுக்கு நான் தயாராக இல்லை.

நான் அமரும் அறையை அடைகிறேன். கதவு திறந்திருக்கிறது. உள்ளே நுழைகிறேன். கதவை லேசாகத் திறந்தே வைக்கிறேன். மரக்கதவு மெலிதாய்க் கீச்சிடுகிறது. அந்த ஓசை காதில் விழுந்துவிடும் நெருக்கத்தில் யாரும்தான் இல்லையே? என்னுடைய கருவிழிகள் ஒரு பூனையுடையதைப் போல, ஒரு ஆந்தையுடையதைப் போல

விரிந்துகொடுக்க அவகாசம் கொடுத்தவாறு அறைக்குள் நிற்கிறேன். பழைய வாசனைத் தைலத்தோடு துணிகளின் தூசியும் என் நாசித்துவாரங்களை நிறைக்கின்றன. இழுத்துவிடப்பட்டிருக்கும் திரைகளுக்கு இடையிலான வெளி வழியாகத் தேடுவிளக்கின் ஒளி ஒரு படலமென நுழைந்திருக்கிறது. சந்தேகமே இல்லாமல் வெளியில் இரண்டு நபர்கள் பாதுகாப்புக்கான ரோந்தில் இருக்கிறார்கள். மேலே என்னுடைய திரைகளுக்குப் பின்னாலிருந்து அந்த இருள் வடிவங்களை, சீருடை உருவங்களை நான் பார்த்திருக்கிறேன். இதோ கண்ணாடியில் அந்த ஒளி படுவதால் விளக்குகளின் அடிப்புறத்தை, மலர்க்கிண்ணங்களை, விடியலொளியில் சாய்விருக்கை ஒரு மேகம்போல மிதப்பதை, அவற்றின் வெளிவரைகளை, பளபளப்பைப் பார்க்க முடிகிறது.

நான் எதை எடுப்பது? தேடப்படாத எதையாவதுதான் எடுக்க வேண்டும். நள்ளிரவில் காட்டுக்குள்ளே பூத்திருக்கும் ஒரு மந்திரப்பூவை. உலர்மலர் கொத்தில் இருக்கும் வாடிப்போன ஒரு டாஃபடிலையா? இந்த டாஃபடில்கள் சீக்கிரமே தூக்கி வீசப்படும். செரினாவின் புழுத்த மணத்தோடு, அவளுடைய பின்னலாடையின் வாடையோடு, இந்த மலர்களிலிருந்தும் வாடை வர ஆரம்பித்துவிட்டது.

தட்டுத்தடுமாறி ஒரு மேசையின் நுனியைப் பிடித்துவிடுகிறேன். தடவிப்பார்க்கிறேன். கிளுங்கென்று ஒரு ஓசை, எதையோ தட்டிவிட்டிருக்கிறேன். நான் டாஃபடில்களைக் கண்டுபிடித்து விட்டேன். அவற்றின் காய்ந்த முனைகள் முரமுரப்பாயிருக்கின்றன. அவற்றை என் விரல்களால் கிள்ளுகிறேன். அதை நான் எங்காவது அழுத்திவைப்பேன். மெத்தையின் அடியில் வைத்து அடுத்து வரும் பெண்ணுக்காக, அவள் அதைக் கண்டுபிடிக்கவென விட்டுச்செல்வேன்.

ஆனால், அறையில் எனக்குப் பின்னால் வேறு யாரோ இருக்கிறார்கள்.

என்னுடையவற்றைப் போலவே ஓசையற்றவையாய் இருக்கும் அந்தக் காலடிகளைக் கேட்கிறேன். தரைப்பலகையின் கிறீச்சிடல் கேட்கிறது. எனக்குப் பின்னே கதவு மெல்லியதாய் ஓசையெழுப்பி, வெளிச்சத்தை மறைத்து மூடிக்கொள்கிறது. நான் ஸ்தம்பிக்கிறேன். இதற்கெல்லாம் வெண்ணிறம் உதவாது. இந்த இருளிலும் நிலவொளிப் பனியாகத் தெரிகிறேன்.

ஒரு கிசுகிசுப்பு கேட்கிறது. “அலறிவிடாதே. பயப்பட ஏதுமில்லை.”

ஏதோ என்னால் அலற முடியும் என்பதுபோல, அலறிவிட்டு என்னால் தப்பிவிட முடியும் என்பதுபோல. நான் திரும்புகிறேன். ஒரு உருவம், கன்னக்கதுப்பின் மங்கிய நிறமற்ற மினுக்கம். அவ்வளவுதான்.

நிக். அவன் என்னை நோக்கிக் குனிகிறான்.

"இங்கு என்ன செய்து கொண்டிருக்கிறாய்?"

நான் பதில் சொல்கிறேனில்லை. அவன் இங்கிருப்பதும் விதிகளுக்குப் புறம்பாகத்தான். அவன் என்னையும் நான் அவனையும் காட்டிக்கொடுக்க முடியாது. இந்தத் தருணத்தில் நாங்கள் நிலைக்கண்ணாடிகள். ஒரு வார்த்தையும் பேசிக்கொள்ளப் படவில்லை. அவனுடைய கரத்தால் என் கையைப் பற்றி என்னை அவனிடம் இழுக்கிறான். அவனுடைய வாய் என் வாயை மூடுகிறது. இப்படியான மறுப்பிலிருந்து வேறு எதை எதிர்பார்க்க முடியும்? இருவரும் நடுங்கிக்கொண்டிருக்கிறோம். செரினாவின் அமரும் அறையில், சீனவிரிப்பின் மீது, முற்றிலும் அந்நியனான இவனுடைய மெல்லிய தேகத்தோடு, உலர்ப்பூக்கள் சூழ இருக்கிறேன். அலறுவதையும் யாரையோ சுட்டுக்கொல்வதையும்தான் இதற்கு ஒப்புமையாக்க முடியும். என்னுடைய கரங்கள் கீழே தொய்கின்றன. என்னுடைய பொத்தான்களை அவிழ்ப்பது குறித்தும் அதற்குப் பிறகு என்ன நடக்கும் என்பது குறித்தும் பரிசீலிக்கிறேன். ஆனால், அது அதீத ஆபத்தானது. அவனும் அறிவான். நாங்கள் ஒருவரையொருவர் வெகு தூரத்துக்கில்லை என்றாலும் விலக்கிக்கொள்கிறோம். அதீத நம்பிக்கை, அதீத ஆபத்து, எல்லாமே அதீதம்.

"நான் உன்னைத் தேடி வந்தேன்." அவனுடைய மூச்சு என் காதில் படச் சொல்கிறான். நிமிர்ந்து அவனுடைய சருமத்தைச் சுவைக்க வேண்டுமென்ற இச்சை எழுகிறது. இவன் என்னில் பசியைத் தூண்டுகிறான். அவனுடைய கரங்கள் கட்டுக்குள் வரவில்லை என்பது போல என்னுடைய இரவுடையின் கைகளுக்குள் அவனுடைய ஒரு கரம் தடவுகிறது. தீண்டப்படுவது, பேராசையோடு தடவப்படுவது, பேராவல்கொள்வது எல்லாம் அவ்வளவு இன்பமாய் இருக்கிறது. லூக், உனக்குப் புரியும், நீ புரிந்துகொள்வாய். இங்கு இன்னொரு தேகத்தில் இருப்பவன் நீதான்.

சே! சப்பைக்கட்டு.

"ஏன்?" என்கிறேன். இரவில் என்னுடைய அறைக்கு வரும் அளவுக்கு அவனுக்கு அவ்வளவு அவசரமா? சுவரில் ஆணிகளில் தூக்கில் தொங்கவிடப்பட்டிருந்த அந்த நபர்களை நினைத்துக்கொள்கிறேன். எனக்கு நிற்கவே இயலவில்லை. முழுதாய்க் கரைந்துவிடும் முன் நான் மீண்டுவிட வேண்டும். படிகளுக்குத் திரும்பியாக வேண்டும்.

"அவர் அனுப்பினார். அவர் உன்னைப் பார்க்க வேண்டுமாம். அவருடைய அலுவல் அறையில்."

"என்ன?" இவன் தளபதியைச் சொல்கிறான். என்னைப் பார்க்கவா? பார்க்க என்றால் என்ன? போதுமான அளவுக்கு என்னை அவர் பார்த்துவிடவில்லையா என்ன?

காதில் விழும் அளவு மட்டுமான சப்தத்தில், "நாளைக்கு" என்கிறான். ஏதோ ஒரு மின்விசையால் ஈர்க்கப்பட்டதைப் போல ஒட்டியிருந்தவர்கள் அதே அளவுக்கு சக்திமிக்க கரங்களால் பிரிக்கப்பட்டவர்களாகிறோம். அந்த இருண்ட முன்றிலிலிருந்து நாங்கள் மெல்ல விலகிக்கொள்கிறோம்.

நான் கதவை அடைகிறேன். கைப்பிடிக்குமிழின் சில்லிட்ட பீங்கானில் விரல்கள் படுகின்றன. அதைத் திறக்கிறேன். இதை மட்டும்தான் என்னால் செய்ய முடியும்.

7
இரவு

அத்தியாயம் பதினெட்டு

நான் படுக்கையில் கிடக்கிறேன், நடுங்கிக்கொண்டு. ஒரு கண்ணாடிக் கோப்பையின் விளிம்பை ஈரமாக்கிவிட்டு அதைச் சுற்றி விரலை ஓட்டினால், ஒரு சப்தமெழும்பும். அப்படித்தான் உணர்கிறேன்: கண்ணாடியின் இந்த ஓசையாய். தகர்வு இந்த வார்த்தையாய் உணர்கிறேன். எனக்கு யாருடைய அண்மையாவது வேண்டும்.

உருண்டிருக்கும் என் வயிற்றின் மீது லூக்கின் கை இருக்க அவனுடன் படுக்கையில் இருக்கிறேன். நாங்கள் மூவரும் படுக்கையில் இருக்கிறோம். அவள் எனக்குள்ளே புரண்டவாறும் உதைத்தவாறும் இருக்கிறாள். சன்னலுக்கு வெளியில் இடியும் புயலுமாக இருக்கிறது. அதனால்தான் அவள் விழித்திருக்கிறாள், கரை மோதும் அலைகளென அவர்களைச் சூழ்ந்திருக்கும் இதயத்தின் தணுமையிலும் அவர்கள் செவுயுறுவார்கள், உறங்குவார்கள். அவர்களைத் திடுக்கிடவும் செய்துவிடலாம். அதி நெருக்கத்தில் மின்னல் வெட்டி ஒளிர லூக்கின் விழிகள் ஒருகணம் வெளிர்கின்றன.

நான் அஞ்சவில்லை. நாங்கள் விரிய விழித்திருக்கிறோம், மழை பெய்யத் தொடங்கிவிட்டது, நாங்கள் கவனமாகவும் மெதுவாகவும் செயல்படுவோம்.

இது இனி நிகழவேபோவதில்லை என்று நினைத்தாலேகூட நான் இறப்பேன்.

ஆனால் இது உண்மையில்லை, உடலுறவு கிட்டாமல் யாரும் சாவதில்லை. நாம் சாவது காதலின்மையால்தான். நான் நேசிக்கக்கூடிய யாருமே இங்கில்லை, நான் நேசிக்கக்கூடிய அத்தனை பேருமே இறந்துவிட்டார்கள் அல்லது வேறெங்கோ இருக்கிறார்கள். அவர்கள் எங்கிருக்கிறார்கள் என்பதோ அவர்களுடைய இப்போதைய பெயர்கள் என்ன என்பதோ யாருக்குத் தெரியும்? நான் அவர்களுக்கு எப்படியோ அப்படி அவர்களும் எங்குமே இல்லாமலாகியிருக்கலாம். நானே தொலைந்துபோன ஒரு நபர்தான்.

உருகி ஊற்றும் மெழுகுவர்த்திகளின் ஒளியில், பழைய பேராலயங்களின் மரச்சட்டங்களின் மீது நெற்றியைச் சாய்த்தவாறு முழந்தாளிட்டு, ஒரு பதில் கிடைக்கும் என்ற நம்பிக்கையோடு, தொழுவதற்காக நீங்கள் ஏற்றும் மெழுகுவர்த்திகளின் ஒளியில் மின்னி மறையும் உருவங்களாய் இருளுக்குள் அவ்வப்போது அவர்களுடைய முகங்களை நான் காண்பதுண்டு. என்னால் அவற்றை என் மனக்கண்களால் காண முடியும் ஆனால் அவை பொய்த்தோற்றங்களே, அவை நிலைப்பதில்லை. என்னுடைய கரங்களால் பின்னி அணைத்துக்கொள்வதற்காக நான் ஒரு மெய்யான தேகத்துக்கு ஏங்குவதற்காக என்னைக் குற்றம்சொல்ல முடியுமா? அது இல்லாமல் நானும் உடலற்றவள்தான். மெத்தையின் சுருள் கம்பிகளின் மீது என்னுடைய இதயத்துடிப்பை என்னால் கேட்க இயல்கிறது, இந்த இருளில், வறண்ட விரிப்புகளுக்கு அடியில் என்னை நானே தீண்டிக்கொள்ளலாம். ஆனால், அது ஒரு தட்டு காய்ந்த அரிசியின் மீது, பனியின் மீது கைகளை அளைவதைப் போல் தோன்றுகிறது. நான் கரடுமுரடாகவும் சொரசொரப்பாகவும் மிக வெளிறியும் வறண்டுமிருக்கிறேன். ஏதோ செத்துப்போய்விட்டது, எதுவோ கைவிடப்பட்டுவிட்டது. முன்பு ஏதாவது நிகழ்ந்தவாறே இருந்து இப்போது சன்னலுக்கு வெளியில் வளர்ந்துகிடக்கும் களைச்செடிகளின் மகரந்தம் தரையெங்கும் தூசியாக விசிறிக்கிடப்பதைத் தவிர வேறெதுவும் நிகழாத ஒரு அறையைப் போல இருக்கிறேன்.

நான் இப்படித்தான் நினைக்கிறேன்.

லூக் ஒரு காட்டில் மண்டிக்கிடக்கும் புதர்க்குவியலின் மீது முகம் புதைத்துக்கிடக்கிறான். சிவப்பு பெர்ரிப் பழங்களுக்கான பருவம் இன்னமும் வரவில்லையாதலால் அது தரையில் படரும் ஹெம்லாக்காகவோ அல்லது சென்ற வருடம் உதிர்ந்து இப்போதைய பச்சைக்குக் கீழேயிருந்து மேலே கிளம்பும் பழுத்த இலைக்குவியலாகவும் இருக்கலாம். அவனில் மீதமிருப்பது: அவனுடைய கேசம், எலும்புகள், பச்சையும் கறுப்பிலுமான கம்பளிச் சட்டை, தோல்வார்ப்பட்டை, பணிச் ஜோடுகள். அவன் என்ன அணிந்திருந்தான் என்று எனக்கு மிக நன்றாகத் தெரியும். கல்லில் வார்த்ததுபோல, புராதன மாதாந்திரியொன்றின் வண்ணமயமான விளம்பரத்தில் போல, அவனுடைய ஆடைகளை என் மனக்கண்களில் நன்றாகப் பார்க்க முடிகிறது. ஆனால், அவனுடைய முகத்தை அல்ல, அவ்வளவு தெளிவாக அல்ல.

அவனுடைய முகம் மறந்துபோய்க்கொண்டிருக்கிறது, ஒருவேளை அது ஒரே மாதிரி இல்லாமல் இருந்ததால் இருக்கலாம்; அவனுடைய முகக்குறிப்புகள் மாறிக்கொண்டே இருக்கும், அவனுடைய ஆடைகள் அப்படியல்ல.

நான் வேண்டிக்கொள்கிறேன், அந்த ஒன்று அல்லது இரண்டு அல்லது மூன்று துளைகளில் - துப்பாக்கி ஒரு முறைக்கு மேலும் அடுத்தடுத்தும் வெடித்தது - ஒன்றாவது வேகமாகவும் நேர்த்தியாகவும், எல்லாப் படங்களையும் சேகரித்துவைத்திருக்கும் அந்த மண்டையோட்டைத் துளைத்திருக்க வேண்டுமென்றும், அப்படியாக இருள் அல்லது வலியின் ஒரே ஒரு தெறிப்பு மட்டும் அதுவும் மழுங்கியதாகவும் தட் என்ற ஒரு வார்த்தையைப் போலும் இருந்திருக்க வேண்டும் என்றும் அதற்குப் பிறகு அமைதி நிறைந்திருக்க வேண்டும் என்றும் பிரார்த்தித்துக்கொள்கிறேன்.

நான் இப்படித்தான் நினைக்கிறேன்.

நான் இப்படியும் யோசிக்கிறேன், எங்கோ ஒரு செவ்வகத்தில், சாம்பல்காரையில், ஏதோ ஒன்றின் விளிம்பிலோ முனையிலோ, ஒரு படுக்கை அல்லது நாற்காலியில் அவன் அமர்ந்திருப்பதுபோலவும். அவன் என்ன அணிந்திருக்கிறான் என்று கடவுளுக்குத்தான் தெரியும். அவனை எங்கே வைத்திருக்கிறார்கள் என்று கடவுளுக்குத்தான் தெரியும். தெரிந்தவர் கடவுள் மட்டுமில்லை, அதனால் தெரிந்துகொள்வதற்கான வேறு வழிகளும் இருக்கலாம். அவன் ஒரு வருடமாக சவரம் செய்திருக்கவில்லை, அவர்களுக்குத் தோன்றும்போதெல்லாம் அவனுடைய கேசத்தை மட்டும் அவர்கள் கரைத்துச் சிரைத்திருக்கிறார்கள். பேன் பிடிக்காமலிருக்க என்று சொல்கிறார்கள். தாடியையும் சிரைத்திருக்கிறார்கள். அப்படித்தான் நினைக்கிறேன்.

எப்படியும் அவர்கள் அதைச் சரியாய்ச் செய்யவில்லை, கேசம் கொந்துபட்டிருக்கிறது, கழுத்தின் பின்புறம் வடுக்கள் இருக்கின்றன. ஆனால், இதெல்லாம் பரவாயில்லை, அவன் பத்து வருடங்கள், இருபது வருடங்கள் முதிர்ந்தவனாய்த் தோன்றுகிறான், ஒரு கிழவனைப் போல் வளைந்திருக்கிறான், அவனுடைய விழிகள் வீங்கியிருக்கின்றன, கன்னங்களில் மெல்லிய ஊதா நரம்புகள் புடைத்திருக்கின்றன, ஒரு தழும்பு இருக்கிறது, இல்லை, ஒரு காயம், அது இன்னமும் குணமாகவில்லை, தூலிப்புகளின் தண்டுகளின் ஓரத்தில் இருக்கும் நிறத்தில், முகத்தின் இடது ஓரத்தில் சமீபத்தில் தசை கிழிந்த பகுதியில் இருக்கிறது. இந்த உடல் மிக

எளிதாகப் பழுதாகிவிடுகிறது, மிகச் சுலபமாக அதன் ஒழுங்கு குலைந்துபடுகிறது, வெறும் தண்ணீரும் ரசாயனங்களுமானது, மணலில் காயும் ஜெல்லி மீனைவிட மேலானதாக அதில் ஒன்றுமில்லை.

அவனுடைய கைகளை அசைப்பது அவனுக்கு வலி மிக்கதாய் இருக்கிறது, அசைவதே வலிமிக்கதாகிறது. தன் மீது சுமத்தப்பட்டிருக்கும் குற்றம் என்னவென்று அவனுக்குத் தெரியவில்லை. ஏதோ பிரச்சினை. ஏதாவது இருக்க வேண்டுமே ஏதோ ஒரு குற்றச்சாட்டு. அல்லாவிட்டால் அவனை அவர்கள் ஏன் வைத்திருக்கிறார்கள், அவன் ஏன் இந்நேரம் இறந்துபோயிருக்கவில்லை? அவர்கள் தெரிந்துகொள்ள நினைக்கும் ஏதோ ஒன்று அவனுக்குத் தெரிந்திருக்க வேண்டும். என்னால் நம்ப முடியவில்லை. அவன் அதை முன்னரே சொல்லியிருக்கவில்லை என்பதை என்னால் நம்ப முடியவில்லை. நான் சொல்லியிருப்பேன்.

அவனை ஒரு மணம் சூழ்ந்திருக்கிறது, அவனுடைய மணம், ஒரு நாற்றக் கூண்டில் சிறைபிடிக்கப்பட்டிருக்கும் விலங்கின் மணம். அவன் ஓய்வெடுத்துக்கொண்டிருப்பதாக நான் கற்பனை செய்கிறேன். ஏனென்றால், அவனுடைய வேறெந்தப் பொழுதையும் என்னால் கற்பனை செய்ய இயலவில்லை, அவனுடைய கழுத்துப்பட்டைகளுக்குக் கீழே, கை விலங்குகளின் மேலே எதையும் கற்பனை செய்ய இயலாததைப் போன்றே. அவனுடைய உடலில் அவர்கள் என்னவெல்லாம் செய்திருக்கிறார்கள் என்று நினைத்துப்பார்க்க விரும்பவில்லை. அவனுக்குக் காலணிகள் உள்ளனவா? இல்லை, அந்தத் தரை ஈரமாக, குளிர்ந்திருக்கிறது. நான் இங்கு, உயிரோடு இருக்கிறேனென்று அவனுக்குத் தெரியுமா, நான் அவனைப் பற்றி நினைத்துக்கொண்டிருப்பது? நான் அப்படித்தான் நம்பியாக வேண்டும். சீரழிந்துபோயிருக்கும்போது எல்லாவற்றையும் நம்பித்தான் ஆக வேண்டும். நான் இப்போது எண்ணங்களை இடமாற்றுதல், மின்காந்த அலைத்துடிப்பு இவற்றிலெல்லாம் நம்பிக்கை வைக்கிறேன். இப்படியெல்லாம் எப்போதும் இருந்ததில்லை.

அவர்கள் அவனைப் பிடித்துவிடவில்லை என்றும், பிடித்துப் பேசிவிடவில்லை என்றும், அவன் கரையை அடைந்துவிட்டான் என்றும், ஆற்றைக் கடந்து எல்லையைக் கடந்து அக்கரையை அடைய தன்னைத்தானே இழுத்துக்கொண்டு ஒரு தீவை அடைந்து பற்கள் கிடுகிடுக்க, அருகில் இருந்த ஒரு பண்ணைவீட்டை அடைந்துவிட்டான் என்றும், முதலில் சந்தேகத்தோடு என்றாலும்

பிறகு அவன் யார் என்று தெரிந்த பிறகு அவன் உள்ளே அனுமதிக்கப்பட்டான் என்றும், அவர்கள் நட்பு பாராட்டினார்கள் என்றும், அவர்கள் க்வேகர்களாய் இருக்கலாம் என்றும், அவர்கள் அவனை வீடு வீடாக ஒளித்துவைத்து உள்ளூருக்குள் கடத்திச்செல்லலாம் என்றும், அந்தப் பெண் அவனுக்குச் சூடாக காப்பி கொடுப்பதோடு அவளுடைய கணவனின் ஆடையையும் கொடுத்தாள் என்றும் நினைத்துக்கொள்கிறேன். நான் அந்த ஆடைகளை கற்பனை செய்கிறேன். அவன் நல்ல ஆடைகளை அணிந்திருப்பதாய்க் கற்பனை செய்வது எனக்கு ஆறுதலாக இருக்கிறது.

அவன் மற்றவர்களோடு தொடர்புகொள்கிறான், எதிர்ப்பு இருக்க வேண்டுமே, கட்சிசார் குழு ஒன்று மறைவாய் இயங்குமே. அங்கு யாரோ எல்லாவற்றையும் சீர்செய்துகொண்டு இருக்க வேண்டும். நான் எதிர்ப்பை நம்புகிறேன். நிழலில்லாமல் வெளிச்சமில்லை என்று நம்புவதால், அல்லது வெளிச்சம் இருந்தாலே அல்லாமல் நிழலிருக்காது என்பதால். கண்டிப்பாக எதிர்ப்புக்குழு இருக்க வேண்டும், அல்லாமல் தொலைக்காட்சிகளில் வரும் குற்றவாளிகளெல்லாம் வேறு எங்கிருந்து வருகிறார்கள்.

எந்நேரமும் அவனிடமிருந்து ஒரு தகவல் வரலாம். அது சிறிதும் எதிர்பாராத விதத்தில் எதிர்பார்க்கவியலாத நபரிடமிருந்து வரலாம், நான் கொஞ்சமும் நினைத்துப்பார்த்திராத நபர் மூலமாக. இரவுணவு வரும் பலகையில் என் தட்டுக்குக் கீழே ஒருவேளை? ஆல் ஃப்ரெஷ்ஷில் டோக்கனுக்காகக் கல்லா முகப்பில் நான் கை நீட்டும்போது என்னுடைய கைகளில் கொடுக்கப்படலாமோ?

நான் பொறுமையாக இருக்க வேண்டுமென்று அந்தக் குறிப்பு சொல்லும்; கூடிய விரைவில் அவன் என்னை இங்கிருந்து கூட்டிச்செல்வான், நாங்கள் அவளைக் கண்டுபிடிப்போம். அவளை அவர்கள் எங்கே வைத்திருக்கிறார்களோ அங்கிருந்து. அவள் எங்களை நினைவுவைத்திருப்பாள், நாங்கள் மூவரும் ஒன்றாகிவிடுவோம். அதற்கிடையில் நான் தாக்குப்பிடிக்க வேண்டும், வருங்காலத்துக்காக என்னைப் பாதுகாத்துவைத்திருக்க வேண்டும். எனக்கு நிகழ்ந்தவை, எனக்கு நிகழ்ந்துகொண்டிருப்பவை எதுவும் அவனை எவ்விதத்திலும் மாற்றாது, என்னவானாலும் அவன் என்னை நேசிப்பான், அதெல்லாம் என்னுடைய குற்றமல்ல என்றறிவான். அந்தக் குறிப்பு இதையும் எனக்குத் தெரிவிக்கும். இந்தக் குறிப்பு, வராமலே போகக்கூடிய இந்தக் குறிப்புதான்

என்னை உயிரோடு வைத்திருக்கிறது. நான் அந்தக் குறிப்பை நம்பியிருக்கிறேன்.

நான் நம்பும் அத்தனையும் உண்மையாகிவிட முடியாது, அதில் ஒன்று மட்டும் வேண்டுமானால் இருக்கலாம். ஆனால், நான் அவை எல்லாவற்றையும் நம்புகிறேன், லூக்கின் அந்த மூன்று பிரதிகளையும் நம்புகிறேன், ஒரே நேரத்தில். இப்படி முரண்பாடோடு வைப்பது தான் நான் இப்போது எதன் மீதும் நம்பிக்கை வைக்கும் விதமாய் இருக்கிறது. உண்மை என்னவாயிருந்தாலும் நான் அதற்குத் தயாராக இருப்பேன்.

இதுவும் என்னுடைய ஒரு நம்பிக்கையே. இதுவும் உண்மையாக இல்லாமலிருக்கலாம்.

இங்கே மிக அருகில் இருக்கும் தேவாலயக் கல்லறைத் தோட்டத்தின் கல்லறைத் தூண் ஒன்றில் ஒரு நங்கூரமும் மணல்கடிகையும் செதுக்கப்பட்டுள்ளன. வார்த்தைகளும்: *நம்பிக்கையின்பாற்பட்டு.*

நம்பிக்கையின்பாற்பட்டு. இதை ஏன் ஒரு இறந்துபோன மனிதனின் மேல் வைத்தார்கள்? நம்பிக்கையின்பாற்பட்டிருப்பது இறந்த நபரா அல்லது உயிரோடிருப்பவர்களா?

லூக் நம்பிக்கையோடு இருக்கிறானா?

8
பிறப்பு தினம்

அத்தியாயம் பத்தொன்பது

நான் விழித்திருப்பதாகக் கனவு கண்டுகொண்டிருக்கிறேன்.

படுக்கையிலிருந்து எழுந்து அறையினூடாக - இந்த அறையினூடாக அல்ல - நடந்து, கதவைத் திறந்து - இந்தக் கதவை அல்ல - வெளியில் செல்கிறேன். நான் வீட்டில் இருக்கிறேன், என்னுடைய வீடுகளில் ஒன்றில். அவள் என்னிடம் ஓடி வருகிறாள். முன்புறத்தில் சூரியகாந்திப்பூ பொறித்த பச்சைநிறச் சின்னஞ்சிறு இரவு உடையோடும் வெறுங்கால்களோடும் இருக்கும் அவளைத் தூக்கி, அவளுடைய கைகளும் கால்களும் என்னைச் சுற்றுமாறு சுழற்றிக்கொண்டிருக்கிறேன், அழத் தொடங்குகிறேன், ஏனென்றால் நான் விழித்தில்லை என்பது எனக்குத் தெரிகிறது. மீண்டும் இதே படுக்கையில், விழித்துக்கொள்ள முயன்றவாறிருக்கிறேன். என்னுடைய அம்மா தன் கையில் ஒரு தட்டுடன் உள்ளே வந்து இப்போது உடல்நலம் தேவலாமா என்று கேட்கிறாள். நான் சிறுமியாக இருந்தபோது எனக்கு நலமில்லாத நாட்களில் அவள் பணிக்குச் செல்லாமல் வீட்டில் இருப்பாள். ஆனால், இம்முறையும் நான் விழித்தில்லை.

இந்தக் கனவுகளுக்குப் பிறகு நான் விழித்துவிடுகிறேன், அதோடு நான் உண்மையிலேயே விழித்துவிட்டேன் என்பதும் எனக்குத் தெரிகிறது. ஏனென்றால், கூரையில் அந்த மலர்வளையம் இருக்கிறது, நீரில் அமிழ்ந்த வெண்ணிறக்கூந்தல் கற்றைபோல் தொங்கும் திரைச்சீலைகள் இருக்கின்றன. மந்திரிக்கப்பட்டவளாக உணர்கிறேன். ஒருவேளை எனக்கு மருந்து தந்துகொண்டிருக்கிறார்களோ, ஒருவேளை நான் வாழ்ந்துகொண்டிருப்பதாக நினைத்துக்கொண்டிருக்கும் இந்த வாழ்வே உளக்கோளாறின் மனமருட்சிதானோ என்று நினைக்கிறேன்.

நம்பிக்கையின் கீற்றே இல்லை. நான் எங்கிருக்கிறேன் என்பதும் நான் யார் என்பதும் இது என்ன நாள் என்பதெல்லாமும் எனக்குத் தெரிகின்றன. இவையெல்லாம்தான் மதிப்பீடுகள். நான்

மனநலனோடுதான் இருக்கிறேன். மனநலன் என்பது மதிப்புமிக்க ஒரு பொக்கிஷம். மக்கள் பணத்தைப் பதுக்குவதைப் போல நான் அதைப் பதுக்குகிறேன். நேரம் வரும்போது எனக்குத் தேவையான அளவுக்கு அது இருக்க வேண்டும் என்பதற்காக நான் அதைச் சேமிக்கிறேன்.

திரைச்சீலைகளின் ஊடாகக் குளிரொளியின் மங்கலான வெளிச்சம் நுழைகிறது. இன்று அவ்வளவாக வெயில் இல்லை. நான் படுக்கையிலிருந்து எழுந்து சன்னலுக்குப் போய் சன்னல் விளிம்பில் இருக்கும் **நம்பிக்கை** என்ற அச்சிருக்கும் அந்தச் சிறிய முரட்டுத் தலையணை மீது முழங்காலிட்டு அமர்ந்து வெளியில் பார்க்கிறேன். பார்ப்பதற்கு அங்கு எதுவும் இல்லை.

மற்ற இரண்டு தலையணைகளுக்கு என்ன ஆகியிருக்கும் என்று யோசிக்கிறேன். முதலில் மூன்று தலையணைகள் இருந்திருக்க வேண்டும். **விசுவாசமும் ஈகையும்** இப்போது எங்கே வைக்கப்பட்டிருக்கும்? செரினா ஜாய் கருத்தானவள். பட்டப்பழசாவதற்கு முன் அவள் எதையும் தூக்கி எறிய மாட்டாள். ரீட்டாவுக்கு ஒன்று, கோராவுக்கு ஒன்று என்றாகியிருக்குமோ?

மணி ஒலிக்கிறது, நான் அதற்கு முன்பாகவே, நேரத்துக்கு முன்பே விழித்துவிட்டிருக்கிறேன். உடுத்திக்கொள்கிறேன். கீழே பார்க்கிறேனில்லை.

நாற்காலியில் அமர்ந்தவாறு சேர் என்ற ஆங்கில வார்த்தையைப் பற்றி நினைத்துக்கொள்கிறேன். ஒரு கூட்டத்தின் தலைவரையும் அப்படிச் சொல்லலாம். அது மரணதண்டனைக்கான ஒரு வார்த்தையும்தான். சாரிட்டி என்பதிலுள்ள முதல் அலகும் அதுதான். பிரெஞ்சில் அது தசையைக் குறிப்பது. இந்த உண்மைகள் எதற்கும் ஒன்றோடொன்று தொடர்பில்லை.

இப்படியான பட்டியல் பல்லவிகளை மனதுக்குள் பாடிக் கொண்டிருந்துதான் என்னை நான் சமநிலைப்படுத்திக்கொள்கிறேன்.

எனக்கு முன்னால் ஒரு தட்டு இருக்கிறது, தட்டில் ஒரு குவளை ஆப்பிள் சாறும், ஒரு ஊட்டச்சத்து மாத்திரையும், ஒரு கரண்டியும் இருக்கின்றன. இன்னொரு தட்டில் வாட்டிய ரொட்டிகள் மூன்றும் சிறிய தேன் கிண்ணம் ஒன்றும் இருக்கின்றன. இன்னொரு தட்டில் பாவாடை கட்டிக்கொண்டிருக்கும் பெண்ணுடல் போன்ற முட்டைக் குவளை ஒன்று இருக்கிறது. இரண்டாவது முட்டை

சூடு குறையாதிருக்க வேண்டுமென்பதற்காகப் பாவாடைக்குக் கீழே வைக்கப்பட்டிருக்கிறது, முட்டைக்கிண்ணம் நீலக் கோடுகள் கொண்ட வெண்ணிறப் பீங்கானால் ஆனது.

முதல் முட்டை வெண்ணிறமாய் இருக்கிறது. சன்னல் வழியாக மரத்தட்டத்தில் பட்டு, ஒளியேற்றி, மங்கி, மீண்டும் ஒளியேற்றும் சூரியனின் நீர்த்தன்மையோடான கதிர்கள் அதன் மீது விழுமாறு முட்டைக்கிண்ணத்தைச் சிறிது நகர்த்தி வைக்கிறேன். முட்டை ஓடு வழவழப்பாகவும் புள்ளிகளோடும் இருக்கிறது. கால்சியத்தின் சிறு துகள்கள் சூரியஒளியால் வரையறுக்கப்பட்டு நிலவின் நிலக்குழிகளாகத் தெரிகின்றன. இது ஒரு மலட்டு நிலப்பகுதி என்றாலும் பூரணமானது. வளப்பத்தால் தங்கள் மனங்களில் கவனஞ்சிதறக் கூடாது என்பதற்காக சாதுக்கள் வாழ்ந்த பாலையைப் போன்றது. கடவுள் இப்படித்தான் ஒரு முட்டையைப் போல இருப்பாரென்று நம்புகிறேன். நிலவின் உயிர்கள் அதன் மேற்பரப்பில் இல்லாமல் அதன் உள்ளே இருக்குமென்று நினைக்கிறேன்.

தனக்கென்று பிரத்யேகமான ஆற்றல் இருக்கிறது என்பதுபோல முட்டை மினுமினுக்கிறது. இந்த முட்டையைப் பார்ப்பது எனக்கு அதீத ஆனந்தத்தைக் கொடுக்கிறது.

சூரியன் விலக, முட்டை வெளிர்கிறது.

நான் கோப்பையிலிருந்து முட்டையை எடுத்து ஒரு நொடி தொட்டுப் பார்க்கிறேன். அது வெதுவெதுப்பாக இருக்கிறது. முன்பு இம்மாதிரியான முட்டைகளை அடைகாப்பதற்காகப் பெண்கள் தங்கள் மார்புகளுக்கிடையில் வைத்திருப்பார்கள். அது ஒரு நல்ல உணர்வாக இருந்திருக்கும்.

எளிய வாழ்வு. அதன் இன்பம் என்பது ஒரு முட்டைதான். அதன் ஆசிர்வாதங்களை ஒரு கையின் விரல்களால் எண்ணிவிடலாம். நான் இப்படி யோசிக்க வேண்டுமென்பதே என்னிடமிருந்து எதிர்பார்க்கப்படுவதுபோல. என்னிடம் ஒரு முட்டை இருக்குமென்றால் வேறெதை நான் வேண்டக்கூடும்?

அவலசூழலில் வாழ்பவரின் உயிராசை, விபரீதமான பொருட்களின் மீது பற்று வைக்கச் சொல்கிறது. எனக்கு ஒரு செல்லப் பிராணியை, ஒரு பறவையை அல்லது ஒரு பூனையை வைத்துக்கொள்ள ஆசை, பழக்கப்பட்ட ஒன்றோ அல்லவோ, எதானாலும் சரி. ஒன்றுமே

கிடைக்காத நிலையில் ஒரு எலிகூடப் போதும், ஆனால் அதற்கு வழியே இல்லை. இந்த வீடு அதீத சுத்தமாய் இருக்கிறது.

முட்டையின் மேற்பகுதியைக் கரண்டியால் வெட்டி, உள்ளே இருப்பதை உண்கிறேன்.

இரண்டாவது முட்டையை உண்டுகொண்டிருக்கும்போது முதலில் வெகுதொலைவிலிருந்து, மிகப் பெரிய வீடுகளுக்கும் வெட்டப்பட்ட புல்வெளிகளுக்கும் இடையிலிருந்து என்னை நோக்கி வரும் ஒரு பூச்சியின் முரலொலியைப் போல மெல்லியதாகவும் பிறகு நெருக்கத்தில் ஓசையின் மலரொன்று விரிவதைப் போல விரிந்து ஒரு ஊதுகொம்பு ஒலிப்பது போலும் ஒலிக்கும் சங்கொலியைக் கேட்கிறேன். இந்தச் சங்கொலி ஒரு பொதுஅறிவிப்பு. நான் கரண்டியை வைத்துவிட்டு நெஞ்சு படபடக்க சன்னலருகே மறுபடி செல்கிறேன். அது எனக்கானதாக அல்லாமல் நீலச்சங்கொலியாக இருந்துவிடுமோ? ஆனால் அது வளைவில் திரும்புவதை, தெருவுக்குள் நுழைவதை, வீட்டின் முன் நிற்பதை, இன்னமும் அலறிக்கொண்டிருப்பதை, அது சிவப்பாயிருப்பதைப் பார்க்கிறேன். உலகத்துக்கு ஆனந்தம் உண்டாகட்டும், இப்போதெல்லாம் இது அரிதாகிவிட்டிருக்கிறது. இரண்டாவது முட்டையைப் பாதி உண்டதோடு வைத்துவிட்டு, மேலங்கிக்காக அலமாரிக்குச் செல்கிறேன், படிகளில் ஏறிவரும் காலடித் தடங்களையும் அழைக்கும் குரலையும் கேட்கிறேன்.

“சீக்கிரம்” என்கிறாள் கோரா, “அது நாள் முழுக்கக் காத்திருக்காது” சொல்லிக்கொண்டே அங்கியை உடுத்த எனக்கு உதவுகிறாள், உண்மையில் புன்னகைத்துக்கொண்டிருக்கிறாள்.

பனிச்சறுக்கில் வழுக்கிச்செல்வதைப் போல் படிகளில் நான் கிட்டத்தட்ட ஓடுகிறேன், முன்கதவு விரியத் திறந்திருக்கிறது, இன்று நான் அதனூடாகப் போகலாம். அங்கே காவலாளி வணக்கம் தெரிவித்தபடி நிற்கிறான். மழை தொடங்கிவிட்டது, மெல்லிய தூறல் விழுகிறது. சூல் கொண்டுவிட்ட மண்ணின் மணமும் புல்லின் மணமும் காற்றை நிரப்புகின்றன.

அந்தச் சிவப்பு பிறப்புவண்டி ஓடுபாதையில் நிறுத்தப்பட்டிருக்கிறது. அதன் பின்புறக்கதவு திறந்திருக்க நான் அதற்குள் தாவுகிறேன். உள்ளே சிவப்பில் விரிப்பிருக்கிறது, சன்னல்களின் சிவப்புத் திரைகள் தொங்கவிடப்பட்டிருக்கின்றன. வண்டியின் உள்நீளம் நெடுக இருபுறத்திலும் இடப்பட்டிருக்கும் பலகைகளில் ஏற்கெனவே

மூன்று பெண்கள் அமர்ந்திருக்கின்றனர். பாதுகாவலன் இரட்டைக் கதவுகளை மூடிப் பூட்டிவிட்டு முன்புறத்தில் ஏறி ஓட்டுநருக்கு அருகில் அமர்கிறான். கம்பிக் கதவுகளுக்கு மேலே இடப்பட்டிருக்கும் கண்ணாடி வழியாக அவர்களுடைய தலையின் பின்புறத்தை எங்களால் பார்க்க முடியும். நாங்கள் எட்டிப்பார்க்க முனைய, வண்டியின் மேற்புறத்துச் சங்கு அலறுகிறது: வழி, வழி!

"யாருக்கு?" என்னருகில் இருக்கும் பெண்ணிடம் அவளுடைய காதுக்குள் அல்லது அந்த வெள்ளைத் தலைத்துணிக்குள் அவளுடைய காது இருக்கக்கூடிய இடத்தில் கேட்கிறேன். கத்தினேன் என்று சொல்ல வேண்டும், வெளியில் ஒரே கூச்சலாக இருக்கிறது.

"ஆஃப்வாரன்." அவளும் பதிலுக்குக் கத்துகிறாள். கிளர்ச்சியோடு என்னுடைய கையைப் பற்றிக்கொண்டு அழுத்துகிறாள், மூலையில் வண்டி திரும்பும் சமயம் என்புறமாகத் திரும்புகிறாள், அவளுடைய முகத்தைப் பார்க்க முடிகிறது, அவளுடைய கன்னங்களில் கண்ணீர் வழிகிறது, ஆனால் அவை எதன் பொருட்டானவை? பொறாமையா ஏமாற்றமா? ஆனால், அப்படியில்லை. அவள் சிரித்துக்கொண்டிருக்கிறாள், அவளை நான் முன்பின் பார்த்ததில்லை. ஆனால் அவள் தன்னுடைய கரங்களை என்னைச் சுற்றி வீசி என்னை அணைத்துக்கொள்கிறாள். அவளுடைய சிவப்பு அங்கியின் அடியில் அவளுக்குப் பருத்த மார்பகங்கள் இருக்கின்றன. தன் முகத்தை அங்கியின் கைகளால் துடைத்துக்கொள்கிறாள். இந்த நாளில் நாங்கள் என்ன வேண்டுமானாலும் செய்யலாம்.

வரம்புகளுக்குள்ளாக என்று நான் அதைத் திருத்திக்கொள்கிறேன்.

எங்களுக்கு எதிரில் இருக்கும் பலகையில் அமர்ந்திருப்பவள் கண்களை மூடி, கைகளை வாய்க்கு உயர்த்தி, பிரார்த்தித்துக்கொண்டிருக்கிறாள். ஒருவேளை அது பிரார்த்தனையாக இல்லாமலும் இருக்கலாம். அவள் தன்னுடைய கட்டைவிரல் நகங்களைக் கடிக்கிறாளாக இருக்கும். அவள் தன்னை அமைதியாக வைத்துக்கொள்வதற்கான முயற்சியில் இருக்கலாம். மூன்றாமவள் அமைதியாகத்தான் இருக்கிறாள். கைகளை மடித்துவைத்துக்கொண்டு மெல்லியதாகப் புன்னகைத்தவாறு இருக்கிறாள். அபாயச்சங்கு அலறியவாறு இருக்கிறது. மருத்துவ ஊர்திகள் மற்றும் தீயணைப்பு வண்டிகள் இவ்வாறு ஒலித்தபோது அது மரண ஓலமாய் இருந்தது. இன்றைக்குமே அது மரண அறிவிப்பாய் மாற வாய்ப்பிருக்கிறது. ஆஃப்வாரன் எதைப் பிறப்பிக்க இருக்கிறாள் என்பது சீக்கிரமே தெரிந்துவிடும்.

நாங்கள் எல்லோரும் விரும்புவதுபோல அது ஒரு குழந்தையாக இருக்குமா? அல்லது குழந்தையல்லாததாக ஆகுமா? ஊசித்தலை, நாயின் மூக்கு என்று எதையாவது கொண்டதாகவோ, இரண்டு உடல்கள் உள்ளதாகவோ, இதயத்தில் ஓட்டை உள்ளதாகவோ, கைகளில்லாமலோ அல்லது சவ்வுப்பின்னிய கைகளும் கால்களும் கொண்டதாகவோ இருக்குமா? சொல்வதற்கில்லை. முன்பெல்லாம் சொல்லிவிடுவார்கள், இயந்திரங்களின் உதவியோடு, ஆனால் அது இப்போது சட்டத்துக்குப் புறம்பானதாகிவிட்டது. எப்படியும் தெரிந்துகொள்வதால் மட்டும் என்ன செய்துவிட முடியும்? அதை வெளியில் எடுத்துவிட முடியாதே; எப்படிப்பட்டதாக இருந்தாலும் முழுப் பருவத்துக்கும் அதைச் சுமந்தே தீர வேண்டுமே.

நான்கில் ஒன்று அப்படிப் பிறக்க வாய்ப்பிருக்கிறது என்பது நாங்கள் மையத்தில் அறிந்துகொண்டது. ஒருகாலத்தில் காற்றில் வேதிப்பொருட்களின், கதிரின், கதிரியக்கத்தின் அளவு பெருமளவு கூடிவிட்டது. தண்ணீர் விஷக்கூறுகளால் நிரம்பித் ததும்பியது, அதையெல்லாம் சுத்தப்படுத்துவதற்கு ஏராளமான வருடங்கள் பிடிக்கும். ஆனால், அதற்குள் அவை நம் உடலுக்குள் சேர்ந்து நம்முடைய கொழுப்பணுக்களுக்குள் குடிபுகுந்துவிட்டன. யாருக்குத் தெரியும், கரைப்பறவைகளைக் கொன்றுவிடும் எண்ணெய் மிதக்கும் ஒரு கடற்கரையைப் போல உங்களுடைய தசையுமே மாசுபட்டிருக்கலாம், பிறக்க இருக்கும் சிசுக்களுக்கு மரணம் நிச்சயம். உங்களைத் தின்னும் வல்லூறுகள் செத்துப்போகுமாய் இருக்கும். நீங்கள் இருளில் ஒளிர்வீர்களாய் இருக்கும். பழங்காலத்து கடிகாரம் ஒன்றைப் போல. டெத் வாட்ச் என்று ஒரு வகை வண்டு இருக்கிறது. அது பிணம் தின்னக்கூடியது.

என்னால் சமயங்களில் என்னுடைய எலும்புக்கூட்டைப் பற்றி எண்ணாமல் என்னைப் பற்றிச் சிந்திக்க இயல்வதில்லை. ஒரு அணுத் துகளுக்கு நான் என்னவாகத் தெரிவேன். உயிரின் தொட்டிலாகவா, எலும்பால் செய்யப்பட்டதாகவா, புரதப்பின்னல்களையும் தாறுமாறான கூர்முனைக் கண்ணாடிகள் போன்ற கேடுவிளைவிக்கும் கற்களையும் கொண்டதாகவா? பெண்கள் மருந்துகளையும் மாத்திரைகளையும் உட்கொண்டார்கள், ஆண்கள் மரங்களுக்கு மருந்துகளைப் பீய்ச்சினார்கள், மாடுகள் புல்லைத் தின்றன, இவை எல்லாவற்றின் கலவையான மூத்திரமும் நதிகளுக்குள் பாய்ந்தது. நில அதிர்வுகளின்போது சான் அன்றியாஸ் பிளவின் - பிளவுகளை உண்டாக்கியதாக யாரைக் குற்றம்சொல்ல முடியும் - ஊடாக வெடித்துச்சிதறும் அணுவுலைகள் பற்றியோ

விஞ்ஞானத்துக்கு சவால் விடுத்த சிபிலிஸின் உருத்திரிந்த உயிரியைப் பற்றியெல்லாமோ சொல்லவே வேண்டாம். சிலரோ தையல் நரம்புகளைக் கொண்டு அல்லது வேதிப்பொருட்களால் வடுக்களை உண்டாக்கிக்கொண்டு தங்களைத் தாங்களாவே இறுக அடைத்துக்கொண்டனர். கைகளை முறுக்கியவாறே ஆன்ட் லிடியா சொல்வாள், எப்படி அப்படிச் செய்யலாம், இப்படி ஒரு காரியத்தைச் செய்ய எப்படித் துணிச்சல் வரும். கடவுளின் பரிசுகளை அவமதிக்கலாமா? நடத்தை கெட்டவர்கள்!

நீங்கள் செய்வது மிக ஆபத்தான காரியம். ஆனால், நீங்களே அபாய எல்லைக்குள் முதலில் நுழையும் அதிர்ச்சித் தாங்கி அணியினர். எவ்வளவு அதிக அபாயமோ அவ்வளவு நிறைந்த புகழ். எங்களுடைய போலித் துணிச்சலில் பொலிந்தவாறு அவள் கைகளைக் கோத்துக்கொண்டாள். நாங்கள் எங்கள் மேசைகளின் தளங்களைப் பார்க்கக் குனிந்தோம். இவ்வளவுக்கும் ஆளான பிறகு உதிர்ந்துபோகக்கூடிய ஒன்றுக்குப் பிறப்பளிப்பதா. இந்த எண்ணத்தையே சகிக்க முடியவில்லை. சோதனைகளில் தேறாமல், குழந்தையல்லாதவை என்று அறிவிக்கப்படுவனவற்றுக்கு நேருவதென்ன என்று எங்களுக்கு சரியாகத் தெரியாது. ஆனால் அவை உடனடியாக எங்கோ வீசப்பட்டுவிடும் என்பது தெரியும்.

இதுதான் காரணமென்று குறிப்பாகச் சொல்லிவிட முடியாது என்கிறாள் ஆன்ட் லிடியா. அவளுக்கான காக்கி உடையை அணிந்து வகுப்பின் முற்பகுதியில் நின்றிருக்கிறாள். அவளுடைய கைகளில் குறிப்பான் ஒன்றிருக்கிறது, கரும்பலகையில், முன்னொரு காலத்தில் நிலவரைவுப்படம் இருந்திருக்கக்கூடிய இடத்தில் இப்போது ஒரு புள்ளிவிவர வரைபடம் இருக்கிறது. வருடக்கணக்காக, ஆயிரத்துக்கு ஒன்று என்ற விகிதத்தில் பதிலீட்டின் பூஜ்ஜியக் கோட்டைத் தாண்டி கீழ் நோக்கிச் சரியும் பாதையில் போய்க்கொண்டே இருக்கும் பிறப்பு விகிதத்தை அது காட்டுகிறது.

உண்மைதான், சில பெண்கள் எதிர்காலமென்ற ஒன்றே இருக்கப்போவதில்லை என்றும், இந்த உலகம் வெடித்துச் சிதறும் என்றும் நினைத்தனர். அது அவர்கள் உபயோகப்படுத்திக்கொண்ட ஒரு சாக்கு என்கிறாள் ஆன்ட் லிடியா. அவளுடைய நாசித்துவாரங்கள் இறுகுகின்றன. இனப்பெருக்கத்தால் ஒரு பிரயோசனமும் இல்லை என்றார்களே அவர்கள். எப்பேர்ப்பட்ட குரூரம். எல்லாம் சோம்பேறிகள், வேசிகள், என்கிறாள்.

என்னுடைய மேசையின் மரத்தளத்தில் தேதிகளுடன் செதுக்கப்பட்ட முதலெழுத்துகள் தெரிகின்றன. சில முதலெழுத்துகள் நேசிக்கிறேன் என்ற சொல்லால் இணைக்கப்பட்டு ஜோடிகளாக இருக்கின்றன. *ஜே.ஹெச்., பி.பி.யை நேசிக்கிறேன். 1954. ஓ.ஆர், எல்.டி.யை நேசிக்கிறேன்.* விலங்குக் கொழுப்பும் கரியும் சேர்த்துக் குழைத்து குகைகளின் கற்சுவர்களில் பொறிக்கப்பட்டவை என்று நான் முன்பு படித்திருந்தவற்றை ஒத்தவை இவை என்று தோன்றுகிறது. நினைத்துப்பார்க்க இயலாத அளவுக்கு அவை பழமைவாய்ந்தவை எனப்படுகிறது. மேசையின் மேற்புறம் சறுக்கலாக இருக்கிறது. அதன் நிறம் இளமரத்தின் வண்ணமாக இருக்கிறது. எழுதும்போது சாய்ந்துகொள்வதற்காக வலதுபுறத்தில் ஒரு தாங்கி இருக்கிறது. மேசைக்குள்ளே நீங்கள் புத்தகங்கள், குறிப்புகள் போன்றவற்றை வைத்துக்கொள்ளலாம். எனக்கு அந்தக் காலத்தைச் சேர்ந்த இத்தகைய பழக்கங்கள் இப்போது ஊதாரித்தனமானவையாகவும் சீரழிவானவையாவும் கிட்டத்தட்ட தரங்கெட்டவையாகவும் காட்டுமிராண்டிகளின் காமக்கூத்துகளைப் போன்றவையாகவும் படுகின்றன. *எம், ஜி.யை நேசிக்கிறேன். 1972.* மேசையின் உளுத்துப்போன பூச்சைப் பலமுறை குடைந்து ஒரு பென்சிலால் பொறிக்கப்பட்டிருக்கும் இந்தச் செதுக்கலுக்கு, அழிந்துபோன சமூகங்கள் அத்தனையினது துயரக்கனிவும் இருக்கிறது. கல்லின் மீது கையால் செதுக்கப்பட்டதைப் போன்றது இது. இதைச் செய்தவர் யாராக இருந்தாலும் அவர் ஒருகாலத்தில் உயிரோடு இருந்திருக்கிறார்.

எண்பதுகளின் மத்திக்குப் பிறகான தேதிகள் இல்லை. அப்போது போதுமான பிள்ளைகள் இல்லாததால் மூடப்பட்ட பள்ளிகளில் ஒன்றாக இது இருந்திருக்கும்.

அவர்கள் பல தவறுகளைச் செய்துவிட்டார்கள். நாம் அவற்றை மீண்டும் செய்ய மாட்டோம் என்கிறாள் ஆன்ட் லிடியா. அவளுடைய குரல் கருணையார்ந்தும், பக்தி ததும்பவும், நம்முடைய நன்மைக்காக நம்மைச் சில இன்னாத செயல்களைச் செய்யச் சொல்பவர்களின் குரலாகவும் இருக்கிறது. எனக்கு இவளுடைய கழுத்தை நெரிக்கலாம்போல இருக்கிறது. இந்த எண்ணம் தோன்றிய மாத்திரத்திலேயே நான் அதைப் புறந்தள்ளவும் செய்கிறேன்.

கிட்டுவதற்கு அரிதாகவும் சிரமமாகவும் இருக்கும் பொருள்தான் மதிப்புமிக்கதாகவும் ஆகும். நீங்கள் மதிப்புமிக்கவர்களாக ஆக வேண்டுமென்று நாங்கள் விரும்புகிறோம். ஆன்ட் லிடியா தன் வாயில், பேச்சிடை ஓய்வுக்குறிகளை ஏராளமாக வைத்திருந்து

சுவைப்பவள். உங்களை முத்துகள் என்று நினைத்துக்கொள்ளுங்கள். வரிசையாக அமர்ந்து கண்களைத் தாழ்த்திக்கொண்டிருக்கும் நாங்கள் அவள் வாயில் போதனை எச்சிலை ஊறச்செய்கிறோம். நாங்கள் அவளுடையவர்கள், அவளே எங்களை வரையறுக்கவல்லவள், எங்களுக்கான அவளுடைய பெயரடைகளை நாங்கள் தாங்கித்தான் ஆக வேண்டும்.

நான் முத்துகள் பற்றி நினைக்கிறேன். சிப்பிகளின் இறுகிப்போன எச்சிலே முத்துகள். இதைத்தான் நான் பிற்பாடு மொய்ராவிடம் சொல்வேன். அதற்கு வாய்க்குமானால்.

ஆன்ட் லிடியா திருப்தியான மலர்ச்சியுடன் சொல்கிறாள், இங்கிருக்கும் நாங்கள் எல்லோரும் உங்களை நக்கிச் செதுக்குவோம்.

வண்டி நிறுத்தப்படுகிறது, பின் கதவுகள் திறக்கப்படுகின்றன, பாதுகாவலன் எங்கள் மந்தையை வெளியில் விடுகிறான். வாயிலில், பருத்த இயந்திரத் துப்பாக்கிகளில் ஒன்றைத் தன் தோளில் தொங்கவிட்டுக்கொண்டு இன்னொரு பாதுகாவலன் நிற்கிறான். பாதுகாவலர்கள் வணக்கம் தெரிவிக்க, மழைத்தூறலில் நாங்கள் அணிவகுத்து முன்கதவு நோக்கி நடக்கிறோம். வட்ட வடிவிலான அந்த ஓடுபாதையில் சற்று தள்ளி அவசரகால மருத்துவ ஊர்தி ஒன்று அதன் இயந்திரங்களுடனும் மருத்துவர்களுடனும் நிறுத்தப்பட்டிருக்கிறது. மருத்துவர்களில் ஒருவன் வண்டியின் சன்னல் வழியாகப் பார்த்துக்கொண்டிருப்பதை நான் பார்க்கிறேன். காத்திருக்கும் வேளையில் அதற்குள்ளிருந்து அவர்கள் என்ன செய்துகொண்டிருப்பார்கள் என்று யோசிக்கிறேன். ஆண்களின் பொழுதுபோக்குச் செயல்பாடுகளான சீட்டு விளையாடுவது, அல்லது வாசிப்பதாய் இருக்கும். வேறு வழியேதும் இல்லாமல் ஆகும்போதுதான் அவர்கள் உள்ளே அனுமதிக்கப்படுவார்கள். பெரும்பாலான சமயங்களில் அவர்கள் தேவைப்படுவதில்லை.

இது அப்படியே நேர்மாறாக இருந்தது. முழுக் கட்டுப்பாடும் அவர்கள் கைகளில் இருந்தது. வெட்கக்கேடு. என்பாள் ஆன்ட் லிடியா. இப்போது அவள் எங்களுக்குக் காட்டியது முற்காலத்தைய மருத்துவமனைகள் ஒன்றில் எடுக்கப்பட்ட காட்சி. மின்கம்பிகளால் இயந்திரங்களுடன் இணைக்கப்பட்ட ஒரு கர்ப்பிணிப் பெண். உடைந்துபோன இயந்திர மனிதன் ஒருவனைப் போல் அவள் தோன்றும் விதமாக அவளது எல்லா உறுப்புகளிலிருந்தும் மின்முனைகள் நீட்டிக்கொண்டிருக்கின்றன. அவளுடைய

கரத்தில் நரம்பூடாகச் செலுத்தப்படுகிற குழாய் இருக்கிறது. யாரோ ஒருவன் தேடுவிளக்கொன்றோடு அவளது கால்களுக்கு இடையில் பார்த்துக்கொண்டிருக்கிறான், அங்கே அவள் மழிக்கப்பட்டிருக்கிறாள், வெறும் ஒரு மொட்டைப் பெண். அருகில் ஒரு தட்டு நிறைய கிருமிநீக்கம் செய்யப்பட்ட கத்திகள் இருக்கின்றன. எல்லோரும் முகக்கவசம் அணிந்திருக்கிறார்கள். அவள் ஒத்துழைப்பை நல்கும் ஒரு நல்ல நோயாளி. ஒருகாலத்தில் அவர்கள் பெண்களுக்கு மயக்கம் கொடுத்து, பிரசவத்தைத் தூண்டி, அவர்களைக் கிழித்துத் திறந்து, தைத்து மூடினார்கள். இனிமேலும் அப்படி இல்லை. மயக்க மருந்துகளேகூடக் கிடையாது. குழந்தைக்கு அதுதான் நல்லது என்றாள் ஆன்ட் எலிசபெத். கூடவே, உன் வேதனையையும் உன் மகப்பேற்றையும் நான் மிகப் பெருகப்பண்ணுவேன்; வேதனையோடே நீ பிள்ளைகளைப் பெறுவாய் என்பதையும் சொல்வாள். இதோடு எங்களுக்கு மதிய உணவாகக் கோதுமை ரொட்டியும் காய்கறி சாண்ட்விச்சுகளும் கொடுப்பார்கள்.

அகன்றிருக்கும் இந்தப் படிகளின் இருபுறங்களிலும் கல்லாலான தாழிகள் இருக்கின்றன, ஆஃப்வாரனின் தளபதி எங்களுடையவரைவிட உயர்ந்த படிநிலையில் இருப்பவராக இருக்க வேண்டும். படிகளில் ஏறிக்கொண்டிருக்கையில் எனக்கு வேறொரு சங்கொலி கேட்கிறது. அது மனைவியருக்கான நீலப் பிறப்பு வண்டியுடையது. கனம் பொருந்திய செரினா ஜாய் அவர்களின் வருகையையும் அது குறிக்கிறது. அவர்களுக்குப் பலகைகள் இல்லை, மெத்தைகள் தைக்கப்பட்ட நல்ல இருக்கைகள் இருக்கும். அவை முன்னோக்கிப் பார்ப்பவை, சன்னல்கள் திரைகளால் மூடப்பட்டுமிருக்காது. அவர்கள் எங்கு போகிறார்கள் என்பது அவர்களுக்குத் தெரியும்.

தேநீர் அருந்துவதற்காக இந்த வீட்டுக்கு செரினா ஜாய் முன்பே வருகை தந்திருக்கலாம். கொழுப்பெடுத்தவளும் முன்னாள் ஜனினுமான ஆஃப்வாரன் அவள் முன்னாலும் மற்ற மனைவியர் முன்னாலும் அவர்கள் அவளுடைய வயிற்றைப் பார்ப்பதற்காகவும், ஏன் தொடவும்கூட வாய்ப்பாகவும், குடித்தனத்தின் மனைவிக்கு வாழ்த்துகளைத் தெரிவித்துக்கொள்ள ஏதுவாகவும் நடைபயில வைக்கப்பட்டிருக்கலாம். நல்ல திடகாத்திரமான பெண், உறுதியான தசைகள். இவர்கள் வழிவகையிலேயே ஏஜென்ட்* ஆரஞ்சு கிடையாது, ஆவணப் பதிவுகள் எல்லாவற்றிலும் தேடி நிச்சயம்

★ களைக்கொல்லி வகை

செய்துகொண்டோம், எவ்வளவு ஆராய்ந்தாலும்தான் போதாதே. அவர்களில் இரக்க சுபாவி எவளாவது ஒருத்தி: ஒரு பிஸ்கெட் எடுத்துக்கொள்ளேன்.

ஐய்யோ வேண்டாம், அவளைச் செல்லம் கொடுத்து கெடுக்காதீர்கள், இவர்களுக்கு அதீத சர்க்கரை நல்லதில்லை.

மைல்ட் ரெட், இந்த ஒரு தரம் விடு, ஒன்றே ஒன்று என்ன செய்துவிடும்.

இந்த வேசை ஜனின்: ஓ, நான் எடுத்துக்கொள்ளவா மேம்?

தாய்மை பொங்கும் தளும்பல்கள்: மிகப் பணிவானவள், தானுண்டு தன் வேலை உண்டு என்று இருக்கும் அவர்களில் சிலரைப் போல் சிடுசிடுத்தவள் அல்ல. உனக்கு ஒரு மகளைப் போன்றவள் என்றும்கூட நீ சொல்லலாம். குடும்பத்தில் ஒருத்தி.

அவ்வளவுதான். நீ உன் அறைக்குப் போகலாம் டியர்.

அவள் போன பிறகு தளபதியின் மனைவி: வேசைச் சிறுக்கிகள், இவள்கள் எல்லோரும் அப்படித்தான். என்ன செய்வது. நாமா தேர்ந்தெடுக்க முடியும். எவளைக் கொடுத்தாலும் சரி என்றிருக்க வேண்டியிருக்கிறது இல்லையா, பெண்களே?

ஆம், ஆனாலும் நீ அதிர்ஷ்டசாலி. இதுகளில் சிலது சுத்தமாகவும் இருக்காது. நம்மைப் பார்த்து ஒரு புன்னகை செய்யாது, அறையிலேயே அழுதுவடிந்துகொண்டு கிடப்பாள்கள், ஐயோ தலையை அலசாமல் நாறும் நாற்றத்தை என்ன சொல்வது. மார்த்தாக்களைத்தான் அதைச் செய்ய வைக்க வேண்டியிருக்கிறது. குளியல் தொட்டியோடு சேர்த்து அவளை அமுக்கிப்பிடிக்க வேண்டியதாகிறதோடு குளிக்கப் போகவே ஒவ்வொரு முறையும் ஏதாவது லஞ்சம் கொடுக்க வேண்டியதாகிறது. பயமுறுத்த வேண்டி வருகிறது.

எனக்கு வாய்த்திருக்கிறதே ஒன்று, அதனிடம் நான் கொஞ்சம் கண்டிப்பாக இருக்க வேண்டி வந்தது, இதோ இரவுணவை உண்ண மட்டேனென்று பிடிவாதம் பிடிக்கிறாள். காலையில், மற்றயதோ இத்துனூன்டுதான், நாங்களானால் கடன்களில் காலம் தவறாதவர்கள். ஆனால் உன்னுடையவளோ உனக்கான பரிசு. அதோடு இன்றைக்கோ நாளைக்கோ என்று ஒரு வீடளவுக்கு வீங்கியிருக்கிறாள். நீயும் மிக ஆவலாக இருக்கிறாய் அல்லவா. நீ

பொறுமையற்று இருப்பதை என்னால் நன்றாகப் புரிந்துகொள்ள முடிகிறது.

சாமர்த்தியமாகப் பேச்சை மாற்றல்: இன்னொரு கோப்பை தேநீர் அருந்துங்களேன்.

இவர்கள் எப்படியெல்லாம் பேசுவார்கள் என்று எனக்கு நன்றாகத் தெரியும்.

மேலே அவளது அறையில் ஜனின் என்ன செய்கிறாள்? வாயில் இன்னமும் இனிப்புச் சுவையோடு உதட்டை நக்கிக்கொண்டு அமர்ந்திருக்கிறாள். சன்னலுக்கு வெளியில் வெறிக்கிறாள். மூச்சை இழுக்கிறாள், வெளியேற்றுகிறாள். வீங்கியிருக்கும் மார்புகளை தடவிக்கொடுக்கிறாள். எதையுமே நினைக்கிறாளில்லை.

அத்தியாயம் இருபது

மத்தியில் இருக்கும் படிக்கட்டு எங்களுடையதைவிட அகன்றது, இருபுறமும் வளைந்த பிடிகம்பிகளுடனானது. எங்களுக்கு முன்னேயே அங்கு வந்திருந்த பெண்களின் கூட்டுஜெபம் மேலிருந்து எனக்குக் கேட்கிறது. புரளும் எங்களுடைய ஆடைகளின் ஓரங்களை மிதித்துவிடாமல் எச்சரிக்கையுடன் ஒருவர் பின் ஒருவராக படிகளில் ஏறுகிறோம். இடதுபுறத்தில், சாப்பாட்டு அறையின் இரட்டைக் கதவுகள் மடித்துவிடப்பட்டிருக்கின்றன. நான் அந்த நீண்ட மேசையை, வெண்ணிற விரிப்பால் அது மூடப்பட்டிருப்பதை, அதன் மீது பரப்பட்டிருக்கும் உணவுகளைப் பார்க்கிறேன். பன்றியிறைச்சி, பாலாடைக்கட்டிகள், ஆரஞ்சுகள் - இவர்களுக்கு ஆரஞ்சுகள் கிடைத்திருக்கின்றன! - அவற்றோடு புதிதாய்ச் சுட்ட பிரட்டும் கேக்குகளும். எங்களுக்குத் தட்டில் பாலும் சாண்ட்விச்சுகளும் எடுத்துக்கொண்டு வந்து சிறிது நேரம் கழித்துத் தருவார்கள். ஆனால் இவர்களுக்காக காப்பிச் சட்டிகளும் மதுக்குடுவைகளும் இருக்கின்றன. இப்படிப்பட்ட வெற்றிகரமான நாளில் மனைவிமார்கள் கொஞ்சம் குடித்துக்கொள்ளாமல் எப்படி? முடிவுக்காக முதலில் கொஞ்சம் காத்திருக்க வேண்டியது. பிறகு சாப்பாட்டை வெளுத்துக்கட்ட வேண்டியது தான். படிக்கட்டின் மறுபுறம் இருக்கும் அறையில் அவர்கள் குழுமியிருந்து தளபதி வாரனின் மனைவியை உற்சாகப்படுத்திக்கொண்டிருக்கிறார்கள். சிறிய மெல்லிய உருவம் கொண்ட அவள் தன்னுடைய வெண்ணிற இரவு கவுனை அணிந்தபடி இப்போது தரையில் கிடக்கிறாள். தரைவிரிப்பின் மேலாக அவளுடைய நரைத்துக்கொண்டிருக்கும் தலைமயிர் பாசியைப் போல் படர்ந்திருக்கிறது. அவர்கள் அவளுடைய மெல்லிய வயிற்றை நீவிக்கொண்டிருக்கிறார்கள், ஏதோ அவளேதான் இப்போது பிரசவிக்கப்போகிறாள் என்பதுபோல.

தளபதியை, வழக்கத்தின்படி, ஆளையே காணவில்லை. இம்மாதிரியான நேரங்களில் ஆண்கள் போகக்கூடிய ஏதோ ஓரிடத்துக்கு, ஒரு பதுங்கிடத்துக்கு அவர் போயிருக்கிறார், தன்னுடைய பதவியுயர்வு குறித்த அறிவிப்பு எப்போது வருமென்று

அவர் சிந்தித்துக்கொண்டிருப்பாராக இருக்கும். எல்லாம் சரியாக நடக்கும் பட்சத்தில் நிச்சயம் இந்த முறை அவருக்கு அது கிடைக்கும்.

ஆஃப்வாரன் இப்போது தலைமைப் படுக்கையறையில் இருக்கிறாள், தளபதியும் அவருடைய மனைவியும் இரவுகளில் பள்ளிகொள்ளும் இடத்துக்கு இது தகுதியான பெயர்தான். தலையணைகளால் அலங்கரிக்கப்பட்ட அவர்களுடைய பிரம்மாண்டமான படுக்கையில் அவள் அமர்ந்திருக்கிறாள்: ஜனின். ஊதியிருந்தாலும், இயற்பெயர் நீக்கப்பெற்று குறுத்திருக்கிறாள். சற்றே நீண்ட ஓர் பருத்தி உள்ளாடையை மட்டும் அணிந்திருக்கிறாள். அது அவளுடைய தொடைகளுக்கு மேலாக உயர்த்தப்பட்டிருக்கிறது. துடைப்பத்தின் நிறத்திலான அவளுடைய நீண்ட கூந்தல் இழுத்துவாரப்பட்டு முகத்தில் வழியாதிருக்கும் பொருட்டு பின்புறமாகக் கட்டப்பட்டிருக்கிறது, அவளுடைய கண்கள் இறுக அடைத்துக்கிடக்கும் இந்நிலையில் அவளை என்னால் நேசித்துவிடக்கூட முடியும் என்று தோன்றுகிறது. என்ன இருந்தாலும் அவள் எங்களில் ஒருத்தி, எவ்வளவுக்கு இயலுமோ அவ்வளவுக்கு இயல்பான ஒரு வாழ்கையைத் தவிர அவள் வேறு எதைத்தான் வேண்டிவிட்டாள்? எங்களில் யாரும்தான் வேறு எதைக் கேட்டுவிட்டோம்? எது கிடைக்குமோ அதைப் பற்றிக்கொள்ள வேண்டியதுதான். விதிக்கப்பட்டிருக்கும் சூழ்நிலையில் அவள் அப்படியொன்றும் மோசமாக நடந்துகொள்ளவில்லை.

நான் அறிந்திராத இரண்டு பெண்கள் அவளுக்கு இருபுறமுமிருந்து அவளுடைய கரங்களைப் பிடித்துக்கொண்டிருக்கிறார்கள், அல்லது அவள் அவர்களுடையதை. மூன்றாமவள், அவளுடைய ஆடையை உயர்த்தி, மேடிட்டிருக்கும் அவளுடைய வயிற்றில் சிசுக்களுக்கான எண்ணெயை ஊற்றிக் கீழ்நோக்கி உருவுகிறாள். அவளுடைய கால்களுக்கு அருகில் ஆன்ட் எலிசபெத், அவளுடைய காக்கி உடையும், மார்புகளில் ராணுவச்சட்டைப் பைகளுமாக நிற்கிறாள். இவள்தான் எங்களுக்கு ஜின் எட்*டை கற்பித்தவள். என்னால் அவளுடைய முகத்தை, தலையின் ஒரு புறத்தை மட்டும்தான் காண முடிகிறது என்றாலும், அந்தத் துருத்திக்கொண்டிருக்கும் மூக்கையும், கடுமை காட்டும் அழகிய தாடையையும் வைத்தே அவளைக் கண்டுகொள்ள முடியும். இரண்டு இருக்கைகளோடு பின்னிருக்கை முன்னதைவிட உயர்ந்து ஒரு அரியாசனத்தைப் போல இருக்கும் பிறப்புநாற்காலி அவளுக்குப் பக்கத்தில் இருக்கிறது. சமயம்

★ ஜின் எட் – மகளிர் நலவியல்

வருவதற்கு முன் ஜனினை அதில் அமர்த்திவிட மாட்டார்கள். கம்பளிகளும் குளிப்பதற்கான சிறிய தொட்டியும், ஜனின் சப்பிக்கொள்வதற்காக ஐஸ் கிண்ணமும் தயாராய் இருக்கின்றன.

மற்ற பெண்கள் எல்லோரும் ஒரு கூட்டமாய்த் தரைவிரிப்பின் மீது சம்மணமிட்டு அமர்ந்திருக்கிறார்கள். இந்த மாவட்டத்தைச் சார்ந்த அத்தனை பேரும் இங்கு இருந்தாக வேண்டும். மொத்தம் இருபத்து ஐந்து அல்லது முப்பது பேர் இருக்கலாம். எல்லாத் தளபதிகளுக்கும் சேடிப்பெண்கள் இருப்பதில்லை. சிலரின் மனைவியருக்குக் குழந்தைகள் உண்டு. ஒவ்வொருத்தியிடமிருந்தும் எவ்வளவு இயலுமோ அவ்வளவு; ஒவ்வொருவனுக்கும் எவ்வளவு தேவையோ அவ்வளவு என்கிறது நெறியுரை. நாங்கள் இரவுணவின்போது இனிப்பு உண்ட பிறகு அதை மும்முறை ஓதுவோம். அது பைபிளில் இருக்கும் ஒரு வாசகம் அல்லது அவர்கள் அப்படித்தான் சொன்னார்கள். இதையும் புனிதர் பால் தான் நடபடிகளில் சொல்லியிருக்கிறார்.

நீங்கள் இடைநிலைத் தலைமுறையாளர்கள். உங்களுக்குத்தான் இது மிகக் கடினமாயிருக்கும். உங்களிடமிருந்து எம்மாதிரியான தியாகங்கள் எதிர்பார்க்கப்படுகின்றன என்று எல்லோருக்கும் தெரியும். ஆண்கள் உங்களை ஏசுவது தாங்கொணாததாய் இருக்கும். உங்களுக்குப் பிறகு வரக்கூடியவர்களுக்கு எல்லாம் எளிதாய் இருக்கும். அவர்கள் தங்கள் கடமைகளை மனதார ஏற்றுச் செய்வார்கள் என்பாள் ஆன்ட் லிடியா.

அவள் சொல்லாமல் விட்டது: ஏனென்றால், அவர்களுக்கு வேறு மாதிரியான வாழ்க்கை நினைவுகள் இருக்காது.

அவள் சொன்னது: ஏனென்றால், அவர்களுக்குக் கிட்ட மாட்டாதவற்றை அவர்கள் வேண்ட மாட்டார்கள்.

வாரமொருமுறை மதியவுணவுக்குப் பிறகு, சிற்றுறக்கத்துக்கு முன்பு எங்களுக்குத் திரைப்படங்கள் காணக்கிடைக்கும். அங்கிருந்த அறிவியல் அரங்கில் நாங்கள் எங்களுடைய இளங்கறுப்புநிறச் சிறுபாய்களில் அமர்ந்திருப்போம். ஆன்ட் ஹெலெனாவும் ஆன்ட் லிடியாவும் ஒளிபடக்கருவியுடன் போராடிக்கொண்டிருப்பார்கள். எங்களுக்கு அதிர்ஷ்டம் இருந்தால் அன்று அவர்கள் படச்சுருளைத் தலைகீழாக மாட்டாதிருப்பார்கள். அது எனக்கு என்னுடைய புவியியல் வகுப்புகளைத்தான் நினைவுபடுத்தியது. ஓராயிரம் வருடங்களுக்கு முன், என்னுடைய உயர்நிலைப் பள்ளியில்,

உலகின் பிற பகுதிகளைப் பற்றிய திரைப்படங்கள் எங்களுக்குக் காட்டப்பட்டன. பூப்போட்ட மட்டரகமான பருத்தி அங்கிகள் அல்லது நீளப் பாவாடைகள் உடுத்திக்கொண்டு, தலைகளில் விறகுகளையோ கூடைகளையோ தண்ணீர் நிரம்பிய பிளாஸ்டிக் வாளிகளையோ, ஒரு ஆற்றிலிருந்தோ அல்லது வேறெங்கிலிமிருந்தோ, அவர்களிலிருந்து மேலாடைகளில் அல்லது வலைப்பின்னல் துணிகளிலிருந்து குழந்தைகள் தொங்க, அச்சத்தோடோ நெரித்த கண்களோடோ திரையிலிருந்து எங்களைப் பார்த்துக்கொண்டு, ஒற்றைக்கண் இயந்திரம் ஒன்றைக் கொண்டு அவர்களுக்கு ஏதோ செய்யப்படுகிறது என்பதை அறிந்தும் அது என்னவென்று அறியாமலும் இருந்த பெண்கள் தோன்றிய படங்கள். அந்தப் படங்கள் எனக்கு லேசான அலுப்பையும் அதே நேரம் ஆசுவாசத்தையும் கொடுத்தவை. திரையில் ஆண்கள் தோன்றியபோது அவர்கள் வெற்றுடம்போடு பழங்காலத்து மண்வெட்டிகள் மற்றும் கடப்பாறைகளைக் கொண்டு இறுகிய மண்ணைக் கொத்தினார்கள், பாறைகளை அகற்றினார்கள். அந்தப் படங்கள் எனக்கு உறக்கத்தை வரவழைத்தன. இறகுகள், பித்தளைப் பொத்தான்கள், சங்குகள், மேளங்கள், விழாக்கால முகமூடிகள் மற்றும் கலையம்சத்தோடு செதுக்கப்பட்ட இசைக்கருவிகள் இவற்றோடு ஆடல் பாடலுடன் கூடிய படங்களையே நான் பார்க்க விரும்பினேன். அந்த மனிதர்கள் மகிழ்ச்சியாக இருப்பதைப் பார்க்கத்தான் எண்ணினேன். அவர்கள் பட்டினியாக, எலும்பும்தோலுமாக, எளிமையான வேலைகளான கிணறு வெட்டுதல், நிலத்துக்கு நீர் பாய்ச்சுதல் ஆகியவற்றுக்கே தங்கள் உயிரை வருத்திக்கொண்டு துன்பப்பட்டதைப் பார்க்க அல்ல. பிரச்சினைகளுக்குப் பண்பட்ட சமூகங்கள் எப்போதோ கண்டுவிட்ட தீர்வுகளை, தொழில்நுட்பத்தை அவர்களுக்குச் சொல்லிக்கொடுத்து அதன்படி நடந்துகொள்ள அவர்களுக்கு யாராவது கற்றுத்தரக் கூடாதா என்று நான் நினைப்பேன்.

ஆன்ட் லிடியா இம்மாதிரியான படங்களைக் காட்டியதில்லை.

சில சமயங்களில் அவள் திரையிட்ட படங்கள் எழுபதுகள் அல்லது எண்பதுகளின் பழைய நீலப்படங்களாய் இருந்தன. முழந்தாலிட்டு ஆண்குறிகளையோ துப்பாக்கிகளையோ சவைத்துக்கொண்டிருக்கும் பெண்கள். கட்டிப்போடப்பட்டு, விலங்கிடப்பட்டு, கழுத்தைச் சுற்றி நாய்ப்பட்டைகளோடு மரங்களில் தொங்கவிடப்பட்டு அல்லது தலைகீழாக, நிர்வாணமாக, கால்கள் அகலவிரிபட்டு, வன்புணரப்படும் பெண்கள். அடித்துத் துவைக்கப்படும் பெண்கள். கொல்லப்பட்டுக்கிடக்கும்

பெண்கள். ஒருமுறை ஒரு பெண் மெல்லமெல்ல துண்டங்களாக வெட்டப்படுவதையும் களைக்கொல்லியால் அவளுடைய விரல்களும் முலைகளும் வெட்டிச் சிதைக்கப்படுவதையும், அவளுடைய வயிறு பிளக்கப்பட்டு குடல் வெளியில் இழுத்துப் போடப்படுவதையும் நாங்கள் பார்க்க வேண்டியிருந்தது.

இதற்கெல்லாம் மாற்றுவழி என்னவென்று சிந்தியுங்கள் என்றாள் ஆன்ட் லிடியா. அப்போது எப்படியெல்லாம் நடந்திருக்கிறது பார்த்தீர்களா? அப்போதெல்லாம் பெண்களைப் பற்றி இப்படித்தான் சிந்தித்தார்கள். அவளுடைய குரல் வெதும்பித் துடிக்கும்.

பிற்பாடு மொய்ரா சொன்னாள். அதெல்லாம் நிஜமில்லை, படிமிகளை வைத்துத் தயாரித்தது என்று. ஆனால், அப்படியும் நம்பிவிடுவதற்கில்லை.

வேறொரு சமயத்தில் ஆன்ட் லிடியா திரையிட்டவை பெண்ணல்லாதவர்கள் குறித்த ஆவணப்படங்களென்று அவள் குறிப்பிட்டவை. யோசித்துப்பாருங்கள், உபயோகமாக எதையாவது செய்ய வேண்டிய நேரத்தில் இப்படியெல்லாம் பொழுதை வீணாக்கியிருக்கிறார்கள் என்பாள் ஆன்ட் லிடியா. அந்தக் காலத்தில் பெண்ணல்லாதவர்கள் எப்போதும் பொழுதை வீணாக்கிக்கொண்டுதான் இருந்தார்கள். அவ்வாறு செய்ய அவர்கள் ஊக்கமளிக்கப்பட்டார்கள். அரசும் அதையே செய்ய அவர்களுக்கு நிதியளித்தது. ஆனால், அவர்களுடைய சில யோசனைகள் திட்டமிடப்பட்டவையே, தீர்ப்பு சொல்லும் இடத்தில் இருப்பவளின் அமுங்கிய பாவனையோடு அவள் குரல் இருக்கும். அவர்களுடைய சில யோசனைகளை நாம் மன்னிக்கத் தான் வேண்டும். சுட்டுவிரலை உயர்த்தி அதை எங்களை நோக்கி ஆட்டியவாறு, கொஞ்சும் குரலில்-ஆனால் சிலவற்றை மட்டும்தான், என்பாள். ஏனென்றால், அவர்கள் கடவுள் நம்பிக்கையற்றிருந்தார்கள். அதுவேதான் எல்லாவற்றுக்கும் காரணம் இல்லையா?

கைகளைக் கட்டிக்கொண்டு நான் என்னுடைய பாயில் அமர்ந்திருக்கிறேன், ஆன்ட் லிடியா திரைக்குப் பக்கவாட்டில் நகர்கிறாள். விளக்குகள் அணைக்கப்படுகின்றன. இருளில் நான் எனக்கு வலதுபக்க ஓரமாய் சாய்ந்து யாரும் பார்க்காதவண்ணம் அருகில் இருக்கும் பெண்ணிடம் கிசுகிசுக்க முடியுமா என்று யோசிக்கிறேன். நான் என்ன கிசுகிசுப்பேன்? நீ மொய்ராவைப்

பார்த்தாயா என்றுதான் கேட்பேன். அவளை காலை உணவின்போது காணவில்லை. யாருமே அவளைப் பார்க்கவில்லை. ஆனால் அறை மங்கலாய் இருந்தாலும் போதுமான அளவு இருளாய் இல்லை, ஆகவே நான் கைகளைக் கட்டிய நிலைக்கே என் மனதைத் தேற்றிக்கொண்டேன், கவனம் செலுத்திக்கொண்டிருப்பதாய்த் தோன்றுவேன். இம்மாதிரியான படங்களுக்கு அவர்கள் பின்னணி இசையை ஒலிக்கவிடுவதில்லை, நீலப்படங்களுக்குத்தான் செய்வார்கள். அந்த அலறல்களை, முனகல்களை, உச்சகட்ட இன்பம் அல்லது துன்பம் அல்லது இரண்டுமான அந்த வீறிடல்களை நாங்கள் கேட்க வேண்டுமென்று அவர்கள் விரும்பினார்கள். ஆனால், பெண்ணல்லாதவர்கள் என்ன பேசுகிறார்கள் என்று நாங்கள் கேட்பதை அவர்கள் விரும்பவில்லை.

முதலில் தலைப்பும் சில பெயர்களும் தோன்றுகின்றன. நாங்கள் படிக்கக் கூடாது என்பதற்காகத் திரைப்படச் சுருளிலேயே வண்ணத்தால் அவை பூசப்பட்டிருக்கின்றன. பிறகு, நான், என் அம்மாவைக் காண்கிறேன். என்னுடைய இளமையான தாய், என்னுடைய நினைவுகளில் அவள் இருந்ததையெல்லாம்விட இளமையாக, நான் பிறப்பதற்கு முன் அவள் எவ்வளவு இளமையாக இருந்திருப்பாளோ அவ்வளவு இளமையாக. அந்தக் காலங்களில் பெண்ணல்லாதவர்கள் அணிவார்கள் என்று ஆன்ட் லிடியா சொன்னது போன்றவொரு ஆடையை அணிந்திருக்கிறாள். ஓவரால் ஜீன்ஸும், அதற்குக் கீழே பச்சையும் நீலமுமாகக் கோடுகளிட்ட சட்டையும். ஒருமுறை மொய்ராவும் முன்னொரு காலத்தில் நானுமே அணிந்திருந்தது போன்ற ஓட்டக்காலணிகளை கால்களில் அணிந்திருக்கிறாள். அவளுடைய கூந்தல் ஒரு நீல வண்ணக் குட்டைக்குள் நுழைக்கப்பட்டு அவளுடைய தலைக்குப் பின்னால் கட்டப்பட்டிருக்கிறது. அவளுடைய முகம் மிக இளமையானதாக, மிகத் தீவிர பாவத்தோடானதாக, அழகாகக்கூட இருக்கிறது. என்னுடைய அம்மா அவ்வளவு அழகாகவும் மெய்யுருதிப்பாடு மிக்கவளாகவும் இருந்ததை நான் மறந்துவிட்டிருக்கிறேன். அவள் பெண்கள் குழு ஒன்றுடன் இருக்கிறாள், அவர்கள் ஒரே போல உடுத்தியிருக்கிறார்கள். கையில் குச்சி ஒன்றைப் பிடித்திருக்கிறாள், இல்லை, அது ஒரு பதாகைக்கொடியின் பகுதி, அதன் ஒரு கைப்பிடி. புகைப்படக்கருவியின் கோணம் உயர்கிறது. நாங்கள் அதில் எழுதப்பட்டிருப்பதைக் காண்கிறோம். ஒரு படுக்கைவிரிப்பில் சாயத்தால் எழுதப்பட்டிருக்கிறது: **இரவைத் திருப்பி எடுங்கள்.** நாங்கள் இதை வாசிக்கக் கூடாது என்றாலுமே இதன் மீது வர்ணப்பூச்சில்லை. என்னைச் சுற்றியிருக்கும் பெண்கள் மூச்சை

இழுக்கிறார்கள், என்னைச் சுற்றி சலனம் ஏற்படுகிறது, புற்களின் மீது காற்றினதைப் போல. என்ன இது? கவனப்பிழையால் நாங்கள் பார்க்கக் கூடாததைப் பார்த்துவிட்டோமா? அல்லது பாதுகாப்பற்ற அந்தக் காலத்தை எங்களுக்கு நினைவுறுத்துவதற்காக இது நாங்கள் பார்த்தாக வேண்டிய ஒன்றா?

இந்தக் குறிப்புக்குப் பின்னால் வேறு குறிப்புகள் தெரிகின்றன. புகைப்படக்கருவி அவற்றை வேகமாகக் காட்டி முடிக்கிறது; **தேர்ந்தெடுப்பதற்கான சுதந்திரம் வேண்டும். ஒவ்வொரு குழந்தையும் தேவையான குழந்தை. எங்கள் உடல்களை நாங்கள் கைப்பற்றுவோம். ஒரு பெண்ணின் இடம் அவளுடைய அடுப்படி மேசையில் தான் என்று நினைக்கிறீர்களா?** கடைசிக் குறிப்புக்குக் கீழே மேசையின் மீது ரத்தம் சொட்டக் கிடக்கும் ஒரு பெண்ணின் கோட்டோவியம் இருக்கிறது.

இதோ என் அம்மா முன்னேறிச் செல்கிறாள். புன்னகைக்கிறாள், சிரிக்கிறாள், அவர்கள் எல்லோரும் முன்னேறிச் செல்கிறார்கள், காற்றில் தங்கள் முஷ்டிகளை உயர்த்துகிறார்கள். புகைப்படக்கருவி வானைக் காட்டுகிறது, அங்கே நூற்றுக்கணக்கான பலூன்கள் அவற்றின் கயிறுகள் தொங்க உயர்கின்றன. சிவப்பு பலூன்கள், அவற்றில் ஒரு வட்டம் வரையப்பட்டிருக்கிறது. ஆப்பிளின் காம்பைப் போன்ற காம்புள்ள ஒரு வட்டம். அந்த காம்பு உண்மையில் ஒரு சிலுவை. இப்போது மீண்டும் நிலம் தெரிகிறது, கூட்டத்தோடு அம்மா கலந்துவிட்டாள், என்னால் அவளைப் பார்க்க முடியவில்லை.

உன்னைப் பெற்றுக்கொண்டபோது எனக்கு முப்பத்தியேழு வயது என்றாள் அம்மா. நீ குறைபாட்டோடு பிறக்கலாம் வேறு என்னவெல்லாமோ ஆகியிருக்கலாம். எனக்கு ரொம்பவே துணிச்சல் வேண்டியிருந்தது. உன்னை விரும்பித்தான் பெற்றுக்கொண்டேன், ஆனால் என்ன மாதிரியெல்லாம் பேச்சு கேட்க வேண்டியிருந்தது. என்னுடைய பழைய தோழி ட்ரைசியா ஃபோர்மன் ப்ரோநேடலிஸ்ட்* என்று என்னைக் குற்றம்சாட்டினாள். சிறுக்கி. பொறாமை என்று நான் புரிந்துகொண்டேன். மற்றவர்களில் சிலருக்கு இதில் ஒன்றும் பிரச்சினையில்லை. ஆனால், நான் ஆறு மாதப் பிள்ளைத்தாய்ச்சியாக இருந்தபோது அவர்களில் பலரும், முப்பத்தைந்து வயதுக்கு மேல் பிறவிக்கோளாறுகளுக்கான வாய்ப்புகள் எப்படி எகிறும் என்பது குறித்த கட்டுரைகளை எனக்கு

★ அதிகமாகப் பிள்ளைகள் பெற்றுக்கொள்வதை வரவேற்பவர்கள்.

அனுப்பத் தொடங்கினர். ரொம்பத் தேவை பார்! அதோடு தனித்த தாயாய் இருப்பது எவ்வளவு சிரமம் என்பது குறித்தவையும். நீங்கள் எந்த மயிறை வேண்டுமானாலும் பிடுங்குங்கள், நான் இதைத் தொடங்கிவிட்டேன், முடித்துக்காட்டுவேன் என்றேன் அவர்களிடம். மருத்துவமனைக் குறிப்பில் "வயதுபோன தலைச்சன் பிள்ளைத்தாய்ச்சி" என்று எழுதினார்கள், அவர்கள் எழுதும்போதே நான் அவர்களைப் பார்த்துவிட்டேன். முதல் குழந்தை பெற்றெடுக்க முப்பது வயதுக்கு மேல் ஆகிவிட்டால் அப்படித்தான் சொல்வார்கள், முப்பதே வயதுக்கு! அடே, என்னுடைய உடலுக்கு இருபத்திரண்டு வயதுதான். நீங்கள் படுக்கையிலிருந்து எழுந்து நிற்பதற்குள் உங்களைச் சுற்றிச்சுற்றி எத்தனை வட்டமென்றாலும் போட்டு ஓட எனக்குத் துப்பிருக்கிறது, என்றேன். மூன்று குழந்தைகளை ஒன்றாய்ப் பெற்றுக்கொண்டு இங்கிருந்து என்னால் போக முடியும், என்றேன்.

அதைச் சொல்லும்போது அவள் தன்னுடைய முகவாயைத் துருத்திக்கொள்வாள். எனக்கு அவளை அப்படியே நினைவிருக்கிறது. முகவாயைத் துருத்திக்கொண்டு, அடுப்படி மேசையில் அவளுக்கு முன்னால் ஒரு பானத்தோடு, அந்த ஆவணப்படத்தில் இருந்ததுபோல மெய்யுறுதியோடும் அழகாகவும் இல்லை, மாறாகப் பல்பொருள் அங்காடியில் வரிசையில் தனக்கு முன்னால் யாரையும் அனுமதித்துவிடாத அடாவடிக் கிழவிபோல இருந்தாள். நானும் லூக்கும் இரவுணவு சமைக்கும் வேளையில் எங்கள் வீட்டுக்கு வந்து மது அருந்திக்கொண்டே அவளுடைய வாழ்க்கையின் பிரச்சினைகளைப் பேச ஆரம்பிப்பாள். அது எப்போதும் எங்களுடைய வாழ்க்கை முறை சரியில்லை என்று சொல்வதில் தான் முடியும். அப்போது அவளுடைய கூந்தல் நரைத்துவிட்டது. அவள் அதற்குச் சாயம் பூச மாட்டாள். எதற்கு நடிப்பது என்பாள். எப்படியும் எனக்கு அதெல்லாம் தேவையே இல்லை, பத்து வினாடி மட்டுமே தாக்குப்பிடிப்பவர்களும் பாதிக்குழந்தைகளுக்கு மட்டும் அல்லாமல் வேறெதற்கும் லாயக்கில்லாதவர்களுமான ஆண்கள் எனக்குத் தேவையே இல்லை என்பாள். ஒரு பெண்ணுக்கு ஆண் என்பவன் இன்னொரு பெண்ணை உருவாக்குவதற்கான ஒரு உபாயம் மட்டுமே. உன்னுடைய அப்பா நல்லவன் இல்லை என்றல்ல, அவனுக்குத் தந்தைமையில் விருப்பமில்லை அவ்வளவுதான். நானும் அவனிடம் எதையும் எதிர்பார்க்கவில்லை. உன் வேலையை மட்டும் செய், பிறகு ஓடிப்போய்விடு, எனக்கு நல்ல சம்பளம் கிடைக்கிறது, பகல்நேர கவனிப்புப் பள்ளிக்கு அனுப்பிக்கொள்வேன் என்றேன்.

அவனும் துறைமுகம் போய்விட்டான், கிறிஸ்துமஸுக்கு வாழ்த்து அட்டைகள் அனுப்புவான். அவனுக்கு அழகான நீலக் கண்கள். ஆனால், ஆண்களிடம் ஏதோ ஒரு குறை இருக்கிறது, அவர்களில் நல்லவர்களிலும்கூட. அவர்களெல்லாம் எப்போதும் தன்னை மறந்தவர்கள்போலவே இருப்பார்கள், தான் யார் என்பதை அறியாதவர்கள்போலவே இருப்பார்கள். வானத்தைப் பார்த்துக்கொண்டே இருப்பார்கள். தங்களுடைய கால்களைக்கூட மறந்துவிடுபவர்கள். கார்களைப் பழுதுபார்க்கவும் கால்பந்து விளையாடவும்தான் லாயக்கு, மற்றபடி அவர்களால் பெண்களுக்கு ஒரு புண்ணியமும் இல்லை, மனித குலத்தின் மேம்பாட்டுக்கு ரொம்ப முக்கியம் பார்!

இப்படித்தான் அவள் பேசுவாள், லூக்கின் முன்னாலும். அவன் பெரிதாய்க் கண்டுகொள்ள மாட்டான். தானொரு ஆண் சிங்கம் என்பது போல நடித்துக்காட்டி அவளை வெறுப்பேற்றுவான். பெண்களுக்குச் சொந்தமாய் சிந்திக்கும் திறனில்லை என்பான். அவள் இன்னொரு கோப்பை மதுவைக் குடித்துவிட்டு அவனைப் பார்த்து இளிப்பாள்.

ஆணாதிக்கப் பன்றி என்பாள்.

பழுத்த பழம், என்பான் என்னிடம். என் அம்மா வஞ்சமாய் கள்ளமாய்ப் பார்ப்பாள்.

எனக்குத் தகுதி இருக்கிறது. எனக்கு வயதாகிவிட்டது. என்னுடைய கடன்களை நான் கட்டியாகிவிட்டேன். பழுத்த பழமாக மாறும் நேரம் தான். நீயோ முளைத்து மூன்று இலை விடவில்லை. வெறும் ஒரு பன்றிக்குட்டி, அவ்வளவேதான் என்பாள்.

நீ இருக்கிறாயே, நீ வெறும் ஒரு பின்விளைவு அவ்வளவுதான். காய்ந்துவிட்ட சட்டியில் எழும்பிய சிறு தணல். வரலாறு என்னை மன்னித்துவிடும் என்பாள் என்னிடம்.

ஆனால், மூன்றாவது கோப்பை மதுவை அருந்துமட்டும் இப்படியெல்லாம் பேச மாட்டாள்.

இளைஞர்களாகிய உங்களுக்கு விஷயங்களின் அருமையே தெரிவதில்லை என்பாள். நீங்கள் இங்கு வருவதற்காக நாங்கள் என்னவெல்லாம் அனுபவிக்க வேண்டியிருந்தது என்று உங்களுக்குத் தெரியாது. அவனைப் பாரேன் கேரட் வெட்டிக்கொண்டிருக்கிறான். இந்த நிலைமைக்கு வருவதற்கு எத்தனைப் பெண்களின் வாழ்வின்

மீது எத்தனைப் பெண்களின் உடல்களின் மீது டாங்குகளை ஏற்ற வேண்டியிருந்தது தெரியுமா? இந்த இடத்திற்கு வருவதற்கு?

சமையல் என்னுடைய பொழுதுபோக்கு, எனக்குப் பிடித்தமானது, என்பான் லூக்.

பொழுதுபோக்குக்கு முகரையைப் பார், என்பாள் அம்மா. சும்மா சாக்குபோக்கெல்லாம் என்னிடம் சொல்லாதே. ஒருகாலத்தில் இப்படியொரு பொழுதுபோக்கு வைத்துக்கொள்ளவெல்லாம் உனக்கு அனுமதியே கிடைத்திருக்காது, உன்னை விசித்திரமானவன் என்றிருப்பார்கள்.

அம்மா போதுமே. விடு, ஒன்றுமில்லாததற்கு இவ்வளவு வாதாட்டம் வேண்டாம்.

ஒன்றுமில்லாததா? என்பாள் அவள் கசப்பாக. உனக்கு இது ஒன்றுமில்லாததா. உனக்குப் புரியவில்லை இல்லையா? நான் என்ன பேசுகிறேன் என்பதே சுத்தமாக உனக்குப் புரியவில்லை.

சில சமயம் அவள் அழுவாள். நான் எவ்வளவு தனிமையாக இருந்தேன் தெரியுமா? நான் எவ்வளவு தனிமையில் இருந்தேனென்று உனக்குத் தெரியாது. எனக்கு நண்பர்கள் இருந்தார்கள். நான் அதிர்ஷ்டசாலிதான், ஆனால் எப்படியானாலும் நான் தனியாக இருந்தேன், என்பாள்.

சில விஷயங்களில் நான் என் அம்மாவை வியந்திருக்கிறேன், எங்கள் இருவருக்கிடையில் வேற்றுமைகள் இருந்தன என்றாலும். என்னிடமிருந்து அவள் அளவுக்கு அதிகமாக எதிர்பார்த்தாள் என்று உணர்ந்தேன். அவளுடைய வாழ்வும் அவளுடைய தேர்வுகளும் சரி என்று நான் மெய்ப்பித்துக்காட்ட வேண்டுமென்று அவள் எதிர்பார்த்தாள். அவளுடைய கொள்கைகளின்படி வாழ எனக்கு விருப்பமில்லை. ஒரு லட்சிய வாரிசாக, அவளுடைய கொள்கைகளின் திருஅவதாரமாக விளங்க நான் விரும்பவில்லை. நாங்கள் அது குறித்துச் சண்டையிட்டிருக்கிறோம். உன்னுடைய இருப்புக்கான நிரூபணமாக நான் இருக்க முடியாது என்று ஒருமுறை நான் அவளிடம் சொல்லியிருக்கிறேன்.

எனக்கு அவள் மறுபடி வேண்டும். எனக்கு எல்லாமே முன்புபோலவே வேண்டும். ஆனால், இதற்கெல்லாம் அர்த்தமே இல்லை, இப்படியான விருப்பத்துக்கு.

அத்தியாயம் இருபத்து ஒன்று

இங்கே ஒரே கூச்சலாகவும் வெக்கையாகவும் இருக்கிறது. இந்தப் பெண்களின் குரல்கள் ஒரு மெல்லிய கூட்டிசையாகத்தான் என்னைச் சுற்றி எழுகிறதென்றாலும் நாட்கணக்கிலான அமைதிக்குப் பிறகு எனக்கு இது கூச்சலாகவே கேட்கிறது. பனிக்குடம் உடைந்து ஊற்றிய ரத்தக்கறையோடான ஒரு படுக்கைவிரிப்பு சுருட்டப்பட்டு அறையின் மூலையில் எறியப்பட்டிருக்கிறது. வந்ததும் நான் அதைக் கவனித்திருக்கவில்லை.

காற்று கனத்து அறை வீச்சமடிக்கிறது. இவர்கள் ஒரு சன்னலைத் திறந்துவைக்க வேண்டும். வீச்சம் எங்கள் சதையின் வீச்சம்தான். இயற்கையின் மணம். வியர்வையின் வாடையோடு விரிப்பின் ரத்தத்திலிருந்து கிளம்பும் துருவின் வாடையும் சேர்ந்துள்ளது. இன்னொரு வாடையும் வீசுகிறது. அதில் விலங்குத்தன்மையோடு குகைகளின் வாடை இருக்கிறது. அது ஜனினிடமிருந்து வருதாகத்தான் இருக்க வேண்டும். மனிதர்கள் வாசம் செய்த குகைகளின் வீச்சம். எங்கள் பூனையை நாங்கள் மலடாக்கியதற்கு முன்பு படுக்கையின் பின்னல் விரிப்பின் மீது அவள் பிரசவித்த வாடை. கருப்பையின் வாடை.

"மூச்செடு, மூச்செடு." எங்களுக்கு கற்றுக்கொடுக்கப்பட்டபடி நாங்கள் சேர்ந்திசைக்கிறோம். "நிதானி, நிதானி, நிதானி." "முக்கு, முக்கு, முக்கு, முக்கு." ஐந்து எண்ணிக்கைகளுக்கு ஜெபிக்கிறோம். எடுக்க ஐந்து, பிடிக்க ஐந்து, முக்கித்தள்ள ஐந்து. கண்களை மூடி மூச்சை நிதானப்படுத்த முயல்கிறாள் ஜனின். கருப்பை விரிகிறதா என்று அறிய முற்படுகிறாள் ஆன்ட் எலிசபெத்.

இதோ ஜனின் அமைதி இழக்கிறாள். அவளுக்கு நடக்க வேண்டுமாம். அவள் படுக்கையிலிருந்து எழ இரண்டு பெண்கள் உதவுகிறார்கள். அவள் அடிமேல் அடி வைக்க அவர்கள் இருபுறமும் தாங்கிக்கொள்கிறார்கள். குறுக்குவலி தெரிக்க, அவள் இரண்டாய் மடங்குகிறாள். ஒருத்தி முழந்தாலிட்டு அவளுடைய முதுகைத் தடவுகிறாள். நாங்கள் எல்லோரும் இதையெல்லாம்

சிறப்பாகச் செய்ய பயிற்றுவிக்கப்பட்டிருக்கிறோம். என்னுடன் கடைவீதிக்கு வரும் ஆஃப்க்ளென் இதோ என்னிலிருந்து இரண்டு நபர்கள் தள்ளி அமர்ந்திருக்கிறாள். இந்த மெல்லிய கூட்டுஜெபம் எங்களை ஒரு சவ்வைப் போல போர்த்துகிறது.

மார்த்தா ஒருத்தி கையில் தட்டோடு வருகிறாள். அதில் ஒரு கூஜாவில் பழச்சாறு இருக்கிறது. மாவுப்பொடி கரைத்துத் தயாரிப்பது. திராட்சை சுவையுடையதைப் போல் தெரிகிறது. காகிதக் குவளைகளின் வரிசையொன்றும் உள்ளது. ஏதோ காத்திருந்தவள் போல ஆஃப்க்ளென் அதைக் குவளைகளில் ஊற்றுகிறாள். குவளைகள் ஒருவரிடமிருந்து அடுத்தவருக்கு நகர்கின்றன.

என் கையில் வாங்கியதை அருகில் இருப்பவளிடம் கொடுக்க பக்கவாட்டில் சாய்கிறேன். அவள் என் செவியருகில் குனிந்து, "நீ யாரையாவது தேடுகிறாயா?" என்று கேட்கிறாள்.

"மொய்ரா, கருங்கேசம், புள்ளிகளோடான முகம்" என்கிறேன் அவள் அளவே மெல்லிய குரலில்.

"தெரியாதே. ஆனால், நான் கேட்டுச் சொல்கிறேன்" என்கிறாள். இவளை எனக்குத் தெரியாது. மையத்தில் என்னோடு இருந்தவளில்லை. ஆனால், கடைவீதியில் இவளைப் பார்த்திருக்கிறேன்.

"நீ யாரையும்?"

"ஆல்மாவை. உன் நிஜப் பெயர் என்ன?"

மையத்தில் என்னுடன் ஒரு ஆல்மா இருந்தாள் என்றும் என்னுடைய நிஜப் பெயரையும் அவளிடம் சொல்ல நினைக்கிறேன். ஆனால், ஆன்ட் எலிசபெத் தலையை உயர்த்தி அறையைச் சுற்றி வெறிக்கிறாள். உச்சாடணையில் ஒரு சிறிய இடைவெளி உண்டாகிவிட்டதை அவள் கவனித்திருக்க வேண்டும். ஆக, இனி நேரமில்லை. இந்தப் பிறப்பு நாட்களில் சில சமயங்களில் சில விஷயங்களைக் கண்டுபிடித்துவிட முடியும். ஆனால், லூக்கைப் பற்றி இங்கு கேட்பதில் அர்த்தமே இல்லை. இந்தப் பெண்களில் யாரும் பார்த்திருக்கக்கூடிய எந்த இடத்திலும் அவன் இருந்திருக்க முடியாது.

கூட்டுஜெபம் தொடர்கிறது. அது என்னையும் பற்றிக்கொள்கிறது. இது கடினமான பணி. கவனக்குவிப்பு அவசியம். உங்கள்

தேகத்தோடு நீங்கள் ஒன்றிணைய வேண்டும் என்கிறாள் ஆன்ட் எலிசபெத். இதற்குள் எனக்கும் என் வயிற்றில் லேசான வலியை உணர முடிகிறது. என் முலைகளும் கனக்கின்றன. அலறலுக்கும் முனகலுக்கும் இடைப்பட்ட ஓசையாகத் தீனமாக அலறுகிறாள் ஜனின்.

இவள் அடுத்த கட்டத்துக்கு வந்துவிட்டாள் என்கிறாள் ஆன்ட் எலிசபெத்.

உதவியாளர்களில் ஒருத்தி ஜனினின் நெற்றியை ஈரத்துணியால் துடைக்கிறாள். ஜனினுக்கு வியர்க்கிறது. வளையத்திலிருந்து அவளுடைய கூந்தல் நழுவி கற்றைகளாகத் தொங்குகிறது. அவளுடைய நெற்றியிலும் கழுத்திலும் ஒட்டிக்கொள்கிறது. அவளுடைய தசை நீர்த்தன்மையால் செம்மிச் சுடர்கிறது.

“மூச்செடு! மூச்செடு! மூச்செடு!”

“நான் வெளியில் போகிறேனே. எனக்கு நடக்க வேண்டும். நான் நன்றாக இருக்கிறேன். கழிப்பறைக்குப் போக வேண்டும்.”

அவள் அடுத்த கட்டத்தில் இருக்கிறாள் என்பது எங்கள் எல்லோருக்கும் தெரிகிறது. அவள் நிதானத்தில் இல்லை. இந்த வாக்கியங்களில் எது உண்மை? கடைசியதாகத்தான் இருக்க வேண்டும். ஆன்ட் எலிசபெத் சைகைகாட்ட இரண்டு பெண்கள் அந்த நடமாடும் கழிப்பறைக்கு இருபுறமும் நின்று ஜனினை அதில் மெல்ல அமரவைக்கிறார்கள். இப்போது இன்னொரு வீச்சம் வீசுகிறது. முன்னமே இருந்தவற்றோடு இதுவும் சேர்கிறது. ஜனின் அரற்றுகிறாள். தலையைக் கவிழ்த்து அவள் இருக்கும் நிலையில் அவளுடைய கூந்தலை மட்டும்தான் எங்களால் பார்க்க முடிகிறது. இப்படி மடங்கி அமர்ந்திருக்கும்போது, கைகளை மடக்கிவைத்திருப்பதும் பிய்த்து மூலையில் எறியப்பட்டதுமான ஒரு பொம்மையைப் போல அவள் இருக்கிறாள்.

ஜனின் மறுபடி எழுந்து நடக்கிறாள். “உட்கார வேண்டும்” என்கிறாள். நாங்கள் இங்கே எவ்வளவு நேரமாக இருக்கிறோம்? நிமிடக்கணக்கிலா மணிக்கணக்கிலா? எனக்கு வியர்க்கிறது. என்னுடைய அக்குளுக்கு அடியில் என் ஆடை ஊறியிருக்கிறது. என் மேலுதடு உப்புக்கரிக்கிறது. இந்தப் பொய் வலி என்னைப் பீடிக்கிறது. மற்றவர்களையும் பீடித்திருக்கிறது என்பது அவர்கள் சாய்ந்து ஆடுவதிலிருந்து தெரிகிறது. ஜனின் ஒரு ஐஸ் கட்டியைச் சப்புகிறாள். பிறகு, சில அடிகளா, சில மைல்களா என்று புரியாத

நேர இடைவெளியில் திடீரென்று வீறிடுகிறாள். "இல்லை, இல்லை, என்னால் முடியாது, முடியவே முடியாது." இது அவளுடைய இரண்டாவது குழந்தை. முன் எப்போதோ அவளுக்கு ஒரு குழந்தை பிறந்தது என்று மையத்தில் இருந்தபோது எனக்குத் தெரியவந்தது. அவள் இரவுகளில் அதை நினைத்து அழுவாள். நாங்களும் அவ்வாறு அழுவோம் என்றாலும் இவள்போல உரக்க யாரும் அழுததில்லை. ஆக, இவளுக்கு அது நினைவில் இருக்கும். அது எப்படி இருக்குமென்று, இனி வரவிருப்பது என்னவென்று. ஆனால், வலி நின்ற பிறகு அது யாருக்கு நினைவிருக்கும்? அதிலிருந்து எஞ்சியிருப்பதெல்லாம் அதன் நிழல் மட்டும்தானே. அதுவும் தசையில்தான் எஞ்சுமே ஒழிய மனதில் தங்குவதில்லையே. வலி உங்களில் அதன் குறியைப் பதிக்கிறது. ஆனால், அதைப் பார்வையில் படாத ஆழத்தில் பதிக்கிறது. பார்வையில் படாத எதுவும் மனதில் தங்காது.

யாரோ திராட்சைச் சாறைத் துப்பியிருக்கிறார்கள். வேறு யாரோ கீழேயிருந்து ஒரு புட்டியைத் திருடி வந்திருக்கிறார்கள். இம்மாதிரியான கூட்டங்களில் இது முதன்முறை நடப்பதல்ல. அவர்களும் இதையெல்லாம் கண்டுகொள்ள மாட்டார்கள். நாங்களும் கொண்டாடத்தானே வேண்டும்.

"விளக்குகளைத் தணித்துவையுங்கள். நேரம் நெருங்கிவிட்டதென்று அவருக்குச் சொல்லிவிடுங்கள்." ஆன்ட் எலிசபெத் குரல் கொடுக்கிறாள்.

யாரோ எழுகிறார்கள். சுவரை நோக்கி நடக்கிறார்கள். அறையில் விடிவிளக்கின் வெளிச்சம் மட்டுமே இப்போது இருக்கிறது. எங்களுடைய மெல்லிய கிசுகிசுப்புகள் சேர்ந்து இரவில் வயல்களில் திரியும் வெட்டுக்கிளிகளைப் போல் கிறீச்சிடுகின்றன. இருவர் அறையிலிருந்து வெளியேறுகிறார்கள். இருவர் ஜனினைப் பிறப்பு நாற்காலிக்கு அழைத்துச்செல்கிறார்கள். அதில் இருக்கும் இரண்டு இருக்கைகளில் தாழ இருப்பதில் அவள் அமர்கிறாள். அவள் இப்போது கொஞ்சம் நிதானமாய் இருக்கிறாள். நுரையீரல்கள் நிரம்பக் காற்றை இழுக்கிறாள். நாங்கள் பதற்றத்துடன் முன்னோக்கிச் சாய்கிறோம். இறுக்கத்தால் எங்களுடைய முதுகிலும் வயிற்றுத்தசைகளிலும் வலி உண்டாகிறது. இதோ ஒரு ஊதுகொம்பைப் போல புரட்சிக்கான எக்காளத்தை ஊதியவாறு அது வருகிறது. சுவரொன்று இடிந்து விழுந்துகொண்டிருப்பதைப் போல, கனத்த பாறையொன்று எங்களுக்குள்ளே உருள்வதைப் போல வருகிறது. நாங்கள் வெடித்துவிடுவோம் என்று

எங்களுக்குத் தோன்றுகிறது. நாங்கள் ஒருவர் கையை மற்றவர் பிடித்துக்கொள்கிறோம். இப்போது நாங்கள் தனியள்கள் அல்ல.

தளபதியின் மனைவி தன்னுடைய சகிக்க முடியாத வெண்ணிறப் பருத்தி இரவாடையும் அதற்குக் கீழே துருத்திக்கொண்டிருக்கும் குச்சிக்கால்களுமாக வேகமாய் உள்ளே நுழைகிறாள். நீல உடைகளும் முக்காடும் உடுத்தியிருக்கும் மனைவியரில் இருவர் ஏதோ அவளுக்குத்தான் அது மிகவும் அவசியம் என்பதைப் போல அவளுடைய இரு கைகளையும் பிடித்துக்கொள்கிறார்கள். விருந்துக்கு வேண்டாதவர்களை அழைத்துவிட்டவளைப் போல அவளுடைய முகத்தில் இறுக்கமான சிறிய புன்னகையொன்று இருக்கிறது. நாங்கள் அவளைப் பற்றி என்ன நினைக்கிறோம் என்று அவளுக்குத் தெரிந்திருக்கும். பிறப்பு நாற்காலியில், ஜனினுக்குப் பின்னால் உயரத்தில் இருக்கும் இருக்கையில், ஜனினைச் சுற்றிவளைப்பதுபோல, அவள் தட்டுத்தடுமாறி, அமர்கிறாள். விசித்திரமான நாற்காலியொன்றின் கரங்களைப் போல அவளுடைய குச்சிக்கால்கள் இருபுறமும் தொங்குகின்றன. போதாதற்கு அவள் வெண்ணிறப் பருத்திக் காலுறைகளையும் கழிவுப்பீங்கானின் உறையை நினைவுபடுத்தும் நீலக் காலணிகளையும் அணிந்திருக்கிறாள். ஆனால், நாங்கள் அவளிடம் கவனம் செலுத்துகிறோமில்லை. நாங்கள் அவளைப் பார்க்கிறோமுமில்லை. எங்கள் விழிகள் எல்லாம் ஜனினின் மீதுதான். இந்த மங்கிய ஒளியில், அவளுடைய வெண்ணிற ஆடையில் அவள் மேகத்தின் மீதிருக்கும் நிலவென ஒளிர்கிறாள்.

அவள் முக்கித்தள்ளும் முயற்சியில் உறுமல் ஒலி எழுப்புகிறாள். "முக்கு, முக்கு, முக்கித்தள்ளு." நாங்கள் கிசுகிசுக்கிறோம். "ஓய்வெடு. மூச்செடு, முக்கு, முக்கு, முக்கித்தள்ளு." நாங்கள் அவளோடு இருக்கிறோம். நாங்கள் அவளாகிறோம். நாங்கள் மயங்கியிருக்கிறோம். விரிந்த கரங்களில் ஒரு துவாலையோடு குழந்தையைப் பிடிப்பதற்காக ஆன்ட் எலிசபெத் முழந்தாலிடுகிறாள். இதோ அதன் உச்சி, அந்த ஒளிவட்டம், ஊதாவாகவும் தயிரால் பூசப்பட்டது போன்றதுமான அந்தத் தலை, இன்னொரு முக்கில் அது வழுக்கி வருகிறது. குருதியோடும் நிணத்தோடும் குழகுழப்பான அது எங்களுடைய காத்திருப்புக்குள் வந்து விழுகிறது. ஓ, தேவனுக்கே புகழனைத்தும்.

ஆன்ட் எலிசபெத் அதைப் பரிசோதித்துக்கொண்டிருக்க, நாங்கள் உயிரைக் கையில் பிடித்திருக்கிறோம். பாவம். பெண் குழந்தை. ஆனால், கண்களில் படும்படியான குறைகள் ஏதுமில்லை. அதுவரைக்கும் நன்மையே. நாங்கள் மௌனமாக அதைப்

பார்வையிடுகிறோம். கைகள் கால்கள் கண்கள் எல்லாம் அதனதன் இடத்தில் இருக்கின்றன. குழந்தையைக் கையில் பிடித்துக்கொண்டு எங்களை ஏறிட்டுப்பார்த்துப் புன்னகைக்கிறாள் ஆன்ட் எலிசபெத். நாங்களும் புன்னகைக்கிறோம். எங்களுடையது ஒரே புன்னகையாகிறது. எங்கள் கன்னங்களில் கண்ணீர் வழிகிறது. நாங்கள் மிகுந்த மகிழ்ச்சியாக இருக்கிறோம்.

எங்களுடைய மகிழ்ச்சியின் ஒரு பகுதி நினைவுகளாலானது. என்னுடைய நினைவிலாடுவது லூக் என்னுடன் மருத்துவமனையில் இருந்தது. என்னுடைய தலைமாட்டில் அவன் நின்றிருந்தது. என்னுடைய கையைப் பிடித்திருந்தது. அவர்கள் கொடுத்த பச்சை உடையையும் வெள்ளை முகமூடியும் அணிந்திருந்தது. அவன் மூச்சிரைத்தவாறே சொன்னது, ஓ கர்த்தாவே! அதீதப் பரவசத்தில் அன்றிரவு அவன் உறங்கவே இல்லை என்று சொன்னது.

குழந்தையை மென்மையாகக் கழுவுகிறாள் ஆன்ட் எலிசபெத். அது அதிகமாக அழவில்லை. நிறுத்திக்கொண்டுவிட்டது. அதைத் திடுக்கிடவைக்கக் கூடாதென்று நாங்கள் எவ்வளவு மெல்ல முடியுமோ அவ்வளவு மெல்ல எழுந்து ஜனினைச் சுற்றிக் கூடுகிறோம். அவளைத் தட்டிக்கொடுகிறோம், தோளில் அழுத்துகிறோம். அவளும் அழுதுகொண்டிருக்கிறாள். அந்த இரு மனைவியரும் மூன்றாவது மனைவிக்கு, அந்தக் குடித்தனத்தின் மனைவிக்கு உதவுகிறார்கள். அவளைப் பிறப்பு நாற்காலியிலிருந்து இறக்கிப் படுக்கைக்கு அழைத்துச்சென்று படுக்கவைக்கிறார்கள். குழந்தை குளிப்பாட்டப்பட்டு அமைதியாக இருக்கிறது. ஆரவாரத்துடன் அது அவளுடைய கரங்களில் கொடுக்கப்படுகிறது. கீழ்த்தளத்தில் இருந்த மனைவிமார் இப்போது இங்கே கூடுகிறார்கள். எங்களுக்கிடையில் நுழைகிறார்கள். எங்களைத் தள்ளிக்கொண்டு நுழைகிறார்கள். அவர்கள் மிக உரக்கப் பேசுகிறார்கள். அவர்களில் சிலர் இன்னமும் அவர்களுடைய உணவுத்தட்டுடனும், காப்பிக் கோப்பைகளுடனும், மதுக்கிண்ணங்களுடனும் இருக்கிறார்கள். சிலர் இன்னமும் எதையோ மென்றபடி இருக்கிறார்கள். அவர்கள் படுக்கையைச் சுற்றிச் சூழ்கிறார்கள். தாயையும் குழந்தையையும் சுற்றிக்கொண்டு பாராட்டி வாழ்த்து சொல்கிறார்கள். அவர்களிலிருந்து பொறாமை புகைகிறது. அவர்களுடைய வாசனைத் திரவியத்தோடு கலந்திருக்கும் திராவகத்தின் மெல்லிய தீற்றலை என்னால் உணர முடிகிறது. அந்தத் தளபதியின் மனைவி குனிந்து குழந்தையைப் பார்க்கிறாள். ஏதோ அது ஒரு பூங்கொத்து என்பதைப் போலவும்,

அது அவள் வென்றெடுத்த ஒரு பரிசு என்பதைப் போலவும், ஒரு புகழுரையைப் பார்ப்பதைப் போலவும்.

பெயர் சூட்டலுக்கான சாட்சியம் அளிப்பதற்காக இந்த மனைவிமார் இங்கே கூடியிருக்கிறார்கள். மனைவிமாரே பெயர் சூட்டுவார்கள்.

“ஏஞ்சலா” என்கிறாள் அந்தத் தளபதியின் மனைவி.

“ஏஞ்சலா ஏஞ்சலா.” மனைவிமார் கலகலத்தபடி மீண்டும் உச்சரிக்கிறார்கள். “எவ்வளவு இனிமையான பெயர்! ஆ, இவள்தான் எவ்வளவு பூரணமானவள். மிக அழகாக இருக்கிறாள்.”

ஜனின் இதையெல்லாம் பார்க்க வேண்டாமென்று நாங்கள் படுக்கைக்கும் அவளுக்கும் இடையில் நிற்கிறோம். அவளுக்கு யாரோ திராட்சைச் சாறு கொடுக்கிறார்கள். அதில் கொஞ்சம் மது இருந்தால் நல்லது. அவளுக்கு இன்னமும் வலி இருக்கிறது. நஞ்சுக்கொடி வெளியேறும் வலியில் அவள் தீனமாக அழுதுகொண்டிருக்கிறாள். நொந்த மனதின் துயர் மிகுந்த கண்ணீர் இது. எப்படியானாலும் நாங்கள் வெற்றி கண்டுவிட்டோம். இது ஒரு வெற்றி, எங்கள் அனைவருக்குமானது. நாங்கள் சாதித்துவிட்டோம்.

குழந்தைக்குச் சில மாதங்களுக்குத் தாய்ப்பால் கொடுக்க அவள் அனுமதிக்கப்படுவாள். அவர்கள் தாய்ப்பாலின் மீது நம்பிக்கை வைத்திருக்கிறார்கள். அதற்குப் பிறகு அவள் இடம் மாற்றப்படுவாள். மீண்டும் அவளால் இதைச் செய்ய முடிகிறதா என்று பார்ப்பார்கள். தேவையில் இருக்கும் வேறு யாருக்காவது சுழற்சி முறையில் அவள் அனுப்பப்படுவாள். ஆனால், இனி அவள் காலனிக்கு அனுப்பிவைக்கப்பட மாட்டாள். பெண்ணல்லாதவள் என்று அழைக்கப்பட மாட்டாள். அதுவே அவளுக்கான வெகுமானம்.

பிறப்புவண்டி வெளியில் நிற்கிறது. எங்களை எங்களுடைய குடித்தனங்களில் மீண்டும் கொண்டுசேர்ப்பார்கள். மருத்துவர்கள் தங்களுடைய வண்டியில் காத்திருக்கிறார்கள். வீட்டில் அடைப்பட்டிருக்கும் நோயாளிக் குழந்தைகளைப் போல வெள்ளைத் திட்டுக்களாய் சன்னல்களில் அவர்களுடைய முகங்கள் தென்படுகின்றன. அவர்களில் ஒருவன் கதவைத் திறந்து எங்களை நோக்கி வருகிறான்.

“அது நலமாய் இருக்கிறதா?” என்கிறான் பதற்றத்துடன்.

"ஆம்" என்கிறேன். இதற்குள் நான் பிழிந்த துணிபோல ஆயாசமடைந்துவிட்டேன். என்னுடைய முலைகள் வலிக்கின்றன. லேசாய்க் கசிகின்றன. அது பொய்ப்பால், எங்களில் சிலருக்கு இப்படி நேர்வதுண்டு. நாங்கள் ஒருவரையொருவர் பார்த்தபடி பலகைகளில் அமர்ந்தவாறு பயணிக்கிறோம். எங்களில் இப்போது கிளர்ச்சியில்லை. கிட்டத்தட்ட உணர்வே இல்லை. நாங்கள் சிவப்புத் துணிப்பொதிகள் அவ்வளவே. நாங்கள் துயரத்தில் இருக்கிறோம். ஒவ்வொருத்தியும் தன் மடியில் ஒரு பொய்த்தோற்றத்தை, ஒரு ஆவிக்குழந்தையை வைத்திருக்கிறாள். கிளர்ச்சியெல்லாம் வடிந்துவிட்ட நிலையில் இப்போது எங்களை எதிர்கொண்டிருப்பது எங்களுடைய தனிப்பட்ட தோல்வியே. அம்மா! நீ எங்கிருக்கிறாயோ. நான் பேசுவது உனக்குக் கேட்கிறதா? பெண்களின் கூட்டிணைப்பு ஒன்று வேண்டும் என்பாயே. இதோ இருக்கிறது பார். நீ விரும்பியது இதை அல்ல. ஆனால், இதுதான் இருக்கிறது. சிறிய கிருபைகளுக்கு நாம் நன்றியோடு இருக்க வேண்டும்.

அத்தியாயம் இருபத்து இரண்டு

பிறப்புவண்டி வீட்டின் முன் வந்து நின்ற சமயம் பின்மதியப் பொழுதாகி இருக்கிறது. மேகங்களுக்கு இடையிலிருந்து சூரியன் பலவீனமாகக் காய்ந்துகொண்டிருக்க, ஈரப்புல் சூடேறிக்கொண்டிருக்கும் மணம் காற்றில் கமழ்கிறது. நாளெல்லாம் பிறப்பு அறையில் இருந்திருக்கிறேன், நேரம் காலம் புரிபடவில்லை. கோரா கடைவீதிக்குச் சென்று வந்திருப்பாள், எனக்கு என்னுடைய வேலைகளிலிருந்து விடுப்பு. ஒரு படியிலிருந்து இன்னொன்றுக்கு ஒவ்வொரு கனக்கும் காலடியாக எடுத்துவைத்தவாறு, பக்கவாட்டு வளைவுப்பிடியைப் பிடித்துக்கொண்டு நான் படிகளில் ஏறிக்கொண்டிருக்கிறேன். நாட்கணக்காக விழித்திருந்து ஓடிக்கொண்டிருப்பவளைப் போல உணர்கிறேன், என்னுடைய நெஞ்சு வலிக்கிறது, சக்கரைக்குறைபாடுபோல் தசைகளில் சூரைப்பிடிப்பு வேறு. இந்த நிமிடம் நான் தனிமையை வரவேற்கிறேன்.

படுக்கையில் கிடக்கிறேன். உறங்க, ஓய்வெடுக்க விரும்புகிறேன், ஆனால் அதீத களைப்பாயிருக்கும் அதே நேரம் கடும் கிளர்ச்சியடைந்திருக்கிறேன், என்னுடைய விழிகள் மூடுகிறதாயில்லை. கூரையை அண்ணாந்து பார்க்கிறேன், விழிகள் மலர்வளையத்தின் இலைவட்டத்தைச் சுற்றித் தடவுகின்றன. முந்தைய நாட்களின் ஏதோ ஒரு காலகட்டத்தில் பெண்கள் அணிந்துவந்த விட்டம் அகன்ற, மிகப் பெரிய ஒளிவட்டங்களையொத்த, பழங்களாலும் மலர்களாலும் மேலும் அரிய பறவைகளின் இறகுகளாலும் அலங்கரிக்கப்பட்டதும், சொர்க்கத்தை நினைவுபடுத்துவதும், வலுப்பட்ட ஓர் எண்ணத்தைப் போல தலைக்கு மேலாக மிதந்துகொண்டிருப்பதுமான ஒரு தொப்பியை இன்று எனக்கு இது நினைவுபடுத்துகிறது.

ஒரு நிமிடத்தில் வளையம் நிறங்கொள்ளத் தொடங்கும். நான் சிலவற்றைக் காணலாவேன். சூரியன் உதிக்கும் நேரம் பார்வையின் ஓரத்தில் படக்கூடியவை, நேராய் பார்க்கும்போது மறைந்துபோகிறவை: நீலநிற விலங்குகள், சாலையோரப் புதர்களில்

மனிதர்களின் தெளிவற்ற உருவரைகள். கதை பேசியபடி ஒருவரையொருவர் உறங்காமல் பார்த்துக்கொண்டு இருவரும் வண்டியை மாற்றிமாற்றி ஓட்டிக்கொண்டு விடியலுக்குள் போன அந்த சமயத்தில் போலவே நான் அவ்வளவு களைத்திருக்கிறேன். அதற்கான காரணம், அதைப் பற்றி நான் இப்போது நினைக்க மாட்டேன்.

இந்தக் கதையைத் தொடர எனக்குத் தெம்பில்லை. அதீத களைப்பாயிருக்கிறேன். நான் இருக்கும் இடம் குறித்து யோசிக்கிறேன். இதோ இன்னொரு கதை, அதைவிடச் சிறப்பான ஒன்று. இது மொய்ராவுக்கு என்ன நிகழ்ந்தது என்பது பற்றியது.

அதன் ஒரு பகுதியை நானே இட்டு நிரப்புவேன், இன்னொரு பாகத்தை நான் ஆல்மாவிடமிருந்து கேட்டிருந்தேன், ஆல்மா டொலேரஸிடமிருந்தும், டொலோரஸ் ஜனினிடமிருந்தும் கேள்விப்பட்டிருந்தாள். இம்மாதிரியான இடங்களில்கூட இம்மாதிரியான சூழல்களில்கூட கள்ள ஒப்பந்தங்கள் உண்டாகும். இவற்றை நீங்கள் நம்பலாம். ஒரு வகை அல்லது இன்னொரு வகையிலான இப்படியான ஒப்பந்தங்கள் எப்போதும் இருக்கும்.

ஜனினைத் தன்னுடைய அலுவலகத்திற்கு அழைத்திருந்தாள் ஆன்ட் லிடியா.

எழுதிக்கொண்டிருந்த மேசையிலிருந்து நிமிர்ந்து பார்க்காமலேயே ஆன்ட் லிடியா சொல்லியிருப்பாள். அந்தப் பழம் ஆசிர்வதிக்கப்படட்டும் ஜனின். ஒவ்வொரு விதிக்கும் விதிவிலக்கும் உண்டு: இதையும் நாம் நம்பலாம். ஆன்ட்டுகளுக்கு எழுதவும் படிக்கவும் அனுமதி உண்டு.

வெளிப்படையான, முட்டையின் வெள்ளைக்கருவையொத்த தன்னுடைய தொனியற்ற குரலில் ஜனின் இப்படிச் சொல்லியிருப்பாள். இறைவன் அதைத் திறக்கட்டும்.

நான் உன்னை நம்பலாம் என்று நினைக்கிறேன் ஜனின். ஒருவழியாக அந்தப் பக்கத்திலிருந்து விழிகளை உயர்த்தி, ஒரே சமயத்தில் அதிகாரமானதும் இறைஞ்சலும் கூடியதாக இருக்கக்கூடிய தன்னுடைய அந்தப் பார்வையால் ஆன்ட் லிடியா தன் கண்ணாடிகளினூடாக ஜனினை இழுத்துப்பிடிப்பாள், எனக்கு உதவு, நாம் எல்லோரும் இதில் ஒன்றாகத்தான் இருக்கிறோம். நீ மற்றவர்களைப் போலல்ல. நீ நம்பிக்கைக்கு உகந்தவள்.

ஜனினின் பசப்பலுக்கும் மன்னிப்புக்கோரலுக்கும் ஏதோ அர்த்தமிருக்கும் என்று ஆன்ட் லிடியா எண்ணிவிட்டாள், ஜனின் உடைந்துவிட்டவளென்றும் அவள் ஒரு விசுவாசி என்றும் அவள் நம்பினாள். ஆனால் ஏராளமானவர்களால், ஏராளமான முறை இஷ்டத்துக்கு எட்டி உதைக்கப்பட்ட நாய்க்குட்டியைப் போலவே ஜனின் அப்போது இருந்தாள். ஒரு நிமிட அங்கீகாரத்துக்காக அவள் யாருக்காகவும் உருண்டுபுரளவும் எதையும் பேசவும் தயாராக இருந்தாள்.

ஆகவே, ஜனின் இப்படி அல்லது இதுபோல வேறு எதையாவது சொல்லியிருப்பாள்: அப்படித்தான் நம்புகிறேன் ஆன்ட் லிடியா. உங்களுடைய நம்பிக்கைக்குப் பாத்திரமாக மாறியிருக்கிறேன் என்றே நம்புகிறேன்.

ஆன்ட் லிடியா சொன்னாள். ஜனின், மிகப் பயங்கரமான ஒரு விஷயம் நடந்திருக்கிறது.

ஜனின் குனிந்து தரையைப் பார்த்தாள். அது என்னவாக இருந்தாலும் தன்னை யாரும் குற்றம்சொல்ல முடியாதென்று அவளுக்குத் தெரியும். அவள் குற்றமற்றவள். ஆனால், குற்றமற்றவளாக இருந்தது கடந்த காலத்தில் எவ்வகையிலாவது அவளுக்குப் பிரயோசனமாக இருந்ததா? அவள் அதே நேரம் குற்றப்பழியோடும் தண்டனைக்கு ஆளாக இருப்பதுபோலும் உணர்ந்தாள்.

உனக்கு அதைப் பற்றி தெரியுமா ஜனின்? ஆன்ட் லிடியா மெல்லிய குரலில் கேட்டாள்.

தெரியாது ஆன்ட் லிடியா. இந்த நொடி நிமிர்ந்து பார்க்கவும் ஆன்ட் லிடியாவின் விழிகளுக்குள் உற்றுப்பார்க்க வேண்டியதும் அவசியம் என்பது அவளுக்குத் தெரிந்தது. ஒரு விநாடிக்குப் பிறகு அவள் அதைச் செய்துவிட்டாள்.

ஏனென்றால், உனக்குத் தெரியுமென்றால் நான் உன்னிடம் மிகுந்த மனத்தாங்கல் அடைந்துவிடுவேன் என்றாள் ஆன்ட் லிடியா.

அந்த இறைவனே என் சாட்சி என்றாள் ஜனின் உணர்ச்சிப் பெருக்கின் அதீத பாவனையோடு.

ஆன்ட் லிடியா தன்னுடைய பேனாவைச் சுழற்றினாள். மொய்ரா நம்மோடு இல்லை, என்றாள் ஒரு வழியாக.

ஓ, என்றாள் ஜனின். இதில் அவள் சமநிலை பேணிக்கொண்டாள். மொய்ரா அவளுடைய தோழியல்ல. ஒரு நொடிக்குப் பிறகு கேட்டாள், அவள் இறந்துவிட்டாளா?

பிறகு, ஆன்ட் லிடியா அவளுக்கு அந்தக் கதையைச் சொன்னாள். உடற்பயிற்சி வகுப்பின்போது கழிப்பறைக்குச் செல்ல வேண்டுமென்று மொய்ரா கையை உயர்த்தியிருக்கிறாள். போனாள். கழிப்பறைக் காவலுக்கு ஆன்ட் எலிசபெத் இருந்தாள். வழக்கம்போல ஆன்ட் எலிசபெத் கழிப்பறைக் கதவுக்கு வெளியில் இருக்க, மொய்ரா உள்ளே சென்றாள். ஒரு நொடிக்குப் பிறகு மொய்ரா ஆன்ட் எலிசபெத்தை அழைத்தாள்: கழிவுப்பீங்கான் நிரம்பி வழிகிறது ஆன்ட் எலிசபெத், உள்ளே வந்து அதைச் சரிசெய்ய இயலுமா? சமயங்களில் கழிவுப்பீங்கான்கள் நிரம்பிவழிந்தது உண்மைதான். கழிப்பறைத் துடைத்தாள் சுருட்களைப் பீங்கானுள் திணித்துவைத்து இப்படி நடக்கக் காரணமாக இருந்தவர்களை அடையாளம்காண முடியவில்லை. ஆன்ட்டுகள் இதைத் தடுக்க, தவறு நிகழாமல் இருக்க ஏதேதோ செய்தார்கள்தான். ஆனால், நிதிப் பற்றாக்குறையால் அப்போதைக்குக் கையில் இருந்ததை வைத்து அவர்கள் ஒப்பேற்ற வேண்டியிருந்தது, மேலும், துடைதாள்களைப் பூட்டிவைக்க அவர்களால் ஒரு வழி கண்டுபிடிக்க முடியவில்லை. வெளியில் ஒரு மேசையில் அவற்றை வைத்து ஒவ்வொருவருக்கும் அவர்கள் உள்ளே செல்லும்போது ஒன்றோ சில தாள்களோ தரலாம். ஆனால் அது இனிவரும் நாட்களுக்கானது. புதிய எதுவொன்றின் மீதிருந்தும் சுருக்கங்களைப் போக்க நேரம் எடுக்கும்.

தீங்கு நிகழக்கூடுமென்ற சந்தேகம் இன்றி ஆன்ட் எலிசபெத் கழிப்பறைக்குள் சென்றிருக்கிறார். அது கொஞ்சம் முட்டாள்தனமான செய்கை என்று ஆன்ட் லிடியா ஒப்புக்கொள்ள வேண்டியிருந்தது. அதேநேரம் அவளே சில சமயங்களில் சில கழிப்பறைகளைச் சரிசெய்து எந்தப் பிரச்சினையும் இல்லாமல் முடிந்தும் இருக்கிறதே.

மொய்ரா பொய் சொல்லவில்லை, தரையெங்கும் தண்ணீர் ஓடிக்கொண்டிருந்தது, அதோடு மலத்தின் ஏராளமான துணுக்குகளும். அது மனதுக்கு உவப்பானதல்ல, ஆன்ட் எலிசபெத் எரிச்சலடைந்தாள். மொய்ரா அடக்கமாக ஓரத்தில் நின்றுகொண்டிருக்க, மொய்ரா சுட்டிக்காட்டிய தடுப்புக்குள் விரைந்து கழிவுப்பீங்கானுக்குள் குனிந்தாள் ஆன்ட் எலிசபெத். பீங்கான் மூடியைத் திறந்து உள்ளேயிருந்த குழல் மற்றும் அடைப்புக் கட்டையை நீக்கிப்பார்க்க எண்ணியிருந்தாள். அவளுடைய

இரு கைகளும் மூடியின் மீதிருக்க, கடினமானதாகக் கூரானதாக உலோகத்தாலானதாக இருக்கக்கூடிய ஏதோ பின்னாலிருந்து அவளுடைய மார்புக்கூட்டினுள் செருகப்பட இருப்பதை உணர்ந்தாள். அசையாதே என்றாள் மொய்ரா, இல்லையென்றால் அப்படியே உள்ளே செருகிவிடுவேன், உன்னுடைய நுரையீரலைத் துளையிட எங்கு குத்த வேண்டுமென்று எனக்குத் தெரியும்.

கழிவுப்பீங்கான்களில் ஒன்றை உடைத்து, அதன் கைப்பிடியை ஒரு முனையிலும் சங்கிலியை மறுமுனையிலும் இணைக்கும் அதன் நீளமான, மெல்லிய விசைக்கோல்களில் ஒன்றை அவள் வெளியிலெடுத்துவிட்டாள் என்பதை அவர்கள் பிற்பாடு கண்டுபிடித்தார்கள். அதையெல்லாம் செய்யத் தெரிந்தவர்களுக்கு அதொன்றும் பெரிய காரியமில்லை. மேலும் மொய்ராவுக்குப் பொறியியர் திறன் இருந்தது, அவள் தன்னுடைய காரைத் தானே சரிசெய்துகொள்ளக்கூடியவள், அதன் சிறிய பழுதுகளை. இதற்குப் பிறகு, சீக்கிரமே கழிவுப்பீங்காங்களின் மேற்பகுதிகளை இறுக்கிப்பிடிக்க சங்கிலிகள் பொருத்தப்பட்டன, பின்னர் அவை நிரம்பிவழிந்தபோது அவற்றைத் திறக்க வெகுநேரம் பிடித்தது. அப்படியாக ஏராளமான வெள்ளப்பெருக்குகளை நாங்கள் எதிர்கொண்டோம்.

தன்னுடைய முதுகினுள் துருத்திக்கொண்டிருப்பது என்னவென்று ஆன்ட் எலிசபெத்தால் அப்போது பார்க்க முடியவில்லை என்றாள் ஆன்ட் லிடியா. அவர் ஒரு தைரியமான பெண்மணி என்றாலும்...

ஓ உண்மைதான், என்றாள் ஜனின்.

ஆனால், அது அசட்டுத்தைரியம், முகத்தைச் சுளித்துக்கொண்டு சொன்னாள் ஆன்ட் லிடியா. மறுப்பைப் போன்ற தீவிரத்துடன் வெளிப்பட்டுவிடும் அதீத உற்சாகத்தை ஜனின் அதற்குள் காட்டிவிட்டாள். ஆன்ட் லிடியா தொடர்ந்தாள், அவர் மொய்ரா சொன்னபடி செய்தார். மொய்ரா ஆன்ட் எலிசபெத்தின் மாட்டுச் சவுக்கையும் ஊதலையும் இடுப்புவாரிலிருந்து கழற்றும்படி ஆணையிட்டாள். கைப்பற்றிக்கொண்டாள். பிறகு, அவள் எலிசபெத்தைக் கீழ்த்தளத்துக்கு விரைந்து போகச்செய்தாள். அவர்கள் மூன்றாவதில் அல்ல இரண்டாம் தளத்தில் இருந்தார்கள் ஆகவே, இரண்டே மாடிப்படி வரிசைகளைத்தான் கடக்க வேண்டியிருந்தது. வகுப்புகள் நடந்துகொண்டிருந்தபடியால் கூடங்களில் யாருமே இல்லை. அவர்கள் உபரி ஆன்ட் ஒருவரைப் பார்க்க நேர்ந்தது. ஆனால், அவர் கூடத்தின் கோடியில்

இருந்ததோடு இவர்களின் புறம் பார்க்கவே இல்லை. ஆன்ட் எலிசபெத் அந்நேரம் அலறியிருக்க முடியும். ஆனால், மொய்ரா சொன்னதைச் செய்வாள் என்று அவருக்குத் தெரியும். முன்பே மொய்ராவுக்கு அங்கு கெட்டபெயர்தான்.

ஆமாமாம் என்றாள் ஜனின்.

காலி அலமாரிகள் இருந்த கூடங்களின் வழியே, உடற்பயிற்சிக் கூடத்தின் கதவைத் தாண்டி, சூளை அறைக்கு ஆன்ட் எலிசபெத்தை நடத்திச்சென்றாள் மொய்ரா. அவருடைய உடைகள் அத்தனையையும் களையச் சொன்னாள்.

ஓ, பலவீனமாக ஒலித்தாள் ஜனின். அந்த அவச்செயலுக்கு எதிர்ப்புத் தெரிவிக்கிறார்போல.

பிறகு, மொய்ரா தன்னுடைய ஆடைகளையும் களைந்து ஆன்ட் எலிசபெத்துடையவற்றை அணிந்துகொண்டாள். அவை சரியாகப் பொருந்தாவிட்டாலும் போதுமானதாகவே இருந்தது. அவள் ஆன்ட் எலிசபெத்திடம் அதி குரூரமாக நடந்துகொள்ளவில்லை, தன்னுடைய உடைகளை அவர் அணிந்துகொள்ள அனுமதித்தாள். முக்காட்டுத்துணியைப் பட்டைபட்டையாகக் கிழித்து சூளைக்குப் பின்னால் வைத்து ஆன்ட் எலிசபெத்தைக் கட்டினாள். துணியின் சில துண்டுகளை ஆன்ட் எலிசபெத்தின் வாய்க்குள் திணித்து, இன்னொரு பட்டையால் சுற்றிக்கட்டினாள். மற்றொரு பட்டையை ஆன்ட் எலிசபெத்தின் கழுத்தைச் சுற்றிக்கட்டி அதன் மறுமுனையை அவளுடைய பாதத்தோடு சேர்த்துப் பின்புறமாகக் கட்டினாள். அவளொரு நயவஞ்சகி. படு ஆபத்தனாவள். ஆன்ட் லிடியா சொன்னாள்.

ஏதோ இதையெல்லாம் அவளால் தாங்கிக்கொள்ளவே முடியவில்லை என்பதைப் போல, ஜனின் கேட்டாள்: நான் அமரலாமா? ஒருவழியாக அவள் சும்மா பேச்சுக்காகவேனும் ஒரு பேரத்துக்கு வர முடிந்தது.

துணுக்குற்றுவிட்டார் என்றாலும் இந்தக் கட்டத்தில் மறுக்கவும் இயலாது என்பதை அறிந்தவரான ஆன்ட் லிடியா, நிச்சயமாக ஜனின், என்றார். அவர் ஜனினின் கவனத்தையும் ஒத்துழைப்பையும் அல்லவா கோருகிறார். மூலையில் கிடந்த நாற்காலியைக் காட்டினார். ஜனின் அதை முன்னுக்கு இழுத்தாள்.

யார் பார்வையிலும் படாதவாறு உலைக்குப் பின்னால் ஆன்ட் எலிசபெத்தைத் தள்ளிவிட்ட பிறகு மொய்ரா சொன்னாள், நான்

உன்னைக் கொன்றுவிட முடியும் என்பது உனக்குத் தெரியும். உன்னுடைய உடலில் நீ என்றைக்குமே நிம்மதியாக இருக்க முடியாத அளவுக்கு உன்னைக் காயப்படுத்திவிட முடியும். இதைக் கொண்டு உன்னைக் கொல்லவும் உன் கண்களுக்குள் இதைச் செருகவும் என்னால் முடியும். ஒருவேளை உன்னால் எப்போதாவது யோசிக்க இயன்றால், நான் இது எதையுமே செய்யவில்லை என்பதை நினைவில் கொள்.

ஆன்ட் லிடியா இதில் எதையுமே ஜனினிடம் சொல்லவில்லை. நான்தான் மொய்ரா இப்படி எதையாவது சொல்லியிருப்பாள் என்று எதிர்பார்த்தேன். எப்படியும் அவள் ஆன்ட் எலிசபெத்தைக் கொல்லவோ அங்கஹீனப்படுத்தவோ இல்லையே. உலைக்குப் பின்னால் கிடந்த ஏழு மணிநேரங்களுக்கும் குறுக்குவிசாரணைக்கும் பிறகு- அவர்கள் இருவரையும் ஆன்ட்களோ வேறு யாருமோ கவனிக்காமல் போனது எவ்விதம் சாத்தியமானது என்பதை மெய்ப்பிக்க முடியவில்லை - சில நாட்கள் கழித்து ஆன்ட் எலிசபெத் மீண்டும் மையத்தில் தன்னுடைய கடமையைத் தொடரலானார்.

மொய்ரா நேராக நிமிர்ந்து நின்று திடத்தோடு முன்னால் பார்த்தாள். தன்னுடைய தோள்களைப் பின்னுக்கிழுத்து முதுகெலும்பை நேராக்கி உதடுகளை மடித்துக்கொண்டாள். இது எங்களுடைய வழக்கமான தோற்றப்பாவனை அல்ல. நாங்கள் எப்போதும் தலையைக் குனிந்து, கண்கள் எங்கள் கைகளையோ தரையையோ பார்க்குமாறுதான் நடப்போம். ஆன்ட் எலிசபெத்தின் அடர்பழுப்பு மூடாக்குடனும்கூட மொய்ரா கொஞ்சம்கூட அவரைப் போல இல்லை. ஆனால், காவலில் இருந்த தேவதைகளை ஏமாற்ற அவளுடைய இறுக்கமான உடல்மொழி போதுமானதாக இருந்தது. ஏனென்றால், எங்களில் எவரையுமே அதிலும் நிச்சயமாக ஆன்ட்டுகளை அவர்கள் உற்றுப்பார்த்திருக்க முடியாது. மொய்ரா தான் எங்கு போகிறோம் என்று நன்கறிந்த ஒருவரின் நடைபாவனையுடன் நேராக முன்வாசல் வழியாக நடந்தாள். வணக்கம் தெரிவிக்கப்பட்டாள். ஆன்ட் எலிசபெத்தின் உறுப்பினர் அட்டையை நீட்டினாள். அதைச் சோதிக்க அவர்கள் மெனக்கெடவுமில்லை, ஒரு ஆன்ட்டை அப்படி அவமரியாதை செய்ய யார்தான் துணிவார்கள்? அவள் அங்கிருந்து மறைந்தாள்.

ஓ, என்றாள் ஜனின். அவள் எப்படி உணர்ந்தாள் என்று யாருக்குத் தெரியும்? ஒருவேளை அவள் ஆரவாரம் செய்யவும்

விரும்பியிருக்கலாம். அப்படியான பட்சத்தில் அவள் அதைத் துல்லியமாகவே மறைத்துக்கொண்டாள்.

ஆகவே ஜனின், நீ என்ன செய்ய வேண்டுமென்று நான் விரும்புகிறேனென்றால்...

ஜனின் கண்களை விரியத் திறந்துகாட்டி மிகக் கவனமாகவும் அறியாக்குழந்தை போலவும் தோன்ற முயன்றாள்.

நீ உன் காதுகளை விரியத் திறந்துவைக்க வேண்டும். ஒருவேளை மற்ற யாரும்கூட இதில் ஈடுபட்டிருக்கலாம்.

இருக்கலாம் ஆன்ட் லிடியா என்றாள் ஜனின்.

அப்புறம் நீ எதையாவது கேள்விப்பட்டால் என்னிடம் வந்து சொல்வாய் அல்லவா அன்பே?

நிச்சயமாக ஆன்ட் லிடியா, என்றாள் ஜனின். எல்லாம் இவளுடைய தவறுதான் என்று மற்றவர்கள் கோஷமிடுவதை இனி வகுப்பறைகளின் முன்னால் முட்டிபோட்டபடி தான் கேட்க வேண்டிவராது என்பதை அவள் உணர்ந்துகொண்டாள். இனி கொஞ்ச காலத்துக்கு அது வேறு யாராவதாக இருக்கும். அவள் தற்காலிகமாக அந்தக் கொக்கியிலிருந்து விடுபட்டுவிட்டாள்.

ஆன்ட் லிடியாவின் அலுவலகத்தில் நிகழ்ந்த இந்தச் சந்திப்பின் எல்லா விவரங்களையும் டொலேரசிடம் ஜனின் சொன்னதற்கு அர்த்தம் என்று ஏதுமில்லை. ஏதாவதொரு அசந்தர்ப்பத்தில் அவள் எங்களுக்கு எதிராக, எங்களில் யாருக்கும் எதிராக சாட்சியம் சொல்ல நேர்ந்தால், சாட்சி சொல்ல மாட்டாள் என்பது அர்த்தமில்லை. இது எங்களுக்குத் தெரியும். தெருமுனைகளில் பென்சில் விற்றுக்கொண்டிருக்கும் கால்கள் இல்லாதவர்களை நடத்துவதைப் போல்தான் அந்த சமயத்தில் நாங்கள் அவளை நடத்தினோம். முடியுமென்றால் நாங்கள் அவளைத் தவிர்த்துக்கொண்டோம், தவிர்க்க முடியாத நேரத்தில் அவளிடம் நல்லவிதமாக நடந்துகொண்டோம். அவள் ஆபத்தானவள். எங்களுக்கு அது தெரியும்.

எல்லா விவரங்களையும் நாங்கள் அறியுமாறு தெரிவித்ததால் ஜனினின் முதுகில் தட்டிக்கொடுத்து நீ மிகவும் நல்லவள் என்று டொலேரஸ் சொல்லியிருக்கலாம். இந்தப் பரிமாற்றமெல்லாம் எங்கு நிகழ்ந்திருக்கும்? நாங்கள் உறங்கத் தயாராகிக்கொண்டிருந்த நேரத்தில் உடற்பயிற்சிக் கூடத்திலாய் இருக்கும். டொலேரஸின் படுக்கை ஜனினின் படுக்கைக்கு அடுத்தது.

அன்றிரவு அரையிருளில் இந்தக் கதை படுக்கையிலிருந்து படுக்கைக்கு எங்கள் அடங்கிய மூச்சொலிக்கு மத்தியில் தாவியது.

மொய்ரா வேறு எங்கோ இருந்தாள். அவள் தப்பிவிட்டாள் அல்லது செத்துவிட்டாள். அவள் என்ன செய்துகொண்டிருப்பாள்? அவள் என்ன செய்யக்கூடுமென்னும் நினைப்பு அந்த அறையை நிரப்பிவிடும் அளவுக்குப் பெருகியது. எந்த நொடியும் ஒரு பெரிய வெடிப்பு நிகழலாம், சன்னல் கண்ணாடிகள் உட்புறமாகத் தெறிக்கலாம், கதவுகள் விரியத்திறக்கலாம்... இப்போது மொய்ராவிடம் ஆற்றல் இருக்கிறது, அவள் விடுவிக்கப்பட்டுவிட்டாள், தன்னைத் தானே விடுவித்துக்கொண்டாள். இப்போது அவள் கட்டுகளற்ற ஒருத்தி.

இது எங்களை அச்சுறுத்தியது என்று நினைக்கிறேன்.

எல்லாப் பக்கங்களிலும் திறந்திருந்த ஒரு மின்தூக்கி அவள். எங்களை அவள் கலவரப்படுத்தினாள். சுதந்திரத்துக்கான ஆசையை நாங்கள் இழந்து வெகுகாலம் ஆகிற்று. இந்தச் சுவர்களைப் பாதுகாப்பானவையாக உணரத் தலைப்பட்டுவிட்டோம். மேலே செல்லச்செல்ல நாம் அல்லாடுவோம், காற்றாகிவிடுவோம், நம்மைத் தாங்கிப் பிடித்துக்கொள்ள எதுவுமே இருக்காது.

ஆனாலும், மொய்ரா எங்களுடைய கனவுநாயகி. அவளை எங்களோடு அணைத்துக்கொண்டோம், ரகசியங்களிலும் குதூகலச் சிரிப்புகளிலும் அவள் எங்களோடு இருந்தாள். எங்களுடைய தினப்படியெனும் மேற்தளத்தின் கீழே கொதிகுழம்பாய் அவள் இருந்தாள். மொய்ரா என்ற வெளிச்சம் பட்டதில் ஆன்ட்டுகள் அச்சமூட்டுவதில் குறைபட்டவர்களாகவும் அசட்டுத்தனத்தில் மேம்பட்டவர்களாகவும் தெரிந்தார்கள். அவர்களுடைய அதிகாரத்தில் குறை இருந்தது. அவர்களையெல்லாம் கழிப்பறைகளில் வைத்து சங்கிலியால் கட்டிவிட முடியும். அந்த விஷமத்தனத்தை நாங்கள் ஆசித்தோம்.

முன்பு நடந்ததைப் போல அவள் எந்நேரமும் உள்ளே இழுத்துவரப்படலாம் என்று அஞ்சினோம். இம்முறை அவர்கள் அவளை என்ன செய்வார்கள் என்று எங்களால் நினைத்துப்பார்க்கவும் முடியவில்லை. என்னவாக இருந்தாலும் அது மிக மோசமானதாக இருக்கும்.

ஆனால், ஒன்றும் நிகழவில்லை. மொய்ரா மீண்டும் தோன்றவில்லை. இந்த நொடிவரை இல்லை.

அத்தியாயம் இருபத்து மூன்று

இது ஒரு மீளுருவாக்கம். இது எல்லாமே மீளுருவாக்கம்தான். இந்த ஒற்றைக் கட்டிலில் மல்லாந்துகொண்டு நான் எதைச் சொல்லியிருக்க வேண்டும் அல்லது கூடாது, நான் என்ன செய்திருக்க வேண்டும் அல்லது கூடாது, நான் அதை எப்படி காட்டிக்கொண்டிருக்க வேண்டும் என்றெல்லாம் என்னுடைய தலைக்குள் இப்போது மீளுருவாக்கிக்கொண்டிருக்கிறேன். இங்கிருந்து மட்டும் என்னால் வெளியேற முடிந்தால் -

நாம் இங்கேயே நிறுத்திக்கொள்வோம். நான் இங்கிருந்து வெளியேற எண்ணம் கொண்டிருக்கிறேன். ஆனால், அந்த எண்ணமும் நீடித்திருக்க முடியாது. வேறு சிலரும் இக்கட்டான நேரங்களில் இவ்வாறான எண்ணம் கொண்டிருந்திருக்கிறார்கள், ஏதாவதொரு வழியில் இங்கிருந்து வெளியேறியும் இருக்கிறார்கள். ஆனால், அது காலத்துக்கும் நிலைக்கவில்லை. ஆனால், அவர்களைப் பொறுத்தவரையில் அவர்கள் காலத்துக்கு அது ஒருவேளை நிலைத்திருக்கலாம்.

நான் இங்கிருந்து வெளியேறியதும் ஏதாவது ஒரு வகையில் ஒருவேளை இதைப் பதிவுசெய்ய எனக்கு இயன்றால் அது ஒரு குரலிலிருந்து இன்னொன்றுக்கு என்றாலும், அப்போதும் அது வேறொரு பெயர்தலைக் குறித்ததான மீளுருவாக்கமாகத்தான் இருக்கும். எதையுமே இப்படித்தான் இருந்ததென்று துல்லியமாகச் சொல்லிவிடுவது சாத்தியமில்லை, ஏனென்றால் நீங்கள் சொல்வது சர்வநிச்சயமாகத் துல்லியமாக இருக்க முடியாது, நீங்கள் எதையாவது விட்டுவிடுவீர்கள். ஒரு விவகாரத்துக்கு ஏகப்பட்ட பாகங்கள் இருக்கும். பக்கங்கள், ஊடுபாவுகள், நுணுக்கங்கள், மிகப் பல உடல்மொழிக் குறிப்புகள், இப்படியோ அப்படியோ உணர்த்தக்கூடியன, வகை மாதிரியான வடிவங்கள், முழுக்க விவரிக்கப்பட முடியாதவை, காற்றிலோ நாவிலோ நிற்கும் மிகப் பல மணங்கள், பப்பாதி நிறங்கள் என்று ஏராளம் இருக்கும். ஆனால், ஒருவேளை நீங்கள் ஆணாய் இருந்து இத்தனை தூரமும் வந்திருக்கிறீர்கள் என்னும் பட்சத்தில் தயவுசெய்து நினைவில்

கொள்ளுங்கள் எப்போதுமே ஒரு பெண்ணுக்கு நேர்வதுபோல ஒரு ஆணாகிய நீங்கள் மன்னித்தாக வேண்டும் என்னும் மருட்சிக்கு ஆளாக மாட்டீர்கள். நம்புங்கள், அதை மறுதலிப்பது மிகக் கடினமானது, ஆனால் நினைவில் கொள்ளுங்கள், மன்னிப்பதும் ஒரு ஆற்றலே. அதற்காக இறைஞ்சுவதும் வலிமைமிக்கதே, அதைத் தராமல் இருப்பதும், கருணைகூர்வதும் எல்லாமே பெறுமானமிக்கவைதான், ஆகவும் வலிய ஒரு திறன் என்றும் சொல்லலாம்.

ஒருவேளை இதில் எதுவுமே ஆதிக்கம் பற்றியதல்லாமல் இருக்கலாம். யார் யாரைச் சொந்தமாக்கிக்கொள்ளலாம் என்பது குறித்தோ யார் யாரை என்னவெல்லாம் - கொலையும்கூட - செய்துவிட்டு தண்டனைக்கு ஆளாகாமல் தப்பிவிடலாம் என்பது குறித்தோ அல்லாமல் இருக்கலாம். ஒருவேளை யார் அமரலாம் யார் மண்டியிடலாம் அல்லது நிற்கலாம் அல்லது கால்களை விரித்துக்கொண்டு கிடக்கலாம் என்பதையெல்லாம் குறித்ததல்லாமலும் இருக்கலாம். ஒருவேளை இதெல்லாமே யார் யாருக்கு எதையெல்லாம் இழைத்துவிட்டு பிறகு அது எல்லாவற்றுக்காகவும் மன்னிக்கப்பட்டுவிடலாம் என்பது பற்றியதோ என்னவோ. இறுதியில் எல்லாம் ஒன்றுதான் என்று மட்டும் என்னிடம் சொல்லாதீர்கள்.

நீ என்னை முத்தமிட வேண்டுமென்று விரும்புகிறேன் என்றார் தளபதி.

உண்மைதான், அதற்கு முன்பு வேறு சில விவகாரங்களும் நிகழ்ந்தன. இம்மாதிரியான கோரிக்கைகள் சும்மா வெற்றிடத்திலிருந்து கிளம்பி வந்துவிடாதே.

ஒருவழியாக நான் உறங்கிப்போனேன், காதணிகள் அணிந்திருப்பதாக, அவற்றில் ஒன்று உடைந்திருப்பதாகக் கனவு கண்டேன். அதற்கு மேல் ஒன்றுமில்லை, எல்லாம் இந்த மூளை அதன் கோப்புகளைத் திருப்பிப்பார்ப்பதால்தான், இரவுணவுத் தட்டோடு வந்த கோரா என்னை உசுப்பினாள், காலம் மீண்டும் அதன் கதிக்கு மீண்டுவிட்டது.

தட்டை வைக்கும்போது கோரா கேட்கிறாள் "எப்படி, உருப்படியான குழந்தையா?" அவளுக்கு முன்பே தெரிந்திருக்கும், அவர்களிடையே வாய் வழித் தந்திச்செய்தித் தொடர்புகள்

உண்டு. ஒரு குடித்தனத்திலிருந்து இன்னொரு குடித்தனத்துக்குச் செய்திகள் வளைய வரும். என்றாலும், அவளுக்கு அது குறித்து மீண்டும் கேட்பது இன்பமளிக்கக் கூடியதே. ஏதோ என்னுடைய வார்த்தைகள் அதை மேலும் உண்மையாக்கும் என்பதாக.

"நலமாக இருக்கிறது, உருப்படியானது. பெண்" என்கிறேன்.

கோரா என்னைப் பார்த்துப் புன்னகைக்கிறாள், இணைத்துக் கொள்ளும் புன்னகை. அவள் செய்யும் வேலைகள் செய்யத் தகுதியானவை என்று அவளுக்கு நிரூபிப்பவை இம்மாதிரியான தருணங்களே.

நல்லது என்கிறாள். அவளுடைய குரல் ஆவல் மிக்கதாகத் தொனிக்கிறது. நான் நினைக்கிறேன். அப்படித்தானே இருக்கும். அங்கு வர வேண்டுமென்று அவள் விரும்பியிருப்பாள். அது அவள் போக முடியாத திருவிழாபோல அவளை வருத்தியிருக்கும்.

சீக்கிரமே நமக்கும் ஒன்று கிடைக்கலாம் என்கிறாள் வெட்கத்தோடு. நமக்கும் என்று என்னைத்தான் சொல்கிறாள். என்னைப் பராமரித்து உணவளிக்கும் குழுவுக்கான நன்றிக்கடனை நான் செலுத்தியாக வேண்டுமே, எறும்புராணி தன்னுடைய முட்டைகளால் செலுத்துவது போல. ரீட்டாவுக்கு என்னைப் பிடிக்காமல் இருக்கலாம் ஆனால், கோரா அப்படி அல்ல. அவள் என்னை நம்பியிருக்கிறாள். அவளுடைய நம்பிக்கையின் வாகனம் நான் என்று நினைக்கிறாள்.

அவளது நம்பிக்கை எளிமை மிக்கதொன்று. அவளுக்கு வேண்டியதெல்லாம் இங்கும் விருந்தினர், உணவு மற்றும் பரிசுகளுடனான ஒரு பிறப்பு தினம். அடுக்களையில் வைத்து செல்லம் கொஞ்ச ஒரு குழந்தை. அதற்கான துணிகளை இஸ்திரி செய்வது, யாரும் கவனிக்காதபோது அதற்கு பிஸ்கெட்டுகளை ஊட்டுவது இதுதான். அவளுக்கான இப்படியான மகிழ்ச்சிகளைத் தர வேண்டியவள் நான். ஆனால், எனக்கு அவளுடைய நம்பிக்கை வேண்டியதில்லை, ஒருவருக்கு என்னைப் பிடிக்காமல் இருப்பதே என்னை சக்தி மிக்கவளாக்குகிறது.

இரவுணவுக்கு மாட்டுக்கறிக் குழம்பு. அதை முழுக்க உண்ண என்னால் முடியவில்லை. உண்ணத் தொடங்கிய சிறிது நேரத்திலேயே இந்த நாள் என்னில் அழித்திருந்த நினைவுகள் மீள எழுகின்றன. பிள்ளைப்பேறும் அந்த அண்மையும் எல்லாவற்றையும் கடந்த நிலை என்று சொல்லப்படுவது உண்மைதான். நமக்கு வாழ்வின் மற்ற

அனைத்தின் நினைவும் அற்றுப்போகிறது, அந்த ஒரு நொடியில் மட்டுமே நமது கவனம் குவிகிறது. ஆனால் இப்போது எல்லாம் மீண்டு வருகிறது, இதற்கு என்னைத் தயார்படுத்திக்கொள்ளவில்லை என்பதும் எனக்குத் தெரிகிறது.

கீழே, கூடத்தில் இருக்கும் கடிகாரம் ஒன்பது முறை அதிர்கிறது. நான் என்னுடைய கைகளை என்னுடைய தொடைகளின் பக்கவாட்டில் வைத்து அழுத்துகிறேன், மூச்சை இழுக்கிறேன், அறையைக் கடந்து மெல்ல படிகளில் இறங்குகிறேன். பிறப்பு நிகழ்ந்த அந்த வீட்டிலேயே செரினா ஜாய் இன்னமும் இருக்கிறாள்போல, நல்லதாயிற்று, அவருக்கு இது எதிர்பாராத வாய்ப்பு. இம்மாதிரியான நாட்களில் மனைவிமார் பரிசுகளைப் பிரிக்க உதவிக்கொண்டும், கிசுகிசுத்துக்கொண்டும், குடித்துக்கொண்டும் அங்கேயே பல மணிநேரங்களுக்குத் தங்கியிருப்பர். அவர்களுடைய பொறாமையை ஆற்றிக்கொள்ள ஏதாவது செய்தாக வேண்டுமே. கீழ்த்தளத்தின் நடைவழியைத் தாண்டி, அடுப்படிக்குள் செல்லும் கதவைத் தாண்டி, அதற்கு அடுத்த கதவின் அருகில், அவருடைய கதவுக்கு அருகில், செல்கிறேன். தலைமை ஆசிரியரின் அறைக்கு வருமாறு உத்தரவிடப்பட்ட குழந்தையைப் போல உணர்ந்தவாறு கதவுக்கு வெளியில் நிற்கிறேன்.

இங்கு என்னுடைய இருத்தல் சட்டவிரோதமானது. நாங்கள் தளபதிகளுடன் தனிமையில் இருப்பது தடுக்கப்பட்டது. நாங்கள் இனப்பெருக்கத்துக்கானவர்கள், வைப்பாட்டிகளோ கெய்ஷாக்களோ அந்தப்புரப் பெண்களோ அல்லர். அதற்கு நேர்மாறாக, அம்மாதிரியான பிரிவுகளிலிருந்து எங்களை நீக்குவதற்கான அத்தனையும் செய்யப்பட்டிருக்கிறது. எங்களுக்கும் மகிழ்விப்பதற்கும் எந்தத் தொடர்பும் இருக்கலாகாது. ரகசியக் காமக்கிளர்ச்சிகள் முகிழ்ப்பதற்கான இடமே அனுமதிக்கப்பட மாட்டாது. அவர்களிடமிருந்து எங்களுக்கும் எங்களிலிருந்து அவர்களுக்கும் எந்தச் சிறப்பு உதவிகளும் அனுமதிக்கப்படலாகாது. காதலுக்கான இண்டு இடுக்குகளுக்கும் இடமேதும் கிடையாது. நாங்கள் இரண்டு கால் கர்ப்பப்பைகள், அவ்வளவுதான். புனிதப் பாத்திரங்கள், நடக்கும் புனிதக் கிண்ணங்கள்.

அப்படியிருக்க, அவர் எதற்காக என்னைப் பார்க்க விரும்புகிறார், இரவில், தனிமையில்?

நான் பிடிபட்டால் செரினாவின் மென்கருணையை இறைஞ்ச வேண்டியவளாவேன். இம்மாதிரியான குடும்ப விவகாரங்களில் தலையிட இவருக்கு அனுமதியில்லை, இவை பெண்களின் விவகாரங்கள். அதற்குப் பிறகு மறுவகைப்படுத்தலுக்கு ஆளாகி நான் பெண்ணல்லாதவளாக அறிவிக்கப்படலாம்.

ஆனால், நான் இவரைப் பார்க்க மறுப்பு தெரிவிப்பது இன்னமும் மோசமான விளைவுகளை உண்டாக்கலாம். உண்மையான அதிகாரம் யாரிடம் இருக்கிறது என்பதில் சந்தேகமே இல்லை.

ஆனால், அவருக்கு என்னிடத்தில் ஏதோ தேவை இருக்கிறது. தேவை இருப்பதென்பது ஒரு பலகீனம். அது என்னவாயிருந்தாலும் அது என்னைக் கவர்கிறது. இதற்கு முன்னால் துளைக்கப்பட முடியாததாய் இருந்த சுவரில் அது ஒரு சிறு பிளவைப் போன்றது. அவருடைய இந்த பலகீனத்தில் நான் என் விழிகளை வைத்து அழுத்திப்பார்த்தால் ஒருவேளை எனக்கான வழி துலக்கமாகலாம்.

அவருக்கு என்ன வேண்டுமென்று நான் தெரிந்துகொள்ள வேண்டும்.

விலக்கப்பட்ட அறையின் கதவில் நான் கையை உயர்த்தித் தட்டுகிறேன். இதற்கு முன் நான் நுழைந்திராத அறை. பெண்கள் போகாத அறை. செரினா ஜாயேகூட இங்கு வருவதில்லை. சுத்தம் செய்வதெல்லாம் காவலாளிகள்தான்.

என்ன ரகசியங்கள், எப்படியான ஆண்குல மரபுச்சின்னங்கள் இங்கே இருக்கின்றன?

நான் உள்ளே வரச் சொல்லப்படுகிறேன். கதவைத் திறக்கிறேன், நுழைகிறேன்.

அந்தப் பக்கத்தில் இருப்பது இயல்பு வாழ்க்கை. அந்தப் பக்கத்தில் இருப்பது இயல்பு வாழ்க்கைபோல் தெரிகிறது என்றே சொல்ல வேண்டும். அங்கே ஒரு மேசை இருக்கிறது, ஒரு கம்ப்யூடாக் இல்லாமல் இருக்க முடியாதே அதுவும் இருக்கிறது. அதற்குப் பின்னால் கருநிறத் தோல் நாற்காலி ஒன்றிருக்கிறது. மேசையின் மேல் தொட்டிச்செடி ஒன்றிருக்கிறது, பேனாதாங்கி ஒன்றும், காகிதங்களும். தரையில் கிழக்கத்திய விரிப்பு ஒன்றும், நெருப்பில்லாத கணப்படுப்பு ஒன்றும். அடர்ப்பழுப்புநிறப் பட்டால் போர்த்தப்பட்ட சிறிய சோஃபா ஒன்றிருக்கிறது, அதற்குப் பின்னே சிறிய மேசையொன்று, ஒன்றிரண்டு நாற்காலிகள்.

ஆனால், சுவரெங்கும் புத்தக அலமாரிகள் உள்ளன. அவை புத்தகங்களால் நிரம்பியுள்ளன. புத்தகங்கள், புத்தகங்கள், மேலும் புத்தகங்கள், வெளியில் நன்றாகத் தெரியும்வண்ணம் வைக்கப்பட்டவை, பூட்டுகள் இல்லை, பெட்டிகள் இல்லை. நாங்கள் இங்கே வருவது தடுக்கப்பட்டதில் ஆச்சரியம் ஏதுமில்லை. விலக்கப்பட்டவற்றின் சோலை இது. நான் வெறித்துப்பார்க்காமல் இருக்க முயல்கிறேன்.

நெருப்பு மூட்டப்படாத அந்தக் கணப்படுப்பின் முன் அதற்கு முதுகைக் காட்டிக்கொண்டு மரத்தாலான அதன் மாடத்தின் மீது ஒரு முழங்கையும், அவருடைய சட்டைப்பைக்குள்ளாக இன்னொரு கையுமாக தளபதி நின்றுகொண்டிருக்கிறார். இது முன்பே மிகக் கவனமாகச் சிந்திக்கப்பட்ட ஒரு பாவனை, வீரத்திருத்தகை ஒருவனுடையது, ஆண்களுக்கான பளபளப்பான மாதாந்திரிகள் ஒன்றில் இருக்கும் புகைப்படங்களில் காணக்கூடியது. நான் உள்ளே வரும்போது தான் இப்படித்தான் நின்றுகொண்டிருக்க வேண்டுமென்று அவர் முன்பே முடிவெடுத்து வைத்திருந்திருக்க வேண்டும். நான் கதவைத் தட்டியதும் அவர் வேகமாய்க் கணப்படுப்பின் முன்பு சென்று இவ்வாறு நிற்கத் தலைப்பட்டிருக்க வேண்டும். லாடங்களின் அச்சு பொறிக்கப்பட்ட கழுத்துக்குட்டையும் ஒரு கண்ணை மறைத்து கறுப்புப்பட்டையும் அணிந்திருந்தாரென்றால் இன்னமும் பொருத்தமாக இருந்திருக்கும்.

மூளையின் ஒரு உதறல்போல, குழறல்போல, இப்படியெல்லாம் என்னால் யோசிக்க முடிவது ஆச்சரியம்தான். ஆழ்மனதின் கூச்சல்போல. ஆனால், இதன் பெயர் பீதி. உண்மை என்னவென்றால் நான் அரண்டிருக்கிறேன்.

நான் ஏதும் பேசவில்லை.

மென்மையாக ஒலித்தது என்று சொல்லும் விதமாக, "உனக்குப் பின்னால் இருக்கும் கதவை மூடு" என்கிறார். நான் அதைச் செய்துவிட்டுத் திரும்புகிறேன்.

"ஹலோ" என்கிறார்.

இது முகமன் தெரிவிக்கும் பழைய முறை. நான் இதைக் கேட்டு பலகாலம் ஆகிவிட்டது, வருடக்கணக்காக ஆகிவிட்டது. இந்த சந்தர்ப்பத்தில் இது அசந்தர்ப்பமாகவும் வேடிக்கையாகவும் காலத்தின் போக்கில் ஒரு திருப்புகையாகவும்

ஒரு அந்தர்பல்ட்டியாகவும் தொனிக்கிறது. பதிலுக்குச் சொல்ல சரியான வார்த்தையேதும் எனக்குத் தோன்றவில்லை.

அழுதுவிடுவேன் என்று நினைக்கிறேன்.

அவர் இதைக் கவனித்திருக்க வேண்டும். ஏனென்றால் அவர் என்னைப் புதிராகப் பார்க்கிறார், லேசாக முகஞ்சுளிக்கிறார். அதை நான் அக்கறை என்று பொருள் கொள்ள விரும்புகிறேன். ஆனால் அது வெறும் எரிச்சலாகக்கூட இருக்கலாம். எனக்காக ஒரு நாற்காலியை இழுத்து அதை மேசைக்கு எதிரே நிறுத்துகிறார். "இதோ, நீ அமரலாம்" என்கிறார். பிறகு மேசைக்குப் பின்னால் சென்று மிக மெதுவாக அமர்கிறார். எனக்கென்னவோ அது மிகுந்த சடங்கார்த்தமானதாகத் தோன்றுகிறது. அவர் என்னை இங்கே வரவழைத்திருப்பது என்னைத் தொடுவதற்காக அல்ல என்பதை, அதாவது என் விருப்பத்துக்கு மாறாகத் தொடுவதற்காக அல்ல என்பதையே அவருடைய இந்தச் செய்கை உணர்த்துகிறது. அவர் புன்னகைக்கிறார். அந்தப் புன்னகை கிண்டலாகவோ கேடெண்ணம் கொண்டதாகவோ இல்லை. அது வெறும் புன்னகை, சம்பிரதாயமான புன்னகை, நட்பார்ந்தது என்றாலும் விலகிநிற்பது, நான் சன்னலில் இருக்கும் ஒரு பூனைக்குட்டி என்பதுபோல. அவர் பார்த்துக்கொண்டிருக்கும் பூனைக்குட்டி, ஆனால் வாங்கவிட எண்ணம் கொள்ளாத ஒன்று என்பதுபோல.

நான் என் நாற்காலியில் நிமிர்ந்து அமர்கிறேன், கைகளைக் கோத்து மடியில் வைத்திருக்கிறேன். என்னுடைய பாதங்கள் அவற்றின் சிறிய தட்டையான சிவப்புக் காலணிகளில் தரையைத் தொடாதிருப்பதுபோல் தோன்றுகிறது. ஆனால், அவை தொட்டுக்கொண்டுதான் இருக்கின்றன.

அவர் சொல்கிறார், "உனக்கு இது விசித்திரமாய்த் தோன்றக்கூடும்."

நான் வெறுமனே அவரைப் பார்க்கிறேன். இந்த வருடத்தின் ஆகப்பெரிய பொய்யுரை, இது என்னுடைய அம்மா சதா பயன்படுத்தும் - பயன்படுத்திய, ஒரு சொற்றொடர்.

நானொரு பஞ்சுமிட்டாய் என உணர்கிறேன்: காற்றாலும், சீனியாலுமானது. என்னை அழுத்தினால் நான் ஒரு சிறிய, ஈரமான, நொய்மையான, அழுமூஞ்சி இளஞ்சிவப்பு வண்ணப் பஞ்சாவேன்.

"இது கொஞ்சம் விசித்திரம்தான்" என்கிறார் ஏதோ நான் பதிலளித்துவிட்டதுபோல.

நான் ஒரு தொப்பி அணிந்துகொண்டு வந்திருக்கலாம் என்று தோன்றுகிறது, என்னுடைய தாடைக்குக் கீழே நாடாவால் கட்டும் வகையிலானது.

“எனக்கு...” அவர் சொல்கிறார்.

நான் முன்புறமாகச் சாய்ந்துவிடாதிருக்க முயல்கிறேன். சொல்லுங்கள் சொல்லுங்கள்? அப்புறம் என்ன? அவருக்கு என்ன வேண்டும்? ஆனால், நான் என்னுடைய இந்த ஆவலைக் காட்டிக்கொள்ள மாட்டேன். இது ஒரு பேரச் செயல்பாடு, பொருட்கள் பரிமாற்றப்பட இருக்கின்றன. யோசிக்காதவள் தோற்றுவிட வேண்டியதுதான். எதையும் கொடுத்துவிடுவதற்கில்லை, விற்பனைக்கு மட்டும்தான்.

“நான் வேண்டுவது - இது முட்டாள்தனமாகத்தான் தெரியும்.” அவர் கூச்சப்படுவதாகவே தெரிகிறது, அசட்டுத்தனம் என்று சொல்வது பொருத்தமாய் இருக்கும். முற்காலத்தில் ஆண்கள் இப்படித் தோன்றுவதுண்டு. அந்த பாவனையை மறந்துவிடாத வயதுள்ளவரே இவர். அந்த பாவனையைப் பெண்கள் எவ்வளவுக்குக் கவர்ச்சியானதென்று நினைத்தார்கள் என்பதை நினைவுவைத்திருக்கும் அளவுக்கும் வயதானவரே. இளையவர்களுக்கு இப்படியான தந்திரங்கள் தெரிவதில்லை. அவர்கள் அவற்றையெல்லாம் உபயோகப்படுத்த வேண்டிவருவதே இல்லை.

“என்னோடு நீ ஒரு ஆட்டம் ஸ்க்ராபிள் விளையாட வேண்டும்” என்கிறார்.

நான் என்னை நிமிர்த்தி அமர்த்திக்கொள்கிறேன். என்னுடைய முகத்தில் அசைவெதையும் காட்டுகிறேனில்லை. ஆக, இந்த விலக்கப்பட்ட அறையில் இருப்பது இதுதானா! ஸ்க்ராபிள்! எனக்குச் சிரிக்க வேண்டும், சிரித்துப் புரள வேண்டும், நாற்காலியிலியிருந்து உருண்டு சிரிக்க வேண்டும். ஒருகாலத்தில் இது வயதான பெண்கள் மற்றும் ஆண்களின் விளையாட்டாகவும், கோடை காலங்களில், பணி ஓய்வு பெற்றவர்களின் குழுமங்களில், தொலைக்காட்சியில் நல்ல நிகழ்ச்சிகள் இல்லாதபோது விளையாடப்படுவதாகவும் இருந்தது. அதோடு வளரிளம் பிராயத்தினரின் விளையாட்டாகவும். வெகுகாலத்துக்கு முன்பு என்னுடைய அம்மாவிடமும் கூடத்தின் அலமாரியின் பின்பகுதியில், கிறிஸ்துமஸ் அலங்காரப் பொருட்கள் வைக்கப்பட்ட அட்டைப்பெட்டிகளோடு ஒரு ஜோடி இருந்தது. நான் பதிமூன்று வயதினளாக, பரிதாபமாக, அறியாதவளாக

இருந்தபோது ஒருமுறை அவள் எனக்கும் அதில் ஈடுபாடு உண்டாக்கப் பார்த்தாள்.

இப்போது இது நிச்சயமாக வேறுதான். இப்போது எங்களுக்கு இது விலக்கப்பட்டது. இப்போது இது அபாயகரமானது. இப்போது இது கண்ணியக்குறைவானது. இப்போது இது இவர் தன் மனைவியோடு செய்ய முடியாதது. இப்போது இது விரும்பத்தக்கது. இப்போது இவர் தன்னைத்தானே கீழிறக்கிக் கொண்டுவிட்டார். அவர் எனக்கு ஏதோ போதை மருந்துகளைத் தந்ததுபோல இருக்கிறது.

“சரி,” என்கிறேன் சுவாரஸ்யமற்றவள்போல. உண்மையைச் சொல்ல வேண்டுமென்றால் எனக்குப் பேச்சே வரவில்லை.

என்னோடு ஸ்க்ராபிள் விளையாட அவர் ஏன் விரும்புகிறார் என்று சொல்கிறாரில்லை. நான் அவரைக் கேட்கவில்லை. அவருடைய மேசையின் இழுப்பறைகளில் ஒன்றிலிருந்து ஒரு பெட்டியை அப்படியே வெளியில் எடுத்துத் திறக்கிறார். என்னுடைய நினைவுகளில் இருந்ததைப் போன்றே ஆன, பிளாஸ்டிக் தீற்றலுடன் கூடிய மரத்தாலான காய்களும், சதுரங்களாகப் பிரிக்கப்பட்டிருக்கும் பலகையும், எழுத்துகளைப் பொருத்துவதற்கான தாங்கிகளும் இருக்கின்றன. மேசை மீது அவற்றைக் கொட்டி திருப்பிப் போடுகிறார். ஒரு நொடியில் நானும் சேர்ந்துகொள்கிறேன்.

“உனக்கு விளையாடத் தெரியுமா?” என்கிறார்.

தலையசைக்கிறேன்.

இரண்டு ஆட்டங்களை விளையாடுகிறோம். *குரல்வளை.* நான் எழுத்துக்கூட்டுகிறேன். *கூடுகை. பதினைந்து. பாலணு இணைவுப்பொருள்.* வழுவழுப்பான முனைகளையுடைய பளபளப்பான அந்தக் காய்களைப் பிடிக்கிறேன, எழுத்துகளைத் தடவுகிறேன். இந்த உணர்வு இன்பகரமானது. இது விடுதலை, சுதந்திரத்தின் கண்சிமிட்டல். *நொண்டு.* நான் எழுத்துக்கூட்டுகிறேன். *மலையிடுக்கு.* எப்பேர்பட்ட உல்லாசம் இது. இந்த ஆட்டக்காய்கள் மிட்டாய்களைப் போல உள்ளன, சூடமிட்டாய்போல. அதேபோல் குளுமையாக. அவற்றை ஹாம்பக் என்பார்களே. இவற்றை என் வாயில் போட்டுக்கொள்ளலாம் போல் இருக்கிறது. அவை எலுமிச்சைகளைப் போல சுவைக்கும். **சூ** எனும் எழுத்து. கரகரப்பானது, நாவில் லேசான அமிலச்சுவையோடானது, சுவை மிகுந்தது.

முதல் ஆட்டத்தில் நான் ஜெயிக்கிறேன், இரண்டாவதில் அவரை ஜெயிக்கவிடுகிறேன். நான் இன்னமும் ஆட்டத்தின் விதிகள் குறித்துத் தெரிந்துகொள்ளவில்லை, பதிலுக்கு நான் என்ன கேட்கலாம் என்பது குறித்து.

இறுதியாக நான் வீட்டுக்குப் போகும் நேரமாகிவிட்டது என்கிறார் அவர். அவர் உபயோகப்படுத்தும் வார்த்தைகள் அவையே: *வீட்டுக்குப் போ.* அவர் சொல்ல விழைவது உன்னுடைய அறைக்குப் போ என்பது. எனக்கு ஒன்றும் பிரச்சினை இருக்காதே என்று கேட்கிறார், ஏதோ இங்குள்ள படிக்கட்டு இருட்டிப்போன தெரு என்பதுபோல. பிரச்சினையில்லை என்கிறேன். அவருடைய வாசிப்பறையின் கதவை மிக லேசாகத் திறக்கிறோம், கூடத்தின் ஓசைகளுக்காக செவிகொடுக்கிறோம்.

இது ஒரு காதலர் சந்திப்புப்போல, விடுதி அறைக்கு நேரங்கழித்து கள்ளத்தனமாக வருவதுபோல இருக்கிறது.

இது கூட்டுக் களவாணித்தனம்.

"நன்றி. என்னுடன் விளையாடியதற்கு" என்கிறார். பிறகு, "நீ என்னை முத்தமிட வேண்டுமென்று விரும்புகிறேன்" என்கிறார்.

நான், அடுத்த முறை, கழிவுப்பீங்கானின் பின்பாகத்தை, அதாவது என்னுடைய அறையில் இருக்கும் பீங்கானுடையதை, குளியல் இரவொன்றில் வேகமாகவும் ஓசையில்லாமலும் வெளியில் நாற்காலியில் இருக்கும் கோராவுக்கு எதுவும் கேட்காமலும் கழற்றி, அதன் கூரான நெம்புகோலை எடுத்து என்னுடைய சட்டையின் கைப்பாகத்துக்குள் மறைத்துவைத்திருந்து, அதைத் தளபதியின் அறைக்குள் கடத்திக்கொண்டுவருவதைப் பற்றி யோசிக்கிறேன். அடுத்த முறை – ஏனென்றால், இப்படிப்பட்ட கோரிக்கைகளுக்குப் பிறகு நிச்சயமாக அடுத்த முறை ஒன்று இருக்கும், நீங்கள் ஆம் என்றாலும் இல்லை என்றாலும் நிச்சயம் இருக்கும் – நான் தளபதியை எப்படி நெருங்குவது என்றும் இங்கே தனிமையில் அவரை முத்தமிடுவது குறித்தும், மேலும் அவரை இன்னமும் அனுமதிப்பதுபோலோ முன்னேற அழைப்புவிடுப்பதுபோலோ அவருடைய மேற்கோட்டைக் கழற்றி, உண்மைக் காதலின் நெருக்கத்தின் அடையாளமாக அவரைச் சுற்றி என் கரங்களால் வளைத்து, என்னுடைய சட்டைக்கைக்குள் இருக்கும் நெம்புகோலை எடுத்து அதன் கூர்முனையைத் திடீரென்று அவருடைய விலாக்களுக்கு நடுவில் செருகுவது குறித்தும் யோசிக்கிறேன். அவரிலிருந்து வெளிவரக்கூடியதும் என்னுடைய கைகளின் மேலே

தெரிக்கக்கூடியதுமான குழம்பு போன்ற சூடானதும் பரவசம் தருவதுமான ரத்தம் குறித்தும் யோசிக்கிறேன்.

உண்மையில் இப்படியான எது பற்றியும் நான் யோசிக்கவில்லை. இப்படியெல்லாம் பிற்பாடுதான் யோசித்தேன். ஒருவேளை அந்த நேரத்தில் நான் அதையெல்லாம் யோசித்திருக்க வேண்டும். ஆனால், செய்யவில்லை. நான் முன்பு சொன்னதுபோல இதுவும் மீளுருவாக்கமே.

“சரி,” என்கிறேன். அவரருகில் சென்று என்னுடைய மூடிய உதடுகளை அவருடையவற்றின் மீது வைக்கிறேன். சவரத் திரவத்தின் மணத்தை, வழக்கமான அந்த அந்துருண்டைகளின் லேசான வாசத்தை உணர்கிறேன். எனக்குப் பழக்கமான வாசம் என்றாலும் இவர் இப்போதுதான் புதிதாய்ச் சந்தித்தவரைப் போல் இருக்கிறார்.

அவர் என்னிலிருந்து விலகுகிறார், என்னைக் குனிந்து பார்க்கிறார். அந்த புன்னகை, அசட்டுத்தனமான அந்தப் புன்னகை அவ்வளவு கள்ளமின்மையோடு மறுபடி தோன்றுகிறது. “இப்படி அல்ல” என்கிறார். “நீயே ஆசையோடு கொடுப்பதைப் போல.”

அவர் மிகவும் சோகமாக இருந்தார்.

இதுவும்கூட மீளுருவாக்கம்தான்.

9
இரவு

அத்தியாயம் இருபத்து நான்கு

மங்கொளி பரவிய கூடத்தையொட்டி, விரிப்பு போர்த்தப் பட்ட படிக்கட்டுகளின் மீதேறி கள்ளத்தனமாய் நான் என் அறைக்குத் திரும்பிப்போகிறேன். அங்கு விளக்குகள் அணைக்கப்பட்டிருக்கின்றன. பொத்தான்கள் பொருத்தப்பட்டதும் அவை இன்னமும் பூட்டப்பட்டிருப்பதுமான என்னுடைய சிவப்பு ஆடையோடு என்னுடைய நாற்காலியில் அமர்கிறேன், ஆடைகளோடு இருக்கும்போதுதான் உங்களால் தெளிவாய்ச் சிந்திக்க முடியும்.

எனக்கு இப்போது தேவை ஒரு இயலுறுத்தோற்றம். சமதளத்தில் அடுக்கப்பட்ட பரிமாணங்களால் ஒரு சட்டத்துக்கு உட்படுத்தப்பட்ட இந்த ஆழத்தைக் குறித்த ஒரு முப்பரிமாணத்தோற்றம். இயலுறுத்தோற்றங்கள் முக்கியம். இல்லாவிட்டால் இரண்டே பரிமாணங்கள்தான் கிடைக்கும். இல்லாவிட்டால் மற்ற எல்லாமும் நுணுக்கமான குறிப்புகளின் சமதளத்தோற்றமாக மட்டுமே காட்சியளிக்கும். முகத்தின் அணுக்கள், மயிர், படுக்கைவிரிப்பின் நெசவு எல்லாம். அதோடு உங்களுடைய சருமம் ஒரு வரைபடத்தைப் போல பயனற்றுப்போன ஒன்றின் வரையுருவாகவும், குறுக்கும் நெடுக்குமாகப் பாவப்பட்டிருப்பவையும் எங்கும் சென்று சேர்க்காதவையுமான சின்னஞ்சிறு சாலைகளால் ஆனதாகவும் தோன்றும். இல்லாவிட்டால் சுவரில் அப்பப்பட்ட முகத்தோடு நீங்கள் வாழ வேண்டியிருக்கும். இல்லாவிட்டால் நீங்கள் நிகழ்நொடியில் வாழ வேண்டியவராவீர்கள். நான் இருக்க விரும்பாத இடம் அது.

ஆனால், என்னுடைய இருப்பு இப்போது அதில்தான். அதிலிருந்து நான் தப்ப இயலாது. காலம் ஒரு பொறி, நான் அதில் மாட்டிக்கொண்டிருக்கிறேன். நான் என்னுடைய ரகசியப் பெயரையும் என்னுடைய கடந்த காலத்தையுமெல்லாம் மறந்துவிட வேண்டும். இப்போது என்னுடைய பெயர் ஆஃப்ரெட், நான் வாழும் இடம் இதுதான்.

இந்த நிமிடத்தில் வாழ், அதை எவ்வளவு சிறப்பாகச் செய்ய முடியுமோ செய், உன்னிடம் இருப்பதெல்லாம் அது மட்டுமே.

எல்லாவற்றையும் மதிப்பீடு செய்தாக வேண்டிய நேரம் இது.

என்னுடைய வயது முப்பத்து மூன்று. என்னுடைய கேசத்துக்கு அடர்ப்பழுப்பு நிறம். என்னுடைய உயரம் காலணிகள் இல்லாமல் ஐந்தடி ஏழங்குலம். என்னுடைய வெளிப்புறத்தோற்றம் எப்படிப்பட்டது என்பதை நினைவுகூர்வதில் எனக்கு சிரமம் இருக்கிறது. செயலாற்றிக்கொண்டிருக்கும் சூலகங்கள் எனக்கு இருக்கின்றன. எனக்கு இன்னமும் ஒரு வாய்ப்பு இருக்கிறது.

ஆனால், இப்போது இன்றிரவு ஏதோ மாறிவிட்டது, நிலைமை மாறிவிட்டது.

நான் சில கோரிக்கைகளை முன்வைக்க முடியும். அதிகத்துக்கு வாய்ப்பில்லை. ஏதோ கொஞ்சமாக வைக்கலாம்.

ஆண்கள் வெறும் உடலுறவு எந்திரங்கள் அதற்கு மேல் ஒன்றுமில்லை என்றாள் ஆன்ட் லிடியா. அவர்களுக்கு வேண்டியது ஒரே விஷயம்தான். நம்முடைய நலனுக்காக அவர்களைத் திறமையாக உபயோகப்படுத்திக்கொள்ள வேண்டும். அவர்களுக்கொரு மூக்கணாங்கயிறைப் போட்டாக வேண்டும். அதுதான் இயற்கையின் வழி. அதுவே கடவுளின் கருவி. அப்படித்தான் செய்தாக வேண்டும்.

ஆன்ட் லிடியா வெளிப்படையாக இப்படிச் சொல்லிவிடவில்லை என்றாலும் இதுவே அவள் பேசிய ஒவ்வொன்றிலும் மறைபொருளாய் இருந்தது. இருண்ட காலத்துப் புனிதர்களின் பொன் மொழிகளைப் போல அது அவளுடைய தலைக்கு மேலாக மிதந்தபடி இருந்தது. அவர்களைப் போலவே அவளும் எலும்பும் தோலுமாக இருந்தாள்.

ஆனால் தளபதியை, தன்னுடைய வாசிப்பறையும் வார்த்தை விளையாட்டுமாக இருப்பவரை, தன்னோடு நான் விளையாட வேண்டும் எனவும், தான் மென்மையாகயும் நானே ஆசையாகச் செய்வதுபோலவும் முத்தமிடப்பட வேண்டும் என்பவரை இதற்குள் எப்படிப் பொருத்துவது? மேலும், அவருடைய ஆசை எதன் மீது என்றே தெரியாதபோது என்ன செய்வது?

இதை, அவருடைய இந்த விருப்பத்தை நான் தீவிரமாகக் கவனத்தில் கொள்ள வேண்டும் என்பதை உணர்கிறேன். இது மிக முக்கியமானதாக, என்னுடைய கடவுச்சீட்டாக, ஏன் என்னுடைய

வீழ்ச்சியாகவும்கூட ஆகலாம். நான் இதைக் கருத்தில் கொள்ள வேண்டும், இது குறித்துத் தீவிரமாகச் சிந்திக்க வேண்டும். ஆனால் அறையின் நீள்சதுரவடிவ சன்னலில் தொங்குகின்ற, மணமகளின் ஆடையைப் போன்ற இந்தச் சல்லாத்துணித் திரைச்சீலையின் ஊடாக, வெளியில் இருக்கும் மென்தேடுவிளக்குகள் என்னை ஒரு வெளியேற்றப்பட்ட ஆவிபோல ஒளியேற்றிக்காட்டும் இந்த இருளில் அமர்ந்துகொண்டு என்னுடைய ஒரு கை இன்னொன்றைப் பிடித்துக்கொண்டும் நான் முன்னும்பின்னுமாக அசைந்துகொண்டும் இருக்கும் இந்த நேரத்தில் என்றாலும், நான் எதைச் செய்துகொண்டிருக்கும் போது என்றாலும் இது நிச்சயமாக நகைப்புக்குரியதாகவே இருக்கிறது.

அவர் என்னுடன் ஸ்க்ராபிள் விளையாட விரும்பினார். அதோடு நானே ஆசையாகச் செய்வதுபோல அவரை முத்தமிட வேண்டும் என்றும் விரும்பினார்.

எனக்கு நிகழ்ந்தவற்றிலேயே மிகப் பெரிய கிறுக்குத்தனம் இதுதான்.

தருணம் தான் எல்லாம்.

பல ஆண்டுகளுக்கு முன் தயாரிக்கப்பட்ட தொலைக்காட்சி நிகழ்ச்சி ஒன்றின் மறுஒளிபரப்பு நினைவில் வருகிறது. நான் அதைப் புரிந்துகொள்ளும் அளவுக்கு வளராதவளாக, ஏழு அல்லது எட்டு வயதினளாக இருந்திருப்பேன். அம்மா பார்க்க விரும்பிய வரலாற்றுரீதியிலான, கல்வி தொடர்பான நிகழ்ச்சிகளில் ஒன்று அது. அதன் நிகழ்வுகளெல்லாம் உண்மையில் நடந்தவை என்று பிற்பாடு அவள் எனக்கு விளக்க முற்பட்டாள். எனக்கு அது ஒரு கதை மட்டுமே. அது யாரோ இட்டுக்கட்டிய ஒன்று என்றே நான் நினைத்துக்கொண்டேன். எல்லாக் குழந்தைகளும் சமகாலத்துக்கு முன்பான வரலாறுகள் குறித்து அப்படித்தான் நினைப்பார்கள் என்றே கருதுகிறேன். அது வெறும் ஒரு கதை என்றாகிவிட்டால் ரொம்பவும் அச்சுறுத்துவதாக இருக்காது.

அந்த நிகழ்ச்சி ஒரு ஆவணப்படம், போர்களில் ஒன்றைப் பற்றியது. அதில் மக்களை நேர்கண்டார்கள். அன்றைய சம காலத்தைய படங்களிலிருந்து காட்சிகளையும் புகைப்படங்களையும் காட்டினார்கள். எனக்கு அதைப் பற்றி அதிகமாக ஒன்றும் நினைவில்லை, ஆனால் அந்தப் புகைப்படங்களின் தரம் நினைவிருக்கிறது. அதில் இருந்தவையெல்லாம் எப்படி சூரிய ஒளியும் தூசுமான கலவையால் போர்த்தப்பட்டதுபோல இருந்தன

என்பதும், அந்த மனிதர்களின் புருவங்களுக்கு அடியிலும் கன்ன எலும்புகளின் பக்கமாகவும் நிழல் விழுந்திருந்ததும் நினைவிருக்கிறது.

இன்னமும் உயிரோடிருந்தவர்களின் நேர்காணல்கள் வண்ணத்தில் இருந்தன. எனக்கு மிக நன்றாக நினைவில் இருப்பது யூதர்களைக் கொல்வதற்கு முன்பாக அவர்களை அடைத்திருந்த முகாம்களில் ஒன்றில் மேற்பார்வையாளனாய் இருந்த ஒருவனின் ஆசைநாயகியினுடையது. அவர்கள் உலைகளில் வைத்து எரிக்கப்பட்டார்கள் என்றாள் அம்மா, ஆனால் அடுப்புகளின் படங்கள் எதையும் நான் பார்க்கவில்லை. அந்த மரணங்கள் அடுப்படிகளில் நிகழ்ந்ததாய் எனக்குள் குழப்பமான ஒரு படிமம் உண்டாகியிருந்தது. அம்மாதிரியான விஷயம் ஒரு குழந்தைக்கு மிகுந்த அச்சுறுத்தலைத் தரக்கூடியது. உலை என்றால் அடுப்பு, அடுப்பு என்றால் சமையல், சமையல் சாப்பிடுவதற்கு முன் நிகழ்வது, ஆகவே அந்த மனிதர்கள் உண்ணப்பட்டார்கள் என்று நான் நினைத்துக்கொண்டேன். ஒருவகையில் அது உண்மையும்கூடத்தான்.

அவர்கள் சொன்னதை வைத்துப் பார்க்கும்போது அந்த மனிதன் குரூரமானவனும் மனிதத்தன்மையற்றவனும் ஆவான். அந்த ஆசைநாயகி - என் அம்மாவுக்கு மூடுமந்திரங்களில் நம்பிக்கையில்லை. எனக்கு நான்கு வயதாக இருக்கும்போதே என்னிடம் படங்கள் முப்பரிமாணத்தில் மேலெழும்பி வரும் வகையிலான பாலுறுப்புப் புத்தகம் ஒன்று இருந்தது. அவள் எனக்கு ஆசைநாயகி என்ற சொல்லை விளக்கினாள் - ஒருகாலத்தில் மிக அழகாக இருந்திருக்கிறாள். அவளும் இன்னொரு பெண்ணும் நீச்சலுடையில் குதிஉயர்ந்தகாலணிகளும் அப்போது பிரபலமாய் இருந்த படங்கள் பொறித்த தொப்பிகளும் பூனைக்கண் குளிர்க்கண்ணாடிகளும் அணிந்து ஒரு நீச்சல்குளக் கரையில் சாய்வுநாற்காலிகளில் அமர்ந்திருக்கும் படம் ஒன்று காட்டப்பட்டது. அந்த நீச்சல்குளம் உலையடுப்புகளோடு கூடிய அந்த முகாமின் அருகில் இருந்த அவர்கள் வீட்டின் பின்புறத்தில் இருந்தது. அசாதாரணமான எதையும் கவனித்ததாக நினைவில்லை என்றாள் அந்தப் பெண். அந்த உலையடுப்புகளைப் பற்றி தனக்குத் தெரியாது என்றாள்.

அந்த நேர்காணலின்போது, அதாவது அந்தப் புகைப்படம் எடுக்கப்பட்ட நாற்பது அல்லது ஐம்பது வருடங்களுக்குப் பிறகு, அவள் நுரையீரல் அழுகல் நோயால் செத்துக்கொண்டிருந்தாள்.

ஏராளமாக இருமினாள், மிகவும் இளைத்துப்போய், கிட்டத்தட்ட எலும்பும் தோலுமாக இருந்தாள், ஆனால் அப்போதும் தன்னுடைய தோற்றத்தில் மிகுந்த பெருமிதம் கொண்டிருந்தாள். (பார், இன்னமும் தன்னுடைய தோற்றம் குறித்துப் பெருமைகொள்கிறாள் என்று எரிச்சல் பாதியும் ஆச்சரியம் பாதியுமாக அம்மா சொன்னாள்.) அவள் மிகுந்த கவனமான ஒப்பனையோடு இருந்தாள். கண்ணிமைகளில் அடர்த்தியாக மை தடவப்பட்டிருந்தது. ஒரு ரப்பர் கையுறையைப் போல் தோல் இழுத்துக் கட்டப்பட்டிருந்த அந்தக் கன்ன எலும்புகளின் மீது ரூஜ் தடவப்பட்டிருந்தது. முத்துமாலை ஒன்றை அணிந்துகொண்டிருந்தாள்.

அவன் ஒன்றும் ராட்சசன் அல்ல என்றாள். மக்கள் அவனை ஒரு ராட்சசன் என்று சொல்கிறார்கள். ஆனால், அவன் அப்படியல்ல.

அவள் என்னதான் நினைத்துக்கொண்டிருந்திருப்பாள்? பெரிதாக ஒன்றும் இருந்திருக்காது. நான் அப்படித்தான் நினைக்கிறேன். அந்தக் காலத்தில் அந்தச் சமயத்தில், தான் எப்படி யோசிக்கக் கூடாது என்றுதான் நினைத்துக் கொண்டிருந்திருப்பாள். அது அசாதாரணங்களின் தருணம். அவள் தன்னுடைய தோற்றத்தில் பெருமிதம் கொண்டிருந்தவள். அவன் ஒரு ராட்சசன் என்பதை அவள் நம்ப மறுத்தாள். அவளுக்கு அவன் ராட்சசன் அல்லன். ஒருவேளை அவனிடம் மனங்கனியச்செய்யும் குணாதிசயங்கள் இருந்திருக்கலாம். அவன் இயல்பாயிருக்கும்போது, குளிக்கும்போது சீழ்க்கை அடித்திருப்பான். ட்ரஃபிள்கள் என்றால் அவனுக்குக் கொள்ளை விருப்பமாய் இருந்திருக்கும். தன்னுடைய நாயை லியப்சென் என்றழைத்திருக்கலாம், சிறு இறைச்சித்துண்டங்களுக்காக நிமிர்ந்து உட்கார அதைப் பழக்கியிருக்கலாம். யாரிடத்தில் என்றாலும் ஒரு சிறிய மனிதத்தன்மையைக் கண்டெடுத்துவிடுவதுதான் எவ்வளவு சுலபமானது. எளிதில் கிட்டிவிடக்கூடிய ஒன்றுக்கான சபலம் அது. இவனொரு வளர்ந்த குழந்தை என்று அவள் தனக்குள் சொல்லிக்கொண்டு இருந்திருப்பாள். அவளுடைய இதயம் உருகியிருக்கும், அவனுடைய நெற்றியில் வழியும் முடிக்கற்றையை நீவி பின்னுக்குத் தள்ளியிருந்திருப்பாள், அவனுடைய செவியில் முத்தமிட்டிருப்பாள், அவனிடமிருந்து எதையாவது பெற்றுக்கொள்ளும் நோக்கம் ஏதும் இல்லாமலேயே, வெறுமனே அவனை ஆறுதலாக உணரவைப்பதற்கான ஒரு உந்துதலில் மட்டுமே இதையெல்லாம் செய்திருப்பாள். கனவுகண்டு திடுக்குறும் அவனிடம், ஒன்றுமில்லை, எல்லாம் கனவுதான், உனக்குத்தான்

எவ்வளவு பிரச்சினைகள் என்று சமாதானம் சொல்லியிருப்பாள். இதையெல்லாம் மனதாரச் செய்திருப்பாள், இல்லாவிட்டால் அவளால் எப்படித் தொடர்ந்து உயிர்வாழ முடிந்திருக்கும்? அந்த அழகுக்கு அடியில் இருந்த அவள் மிகச் சாதாரணமானவள். அவள் நற்பாங்குகளில் நம்பிக்கை வைத்திருந்தாள். தன்னுடைய யூத வேலைக்காரியைப் போதுமான அளவுக்கு அல்லது தேவைக்கு அதிகமாகவே நல்லபடியாக நடத்தியிருப்பாள்.

அந்த நேர்காணல் படமாக்கப்பட்ட சில நாட்களுக்குப் பிறகு அவள் தற்கொலை செய்துகொண்டாள். தொலைக்காட்சி நிகழ்ச்சியில் அதையும் சொன்னார்கள்.

அவனை அவள் நேசித்தாளா இல்லையா என்று யாருமே அவளைக் கேட்கவில்லை.

இப்போது எனக்கு அதன் எல்லாவற்றிலும் அழுத்தமாக நினைவிருப்பது அந்த ஒப்பனை மட்டும்தான்.

நான் எழுகிறேன், இருளுக்குள் பொத்தான்களை அவிழ்க்கத் தொடங்குகிறேன். சிறிது நேரத்தில் என் உடலுக்குள்ளிருந்து ஏதோ ஓசை கேட்கிறது. நான் எதையோ உடைத்துக்கொண்டுவிட்டேன், ஏதோ ஒன்றில் கீறல் விழுந்துவிட்டது. அப்படித்தான் இருக்க வேண்டும். நான் அது இதென்று எதையுமே யோசிக்காதபோதும், எந்த எச்சரிக்கையும் விடுக்காமலும், அந்த ஓசை, உடைந்த இடத்திலிருந்து, என் முகத்திலிருந்து வெளியேறி மேலெழும்பி வருகிறது. நான் அந்த ஓசையை வெளியேற அனுமதித்தால் அது சிரிப்புச் சத்தமாய் இருக்கும். மிக வலுத்ததாய், மிக அதீதமாய் இருக்கும். பிறகு அதை யாராவது கேட்டுவிடுவார்கள், பிறகு படிகளில் ஓடியேறி வருவார்கள். கட்டளைகள் பறக்கலாம், யார் கண்டது? தீர்ப்போ, சமயத்துக்குப் பொருத்தமில்லாத உணர்வுகள், அலைந்துதிரியும் கருப்பை, ஆக, ஹிஸ்டீரியா என்றாகும். பிறகு ஊசிகள், மாத்திரைகள். உயிருக்கும் ஆபத்தாகலாம்.

வாந்தியெடுக்க இருப்பவளைப் போல இரண்டு கைகளாலும் வாயைப் பொத்துகிறேன், முழந்தாளிடுகிறேன், தொண்டைக்குள் சிரிப்பு எரிமலைக்குழம்பாய்க் கொதித்துக்கொண்டிருக்கிறது. அலமாரிக்குள் தவழ்கிறேன், என்னுடைய முழங்கால்களை இறுக்கிக்கொள்கிறேன், இப்படியே மூச்சுத்திணறவும்கூடும். கட்டுப்படுத்திக்கொண்டிருப்பதில் என் விலாக்கள் நோகின்றன, நான் நடுங்குகிறேன், ஒரு நிலநடுக்கத்தைப் போல் பெருமூச்செடுக்கிறேன்,

இந்த அலமாரி முழுக்க சிவக்கும்படியாய் எரிமலையாக வெடித்தாலும் வெடிப்பேன். சிரிப்பு, பிறப்பு எப்படியான இயைபு. ஐயோ சிரித்துச் சிரித்தே சாவதென்றாலோ...

தொங்கிக்கொண்டிருக்கும் என்னுடைய மேலங்கியின் மடிப்புகளில் அதை ஒளித்துவைக்கிறேன், கண்ணீர் பெருகும் என் விழிகளை இறுக மூடுகிறேன். என்னைச் சமநிலைப்படுத்திக்கொள்ள முயல்கிறேன்.

வலிப்புநோயின் ஒரு அலையைப் போல அது சிறிதுநேரத்தில் மறைகிறது. இதோ நான் அலமாரிக்குள் இருக்கிறேன். *Nolite te bastardes carborundorum.* இருளுக்குள் என்னால் பார்க்க முடியவில்லை என்றாலும் கீறப்பட்டிருக்கும் அந்தச் சின்னஞ்சிறு எழுத்துகளை என்னுடைய விரல்களின் நுனியால் ப்ரெய்ல் குறிகளைத் தடவுவதுபோல் தடவுகிறேன். அது இப்போது என்னுடைய மண்டைக்குள் ஒரு பிரார்த்தனையைப் போல அல்லாமல் ஒரு கட்டளையைப் போல ஒலித்துக்கொண்டிருக்கிறது. ஆனாலும், என்ன செய்ய முடியும்? தடயங்கள் தொலைந்துபோன பண்டைய படுகைத்தளக் குறியீடுகளைப் போன்ற இது என்னைப் பொறுத்தவரையில் பிரயோசனமற்றது. அவள் எதற்காக இதை எழுதினாள், எதற்காக மெனக்கெட்டாள்? இங்கிருந்து தப்பத்தான் வழியே இல்லையே.

நான் வேகவேகமாய் மூச்சை இழுத்துக்கொண்டு தரையில் படுத்துக்கிடக்கிறேன், பிறகு பிள்ளைப் பிறப்புக்கானவை என்று சொல்லித்தரப்படும் பயிற்சிகளில் போல மெதுவாக என்னுடைய மூச்சை சமநிலைக்குக் கொண்டுவருகிறேன். இப்போது என்னுடைய இதயத்தின் ஓசையை என்னால் கேட்க முடிகிறது, திறந்து மூடுதல், திறந்து மூடுதல், திறத்தல்.

10
சோல் ஸ்ரோல்ஸ்

அத்தியாயம் இருபத்து ஐந்து

மறுநாள் காலை நான் முதலில் கேட்டது ஒரு அலறலையும் ஒரு தகர்வொலியையும். கோராதான் காலையுணவுத் தட்டைக் கீழே போட்டுவிட்டிருக்கிறாள். அது என்னை எழுப்பிவிட்டது. என் ஒரு பாதி அலமாரிக்குள் இருந்தது, சுருட்டியிருந்த மேலங்கியில் என் தலை இருந்தது. நான் மேலங்கியை அதன் மாட்டியிலிருந்து எடுத்த பிறகு அலமாரிக்குள்ளேயே தூங்கிப்போயிருக்க வேண்டும். ஒரு நொடி நான் எங்கு இருக்கிறேன் என்று எனக்கு நினைவில்லை. கோரா என் அருகில் மண்டியிட்டிருந்தாள். அவளுடைய கை என் முதுகைத் தொடுவதை நான் உணர்ந்தேன். நான் அசைந்ததில் அவள் மறுபடி அலறினாள்.

உருண்டு எழுந்து உட்கார்ந்தவாறே கேட்டேன். என்ன ஆயிற்று?

ஓ, நான் என்னவோ நினைத்துவிட்டேன், என்றாள்.

அவள் என்ன நினைத்தாள்?

அது... என்றாள்.

முட்டைகள் தரையில் உடைந்துகிடந்தன. கூடவே ஆரஞ்சுச் சாறும் உடைந்த சில்லுகளும்.

இனி நான் வேறொன்று கொண்டுவர வேண்டும். எப்படியொரு அழிமானம். தரையில் அப்படி நீ என்ன செய்துகொண்டிருந்தாய்? சுயமாக நான் நிற்க உதவும் வகையில் அவள் என்னை இழுத்துத் தூக்கிக்கொண்டிருந்தாள்.

நான் படுக்கைக்கே போகவில்லை என்பதை அவளிடம் எப்படிச் சொல்ல முடியும். அதை இவளிடம் விளக்குவதற்கு வழியில்லை. எனக்கு மயக்கம் வந்திருக்க வேண்டுமென்று சொன்னேன். அதுவும் அதே அளவுக்கு மோசம்தான். ஏனென்றால் அவள் அதைப் பிடித்துக்கொண்டுவிட்டாள்.

முதல் அறிகுறிகளில் அதுவும் ஒன்று என்றாள் மகிழ்ந்தவளாய். அதுவும் பிறகு வாந்தியும். தேவையான நேரம் இன்னமும்

ஆகிவிடவில்லை என்பது அவளுக்குத் தெரிந்திருக்கும். ஆனாலும், அவள் நம்பிக்கைகொண்டாள்.

இல்லை, இது அது இல்லை என்றேன். நான் நாற்காலியில் அமர்ந்திருந்தேன். நிச்சயமாகத் தெரியும் அது இல்லை. எனக்குக் கிறுகிறுப்பாய் இருந்தது. அவ்வளவுதான். நான் அங்கே நின்றுகொண்டிருந்தேன். திடீரென்று எல்லாம் இருண்டுவிட்டது.

அப்படியென்றால் அலுப்புதான் காரணம், நேற்று உனக்கு உண்டாகியிருந்த அலுப்பு உடலை முறித்துப்போட்டுவிடக்கூடியது என்றாள்.

அவள் அந்தப் பிறப்பு குறித்துச் சொல்கிறாள். ஆம் அதேதான் என்றேன். நான் நாற்காலியில் அமர்ந்திருக்க அவள் தரையில் மண்டியிட்டிருந்தாள். உடைந்த கண்ணாடித் துண்டுகளையும் முட்டையையும் பொறுக்கி தட்டில் போட்டுக்கொண்டிருந்தாள். துடைத்தாளால் ஆரஞ்சுச்சாறைத் துடைத்தாள்.

நான் ஒரு துணி எடுத்துவர வேண்டியிருக்கும். உனக்கு அவை வேண்டாம் என்றாலே தவிர கூடுதல் முட்டைகளுக்கான காரணத்தை அவர்கள் அறிய வேண்டியிருக்கும். என்னைப் பாக்கவாட்டில் பார்த்துக்கொண்டே கேள்வியான பாவனையுடன் சொன்னாள். நான் காலையுணவு உண்டுவிட்டதாக நடித்துக்கொள்வது இருவருக்குமே நல்லதாக இருக்கும் என்பதை நான் கண்டுகொண்டேன். நான் தரையில் கிடந்ததாக அவள் சொன்னால் ஏகப்பட்ட கேள்விகள் வரும். எப்படியும் உடைந்த குவளைக்கு அவள் பதில் சொல்லியாக வேண்டும். அதோடு இன்னொரு முறை காலையுணவு சமைக்க வேண்டி வந்தால் ரீட்டா நிச்சயம் கடுப்பாகிவிடுவாள்.

எனக்கு வேண்டாம். அப்படியொன்றும் பசியில்லை என்றேன். இதுதான் சரி. கிறுகிறுப்புக்கும் இதற்கும் ஒத்துப்போகிறது. வாட்டின ரொட்டி போதும் என்றேன். சுத்தமாக ஒன்றுமேயில்லாமல் இருக்கவும் மனமில்லை.

அது தரையில் கிடந்ததே என்றாள்.

அதனால் பரவாயில்லை என்றேன். நான் அந்த வாட்டின ரொட்டித்துண்டத்தைத் தின்றுகொண்டிருந்தபோது அவள் குளியலறைக்குச் சென்று கைநிறைய இருந்த முட்டையைக் கழுவித்தள்ளினாள். கழிப்பறைப் பீங்கானுக்குள் அதற்கான ரட்சிப்பு கிடைப்பதாயில்லை. பிறகு, திரும்பி வந்தாள்.

திரும்பிப்போகும்போது தட்டைக் கீழே போட்டுவிட்டதாகச் சொல்லிக்கொள்கிறேன் என்றாள்.

எனக்காக அவள் ஒரு பொய் சொல்லத் தயாராக இருந்தது, எவ்வளவு சிறிய ஒன்றாக இருந்தபோதும், அதனால் அவளுக்கும் நன்மையே என்றபோதும் அது எங்கள் இருவருக்குமான ஒரு தொடர்புக்கண்ணி என்பதால் எனக்கு மகிழ்ச்சியளித்தது.

நான் அவளைப் பார்த்துப் புன்னகைத்தேன். யாருக்கும் சத்தம் கேட்டிருக்காது என்று நம்புகிறேன் என்றேன்.

வாசலில் தட்டோடு வந்து நின்றபோது எனக்குத் தூக்கிவாரிப் போட்டுவிட்டது. முதலில் அது உன்னுடைய துணிமணி என்றுதான் நினைத்தேன். பிறகு அவை தரையில் என்ன செய்துகொண்டிருக்கின்றன? என்று என்னையே கேட்டுக் கொண்டேன். ஒருவேளை நீ...

ஓடிவிட்டேன் என்று...

ஆம். ஆனால் அங்கு கிடந்தது நீதான் என்றாள்.

ஆம் நான்தான்.

ஆக, அப்படி நடந்ததற்குப் பிறகு அவள் தட்டை எடுத்துக்கொண்டு போய் மீதம் கிடந்த ஆரஞ்சுச் சாறைத் துடைக்க துணியோடு மீண்டும் வந்தாள். அன்று மதியம், சில பேருக்குக் கைகள் நடுக்கம் காண்கின்றன, எப்போதும் அதிகமாக யோசிக்கிறார்கள், நேரே பார்த்து நடப்பதில்லை என்றெல்லாம் ரீட்டா எரிச்சலாய்ப் புலம்பினாள். நாங்கள் இருவரும் எதுவும் நடக்காததுபோலவே இருந்தோம்.

அது நடந்தது மே மாதத்தில். இப்போது வசந்தமும் முடிந்துவிட்டது. தூலிப்புகள் அவற்றின் உச்சத்தை அடைந்து முடிந்துவிட்டன. அவற்றின் இதழ்களைப் பற்களைப் போல ஒவ்வொன்றாக உதிர்த்துக்கொண்டிருக்கின்றன. தோட்டத்தில் ஒருநாள் அருகில் அவளுடைய கைத்தடி கிடக்க, ஒரு சிறு தலையணை மீது செரினா ஜாய் மண்டியிட்டிருந்ததைப் பார்த்தேன். தோட்டத்துக் கத்திரி ஒன்றால் அவள் மலர்களின் விதைப்பைகளைக் கத்தரித்துக்கொண்டிருந்தாள். என்னுடைய கூடை நிறைந்த ஆரஞ்சுகள் மற்றும் ஆட்டிறைச்சித் துண்டுகளோடு அவளைக் கடக்கையில் பக்கவாட்டில் கவனித்தேன். அவள் குறிபார்த்தாள், கத்திரியின் வெட்டும் பாகத்தைச் சரியான கோணத்தில் வைத்தாள்,

பிறகு அவளுடைய முடக்குவாதத்தாலா அல்லது மலர்களின் பருத்த பாலுறுப்புகளின் மீதான கமிக்காஸ்*, கோபத்தாக்குதல் ஏதுமோ என்று யோசிக்கவைத்த, வலிப்பின் நடுக்கத்தோடு வெட்டினாள். பழம் உருவாகும் சாத்தியக்கூறுள்ள விதைப்பைகளைக் கத்தரிப்பது கிழங்குகளின் சக்தியைப் பாதுகாப்பதற்காகவாம்.

புனித செரினா மண்டியிட்டபடி பாவமன்னிப்பு தேடிக் கொண்டிருக்கிறாள்.

இப்படி செரினாவைப் பற்றி சின்னத்தனமான குரூர நகைச்சுவைகளை யோசித்து என்னை நானே மகிழ்ச்சிப்படுத்திக் கொள்வேன். ஆனால், அதுவும் நெடுநேரத்துக்கு முடியாது. அவளுக்குப் பின்னால் நின்றபடி செரினாவை அப்படியெல்லாம் பார்த்துக்கொண்டிருப்பது எனக்கு நல்லதில்லை.

நான் ஆசைப்பட்டது அந்தக் கத்திரிக்கோலுக்கு.

ஆக, நீண்ட காம்புகளின் மீது அழகாய் எழும்பி ஐரிஸுகளும் பூத்துவிட்டன. ஊதிப்பருத்த கண்ணாடிக் குவளையைப் போன்றதும், ஒரு தெரிப்பில் ஒரு நொடி உறைந்துநின்ற சாயத்தண்ணீர் போன்றதுமான ஐரிஸுகள். இள நீலம், இள ஊதா, அதோடு மெத்தென்ற கத்திரிநிறம் போன்ற அடர்நிறங்களிலும். வெயிலில் ஆடும் கரிய காட்ஸ் இயர்கள், கருநீல ப்ளீடிங் ஹார்ட்டுகள். இவற்றின் வடிவங்கள் இத்தனை பெண்தன்மையதாய் இருக்கும்போது இன்னமும் எப்படி வேரோடு பிடுங்கப்படாதிருக்கின்றன என்பது ஆச்சரியம்தான். செரினாவின் இந்தத் தோட்டத்திற்கு ஏதோ ஒரு நிலைகுலைவிக்கும் தன்மை இருக்கிறது. புதைக்கப்பட்டவை வார்த்தைகளில்லாமல் வெளிச்சத்திற்குள் வெளிப்படும் இந்தத் தோட்டம், வாயடைக்கப்பட்டவை எல்லாம் ஓசையற்றென்றாலும் ஆர்ப்பரித்துக்கொண்டுதான் இருக்கும் என்று சொல்வதைப் போல இருக்கிறது. இது ஒரு டென்னிசன்** தோட்டம். நறுமணத்தின் எடை கூடி மயங்கிக்கிடப்பது. கள்வெறி என்ற சொல்லின் திரும்புகை இது. சூரியனிலிருந்து அதன் மீது வெளிச்சம் பொழிகிறது, உண்மைதான். ஆனால், அதிலிருந்தே வெப்பம் மேலெழவும் செய்கிறது. ஒரு கரத்தின் மீதோ, ஒரு தோளின் மீதோ, ஒரு அங்குல உயரத்தில் உங்கள் கையை நீட்டினால் உணர்வதைப்

★ இரண்டாம் உலகப் போரில் பசிபிக் போர்க் கட்டம் நெருங்கிக்கொண்டிருந்தபோது நேச நாடுகளின் கடற்கலங்களுக்கு எதிராக ஜப்பானியப் பேரரசின் ராணுவ விமானிகளால் மேற்கொள்ளப்பட்ட தற்கொலைத் தாக்குதல்.

★★ லார்ட் டென்னிஸனின் ஒரு கவிதை – come into the garden Maud.

போல இந்த மலர்களிலிருந்து அந்த வெப்பம் எழுவதையும் உங்களால் உணர முடியும். இந்த வெதுவெதுப்பை அது சுவாசிக்கிறது, தன்னைத் தனக்குள்ளாகவே மூச்சில் இழுக்கிறது. இந்த இளஞ்சிவப்புப் பியோனிக்களின், இந்த கார்னேஷன்களின் பூப்பு நாட்களில் இவற்றினூடாக நடந்துபோவது என் தலையைக் கிறுகிறுக்கச் செய்கிறது.

வில்லோ மரம் அதன் முழு அழகில் தோகை விரித்திருக்கிறது. அதன் ரகசிய கிசுகிசுப்புகளாலும் நன்மை ஏதுமில்லை. ரகசியச்சந்திப்பு என்றும், மேற்தளம் என்றும் அது சீறிக்குழைவது என் முதுகுத்தண்டில் ஏறி ஜுரத்தில் போல அதில் ஒரு நடுக்கத்தை உண்டாக்குகிறது. இந்தக் கோடையுடை என் தொடைச்சதையில் உரசுகிறது. என் பாதங்களுக்குக் கீழே புல் அடர்கிறது. என் விழிகளின் ஓரத்தில் அசைவுகள் தெரிகின்றன. கிளைகளில், இறகுகளில். சிறகடித்துத் திரிதல்களை, கமக்கங்களை, மரம் பறவையாதலை, கற்பனைக்கெட்டாத உருமாற்றங்களையெல்லாம் பார்க்கையில் இப்போது காதல் தேவதைகளின் வருகை சாத்தியமே என்று தோன்றும். காற்று இச்சையின் மேற்பூச்சைப் பூசிக்கொண்டிருக்கிறது.

இந்த வீட்டின் செங்கற்களும்கூடத் தொடுகையை உணரக் கூடியவையாக, மென்மையானவையாக ஆகிக் கொண்டிருக்கின்றன. நான் அவற்றின் மீது சாய்ந்தால் அவை கதகதப்பாகவும் நெகிழ்ந்து கொடுப்பனவாகவும் இருக்கும். ஒரு நிராகரிப்பு என்னவெல்லாம் செய்யவல்லது என்பது ஆச்சரியமளிக்கிறது. நேற்று சோதனைச்சாவடியில் என்னுடைய கடவுச்சீட்டைக் கீழே போட்டுவிட்டு அதை அவனை எடுக்கவிட்டபோது என்னுடைய கணுக்காலைப் பார்த்து அவன் கிறுகிறுத்திருப்பானா, மயங்கியிருப்பானா? இப்போது கைக்குட்டைகள் இல்லை, விசிறிகள் இல்லை, கையில் இருப்பதைப் பயன்படுத்திக்கொள்ள வேண்டியதுதான்.

பனிக்காலம் இவ்வளவு பயங்கரமானதல்ல. எனக்கு வன்மை, குளிர்மை, விறைப்பு வேண்டும். காம்பின் மீதிருக்கும் இன்னீர்ப்பழம்போல் கனிந்த இந்த நீர்மை வேண்டாம். இந்த பாரத்தை என்னால் தாங்க முடியவில்லை.

தளபதிக்கும் எனக்கும் இடையில் ஒரு இணக்க ஏற்பாடுள்ளது. வரலாற்றில் இப்படியான ஏற்பாடுகளில் இது முதலாவதல்ல என்றாலும் அது கொண்டிருக்கும் வடிவம் வழக்கமானதல்ல.

வாரம் இரண்டு அல்லது மூன்று முறை எப்போதும் இரவுணவுக்குப் பிறகே நான் தளபதியை சந்திக்கிறேன். ஆனால், எனக்கு சமிக்ஞை கிடைத்தால் மட்டும்தான். சமிக்ஞை என்பது நிக். நான் கடைவீதிக்குக் கிளம்பும்போது அல்லது அங்கிருந்து திரும்பும்போது அவன் காரைத் துடைத்துக்கொண்டிருந்தான் என்றாலோ, அதோடு கூட அவனுடைய தொப்பி ஒருச்சாய்ந்து இருந்தாலோ அல்லது அணியப்படவே இல்லை என்றாலோ நான் போவேன். அவன் அங்கு இல்லை என்றாலோ அல்லது அவனுடைய தொப்பி நேராக இருந்தது என்றாலோ நான் சாதாரணமாக என்னுடைய அறையிலேயே இருப்பேன். சடங்கு இரவுகளில் இது எதுவும் கணக்கில்லை.

இதிலுள்ள சிக்கல் என்பது வழக்கம்போல மனைவிதான். இரவுணவுக்குப் பின் அவள் அவர்களுடைய படுக்கையறைக்குச் செல்வாள். நான் கூடத்தில் ஊறி நடப்பதை, என்னதான் நான் அமைதிகாக்க முயன்றாலும் அங்கிருந்தபடி, சர்வநிச்சயமாக அவளால் கேட்டுவிட முடியும். அல்லது அவள் அமரும் அறையில் தேவதூதர்களுக்கான சால்வைகளைக் கணக்குவழக்கில்லாமல் பின்னித்தள்ளிக்கொண்டு இருப்பாள். கெஜக்கணக்கில், நுணுக்கமான உபயோகமில்லாத கம்பளி மனிதர்களைப் பின்னுவாள். அவளுக்குக் கிட்டிய படைப்பு முறையாகவும் அது இருக்கலாம். அவள் அங்கிருக்கும்போது அமரும் அறையின் கதவு விரியத்திறந்திருக்கும், அதைத் தாண்டிப்போக நான் துணிய மாட்டேன். எனக்கு சமிக்ஞை கிடைத்தும் என்னால் படிகளிலோ அல்லது அமரும் அறையை ஒட்டி இருக்கும் கூடத்திலோ நடமாட முடியாமல்போனால் தளபதி புரிந்துகொள்வார். யாரையும்விட அவருக்கு என் நிலைமை நன்றாகத் தெரியும். அவருக்கு எல்லா விதிமுறைகளும் தெரியும்.

சில சமயங்களில் செரினா ஜாய் வெளியில் போவாள். வேறொரு தளபதியின் மனைவியான, உடல்நலமில்லாத ஒருத்தியைப் பார்க்க. அப்படியொரு இடத்துக்குத்தான் அவளால் தனியாக மாலைகளில் போக முடியும். பரிசாக அவள் உணவுவகைகள் கொண்டுபோவாள். ஒரு கேக் அல்லது பணியாரம் அல்லது ரீட்டா செய்த ரொட்டி அல்லது ஜெல்லி ஜாடி ஒன்று. அவளுடைய தோட்டத்தில் வளரும் புதினாவில் செய்த ஜெல்லி. இவர்கள், இந்தத் தளபதிகளின் மனைவியர் இருக்கிறார்களே, அடிக்கடி நோய்வாய்ப்படுகிறவர்கள். அவர்கள் வாழ்வுக்கு அது சுவாரஸ்யம் சேர்க்கிறது. சேடிப்பெண்களும் மார்த்தாக்களுமாகிய நாங்களோ

நோய்மையைத் தவிர்ப்போம். மார்த்தாக்கள் ஓய்வுபெறச்சொல்லி வற்புறுத்தப்படுவதை விரும்புவதில்லை. ஏனென்றால், அவர்கள் எங்கு போய்ச் சேர்வார்கள் என்று யாருக்குத் தெரியும்? இப்போதெல்லாம் வயதான பெண்களை அதிகம் பார்க்கவே முடிவதில்லையே. எங்களுக்கோ நிஜமான எந்த இயலாமையும், நீடித்திருக்கும் எதுவும், ஒரு பலகீனம், தசை இழப்பு அல்லது பசியின்மை, முடி உதிர்வு, சுரப்பிகள் செயலிழப்பது, இவற்றில் ஏதோ ஒன்று எங்கள் முடிவுக்குக் காரணமாகலாம். வசந்தத்தின் தொடக்கத்தில் கோராவுக்கு ஃப்ளூ வந்திருந்தபோதும்கூட அவள் சுற்றித்திரிந்தது நினைவு வருகிறது. யாரும் கவனிக்கவில்லை என்று அவள் நினைத்தபோது நிலைப்படிகளைப் பிடித்துகொள்வாள், இருமிவிடக் கூடாதென்று மிகக் கவனமாக இருந்தாள். செரினா விசாரித்தபோது லேசான சளி என்றாள்.

செரினாவுமே சில நாட்கள் அவளுடைய படுக்கையை விட்டு எழாமல் ஓய்வெடுத்துக்கொள்வது உண்டு. அப்போது அவளுக்குத் துணையிருக்க ஆட்கள் வருவார்கள். மாடிப்படிகளில் சரசரத்துக் கொண்டும், மகிழ்ச்சிகரமாகக் கொஞ்சல் பேசிக்கொண்டும் மனைவிமார் வருவார்கள். இப்போது இவளுக்கு கேக்குகளும், பணியாரங்களும், ஜெல்லியும், மற்றவர்களின் தோட்டத்திலிருந்து மலர்க்கொத்துகளும் வரும்.

அவர்கள் முறைவைத்துக்கொள்வார்கள். கண்ணுக்குத் தெரியாத, பேசிக்கொள்ளப்படாத, ஏதோ பட்டியல் கணக்கிருக்கிறது. ஒவ்வொருத்தியும் தன்னுடைய பங்கான கவனத்தைவிட அதிகமாகக் கோரிவிடக் கூடாதென்பதில் கவனமாக இருப்பாள்.

செரினா வெளியில் செல்ல இருக்கும் இரவுகளில் நான் சர்வநிச்சயமாக அழைப்புப் பெறுவேன்.

முதன்முறை நான் குழம்பிப்போனேன். அவருடைய தேவைகள் எனக்குப் புதிராகப் பட்டன. முட்டாள்தனமாகவும், நாடா வைத்துக் கட்டப்படக்கூடிய ஜோடுகள் மீது ஒருவர் வெறித்தனமாக ஆசைகொள்வதுபோல நகைப்புக்கிடமாகவும் பட்டன.

அதோடு ஒருவகையான ஏமாற்றமும் உண்டானது என்றுதான் சொல்ல வேண்டும். அந்த மூடிய கதவுகளுக்குப் பின்னால் அந்த முதன்முறை நான் எதை எதிர்பார்த்திருந்தேன்? சொல்ல முடியாத எதையாவதா? ஒருவேளை கைகால்களைத் தரையில் ஊன்றிய நிலையில் செய்வது போன்ற வக்கிரங்களை,

சாட்டையடிகளை, சதையறுப்புகளை நினைத்தேனோ? குறைந்தபட்சமாய்ச் சிறிய பாலியல் அத்துமீறல்களை, கடந்த காலத்தில் அவருக்குக் கிடைக்காமல் போனவையும் இப்போது சட்டப்படி தடுக்கப்பட்டதும், உறுப்புநீக்கு தண்டனைக்கு அவரை ஆளாக்கக்கூடியதுமான சிறிய இன்பங்களை அவர் அடைவதற்காக நான் தேவைப்பட்டிருக்கலாம் என்று நினைத்தேனோ? ஆனால், இதற்கெல்லாம் பதிலாக ஸ்க்ராபிள் விளையாடச் சொல்லிக் கேட்கப்பட்டது, ஏதோ நாங்கள் மணமான முதிர்ந்த தம்பதி என்பதுபோல, அல்லது இரண்டு குழந்தைகள் என்பதுபோல, ஏனோ அதீத கிறுக்குத்தனமாகத்தான் தோன்றியது. அதன் வகையில் அதுவும் ஏதோ ஒரு அத்துமீறல் என்றே பட்டது. ஒரு வேண்டுகோள் என்று பார்க்கும் போது மூடுமந்திரமாகப் பட்டது.

ஆக, நான் அறையை விட்டுக் கிளம்பியபோதும் அவருக்கு என்னிடத்தில் என்ன வேண்டியிருந்தது என்றும், ஏன் என்றும், அல்லது அதில் எதையாவது என்னால் நிறைவேற்ற முடியுமா என்றும் எனக்குத் தெளிவாகப் புரியவில்லை. ஒருவேளை பேரமென்று ஏதாவது இருக்குமானால் பரிமாறிக்கொள்ளப்பட இருப்பவை குறித்துத் தெளிவான விவரம் வேண்டும். ஆனால், இது எதையுமே அவர் சர்வநிச்சயமாகச் செய்யவில்லை. பூனையும்- எலியும் விளையாட்டொன்றை அவர் முயன்றுபார்க்கிறார் என்று நினைத்தேன். ஆனால், இப்போது எனக்குத் தோன்றுகிறது, அவருடைய நோக்கங்களும் ஆசைகளும் என்ன என்பதில் அவருக்கே தெளிவில்லை. வார்த்தைகளாய் வெளிப்படும் அளவுக்கு அவை இன்னமும் மேலெழும்பவில்லை.

இரண்டாவது மாலையும் முதல் மாலையைப் போலவேதான் தொடங்கிற்று. நான் கதவை நெருங்கினேன். அது மூடியிருந்தது. தட்டினேன். உள்ளே வரச்சொல்லப்பட்டேன். பிறகு, அந்த வழுவழுப்பான மணல் வண்ணப் பலகைகளில் அதே இரண்டு ஆட்டங்கள் தொடர்ந்தன. *மிகுசொற்புணர்புடையது, படிகக்கல், குழப்பநிலை, தேவதை, தாளம்.* இவற்றை உச்சரிக்கச் செய்த முயற்சியில் என் நாக்கு தடித்துவிட்டதுபோல் இருந்தது. முன்பு அறிந்திருந்து, இப்போது கிட்டத்தட்ட மறந்துவிட்ட ஒரு மொழியைப் பயன்படுத்துவதுபோல இருந்தது. இந்த உலகிலிருந்து எப்போதோ மறைந்துவிட்ட பழக்கங்களைக் கொண்டிருந்த ஒரு மொழியை பயன்படுத்துவதுபோல இருந்தது. ஒரு வெட்டவெளி

மேசையில் *café au lait** உடன் ஒரு உயரக்குவளையில் ஆப்சிந்த்**தும் செய்தித்தாளில் செய்யப்பட்ட ஆட்டுக்கொம்பு வளைவிலான இறால் என்றெல்லாமும் நான் ஒருகாலத்தில் வாசித்தறிந்திருந்த, ஆனால் பார்த்தறியாத விஷயங்கள்போல, தொலைக்காட்சியில் பார்த்த பழைய படங்களில் வரும் நம்ப முடியாத காட்சிகளான, உன்னால் முடியும், எனக்குத் தெரியும் உன்னால் முடியும் என்ற கூக்குரலுக்கு இடையில் ஊன்றுகோலை உதறிவிட்டு நடக்க முயல்பவர்களைப் போல, கூர்மையான அந்த ற் மற்றும் க் களுக்கு இடையில் என் மனமும் அப்படித்தான் தடுமாறித் தத்தளித்தது, கூழாங்கற்கள் மீதுபோல உயிரெழுத்துகள் மீது வழுக்கிவிழுந்தது.

நான் தயங்கியபோதும் சரியான எழுத்துக்கூட்டலைக் கேட்டபோதும் தளபதி பொறுமையாக இருந்தார். நாம் அகராதியில் பார்த்துக்கொள்ளலாமே என்றார். அவர் நாம் என்றார். முதன்முறை அவர் என்னை ஜெயிக்கவிட்டார் என்பதையும் உணர்ந்தேன்.

அன்றிரவு எல்லாமும் வழக்கம்போல்தான் இருக்கும் என்று எதிர்பார்த்தேன், அந்த நல்லிரவு முத்தம் உட்பட. ஆனால், நாங்கள் இரண்டாவது ஆட்டத்தை ஆடி முடித்ததும் அவர் தன்னுடைய நாற்காலியில் அமர்ந்துகொண்டார். நாற்காலியின் கைகளில் தன்னுடைய முழங்கைகளை வைத்துக்கொண்டார். விரல்களின் நுனிகளை ஒன்றுசேர்த்து வைத்துக்கொண்டு என்னைப் பார்த்தார்.

உனக்கு நான் ஒரு சிறு பரிசு வைத்திருக்கிறேன் என்றார்.

அவர் கொஞ்சமாகச் சிரித்தார். பிறகு, அவருடைய மேசையின் முதல் இழுப்பறையை இழுத்து அதிலிருந்து எதையோ வெளியிலெடுத்தார். ஒரு நொடி ஏதோ அதை என்னிடம் கொடுப்பதா வேண்டாமா என்று முடிவெடுப்பவர்போல் தன்னுடைய ஆள்காட்டி விரலுக்கும் கட்டைவிரலுக்கும் இடையில் பிடித்தார். நான் அமர்ந்திருந்த இடத்திலிருந்து பார்க்க அது தலைகீழாய் இருந்தாலும்கூட எனக்கு அடையாளம் தெரிந்துவிட்டது. ஒருகாலத்தில் அவை வழக்கத்தில் இருந்தவைதானே. அது ஒரு மாதாந்திரி, அதன் படத்திலிருந்து பெண்கள் மாதாந்திரிப் பத்திரிகை என்று தெரிந்தது. இலையுதிர் காலத்தின் பாணியில் கூந்தலைப் பறக்கவிட்டிருந்தவளும், கழுத்தைக் கைக்குட்டையால் மூடிக்கொண்டிருந்தவளும், உதட்டில் சாயம் பூசியவளுமான ஒரு படிமி பளபளப்பான தாளில் இருந்தாள். இப்படிப்பட்ட பத்திரிகைகளெல்லாம் அழிக்கப்பட்டுவிட்டன

★ *cafe au lait*, ஒரு *brioche* பால் சேர்த்த காபி.

★★ மதுபான வகை.

என்று நினைத்திருந்தேன். இதோ எஞ்சிய ஒன்று. நீங்கள் இப்படியொரு பொருளை எதிர்பார்க்கவே முடியாத இடத்தில், ஒரு தளபதியின் தனி வாசிப்பறையில் இருக்கிறது.

அவர் குனிந்து அந்தப் படிமியைப் பார்த்தார். அவருக்கு அவள் சரியான கோணத்தில் இருந்தாள். அவர் இன்னமும் தன்னுடைய ஏக்கப்புன்னகையைப் புரிந்தவண்ணமாய் இருந்தார். மிருகக்காட்சிச் சாலையில் கிட்டத்தட்ட அழிந்துபோய்விட்ட இனத்தைப் பார்த்து உங்கள் முகத்தில் தோன்றும் பாவனை அது.

என் முன்னால் ஒரு தூண்டிலைப் போல அவர் தொங்கவிட்ட பத்திரிகையை வெறித்துக்கொண்டிருந்த எனக்கு அது வேண்டியிருந்தது. எனக்கு அது எவ்வளவு வேண்டியிருந்தது என்றால் அந்த இச்சையின் வலுவால் என் விரல்களின் முனைகள் வலிக்கும் அளவுக்கு வேண்டியிருந்தது. அதே நேரம் என்னுடைய இந்த ஏக்கத்தை நான் கேவலமாகவும் மடத்தனமானதாகவும் பார்த்தேன். ஏனென்றால், இப்படியான பத்திரிகைகளை நான் ஒருகாலத்தில் மிகச் சாதாரணமாக நினைத்திருந்தேன். அவற்றைப் பல் மருத்துவர்களின் அலுவலகங்களிலும், சில நேரம் விமானங்களிலும் வாசித்திருக்கிறேன். லூக் வரும்வரை காத்திருக்கும் வெற்று நேரத்தை நிரப்பும் சாதனமாக அவற்றை விடுதி அறைகளுக்கு எடுத்துச்சென்றிருக்கிறேன். அவற்றைப் புரட்டிய பிறகு எறிந்துவிடுவேன். ஏனென்றால் அவை சர்வநிச்சயமாக எறியப்பட வேண்டியவையாகவே இருந்தன. அதோடு அவற்றில் என்ன இருந்தது என்பதை இரண்டு மூன்று நாட்களுக்குப் பிறகு என்னால் நினைவுகூரவே முடியாது.

ஆனால், இப்போது எனக்கு நினைவிருக்கிறது. அவற்றில் இருந்ததற்குப் பெயர் நம்பிக்கை. அவை பேசியது மாற்றங்கள் குறித்து. இரண்டு ஜோடி கண்ணாடிகளை எதிரெதிரில் வைத்தால் பிரதிசெய்யப்படும் பிம்பங்களைப் போன்ற, மறையும் புள்ளிவரையில் பிரதிக்கு மேலே பிரதியாகப் பெருகியவாறு இருப்பவற்றைப் போன்ற எண்ணிலடங்காத சாத்தியக்கூறுகளை அவை முன்வைத்தன. அவை ஒரு சாகசத்துக்கு அடுத்து இன்னொன்றை, ஒரு உடையலமாரிக்குப் பிறகு இன்னொன்றை, ஒரு முன்னேற்றத்துக்கு அடுத்து மற்றதை, ஒரு ஆணுக்கு அடுத்து இன்னொருவனை முன்வைத்தன. அவை புத்துயிராக்கத்தை, வலியின் எல்லையைக் கடந்து மேம்படலை, எல்லையற்ற காதலை முன்வைத்தன. அவற்றில் இருந்த அசல் வாக்குறுதி இறவாநிலையே.

இதைத்தான் அது என்னவென்று தெரியாமலேயே அவர் கையில் வைத்திருந்தார். அவர் பக்கங்களைப் புரட்டினார். நான் என்னை அறியாமல் முன்னால் சாய்ந்தேன்.

இது பழையது, ஒரு அரியபொருள் என்றும் சொல்லலாம். எழுபதுகளுடையது. வோக், மதுச்சுவைஞர் ஒருவர் மதிப்புமிக்க மது ஒன்றின் பெயரைச் சொல்வதுபோல அவர் சொன்னார். உனக்கு இதை வாசிக்க விருப்பம் இருக்கும் என்று நினைத்தேன்.

நான் பின்னுக்குச் சாய்ந்துகொண்டேன். சித்தாந்தங்களை நான் எவ்வளவுக்குக் கோட்டைவிடுகிறேன் என்று பார்க்க என்னைச் சோதிக்கிறாராக இருக்கலாம். இது அனுமதிக்கப்பட்டதல்ல, என்றேன்.

இங்கே, உள்ளே, அனுமதிக்கப்பட்டது என்றார் அமைதியாக. எனக்குப் புரிந்தது. பிரதானச் சட்டத்தை மீறிவிட்டு, இன்னொன்றுக்கு எதற்குத் தயங்க வேண்டும்? அதுவும் சாதாரணமான ஒன்றுக்கு. அல்லது இன்னொன்றுக்கு. அல்லது வேறொன்றுக்கும். இதெல்லாம் எதில் முடியும் என்று யாருக்குத் தெரியும்? இந்தக் குறிப்பிட்ட கதவுக்குப் பின்னால், விலக்கப்பட்டதெல்லாம் அனுமதிக்கப்பட்டது.

நான் அவரிடமிருந்து பத்திரிகையை எடுத்துக்கொண்டு அதை நேராகத் திருப்பினேன். அதோ மீண்டும் அங்கே இருந்தன என்னுடைய குழந்தைப் பிராயத்தின் படங்கள். திடமாக நடைபோட்டுக்கொண்டு, தன்னம்பிக்கையுடன் கைகளை அகல விரித்து, தங்களுக்கான இடத்தைக் கோருவதுபோல நிலத்தின் மீது கால்களை அழுந்தப்பதித்து நிற்கும் பெண்களின் படங்கள். இப்படி நிற்கும் விதத்தில் மறுமலர்ச்சிக் காலத்தின் தோற்றம் இருக்கிறது என்றாலும் எனக்கு நினைவு வருவது இளவரசர்களைத்தான். சுருள்கள் வழியும் வண்ணமாகக் கூந்தல் அலங்காரம் செய்திருக்கும் இளவரசிகளை அல்ல. அந்தத் தெளிந்த விழிகள் ஒப்பனையால் நிறமூட்டப்பட்டவை. ஆம், ஆனால் பூனைகளின் கண்களைப் போன்று அவை தாக்குதலுக்காகக் குறிபார்க்கிறவை. அவற்றில் அச்சமோ தயக்கமோ ஏதுமில்லை. கொள்ளையடித்த பொருட்களுக்காக சீமாட்டியரின் தோற்பெட்டிகளை வைத்திருக்கிறார்கள். குதிரைகளை நினைவுபடுத்தும் ஆர்வங்காட்டும் பற்களுடன் இருக்கிறார்கள். விலங்கு உரோமத் துணியிலான மேலங்கிகளையும், முட்டிவரை

இருக்கும் ஜோடுகளையும் அணிந்திருக்கும் இந்தப் பெண்கள் கடற்கொள்ளைக்காரிகள்.

நான் பக்கங்களைப் புரட்டிக்கொண்டிருக்க, தளபதி என்னைக் கவனித்துக்கொண்டிருப்பதை உணர்ந்தேன். எனக்குத் தெரிந்தது, நான் செய்யக் கூடாத ஒன்றைச் செய்துகொண்டிருப்பதும் அதைப் பார்ப்பதில் அவருக்கு இன்பம் கிடைப்பதும். நான் தீயவளாக உணர்ந்திருக்க வேண்டும், ஆன்ட் லிடியாவின் கூற்றுப்படி நான் தீயவள். ஆனால், நான் தீமையை உணரவில்லை. மாறாக, எட்வர்டு காலத்தைய கடற்கரையோரத் தபாலுறையைப் போல உணர்ந்தேன்: விஷமமாக. அடுத்ததாக அவர் எனக்கு எதைக் கொடுப்பார்? இடுப்புக்கான கச்சையையா?

நீங்கள் இதை எதற்காக வைத்திருக்கிறீர்கள்? நான் கேட்டேன்.

எங்களில் சிலர் பழம்பொருட்கள் மீதான ஆர்வம் கொண்டிருக்கிறவர்கள்.

ஆனால், இவையெல்லாம் எரிபட்டிருக்கப்பட வேண்டியவை ஆகிற்றே. வீட்டுக்கு வீடு தேடுதல், தீ வைப்பு எல்லாம் நடந்ததே...

நகைமுரணாகவோ அல்லது அப்படி நினைக்காமலோ அவர் சொன்னார், பெருந்திரளின் கைகளில் அபாயகரமானவையாக மாறுபவை, யாருடைய கைகளில் பாதுகாப்பானவை என்றால்...

விமர்சனங்களுக்கு அப்பாற்பட்டவர்களின் கைகளில் என்றேன்.

அவர் இறுக்கமாகத் தலையசைத்தார். அவர் என்ன நினைத்தார் என்று சொல்வது அசாத்தியம்.

ஆனால், இதை என்னிடம் எதற்காகக் காட்டுகிறீர்கள்? இதைச் சொல்லிவிட்டு நானொரு முட்டாளைப் போல உணர்ந்தேன். அவரால் என்ன சொல்ல முடியும்? என்னைப் பணயமாக்கி அவர் வேடிக்கைபார்க்கிறார் என்றா? முந்தைய காலகட்டத்தை நினைவுபடுத்துவது எனக்கு எவ்வளவு வலியுண்டாக்கும் என்று அவருக்கு நன்றாகவே தெரிந்திருக்குமே.

அவர் சொன்ன பதிலை நான் எதிர்பார்த்திருக்கவே இல்லை. அவர் சொன்னார், வேறு யாரிடம் இதை நான் காட்ட முடியும்? இதோ மறுபடியும் அதே சோகம்.

இதற்கு மேலும் கேட்கலாமா? நான் யோசித்தேன். அவரை இன்னமும் நெருக்கக் கூடாது, வெகுதூரத்துக்கு இவ்வளவு சீக்கிரம் அவரை நான் தள்ளக் கூடாது. நான் இன்றியமையாதவள்

என்று எனக்குத் தெரியும். ஆனாலும், நான் சொன்னேன். மிக மென்மையாக. உங்கள் மனைவியிடம் காட்டலாமே?

அவர் யோசித்ததுபோல இருந்தது. இல்லை என்றார். அவள் புரிந்துகொள்ள மாட்டாள். எப்படியும் என்னிடம் அவள் இப்போதெல்லாம் அதிகம் பேசுவதில்லை. எங்களுக்கு மத்தியில் பொதுவான விஷயங்கள் இப்போதெல்லாம் அதிகம் இல்லை.

ஆக, இதோ வெளிச்சத்துக்கு வந்துவிட்டது: அவர் மனைவி அவரைப் புரிந்துகொள்வதில்லை.

அதற்காகத்தான் நான் தேவைப்படுகிறேன். அதே பழைய புராணம். இவ்வளவு புளித்துப்போன ஒன்று எப்படி உண்மையாக இருக்க முடியும்.

மூன்றாம் இரவில் நான் அவரிடம் கைகளுக்கான குழைமப்பூச்சு வேண்டும் என்றேன். கெஞ்சுவதாகத் தோன்ற விருப்பமில்லை. ஆனாலும், எனக்குக் கிடைக்கக்கூடியதைப் பெற்றுக்கொள்ள நினைத்தேன்.

என்ன, என்ன வேண்டும் என்றார். எவ்வளவு நயமாக இயலுமோ அவ்வளவு நயமாக கேட்டார். அவர் மேசைக்கு அப்புறத்தில் இருந்தார். அந்த வழக்கமான முத்தத்தின்போது தவிர என்னைப் பெரிதாய்த் தொட்டுவிட மாட்டார். அதிலும் ஆவேசத் தழுவல், பெருமூச்சுகள் என்று எதுவுமில்லை. அவருக்கும் சரி, எனக்கும்தான் அவையெல்லாம் சுத்தமாய்ப் பொருந்தாமல் இருந்திருக்கும்.

கைகளுக்குப் பூசும் குழமைப்பூச்சு அல்லது முகத்துக்குப் பூசுவது என்றேன். எங்களுடைய சருமம் வறண்டுபோகிறது. ஏனோ என்னுடைய என்று சொல்லாமல் எங்களுடைய என்றேன். குளியல் எண்ணெயும் கேட்டிருக்கலாம் என்று தோன்றியது. சிறிய வண்ணப்புட்டிகளில் கிடைத்தவை, வீட்டில் என்னுடைய அம்மாவின் குளியலறையில் உருண்டைக் கண்ணாடிக் கிண்ணம் ஒன்றில் அவை இருந்தபோது மாயத்தன்மை உள்ளவைபோல் தோன்றியவை. ஆனால், அவருக்கு அவை என்னவென்று தெரியாது என்று நினைத்தேன். எப்படியும் அவை இனியும் தயாரிக்கப்படுவதாயும் தெரியவில்லை.

வறண்டா? என்றார் தளபதி, ஏதோ அப்படியொரு விஷயத்தை அவர் யோசித்ததே இல்லை என்பதுபோல. சரி அதற்கு என்னதான் செய்வீர்கள்?

எங்களுக்குக் கிடைக்கும்போது நாங்கள் வெண்ணெய் உபயோகிப்போம். அல்லது மார்ஜரின். பெரும்பாலான சமயம் மார்ஜரின்தான் கிடைக்கும்.

வெண்ணெய் என்றார் யோசனையாக. புத்திசாலிகள் தான். வெண்ணெய். அவர் சிரித்தார்.

எனக்கு அவரை அறையலாம்போல் இருந்தது.

அதைக் கொண்டுவர முடியுமென்றுதான் நினைக்கிறேன் என்றார் ஏதோ சிறுகுழந்தை ஒன்றின் சிக்லெட் ஆசைக்கு இணங்குவதுபோல. ஆனால் உன் மீது அது மணப்பதை அவள் கண்டுகொள்வாளே.

இது பழைய அனுபவம் ஒன்றிலிருந்து வந்த பயமாய் இருக்குமோ என்று எனக்கு சந்தேகமாக இருந்தது. மிகப் பழைய ஒன்று. கழுத்துப்பட்டையில் உதட்டுப்பூச்சு, கைப்பட்டைகளில் வாசனைத்திரவியம். பின்னிரவில் அடுப்படி அல்லது படுக்கையறையில் ஒரு காட்சி. இப்படிப்பட்ட அனுபவம் ஏதுமற்ற ஒரு மனிதனால் அப்படி யோசிக்க முடியாது. அதாவது, அவரது தோற்றத்துக்கு மாறாக அவர் சூழ்ச்சிக்காரராக இருந்தாலே தவிர.

நான் கவனமாக இருந்துகொள்வேன். மட்டுமல்லாமல் அவர் எனக்கு அவ்வளவு நெருக்கமாக இருப்பதில்லையே.

சில நேரங்களில் இருக்கிறாளே என்றார்.

நான் குனிந்துகொண்டேன். அதை நான் மறந்துவிட்டிருக்கிறேன். நான் சிவப்பதை உணர்ந்தேன். அந்த இரவுகளில் நான் அதைப் பயன்படுத்த மாட்டேன் என்றேன்.

நான்காவது இரவில் அவர் பெயரட்டை இல்லாத நெகிழிப்புட்டி ஒன்றில் எனக்காகக் குழைமப்பூச்சு கொண்டுவந்தார். அது அவ்வளவு தரமானதாகத் தெரியவில்லை, அதில் லேசான தாவர எண்ணெய் மணம் வந்தது. ஆனால் எனக்கு லில்லி ஆஃப் தி வாலி கிடைக்காதே. இது மருத்துவமனைகளில் படுக்கைப் புண்களுக்குப் பயன்படுத்துவதற்காகத் தயாரிக்கப்பட்டதாக இருக்கும். இருந்தாலும் நான் அவருக்கு நன்றி சொன்னேன்.

பிரச்சினை என்னவென்றால் இதை வைக்க எனக்கு இடமில்லை என்றேன்.

உன்னுடைய அறையில்? என்றார் ஏதோ அப்படித்தானே இருக்க முடியும் என்பதுபோல.

அவர்கள் கண்டுபிடித்துவிடுவார்கள் என்றேன். யாராவது கண்டுபிடித்துவிடுவார்கள்.

எப்படி? என்றார். ஏதோ அவருக்கு உண்மையிலேயே தெரியாது என்பதுபோல. அல்லது தெரியாதும் இருக்கலாம். எங்களுடைய அசலான வாழ்க்கைச் சூழல் குறித்து அவருக்குப் பெரிய கவனமில்லை என்று அவர் வெளிப்படுத்திக்கொள்வது இது முதன்முறை அல்ல.

அவர்கள் தேடுவார்கள். அவர்கள் எங்கள் எல்லோருடைய அறைகளிலும் பார்ப்பார்கள் என்றேன்.

எதை?

அவ்வளவோடு எனக்கு பொறுமை விட்டுப்போயிற்று என்று நினைக்கிறேன். சவரக்கத்திகளை என்றேன். புத்தகங்களை, எழுத்தை, கள்ளச்சந்தை விவகாரங்களை. கடவுளே உங்களுக்குத் தெரியாதா என்ன? நான் நினைத்ததைவிடவும் என் குரல் ஆத்திரத்தோடு ஒலித்தது. ஆனால் அவர் சட்டை செய்யவில்லை.

அப்படியென்றால் அதை நீ இங்கே வைத்துவிட வேண்டியதுதான் என்றார்.

ஆக, நான் அதைத்தான் செய்தேன்.

நான் அதை என் கைகளிலும் முகத்திலும் தடவிக்கொள்வதை அவர் பார்த்தார். கம்பிகளினூடாகப் பார்க்கும் அதே பார்வை. எனக்கு முதுகைத் திருப்பிக்கொள்ள வேண்டும்போல இருந்தது - ஏதோ அவர் என்னுடன் குளியலறையில் இருந்ததைப் போல - ஆனால் அவ்வளவுக்கு நான் துணியவில்லை.

அவருக்கு, இதை நான் நினைவில் வைத்திருக்க வேண்டும், நான் வெறும் ஒரு பொழுதுபோக்கு மட்டும்தான்.

அத்தியாயம் இருபத்து ஆறு

இரவுகளின் சுழற்சியில் இரண்டு மூன்று வாரங்களுக்குப் பிறகு சடங்கு இரவு மீண்டும் வந்தபோது எல்லாமே மாறியிருப்பதை நான் உணர்ந்தேன். முன்பு இல்லாத ஒரு சங்கடமான உணர்வு இப்போது இருக்கிறது. முன்பு நான் அதை ஒரு வேலையாகக் கருதினேன், எவ்வளவு வேகமாக இயலுமோ அவ்வளவு வேகமாக முடித்துத் தூக்கிப்போட்டுவிட வேண்டிய ஒரு வேலையாக. குளிர் நீரில் நீந்தவோ அல்லது எனக்கு எழுதப் பிடிக்காத தேர்வுகளை எழுதவோ வேண்டிவந்தால் அதற்கு முன் உன்னை இரும்பாக்கிக்கொள்ள வேண்டும் என்பாள் அம்மா. அப்போது அந்தச் சொற்றொடரை நான் பெரிதாக லட்சியம் செய்ததில்லை என்றாலும் அது உலோகங்களோடும் ஆயுதங்களோடும் தொடர்புடையது என்று நினைத்தேன். அதையே செய்தேன். என்னை இரும்பாக்கிக்கொள்வேன். நான் அந்த நிமிடம் அங்கில்லாததாக அந்தத் தசையில் இல்லாததாக நினைத்துக்கொள்வேன்.

உடலிலிருந்து கழன்று கொள்ளும் இல்லாமையின் அந்த நிலை தளபதி விஷயத்திலும் செயலாற்றிக்கொண்டிருந்தது என்று இப்போது புரிகிறது. என்னோடு இருந்த முழு நேரமும் அவரும் மற்ற விஷயங்களைப் பற்றியே நினைத்துக்கொண்டிருந்திருக்கலாம். எங்களோடு என்று சொல்ல வேண்டும். ஏனென்றால், செரினா ஜாயும் அந்த மாலைகளில் எங்களோடேதான் இருப்பாள். அவர் அன்றைய பகலில் செய்துகொண்டிருந்தது குறித்து, அல்லது கோல்ஃப் விளையாடுவது பற்றி, அல்லது அன்றிரவு உண்டதைப் பற்றிகூட நினைத்துக்கொண்டிருந்திருக்கலாம். அந்தப் பாலுறவுச் செயல்பாடு அவர் தன்னை உணராமல் செய்துகொண்டிருந்தது, பேரளவும் நனவிலிச் செயல்பாடாக, தன்னைத்தானே சொறிந்துகொள்வதைப் போல்தான் அவருக்கு இருந்திருக்கும்.

ஆனால் அன்றிரவு எங்களுக்குள் நடக்கும் இந்த ஏற்பாடு - அதற்கு என்னிடம் பெயர் ஏதுமில்லை - தொடங்கிய பிறகு நிகழ்ந்த

முதல் இரவில் எனக்கு அவரிடம் நாணம் உண்டானது. மற்ற எல்லாவற்றையும்விட அவர் என்னைக் கவனித்துப் பார்ப்பதாகத் தோன்றியதுதான் எனக்குப் பிடிக்கவே இல்லை. விளக்குகள் வழக்கம்போல ஒளிர்ந்துகொண்டிருந்தன. ஏனென்றால், காதல் மற்றும் காமத்தின் மெல்லிய நறுமணத்தை உண்டாக்கிவிடும் எதையும் அது எவ்வளவு மெல்லியதாக இருந்தாலும் செரினா ஜாய் எப்போதும் விலக்கிவிடுவாள். தலைக்கு மேல் எரியும் விளக்குகள், கட்டிலின் மேற்கூரையைத் தாண்டியும் பளீரென்று ஒளிரும் அவற்றுக்குக் கீழே அறுவைச்சிகிச்சை மேசையில் கிடப்பதுபோல் ஒரு மேடையில் இருப்பதுபோல் கிடப்பேன். வழக்கமாக மழிக்கப்பட்டு பிற்பாடு முடி வளர விடப்பட்ட கால்களில் மட்டுமே மண்டும் விதமாக என்னுடைய கால்களில் முடி மண்டிக்கிடந்தது பற்றி எனக்கு சங்கடமாக இருந்தது. என்னுடைய அக்குள்கள் குறித்தும் சங்கடம் இருந்ததென்றாலும் எப்படியும் அவர் அவற்றைப் பார்க்க முடியாது. விகாரமாக இருப்பதாக உணர்ந்தேன். இனப்பெருக்கத்துக்கான, சினைப்படுத்தல் என்றும் சொல்லத்தக்க இந்தச் செயல், என்னைப் பொறுத்தவரை ஒரு மலருக்கும் தேனீக்கும் இடையிலானது என்பதுபோல மட்டுமே இருந்திருக்க வேண்டியது. ஆனால், முன்பு இல்லாத வகையில் இப்போது எனக்கு நயங்கெட்ட, அவமானப்படத்தக்க ஒழுக்கமீறலாகி இருக்கிறது.

அவர் இனிமேலும் எனக்கு ஒரு பொருள் மட்டுமே அல்ல. அதுதான் பிரச்சினை. அன்றிரவு நான் அதை உணர்ந்துகொண்டேன், அந்த உணர்வு என்னில் தங்கிவிட்டது. அது சிக்கலை உண்டாக்குகிறது.

என்னைப் பொறுத்தவரை செரினா ஜாயும் மாறியிருக்கிறாள். எனக்கு நிகழ்த்தப்படுவதில் அவளுக்கு இருக்கும் பங்குக்காகவும், அவளும் என்னையும் என்னுடைய இருப்பையும் வெறுப்பதாலும், மேலும் என்னுடைய குழந்தையை - ஒருவேளை அப்படியொன்று எனக்குப் பிறந்தால் - வளர்க்கவிருப்பவள் அவள் என்பதாலும் ஒருகாலத்தில் எனக்கு அவள் மீது வெறுப்பு மட்டுமே இருந்தது. என்னுடைய கரங்களில் அவளுடைய விரலின் மோதிரங்கள் பதியுமளவு அவள் அழுத்தியபோதும், என்னுடைய கைகளைப் பின்னுக்கு இழுத்து அவளால் இயன்ற அளவுக்கு எனக்கு சிரமம் கொடுத்தபோதும் உண்டானதைவிட அதிகமாக இல்லையென்றாலும் இப்போதும் அவளை நான் வெறுக்கிறேன். ஆனால், அந்த வெறுப்பு இனியும் கலங்கமற்றதும் எளிமையானதுமாக இல்லை. அவளிடத்தில் எனக்கு ஒருபக்கம் பொறாமை உண்டாகிவிட்டது. ஆனால்,

இப்படி வெளிப்படையாக வறண்டுபோயிருப்பவளும் மகிழ்ச்சியற்றிருப்பவளுமான ஒருத்தியிடம் நான் எப்படிப் பொறாமைகொள்ள முடியும்? நம்மிடம் இருந்தாக வேண்டிய ஏதோ ஒன்றைப் பெற்றிருப்பதாக நாம் நினைக்கும் ஒருவரிடம்தானே நாம் பொறாமைகொள்ள முடியும்? எப்படியோ எனக்குப் பொறாமையாக இருந்தது.

அதேசமயம் நான் அவள் குறித்துக் குற்றவுணர்வும் கொண்டிருந்தேன். இப்போது தளபதியைத் திருட்டுத்தனமாகச் சந்திப்பது என்னதான் அவரோடு விளையாடுவதற்காகவும் அவர் பேசுவதைக் கேட்க மட்டுமே என்றாலும், சட்டதிட்டங்களில் குறிப்பிட்டிருப்பதைப் போல அல்லாமல் எங்களுடைய நடவடிக்கைகளில் விலக்கம் இல்லை என்பதால், அவளுடையதாக மட்டும் இருந்த ஒரு எல்லைக்குள் அத்துமீறிவிட்ட ஒருத்தியாக என்னை உணர்ந்தேன். நான் அவளிடமிருந்து எதையோ பிடுங்கிவிட்டேன், அவளுக்கு அது தெரியாது என்றாலும் நான் எதையோ அபகரித்துக்கொண்டேன். அவளுக்கு அது சுத்தமாக வேண்டாததாக இருந்தாலும், அதனால் அவளுக்கு யாதொரு பிரயோசனமும் இல்லாவிட்டாலும், அவளே அதை நிராகரித்திருந்தாலும்கூட, எப்படியென்றாலும் அது அவளுடையது. அவளிடமிருந்து நான் அதையும் எடுத்துகொண்டேன் என்றால் - புதிர் போன்ற இந்த அதை என்னால் விளக்க முடியவில்லை. ஏனென்றால், தளபதி என்னிடம் காதல் கொண்டிருக்கவில்லை, அவர் என்னிடம் அவ்வளவு தீவிரமாக எதையோ உணர்ந்தார் என்பதை என்னால் நம்பவே முடியாது - அவளுக்கென்று என்னதான் மிஞ்சியிருக்கும்?

எனக்கு நானே சொல்லிக்கொண்டேன், அதைப் பற்றி நான் ஏன் கவலைப்பட வேண்டும்? அவளுக்கும் எனக்கும் எந்த உறவுமில்லை. அவளுக்கு என்னைப் பிடிக்கவில்லை. ஏதாவது ஒரு காரணத்தைக் கண்டுபிடித்து - ஒருவேளை அவள் கண்டுபிடித்துவிட்டால் எல்லாவற்றையும் அவளால் இன்னமும் மோசமாக்கவும் முடியும் - ஒரே நிமிடத்தில் அவளால் என்னை இந்த வீட்டிலிருந்து வெளியேற்றிவிட முடியும். என்னைக் காப்பாற்றுவதற்காக அவரால் அதில் தலையிடவே முடியாது. பெண்களின் நடத்தைமீறல் குறித்த விவகாரங்கள் அது மார்த்தாவாக இருந்தாலும் சேடிப்பெண்கள் என்றாலும் மனைவிமாரின் ஆட்சியதிகாரத்துக்கு மட்டுமே உட்பட்டவை. செரினா ஜாய் கெடுநோக்குள்ள பழிவாங்கும் மனோபாவம் கொண்ட பெண், எனக்குத் தெரியும். ஆனாலும்,

அவள் மீதான அந்தச் சிறு கழிவிரக்கத்தை என்னால் உதறிவிட முடியவில்லை.

அதோடு, அவள் மீது எனக்கு ஒருவகையான அதிகாரம் கிடைத்திருக்கிறது, அவளுக்கு அது குறித்துத் தெரியாது என்றாலும் நான் அதை ரசித்தேன். ஏன் பொய்யுரைக்க வேண்டும்? நான் அதை வெகுவாக ரசிக்கிறேன்.

ஆனால், தளபதி என்னை வெகு சுலபமாகக் காட்டிக்கொடுத்து விடக்கூடும். ஒரு பார்வையில், ஒரு உடலசைவில், ஒரு சிறு பிசகில், பார்த்துக்கொண்டிருக்கும் யாருக்கும் எங்களிடையே எதுவோ இப்போது இருக்கிறது என்று தெரிந்துவிடும். அதைச் சடங்கு இரவன்று அவர் செய்தே விட்டார். என் முகத்தைத் தொட வருவதைப் போல கையை உயர்த்திவிட்டார், செரினா கவனிக்க மாட்டாள் என்ற நம்பிக்கையில் நான் தலையை இப்படியும் அப்படியுமாக ஆட்டி அவரை எச்சரிப்பதைப் போல செய்தேன், அவரும் தன் கையை இழுத்துக்கொண்டார், தன்னையே தனக்குள்ளாகவும் தன்னுடைய ஒற்றைப் பயணத்துக்குள்ளும் இழுத்துக்கொண்டார்.

இன்னொரு முறை அப்படிச் செய்யாதீர்கள் என்றேன், நாங்கள் மீண்டும் தனிமையில் இருந்தபோது.

எப்படி என்றார்.

நாம்... அவர் இருக்கும்போது அப்படி என்னைத் தொட முயலாதீர்கள்.

தொட முயன்றேனா?

உங்களுக்கே தெரியும், நீங்கள் காலனிக்கு என்னை இடமாற்ற வழிவகுத்துவிடலாம். அல்லது இன்னமும் மோசமான இடத்துக்கு. அவர் மற்றவர் முன்னிலையில் என்னை ஒரு பெரிய பூஜாடிபோலவோ ஒரு சன்னலைப் போலவோ தொடர்ந்து நடத்த வேண்டும் என்று நினைத்தேன். பின்னணியைச் சார்ந்த ஒரு சடப்பொருளாக அல்லது ஒளியூடுருவக்கூடிய ஒன்றாக.

மன்னித்துக்கொள், தெரிந்தே அப்படிச் செய்யவில்லை. ஆனால், எனக்கு எப்படி இருக்கிறதென்றால்...

எப்படி ? என்றேன், அவர் வாக்கியத்தை முடிக்காமல் விட்டதால்.

உணர்வுபூர்வமற்றதாக, என்றார்.

இதைப் புரிந்துகொள்ள உங்களுக்கு இவ்வளவு காலம் பிடித்ததா? என்றேன். நான் அவரிடம் பேசிக்கொண்டிருந்த விதத்திலேயே நாங்கள் வெவ்வேறு தளங்களைச் சேர்ந்தவர்கள் என்று உங்களுக்குப் புரிந்திருக்கும்.

இனிவரும் தலைமுறையினருக்கு இது இப்போதைக் காட்டிலும் சிறப்பானதாக இருக்கும். பெண்கள் எல்லோரும் ஒரே குடும்பமாக ஒத்துணர்ந்து வாழ்வார்கள். நீங்கள் அவர்களுக்கு மகள்களைப் போல இருப்பீர்கள், மக்கள்தொகை விரும்பிய நிலைக்கு வந்துவிட்டால் பிறகு உங்களை ஒரு வீட்டிலிருந்து இன்னொரு வீட்டுக்கு மாற்ற வேண்டிய தேவையே இருக்காது. ஏனென்றால், சுழற்சிக்குத் தேவையான அளவுக்கு ஆட்கள் இருப்பார்கள். உண்மையான நேச பந்தங்கள் உண்டாகும். இப்படிப் பேசும்போது எங்களை மகிழ்விக்கும் விதமாகப் பார்த்துக்கொண்டே சொல்வாள் ஆன்ட் லிடியா. பொதுவான ஒரு குறிக்கோளுக்காக ஒன்றிணையும் பெண்கள்! அவர்களது வாழ்க்கையின் பாதையில் பயணித்து அவளுக்கான பணியைச் செய்யும் ஒவ்வொருத்தியும் அன்றாடப் பணிகளில் ஒருவருக்கொருவர் உதவிக்கொள்பவர்கள். ஒரு குடும்பம் திறம்படச் செயல்பட ஒரே பெண்ணிடம் ஏன் எல்லாவற்றையும் எதிர்பார்க்க வேண்டும். அதில் நியாயமே இல்லை மனிதத்தன்மையும் இல்லை. உங்களுடைய பெண்மக்களுக்கு நிறைய சுதந்திரம் கிடைக்கும். ஒவ்வொருத்திக்கும் ஒரு சிறிய தோட்டம் என்ற குறிக்கோளை நோக்கி நாம் பணிபுரிகிறோம், இப்போது மீண்டும் கைகளைக் கோத்து மூசி இழையும் குரலுடன் சொல்லுவாள், உயர்த்திய விரலை எங்களை நோக்கி ஆட்டுவாள். ஆனால், இது ஒரு உதாரணத்துக்காக மட்டும் சொல்லுவதுதான், இன்னமும் நிறைய உண்டு. இப்படி, எல்லாம் சீராவதற்கு முன்பே, நாங்கள் பேராசைக்காரப் பன்றிகளாக அதீதமாக எதையும் கோரிவிடலாமா என்ன?

உண்மை என்னவென்றால் நான் அவருடைய ஆசைநாயகி. அதிகாரத்தில் இருக்கும் ஆண்களுக்கு எப்போதுமே ஆசைநாயகியர் இருந்திருக்கின்றனர், இப்போது மட்டும் அது ஏன் மாற வேண்டும்? இந்த ஏற்பாடுகள் வழக்கமானவை அல்ல என்பது உண்மைதான். ஆசைநாயகி ஒரு சிறிய வீட்டிலோ அவளுக்கேயான அடுக்ககத்திலோ அமர்த்தப்பட்டிருப்பாள், இப்போதோ இவர்கள் எல்லாவற்றையும் ஒரு கூரையின்கீழ் கொண்டுவந்துவிட்டார்கள்.

ஆனால், அதற்குக் கீழே எல்லாம் ஒன்றுதான். ஏறக்குறைய அப்படித்தான். வெளிப்புறப் பெண்டிர் என்பார்கள் சில நாடுகளில். நான்தான் அந்த வெளிப்புறப் பெண். எது குறையாக இருக்கிறதோ அதைத் தர வேண்டியது என்னுடைய பொறுப்பு. ஸ்க்ராபிளாக இருந்தாலும். இது நகைப்புக்கிடமான அதே நேரம் மானக்கேடான ஒரு நிலை.

அவளுக்குத் தெரியும் என்று சில நேரங்களில் நான் நினைக்கிறேன். சில சமயங்களில் அவர்கள் கூட்டுக்களவாணிகள் என்றும் தோன்றுகிறது. இவ்வளவு காலம் அவரை அவள் சகித்துக்கொண்டிருந்துவிட்டு இப்போது என்னைப் பார்த்துச் சிரித்துக்கொண்டிருப்பதாக, நான் அவ்வப்போது என்னைப் பார்த்தே முரண்நகைத்துக்கொண்டிருப்பதுபோல எனக்குத் தோன்றுகிறது. நன்றாகப் படட்டும் என்று அவள் தனக்குள் சொல்லிக்கொள்வாளோ. ஒருவேளை அவரிடமிருந்து அவள் தன்னைத்தானே முற்றிலுமாக விலக்கிக்கொண்டும் இருக்கலாம், அவளைப் பொறுத்தவரை அதுதான் விடுதலையாகவும் இருக்கலாம்.

ஆனாலும்கூட முட்டாள்தனமாகவே என்றாலும் நான் முன்பிருந்ததைவிட மகிழ்ச்சியாக இருக்கிறேன். செய்வதற்கு ஏதோ ஒன்று இருக்கிறதே. இரவுகளில் தனியே அறையில் இருப்பதைவிட அதை நிரப்பிக்கொள்ள ஏதோ கிடைக்கிறது. யோசித்துப்பார்க்க ஏதோ கிடைக்கிறது. நான் தளபதியை நேசிக்கவெல்லாம் இல்லை, அப்படி எதுவுமே இல்லை, ஆனால் அவர் இப்போது எனக்கு சுவாரஸ்யமானவாராகிவிட்டார், அவருக்கென்று ஒரு இடம் இருக்கிறது, இப்போது அவர் வெறும் ஒரு நிழல் இல்லை.

நானும் அவருக்கு அப்படித்தான். உபயோகப்படுத்திக்கொள்ளும் ஒரு உடல் மட்டுமாக நான் இப்போது இல்லை. சரக்கில்லாத ஒரு படகு, மது இல்லாத ஒரு கிண்ணம், ரொட்டியில்லாத ஒரு அடுப்பு அல்ல நான். அவருக்கு நான் முழு வெறுமை இல்லை.

அத்தியாயம் இருபத்து ஏழு

இந்தக் கோடையின் தெருவோரமாய் ஆஃப்க்ளெனுடன் நடக்கிறேன். காற்று கதகதப்பாகவும் ஈரப்பதமாயும் இருக்கிறது. முன்பு இது கோடை உடைகளுக்கும் மரச்செருப்புகளுக்குமான காலமாய் இருந்தது. எங்கள் ஒவ்வொருத்தியின் கூடையிலும் ஸ்ட்ராபெரிக்கள் இருக்கின்றன - இது ஸ்ட்ராபெரிக்களின் பருவம், ஆகவே நாங்கள் அவற்றால் சலித்துப்போகும்வரை அவற்றையே தின்போம் - கொஞ்சம் பொதிமீனும். மரப்பலகை ஒன்றில் புன்னகையும் கண்ணிமைகளுமான மீன் ஒன்றுடன் கூடிய லோவ்ஸ் அண்ட் ஃபிஷஸ் கடையில் மீனை வாங்கினோம். அதில் ரொட்டிப்பாளங்கள் விற்பதில்லை. பெரும்பான்மையான குடித்தனங்கள் தங்களுடையதைத் தானே தயாரித்துக்கொள்வர், பற்றாக்குறைகளின்போது வறட்டுச்சுருள்களும் மடிப்பு டோநட்டுகளும் டெய்லி ப்ரெட்டில் கிடைக்கும். லோவ்ஸ் அண்ட் ஃபிஷஸ் திறந்திருப்பதே அபூர்வம். விற்க ஒன்றுமில்லை எனும்போது எதற்காகத் திறப்பது? கடல் மீன்வளத் துறை வழக்கொழிந்துபோய் பல வருடம் ஆகிற்று, இப்போதிருக்கும் கொஞ்சம் மீன்களும் மீன் பண்ணைகளிலிருந்து வருபவை, சேற்றுச் சுவை உள்ளவை. கடற்பகுதிகளுக்கு ஓய்வளிக்கப்பட்டிருப்பதாகச் செய்திகள் கூறுகின்றன. சோல், ஹட்டாக், ஸ்வார்ட் ஃபிஷ், ஸ்காலப்ஸ், டூனா, லாப்ஸ்டர், பூரணம் வைக்கப்பட்டு அவிக்கப்பட்ட சால்மன் இளஞ்சிவப்பும் கொழுப்புமாக இறைச்சித் துண்டங்களோடு கரியடுப்பில் சமைக்கப்பட்டதெல்லாம் எனக்கு நினைவிருக்கிறது. திமிங்கலங்களைப் போல அவை எல்லாமும்கூட அழிந்துபோயிருக்கக்கூடுமோ? சன்னலில் காணக்கிடைக்கும் சாறு நிரம்பிய வெண்ணிறத் துண்டுகளின் படங்களைப் - ஒரு பொருள் விற்பனைக்கு இருக்கும்போது அதன் படத்தை அவர்கள் சன்னலில் வைப்பார்கள், அது இல்லையென்றால் எடுத்துவிடுவார்கள். சைகை பாஷை - பார்த்து இச்சித்துக்கொண்டு வெளியில் வரிசையில் நின்றபடி கடை திறப்பதற்காகக் காத்துக்கொண்டிருக்கும்போது, உதடுகளை அசைக்காமல் ஓசையற்ற வார்த்தைகளாக எனக்குக் கடத்தப்பட்ட அந்த வதந்திகளை நான் கேட்டிருக்கிறேன்.

நானும் ஆஃப்க்ளெனும் இன்று மெல்ல நடக்கிறோம், எங்களுடைய இந்த நீண்ட உடையில் கைகளுக்குக் அடியில் ஈரமாகவும் களைத்துப்போயும் தகித்துக்கொண்டிருக்கிறோம். நல்லவேளையாக இந்த வெக்கையில் நாங்கள் கையுறைகள் அணிய வேண்டியதில்லை. இந்தத் தொகுப்பில் எங்கோ ஒரு ஐஸ்க்ரீம் கடை இருக்கும். பெயர் நினைவில்லை. நாம் இரண்டு கரண்டிகள் வாங்கிக்கொள்ளலாம், நீங்கள் கேட்டால் அதன் மேல் அவர்கள் சாக்லேட் சீவல்களைத் தூவித்தருவார்கள். அவற்றுக்கு ஏதோ ஆணின் பெயர். ஜானிஸ்? ஜாக்கீஸ்? எனக்கு நினைவு வரவில்லை. எல்லாம் சடுதியில் மாறிவிடுகின்றன, கட்டடங்கள் தரைமட்டமாக்கப்படுகின்றன அல்லது வேறொன்றாக மாற்றப்படுகின்றன, முந்தைய காலகட்டத்தில் இருந்த நிலையில் அவற்றை நினைவில் வைத்திருக்க முடியவில்லை.

அவள் சிறியவளாக இருந்தபோது நாங்கள் அங்கு போவோம், கண்ணாடித் தடுப்பின் வழியாக ஐஸ்க்ரீம் கிண்ணங்கள் அவ்வளவு மென்மையான நிறங்களில் இளம் ஆரஞ்சு, இளம் பச்சை, இளம் சிவப்பு என்று பார்வைக்கு வைக்கப்பட்டிருப்பதைப் பார்க்கும் விதமாக நான் அவளைத் தூக்கிக்கொள்வேன். அவள் தேர்ந்தெடுப்பதற்காக நான் அவற்றின் பெயர்களை அவளுக்குப் படித்துக்காட்டுவேன். அவள் பெயர்களைக் கொண்டல்லாமல் அவற்றின் நிறத்தை வைத்தே தேர்ந்தெடுப்பாள். அவளுடைய ஆடைகளும் ஓவரால்களும் அதே வண்ணங்களில் இருக்கும். ஐஸ்க்ரீமின் இளம் வண்ணங்களில்.

ஜிம்மீஸ், அதுதான் பெயர்.

ஆஃப்க்ளெனும் நானும் இப்போது ஒருவரோடொருவர் சகஜமாக இருக்கிறோம், பழகிவிட்டோம். நாங்கள் சயாமீஸ் இரட்டையர்கள். இருவரும் முகமன் சொல்லிக்கொள்ளும்போது சம்பிரதாயங்களைப் பற்றி ரொம்பவும் அலட்டிக்கொள்வதில்லை, புன்னகைத்துவிட்டு எங்கள் தினப்படிப் பாதையில் சீராகப் பயணித்துக்கொண்டு பக்கம்பக்கமாக நகர்ந்துகொள்கிறோம், அவ்வப்போது எங்கள் பாதையை மாற்றிக்கொள்வோம். நாங்கள் எல்லைக்குள் இருக்கும்வரை அது அனுமதிக்கப்பட்டதுதான். புதிர்ப்பாதையில் இருக்கும் எலிக்கு அது பாதைக்குள்ளேயே இருக்கும்வரை எங்கும் போக அனுமதியுண்டு.

நாங்கள் முன்னமே கடைக்கும் தேவாலயத்துக்கும் போய்விட்டோம். இப்போது அந்தச் சுவரின் அருகில் இருக்கிறோம். இன்றைக்கு அதில் ஒன்றுமில்லை, குளிர்காலத்தில் போல் கோடையில் ஈக்கள் காரணமாகவும் வாடை காரணமாகவும் உடல்களை அவர்கள் அதிலேயே தொங்கவிட்டு வைப்பதில்லை. இந்த நிலம் முன்பொரு காலத்தில் பைன் மற்றும் பூக்களினுடைய நறுமணத்தின், மணமூட்டிகளின் நிலமாக இருந்தது, மக்கள் அந்த விருப்பத்தைத் தக்கவைத்துக்கொண்டிருக்கிறார்கள். குறிப்பாக, எல்லாவற்றிலும் தூய்மை வேண்டுமென்று பிரசங்கம் செய்யும் தளபதிகள்.

உன்னுடைய பட்டியலில் இருந்த எல்லாமே கிடைத்தனவா? ஆஃப்க்ளெனுக்கு என்னிடம் இருப்பது தெரிந்துமே கேட்கிறாள். எங்களுடைய பட்டியல் எப்போதுமே பெரியதில்லை. அவள் தன்னுடைய செயலறு நிலையை, சலிப்பைக் கொஞ்சம் இப்போது கைவிட்டிருக்கிறாள். பெரும்பாலும் அவளே என்னிடம் முதலில் பேசுகிறாள்.

ஆம் என்கிறேன்.

சுற்றிப்போவோம் என்கிறாள். கீழே ஆற்றை நோக்கிப் போகலாம் என்கிறாள். நாங்கள் சில நாட்களாக அந்த வழியில் போகவில்லை.

சரி என்கிறேன். ஆனால், நான் உடனே திரும்பிவிடவில்லை, நான் இருக்கும் இடத்திலேயே நின்று சுவரைக் கடைசியாக மறுபடி பார்த்துக்கொள்கிறேன். அதே செங்கற்கள், தேடுவிளக்குகள், முள்கம்பிச் சுருட்கள், அதே கொக்கிகள் இருக்கின்றன. ஏனோ இந்தச் சுவர் இப்படிக் காலியாக இருக்கும்போது கூடுதல் அச்சம் தருவதாக இருக்கிறது. அதில் யாராவது தொங்கிக்கொண்டிருந்தால் அந்தப் பயங்கரம் என்னவென்பது நமக்குத் தெரிந்தாவதுபோகும். ஆனால், காலியாக இருக்கும்போது அதில் ஆற்றல் உள்ளது, வரவிருக்கும் புயலினதைப் போல. நான் அந்த உடல்களைப் பார்க்கும்போது அந்த நிஜமான உடல்களை, அவற்றின் அளவிலும் வடிவத்திலுமிருந்து அவற்றில் எதுவும் லூக் இல்லை என்றானதும் அவன் இன்னமும் உயிரோடிருக்கிறான் என்று நம்ப முடிகிறது.

இந்தச் சுவரில் அவன் தோன்றக்கூடுமென்று நான் ஏன் நினைக்கிறேனென்று எனக்குப் புரியவில்லை. நூற்றுக்கணக்கான எத்தனையோ இடங்களில் அவர்கள் அவனைக் கொன்றுபோட்டிருக்கலாம். ஆனால், இந்த நிமிடம் இந்த வெற்றுச் செங்கற்களின் பின்னால் அவன் இருக்கிறானெனும் எண்ணத்தை என்னால் உதற முடியவில்லை.

அவன் எந்தக் கட்டடத்தில் இருப்பானென்று நான் கற்பனை செய்ய முயல்கிறேன். இது ஒரு பல்கலைக்கழகமாக இருந்தபோது நாங்கள் சாதாரணமாக அங்கு திரிய முடிந்தது, இந்தச் சுவருக்குப் பின்னால் கட்டடங்கள் எங்கிருந்தன என்று எனக்கு நினைவிருக்கிறது. இன்றும் அரிதாகப் பெண்களினுடைய ரட்சிப்புகளின்போது நாங்கள் உள்ளே போவதுண்டு, பெரும்பான்மையான கட்டடங்களும் செங்கற்களாலானவை, 19ஆம் நூற்றாண்டின் ரோமாபுரிக் கலாச்சாரத்தின் பாதிப்பில் சிலவற்றுக்கு வளைந்த நுழைவாயில்கள் உள்ளன. இப்போது கட்டடங்களுக்குள் செல்ல எங்களுக்கு அனுமதி இல்லை, ஆனால் அவற்றின் உள்ளே போக யார்தான் விரும்புவார்கள்? அந்தக் கட்டடங்கள் கண்களினுடையவை.

ஒருவேளை அவன் நூலகத்தினுள் இருக்கலாம். ஏதாவதொரு பெட்டகத்தில். வரிசைகளில்.

அந்த நூலகம் ஒரு தொழுமிடத்தைப் போல இருக்கிறது. நீண்ட வரிசைகளில் வெண்ணிறப் படிகள் வரிசையான கதவுகளுக்கு அழைத்துச்செல்லக்கூடியன. பிறகு, உள்ளே இன்னொரு வெண்ணிறப் படிக்கட்டு. அதன் இருபுறத்திலும் சுவரில் தேவதையுருவங்கள், அவற்றோடு போரிட்டுக்கொண்டிருக்கும் அல்லது போரிடவிருக்கும் ஆண்களினதும். ரத்தக்கறையோடும் அழுக்கேறியும் நாறிக்கொண்டும் இருக்க வேண்டிய அந்த ஆண்கள், அப்படியல்லாமல் சுத்தமாகவும் கணவான்கள் போன்றும் தோன்றுகிறார்கள். உட்புற வாயிலின் ஒரு பக்கமாக வெற்றிச்சின்னம் அவர்களை வழிநடத்துகிறது, மறுபக்கத்தில் மரணம் இருக்கிறது. ஏதோ ஒரு போரின் நினைவாக எழுதப்பட்ட சித்திரம் அது. மரணத்தின் தரப்பில் இருக்கும் ஆண்கள் உயிர்த்திருக்கிறார்கள். அவர்கள் சொர்க்கத்துக்குப் போகிறார்கள். மரணம் இறக்கைகளுடனும் ஏறத்தாழத் திறந்துகிடக்கும் ஒரு முலையோடும் ஒரு அழகிய பெண்ணாக நிற்கிறது அல்லது அது வெற்றியா? எனக்கு நினைவில்லை.

அதை அவர்கள் அழித்திருக்க மாட்டார்கள்.

நாங்கள் சுவருக்கு எங்கள் முதுகைக் காட்டித்திரும்பி இடதுபுறமாக நடக்கிறோம். இங்கே, காலியான கடைகள் ஏராளம் இருக்கின்றன. அவற்றின் சன்னல் கண்ணாடிகள் சோப்பால் பூசப்பட்டிருக்கின்றன. முந்தைய காலத்தில் இங்கு என்ன மாதிரியான பொருட்கள் விற்கப்பட்டன என்று நினைவுகூர முயல்கிறேன். ஒப்பனைப்

பொருட்களா? நகைகளா? ஆண்களுக்கான பொருட்களை விற்கும் கடைகள் இன்னமும் அப்படியே இருக்கின்றன. இன்று ஆடம்பரப் பொருட்கள் என்று சொல்லப்படுகிறவற்றை விற்பனை செய்தவைதான் இழுத்து மூடப்பட்டுவிட்டன.

முக்கத்தில் இருக்கும் **சோல் ஸ்க்ரோல்ஸ்** என்றழைக்கப்படும் கடை கிளையுரிமம் பெற்ற ஒன்று. ஒவ்வொரு நகரத்திலும் சிறு நகரத்திலும் **சோல் ஸ்க்ரோல்ஸ்கள்** இருக்கின்றன என்று பேசிக்கொள்கிறார்கள். நிச்சயம் நிறைய லாபம் கொடுக்கிறவையாக இருக்கும்.

சோல் ஸ்க்ரோல்ஸின் சன்னல் உடைபடாத வகைக் கண்ணாடியால் ஆனது. அதற்குப் பின்னே வரிசை வரிசையாக அச்சு இயந்திரங்கள் இருக்கின்றன, இவை புனித உருளைகள் எனப்படுகின்றன, ஆனால் இவை இப்படியொரு பெயரில் புழங்குவது எங்கள் வட்டத்துக்குள் மட்டும்தான், மற்றவர்களுக்கு அது இறைநிந்தனை. இந்த இயந்திரங்கள் அச்சிடுவதெல்லாம் பிரார்த்தனைகளையே, நிறுத்தமில்லாமல், சுருள் சுருளான பிரார்த்தனைகள். ஆணைகள் கம்ப்யூ தொலைபேசிகள் மூலமாகக் கொடுக்கப்படுகின்றன. தளபதியின் மனைவி ஆணைகள் கொடுப்பதை நான் ஒட்டுக்கேட்டிருக்கிறேன். **சோல் ஸ்க்ரோல்ஸில்** பிரார்த்தனைகளை அச்சிட ஆணைகள் கொடுப்பது பக்தி மற்றும் அரசின் மீதான விசுவாசத்திற்கான அடையாளமாகப் பார்க்கப்படுவதால், தளபதிகளின் மனைவியர் இதை ஏராளமாகச் செய்வர். அது அவர்களுடைய கணவன்மாரின் பணித்துறை வளர்ச்சிக்கு உதவும்.

ஐந்து வகையிலான பிரார்த்தனைகள் உள்ளன. ஆரோக்கியத்துக்கானது, செல்வத்துக்கானது, மரணம் நிகழ்ந்த பிறகுக்கானது, பிறப்புக்கானது, பாவமன்னிப்புக்கானது. உங்களுக்கு வேண்டியதைத் தேர்ந்தெடுத்து அதற்கான எண்ணில் அழுத்த வேண்டும். பிறகு, அதற்கான விலையை உங்கள் வங்கிக்கணக்கிலிருந்து செலுத்துவதற்கான எண்ணை அழுத்த வேண்டும், பிறகு அந்தப் பிரார்த்தனை எத்தனை முறை சொல்லப்பட வேண்டும் என்பதற்கான எண்ணில் அழுத்த வேண்டும்.

அந்த இயந்திரங்கள் பிரார்த்தனையை அச்சிடும்போதே அதை உச்சரிக்கவும் செய்யும், பாவங்களற்ற அந்த இயந்திரக் குரல்கள் மறுபடி மறுபடி சொன்னதையே திரும்பச் சொல்வதைக் கேட்பதில் உங்களுக்கு விருப்பமென்றால் நீங்கள் உள்ளே போகலாம். அந்தப் பிரார்த்தனை அச்சிடப்பட்டு ஜெபிக்கப்பட்ட பிறகு

காகிதம் வேறொரு துளைக்குள் செலுத்தப்பட்டு புதிய காகிதமாக மறுசுழற்சி செய்யப்பட்டுவிடும். அந்தக் கட்டடத்துக்குள் மனிதர்கள் யாருமில்லை, இயந்திரங்கள் தாமே இயங்கிக்கொள்ளும். முழந்தாலிட்டிருக்கும் விசுவாசமிக்க கூட்டத்தின் ஒரு முணுமுணுப்பு, ஒரு மென் பாடல் அவ்வளவுதான், வெளியிலிருந்து வேறு எதையுமே கேட்க முடியாது, ஒவ்வொரு இயந்திரத்தின் உட்புறமாகவும் ஒரு தங்கக் கண்ணும் பக்கவாட்டில் இரண்டு தங்க இறக்கைகளும் வரையப்பட்டிருக்கும்.

சோல் ஸ்க்ரோல்ஸாக மாறும் முன் இது ஒரு கடையாக இருந்தபோது என்ன விற்றார்கள் என்று யோசிக்கிறேன். பெண்களின் உள்ளாடைகள் என்று நினைக்கிறேன். இளஞ்சிவப்பு மற்றும் வெள்ளிநிற டப்பாக்களில் வண்ண அரையாடைகள், பின்னல்நாடா வைத்துத் தைக்கப்பட்ட மார்க்கச்சைகள் மற்றும் பட்டுத்தலைத்துணிகள். இப்போது காணாமல் போய்விட்டவை.

ஆஃப்க்ளெனும் நானும் **சோல் ஸ்**க்ரோல்ஸுக்கு வெளியில் நின்றபடி, உடைபடாத அந்தச் சன்னலுக்குள்ளாக இயந்திரங்களுக்குள்ளிருந்து வழியும் அந்தப் பிரார்த்தனைகளையும் அவை மீண்டும் இன்னொரு வழியாக மறைந்து சொல்லப்படாதவற்றின் எல்லைக்குள் போவதையும் பார்த்துக்கொண்டிருக்கிறோம். இதோ நான் என் பார்வையைத் திருப்புகிறேன். நான் பார்ப்பது இயந்திரங்களையல்ல, ஆஃப்க்ளெனை, சன்னல் கண்ணாடியில் பிரதிபலிக்கும் அவளை. அவளும் நேரே என்னைப் பார்க்கிறாள்.

நாங்கள் இருவரும் ஒருவரின் கண்களை மற்றவர் பார்த்துக்கொள்ள முடிகிறது. ஆஃப்க்ளெனின் கண்களை நேருக்கு நேராக, தடுமாறாமல், பக்கவாட்டிலல்லாமல் நான் பார்ப்பது இதுதான் முதன்முறை. அவளுடைய முகம் நீளுருண்டையாக, இளஞ்சிவப்பாக, குண்டாக அல்லாமல் சதைப்பற்றாக இருக்கிறது. அவளுடைய விழிகள் உருண்டையாக இருக்கின்றன.

அவள் விழி மூடாமல் நேராக என்னுடைய பார்வையைப் பற்றிக்கொண்டிருக்கிறாள். இனி பார்வையைத் திருப்பிக்கொள்ள முடியாது. இப்படிப் பார்த்துக்கொள்வதில் ஒரு திடுக்கம் இருக்கிறது. இது ஒருவரை முதன்முறையாக நிர்வாணமாகப் பார்த்துவிட்டதைப் போல் இருக்கிறது, திடீரென்று, இதற்கு முன் இல்லாத வகையில் எங்களுக்கு இடையில் இருக்கும் காற்றில் இப்போது அச்சுறுத்தல் இருக்கிறது. அருகில் யாருமில்லாதபோதும் இப்படி விழிகள் சந்தித்துக்கொள்வதுகூட ஆபத்தானதே.

இறுதியில் ஆஃப்க்ளென் வாயைத் திறக்கிறாள். மையத்தின் வழக்கப்படி கிசுகிசுக்கிறாள். "இந்த இயந்திரங்கள் பேசுவதைக் கடவுள் கேட்டுக்கொண்டிருக்கிறார் என்றா நினைக்கிறாய்?"

கடந்த காலத்தில் என்றால் இது ஒரு சின்னஞ்சிறிய கருத்து, அறிவார்த்தமான ஒரு மதிப்பீடு. ஆனால், இப்போது இது ராஜதுரோகம்.

நான் என்னுடைய முன்னிலையில் இம்மாதிரியான நாசகரமானதும், அமைதிக்குப் பங்கம் நிகழ்த்தக்கூடியதும், இறைநிந்தனை மற்றும் ராஜதுரோகம் எல்லாம் ஒன்றாய் அமைந்ததுமான பேச்சுகள் நிகழ்வதைப் பொறுத்துக்கொள்ள மாட்டேன் என்று காட்டிக்கொள்ள அலறலாம். ஓடிவிடலாம். அவளிடமிருந்து மௌனமாகத் திரும்பிக்கொள்ளலாம்.

நான் என்னை இரும்பாக்கிக்கொள்கிறேன். "இல்லை" என்கிறேன்.

அவள் ஆசுவாசத்தின் நீண்டதொரு பெருமூச்சை விடுக்கிறாள். கண்ணுக்குப் புலப்படாத ஒரு கோட்டை நாங்கள் இருவருமாய்க் கடந்துவிட்டோம். "நானும்" என்கிறாள்.

"ஆனால், திபெத்திய பிரார்த்தனைச் சக்கரங்களைப் போல இதுவும் ஒரு வகையான நம்பிக்கை என்றுதான் நினைக்கிறேன்." என்கிறேன்.

"அதென்ன?"

"நான் அது குறித்து வாசித்திருக்கிறேன், அவ்வளவுதான். அவை காற்றினால் சுற்றும் வகையிலானவைபோல. இப்போது அதெல்லாம் இல்லை."

"எல்லாவற்றையும் போல," என்கிறாள். இப்போதுதான் நாங்கள் ஒருவரையொருவர் பார்ப்பதை நிறுத்திக்கொள்கிறோம்.

"இது பாதுகாப்பான இடம்தானா?" கிசுகிசுக்கிறேன்.

"இதுதான் மிகவும் பாதுகாப்பான இடம் என்று நினைக்கிறேன். நாம் பிரார்த்திப்பவர்களைப் போல்தான் தோன்றுவோம்."

"அவர்கள்?"

"அவர்களா? கதவுகளுக்கு வெளியில் எப்போதுமே பாதுகாப்புதான், இங்கு ஒலிப்பெருக்கிகள் இல்லையே, ஆனால் யாரும் அவ்வளவுக்குத் துணிய மாட்டார்கள் என்றிருக்கும்போது இங்கு ஏன் அதை அவர்கள் வைக்கப்போகிறார்கள்? ஆனால், நாம் வெகுநேரம் இருந்துவிட்டோம். திரும்பச்செல்வதில் நேரம் கடத்துவது

சரியில்லை." உடனே நாங்கள் இருவருமாகவே திரும்பி நடக்கிறோம். "நடக்கும்போது தலையைக் குனிந்தவாறே இரு. தலையை மட்டும் என்புறமாகக் கொஞ்சமாக நீட்டு. அப்போதுதான் நீ பேசுவதைச் சரியாகக் கேட்க முடியும். யாரும் அருகில் வரும்போது பேசாதே."

வழக்கம்போல் தலையைக் கவிழ்த்தவாறே நாங்கள் நடக்கிறோம். மூச்சுவிட முடியாத அளவுக்கு நான் கிளர்ச்சியடைந்திருக்கிறேன், ஆனாலும் நடையில் நிதானத்தைக் கடைப்பிடிக்கிறேன். இப்போதுதான் நான் என் மீது கவனம் திரும்பாமல் பார்த்துக்கொள்ள வேண்டும்.

"நீ தீவிர விசுவாசி என்று நான் நினைத்தேன்" என்கிறாள் ஆஃப்க்ளென்.

"நீதான் அப்படி என்று நான் நினைத்தேன்."

"நீ கடும் விசுவாசிபோல் அல்லவா தெரிந்தாய்."

"நீயும் அப்படித்தானே இருப்பாய்." எனக்கு சிரிக்க வேண்டும், கத்த வேண்டும், அவளைக் கட்டிக்கொள்ள வேண்டும்போல் இருக்கிறது.

"நீ எங்களோடு சேர்ந்துகொள்ளலாம்" என்கிறாள்.

எங்களோடா? அப்படியென்றால் அவர்கள் இருக்கிறார்கள். நான் ஊகித்திருந்ததுபோல.

"நான் தனியள் என்று நீ நினைத்தாயா என்ன?"

நான் அப்படி நினைக்கவில்லை. அவள் ஒரு ஒற்றள், என்னைப் பிடிப்பதற்கான பொறி என்று நினைக்கிறேன், நாங்கள் வளரும் மண் அப்படிப்பட்டது. ஆனால், அதை என்னால் நம்ப முடியவில்லை, மரத்தில் சாறுபோல் காயத்தில் குருதிபோல் எனக்குள் நம்பிக்கை ஊறுகிறது. நாங்கள் ஒரு திறப்பை உண்டாக்கிக்கொண்டோம்.

அவள் மொய்ராவைப் பார்த்திருக்கிறாளா என்றும் லூக்குக்கும் என் குழந்தைக்கும் என் அம்மாவுக்கும்தான் என்ன நடந்தது என்று தெரியுமா என்றும் கேட்க வேண்டும். ஆனால், நேரம் அதிகம் இல்லை. முதல் சாலைத்தடுப்புக்கு, முதன்மைச் சாலையின் இறுதிக்கு நாங்கள் நினைத்ததைவிடச் சீக்கிரமே வந்துவிட்டோம். இங்கு ஏராளமான ஆட்கள் இருப்பார்கள்.

தேவையே இல்லை என்றாலும் ஆஃப்க்ளென் என்னை எச்சரிக்கிறாள், "தப்பித்தவறியும் மூச்சே விட்டுவிடாதே."

"நிச்சயமாக மாட்டேன்" என்கிறேன். நான் போய்ச் சொல்ல எனக்கு யார் இருக்கிறார்கள்?

லில்லீசைக் கடந்து ஆல் ஃப்ளௌஷைக் கடந்து முதன்மைச் சாலையில் மௌனமாக நடக்கிறோம். சாலையின் நடைபாதைகளில் வழக்கத்தைவிட இன்று அதிகக் கூட்டம் இருக்கிறது, கதகதப்பான சீதோஷ்ண நிலை இவர்களையெல்லாம் வெளியில் கொண்டுவந்திருக்க வேண்டும். பச்சை, நீலம், சிவப்பு என்று எல்லா நிறங்களிலும் பெண்கள், கோடுகள் போட்ட உடைகளிலும் சில பெண்கள். சீருடைகளில் சிலர், பொது உடைகளில் சிலர் என்று ஆண்களும். சூரியன் எல்லோருக்குமானது, யாரும் சூரியக்குளியல் செய்வதில்லை. அதாவது, பொதுவிடங்களில் இல்லை என்றாலும் அதை எல்லோரும் அனுபவிக்கலாம்.

கார்களும் அதிகமாகவே இருக்கின்றன, வர்ல்விண்டுகள் அவற்றின் சாரதிகளுடனும் அவற்றின் திண்டுகளை ஆக்ரமித்திருப்பவர்களுடனும் பறக்கின்றன. படிநிலைகளில் கீழே இருப்பவர்கள் அவர்களுக்கான கார்களில் பறக்கிறார்கள்.

என்னவோ நிகழ்ந்துகொண்டிருக்கிறது. வாகனங்களின் கூட்டங்களுக்கிடையில் பரபரப்பாய்க் கலவரமாகத் தெரிகிறது. வழியிலிருந்து நகர்ந்துகொள்வதைப் போல் சிலர் ஓரங்கட்டுகிறார்கள். நான் சட்டென்று நிமிர்ந்துபார்க்கிறேன். ஒரு கறுப்பு வண்டி, அதன் பக்கவாட்டில் வெண்ணிற இறக்கையோடான கண் ஒன்று பொறிக்கப்பட்டது. அது எச்சரிகையொலி எதையும் எழுப்பவில்லை என்றாலும் மற்ற வாகனங்கள் ஒதுங்கிக்கொள்கின்றன. அது சாலையில் மெல்ல ஊறிச்செல்கிறது, வேட்டையாடும் சுறா எதையோ தேடுவதைப் போல.

நான் விரைக்கிறேன், என்னுள்ளாக ஒரு குளிர் வெடித்து என் பாதம்வரை ஓடுகிறது. நிச்சயமாக நுண்ணொலிப் பெருக்கிகள் இருந்திருக்கின்றன, எங்கள் பேச்சைக் கேட்டுவிட்டார்கள்.

ஆஃப்க்ளென் தன்னுடைய சட்டைக் கையினூடாக என்னுடைய முழங்கையைப் பிடிக்கிறாள். கிசுகிசுக்கிறாள். "நடந்துகொண்டே இரு. எதையும் பார்க்காதவள்போல நடி."

ஆனால், என்னால் பார்க்காமல் இருக்க முடியவில்லை. எங்களுக்கு நேர் முன்னே அந்த வண்டி நிற்கிறது. பின்னால் இருக்கும் இரட்டைக் கதவுகளிலிருந்து சாம்பல் நிற முழு ஆடைகள் அணிந்த இரண்டு

கண்கள் குதிக்கிறார்கள். ஓரத்தில் நடந்துகொண்டிருப்பவனும், சாதாரணமாகத் தோன்றுகிறவனும், கைப்பெட்டி ஒன்றை வைத்திருப்பவனுமாகிய ஒருவனைப் பிடிக்கிறார்கள், அவனை வண்டியின் பின்புறத்தோடு சேர்த்துத் தள்ளுகிறார்கள். ஒரு நொடி அந்த உலோகத்தோடு ஒட்டிக்கொண்டவன்போல அவன் பரப்பிக்கொண்டு கிடக்கிறான், பிறகு கண்களில் ஒன்று அவனை நெருங்குகிறது, தொய்ந்த துணிச்சுருள்போல அவன் மடங்கும்படியாக கொடூரமாக அவனைக் குத்துகிறது. அவர்கள் அவனைத் தூக்கி வண்டியின் உள்ளே ஒரு கடிதமூட்டையை வீசுவதுபோல வீசுகிறார்கள். பின்னர் அவர்களும் உள்ளே போகிறார்கள், கதவுகள் மூடப்படுகின்றன, வண்டி நகரத் தொடங்கிவிட்டது.

எல்லாம் நொடிகளில் முடிந்துவிட்டது. ஒன்றுமே நடக்காததைப் போல் சாலையில் போக்குவரத்து மீள்கிறது.

நான் உணர்ந்துகொண்டிருப்பதன் பெயர் ஆசுவாசம். நல்லவேளையாக அது நானில்லை.

அத்தியாயம் இருபத்து எட்டு

இன்று மதியம் எனக்கு உறங்கத் தோன்றவில்லை, அட்ரீனலின் இன்னமும் அளவு மீறித்தான் இருக்கிறது. சன்னல் திண்டில் அமர்ந்து இந்தத் திரைச்சீலைகளின் சல்லாத்துணியினூடாகப் பார்த்துக்கொண்டிருக்கிறேன். சன்னல் கதவு எவ்வளவுக்குத் திறக்க முடியுமோ அவ்வளவு திறந்திருக்கிறது. சூரிய ஒளி பட்டு சூடான சிறு காற்று வருகிறது. இந்த வெள்ளைத்துணி என் முகத்தின் மீது விழுகிறது. வெளியிலிருந்து பார்க்க நான் ஒரு கூட்டுப்புழுபோல் தெரிவேனாயிருக்கும். இதில் சுற்றப்பட்டிருக்கும் முகத்தோடு, மூக்கோடு, கட்டுத்துணி சுற்றப்பட்ட வாய் மற்றும் குருட்டுக்கண்களின் வரைகளோடு ஒரு பேய்போல் தெரிவேனாயிருக்கும். ஆனால், இந்த ஊருணர்வு எனக்குப் பிடித்திருக்கிறது. இந்த மென்மையான துணி என் முகத்தின் மீது உரசும்போது ஒரு மேகத்தில் இருப்பதுபோல் இருக்கிறது.

எனக்கு ஒரு சிறிய மின்விசிறியைக் கொடுத்திருக்கிறார்கள். இந்த வெக்கையில் அது உதவுகிறது. அதன் அலகுகள் கம்பிகளால் சூழப்பட்டிருக்க, தரையில் ஒரு மூலையில் அது சுழல்கிறது. நான் மட்டும் மொய்ராவாக இருந்தால் அதைப் பிரித்து அதன் வெட்டும் பகுதிகளைத் தனியாக எடுத்துவிட எனக்குத் தெரிந்திருக்கும். என்னிடம் திருப்புளி ஏதுமில்லை. ஆனால், நான் மொய்ராவாக இருந்தால் திருப்புளி இல்லாமலேயே அதைச் செய்ய எனக்குத் தெரிந்திருக்கும். நான் மொய்ரா இல்லை.

அவள் இங்கே இருந்தால் இந்தத் தளபதி சமாச்சாரம் குறித்து என்ன சொல்வாள்? அவள் ஒப்புக்கொள்ள மாட்டாளாய் இருக்கும். முன்பு அவள் லூக்கையும் ஒப்புக்கொள்ளவில்லை. ஆனால், அது லூக்கைப் பற்றியது இல்லை, அவன் மணமானவன் என்பது குறித்தது. நான் இன்னொரு பெண்ணின் நிலத்தில் அத்துமீறுகிறேன் என்றாள் அவள். லூக் ஒன்றும் ஒரு மீனோ மண்ணோ அல்ல, அவன் ஒரு மனிதப்பிறவி, அவனுக்கான முடிவுகளை எடுக்க வல்லவன் என்றேன் நான். நான் நியாயப்படுத்துகிறேன் என்றாள் அவள். நான் காதலில் இருக்கிறேன் என்றேன் நான். அது ஒரு

நொண்டிச்சாக்கு என்றாள் அவள். மொய்ரா எப்போதுமே என்னைவிடவும் தர்க்கத்துணிபு நிறைந்தவள்.

அவளுக்கு இம்மாதிரியான பிரச்சினைகள் வரவே போவதில்லை, ஏனென்றால் அவள் பெண்களைத்தான் விரும்புகிறாள், அதோடு அவளுக்கு வேண்டியபோது அவர்களைத் திருடிக்கொள்வதிலோ இரவல் பெற்றுக்கொள்வதிலோ அவளுக்கு மனசாட்சியின் குத்தல் ஏதும் இருப்பதாக எனக்குத் தெரியவில்லை என்றேன். அது வேறு சங்கதி என்றாள் அவள். ஏனென்றால், பெண்களுக்கிடையில் அதிகாரம் சமநிலையிலேயே இருக்கிறது என்பதால் உடலுறவு என்பது சரிநிலைச்சமமடா என்றாள். அதுதான் உன் கொள்கையென்றால், உன்னுடைய சமமடாவிலேயே பாலின அடிப்படை வேறுபாடு இருக்கிறது, எப்படியும் உன்னுடைய வாதம் காலாவதியாகிவிட்ட ஒன்று என்றேன். நான் அந்த விவகாரத்தை அற்பமானதாக்கப் பார்க்கிறேன் என்றும், அவளுடைய வாதம் காலாவதியாகிவிட்டதென்று நான் நினைத்தால் நான் மண்ணுக்குள் தலையைப் புதைத்துக்கொண்டு வாழ்வதாய் அர்த்தம் என்றும் அவள் சொன்னாள்.

இதையெல்லாம் நாங்கள் என்னுடைய அடுப்படியில், என்னுடைய மேசையில் அமர்ந்துகொண்டு, காப்பி அருந்தியவாறே, இருபதுகளில், கல்லூரியில் இப்படியான விவாதங்களைச் செய்யும்போது நாங்கள் பேசிக்கொண்ட கடுங்குரலில் பேசிக்கொண்டோம். அந்த அடுப்படி இருந்தது மிக மோசமான நிலையில் இருந்த ஒரு அடுக்ககத்தில். அடுக்ககம் இருந்தது ஒரு ஆற்றினருகில். சாரல் தடுக்குப் பலகை வேயப்பட்ட அந்தக் கட்டடம் மூன்று அடுக்குகள் கொண்டது. அதன் பின்பக்கத்தில் ஒரு லொடலொடத்த படிக்கட்டுடன் கூடியது அது. நான் இரண்டாவது மாடியில் இருந்தேன் என்பதற்கு மேல்தளத்திலிருந்தும் கீழ்த்தளத்திலிருந்தும் எனக்கு ஓசைகள் கேட்கும் என்று அர்த்தம். தேவையில்லாத இரண்டு ஒலிநாடாக்கள் பின்னிரவுகளில் நாராசமாய் ஒலிக்கும். அவர்கள் மாணவர்கள், எனக்குத் தெரியும். அப்போது நான் என்னுடைய முதல் வேலையில், ஒரு ஈட்டுறுதி நிறுவனத்தின் கணிணிப் பணியில் இருந்தேன். அது எனக்குப் பெரிய சம்பளம் ஏதும் கொடுத்துவிடவில்லை. ஆக, லூக்குடன் நான் இருந்த விடுதியறைகள் எனக்குக் காதலுக்கானது மட்டும் அல்ல, உடலுறவுக்கானது மட்டுமல்ல. அவை எனக்குக் கரப்பான் பூச்சிகளிலிருந்தும், ஒழுகும் கழுவு தொட்டியிலிருந்தும், தரையிலிருந்து பட்டை பட்டையாக உரிந்துவரும் மெழுகிலிருந்துமெல்லாம் விடுதலைக்கு

என்றானது. சுவரில் அழகிய படங்களை ஒட்டியும் சன்னல்களில் வண்ணமயமான அரியங்களைத் தொங்கவிட்டும் வீட்டை அழகாக்க நான் செய்த முயற்சிகள் தோல்வியே. நான் செடிகளும் வைத்திருந்தேன். அவை பூச்சித்தாக்குதலாலோ அல்லது நீர் ஊற்றப்படாமலோ எப்போதும் செத்துப்போயின. நான் லூக்குடன் சுற்றிக்கொண்டு அவற்றை மறந்துவிடுவேன்.

மண்ணுக்குள் தலையைப் புதைத்துக்கொண்டு வாழ்வதிலும் ஒன்றுக்கு மேற்பட்ட வகைகள் உண்டு என்றும், பெண்கள்-மட்டும் என்ற வளாகத்துக்குள் மொய்ரா தன்னைச் சுருக்கிக்கொள்வதால் லட்சிய பூமியைப் படைத்துவிடலாம் என்று எண்ணியிருந்தாளானால் அவள் பரிதாபகரமான ஒரு தவறான சிந்தனையில் இருக்கிறாள் என்றும் நான் சொன்னேன். ஆண்கள் எங்கும் போய்விடப்போவதில்லை. நீ அவர்களை உதறிவிடவே முடியாது என்றேன்.

நீ சொல்வது எப்படி இருக்கிறது தெரியுமா, சிபிலிஸ் இருக்கிறது என்பதற்காகவே நீ ஓடிப் போய் அதைப் பிடித்துக்கொள்ள வேண்டும் என்பதுபோல இருக்கிறது என்றாள் மொய்ரா.

லூக் ஒரு சமூக வியாதி என்கிறாயா நீ? என்றேன்.

மொய்ரா சிரித்தாள். ஐயோ நாம் எப்படிப் பேசுறோம் பார். சீ, அப்படியே உன் அம்மாவைப் போல.

நாங்கள் இருவரும் சிரித்துவிட்டோம், பிறகு அவள் கிளம்பியபோது வழக்கம்போல நாங்கள் அணைத்துக்கொண்டோம். நாங்கள் அணைத்துக்கொள்வதை நிறுத்தியிருந்த சமயம் ஒன்றிருந்தது. அது அவள் தான் ஒரு சுயபால்மோகி என்று என்னிடம் சொல்லியிருந்த புதிதில். ஆனால், நான் அவளை ஈர்க்கவில்லை என்று அவள் சொன்ன பிறகு, உறுதிகூறியதும், நாங்கள் மீண்டும் முன்புபோல் ஆனோம். நாங்கள் சண்டை போட்டுக்கொள்வோம், கட்டி உருள்வோம், கண்டதைச் சொல்லித் திட்டிக்கொள்வோம், ஆனால் இது எதுவுமே அடிநாதமாக இருந்ததை மாற்றவில்லை. என்னவானாலும் அவளே என்னுடைய முதல் சிநேகிதியாக இருந்தாள்.

இருக்கிறாள்.

அதன் பிறகு எனக்கு ஒரு நல்ல அடுக்கக வீடு கிடைத்தது. லூக் தன்னை விடுவித்துக்கொள்ள எடுத்துக்கொண்ட இரண்டு

வருடங்கள்வரை நான் அங்கு இருந்தேன். என்னுடைய புதிய வேலையிலிருந்து வந்த சம்பளத்தில் அதற்கு வாடகை கொடுத்தேன். அது ஒரு நூலக வேலை. மரணமும் வெற்றியும் இருந்த அந்தப் பெரிய நூலகம் அல்ல, சிறிய ஒன்று.

என் வேலை புத்தகங்களைக் கணிணி வட்டுகளுக்கு மாற்றுவது. அது இடத்தையும் பதிலீட்டுப் பணத்தையும் மிச்சப்படுத்துவதற்காக என்றார்கள். டிஸ்கர்கள் என்று எங்களை நாங்கள் அழைத்துக்கொண்டோம். நூலகத்தை டிஸ்கோத்தே என்றோம், எங்களுக்கேயான நகைச்சுவை பாஷை அது. புத்தகங்கள் வட்டுகளுக்கு மாற்றப்பட்ட பின் அவை கிழிப்பானுக்குப் போகும். சில சமயம் நான் அவற்றை வீட்டுக்கு எடுத்துச்செல்வேன். அவற்றைத் தொடுவதையும் அவற்றின் தோற்றத்தையும் நான் விரும்பினேன். எனக்கு ஒரு தொல்பொருள் வல்லுநரின் மூளை இருப்பதாக லூக் சொல்வான். அவனுக்கும் அது பிடித்திருந்தது. அவனுக்கும் பழம்பொருட்கள் பிடிக்கும்.

இப்போதோ வேலையிலிருப்பது என்பதை யோசிப்பதே விசித்திரமாக இருக்கிறது. ஜாப் - வேலை. அது ஒரு வேடிக்கையான வார்த்தை. 'அது ஒரு ஆணின் வேலை'. குழந்தைகளின் கழிப்பறைப் பயிற்சியின்போது 'வேலையை முடி' என்பார்கள். நாய்கள் குறித்தும் அப்படித்தான் 'அது விரிப்பின் மீது வேலையைக் காட்டிவிட்டது'. அப்படிச் செய்தால் அவற்றை ஒரு சுருட்டிய செய்தித்தாளால் அடிக்க வேண்டும் என்பாள் என் அம்மா. செய்தித்தாள்கள் கிடைத்த நாட்களை என்னால் நினைவுகூர முடிகிறது. ஆனால், எங்களிடம் நாய் எதுவும் இருந்ததில்லை, பூனைகள்தான் இருந்தன.

வேதாகமத்திலொரு ஜாப்* (அதிகாரம்) இருந்தது.

வேலை பார்த்துக்கொண்டிருந்த அத்தனைப் பெண்களை இப்போது கற்பனை செய்வதும் கடினம். ஆயிரக்கணக்கானவர்களுக்கு வேலை இருந்தது, லட்சக்கணக்கானவர்களுக்கு. அது இயல்பானதாக இருந்தது. இப்போது அது தாளால் ஆன பணத்தைப் பற்றி - அவை சிலரின் ஞாபகார்த்த சேகரிப்பில் இன்னமும் கிடைத்துக்கொண்டிருந்தபோது - நினைவுகூர்வதை ஒத்திருக்கிறது. என்னுடைய அம்மா அவற்றில் கொஞ்சம் வைத்திருந்தாள். அவளுடைய ஒட்டுப்பதிவேட்டில் சில பழைய புகைப்படங்களோடு அவற்றை ஒட்டிவைத்திருந்தாள். அந்நேரம் அவை காலாவதியாகிவிட்டிருந்தன. அவற்றை வைத்து உங்களால்

★ யோபு

267

ஒன்றும் வாங்க முடியாது. தாள் துண்டுகள், கெட்டியாய், பிசுக்காய், பச்சை நிறத்தவையாய், ஒவ்வொரு பக்கத்திலும் படங்களுடன், பொய்த்தலைமுடியுடன் யாரோ கிழவனும், இன்னொரு பக்கத்தில் பிரமிடு ஒன்றும், அதன் மீது ஒரு கண்ணுமாக இருந்தன. *நாங்கள் நம்பிக்கை கொண்டிருக்கிறோம் கடவுளின் மீது* என்று அவற்றில் அச்சிடப்பட்டிருக்கும். பணக்கல்லாக்களின் பக்கத்தில் வேடிக்கைக்காக *நாங்கள் நம்பிக்கை கொண்டிருக்கிறோம் கடவுளின் மீது. மற்றவர்கள் பணம் செலுத்திவிடுங்கள்* என்று எழுதப்பட்டிருக்கும் என்று அம்மா சொல்வாள். இப்போதென்றால் அது தெய்வநிந்தனையாகும்.

நீங்கள் பொருட்கள் வாங்க வேண்டுமென்றால் அந்தத் தாள்களை எடுத்துக்கொண்டு போக வேண்டும். ஆனால், நான் ஒன்பது அல்லது பத்து வயதினளாக இருந்தபோதே ஜனங்கள் நெகிழி அட்டைகளைப் பயன்படுத்தத் தொடங்கிவிட்டார்கள். ஆனால், மளிகைச் சாமான்களுக்கு அல்ல, அது பிறகு வந்தது. அந்தத் தாள் புராதனமானதாக, குலமரபுச்சின்னம்போல, சோழிகளைப் போல்கூடத் தெரிந்தது. நானும்கூட அம்மாதிரியான பணத்தைக் கொஞ்சம் பயன்படுத்தியிருப்பேன். எல்லாமே கம்ப்பூவங்கிகளுக்குப் போவதற்கு முன்.

இப்படித்தான் அவர்களால் அவர்கள் வழியில் அதைச் சாதிக்க முடிந்தது என்று நினைக்கிறேன். மக்கள் சுதாரித்துக்கொள்வதற்குள் எல்லாவற்றையும் ஒரே நேரத்தில் செய்துவிட்டார்கள். அப்போதும் பெயர்த்தகு பணம் புழங்கிக்கொண்டு இருந்திருந்தால் அவர்களுக்கு மிகவும் சிக்கலாகியிருக்கும்.

பிரதமரைச் சுட்டுவிட்டு, காங்கிரஸையும் இயந்திரத் துப்பாக்கியால் காலி பண்ணிய அந்த நாசகரத்துக்குப் பிறகுதான் ராணுவம் அவசரநிலையைப் பிரகடனப்படுத்தியது. அவர்கள் அந்தச் சமயத்தில் அதற்கும் இஸ்லாமிய அடிப்படைவாதிகளைக் குற்றம்சாற்றினார்கள்.

அவர்கள் தொலைகாட்சியில் சொன்னார்கள். அமைதியாக இருங்கள், எல்லாம் கட்டுக்குள் இருக்கிறது.

நான் அதிர்ந்துபோயிருந்தேன். எல்லோரும் அப்படித்தான் ஆனார்கள் என்று எனக்குத் தெரிந்தது. முழு அரசாங்கமும் திடீரென்று ஒன்றுமில்லாமல்போவது நம்ப முடியாததாய் இருந்தது. அவர்கள் எப்படி நுழைந்தார்கள், அது எப்படி நடந்தது?

அப்போதுதான் அவர்கள் அரசமைப்பைக் கலைத்தார்கள். அது தற்காலிகமாகத்தான் என்றார்கள். சாலைகளில்கூடக் கலகச்செயல்பாடுகள் ஏதுமில்லை. மக்கள் இரவுகளில் தொலைக்காட்சி பார்த்துக்கொண்டு வீடுகளிலேயே தங்கியிருந்தார்கள். ஏதாவது வழி கிடைக்குமா என்ற தவிப்பு இருந்தது. நீங்கள் விரல் நீட்டிச் சுட்டுவதற்கு எதிரி என்று யாரையும் காணவில்லை.

ஒருமுறை தொலைபேசும்போது, நீ வேண்டுமானால் பார் அது வந்துகொண்டிருக்கிறது என்றாள் மொய்ரா.

என்ன வந்து கொண்டிருக்கிறது? என்றேன்.

நீ பார்க்கத்தான் போகிறாய் என்றாள். இதற்காகத்தான் அவர்கள் திட்டமிட்டுக்கொண்டிருந்தார்கள். உன்னையும் என்னையும் சுவரில் தொங்கவிடத்தான் போகிறார்கள் கண்ணு என்றாள். அவள் என் அம்மாவின் வழக்கமான ஒரு வசனத்தை மேற்கோள் காட்டினாள். ஆனால், அதை அவள் வேடிக்கைக்காகச் சொல்லவில்லை.

வேறு சில விஷயங்கள் நடக்கவே செய்தன என்றாலும் மற்றபடி எல்லாம் மூச்சடங்கிய நிலையிலேயே பல வாரங்களுக்குத் தொடர்ந்தது. செய்திப் பத்திரிகைகள் தணிக்கை செய்யப்பட்டன. சில இழுத்து மூடப்பட்டன. எல்லாம் பாதுகாப்பை முன்னிட்டு என்றார்கள். சாலைத் தடைவேலிகள் தோன்ற ஆரம்பித்தன, அவற்றோடு அடையாள அட்டைகளுக்கான தேவையும். இதை எல்லோரும் வரவேற்றார்கள். அதீத பாதுகாப்பாய் இருப்பது நல்லதுதான் என்பது புலப்பட்டுவிட்டதே. புதிய தேர்தல்கள் நடக்கும் என்றும், ஆனால் அதற்கான தயாரிப்புகளுக்குக் காலம் பிடிக்கும் என்றும் சொன்னார்கள். மற்ற செயல்பாடுகளெல்லாம் வழக்கம்போல் தொடரும் என்றார்கள்.

ஆபாச இரவு விடுதிகள் மூடப்பட்டன, ஃபீல்ஸ் ஆன் வீல்ஸ் மற்றும் பன்-த்லே பக்கீஸ் வண்டிகள் சதுக்கத்தைச் சுற்றி வந்தது நின்றுபோனது. அவை நிறுத்தப்பட்டது குறித்து எனக்கு சங்கடம் ஏதுமில்லை. அவை எவ்வளவு பெரிய தொந்தரவாக இருந்தன என்பது எல்லோருக்கும் தெரியும்.

நான் வழக்கமாக சிகரெட்டுகள் வாங்கும் கடையில் கல்லாவுக்குப் பின் இருந்த பெண், யாராவது ஏதாவது செய்தே ஆக வேண்டிய

நேரம் வந்துவிட்டது என்றாள். அது தெருமுனையில் இருந்த செய்தித்தாள் விற்பனைச் சாவடி. பத்திரிகைகள், மிட்டாய்கள், சிகரெட்டுகள் கிடைக்கும். அந்தப் பெண் முதியவள். கூந்தல் வெளுத்தவள். என் அம்மாவின் தலைமுறை.

அவற்றை இழுத்து மூடிவிட்டார்களா என்ன? என்றேன்.

அவள் தோளைக் குலுக்கினாள். யாருக்குத் தெரியும், யார் கவலைப்படுகிறார்கள் என்றாள். ஒருவேளை அவற்றை வேறு இடங்களுக்கு மாற்றிவிட்டார்களோ என்னவோ. அவற்றையெல்லாம் ஒழித்துவிட எண்ணுவது எலிகளை மிதித்து ஒழிக்கலாம் என்று நினைப்பதுபோல் தெரியுமா? மக்கள் புகார் செய்துகொண்டிருக்கிறார்கள் என்றாள். என்னுடைய கம்ப்பூ எண்ணைப் பார்க்காமலேயே கல்லாப்பெட்டியில் தட்டினாள். நான் அதற்குள் அங்கு வாடிக்கையாளராகியிருந்தேன்.

மறுநாள் காலை நூலகத்துக்குச் செல்லும் வழியில் அதே கடைக்கு இன்னொரு சிப்பத்துக்காகச் சென்றேன். நான் எல்லாவற்றையும் தீர்த்திருந்தேன். அப்போதெல்லாம் நான் அதிகமாகப் புகைத்துக்கொண்டிருந்தேன். பதற்றம்தான். எல்லாம் அமைதியாக இருப்பதுபோல் தோன்றினாலும் நிலத்துக்கு அடியிலிருந்து வரும் ரீங்காரத்தைப் போல அதை உணர முடிந்தது. நான் அதிகமாக காப்பி குடித்துக்கொண்டும் இருந்தேன், தூக்கம் வராமல் அவதிப்பட்டுக்கொண்டும் இருந்தேன். எல்லோருமே படபடப்பாக இருந்தார்கள். வானொலியில் இசை அதிகமாகவும் வார்த்தைகள் கொஞ்சமாகவும் இருந்தன.

இதெல்லாம் எங்கள் திருமணத்துக்குப் பிறகு நடந்தது. அவளுக்கு மூன்றோ நான்கோ வயதாய் இருந்திருக்கும். பகல்நேரக் கவனிப்புப் பள்ளிக்குச் சென்றுவந்தாள். எனக்கென்னவோ வெகுகாலம் ஆகிவிட்டதைப் போல் தோன்றியது.

நாங்கள் எல்லோரும் வழக்கம்போல எழுந்து காலையுணவுக்கு க்ரானோலா உண்டோம். எனக்கு நினைவிருக்கிறது. லூக் அவளைப் பள்ளிக்கு அழைத்துச்சென்றான். சில வாரங்களுக்கு முன்புதான் நான் அவளுக்காக வாங்கியிருந்த குட்டி ஆடையில் - நீலநிறச் சட்டையும், கோடுகளிட்ட ஓவராலும் - அவள் சென்றாள். அது என்ன மாதம்? செப்டம்பராய் இருந்திருக்க வேண்டும். பள்ளிச் சேர்மம் ஒன்று அவளை அழைத்துச்செல்வதாய் இருந்தது. ஆனால், ஏனோ நான் அதை லூக்கையே செய்யச் சொன்னேன். பள்ளிச் சேர்மங்கள் குறித்தும் எனக்கு அச்சம் தோன்றிவிட்டது. குழந்தைகள்

யாரும் பள்ளிக்கு நடந்துபோவதில்லை. மறைந்துபோதல்கள் நிறைய நிகழ ஆரம்பித்துவிட்டன.

நான் அந்த மூலைக் கடைக்குப் போனதும் வழக்கமாக இருக்கும் அந்தப் பெண் அங்கு இல்லாததைப் பார்த்தேன். பதிலாக ஒரு ஆண் இருந்தான். ஒரு இளைஞன், அவனுக்கு இருபது வயதுக்கு மேல் இருந்திருக்காது.

என்னுடைய அட்டையை அவனிடம் கொடுத்தவாறு கேட்டேன், அவளுக்கு உடல்நலமில்லையா?

யாருக்கு? என்று அவன் கேட்டது அதட்டலாய்த் தோன்றியது.

இங்கு எப்போதும் இருக்கும் பெண்ணுக்கு என்றேன்.

எனக்கு எப்படித் தெரியும் என்றான். அவன் என் எண்ணை அழுத்திக்கொண்டிருந்தான், ஒவ்வொரு எண்ணையும் கவனித்து ஒரு விரலால் அழுத்தினான். நான் சிகரெட்டுக்காகப் பொறுமையிழந்து தளத்தின் மீது விரல்களால் தாளமிட்டுக்கொண்டிருந்தேன். அவனுடைய கழுத்தில் இருந்த பருக்களைப் போக்கிக்கொள்வது பற்றி அவனுக்கு யாருமே சொல்லியிருக்க மாட்டார்களா என்று யோசித்துக்கொண்டிருந்தேன். அவனுடைய தோற்றம் எனக்கு மிக நன்றாக நினைவிருக்கிறது: நல்ல உயரம், லேசான கூன், ஒட்ட வெட்டப்பட்ட கருங்கேசம், என்னுடைய நாசி தொடங்கும் இடத்திற்கு இரண்டு அங்குலங்களுக்குக் கீழே கவனத்தைச் செலுத்திய அடர்ப்பழுப்புக் கண்கள், அதோடு அந்தப் பருக்கள். அவனை நான் மிக நன்றாக நினைவுவைத்திருப்பதற்குக் காரணம் அதற்குப் பிறகு அவன் சொன்ன வார்த்தைகள்.

மன்னிக்க வேண்டும் இந்த எண் செல்லாது.

என்னது பைத்தியக்காரத்தனமாக இருக்கிறது. நிச்சயம் செல்லும், என் கணக்கில் ஆயிரக்கணக்கில் பணம் இருக்கிறது. இரண்டு நாட்களுக்கு முன்பு தான் கணக்கறிக்கையைப் பார்த்தேன். இன்னொரு முறை முயன்றுபார்.

இது செல்லுபடியாகவில்லை. அவன் விடாப்பிடியாகச் சொன்னான். அந்தச் சிவப்பு விளக்கு தெரிகிறதில்லையா? அதற்கு இந்த எண் செல்லாது என்று அர்த்தம்.

நீ ஏதோ தவறாகச் செய்திருப்பாய். இன்னொரு முறை முயன்றுபார் என்றேன்.

அவன் தோளைக் குலுக்கி எரிச்சலாய் ஒரு புன்னகை செய்தான். ஆனால், மறுபடியும் என் எண்ணை முயன்றான். இந்த முறை நான் அவன் விரல்களைக் கவனித்தேன், பிறகு திரையில் தோன்றிய எண்களையும். என்னுடைய எண்தான், ஆனால் அங்கே மறுபடி சிவப்பு விளக்குதான் வந்தது.

பார்த்தாயிற்றா? என்றான் அதே புன்னகையுடன். ஏதோ அவனுக்கு மட்டும் ஒரு ரகசிய நகைச்சுவை தெரியும் என்பதுபோலவும் அதை அவன் என்னிடம் சொல்லப்போவதில்லை என்பதாகவும்.

என் அலுவலகத்திலிருந்து அவர்களுக்கு நான் தொலைபேசுவேன் என்றேன். இந்த அமைப்பு முன்பும் இப்படிக் காலை வாரியிருக்கிறது. ஆனால், ஒருசில தொலைபேசி அழைப்புகளில் எல்லாம் சீராகிவிடும். ஆனாலும், நான் அறிந்திராத ஏதோ ஒரு விஷயத்துக்காக, ஏதோ நான்தான் அந்தக் குற்றத்தைச் செய்தேன் என்பதாக என் மீது குற்றஞ்சாட்டப்பட்டுவிட்டதைப் போல நான் எரிச்சலாய் இருந்தேன்.

அதைச் செய்யுங்கள் என்றான் அலட்சியமாக. அவற்றுக்கான விலையைக் கொடுக்காததால் சிகரெட்டுகளை அங்கேயே விட்டுவிட்டேன். அலுவலகத்தில் யாரிடமாவது இரவல் வாங்கிக்கொள்ளலாம்.

அலுவலகத்திலிருந்து தொலைபேசியில் அழைக்கவே செய்தேன். கிடைத்ததென்னவோ பதிவுசெய்யப்பட்ட ஒரு தகவல்தான். அலைவரிசைகள் மிகைப்பளுவில் இருக்கின்றன. தாங்கள் பின்னர் முயன்றுபார்க்க முடியுமா?

நான் முயன்றுபார்த்தவரை அலைவரிசைகள் காலை முழுக்க மிகைப்பளுவில் இருந்தன. பல முறை முயன்றும் அதிர்ஷ்டமில்லை. அதுவுமே அப்படியொன்றும் வழக்கத்திற்கு மாறானது இல்லைதான்.

இரண்டு மணி அளவில், மதிய உணவுக்குப் பிறகு, மேலாளர் எங்கள் அறைக்குள் வந்தார்.

உங்களிடம் ஒன்று சொல்ல வேண்டும் என்றார். பார்க்கக் கண்றாவியாக இருந்தார்; அவருடைய தலை கலைந்திருந்தது, கண்கள் இளஞ்சிவப்பாகத் திருதிருத்துக்கொண்டிருந்தன. குடிபோதையில் இருந்தார்போல.

நாங்கள் எல்லோரும் இயந்திரங்களை அணைத்துவிட்டு நிமிர்ந்தோம். நாங்கள் எட்டு பத்து பேர் அந்த அறையில் இருந்திருப்போம்.

மிக வருந்துகிறேன், ஆனால் சட்டம் அதுதான், வருந்துகிறேன் என்றார்.

எதற்காக? என்றார்கள் யாரோ.

நான் உங்களை அனுப்பிவிட வேண்டும், சட்டம் அதுதான். உங்கள் எல்லோரையும் நான் அனுப்பியாக வேண்டும். அதை அவர் கிட்டத்தட்ட மென்மையாகவே சொன்னார். ஏதோ நாங்கள் எல்லோரும் காட்டுவிலங்குகள் என்பதுபோல, ஒரு ஜாடியில் அவர் பிடித்துவைத்திருந்த தவளைகள் என்பதுபோல. இப்போது அவர் மனிதத்தன்மையுடன் நடந்துகொள்வதைப் போல.

நான் எழுந்து நின்றேன். நாங்கள் வேலையை விட்டுத் தூக்கப்படுகிறோமா? ஏன்? என்றேன்.

தூக்கப்படவில்லை. அனுப்பப்படுகிறீர்கள். நீங்கள் இனியும் இங்கு வேலைபார்க்க முடியாது, சட்டம் அதுதான். அவர் தன் சிகைக்குள் கையைத் திணித்து கோதிக்கொண்டார். இந்த ஆளுக்குப் பைத்தியம் பிடித்துவிட்டது என்று நான் நினைத்தேன். இவருக்கு அழுத்தம் தாங்க முடியவில்லை, அதுதான் கிறுக்காகிவிட்டான்.

நீங்கள் திடீரென்று அப்படியெல்லாம் செய்ய முடியாது என்றாள் என் அருகில் இருந்தவள். அது ஏதோ தொலைக்காட்சியில் சொல்லப்படுவதைப் போல போலியாக, பொருத்தமற்றதாக ஒலித்தது.

என் விருப்பம் எதுவுமில்லை. உங்களுக்குப் புரியவில்லை. இப்போது தயவுசெய்து கிளம்புங்கள். அவருடைய குரல் உயர ஆரம்பித்தது. எனக்குப் பிரச்சினை உண்டாக்காதீர்கள். அப்படி ஏதாவது ஆனால் புத்தகங்கள் காணாமல்போகும், பொருட்கள் உடைபடும், அவர் திரும்பி தன் தோள்களுக்குப் பின்னால் பார்த்தார். அவர்கள் வெளியில், என் அலுவலறையில் இருக்கிறார்கள். நீங்கள் போகவில்லை என்றால் அவர்களே உள்ளே வந்துவிடுவார்கள். அவர்கள் எனக்குப் பத்து நிமிடங்கள் கொடுத்தார்கள் என்றார். அதற்குள் அவர் முன்பைவிடவும் கிறுக்குத்தனமாய் தொனிக்க ஆரம்பித்தார்.

இந்த ஆள் போதையில் இருக்கிறான், என்று யாரோ உரக்கச் சொன்னார்கள். அதைத்தான் நாங்கள் எல்லோரும் நினைத்திருந்திருக்க வேண்டும்.

ஆனால், நான் நடைக்கூடத்தைப் பார்த்தேன். அங்கே சீருடைகளில், இயந்திரத் துப்பாக்கிகளுடன் இரு ஆண்கள் நின்று கொண்டிருந்தார்கள். உண்மையாக இருக்க இயலாத அளவுக்கு நாடகத்தன்மையுடன் அது இருந்தது. ஆனால், அவர்கள் அங்கே இருந்தார்களே. திடீர் ஆவியுருக்கள், அவர்களுக்கு செவ்வாய் கிரகத்திலிருந்து வந்தவர்களைப் போல ஏதோ ஒரு கனவுப்பண்பு இருந்தது. அவர்கள் நம்பயியலாத அளவுக்குப் பொலிந்தார்கள், சூழலுக்குச் சுத்தமாகப் பொருந்தாதிருந்தார்கள்.

நாங்கள் எங்கள் பொருட்களைச் சேகரித்துக்கொண்டிருந்தபோது அவர் சொன்னார், இயந்திரங்கள் அப்படியே இருக்கட்டும். ஏதோ நாங்கள் அவற்றை எங்களோடு எடுத்துக்கொண்டு போய்விட முடியும் என்பதுபோல.

நூலகத்துக்கு வெளியில் நாங்கள் கும்பலாய் நின்றோம். ஒருவருக்கொருவர் என்ன சொல்லிக்கொள்வது என்று எங்களுக்குத் தெரியவில்லை. நடந்தது என்னவென்று யாருக்கும் புரியாததால் சொல்வதற்கு எங்களிடம் அதிகமில்லை. நாங்கள் ஒருவர் முகத்தை ஒருவர் பார்த்துக்கொண்டோம். அவற்றில் திகிலோடு ஒருவகையான அவமானத்தையும் கண்டோம், ஏதோ செய்யக் கூடாததைச் செய்து பிடிபட்டுவிட்டதைப் போல.

அயோக்கியத்தனமாக இருக்கிறது என்றாள் ஒரு பெண். ஆனால் அதை அவள் ஒட்டாமல் சொன்னாள். நாங்கள் இப்படியெல்லாம் நடத்தப்பட வேண்டியவர்கள்தான் என்று எங்களை நம்பச்செய்த ஏதோ ஒன்று அதில் இருந்தது. அது என்ன?

நான் வீட்டுக்குத் திரும்பிப் போனபோது அங்கு யாருமில்லை. லூக் பணியிலிருந்து வரவில்லை, என் மகள் பள்ளியில் இருந்தாள். நான் களைத்திருந்தேன், கடுமையாய்க் களைத்திருந்தேன். ஆனாலும், அமர்ந்ததுமே உடனே எழுந்துகொண்டேன். என்னால் நிலையாய் உட்கார முடியாது என்பதுபோல் இருந்தது. நான் வீடு முழுக்க அறைஅறையாக அலைந்தேன். பொருட்களை நான் தொட்டது நினைவில் இருக்கிறது. ரொட்டி வாட்டியின் மீது, சர்க்கரை டப்பா, வரவேற்பறையில் இருந்த சாம்பல் கிண்ணத்தின் மீது என்று பிரக்ஞையில்லாமல் வெறுமனே அவற்றின் மீது விரல்களை

வைத்தேன். சிறிது நேரம் கழித்து பூனையைத் தூக்கி அவளை என்னோடு அணைத்துக்கொண்டு திரிந்தேன். லூக் வீட்டுக்கு வந்துவிட வேண்டும் என்று நினைத்தேன். நான் ஏதாவது செய்ய வேண்டுமென்று நினைத்தேன், நடவடிக்கை எடுக்க வேண்டுமென்றும். ஆனால், என்னால் என்ன நடவடிக்கை எடுக்க முடியுமென்று தெரியவில்லை.

மறுபடியும் வங்கிக்குத் தொலைபேச முயன்றேன். ஆனால், மீண்டும் அதே பதிவுசெய்யப்பட்ட செய்தியையே அடைந்தேன். எனக்காக ஒரு கோப்பையில் பால் ஊற்றிக்கொண்டேன் - காப்பி குடித்தால் என்னுடைய படபடப்பு அதிகமாகும் என்று சொல்லிக்கொண்டேன் - வரவேற்பறைக்குச் சென்றேன். சோஃபாவில் உட்கார்ந்து மிகக் கவனமாக காப்பி மேசையின் மீது பால் கோப்பையைக் கொஞ்சமும் பருகாமல் வைத்தேன். அவளுடைய மிழற்றலை என் குரல்வளையில் உணரும் வகையில் பூனையை என் மார்பின் மீது சாய்த்துக்கொண்டிருந்தேன்.

சிறிது நேரம் கழித்து என் அம்மாவின் அடுக்கக எண்ணுக்கு அழைத்தேன், பதிலில்லை. அந்தச் சமயம் அவள் ஆற்றுக்கு அப்பால், பாஸ்டனில் இருந்தாள். சில வருடங்களுக்கு ஒருமுறை வீடு மாற்றும் வழக்கத்தைக் கைவிட்டு ஓரிடத்தில் நிலையாய் இருக்கத் தொடங்கியிருந்தாள். சிறிது பொறுத்துப் பார்த்துவிட்டு நான் மொய்ராவை அழைத்தேன். அவளும் பதிலளிக்கவில்லை. ஆனால், அரை மணிநேரம் கழித்து நான் மீண்டும் அழைத்தபோது அவள் பேசினாள். அந்தத் தொலைபேசி அழைப்புகளுக்கு இடையில் நான் வெறுமனே சோஃபாவில் அமர்ந்திருந்தேன். என் மகளின் மதிய உணவுகளைப் பற்றி, சமீபமாக அவளுக்கு வெறும் கடலை வெண்ணெய் தடவிய ரொட்டிகளை மட்டுமே கொடுத்துவந்திருக்கிறேன் என்பதை யோசித்துக்கொண்டிருந்தேன்.

மொய்ரா தொலைபேசியில் கிடைத்ததும், என்னை வேலையிலிருந்து தூக்கிவிட்டார்கள் என்றேன். அவள் கிளம்பிவருவதாகச் சொன்னாள். என்னுடைய குரலிலிருந்து எனக்கு அதுதான் வேண்டியிருந்தது என்று அவள் கண்டுகொண்டிருந்திருக்க வேண்டும்.

சிறிது நேரத்தில் அவள் வந்துவிட்டாள். பிறகு, என்றாள். அவளுடைய மேல்கோட்டை விட்டெறிந்தாள், அந்தப் பென்னம்பெரிய நாற்காலியில் பரப்பிக்கொண்டு அமர்ந்தாள். இப்போது சொல். முதலில் நாம் ஏதாவது குடிக்கலாம்.

அவள் எழுந்து அடுப்படிக்குச் சென்று எங்கள் இருவருக்கும் ஸ்காட்ச் ஊற்றிக்கொண்டு வந்து மீண்டும் அமர்ந்தாள். நான் என்ன நடந்ததென்று அவளிடம் சொல்ல முயன்றேன். நான் முடித்ததும், உன்னுடைய கம்ப்யூகார்டில் எதையாவது எடுக்க முயன்றாயா என்றாள்.

ஆம், என்றேன். அதைப் பற்றியும் அவளிடம் சொன்னேன்.

அவர்கள் அவற்றை முடக்கிவிட்டார்கள். என்னுடையதையும் என்றாள். கூட்டமைப்பினுடையதையும். ஆ என்றில்லாமல் பெ என்றிருக்கும் எல்லாக் கணக்குகளையும் முடக்கிவிட்டார்கள். அவர்கள் செய்ய வேண்டியிருந்ததெல்லாம் ஒருசில பொத்தான்களை அழுத்த வேண்டியது மட்டும்தான். நாம் துண்டிக்கப்பட்டுவிட்டோம்.

ஆனால், என்னுடைய கணக்கில் இரண்டாயிரம் டாலர்கள் இருந்தன என்றேன். ஏதோ என்னுடைய கணக்கு மட்டும்தான் முக்கியம் என்பதுபோல.

பெண்கள் இனிமேல் சொத்துகளை வைத்திருக்க முடியாது, என்றாள். புதிய சட்டம் அதுதான். இன்று தொலைக்காட்சி பார்த்தாயா?

இல்லை என்றேன். அதில் சொன்னார்களே. எல்லா இடமும் அதுதானே பேச்சு. நான் அதிர்ந்ததுபோல அவள் அதிர்ந்துபோயிருக்கவில்லை. ஏதோ விசித்திரமான ஒருவகையில் அவள் குஷியாக இருந்தாள். ஏதோ அவள் இதை வெகுகாலமாக எதிர்பார்த்திருந்தாள் என்பதைப் போலவும், இப்போது அவள் நினைப்பு ஊர்ஜிதமாகிவிட்டதைப் போலவும். அவள் கூடுதல் சுறுசுறுப்பாகவும் திடமாகவும் தெரிந்தாள். உன்னுடைய கம்ப்யூ கணக்கை லூக் பயன்படுத்தலாம். உன்னுடைய எண்ணை அவர்கள் அவனுக்கு மாற்றிவிடுவார்கள், அப்படித்தான் சொல்லப்படுகிறது. கணவன் அல்லது அடுத்த ஆண் உறவினனுக்கு.

ஆனால், உன் கதை என்னவாகும்? என்றேன். அவளுக்கு அப்படி யாருமில்லையே.

நான் தலைமறைவாகிவிடுவேன். எங்களில் சில சுயபால் விரும்பி ஆண்கள் எங்கள் எண்ணை எடுத்துக்கொண்டு எங்களுக்குத் தேவையானவற்றை வாங்கித்தரலாம்.

ஆனால், ஏன்? ஏன் இப்படிச் செய்தார்கள்?

ஏன் என்று காரணமெல்லாம் நாம் கேட்க முடியாது என்றாள் மொய்ரா. கம்ப்யூ கணக்குகள் மற்றும் நம் வேலைகளையெல்லாம் ஒரே நேரத்தில் அவர்கள் முடக்க வேண்டியிருந்தது. இல்லாவிட்டால் விமான நிலையங்கள் எப்படி இருக்கும் என்று உன்னால் கற்பனை செய்ய முடிகிறதா? அவர்களுக்கு நாம் எங்கும் ஓடிவிடக் கூடாது, அது மட்டும் நிச்சயம்.

பள்ளியிலிருந்து என் மகளை அழைத்துவரச்சென்றேன். வண்டியை அதீத கவனத்துடன் ஓட்டினேன். லூக் வீட்டுக்கு வந்த சமயம் நான் அடுப்படி மேசையில் அமர்ந்திருந்தேன். அவள் தன்னுடைய ஓவியங்கள் ஒட்டப்பட்டிருந்த இடத்துக்கு அருகில் இருந்த தன்னுடைய குட்டி மேசையில் இருந்தபடி ஃபெல்ட் பேனாக்களால் வரைந்துகொண்டிருந்தாள்.

லூக் என் அருகில் மண்டியிட்டு அமர்ந்து என்னைச் சுற்றி அவன் கரங்களால் வளைத்தான். வீட்டுக்கு வரும் வழியில் காரின் வானொலியில் கேட்டேன் என்றான். கவலைப்படாதே இதெல்லாம் தற்காலிகமானதாகத்தான் இருக்கும்.

ஏன் என்று சொன்னார்களா?

அவன் அதற்குப் பதில் சொல்லவில்லை. நாம் இதைக் கடந்துவருவோம் என்றான் என்னை அணைத்தபடி.

இது உனக்குப் புரியவில்லை. யாரோ என் கால்களை வெட்டிவிட்டதுபோல இருக்கிறது என்றேன். நான் அழவில்லை. ஆனால், என்னால் என் கைகளை அவனைச் சுற்றி இடவும் முடியவில்லை.

ஒரு ஜாப், வெறும் ஒரு வேலை, அவ்வளவுதானே என்றான், எனக்கு ஆறுதல் சொல்லும் முகமாக.

பார் நான் இன்னமும் சாகக்கூட இல்லை ஆனால் என்னுடைய எல்லாக் காசும் உனக்குத்தான் கிடைக்கும் என்று நினைக்கிறேன். நான் வேடிக்கை தொனிக்க சொல்ல முயன்றும் அது திகிலூட்டும் விதமாகத்தான் வெளிவந்தது.

சரி சரி என்றான். அவன் இன்னமும் தரையில் மண்டியிட்டவாறே இருந்தான். நான் உன்னை எப்போதும் பார்த்துக்கொள்வேன் என்று உனக்குத் தெரியுமே என்றான்.

அதற்குள்ளாகவே இவன் எனக்கு அபயமளிக்கத் தொடங்கி விட்டான் என்று நினைத்துக்கொண்டேன். அதற்குள்ளாகவே நீ படபடத்து மருளத் தொடங்கிவிட்டாய் என்றும் நினைத்துக் கொண்டேன்.

ஆம் தெரியும். நான் உன்னை நேசிக்கிறேன் என்றேன்.

பிறகு அவள் உறங்கச்சென்று, நாங்கள் இரவுணவு உண்டுகொண்டு, நான் அவ்வளவாகப் படபடப்பாக இல்லாதிருந்தபோது, அவனிடம் மதியத்தைப் பற்றிச் சொன்னேன். மேலாளர் உள்ளே வந்தது, அவருடைய அறிவிப்பைத் திடீரென்று சொன்னது எல்லாவற்றையும் விவரித்தேன். அது மட்டும் அவ்வளவு கொடூரச் செய்தியாக இல்லாதிருந்தால் நடந்தது ரொம்பவே வேடிக்கையாகப் பட்டிருக்கும் என்றேன். அவர் குடித்திருந்தார் என்றே நான் நினைத்துவிட்டேன். ஒருவேளை அப்படியும் இருந்திருக்கலாம். அங்கே ராணுவம் இருந்தது என்றெல்லாம் சொன்னேன்.

பிறகுதான் நான் பார்த்த ஆனால் கவனித்திராத ஒரு விஷயம் நினைவு வந்தது. அது ராணுவம் தான் ஆனால் எங்களது அல்ல.

நிறைய பெண்களுடனும் சொற்ப ஆண்களுடனும் அணிவகுப்புகள் நடந்தன. நடக்கும்தானே. ஆனால், அவை நீங்கள் நினைப்பதைவிடச் சிறிய அணிவகுப்புகள். மக்கள் பயந்துபோயிருந்தார்கள் என்று நினைக்கிறேன். சில நாட்களிலேயே, அணிவகுப்புகள் தொடங்கியதுமே போலிஸோ ராணுவமோ, அல்லது அவர்கள் யாராக இருந்தாலுமே துப்பாக்கிச்சூடு நடத்துவார்கள் என்று தெரியவந்ததுமே அந்த அணிவகுப்புகளும் நின்றுபோயின. தபால் நிலையங்கள், நிலத்தடி ரயில் நிலையங்கள் என்று சில இடங்கள் தகர்க்கப்பட்டன. ஆனால், செய்தது யாரென்று யாராலுமே நிச்சயமாய்ச் சொல்ல முடியவில்லை. கணினித் தேடல்களையும் மற்றவற்றையும், வீட்டுக்கு வீடு நடத்தப்பட்டவற்றையும் நியாயப்படுத்துவதற்காக அதைச் செய்தது ராணுவமாகவும் இருக்கலாம்.

நான் எந்த அணிதிரட்டுக்கும் போகவில்லை. அதெல்லாம் வீண் என்றும் நான் அவர்களைப் பற்றி, என் குடும்பத்தைப் பற்றி, அவனையும் அவளையும் பற்றி யோசிக்க வேண்டும் என்றான் லூக். நான் குடும்பத்தைப் பற்றி யோசிக்கத்தான் செய்தேன். வீட்டு வேலைகளை நிறைய செய்தேன், நிறைய ரொட்டிகள் சுட்டேன். உணவு வேளைகளில் அழக் கூடாதென்று முயன்றேன்.

ஆனாலும், அந்நேரத்துக்குள் நான் அழத் தொடங்கிவிடுவேன். திடீரென்று, படுக்கையறைச் சன்னல் அருகில் அமர்ந்து வெளியில் வெறிப்பதையும் தொடங்கியிருந்தேன். எங்களுடைய பெரும்பாலான அண்டை வீட்டாரை எனக்குத் தெரியாமல் ஆகியிருந்தது. அதோடு நாங்கள் வெளியில் தெருவில் பார்த்துக்கொண்டால் சாதாரணமான முகமன்கள் தவிர வேறெதையும் பரிமாறிக்கொள்ளாதிருக்கவும் மிகுந்த கவனம் எடுத்துக்கொண்டோம். விசுவாசமின்மையின் பேரால் யாரும் புகாரளிக்கப்பட விரும்பவில்லை.

இது நினைவுவந்ததில் பல வருடங்களுக்கு முந்தைய என்னுடைய அம்மாவைக் குறித்த ஒரு நிகழ்வும் நினைவுவருகிறது. நான் பதினான்கு பதினைந்து வயதினளாக இருந்திருக்க வேண்டும். பெண்மக்கள் தங்கள் தாய்மார் குறித்து வெகுவாக வெட்கமுறும் வயது. எங்களுடைய அடுக்கக வீடுகளில் ஒன்றுக்கு அம்மா தன்னுடைய சதா மாறிக்கொண்டிருக்கும் நண்பர்கள் வட்டத்தைச் சேர்ந்த பெண்கள் குழு ஒன்றோடு வந்தாள். அன்று அவர்கள் ஒரு அணிவகுப்புக்குப் போயிருந்தார்கள். அது நீலப்படங்களுக்கு எதிரான கலகமா அல்லது கருக்கலைப்பு தொடர்பானதா? - அவையெல்லாம் கிட்டத்தட்ட ஒரே சமயத்தில் நடந்தன - நினைவில்லை. அப்போது நிறைய குண்டுவெடிப்புகள் நிகழ்ந்தன. மருத்துவமனைகளில், ஒளிநாடாக் கடைகளில், எங்கும். ஆக, துல்லியமாகச் சொல்ல முடியவில்லை.

அம்மாவுடைய முகத்தில் ஒரு காயம் இருந்தது, சிறிது ரத்தமும். கண்ணாடிச் சன்னலுக்குள் கையை விட்டுவிட்டுக் காயம் படாமல் வர முடியாது. ஓழ்க்கும் பன்றிகள், என்று மட்டும்தான் அவள் அது குறித்துச் சொன்னாள்.

அவளுடைய சிநேகிதிகளில் ஒருத்தி சொன்னாள், ஓழ்க்கும் ரத்த ஒழுக்கிகள். அவர்கள் எதிரணி தூக்கிவந்த பதாகைகளை - *அவர்கள் ரத்தம் பெருக்கட்டும்* - வைத்து அவர்களை ரத்த ஒழுக்கிகள் என்றார்கள். ஆக, அது கருக்கலைப்பு குறித்த கலகம்தான்.

நான் அவர்களைத் தவிர்த்துக்கொள்ள என் அறைக்குள் சென்றேன். அவர்கள் அதீதமாகவும் மிக உரக்கவும் பேசினார்கள். என்னை அலட்சியம் செய்தார்கள். என் அம்மாவையும் அவளுடைய போக்கிரி நண்பர்களையும் நான் வெறுத்தேன். அவள் எதற்காக அப்படி உடுத்த வேண்டும் என்று எனக்குப் புரியவே இல்லை. ஓவரால்கள்! ஏதோ அவள் மிக இளையவள் என்பதுபோல

அவற்றை எதற்கு உடுத்துவது? அதோடு எதற்காக இப்படி ஆங்காரமாய்ப் பேச வேண்டும்?

அவளோ என்னை நீ ரொம்ப பதவிசுதான் என்பாள். அவளுடைய தொனி என்னவோ மகிழ்ச்சியாய்த்தான் இருக்கும். நான் தைரியமானவளாக, புரட்சிகரமானவளாக இருக்கலாம் என்று அவள் விரும்பினாள். பதின்வயதினரே இப்படித்தான் அதீதமாகப் பதவிசு பேணுவார்கள் என்பாள்.

என்னுடைய மறுப்பின் ஒருபகுதி என்னவென்று எனக்கு நிச்சயமாகத் தெரியும். அது மேலோட்டமானதுதான், வழக்கமானதுதான். ஆனால் அவளிடமிருந்து நான் நடைமுறைக்கு உட்பட்ட ஒரு வாழ்க்கையை, அடிக்கடி பெட்டிகட்ட வேண்டியதல்லாத, கூடாரத்தைத் தூக்க வேண்டியதல்லாத ஒரு வாழ்க்கையை எதிர்பார்த்தேன்.

நீ அவ்வளவு வரவேற்கப்பட்ட ஒரு குழந்தை. அது கடவுளுக்குத் தெரியும் என்பாள் அவள் சில சமயங்களில். புகைப்பட ஏடுகளில் என்னைச் சட்டமிட்டு வைத்திருந்த அவற்றைப் பார்த்தவாறு அப்படிச் சொல்வாள். அந்த ஏடுகள் குழந்தைப் புகைப்படங்களால் பருத்திருந்தன. ஆனால், நான் வளரவளர ஏதோ என்னுடைய போலிகளின் எண்ணிக்கை கொள்ளைநோயால் தாக்கப்பட்டதுபோல என்னுடைய புகைப்படப்பிரதிகள் மெலியத் தொடங்கியிருந்தார்கள். அவள் அதையும் கொஞ்சம் வருத்தத்தோடுதான் சொல்வாள். ஏதோ நான் அவள் எதிர்பார்ப்புக்கு ஏற்றார்போல இல்லை என்பதுபோல் சொல்வாள். எந்தத் தாயும் எப்போதும் ஒரு பிள்ளையின் 'தாய் குறித்த எதிர்பார்ப்பு'க்குத் தக்க இருந்ததில்லை. மறுபக்கத்துக்கும் அப்படியேதான் என்று நினைக்கிறேன். ஆனால், எல்லாவற்றுக்கு அப்பாலும் நாங்கள் ஒருவருக்கு ஒருவர் அவ்வளவு ஒன்றும் மோசமாக நடந்துகொள்ளவில்லை. நாங்கள் ஓரளவுக்கு எல்லோரையும் போல்தான் இருந்தோம் என்றே சொல்ல வேண்டும்.

அவள் இங்கே இருந்தால், இறுதியில் எனக்கு இது புரிந்துவிட்டது என்று சொல்ல முடிந்தால், நன்றாக இருக்கும்.

யாரோ வீட்டை விட்டு வெளியில் வந்திருக்கிறார்கள். எங்கோ ஒரு கதவு மூடப்படுவது கேட்கிறது. வீட்டின் பக்கவாட்டில், நடைவழியில், பாதங்களின் ஓசை. நிக், இதோ அவனைப் பார்க்க முடிகிறது. கடலுக்குள் விசீயிறைபடும் ஆளி வித்துகளைப்

போல் காற்றில் பிடிப்பிடியாக விசிறியடிக்கப்பட்டிருக்கும் மகரந்தப்பொடியை, இந்த மலர்களின் நாற்றமடிக்கும் சுடுகாற்றைச் சுவாசிக்க நடைவழியை விட்டுப் புல்வெளிக்குள் இறங்கியிருக்கிறான். அநாவசியமாக எதற்காக இவ்வளவு இனப்பெருக்கம்? பூனையொன்று அதன் முதுகை வளைப்பதைப் போல அவன் வெயிலில் நீட்டிநிமிர்கிறான். அவனூடாக அலையும் தசையசைவுகளைப் பார்க்கிறேன். அரைக்கைச் சட்டை அணிந்திருக்கிறான். சுருட்டப்பட்ட துணியின் அடியிலிருந்து அவனுடைய வெற்றுக் கரங்கள் வெட்கமில்லாமல் நீண்டிருக்கின்றன. அவனுடைய தோலின் அந்தக் கன்றல் எந்த இடத்தில் முடியும்? அன்றிரவு அந்தக் கனவுலகத்தில், நிலாநிறைத்த அமரும் அறையில், அவனைப் பார்த்ததற்குப் பிறகு அவனிடத்தில் நான் பேசவே இல்லை. அவன் எனக்கான ஒரு சமிக்ஞை, ஒரு அணுகல் குறியீடு. ஒரு உடல்மொழி. அவ்வளவே.

இதோ இப்போதும் அவனுடைய தொப்பி வலது பக்கவாட்டில் இருக்கிறது. ஆக, எனக்கு அழைப்பு விடுக்கப்பட்டிருக்கிறது.

அவனுடைய இந்தப் பாத்திரத்துக்காக, தூதனாய் இருப்பதற்காக, அவனுக்குக் கிடைப்பதென்ன? இன்னதென்று விளங்காத வகையில் தளபதிக்கான ஒரு காமத்தரகனாய் இருப்பது குறித்து அவன் எப்படி உணர்கிறான்? அவனை இது அருவருப்பால் நிறைக்கிறதா அல்லது என்னை அதிகம் விரும்பச் செய்கிறதா? என் மீது இச்சைகொள்ள வைக்கிறதா? ஏனென்றால் அங்கே, உள்ளே, புத்தகங்களுக்கு மத்தியில் உண்மையில் என்ன நடக்கிறதென்று அவனுக்குத் தெரியாது. வக்கிரச் செயல்பாடுகள் என்று மட்டும் அவன் நினைத்திருக்கலாம். நானும் தளபதியும் ஒருவரையொருவர் மையால் பூசி, நக்கித்தீர்ப்போம் என்றோ, அல்லது தடைசெய்யப்பட்ட அந்தப் பத்திரிகைகளின் கட்டுகளுக்கு மேலே புணர்வோம் என்றோ நினைக்கலாம். எப்படியோ அது நடக்கவும் வெகுகாலம் பிடிக்கப்போவதில்லை.

ஆனால், இது நிச்சயம். அவனுக்கு இதில் ஏதோ கிடைக்கத்தான் செய்யும். எல்லோரும் எதற்காவது மசிவார்கள். ஏதோ ஒன்றுக்கு. அதிகப்படியான சிகரெட்டுகள்? மேலதிகமான சுதந்திரம் போன்ற மற்றவர்களுக்குக் கிடைக்காதவை எதுவுமா? எப்படியும் அவனால் எதையும் நிரூபிக்க முடியாது. தளபதியின் வார்த்தைகளுக்கு எதிராக அவனுடைய வார்த்தைகளால் எதையும் செய்ய முடியாது. கதவை எட்டித்தள்ளுங்கள், பார்த்தீர்களா நான் என்ன சொன்னேன்? இதோ ஸ்க்ராபிள் விளையாடும் பாவச்செயலில்

கையும் களவுமாகப் பிடிபட்டுவிட்டார்கள். ம்ம் சீக்கிரம், அந்தச் சொற்களைத் தின்றுதீருங்கள். என்றெல்லாம் பேசும் ஒரு குழுத் தலைவனாக அவன் இருக்க விரும்பினாலே ஒழிய.

அல்லது சில ரகசியங்களைத் தெரிந்துகொள்வதில் இருக்கும் திருப்தி மட்டுமே அவனுக்குப் போதுமோ என்னவோ. உன் குடுமி என் கையில் என்பார்களே அப்படி. ஒருமுறைதான் பயன்படுத்திக்கொள்ள முடியும் எனும் விதமான அதிகாரம் கொடுப்பது அது.

ஆனால், நான் அவனைப் பற்றி நல்ல விதமாக யோசிக்க விரும்புகிறேன்.

எனக்கு வேலை தொலைந்த அன்று, இரவில் லூக் என்னுடன் இன்பம் துய்க்க விரும்பினான். எனக்கு ஏன் விருப்பமில்லை? இக்கட்டான அந்த நிலையே என்னைத் தூண்டியிருக்க வேண்டும். ஆனால், நான் மரத்துப்போனவளாய் உணர்ந்தேன். என் மீதிருந்த அவனுடைய கரங்களைக்கூட என்னால் உணர முடியவில்லை.

என்னவாயிற்று? என்றான்.

தெரியவில்லை.

நமக்கு இன்னமும்... என்று தொடங்கினான். ஆனால், எங்களிடம் இன்னமும் என்ன இருக்கிறது என்று சொல்ல அவன் துணியவில்லை. அவன் நமக்கு என்று சொல்வது சரியில்லை என்று திடீரென்று எனக்குப் பட்டது, அவனிடமிருந்து எதுவும் பிடுங்கப்பட்டதாக எனக்குத் தெரியவில்லையே.

நமக்கு இன்னமும் நாம் இருவரும் இருக்கிறோம் என்றேன். அது உண்மைதான். ஆனால், நான் ஏன் எனக்கே அத்தனை அந்நியமாய் தொனித்தேன்?

ஏதோ இப்போது நான் அதைச் சொல்லிவிட்டதால், எல்லாம் முன்புபோல மாறிவிடும் என்பதுபோல அவன் என்னை முத்தமிட்டான். ஏதோ மாறித்தான்விட்டது. அது சமநிலை. நான் குறுகிப்போனவளாய் உணர்ந்தேன். அவன் என்னைச் சுற்றி அவனுடைய கரங்களால் வளைத்து என்னைச் சேர்த்தணைத்தபோது நான் ஒரு பொம்மையைப் போல் சிறுத்திருந்தேன். நான் இல்லாமல் என் காதல் எங்கோ போய்க்கொண்டிருப்பதை அறிந்தேன்.

அவனுக்கு ஒரு பிரச்சினையும் இல்லையே என்று நினைத்தேன். அவனுக்கு ஒரு கவலையும் இல்லை. சொல்லப்போனால் அவனுக்கு இது பிடித்தும்கூட இருக்கலாம். நாங்கள் இருவரும் இனியும் ஒருவர் மற்றவருடையவர் அல்லர். நான் அவனுடையவள் அவ்வளவே.

தகுதியல்லாதது, நியாயமல்லாதது, உண்மையல்லாதது. ஆனால் அதுதான் நடந்தது.

ஆக, லூக்: நான் உன்னிடம் கேட்க விரும்புவது, நான் தெரிந்துகொள்ள நினைப்பது என்னவென்றால், நான் நினைத்தது சரியா? ஏனென்றால், நாம் அதைப் பற்றிப் பேசவே இல்லை. அதை நான் கேட்டுவிடும் சமயம் வாய்த்தபோது எனக்கு அச்சம் வந்துவிட்டிருந்தது. உன்னை இழக்க நான் தயாராக இருக்கவில்லை.

அத்தியாயம் இருபத்து ஒன்பது

தளபதியின் அலுவலறையில் அவருடைய மேசையில் அவருக்கு எதிரில் ஒரு பயனரைப் போல, பெரிய கடன் தொகைக்காகப் பேசிக்கொண்டிருக்கும் ஒரு வங்கி வாடிக்கையாளரைப் போல அமர்ந்திருக்கிறேன். ஆனால், அந்த அறையில் நான் அமர்ந்திருக்கும் விதம் தவிர மற்றபடி எங்களுக்குள் பெரிய சம்பிரதாயங்கள் ஏதும் இப்போது இல்லை. கழுத்தை நிமிர்த்தி, முதுகை நேராக்கி, கால்களைப் படையொழுங்குடன் பக்கவாட்டில் நிறுத்தி, கண்களை வணக்க ஒழுங்கில் இருத்தியெல்லாம் இப்போது நான் இருப்பதில்லை. மாறாக, என் உடல் இலகுவாக இருக்கிறது, வசதியாக உணர்கிறது. என்னுடைய சிவப்புக் காலணிகள் உதறப்பட்டு, என்னுடைய கால்கள் எனக்குக் கீழே நாற்காலியின் அடியில் இருக்கின்றன, சுற்றியும் என்னுடைய செந்நிறப் பாவடை சூழ்ந்திருப்பது உண்மைதான், ஆனாலும் முன்பெல்லாம் சுற்றுலாக்களின்போது சுருட்டி வைத்துக்கொள்வதைப் போலவே இருக்கிறது. கணப்படுப்பில் மட்டும் நெருப்பிருந்தால், பளபளப்பாக்கப்பட்டிருக்கும் மேற்தளங்களில் பட்டு மின்னியிருக்கும், தசையின் மீது கதகதப்பாக ஒளிர்ந்திருக்கும். நான் தீ மூட்டுகிறேன்.

தளபதியைப் பொறுத்தமட்டில் அவர் இன்றிரவு அளவுக்கு அதிகமாகவே இலகுவாக இருக்கிறார். மேற்கோட்டு கழற்றப்பட்டிருக்கிறது, மேசையின் மீது அவருடைய முழங்கை இருக்கிறது. அவருடைய வாயின் ஓரமாக ஒரு பல்குத்தி மட்டும் இருந்துவிட்டால், கவனமாகப் பார்த்து எரித்து அழிக்கப்பட்ட ரூரல் டெமாக்ரசி என்ற பெயரில் முன்பு வெளியான ஒரு பத்திரிகைக்கான விளம்பரப் படத்தின் படிமியைப் போல இருப்பார்.

எனக்கு முன்னே பலகையில் இருக்கும் கட்டங்கள் நிரம்புகின்றன. இன்றிரவுக்கான என்னுடைய ஈற்றயல் ஆட்டத்தை ஆடிக்கொண்டிருக்கிறேன். எழுத்துக்கூட்டுகிறேன். பூஜ்ஜியம். “இதுவொரு வார்த்தையா?” தளபதி கேட்கிறார்.

“தேடிப்பாருங்களேன். வழக்கொழிந்துவிட்ட வார்த்தை.”

“சரி நீ சொல்வதை ஒப்புக்கொள்கிறேன்” என்கிறார். புன்னகைக்கிறார். கவனம் கோரும் ஒரு செல்லப்பிராணியைப் போல, காதுகளை நிமிர்த்திக்கொண்டு, நிகழ்த்திக்காட்ட ஆவல்கொண்டு, நான் என்னுடைய தனித்துவத்தை, நுண்ணறிவைக் காட்டிக்கொள்வதைத் தளபதி விரும்புகிறார். அவருடைய பாராட்டு ஒரு வெந்நீர்க் குளியலைப் போல என்னைத் தழுவுகிறது. எப்போதும் ஆண்களிடத்தில், லூக்கிடம்கூட உணரும் ஒருவகையான பகைமையை ஒருபோதும் இவரிடத்தில் நான் உணர்வதில்லை. தனக்குள்ளாக அவர் என்னை ஒருபோதும் *வேசி* என்று சொல்லிக்கொள்வதில்லை. சொல்லப்போனால் இவரிடத்தில் நன்முறையிலான ஒரு தந்தைமை இருக்கிறது. நான் மகிழ்விக்கப்படுகிறேன் என்ற நினைப்பை அவர் விரும்புகிறார். நான் மகிழ்விக்கப்படுகிறேன், உண்மைதான்.

அவருடைய சட்டைபைக்கணிணியில் எங்களுடைய இறுதி மதிப்பெண்களை நேர்த்தியாகப் பதிகிறார். “நீ அலட்டிக்கொள்ளவே இல்லை, ஆனாலும் வென்றுவிட்டாய்” என்கிறார். இதையெல்லாம் என்னை ஏமாற்றுவதற்காக, அசத்துவதற்காக, மகிழ்ச்சிப்படுத்துவதற்காகச் செய்கிறார் என்று நினைக்கிறேன். ஆனால், ஏன்? அது கேள்வியாகவே எஞ்சியிருக்கிறது. இப்படிச் சலுகைகாட்டித் திருப்திப்படுத்துவதால் அவருக்கு என்ன லாபம்? ஏதோ இருக்கிறது.

விரல்நுனிகளைச் சேர்த்துவைத்துக்கொண்டு அவர் சாய்ந்து அமர்கிறார். இந்த உடல்மொழி எனக்கு இப்போது பழக்கமாகிவிட்ட ஒன்று. இப்படியான ஏராளமான உடல்மொழி பாவனைகள் எங்களுக்குள் இப்போது பழகிவிட்டன. அவர் என்னை வெறித்துக்கொண்டிருக்கிறார், இன்மையற்றல்ல, ஆர்வத்துடன். ஏதோ நான் விடுவிக்கப்பட வேண்டிய ஒரு புதிர் என்பதுபோல.

“இன்றிரவு என்ன வாசிக்க விரும்புகிறாய்” என்கிறார். இதுவும் வழக்கமாகிவிட்டது. இதுவரையில் *மத்மொஸல்ல* மாதாந்திரி ஒன்று, எண்பதுகளின் பழைய *எஸ்க்வயர்* ஒன்று, நான் வளரிளம் பருவத்தினளாய் இருந்தபோது என்னுடைய அம்மாவின் அடுக்கக வீட்டில் பார்த்ததாக நினைவில் இருக்கும் *எம் எஸ்* மாதாந்திரி ஒன்று, பிறகு *ரீடர்ஸ் டைஜஸ்ட்* ஒன்று என்று இத்தனையும் படித்துவிட்டேன். இவரிடம் புதினங்களும் இருக்கின்றன. ரேமண்ட் சாண்ட்லரின் புதினம் ஒன்றைப் படித்தேன், இப்போது

சார்லஸ் டிக்கன்சின் ஹார்ட் டைம்ஸ் இன் பாதியில் இருக்கிறேன். அடுத்து வரக்கூடிய நீண்ட பட்டினிக்கு முன்பாக எவ்வளவை என் மண்டைக்குள் திணித்துக்கொள்ள முடியுமோ அவ்வளவையும் திணிப்பதற்காக நான் வேகமாகவும் வெறியோடும் ஏறத்தாழ பக்கங்களை மேய்ந்துவிடுவதுபோலவும் படிப்பேன். உணவென்று பார்த்தால் இதைப் பஞ்சப்பரதேசிகளின் வெறியுண்ணல் என்பேன், பாலுறவென்று பார்த்தால் இதை தெருமுக்கம் ஒன்றில் நின்றவாக்கில் நிகழ்த்தப்படும் உவத்தல் என்பேன்.

நான் வாசிக்கும்போது தளபதி என்னருகில் அமர்ந்தபடி கண்களை அகற்றாமலும் பேசாமலும் என்னைப் பார்த்துக்கொண்டிருப்பார். இந்தச் செய்கை தீவிரமான பாலுறவுச்செய்கை, அவர் இப்படிச் செய்யும்போது நான் ஆடைகளற்றிருப்பதைப் போல உணர்கிறேன். அவர் திரும்பிக்கொள்ளவோ, அறையில் உலாவவோ, அவரும் எதையாவது படிக்கவோ செய்யலாமென்று விரும்புகிறேன். அப்படிச் செய்தால் நான் சிறிது ஆசுவாசமாக வாசிக்கலாம். சும்மாவே சட்டவிரோதமான இந்த வாசிப்பு நான் பங்குகொள்ளும் ஒரு நிகழ்த்திக்காட்டலைப் போல்தான் இருக்கிறது.

"நாம் பேசிக்கொண்டிருக்கலாம் என்று நினைக்கிறேன்." நான் சொன்னதைக் கேட்டு எனக்கே ஆச்சரியமாக இருக்கிறது.

அவர் மறுபடியும் புன்னகைக்கிறார். ஆச்சரியப்பட்டதைப் போல் தெரியவில்லை. இதை அல்லது இப்படி எதையோ எதிர்பார்த்திருப்பார்போல. "அப்படியா. எதைப் பற்றிப் பேச விரும்புகிறாய்" என்கிறார்.

தயங்குகிறேன். "எது பற்றி என்றாலும். உங்களைப் பற்றிப் பேசலாமே?"

"என்னைப் பற்றியா. என்னைப் பற்றிச் சொல்ல பெரிதாய் ஒன்றுமில்லை. நான் சாதாரணமான ஒரு ஆள் அவ்வளவுதான்." தொடர்ந்து புன்னகைக்கிறார்.

சாதாரணமான எவனும் தளபதி ஆவதில்லை. இதில் இருக்கும், ஆள் என்ற சொற்தேர்வில் இருக்கும் பொய்மை என்னைப் பேசவைக்கிறது. "நீங்கள் எதிலாவது கைதேர்ந்தவராக இருக்க வேண்டுமே?" நான் அவரைத் தூண்டுகிறேன், அவரோடு வார்த்தையாடுகிறேன், அவரை வெளியில் இழுக்கிறேன் என்பதை அறிகிறேன். அதற்காக என்னையே வெறுக்கிறேன். உண்மையில் இது அருவருப்பானது. ஆனால், நாங்கள் காதலாடிக்கொண்டிருக்கிறோம். ஒன்று அவர்

பேச வேண்டும் அல்லது நான் பேசியாக வேண்டும். எனக்குத் தெரிகிறது, வார்த்தைகள் எனக்குள் அலைமோதுகின்றன, யாரிடமாவது ஒழுங்காகப் பேசி வெகுகாலமாகிறது. இன்று உலாவச்சென்றபோது ஆஃப்க்ளெனுடன் பேசிய நறுக்குத்தெரித்தாற் போன்ற கிசுகிசுப்பெல்லாம் பேச்சுக்கணக்கில் வராது. என்றாலும், அது ஒரு முதற்கட்டச் சீண்டல் என்று சொல்லலாம். அவ்வளவு குறைவாகப் பேசியதிலும் கிடைத்த ஆசுவாசம் என்னை மேலும் பேசத் தூண்டுகிறது.

அதோடு நான் இவரிடம் பேசினால், தவறாக எதையாவது பேசிவிடுவேன், என்னையே காட்டிக்கொடுத்துக்கொள்வேன். அது நிகழவிருப்பதை எனக்கு நானே துரோகம் இழைக்க இருப்பதை உணர்கிறேன். இவர் என்னைப் பற்றி அதிகமாகத் தெரிந்துகொள்ளக் கூடாது.

கூச்சப்படுகிறவரைப் போல "முதலில் நான் வணிகமேலாண்மை குறித்த ஆராய்ச்சிகள் செய்தேன், பிறகு அப்படியே கிளைவிடத் தொடங்கினேன்" என்கிறார்.

அப்போதுதான் எனக்கு உறைக்கிறது, இவர் ஒரு தளபதி என்பதை அறிவேன், ஆனால் எதற்கான தளபதி என்று தெரியாது. இவருடைய ஆதிக்கம் எதன் மீது? அவர்கள் சொல்லுவதுபோல, இவர் எந்தத் துறையைச் சார்ந்தவர்? இவர்களுக்கென்று தனிப்பட்ட பட்டங்கள் இல்லையே.

எனக்குப் புரிந்துவிட்டதென்று காட்டிக்கொள்பவளாக "ஓ" என்கிறேன்.

"எல்லைகளுக்கு உட்பட்ட வகையில் என்றாலும் நானொரு விஞ்ஞானி என்பதை நீ அறிந்திருப்பாய்" என்கிறார்.

அதற்குப் பிறகு சிறிது நேரம் அவர் எதுவுமே பேசவில்லை, நானும்தான். அடுத்தவர் பேசட்டுமென்று காத்திருக்கிறோம்.

மௌனத்தை நானே உடைக்கிறேன். "அப்படியானால் நான் யோசித்துக்கொண்டிருக்கும் விஷயத்தைப் பற்றி நீங்களே எனக்குச் சொல்லலாம்."

"அப்படியா என்ன அது?" அவர் ஆர்வம் காட்டுகிறார்.

நான் ஆபத்தான வட்டத்துள் போகத் தலைப்படுகிறேன், ஆனால் என்னால் என்னைத் தடுக்க முடியவில்லை. "அது நான் எங்கோ படித்த ஒரு வாக்கியம்." எங்கிருந்து என்பதைச்

சொல்லாமலிருப்பது நலம். "அது லத்தீன் என்று நினைக்கிறேன், அதோடு ஒருவேளை..." அவரிடம் ஒரு லத்தீன் அகராதி இருப்பதை அறிவேன். கணப்படுப்பின் இடதுபுறமாக இருக்கும் அலமாரியின் மேலடுக்கில் பலவகையான அகராதிகளை வைத்திருக்கிறார்.

"சொல்." கவனமாகவும், அதீதமாகப் பட்டுக்கொள்ளாமலும் - அல்லது அப்படி நான் கற்பனை செய்துகொள்கிறேனாக இருக்கலாம் - கேட்கிறார்.

"Nolite te bastardes carborundorum."

"என்ன?"

நான் அதைச் சரியாக உச்சரிக்கவில்லை. அதை எப்படி உச்சரிப்பதென்று எனக்குத் தெரியவில்லை. "எழுத்துக்கூட்டத் தெரியும். நான் எழுதிக்காட்டுகிறேன்."

இந்தப் புதிய யோசனைக்கு அவர் தயங்குகிறார். எனக்குத் தெரியும் என்பதை அவர் மறந்துவிட்டிருக்கலாம். விளையாட்டின் மதிப்பெண்களை எழுதிக்கொள்வதற்காகக்கூட இந்த அறையில் நான் ஒரு பென்சிலையோ பேனாவையோ தொட்டதில்லை. ஒருமுறை வேடிக்கைக்காக அவர் பெண்களுக்குக் கூட்டல் தெரியாது என்றார். அவர் சொல்வது எனக்குப் புரியவில்லை என்று நான் கேட்டபோது, அவர்களைப் பொறுத்தவரை ஒன்றும் ஒன்றும் ஒன்றும் ஒன்றும் நான்கல்ல என்றார்.

பிறகென்ன என்றேன், அவர் மூன்று அல்லது ஐந்து என்று சொல்வார் என்று எதிர்பார்த்தவளாய்.

வெறும் ஒன்றும் ஒன்றும் ஒன்றும் ஒன்றும்தான் என்றார்.

ஆனால் இப்போது "சரிதான்" என்கிறார் அவருடைய உருளைமுனைப் பேனாவை மேசைக்கு அப்புறத்திலிருந்து என்னிடம் நீட்டுகிறார். ஏதோ சவால் செய்துவிட்டவரைப் போல் கூச்சத்துடன் தெரிகிறார். எழுதுவதற்கான ஏதாவது இருக்கிறதா என்று நான் சுற்றிலும் பார்க்க மதிப்பெண் அட்டையை, மேசைகளின் மீது வைக்கப்படும் ஏடு ஒன்றை நீட்டுக்கிறார். அதன் தாளின் மேற்புறத்தில் புன்னகைபூத்த பொத்தான் முகம் ஒன்று அச்சிடப்பட்டிருக்கிறது. இம்மாதிரியான பொருட்கள் இன்னமும் தயாரிக்கப்படுகின்றன.

என்னுடைய அலமாரிக்குள் இருந்த அந்த வாசகத்தை, என் மண்டைக்குள்ளிருந்து நான் கவனமாக எழுதுகிறேன். *Nolite* *te bastardes carborundorum.* இங்கு இந்தத் தருணத்தில் இது பிரார்த்தனையும் அல்ல, ஆணையும் அல்ல. இது முன்னெப்போதோ கிறுக்கப்பட்டதும் கைவிடப்பட்டதுமான ஒரு சோகக் குறியீடு மட்டுமே. என்னுடைய விரல்களுக்கிடையில் இருக்கும் பேனா கிளர்ச்சியூட்டுகிறது, அது கிட்டத்தட்ட உயிரோடிருக்கிறது, அதன் ஆற்றலை அதற்குள்ளிருக்கும் வார்த்தைகளின் ஆற்றலை, என்னால் உணர முடிகிறது, மையத்தின் இன்னொரு கொள்கை வாசகமான பேனா* பொறாமையின் ஆயுதம் என்பதை நினைவுறுத்தும் ஆன்ட் லிடியா எங்களை இப்படியான பொருட்களிலிருந்து விலகியிருக்கச் சொல்வாள். அவர்கள் சொல்வது உண்மை. இதை வைத்துக்கொள்ள வாய்ப்பதே பொறாமையைத் தூண்டும். தளபதியிடம் இந்தப் பேனாவுக்காக நான் பொறாமைகொள்கிறேன். நான் திருட விரும்பும் இன்னொரு பொருள் இது.

அந்தச் சிரிப்புப் பொத்தான் தாளை என்னிடம் வாங்கிப் பார்க்கிறார் தளபதி. பிறகு, சிரிக்கத் தொடங்குகிறார், இதென்ன இவர் சிவக்கிறாரா? "இது லத்தீன் அல்ல, இது வெறும் வேடிக்கைதான்" என்கிறார்.

வேடிக்கையா? நான் ஒரு நிமிடம் அதிர்ந்துவிட்டேன். இது வெறும் வேடிக்கையாக மட்டும் இருக்க முடியாதே. இவ்வளவு சீக்கிரத்தில் இப்படியொரு ஆபத்தான வேலையைச் செய்ய நான் முடிவெடுத்தது வெறும் வேடிக்கைக்காக மட்டும்தானா? "இதில் என்ன வேடிக்கை இருக்கிறது?"

"உனக்குப் பள்ளிச் சிறுவர்களைப் பற்றித் தெரியுமல்லவா" என்று சொல்லிச் சிரிக்கிறார். அந்தச் சிரிப்பில் தன்னுடைய இளவயதுப் பிரதியை நினைத்துச் சிரித்துக்கொள்ளும் ஒருவனின் நினைவேக்கம் தொனிக்கிறது. அவர் எழுந்து புத்தக அலமாரியிடம் சென்று அவருடைய பொக்கிஷங்களிலிருந்து ஒரு புத்தகத்தை - அகராதியை அல்ல - எடுக்கிறார். அது ஒரு பழைய புத்தகம், பாடப் புத்தகம்போல இருக்கிறது. ஓரங்கள் நைந்துபோயும் பேனா மையால் தீற்றப்பட்டும் இருக்கிறது. என்னிடம் காட்டுவதற்கு முன் அவர் அதை மிகக் கவனமாகவும், பழைய நினைவுகளோடும் பிரித்துப்பார்க்கிறார். "இதோ பார்" என்றபடி எனக்கு முன்னால் அதை மேசையில் வைக்கிறார்.

நான் முதலில் பார்ப்பது ஒரு புகைப்படத்தை. அந்தக் கறுப்பு வெள்ளைப் படத்தில் இருப்பது **மிலோவின் வீனஸ்.** அவளுக்கு யாரோ

★ pen is envy - Atwood. ப்ராய்டிய penis envy என்ற சொற்றொடரை வைத்து அட்வுட்டின் சொற்விளையாட்டு.

மீசையையும், கறுப்பு மார்க்கச்சையையும், அக்குள் மயிரையும் விகாரமாக வரைந்திருக்கிறார்கள். அதற்கு எதிர்ப்பக்கத்தில் இருப்பது ரோமின் கொலோசியம், அதன் விவரம் ஆங்கிலத்தில் எழுதப்பட்டிருக்கிறது, அதற்கும் கீழே இணைப்பாக: sum es est estis sunt. என்று எழுதப்பட்டிருக்கிறது. பார்த்தாயா என்பவர் அந்தப் பக்கத்தின் மேற்புற ஓரத்தில் வீனஸின் மீது மயிரை வரைந்திருந்த அதே பேனா மையால் எழுதப்பட்டிருப்பதையும் காட்டுகிறார். Nolite te bastardes carborundorum.

"இது ஏன் வேடிக்கையானது என்பதை உனக்கு லத்தீன் தெரிந்தாலே ஒழிய புரியவைப்பது கடினம்" என்கிறார். "இப்படியெல்லாம்தான் கண்டபடியும் எழுதுவோம் நாங்கள். எங்கிருந்து இதையெல்லாம் கற்றுக்கொண்டோம் என்றும் தெரியாது, பெரிய பையன்களிடமிருந்து இருக்கலாம். "அவர் என்னையும் தன்னையும் மறந்தவராய்ப் பக்கங்களைப் புரட்டுகிறார். "இதைப் பார்" என்கிறார். அந்தப் புகைப்படம் சபைனின் பெண்கள் என்று அழைக்கப்பட்டிருக்கிறது. அந்தத் தாளின் ஓரத்திலும் கிறுக்கப்பட்டிருக்கிறது: pim pis pit, pimus pistis pants. "இன்னொன்றும் இருக்குமே" என்பவர் "cim, cis, cit..." என்கிறார், பிறகு வெட்கமுற்றவராய் நிகழ்நொடிக்குத் திரும்புகிறார். மறுபடியும் புன்னகை, இதை நாம் இளிப்பு என்று சொல்லலாம். அவருடைய நெற்றியில் சுருண்டுவிழும் மயிர்க்கற்றையையும் முகத்தில் இளம்பிராயத்தின் புள்ளிகளையும் என்னால் கற்பனை செய்துகொள்ள முடிகிறது. இந்த நொடி இவரை எனக்குப் பிடித்துவிடக்கூடச் செய்கிறது.

"ஆனால், அதன் பொருளென்ன?"

"எதற்கு? ஓ, அதுவா? அந்த வேசை மகன்கள் உன்னை நசுக்கிவிட அனுமதித்துவிடாதே" என்று பொருள். "அப்போதெல்லாம் எங்களுக்கு நாங்கள் பெரிய புத்திசாலிகள் என்று நினைப்பு."

நான் வலுக்கட்டாயமாகப் புன்னகைத்து வைக்கிறேன். ஆக, இதோ எல்லாம் புரிந்துபோயிற்று. அலமாரியின் சுவரில் அவள் அதை ஏன் எழுதிவைத்தாள் என்பது எனக்குப் புரிந்துவிட்டது அதுமட்டுமல்லாமல் அவள் அதை எங்கிருந்து படித்திருக்கிறாள் என்பதும் புரிந்தது. வேறெங்காக இருக்கும். அவள் எப்போதுமே ஒரு பள்ளிச் சிறுவனாக இருந்திருக்க முடியாதே. முன்பெப்போதோ இவருடைய இளவயது நினைவேக்கங்கள் மற்றும் ரகசியங்களை இவர் பகிர்ந்துகொண்ட ஒரு நிகழ்வின்போதாகத்தான் இருக்க

வேண்டும். ஆக, இவருடைய மௌனத்துக்குள் நுழைந்து இவருடன் பிள்ளைப்பிராய விளையாட்டுகள் விளையாடும் முதல் பெண் நான் அல்ல.

"அவளுக்கு என்ன ஆனது?"

இமைக்கவும் நேரமெடுக்காமல் அவர் கேட்டார். "அவளை உனக்கெப்படித் தெரியும்?"

"எப்படியோ."

"அவள் தூக்கிட்டுக்கொண்டாள்." யோசனையார்ந்து சொல்கிறார், கவலையார்ந்தல்ல. "உன்னுடைய அறையில் இருந்த தொங்குவிளக்கு அமைப்பை அதனால்தான் நீக்கிவிட்டோம். செரினா கண்டுபிடித்துவிட்டாள்." ஏதோ இது ஒரு விளக்கம் தந்துவிடும் என்பதுபோல் சொல்கிறார்.

ஆனால், அது தரத்தான் செய்கிறது.

உன்னுடைய நாய் செத்துப்போனால் வேறொன்றை வாங்கிவிடு.

"எதை வைத்து?"

எனக்கான திட்டம் எதையும் அவர் சொல்லிக்கொடுத்துவிடக் கூடாதே. "எதை வைத்துச் செய்திருந்தால் என்ன?" என்கிறார். கிழிக்கப்பட்ட விரிப்பால் இருக்கும். நான் வாய்ப்புகளை யோசித்திருக்கிறேன்.

"கண்டுபிடித்தது கோரா என்று நினைக்கிறேன்." அதனால்தானே அவள் அன்று அலறினாள்.

"ஆமாம் பாவம் அவள்" என்கிறார். பாவம் என்று அவர் சொன்னது கோராவை.

"நான் இனி இங்கு வரக் கூடாது என்று நினைக்கிறேன்."

"உனக்கு இது பிடித்திருப்பதாகத்தான் நான் நினைத்தேன்." அவர் பளிச்சென்ற விழிகளுடன் என்னைப் பார்த்தபடியே மென்மையாகச் சொல்கிறார். நான் மட்டும் அறியாப்பெண்ணாக இருந்திருந்தால் அவர் பயப்படுவதாக நினைத்திருப்பேன். "நீ வர வேண்டுமென்றே விரும்புகிறேன்."

"என்னுடைய வாழ்வு சகித்துக்கொள்ளத்தக்கதாக இருக்க வேண்டுமென்று நீங்களும் விரும்புவீர்களென்று எதிர்பார்க்கிறேன்." இது ஒரு கேள்வியாக வெளிவராமல் வெறும் ஒரு வாசகமாகத்

தட்டையாக உச்சரிக்கப்பட்டுவிட்டது. என் வாழ்க்கை சகித்துக்கொள்ளத்தக்கதாக இப்போது இருக்கிறதென்றால் அவர்கள் எனக்குச் செய்வது சரியானது என்றல்லவா ஆகிறது.

"ஆம், நிச்சயமாக அப்படி இருக்க வேண்டுமென்றுதான் விரும்புகிறேன்."

"அப்படியானால் சரிதான் என்கிறேன்." எல்லாம் மாறிவிட்டது. இப்போது அவருக்கு எதிராக என்னிடம் ஏதோ இருக்கிறது. அவருக்கு எதிராக என்னிடம் இருப்பது எனக்கு அவரால் மரணம் நேரக்கூடிய வாய்ப்பு இருக்கிறது எனும் உண்மை. இறுதியாக இன்னொன்றும், அவருடைய குற்றவுணர்ச்சி.

மீண்டும் அதே மென்மையுடன் இது ஏதோ பண விவகாரம் என்பதுபோல, மிட்டாய்கள் மற்றும் சிகெரெட்டுகள் குறித்தது என்பதுபோல் கேட்கிறார். "உனக்கு என்ன வேண்டும்?"

"அதாவது, கைகளுக்கான குழைமப்பூச்சு தவிர வேறு என்ன வேண்டும் என்கிறீர்கள்?"

"ஆம், கைகளுக்கான பூச்சு தவிர..." அவர் ஒப்புக்கொள்கிறார்.

"எனக்கு என்ன வேண்டுமென்றால்... எனக்குத் தெரிந்துகொள்ள வேண்டும்." இது ஆராயப்படாததாய், முட்டாள்தனமாய் தொனிக்கிறது. நான் யோசிக்கவே இல்லாமல் பேசிவிட்டேன்.

"எதைத் தெரிந்துகொள்ள வேண்டும்?"

"தெரிந்துகொள்ள என்னவெல்லாம் இருக்கிறதோ அதை" என்கிறேன். ஆனால், இதுவும் கொஞ்சம் அசட்டையாய் தொனிக்கிறது.

"நிகழ்வது என்னவென்று நான் தெரிந்துகொள்ள வேண்டும்."

11
இரவு

அத்தியாயம் முப்பது

இரவு விழுகிறது. அல்லது விழுந்துவிட்டது. இரவு ஏன் விடியலைப் போல எழுவதில்லை? அது ஏன் விழுகிறது? என்றாலும் நீங்கள் அஸ்தமனத்தின்போது கிழக்கைப் பார்த்தால், இரவு விழுவதை அல்ல எழுவதைக் காணலாம். அடிவானிலிருந்து, மேகமூடாக்கின் பின்னாலிருந்து, இருள் ஒரு கறுப்புச் சூரியனாய் வானுக்குள் எழுவதைக் காணலாம். அடிவானுக்குச் சற்றே கீழிருந்து எழும் ஒரு நெருப்புக்கோடு, ஒரு காட்டுத்தீ அல்லது எரியும் நகரம், இப்படி கண்கள் காணாத நெருப்பிலிருந்து வரும் புகையைப் போன்றது அது. கண்களின் மேல் மூடப்படும் எடைமிகுந்த அடர்ந்த திரைச்சீலையாக, கம்பளிப் போர்வையாக அது விழுவதால் அது வீழும் இரவாகியிருக்கலாம். இருளில் இப்போது இயலுவதைவிடத் தெளிவாகப் பார்க்க எனக்கு வாய்த்திருக்கலாம் என்று விரும்புகிறேன்.

அப்படியாக இரவு வீழ்ந்துவிட்டது. அது என் மீது ஒரு கல்லைப் போல் கவிவதை உணர்கிறேன். பாதி திறந்திருக்கும் சன்னல் அருகில் அமர்ந்திருக்கிறேன். வெளியில் யாரும் இல்லையென்பதால் திரைச்சீலைகள் பின்னுக்கு இழுக்கப்பட்டிருக்கின்றன. எங்கள் தசை எங்களுக்குக் கொடுக்கக்கூடிய தடுமாற்றங்களிலிருந்து காக்கவெனவும் வெற்றுக் கைகளால் எங்களை நாங்களே அணைத்துக்கொள்ளாதிருக்கும் பொருட்டும் கோடையிலும் முழுக்கை வைத்திருக்கும் இந்த இரவு உடையை அணிந்திருக்கும் நான் இப்போது கண்ணியம் காக்க வேண்டிய அவசியமில்லை. நிலவின் தேடுவெளிச்சத்தின் கீழே எதுவும் அசையாதிருக்கிறது. தோட்டத்தின் நறுமணம் ஒரு உடலிலிருந்து வெப்பம் எழுவதைப் போல எழுகிறது. இரவில் மலரும் மலர்கள் அங்கு இருக்க வேண்டும். அவற்றின் மணம் சிவப்புக் கதிர்வீச்சைப் போல மிக வலியதாய் இருக்கிறது. மதிய வெயிலில் தார் பாவிய நெடுஞ்சாலையின் மீதிருக்கும் மினுமினுப்பைப் போல மேல்நோக்கிக் கிளம்பும் அதை என்னால் கிட்டத்தட்ட பார்த்துவிடவே முடிகிறது.

கீழே புல்வெளியில் வில்லோ மரத்தின் கீழே சிந்தியிருக்கும் இருளிலிருந்து எவனோ வெளிப்படுகிறான், வெளிச்சத்தின் மீது அடிவைக்கிறான். அவனுடைய நீண்ட நிழல் அவனுடைய குதிகாலோடு சேர்த்து பின்னப்பட்டிருக்கிறது. அது நிக்கா அல்லது வேறு யாருமா. முக்கியத்துவமற்ற வேறு யாருமா? அவன் அங்கே நின்று இந்தச் சன்னலை நிமிர்ந்து பார்க்கிறான். அவனுடைய வெண்ணிற முகத்தின் நீள்வட்டத்தைக் காண முடிகிறது. நிக். நாங்கள் ஒருவரையொருவர் பார்த்துக்கொள்கிறோம். அவன் மீது எறிய என்னிடம் ரோஜா ஏதுமில்லை. அவனிடம் யாழ் ஒன்றும் இல்லை. ஆனால் பசி ஒரே விதமானதுதான்.

என்னால் இதை ஊக்குவிக்க முடியாது. நான் இடப்பக்கத் திரையை என் முகத்துக்கு நேரே, அது எங்களுக்கிடையில் விழும் விதமாய் இழுக்கிறேன், ஒரு நொடி பொறுத்து அவன் தொடர்ந்து நடந்து மூலையின் புலப்படாமைக்குள் போகிறான்.

தளபதி சொன்னது உண்மைதான். ஒன்றும் ஒன்றும் ஒன்றும் ஒன்றும் நான்காகாது. ஒவ்வொன்றும் தனித்தன்மையது, அவற்றையெல்லாம் ஒன்றாகச் சேர்ப்பதற்கு வழியே இல்லை. ஒன்றுக்குப் பதிலாக ஒன்று என்று அவற்றைப் பரிமாற்றிக்கொள்ள முடியாது. அவை ஒன்றை ஒன்று பதிலி செய்யாது. நிக் லூக்கையும் லூக் நிக்கையும் பதிலி செய்தாக வேண்டும் என்பது பொருந்தாது.

உன்னுடைய உணர்வுகளை நீ தடுக்க முடியாது, ஆனால் உன் நடத்தை உன் கையில்தான் உள்ளது என்றாள் மொய்ரா, ஒருமுறை.

அதெல்லாம் சரிதான்.

தருணம்தான் எல்லாம். அல்லது தேவைதான் எல்லாமா? அதுவா இதுவா?

நாங்கள் வீட்டை விட்டுக் கிளம்பியதற்கு முந்தைய இரவு. கடைசி முறையாக நான் அறைகளூடாக நடந்துகொண்டிருந்தேன். எதையுமே மூட்டைகட்டவில்லை, ஏனென்றால் நாங்கள் பெரிதாக எதையும் எடுத்துச்செல்வதாய் இல்லை. கிளம்புவதற்கான மிகச் சிறு அறிகுறியையும் வெளியில் காட்டிக்கொள்ளக் கூடாத நிலை. ஆக, எங்கள் வாழ்க்கைக்காக நாங்கள் செய்துவைத்திருந்த ஏற்பாடுகள் எல்லாவற்றையும் நான் வெறுமனே பார்த்துக்கொண்டு இங்குமங்குமாக நடைபழகினேன். பிற்பாடு இதெல்லாம் எப்படி

இருந்ததென்று நினைவுகூர இது உதவுமென்று ஒரு எண்ணம் இருந்தது.

லூக் வரவேற்பறையில் இருந்தான். அவன் என்னைச் சுற்றி அவனது கரங்களை இட்டான். இருவரும் பேரவலத்தை உணர்ந்தோம். ஆனாலும், அப்போதுகூட மகிழ்ச்சியாகவே இருந்தோம் என்பதை நாங்கள் எப்படி அறிந்திருக்க இயலும்? ஏனென்றால், அப்போது எங்களுக்கு அதுவாவது இருந்தது. எங்களைச் சுற்றியிருந்த கரங்களாவது.

பூனை என்றான்.

அவனுடைய சட்டையின் கம்பளி நூலிடம் பேசுவதுபோல, பூனையா? என்றேன்.

நாம் அவளை இங்கே அப்படியே விட்டுவிட்டுப் போக முடியாது.

நான் பூனையைப் பற்றி யோசிக்கவே இல்லை. இருவருமே யோசிக்கவில்லை. எங்கள் முடிவு திடீரென்று எடுக்கப்பட்டது. பிறகு, மற்ற திட்டங்களைச் செய்ய வேண்டியிருந்தது. அவள் எங்களோடு வருவாள் என்று நான் நினைத்திருந்திருப்பேன். ஆனால், அது முடியாது. எல்லையைத் தாண்டிச்சென்று மீண்டும் வரும் ஒருநாள் பயணத்தில் பூனைகளை யாரும் எடுத்துப்போவார்களா.

வெளியில் விட்டால்? அவளை அப்படியே விட்டுவிடலாமே.

அவள் இங்கேயே சுற்றிவந்து வாசலில் நின்று கத்துவாள். நாம் போய்விட்டதை யாராவது கவனித்துவிடுவார்கள்.

நாம் அவளைக் கொடுத்துவிடலாம். நம் அண்டை வீட்டார்கள் யாரிடமாவது. இதைச் சொல்லும்போதே அது எத்தனைப் பெரிய முட்டாள்தனமாக இருக்குமென்று தெரிந்தது.

அதை நான் பார்த்துக்கொள்கிறேன், லூக் சொன்னான். அவன் அவளை என்று சொல்லாமல் அதை என்று சொன்னதில் அவன் அதைக் கொல்லவிருப்பதை அறிந்துகொண்டேன். கொல்வதற்கு முன் செய்ய வேண்டியது அதைத்தான் என்று நினைத்தேன். நீங்கள் ஒரு அதை, அதற்கு முன் இல்லாத ஒன்றை உண்டாக்க வேண்டும். முதலில் அதை உங்கள் தலைக்குள் செய்ய வேண்டும், பிறகு அதை நிஜமாக்க வேண்டும். ஆக, அப்படித்தான் அதைச் செய்கிறார்களா என்று நினைத்துக்கொண்டேன். ஏதோ அதற்கு முன்பு நான் இது பற்றியெல்லாம் யோசித்திராததுபோல் தோன்றியது.

பூனை எங்கள் படுக்கைக்குக் கீழே ஒளிந்துகொண்டிருந்ததை லூக் கண்டுபிடித்தான். அவை எப்போதுமே தெரிந்துகொண்டு விடுகின்றன. அவன் வாகனக்கூடத்துக்கு அவளோடு போனான். என்ன செய்தானென்று எனக்குத் தெரியாது, நான் அவனைக் கேட்கவே இல்லை. நான் கைகளைக் கட்டி மடியில் வைத்துக்கொண்டு வரவேற்பறையில் அமர்ந்திருந்தேன். நான் அவனோடு போயிருக்க வேண்டும், அந்தச் சிறிய பொறுப்பையாவது ஏற்றுக்கொண்டிருந்திருக்க வேண்டும். குறைந்தபட்சம் அதற்குப் பிறகாவது அதைப் பற்றிக் கேட்டிருக்க வேண்டும், அப்படியாக அதை அவன் தனியே சுமந்துகொண்டிருந்திருக்க மாட்டான். ஏனென்றால், அந்தச் சிறிய தியாகத்தை அவன் செய்தது, அன்பின் ஒரு சுடரை அவன் அணைத்தது எனக்காகவும் தான்.

அவர்கள் செய்வனவற்றில் அதுவும் ஒன்று. உங்களுக்குள்ளேயே கொன்றுபோட்டுக்கொள்ளச் செய்வார்கள்.

ஆனாலும், பிரயோசனமில்லாமல் போய்விட்டது. அவர்களுக்கு யார் தெரிவித்தார்களென்று தெரியவில்லை. அன்று காலை எங்கள் கார் ஓடுபாதையிலிருந்து வெளிக்கிளம்புவதைப் பார்த்துவிட்ட ஒரு அண்டை வீட்டாராக இருக்கலாம். யாருக்காவது பொறிதட்டியிருக்கும். யாருடைய பட்டியலிலாவது சேரும் ஒரு தங்க நட்சத்திரத்துக்காகவோ அது செய்யப்பட்டிருக்கலாம். அல்லது அவர்களுக்கு ஊக்கத்தொகை வழங்கப்பட்டிருக்கலாம். எங்களுக்குக் கடவுச்சீட்டுகளை ஏற்பாடு செய்தவனாகவுமே இருக்கலாம். இரு முறை பணம் பெற்றுக்கொள்ளக் கசக்குமா என்ன? அவர்களைப் போன்றவர்களுக்குமே, போலிக் கடவுச்சீட்டு தயாரிப்பவர்களுக்குமே வலைகள் வீசப்பட்டுக்கொண்டுதான் இருந்தன.

ஏனென்றால், அவர்கள் எங்களுக்காகக் காத்துக்கொண்டு தயாராக இருந்தார்கள். சந்தேகத்துக்கு இடமின்றி நமக்கு துரோகமிழைக்கப்பட்டிருப்பதை அறியும் தருணம், இன்னொரு மனிதப்பிறவி நமக்கு அவ்வளவு தீங்கு நேர வேண்டுமென்று விரும்பியிருந்த அந்த துரோகத்தின் தருணம் மிகக் கொடுமையானது.

துண்டிக்கப்பட்ட ஒரு மின்தூக்கியில், விழுந்துகொண்டிருக்கும் அதில், எப்போது கீழே மோதுவோம் என்றறியாமல் விழுந்துகொண்டிருக்கும் அதில் இருந்ததைப் போல இருந்தது.

நான் என்னுடைய சொந்தங்களை அவர்கள் எங்கிருந்தாலும் அங்கிருந்து என் மனக்கண்ணின் முன் உயிர்த்தெழவைக்க முயல்கிறேன். அவர்களுடைய தோற்றத்தை நான் நினைவுவைத்திருந்தாக வேண்டும். அவர்களை செருகேட்டில் புகைப்படங்களாக என் கண்களுக்குள் நிறுத்திவைக்க முயல்கிறேன். ஆனால், அவர்கள் நிலையாய் நிற்பதில்லை, அசைகிறார்கள். ஒரு புன்னகை பூக்கிறது, உடன் மறைகிறது. செருகேட்டின் தாள் எரிந்துகொண்டிருப்பதைப் போல கருமை அவர்களைத் தின்கிறது. அவர்களுடைய முகக்குறிகள் சுருண்டு மடிகின்றன. ஒரு கணநேரத் தோற்றம், காற்றில் ஓர் வெளிறிய மினுக்கம், ஒரு ஜொலிப்பு, துருவமுனைச் சோதியாய் அணுக்களின் நடனம், பிறகு ஒரு முகம், பிறகு முகங்கள். ஆனால் அவை மங்குகின்றன, அவர்களை நோக்கி என் கைகளை நான் நீட்டினாலும் அவர்கள் என்னிடமிருந்து நழுவுகிறார்கள். விடியலில் மறையும் ஆவிகளென எங்கிருந்தார்களோ அங்கேயே திரும்புகிறார்கள். என்னோடு இருங்கள் என்று வேண்ட விரும்புகிறேன். ஆனால், அவர்கள் இருக்க மாட்டார்கள்.

அதுவும் என் தவறுதான். நான் அதிகமாக மறக்கிறேன்.

இன்றிரவு நான் பிரார்த்திப்பேன்.

படுக்கையின் ஓரத்தில் உடற்பயிற்சிக் கூடத்தின் மரத்தளம் மீது நாங்கள் மண்டியிட்டிருப்போம். ஆன்ட் எலிசபெத்தின் சவுக்கு அவளது இடுப்பு வாரிலிருந்து தொங்கிக்கொண்டிருக்கும், அவள் இரட்டைக் கதவின் அருகில் கைகளைக் கட்டிக்கொண்டு நின்றிருப்பாள். மண்டியிட்டிருக்கும் இரவாடைப் பெண்களினூடாக ஆன்ட் லிடியா திரிவாள். எங்கள் முதுகுகளை, பாதங்களை, பிட்டங்களை அல்லது கைகளை அவளுடைய மரத்துடுப்பால் தட்டுவாள். நாங்கள் கூனினாலோ அசட்டை காட்டினாலோ ஒரு சிறிய அடி, சின்ன தட்டல் விழும். அவளுக்கு எங்கள் தலைகள் சரியாகக் குனிந்திருக்க வேண்டும். எங்கள் கால்விரல்கள் சேர்ந்தும் நீட்டியபடியும் இருக்க வேண்டும். எங்கள் முழங்கைகள் சரியான கோணத்தில் இருக்க வேண்டும். அவளுடைய ஆர்வத்தின் ஒரு பகுதி அழகுணர்வால் ஆனது. நாங்கள் கல்லறைத் தூண்களில் பொறிக்கப்பட்ட ஆங்லோ சாக்ஸன்களைப் போல, எங்களுடைய தூய்மையின் அங்கிகளில் அணிதிரட்டப்பட்ட கிறிஸ்துமஸ் வாழ்த்து அட்டைத் தேவதைகளைப் போல தோன்ற வேண்டுமென்று அவள் விரும்பினாள். தேக இறுக்கம் மற்றும் தசை அழுத்தத்தின் ஆன்ம

மதிப்பையும் அவள் மிக நன்றாக அறிந்திருந்தாள். ஒரு சிறிய வலி மனதைத் தூய்மை செய்துவிடும் என்பாள்.

நாங்கள் பிரார்த்தித்தது வெறுமைக்காக. அருளால், அன்பால், சுயமறுப்பால், விந்துவால், குழந்தைகளால் நிரப்பப்படுவதற்கான தகுதியைப் பெற்றுத்தரும் வெறுமைக்காக.

தேவனே, பிரபஞ்ச ராஜனே, என்னை ஒரு ஆணாகப் படைக்காததற்கு நன்றி.

தேவனே, என்னைத் தூய்மையாக்குங்கள். நான் பல்கிப் பெருகவென என்னை வளப்படுத்துங்கள். என் வேட்கைகளை ஒடுக்குங்கள். என்னை நிறைவடையச் செய்யுங்கள்...

சிலர் உணர்வுவயப்பட்டுவிடுவார்கள். இழிந்துபோதலின் பரவசத்தில் சிலர் முனகவும் அழவும் செய்வார்கள்.

இப்படி உன்னைக் காட்சிப்பொருளாக்கிக்கொள்வதில் அர்த்தமே இல்லை ஜனின் என்பாள் ஆன்ட் லிடியா.

நான் இருக்கும் இடத்தில் இருந்தபடி பிரார்த்திக்கிறேன். சன்னலருகில் அமர்ந்து, திரைச்சீலையினூடாக யாருமற்ற தோட்டத்தைப் பார்த்தபடி, என் கண்களைக்கூட மூடிக்கொள்ளாமல் பிரார்த்திக்கிறேன். என் தலைக்குள்ளேயும் வெளியிலும் இருப்பது ஒரே இருள்தான். அல்லது ஒரே வெளிச்சம்.

தேவனே. உள்ளுக்குள் இருப்பதான சொர்க்கத்தின் அரசாட்சியில் இருப்பவரே.

நீங்கள் உங்கள் பெயரை, அதாவது உண்மைப் பெயரை என்னிடம் சொல்ல வேண்டுமென்று விரும்புகிறேன். ஆனால், அது என்னவாய் இருந்தாலும் நீங்கள் என்பதே போதுமானதுதான்.

நீங்கள் என்னதான் செய்ய இருக்கிறீர்கள் என்று தெரிந்துகொண்டால் நன்றாக இருக்கும். ஆனால், அது என்னவாக இருந்தாலும் அதிலிருந்து மீள தயவுசெய்து எனக்கு உதவுங்கள். ஒருவேளை இதெல்லாம் உங்கள் செயலாக இல்லாமலும் இருக்கலாம். இங்கு நடப்பதெல்லாம் உங்கள் திட்டப்படி நடப்பதுதான் என்று ஒரு நொடிகூட நான் நம்பியதில்லை.

எனக்குப் போதுமான அளவுக்குத் தினப்படி ரொட்டி கிடைக்கிறது, ஆக அதைப் பற்றிப் பேசி நான் நேரத்தை வீணாக்கமாட்டேன். அது முக்கியப் பிரச்சினை இல்லை. முக்கியமான பிரச்சினை

என்னவென்றால் என் மென்னியை அது நெறுக்காமல் என்னால் அதை உண்ண முடியவில்லை என்பதுதான்.

இதோ இப்போது பாவமன்னிப்புக்கு வந்துவிட்டோம். என்னை மன்னிப்பது குறித்து இப்போது நீங்கள் கவலைப்பட வேண்டாம். இன்னமும் முக்கியமான காரியங்கள் இருக்கின்றன. உதாரணத்துக்கு, அவர்களை நீங்கள் பாதுகாப்பாக வைக்கலாம், ஒருவேளை அவர்கள் இன்னமும் பத்திரமாக இருந்தால். அவர்களை அதிகமாகத் துன்பப்படவிடாதீர்கள். ஒருவேளை அவர்கள் சாக வேண்டிவந்தால் அதைத் துரிதமாக்குங்கள். நீங்கள் அவர்களுக்கு ஒரு சொர்க்கத்தையும்கூடத் தந்து உதவலாம். அதற்காக நீங்கள் எங்களுக்குத் தேவைப்படுகிறீர்கள். நரகத்தை என்றாலோ நாங்களே உருவாக்கிக்கொள்வோம்.

இதைச் செய்தவர்கள் யாராக இருந்தாலும், இப்போது அவர்கள் என்ன செய்துகொண்டிருந்தாலும், அவர்களை நான் மன்னிக்கிறேன் என்று சொல்ல வேண்டும் என்றுதான் நினைக்கிறேன். முயன்றுபார்க்கிறேன், ஆனால் அது எளிதல்ல.

இதோ அடுத்தது சபலம். மையத்தில் என்றால், உணவோடும் உறக்கத்தோடும் மட்டும் சபலங்கள் முடிந்துவிடும். அறிவு ஒரு சபலம். நீங்கள் அறியாதது உங்களைச் சபலப்படுத்தாது என்பாள் ஆன்ட் லிடியா.

என்ன நடந்துகொண்டிருக்கிறது என்று நான் அறிந்துகொள்ள விரும்பாதிருக்கலாம். நான் அறிந்துகொள்ளாது இருப்பதே நல்லதாய் இருக்கலாம். அறிந்துகொள்வேனானால் என்னால் தாங்க முடியாதுபோகலாம். அறியாமையிலிருந்து அறிவில் வீழ்ந்ததே வீழ்ச்சி.

நான் அந்தச் சரவிளக்கைப் பற்றி இப்போது அது இங்கில்லை என்றாலும் அதிகமதிகமாய் நினைக்கிறேன். ஆனால், அலமாரிக்குள் இருக்கும் கொக்கியையும் பயன்படுத்தலாமே. நான் வாய்ப்புகளை யோசித்துப்பார்த்திருக்கிறேன். அதில் தொங்கிய பிறகு செய்ய வேண்டியதெல்லாம் உடலின் எடையை முன்னோக்கிச் சாய்த்தலும் போராடாமல் இருத்தலும் மட்டும்தான்.

தீமையிலிருந்து எங்களைக் காப்பாற்றுங்கள்.

பிறகு, இருக்கவே இருக்கிறது ராச்சியமும் அதிகாரமும் புகழும். இப்போது அதிலெல்லாம் நம்பிக்கை கொள்வது மிகச் சிரமம்.

ஆனால், என்னவானாலும் நான் முயல்வேன். கல்லறைக் கற்களில் விசுவாசித்திருக்கிறார் என்று எழுதுவதில்லையா.

நீங்கள் மிகவும் கடுப்பாக இருப்பீர்கள் என்று நினைக்கிறேன். எப்படியும் இது ஒன்றும் அதன் முதல் தடவையாகவும் இல்லைதானே.

நான் மட்டும் நீங்களாக இருந்தால் ரொம்பவும் வெறுத்துப் போயிருப்பேன். இதனாலெல்லாம் மனம் உடைந்துபோயிருப்பேன். உங்களுக்கும் எனக்குமான வித்தியாசம் இதுதான் என்று நினைக்கிறேன்.

உங்களிடம் இப்படிப் பேசிக்கொண்டிருப்பது மிகவும் போலியாகப் படுகிறது. ஒரு சுவரிடம் பேசிக்கொண்டிருப்பதாக உணர்கிறேன். நீங்கள் பதிலளித்தால் நன்றாக இருக்கும். நான் மிகத் தனியளாக இருக்கிறேன்.

தொலைபேசியின் அருகில் தனியாய் இருப்பதுபோல உணர்கிறேன். ஒரே பிரச்சினை தொலைபேசியை என்னால் உபயோகிக்க முடியாது என்பதுதான். முடிந்தால் மட்டும் நான் அழைக்க யார் இருக்கிறார்கள்?

தேவனே. இது வேடிக்கை அல்ல. தேவனே என் தேவனே. இப்படியே நான் எப்படி ஜீவித்திருப்பது?

12

ஜெஸெபெல்’ஸ்

அத்தியாயம் முப்பத்து ஒன்று

ஒவ்வொரு இரவும் படுக்கைக்குப் போகும்போது நான் நினைப்பேன், காலையில் நான் என்னுடைய வீட்டில் கண் விழிப்பேன், அப்போது எல்லாம் முன்பு இருந்ததைப் போலவே இருக்கும்.

இன்று காலையும் அது நடக்கவில்லை.

நான் என் உடைகளை உடுத்திக்கொள்கிறேன், கோடை உடைகளை, இன்னமும் கோடைதான். காலம் கோடையிலேயே நின்றுபோய்விட்டதுபோல் இருக்கிறது. ஜூலை, மூச்சுத்திணறும் பகல்களும் நீராவிக்குளியல் இரவுகளுமானது. உறங்குவது கடினம். நான் கணக்குவைத்துக்கொள்வதில் கவனமாய் இருக்கிறேன். நான் சுவரில் கோடுகள் கிழிக்க வேண்டும், ஒவ்வொரு நாளுக்கும் ஒன்று, ஏழானதும் அவற்றின் குறுக்காக ஒரு கோடு. ஆனால், அதனால் என்ன பயன் இருக்கும், இது சிறைத்தண்டனை அல்ல. இங்கு காலக்கெடுவோ எதையும் செய்து முடிப்பது என்பதோ கிடையாது. எப்படியோ, தெரிந்துகொள்வதற்காக நான் செய்ய வேண்டியதெல்லாம் அன்று என்ன நாள் என்று கேட்பதுதான். நேற்று ஜூலை நான்கு அவர்கள் அதை ஒழிக்கும் முன் சுதந்திர தினமாக இருந்தது. செப்டம்பர் ஒன்று லேபர் டே எனப்படும் உழைப்பாளர் தினம், அதை இன்னமும் வைத்திருக்கிறார்கள். ஆனால், தாய்மாருக்கும் அதற்கும் எந்தத் தொடர்பும் இல்லை.

ஆனால், நிலவை வைத்தே நான் காலத்தைக் கணக்கிடுகிறேன். சந்திரக்காலிகை. சூரியக்காலிகை அல்ல.

நான் என் சிவப்பு ஜோடுகளை அணிந்துகொள்வதற்காகக் குனிகிறேன். இப்போது இவை எடையற்றவையாக இருக்கின்றன, தோலில் வெளித்தெரியாத சிறிய வெட்டுகளும் இருக்கின்றன என்றாலும் செருப்புகள் அளவுக்கு இவை கூச்சமற்றவை அல்ல. குனிவதற்கு முயற்சி தேவைப்படுகிறது. உடற்பயிற்சிகளை மீறியும்,

என்னுடைய உடல் மெல்ல இயக்கங்களைக் குறைத்துக்கொள்வதை, இயங்க மறுப்பதை உணர்கிறேன். இப்படியான பெண்ணாக இருப்பதுதான் அதிக வயதேறுவதன் அடையாளம் என்று முன்பு நினைத்திருக்கிறேன். என் முதுகுத்தண்டு ஒரு கேள்விக்குறியென நெருக்கப்பட்டு, என்னுடைய எலும்புகளில் கால்ஷியம் உறிஞ்சப்பட்டு, சுண்ணாம்புக் கல்லென அரிக்கப்பட்டு நான் கூனியவாறு நடப்பதாகவும் தோன்றுகிறது. நான் இன்னமும் இளையவளாக இருந்தபோது வயது குறித்த கற்பனைகளில் நமக்கு அதிக காலம் மீதமில்லாதபோது இருப்பதையெல்லாம் மிகவும் ரசிப்போம் என்று நினைத்திருக்கிறேன். சக்தியிழப்பைச் சேர்த்துக்கொள்ள மறந்திருக்கிறேன். சில நாட்கள் நான் பொருட்களின், அதாவது முட்டைகள், மலர்கள் போன்றவற்றின் அருமையை அதிகமாக உணர்கிறேன், ஆனால் உடனே என்னுடைய மூளை மென்மையான மூவர்ணத்துக்கு, கலிஃபோர்னியாவில் அப்போது ஏராளமாகத் தயாரிக்கப்பட்ட அழகான-அஸ்தமனங்களின் வாழ்த்து அட்டைகளில் இருக்கும் அதீதப் பளபளப்பான இதயங்கள்போல மாறுவதை உணர்ந்து வெறும் உணர்ச்சிப் பசப்பின் தாக்குதல் அது என்ற முடிவுக்கு வருகிறேன்.

அவண்ணமாதலே ஆபத்து.

இங்கு லூக் இருந்தால் நன்றாக இருக்கும். இந்தப் படுக்கையறையில், நான் ஆயத்தமாகிக்கொண்டிருக்கும்போது சண்டை போடுவதற்கு அவன் இருந்திருக்கலாம் என்று நினைப்பது அபத்தம் என்றாலும் எனக்கு அதுதான் வேண்டியிருக்கிறது. பாத்திரங்கழுவியில் பாத்திரங்களைப் போடுவது யார் என்பது குறித்து, துணிகளைத் துவைக்கப் போடுவது யாருடைய முறை என்பது பற்றி, கழிப்பறையை யார் கழுவுவது என்பது பற்றியான சர்ச்சைகளில் ஈடுபடுவது போன்ற தினப்படி விஷயங்கள் வாழ்வின் பெருந்தருணங்களோடு பார்க்க முக்கியத்துவமற்றவைதான். அது பற்றியேகூட ஒரு சண்டை போடலாம், முக்கியமானது எது முக்கியத்துவமற்றது எது என்று. இப்போது நடக்குமென்றால் அவையெல்லாம் களியாட்டங்கள் ஆகும். நாங்கள் அவ்வளவாகச் சண்டையும் போட்டுக்கொண்டதில்லை. ஆனால், இப்போது நான் முழுநீளச் சண்டைகளுக்கான வரிவடிவங்களை என் தலைக்குள்ளாகவே படைத்துக்கொள்கிறேன். அதற்குப் பின்னான சமரசங்களையும் சேர்த்து.

நான் என்னுடைய நாற்காலியில் அமர்ந்திருக்கிறேன், கூரையில் இருக்கும் மலர்வளையம் என் தலைக்கு மேலே உறைந்துபோன ஒரு ஒளிவட்டத்தைப் போல, ஒரு சுழியத்தைப் போல மிதந்துகொண்டிருக்கிறது. அது விண்ணில் ஒரு நட்சத்திரம் வெடித்த இடத்தில் இருக்கும் ஒரு ஓட்டை. தண்ணீரில், ஒரு கல் எறியப்பட்ட இடத்தில் உண்டான ஒரு வளையம். விடாக்கண்டனான இந்த உருண்டை முகக் கடிகாரத்துக்கேற்றபடி இந்த நாள் உருள்வதற்காக, பூமி திரும்புவதற்காகக் காத்திருக்கிறேன். வட்ட வடிவிலான இந்த நாட்கள் சீராகவும் வழுவழுப்பாகவும் சுற்றிச்சுற்றி வருபவை. என்னுடைய உதட்டுக்கு மேலே வியர்வை துளிர்த்திருக்க நான் காத்திருக்கிறேன், மஞ்சள் கருவின் மீது பச்சைப் படலம் படர்ந்திருப்பதும், மெல்லிய கந்தகச் சுவை கொண்டதும், இந்த அறையைப் போல வெதுவெதுப்பாகவும் இருக்கும் ஒரு முட்டையின் வருகைக்காக.

இன்று பின்நேரத்தில் ஆஃப்க்ளெனுடனான என்னுடைய உலாவலின்போது:

நாங்கள் தேவாலயத்துக்குப் போகிறோம், வழக்கம்போல, கல்லறைகளையும் பார்க்கிறோம். பிறகு, சுவரிடம் செல்கிறோம். இன்று அதில் தொங்கிக்கொண்டிருப்பது இரண்டுதான். ஒன்று கத்தோலிக்கன். ஆனால் பாதிரியார் அல்ல, அட்டையில் தலைகீழ் சிலுவையொன்றால் குறியிடப்பட்டிருக்கிறது. இன்னொன்று எனக்கு அடையாளம் தெரியாத வேறு ஏதோ பிரிவு. அந்த உடல் மீது ய என்று சிவப்பில் குறியிடப்பட்டிருக்கிறது. இவன் யூதன் இல்லை, அப்படியிருந்தால் குறிகள் மஞ்சள் நட்சத்திரங்களாய் இருந்திருக்கும். எப்படியும் அவர்களில் ஏராளமும் மீதமில்லை. ஏனென்றால், அவர்கள் ஜேக்கப்பின் மக்கள் என்று பிரகடனப்படுத்தப்பட்டுவிட்டார்கள், ஆகவே விசேஷமானவர்களாகிவிட்டார்கள், அவர்களுக்கு ஒரு வாய்ப்பு அளிக்கப்பட்டது. அவர்கள் மதம் மாறலாம் அல்லது இஸ்ரேலுக்குக் குடிபெயரலாம். செய்திகளை நம்பலாம் எனும் பட்சத்தில், அவர்களில் பலர் குடிபெயர்ந்துவிட்டனர். கடந்த காலத்தைய உடுப்புகளைத் தேடி எடுத்து, கறுப்பு மேல்கோட்டுகள் மற்றும் தொப்பிகளில், அதோடு நீண்ட தாடிகளிலும் எவ்வளவு தூரம் யூதர்களாக வெளிப்படுத்திக்கொள்ள முடியுமோ அவ்வளவு தூரம் அப்படித் தங்களைக் காட்டிக்கொண்டிருந்த ஆண்களும், சால்வைகளைத் தங்கள் தலைகளின் மீது அணிந்துகொண்டு

பெண்களும், புன்னகைத்துக்கொண்டும் கையசைத்துக்கொண்டும், லேசான விரைப்புடன் என்றாலும், ஏதோ புகைப்படங்களுக்குத் தங்களைக் காட்சிப்படுத்திகொள்கிறவர்கள்போல் கைப்பிடிகளின் மீது சாய்ந்துகொண்டு ஒரு படகு முழுக்க இருந்த அவர்களை நான் தொலைக்காட்சியில் பார்த்தேன். அதேபோல, அவர்களில் வசதிபடைத்தவர்கள் விமானங்களுக்காகக் காத்திருக்கும் காட்சிகளையும் பார்த்தேன். ஆஃப்க்ளென் சொல்கிறாள், சிலர் அப்படி யூதர்களாக நடித்துத் தப்பினார்கள் என்று. ஆனால், அது அத்தனை சுலபம் இல்லை. ஏனென்றால், அவர்கள் அவ்வளவு சோதனைகள் செய்தார்கள். அவற்றை இப்போது இன்னமும் இறுக்கியிருக்கிறார்கள்.

வெறும் யூதனாய் இருப்பதால் மட்டும் நீங்கள் தூக்கிலிடப்பட்டுவிட மாட்டீர்கள். நீங்கள் உரக்கப் பேசும் ஒரு யூதனாக, வாய்ப்புகளைப் பயன்படுத்த மறுப்பவனாக இருந்தால்தான் தொங்கவிடப்படுவீர்கள். அல்லது மதம் மாறிக்கொண்டதுபோல நடித்தால். அதுவும் தொலைக்காட்சியில் காட்டப்பட்டது. இரவுநேரச் சோதனைகளில் படுக்கைகளுக்கு அடியிலிருந்து உருவப்பட்ட ரகசியமாய்க் காக்கப்பட்ட யூதச்சின்னங்கள், தோராக்கள், தாலித்துகள், மோகேன் தாயத்துகள். அவற்றோடு கடுத்த முகங்களோடு, துளியும் வருந்தாதவர்களாய் இருந்த அவற்றின் உரிமையாளர்கள். அவர்களுடைய படுக்கையறைச் சுவர்களில் கண்களால் மோதப்படுவதையும், பின்னணிக் குரல் துயரார்ந்த தொனியில் அவர்களுடைய நயவஞ்சகம் மற்றும் நன்றிகெட்டத்தனத்தை அறிவிப்பதையும் காட்டினார்கள்.

ஆக, ய யூதர்களுக்கானது அல்ல. வேறென்னவாக இருக்கும்? யகோவாவின் சாட்சியங்கள்? யேசுவின் அவையினர்? அது என்னவாக இருந்தாலும் இவன் செத்தது செத்ததுதான்.

இந்த வழக்கமான சடங்கை அனுசரித்த பிறகு நாங்கள் பேசிக்கொள்ள வசதியாக எங்கள் வழியில் உள்ள ஏதாவது வெட்டவெளியை நோக்கி எப்போதும்போல் போகிறோம். நீங்கள் இதை, இந்த வெட்டுப்பட்ட கிசுகிசுப்பை, எங்களுடைய வெள்ளைச் சிறகங்களின் புனலூடாகப் புறந்தள்ளப்படுவதைப் பேச்சு என்று சொல்ல முடியுமானால். இது ஒரு தந்திமுறை, வாய்மொழிக்குறியீடு, துண்டுபட்ட பேச்சு எனலாம்.

எந்த இடத்திலும் நெடுநேரம் நிற்கக் கூடாது. சுற்றித்திரிந்ததற்காகப் பிடிபட்டுவிடுவோம்.

இன்று **சோல் ஸ்க்ரோல்ஸுக்கு** எதிர்த்திசையில் திரும்புகிறோம், வெட்டவெளிப் பூங்கா போன்ற ஒன்று இருக்கும் இடத்துக்கு, அது ஒரு பெரிய கட்டடம் இருக்கும் இடம். வர்ணக் கண்ணாடிகளுடன் அலங்காரமான பழைய விக்டோரிய பாணியிலானது, நினைவு மண்டபம் என்று அழைக்கப்பட்டது, யாருடைய நினைவுக்கு என்று எனக்குத் தெரியாது. யாரோ செத்துப்போனவர்கள் நினைவுக்காக இருக்கும்.

பல்கலைக்கழக நாட்களின்போது அது இளநிலைப் பட்டப்படிப்பு மாணவர்களின் உணவுக்கூடமாக இருந்ததாக மொய்ரா ஒருமுறை சொல்லியிருக்கிறாள். பெண்கள் அங்கு நுழைந்தால் அவர்கள் மீது இவர்கள் ரொட்டிகளை வீசுவார்கள் என்றாள்.

ஏன்? என்று கேட்டேன். வருடங்களினூடாக மொய்ரா இப்படியான நிகழ்ச்சிக் குறிப்புகளில் இடம்பெறுபவளாக மாறியிருக்கிறாள். எனக்கு இது பிடிக்கவில்லை, கடந்த காலத்தை இப்படி இறுகப் பற்றிக்கொண்டிருப்பது.

அவர்களை வெளியில் விரட்டத்தான், என்றாள் மொய்ரா.

யானைகள் மீது வேர்க்கடலைகளை எறிவதைப் போலவா என்றேன்.

மொய்ரா சிரித்தாள், அவளால் எப்போதுமே அதைச் செய்ய முடியும், அழகான அசுரர்கள், என்றாள்.

ஒரு தேவாலயம் அல்லது பேராலயத்தைப் போன்ற வடிவில் இருக்கும் இந்தக் கட்டடத்தைப் பார்த்துக்கொண்டு நிற்கிறோம். "கண்கள் இங்குதான் தங்களுடைய பெருவிருந்துகளை நடத்துவார்கள் என்று கேள்விப்பட்டேன்" என்கிறாள் ஆஃப்க்ளென்.

"உனக்கு யார் சொன்னது?" அருகில் யாரும் இல்லை என்பதால் நாங்கள் சுதந்திரமாகப் பேசலாம். ஆனாலும், பழக்கத்தால் நாங்கள் எங்கள் குரலைக் கம்மலாகவே வைத்திருக்கிறோம்.

"திராட்சைக்கொடிகள்" என்கிறாள். சற்று தாமதிக்கிறாள், பக்கவாட்டில் என்னைப் பார்க்கிறாள், அவளுடைய சிறகங்கள் அசைவதை அந்த வெண்ணிறம் அசங்குவதில் உணர்கிறேன். "ஒரு கடவுச்சொல் இருக்கிறது" என்கிறாள்.

“கடவுச்சொல்லா? எதற்கு?”

“தெரிந்துகொள்வதற்கு. அது அவர்களா இல்லையா என்று தெரிந்துகொள்வதற்கு.”

அதைத் தெரிந்துகொள்வதால் எனக்கு என்ன நன்மை இருக்குமென்று எனக்குத் தெரியாதபோதும் நான் கேட்கிறேன். “என்ன அது?”

“மேடே. உன்னிடம் ஒருமுறை நான் அதை முயன்றுபார்த்தேன்.”

“மேடே.” நான் உச்சரிக்கிறேன். எனக்கு அந்த நாள் நினைவிருக்கிறது. *மேதெஸ்.*

“அவசியம் தேவைப்பட்டாலே ஒழிய இதைப் பயன்படுத்தாதே” என்கிறாள் ஆஃப்க்ளென். “இந்த வலைப்பின்னலில் உள்ள மிகப் பலரை அறிந்துகொள்வது நல்லதில்லை, ஒருவேளை நாம் பிடிபட்டுவிட்டால்.”

இம்மாதிரியான கிசுகிசுப்புகளை, இந்த வெளிப்படுத்தல்களை நம்புவது எனக்குக் கடினமாக இருந்தபோதும் அந்தச் சமயத்தில் நம்பவே செய்கிறேன். பிற்பாடு அவை நம்புதற்கரியவையாக, குழந்தைத்தனமாகக்கூடத் தெரிகின்றன, வேடிக்கைக்காகச் செய்யும் எதையோபோல, சிறுமியர் சங்கங்கள் மற்றும் பள்ளிக்கால ரகசியங்கள்போல. அல்லது நான் வாரயிறுதிகளில் என்னுடைய வீட்டுப்பாடங்களைச் செய்திருக்க வேண்டிய நேரத்தில் நான் வாசித்த துப்பறியும் நாவல்களைப் போல அல்லது பார்த்த பின்னிரவுத் தொலைக்காட்சிபோல. கடவுச்சொற்கள், சொல்லக் கூடாதவை, ரகசிய அடையாளங்கள் உள்ள நபர்கள், ரகசியத் தொடர்புகள். உலகத்தின் உண்மையான வடிவமாக இது இருக்க முடியாது என்பதுபோல் தோன்றுகிறது. ஆனால், இது என்னுடைய கற்பனை, முந்தைய காலத்தில் நிதர்சனம் என்று நான் நம்பியதன் மயங்கிய தோற்றம்.

பிணையங்கள். *வலைப்பிணைப்புகள்.* இது அந்தக் காலத்தின் நெடியடிக்கும் பேச்சுவழக்கில் என் அம்மாவின் பழைய வாசகங்களில் ஒன்று. அவளுடைய அறுபதுகளில்கூட இந்தப் பெயரால் அவள் எதையோ குறிப்பிட்டுக்கொண்டிருந்தாள் என்றாலும் நான் பார்த்ததெல்லாம் அவள் மற்ற சில பெண்களுடன் மதிய உணவு உண்டதைத்தான்.

ஆஃப்க்ளெனைத் தெருமுனையில் விடுகிறேன். "பிறகு பார்க்கலாம்" என்கிறாள். அவள் நடைபாதையில் அசைந்து நடக்க நான் வீட்டை நோக்கிப் போகிறேன். நிக் இருக்கிறான். அவனுடைய தொப்பி ஒருபுறமாகத் திரும்பியிருக்கிறது. இன்று அவன் என்னைப் பார்க்கிறானுமில்லை. ஆனால், அவன் ஒரு செய்தியைக் கடத்துவதற்காக எனக்காகக் காத்துக்கொண்டிருந்திருக்க வேண்டும். ஏனென்றால், நான் அவனைப் பார்த்துவிட்டேன் என்று தெரிந்துகொண்ட மறுநிமிடம் அவன் வர்ல்விண்டைக் கடைசி முறையாய் ஆட்டுத்தோல் துடைதுணியால் துடைத்துவிட்டு வாகனக்கூடத்தின் கதவை நோக்கி வேகமாக நடக்கிறான்.

பச்சைப்பசேல் என்றிருக்கும் புல்வெளித் துண்டுகளினூடாகப் போடப்பட்டிருக்கும் சரளைக்கற்களின் மீது நடக்கிறேன். வில்லோ மரத்தின் கீழே தன்னுடைய நாற்காலியில் செரினா ஜாய் அமர்ந்திருக்கிறாள். அவளுடைய முழங்கைக்கு அடியில் அவளுடைய கைத்தடி இருக்கிறது. அவளுடைய உடை மொறுமொறுப்பான குளுமையான பருத்தியிலானது. அவளுக்கான நிறம் நீலம். நீரின் நிறம். சூட்டை உறிஞ்சி அதே நேரம் தகிக்கவும் செய்யும் என்னுடைய சிவப்பில்லை. அவள் என்னைப் பார்த்து அமர்ந்திருக்கிறாள், பின்னிக்கொண்டிருக்கிறாள். இந்த வெப்பத்தில் அவளால் கம்பளியை எப்படித் தொட முடிகிறது? ஒருவேளை அவளுடைய தோல் மரத்துப்போயிருக்கலாம், ஒருவேளை முன்பு தீக்காயம் பட்டுவிட்ட ஒரு நபரைப் போல அவள் எதையுமே உணராதிருக்கலாம்.

நான் பார்வையைப் பாதைக்குத் தணிக்கிறேன், அவளைத் தாண்டி நழுவுகிறேன், அவள் கண்களுக்குப் புலப்பட மாட்டேன் என்று நம்புகிறேன், அலட்சியப்படுத்தப்படுவேன் என்பதை அறிவேன்.

"ஆஃப்ரெட்" என்கிறாள்.

நான் நிச்சயமற்றுத் தயங்குகிறேன்.

"ஆம், உன்னைத்தான்."

கடிவாளமிடப்பட்ட என் பார்வையை அவளை நோக்கித் திருப்புகிறேன். "இங்கே வா. பேச வேண்டும்."

புல்லின் மீது நடந்து போய் அவள் எதிரில் கீழே பார்த்துக்கொண்டு நிற்கிறேன்.

நீ அமரலாம் என்கிறாள். "இந்தா, தலையணையை எடுத்துக்கொள். இந்தக் கம்பளிநூலைப் பிடி கொஞ்சம்." அவள் ஒரு சிகரெட்டை வைத்திருக்கிறாள், புல்வெளியில் அவளுக்கு அருகில் சாம்பல் கிண்ணம் இருக்கிறது, ஒரு கோப்பையில் காப்பியோ தேநீரோ இருக்கிறது. "உள்ளே ஒரே வெக்கைச் சனியன். உனக்குக் கொஞ்சமாவது காற்று வேண்டாமா." நான் அமர்கிறேன், கூடையை, ஸ்ட்ராபெர்ரிக்களையும் கோழியிறைச்சியையும், கீழே வைக்கிறேன். சனியனா. பேச்சு புதிதாய் இருக்கிறதே. நீட்டப்பட்டிருக்கும் என் கைகளின் மீது கம்பளி நூல்கண்டைச் சுற்றுகிறாள். நான் பிணைக்கப்பட்டிருக்கிறேன், விலங்கிடப்பட்டிருப்பதுபோல இருக்கிறது. நூலாம்படையால் சுற்றப்பட்டிருக்கிறேன் என்பது பொருத்தமாய் இருக்கிறது. நூல் சாம்பல் நிறமாய் இருக்கிறது, காற்றிலிருந்து ஈரப்பதத்தை உறிஞ்சியிருக்கிறது, ஈரம் பட்ட ஒரு குழந்தைப் போர்வைபோல் இருக்கிறது, ஈரமான ஆட்டின் மணத்தில் இருக்கிறது. குறைந்தபட்சமாய் என் கைகளில் ஆட்டுத்தோல் எண்ணெயாவது ஒட்டும்.

செரினா சுழற்றுகிறாள். அவளுடைய வாயின் ஓரத்தில் பிடிபட்டிருக்கும் சிகரெட் கனன்றவாறு ஆசையைத் தூண்டும் புகையை வெளியேற்றுகிறது. மெல்ல முடங்கிக்கொண்டிருக்கும் அவளுடைய கைகளால் அவள் மெதுவாக சிரமத்தோடு, ஆனால் விடாப்பிடியாகச் சுற்றுகிறாள். ஒருவேளை இந்தப் பின்னல் வேலை அவளுக்கு ஒருவிதமான மன உறுதி அளிப்பதாக இருக்கலாம், ஒருவேளை இதனால் அவளுக்கு வலியும் உண்டாகலாம். ஒருவேளை மருத்துவ அறிவுரையாகவும் இது இருக்கலாம்: தினமும் சாதாப் பின்னல் பத்து வரிசை, திருப்புத் தையல் பத்து. ஆனால், அவள் அதைவிட அதிகமாகத்தான் செய்வாளாயிருக்கும். இப்போது அந்த ஊசியிலை மரங்களையும் எண்கணித வடிவச் சிறுவர் சிறுமியரையும் வேறு கண்களால் அவளுடைய பிடிவாதத்துக்கான சான்றாகப் பார்க்கிறேன். ஆக, இவை ஒரேயடியாக வெறுத்தக்கவையும் அல்ல.

என்னுடைய அம்மா பின்னல் வேலையோ மற்ற எதுவுமோ செய்ததில்லை. ஆனால், சலவையகத்திலிருந்து அவளுடைய பொருட்களை, விசேஷச் சட்டைகள், குளிர்கோட்டுகள் ஆகியவற்றைக் கொண்டுவரும்போது அந்த ஊக்குகளைச் சேகரித்து அவற்றை ஒரு சங்கிலியாக்கி வைப்பாள். பிறகு, அந்தச் சங்கிலியைத் தொலைத்துவிடக் கூடாது என்பதற்காகத் தன்னுடைய மெத்தை, தலையணை, நாற்காலியின் பின்புறம், மின்னடுப்புக்

கையுறையில் இப்படி எங்காவது கோத்துவைப்பாள். பிறகு, அதை மறந்துவிடுவாள். பின்னர் எப்போதாவது வீட்டில் இங்கே அங்கே என்று நான் அவற்றைக் கண்டுபிடிப்பேன். அந்த வீடுகள், அவளுடைய இருப்பின் அடையாளங்கள், தொலைத்துவிட்ட நோக்கங்களின் எச்சங்கள். நம்மை எங்குமே வழிநடத்திச்செல்லாத வகையான சாலைக்குறிகளைப் போன்றவை. மனையியலின் மரபு மூலத்துக்கான ஒரு பின்னெறிவு.

"இதோ முடிந்தது" என்கிறாள். சுற்றுவதை நிறுத்துகிறாள், என்னுடைய கைகளை விலங்கு மயிர் மாலையோடு விட்டாள். அணைப்பதற்காக அவளுடைய வாயின் ஓரத்திலிருந்து சிகரெட்டை எடுக்கிறாள். "இன்னும் விசேஷம் ஒன்றும் இல்லையா?"

அவள் எதைக் கேட்கிறாள் என்று எனக்குத் தெரியும். எங்கள் இருவருக்குமிடையில் பேசிக்கொள்வதற்கென்று பெரிதாய் ஏதுமில்லை, பொதுவான விஷயங்களென்று ஏதுமில்லை, இந்தப் புதிரான மற்றும் குருட்டதிர்ஷ்ட வாய்ப்பே உள்ள ஒன்றைத் தவிர.

"இல்லை, எதுவுமில்லை" என்கிறேன்.

"அடடா" என்கிறாள். இவளை ஒரு குழந்தையோடு கற்பனை செய்துபார்ப்பது மிகவும் கடினமாக இருக்கிறது. எப்படியும் அதை மார்த்தாக்கள்தான் அதிகமாகக் கவனித்துக்கொள்வார்கள். ஆனால், நான் கர்ப்பமாவதை இவள் விரும்பத்தான் செய்வாள். என் வேலையைச் செய்து முடித்துவிட்டு நான் அவள் பார்வையிலிருந்து தொலைவதை, அவளுடைய வெள்ளிப் பூக்களிட்ட நட்சத்திரப் படுக்கை முகப்புக்குக் கீழே சித்ரவதை செய்யும் வியர்வைப் பிசுக்குச் சிக்கல்கள், தசை முக்கோணங்கள் நிகழும் அவசியம் இல்லாமல் ஆவதை. அமைதியும் சாந்தியும் வாய்ப்பதை. வேறு எக்காரணம் முன்னிட்டும் எனக்கு அதிர்ஷ்டம் வாய்க்க வேண்டுமென்று அவள் விரும்புவதைக் கற்பனை செய்யவே முடியாது.

"உன்னுடைய நேரம் தீர்ந்துகொண்டிருக்கிறது அல்லவா" என்கிறாள். கேள்வியாக அல்ல ஒரு செய்தியாக.

"ஆம்" என்கிறேன் மையமாய்.

அவள் தடுமாறிக்கொண்டே இன்னொரு சிகரெட்டைப் பற்றவைக்கிறாள். சர்வநிச்சயமாக அவளுடைய கைகள் மோசமாகிக்கொண்டிருக்கின்றன. ஆனால், அவளுக்கு உதவ

முன்வருவது தவறாகிவிடும், கடுப்பாகிவிடுவாள். அவளில் இயலாமையைக் கவனிப்பதும் தவறு.

"ஒருவேளை அவரால் இயலாதோ என்னவோ" என்கிறாள்.

அவள் யாரைக் குறிப்பிடுகிறாள் என்று புரியவில்லை. அவள் தளபதியைச் சொல்கிறாளா, கடவுளையா? கடவுளையாக இருந்தால் மாட்டாராக இருக்கலாம் என்றிருப்பாள். எப்படியாக இருந்தாலும் இது சமயமறுப்பு. இயலாதவர்கள் பெண்கள் மட்டும்தான், பிடிவாதமாக மூடிக்கிடப்பவர்கள், சேதமுற்றவர்கள், பழுதானவர்கள்.

"இல்லை" என்கிறேன். "ஒருவேளை அவரால் இயலாதோ என்னவோ."

நான் நிமிர்ந்து அவளைப் பார்க்கிறேன். அவள் குனிந்து பார்க்கிறாள். நாங்கள் சந்தித்துக்கொண்டபோதிருந்து நெடுநாட்களுக்குப் பிறகு எங்கள் விழிகள் முதன்முறையாகச் சந்தித்துக்கொள்கின்றன. எங்களுக்கிடையில் இந்த நொடி நீள்கிறது, தாக்கி வீழ்த்துவதாக, அச்சமூட்டுவதாக இருக்கிறது. நான் நிதர்சனத்தைப் புரிந்துகொண்டிருக்கிறேனா என்று தெரிந்துகொள்ள அவள் விரும்புகிறாள்.

அவளால் பற்றவைக்க முடியாத அதை, அந்த சிகரெட்டை, கையில் வைத்துக்கொண்டு பேசுகிறாள். "ஒருவேளை நீ வேறு வழியில் முயலலாமோ."

என்ன நான்கு காலில் குனிந்தவாறா? இது வேடிக்கை அல்ல தீவிரம் காட்ட வேண்டிய நேரம். "வேறு எந்த வழியில்?" என்கிறேன்.

"வேறொருவன் மூலமாக."

என்னுடைய எரிச்சலைக் காட்டிக்கொள்ளாமல் கவனமாகப் பேசுகிறேன். "நான் அப்படிச் செய்ய முடியாதென்பதை நீங்கள் அறிவீர்களே. அது சட்டத்துக்குப் புறம்பானது. தண்டனை என்னவென்பது உங்களுக்குத் தெரியும்."

"ஆம்" என்கிறாள். அவள் இதற்குத் தயாராக இருக்கிறாள், தீர யோசித்திருக்கிறாள். "சட்டபூர்வமாக இயலாதென்பதை அறிவேன். ஆனால், இது நடக்கிறது. நிறைய பெண்கள் இப்படிச் செய்கிறார்கள். சொல்லப்போனால் எப்போதும் செய்திருக்கிறார்கள்."

"மருத்துவர்களோடா?" அந்த அனுதாபமிக்க விழிகள் நினைவு வருகின்றன, உறையில்லாத அந்தக் கையும். சென்ற முறை

நான் சென்றது வேறொரு மருத்துவரிடம். ஒருவேளை அவரை யாராவது செய்கையின்போதே பிடித்திருக்கலாம் அல்லது எந்தப் பெண்ணாவது புகாரளித்திருக்கலாம். அவள் வார்த்தையைச் சாட்சியில்லாமல் ஏற்றுக்கொள்வார்கள் என்றும் சொல்வதற்கில்லைதான்.

"சிலர் அப்படியும் செய்கிறார்கள்" என்கிறாள், விலகிநின்றாலுமே அவளுடைய தொனி இப்போது சுமுகம் எனும் அளவில் ஒலிக்கிறது. நாங்கள் ஏதோ நகப்பூச்சு நிறங்களைப் பற்றிப் பேசிக்கொள்வதுபோல் இருக்கிறது. "ஆஃப்வாரன் அப்படித்தான் செய்தாள். அந்த மனைவிக்குத் தெரியும். சர்வ நிச்சயமாக." செய்தியை நான் உள்வாங்கிக்கொள்வதற்காகச் சற்று காத்திருக்கிறாள். "நான் உனக்கு உதவுவேன். தவறு நேர்ந்துவிடாமல் பார்த்துக்கொள்வேன்."

யோசிக்கிறேன். "மருத்துவர்களோடு முடியாது." என்கிறேன்.

"வேண்டாம்." அவள் ஒப்புக்கொள்கிறாள், இந்தத் தருணத்துக்கு மட்டுமாவது நாங்கள் கூட்டாளிகள்தான். இது ஒரு அடுப்படி மேசையாகவும், நாங்கள் ஒரு காதல் விவகாரம் குறித்து, பெண்களின் திட்டங்கள் குறித்து, காதலாட்டம் பற்றிப் பேசிக்கொள்வதாகவும் இருக்கலாம். "சில சமயங்களில் அவர்கள் மிரட்டி அச்சுறுத்தக் கிளம்பிவிடுவார்கள். ஆனாலும், அது ஒரு மருத்துவராக இருக்க வேண்டியதில்லை. நாம் நம்பும் யாராவதாக இருக்க வேண்டும் அவ்வளவே."

"யார்?"

"நான் நிக்கை நினைத்தேன்" என்கிறாள். அவளுடைய குரல் கிட்டத்தட்ட மென்மையாகிவிடுகிறது. "அவன் வெகுகாலமாக எங்களோடு இருக்கிறான். விசுவாசமானவன். அவனோடு ஒரு ஏற்பாட்டைச் செய்யலாம்."

ஆக, அவன்தான் இவளுடைய கள்ளச்சந்தைப் பொருட்களை வாங்கித்தருகிறவனா. பதிலுக்கு இதுதான் அவனுக்கு வழக்கமாகக் கிடைப்பதா?

"தளபதி?"

"அவரா..." என்கிறாள் இறுக்கமாக. இறுக்கம் என்பதைவிடவும் அதிகமான ஒரு கைப்பை இறுக மூடிக்கொள்வது போன்ற எரிச்சல் பாவனையோடு. "அவருக்குத் தெரியும் விதமாக நாம் செய்ய மாட்டோம். அவரிடம் போய்ச் சொல்வோமா என்ன?"

இந்தத் திட்டம் எங்கள் முன்னே தொங்குகிறது. அது கிட்டத்தட்ட கண்களுக்குப் புலப்பட்டுவிடுகிறது, எடை மிகுந்து கிட்டத்தட்ட தொட்டுவிடக்கூடியதாய் ஆகிறது, உருவில்லாத, இருளான இது ஒருவகையான சேர்மானம். ஒருவகையான துரோகம். ஆக, அவளுக்கு அந்தக் குழந்தை வேண்டியிருக்கிறது.

"இது அபாயகரமானது. அதற்கும் அதிகமானது." ஊசலாடிக் கொண்டிருப்பது என் உயிர், ஆனால் இப்போதோ அல்லது பின்னரோ ஒரு வழியிலோ இன்னொன்றிலோ, நான் இதைச் செய்தாலும் செய்யாவிட்டாலும் அதுதான் நிலைமை. எங்கள் இருவருக்கும் இது தெரியும்.

"உனக்கு தெரிந்தால் சரி" என்கிறாள். அதைத்தான் நானும் நினைக்கிறேன்.

"சரி, உங்கள் விருப்பப்படி."

அவள் முன்னே குனிகிறாள். "நான் உனக்கு ஒன்று தருவேனாக இருக்கலாம்." நான் நல்ல பெண்ணாக நடந்துகொண்டதற்காக, "உனக்கு வேண்டிய ஒன்றை" என்று சேர்த்துச் சொல்கிறாள், கிட்டத்தட்ட ஆசைகாட்டுகிறாள்.

"என்ன அது?" என்கிறேன். எனக்கு உண்மையாகவே வேண்டிய எதை அவளால் எனக்குக் கொடுக்க முடியும். என்னால் யோசிக்க முடியவில்லை.

"ஒரு புகைப்படம்." ஐஸ்க்ரீம் அல்லது விலங்குப் பூங்காவுக்கு அழைத்துச்செல்வது போன்ற ஏதோ சிறுபிள்ளைத்தனமான விஷயத்தை எனக்குத் தருவதுபோல் பேசுகிறாள். நான் புரியாதவளாய் அவளை மீண்டும் பார்க்கிறேன்.

"அவளுடையது. உன் குட்டிப்பெண்ணுடையது. ஆனால், முடிந்தால்தான்."

அவளை எங்கே வைத்திருக்கிறார்கள் என்று இவளுக்குத் தெரிந்திருக்கிறது. அவளை அவர்கள் வைத்திருக்கும் இடத்தை இவ்வளவு காலமாக இவள் அறிந்திருக்கிறாள். என் தொண்டையில் ஏதோ அடைக்கிறது. இந்த வேசிநாய் என்னிடம் எதையுமே சொல்லாமல் இருந்திருக்கிறாள். துளிகூடக் காட்டிக்கொள்ளாமல் இருந்திருக்கிறாள். இவளால் நினைத்துப்பார்க்கவே முடியாது என்றாலும் இவள் மரத்தால், இரும்பால் ஆனவள். ஆனால், நான் இதையெல்லாம் காட்டிக்கொள்ள முடியாது. இதையும், அது

எவ்வளவு சிறிய விஷயமாக இருந்தாலும், கைநழுவிப்போய்விட அனுமதிக்க முடியாது. நான் நம்பிக்கையை இழந்துவிட முடியாது. நான் பேச முடியாது.

உண்மையில், அவள் புன்னகைத்துக்கொண்டிருக்கிறாள், கொஞ்சம் பசப்பலாகவே. முன்னாள் சின்னத்திரை கொலுபொம்மையின் கவர்ச்சிச் சாயல் அவளுடைய முகத்தில் ஒரு நொடி நிலைகொள்கிறது. "அநியாயத்துக்கு வெக்கைச் சனியனாக இருக்கிறது இல்லையா?" என்கிறாள். இத்தனை நேரமும் நான் வைத்துக்கொண்டிருந்த நூல் சுற்றை என் கைகளிலிருந்து எடுக்கிறாள். பிறகு, அவள் இத்தனை நேரமும் உருட்டிக்கொண்டிருந்த சிகரெட்டை என் கையில் வைத்து என் விரல்களை அதன் மேலாக மடக்குகிறாள். "ஒரு தீக்குச்சி எடுத்துக்கொள். அடுப்படியில் இருக்கும். ரீட்டாவிடம் கேள். நான் தரச்சொன்னேன் என்று சொல். ஆனால், ஒன்றே ஒன்றுதான்." என்கிறாள். போக்கிரித்தனமான பாவனையுடன் சொல்கிறாள், "உன்னுடைய உடல்நலம் கெட்டுவிடக் கூடாதே."

அத்தியாயம் முப்பத்து இரண்டு

சமையலறை மேசையில் ரீட்டா அமர்ந்திருக்கிறாள். ஐஸ் கட்டிகள் மிதக்கும் கண்ணாடிக்குடுவை ஒன்று, மேசையில் அவளுக்கு எதிரில் இருக்கிறது. மலர்களாக, ரோஜாக்கள் அல்லது தூலிப்புகளாக ஆக்கப்பட்ட முள்ளங்கிகள் அதற்குள் மிதக்கின்றன. மிக லாகவமான அசிரத்தையுடன் அவள் தனக்கு எதிரில் இருக்கும் பலகையில் தன்னுடைய பெரிய கைகளில் இருக்கும் ஒரு பழக்கத்தியால் இதோ நறுக்கிக்கொண்டிருக்கிறாள். அவளுடைய உடலின் மற்ற பாகங்களில் அசைவில்லை, அவளுடைய முகத்திலும். ஏதோ உறக்கத்தில் போல இந்தக் கத்தி வித்தையைச் செய்துகொண்டிருக்கிறாள். கழுவப்பட்டு இன்னமும் நறுக்கப்படாத சிறிய அசுடெக்* இதயங்கள் போன்ற முள்ளங்கிக் குவியலொன்று வெள்ளை எனாமல் தளத்தில் கிடக்கிறது.

நான் நுழையும்போது நிமிர்ந்து பார்க்கவெனக்கூட அவள் சிறிதும் அலட்டிக்கொள்கிறாளில்லை. பொட்டலங்களை அவளுடைய மேற்பார்வைக்காக நான் வெளியிலெடுக்கும்போது "என்ன எல்லாம் வாங்கிவிட்டாயல்லவா" என்கிறாள்.

"எனக்கு ஒரு தீப்பெட்டி கிடைக்குமா?" நான் அவளைக் கேட்கிறேன். தன் முகச்சுளிப்பாலும் ஜடத்தன்மையாலுமே அவள் என்னை ஒரு பரிதாபத்துக்குரிய, அழுது அடம்பிடிக்கும், கெஞ்சிக்கேட்கும் குழந்தையாக உணரவைப்பது எனக்கே ஆச்சரியமாக இருக்கிறது.

"என்னது தீப்பெட்டியா? தீப்பெட்டி எதற்கு உனக்கு."

"நான் ஒன்று எடுத்துக்கொள்ளலாம் என்று அவர் சொன்னார்." சிகரெட்டைப் பற்றி ஒப்புக்கொள்ள மனமில்லாமல் இப்படிச் சொல்கிறேன்.

"யார் சொன்னது?" அவள் தன் வேலையின் சுருதி குறையாமல் முள்ளங்கியைச் சீய்த்துக்கொண்டே கேட்கிறாள். "உனக்கெல்லாம்

★ அசுடெக், 1300 முதல் 1521 வரையிலான காலகட்டத்தில் மத்திய மெக்சிகோவில் வாழ்ந்த மக்களின் கலாச்சாரத்தைக் குறிக்கிறது. இதயங்களைக் கடவுளுக்கான பலியாகக் கொடுத்தவர்கள்.

தீப்பெட்டி தருவதில்லை. என்ன வீட்டைக் கொளுத்தப் பார்க்கிறாயா?"

"வேண்டுமானால் அவரிடமே போய் கேட்டுக்கொள்ளுங்கள். வெளியில் புல்வெளியில்தான் இருக்கிறார்."

ரீட்டா விழிகளைக் கூரைக்கு உயர்த்துகிறாள், ஏதோ அங்கிருக்கும் குலதெய்வத்திடம் அனுமதி கேட்பதுபோல. பிறகு, பெருமூச்சு விட்டுக்கொண்டே பொத்தென எழுகிறாள், என்னால் அவளுக்கு எவ்வளவு தொந்தரவு என்பதைக் காட்டும் முகமாய் மிகுந்த அலட்டலுடன் கைகளை அணையாடையில் துடைக்கிறாள், கழுவுதொட்டிக்கு மேலே இருக்கும் அலமாரிக்குச் செல்கிறாள், வெகு நிதானமாகத் தன்னுடைய சட்டைப்பைக்குள் இருக்கும் சாவிக்கொத்தை எடுக்கிறாள், அலமாரிக் கதவைத் திறக்கிறாள். "கோடையில் அவற்றை இங்குதான் வைப்பது." தனக்கே சொல்லிக்கொள்வதைப் போல் பேசுகிறாள். "இந்தப் பருவத்தில் தீப்பிடித்தாலோ அவ்வளவுதான்." குளிர்காலங்களில், அதாவது ஏப்ரலில் தொடங்கி, வரவேற்பறையிலும் உணவறையிலும் நெருப்பு பொருத்தும் வேலை கோராவுடையது என்பது நினைவுக்கு வருகிறது.

அட்டையால் ஆன இழைந்துதிறக்கும் பெட்டியில் இருக்கும் தீக்குச்சிகள் மரத்தாலானவை, பொம்மைகளுக்கு இழுப்பறை செய்வதற்காக நான் ஆவலுடன் சேர்த்த வகையிலான பெட்டிகள். அவள் பெட்டியைத் திறக்கிறாள். எனக்கு எதை எடுத்துத்தருவது என்று முடிவெடுப்பவள்போல உள்ளே பார்க்கிறாள். "அவருடைய இஷ்டம். நீ போய் அவரிடம் எதையாவது சொல்லித் தொலைக்காதே." அவளுடைய பெரிய கையை உள்ளே விடுகிறாள், ஒரு தீக்குச்சியைத் தேர்கிறாள், என்னிடம் கொடுக்கிறாள். "எதற்காவது நெருப்பு வைத்துத் தொலைக்காதே. சும்மாவே காந்துகிறது, உன் அறையில் இருக்கும் திரைச்சீலைகளைப் பற்ற வைத்துவிடாதே." முனகுகிறாள்.

"மாட்டேன். இது அதற்காக அல்ல."

அது எதற்காக என்றெல்லாம் கேட்டு அவள் எனக்கு அருள்பாலித்துவிடவில்லை. "அதை நீ தின்றாலும் எனக்குப் பிரச்சினையில்லை. என்ன வேண்டுமானாலும் செய். அவர் உனக்கு ஒன்று கொடுக்கச் சொல்லிவிட்டார். ஆகவே, நான் உனக்கு ஒன்று கொடுத்தேன். அவ்வளவுதான்."

அவள் என்னிலிருந்து திரும்பி மறுபடி போய் மேசையில் அமர்ந்துகொள்கிறாள். பிறகு, கிண்ணத்திலிருந்து ஐஸ் கட்டி ஒன்றை எடுத்து வாயில் போட்டுக்கொள்கிறாள். இது அவளுடைய வழக்கத்திலிருந்து மாறுபட்டிருக்கிறது. வேலையின்போது அவள் எதையும் மென்று நான் பார்த்ததேயில்லை. "உனக்கு வேண்டுமானாலும் நீயும் ஒன்று எடுத்துக்கொள். இப்படிப்பட்ட பருவ நிலையில் நீ இத்தனை தலையணை உறைகளை மாட்டிக்கொள்ள வேண்டியிருப்பது கஷ்டம்தான்" என்கிறாள்.

எனக்கு ஆச்சரியமாகிறது. அவள் எப்போதுமே எனக்கு எந்தச் சலுகையும் காட்டியதில்லை. தீக்குச்சி ஒன்றைப் பெறும் அளவுக்கு எனக்கு தரம் உயர்ந்துவிட்டதால் அவளும் எனக்கு எதையாவது தரலாம் என்று நினைக்கிறாளோ என்னவோ. திடீரென்று நான் திருப்திப்படுத்தப்பட வேண்டியவர்களுள் ஒருத்தியாகிவிட்டேனா என்ன?

நன்றி என்கிறேன். சிகரெட்டைப் பதுக்கிவைத்திருக்கும் இழைவரிப்பொத்தான் வைத்த என்னுடைய சட்டைக்கையைத் திறந்து, நனைந்துவிடக் கூடாதென்ற கவனத்துடன் தீக்குச்சியை உள்ளே வைக்கிறேன், ஐஸ் கட்டி ஒன்றை எடுத்துக்கொள்கிறேன். அவள் தன்னிச்சையாக எனக்குத் தந்த பரிசுக்கு நன்றி சொல்லும் விதமாக, "இந்த முள்ளங்கிகள் மிக அழகு" என்கிறேன்.

"செய்வதை அழகாகச் செய்பவள் நான். அப்படி இல்லாவிட்டால் எதற்கும் அர்த்தமில்லை. அவ்வளவுதான்." மீண்டும் அதே சிடுசிடுப்போடு சொல்கிறாள்.

நடைபாதையிலும் படிக்கட்டின் மீதும் வேகமாய்ப் போகிறேன். கூடத்தில் இருக்கும் வளைந்த கண்ணாடியைத் தாண்டி சட்டென மீள்கிறேன், என் பார்வையின் எல்லை ஓரத்தில் சிவப்புப் புகையுருவம் ஒன்று தென்படுகிறது. சரிதான் என்னுடைய மனதில் புகை உள்ளது, அதை இதோ என் வாயில் நுகர முடிகிறது, என்னுடைய நுரையீரல்களுக்குள் அதை இழுத்துக்கொள்ள முடிகிறது, பட்டையின் நீண்ட அடர் வாடையால் என்னை நிரப்புகிறது.

இவ்வளவு காலமாகிவிட்டதால் அது எனக்கு வாந்தி வரப்பண்ணலாம். ஆச்சரியப்படுவதற்கில்லை. ஆனால், அந்த நினைப்பையுமேகூட வரவேற்கிறேன்.

இடைவழியூடே போகிறேன், நான் இதை எங்கே செய்வது? குளியலறையிலா, காற்றிலிருந்து அதை விரட்ட தண்ணீரைத் திறந்துவிடுவதா, படுக்கையறையிலா, இழுத்துவிடப்பட்ட புகையைச் சன்னல்கள் வழியே கசியவிடுவதா? அதைச் செய்யும்போது என்னைப் பிடித்துவிட இங்கு யார் இருக்கிறார்கள்? ஆனாலும், சொல்ல முடியாது.

நிகழப்போகும் உல்லாசத்தின் நினைப்பில் வாய்ப் பகுதியில் ஆவல் பொங்கிக்கொண்டிருக்கும்போதும் நான் இன்னொன்றும் நினைக்கிறேன்.

நான் இந்த சிகரெட்டைப் பிடிக்கக் கூடாது.

அப்படியாக நான் இந்தத் தீப்பெட்டியை வைத்துக்கொள்ளலாம். மெத்தையில் மிகச் சிறிய ஓட்டை ஒன்று இட்டு அதற்குள் கவனமாக வைத்துவிடலாம். இவ்வளவு மெல்லிய ஒன்று யாருடைய கவனத்திற்கும் வரவே வராது. இரவில் நான் படுக்கையில் இருக்கும்போதும் அதன் மீது நான் உறங்கும் நேரத்திலும் அது எனக்குக் கீழே கிடக்கும்.

நான் இந்த வீட்டையே கொளுத்தலாம். எவ்வளவு அருமையான நினைப்பு, இது என்னை நடுங்கச் செய்கிறது.

ஒரு தப்புகை, சட்டென்று செய்யக்கூடியது. அபாயகரமானது.

உறங்குவதாகப் பேர் பண்ணிக்கொண்டு நான் என்னுடைய படுக்கையில் கிடக்கிறேன்.

நேற்றிரவு அந்த வழுவழுப்பான திரவத்தை நான் கைகளில் தடவிக்கொள்வதைப் பார்த்தபடி தன் கைகளைக் கோத்துக்கொண்டு அமர்ந்திருந்தார் தளபதி. ஏனோ எனக்கு அவரிடம் ஒரு சிகரெட்டைக் கேட்க வேண்டுமென்று தோன்றியது. பிறகு, வேண்டாமென்று நினைத்துக்கொண்டேன். ஒரே நேரத்தில் அவரிடம் அதிகமாகக் கேட்டுவிடக் கூடாதென்னும் அளவுக்கு எனக்கு விவரமிருக்கிறது. நான் அவரிடம் சலுகை எடுக்கிறேன் என்று அவர் நினைப்பதை நான் விரும்பவில்லை. மேலும், நான் இடையீடு செய்யவும் விரும்பவில்லை.

நேற்றிரவு அவர் குடித்தார், ஸ்காட்ச்சும் நீருமாக. இப்போதெல்லாம் அவர் என்னுடன் இருக்கும்போது குடிக்க ஆரம்பித்திருக்கிறார், ஆசுவாசப்படுத்திக்கொள்ள என்கிறார். அவருடைய பணிப்பளுவை நான் புரிந்துகொள்ள வேண்டுமென்று எதிர்பார்க்கப்படுகிறது.

ஆனால், அவர் அதை எனக்குக் குடிக்கத் தருவதில்லை, நானும் கேட்பதில்லை. எங்கள் இருவருக்கும் என்னுடைய உடல் எதற்கானது என்று தெரியும். இரவு வணக்கம் சொல்லி நானே ஆசையுடன் செய்வதுபோல அவரை முத்தமிடும்போது, அவருடைய மூச்சில் மதுவின் வாடை இருக்கும். உண்மைதான். அப்போது நான் அதை, அந்த ஆரோக்கியக்கேட்டின் எச்சிலை ரசிக்கிறேன்.

சமயங்களில் கொஞ்சம் கூடுதலாகக் குடித்தான பிறகு அவர் சிறுபிள்ளைத்தனமாக நடந்துகொள்வார், ஸ்க்ராபிளில் ஏமாற்றுவார். என்னையும் அப்படிச் செய்யச்சொல்லி ஊக்குவிப்பார், நாங்கள் அதிகக் காய்களை எடுத்து ஸ்மர்ட், க்ரப் இப்படி இல்லாத வார்த்தைகளை உருவாக்கிக் குதூகலித்துச் சிரிப்போம். சமயத்தில் அவருடைய சிற்றலை வானொலியை இயக்குவார், அது அவரால் முடியும் என்பதைக் எனக்குக் காட்ட ரேடியோ ஃப்ரீ அமெரிக்காவை என் முன்னே ஒன்றிரண்டு நிமிடங்கள் ஒலிக்கச் செய்வார். பிறகு, அதை நிறுத்துவார். இழவெடுத்த க்யூபர்கள். அவர்களும் அவர்களுடைய சனியன் பிடித்த சர்வதேச பகற்கவனிப்புத் திட்டங்களும் என்பார்.

விளையாடி முடித்த பிறகு சிலசமயங்களில் அவர் எனக்குப் பக்கத்தில், என் கைகளைப் பற்றியவாறு தரையில் அமர்ந்துகொள்வார். அவருடைய தலை என்னுடையதற்குக் கொஞ்சம் கீழே இருக்கும், அவர் என்னை நிமிர்ந்து பார்க்கும்போது அது ஒரு விடலைத்தனமான கோணத்தில் இருக்கும். இந்தப் போலி அடிமை நிலையை அவர் ரசிப்பார் போலும்.

அவர் இருக்கும் உயரமே வேறு என்பாள் ஆஃப்க்ளென். அவர் உச்சியில் இருப்பவர், அதாவது எல்லோருக்கும் மேலே.

இம்மாதிரியான நேரங்களில் அதைக் கற்பனை செய்வது கடினமாக இருக்கிறது.

எப்போதாவது அவருடைய இடத்தில் என்னை வைத்துக் கற்பனை செய்யப் பார்ப்பேன். அவர் என்னிடத்தில் நடந்துகொள்ளும் முறையை முன்கூட்டியே அனுமானித்துக்கொள்வதற்கான ஒரு தந்திரமாக இதை நினைக்கிறேன், அவர் மீது எனக்கு அதிகாரம் உண்டு என்று நினைத்துப் பார்க்கவே முடியவில்லை என்றாலும் சரியாக விவரிக்கப்படாததான ஒரு அதிகாரம் இருக்கவே செய்கிறது. என்னை அவர் என்னவாகப் பார்க்கிறார் என்பதை - மங்கலாக என்றாலும் - புரிந்துகொண்டுவிட்டதாகவே சில

சமயங்களில் நினைக்கிறேன். அவர் என்னிடம் நிரூபிக்க விரும்பும் விஷயங்கள் இருக்கின்றன, எனக்கு அருள விரும்பும் பரிசுகள், செய்ய விரும்பும் சேவைகள், காட்ட விரும்பும் மென்மைகள் இருக்கவே செய்கின்றன.

அவர் விரும்பும்... என்பதுதான் விஷயம். குறிப்பு, கூடுதலாகக் குடித்தான பிறகு என்பது.

சில சமயங்களில் அவர் சிடுசிடுப்பார், மற்ற நேரங்களில் தத்துவார்த்தமாவார், அல்லது தன்னை நியாயப்படுத்திக் கொள்ளவென விஷயங்களை விளக்குவார். நேற்றிரவில் போல.

பிரச்சினை பெண்களுக்கு மட்டுமல்ல என்கிறார். முக்கியமான பிரச்சினை ஆண்களுக்கும்தான். அவர்களுக்கு ஒன்றுமே இல்லாமல் ஆகியிருந்தது.

ஒன்றுமில்லையா? ஆனால் அவர்கள்... என்கிறேன்.

அவர்கள் நிகழ்த்த இனி ஒன்றுமே இல்லை என்றாகியிருந்தது என்கிறார்.

அவர்கள் பணம் சம்பாதிக்கலாமே என்கிறேன் லேசான எரிச்சலுடன். இந்த நொடியில் நான் அவருக்கு அஞ்சவில்லை. நாம் கையில் குழைமப்பூச்சு பூசிக்கொள்வதை எதிரில் அமர்ந்து பார்த்துக்கொண்டிருக்கும் மனிதனிடம் யாரும் அச்சம் கொள்ள முடியாது. ஆனால், இந்த அஞ்சாமை அபாயகரமானது.

அது போதாது. அது மிக அருவமானது. அதாவது, அவர்கள் பெண்களோடு செய்ய ஒன்றுமில்லாமல் ஆகியிருந்தது என்கிறேன்.

நீங்கள் என்ன பேசுகிறீர்கள்? பாலியல் விடுதிகள் எல்லா இடங்களிலும் இருந்தனவே, அதை மறந்துவிட்டீர்களா, அவற்றை நடமாடும் விடுதிகளாகக்கூட மாற்றியிருந்தார்களே.

நான் உடலுறவைப் பற்றிப் பேசவில்லை. உடலுறவு மிக எளிதான ஒன்றாக மாறிவிட்டதும் ஒரு காரணம். யார் வேண்டுமானாலும் அதை விலைக்கு வாங்கிவிட முடிந்தது. எதற்காகவும் மெனக்கெட வேண்டியதில்லை, எதற்காகவும் போராட வேண்டயதில்லை. அந்தக் காலத்தைய புள்ளிவிவரங்கள் இருக்கின்றன. அவர்கள் எது குறித்துப் பேரதிகமாய்ப் புகாரளித்தார்கள் தெரியுமா? கிளர்ச்சியின்மை. ஆண்கள் உடலுறவில் நாட்டமற்றுப்போனார்கள். திருமணத்தில் நாட்டமற்றுப்போனார்கள்.

இப்போது கிளர்ச்சி அடைகிறார்களா?

ஆம், என்னைப் பார்த்தவாறே சொல்கிறார். இப்போது கிளர்ச்சியடைகிறார்கள். அவர் எழுகிறார், மேசையைச் சுற்றி வந்து நான் அமர்ந்திருக்கும் நாற்காலியை அடைகிறார். பின்னால் இருந்தபடியே அவருடைய கையை என்னுடைய தோளின் மீது வைக்கிறார். என்னால் அவரைப் பார்க்க இயலவில்லை.

நீ என்ன நினைக்கிறாய் என்று தெரிந்துகொள்ள விரும்புகிறேன், எனக்குப் பின்னால் இருந்தபடி அவருடைய குரல் சொல்கிறது.

நான் அதிகம் நினைப்பதில்லை என்கிறேன் மென்மையாக. அவர் விரும்புவது உளநெருக்கத்தை, ஆனால் என்னால் அவருக்கு அதைக் கொடுக்க முடியாது.

நான் நினைப்பது எதற்காவது பிரயோசனப்படுமா என்ன? நான் என்ன நினைக்கிறேன் என்பதெல்லாம் பொருட்டே இல்லை என்கிறேன்.

அதனாலேயேதானே அவரால் என்னிடம் எல்லாவற்றையும் சொல்ல முடிகிறது.

இல்லை, உன்னுடைய அபிப்ராயத்தைத் தெரிந்துகொள்ள நான் விரும்புகிறேன். நீ அவ்வளவுக்கு புத்திசாலிதான், உனக்கென்று ஒரு அபிப்ராயம் நிச்சயம் இருக்கும் என்கிறார்.

எது குறித்து?

நாங்கள் செய்தது குறித்து. எல்லாம் எப்படி மாறியிருக்கிறது என்பது குறித்து.

நான் என்னை அசையாமல் இருத்திக்கொள்கிறேன். என்னுடைய மனதைக் காலியாக்கிக்கொள்ள முயல்கிறேன். இரவின் நிலவில்லாத வானத்தைப் பற்றி நினைக்கிறேன். எனக்கு ஒரு அபிப்ராயமும் இல்லை என்கிறேன்.

அவர் பெருமூச்செடுக்கிறார், அவருடைய பிடியை இளக்குகிறார், ஆனால் கைகளை எடுக்கவில்லை. நான் என்ன நினைக்கிறேன் என்பது அவருக்குத் தெரிந்துவிட்டது. நல்லது.

முட்டையை உடைக்காமல் ஆம்லெட் போட முடியுமா, எல்லாம் இன்னமும் சிறப்பாக மாற வேண்டுமென்றே விரும்பினோம் என்கிறார்.

சிறப்பாகவா? மென்குரலில் கேட்கிறேன். இது சிறப்பானது என்று அவரால் எப்படி நினைக்க முடிகிறது?

சிறப்பானது எதுவும் சகலருக்கும் சிறப்பானதாக ஆக முடியாது. சிலருக்கு அது மோசமாகத்தான் முடியும்.

நான் மல்லாந்திருக்கிறேன், எனக்கு மேலே ஈரக்காற்று ஒரு மூடியைப் போல் கிடக்கிறது. மழை பெய்தால் நன்றாக இருக்கும். இடியுடனான ஒரு புயலும் கருமேகங்களும் மின்னலும் காதைப் பிளக்கும் ஓசையும் மேலும் சிறப்பாக இருக்கும். மின்சாரம் துண்டிக்கப்படலாம். நான் கீழே சமையலறைக்குப் போய் எனக்கு பயமாயிருக்கிறது என்று சொல்லலாம். ரீட்டாவுடனும் கோராவுடனும் மேசையைச் சுற்றி அமரலாம். அவர்கள் என்னுடைய அச்சத்தை அது அவர்களுக்கும் எனக்கும் பொதுவானது என்பதால் அனுமதிப்பார்கள். என்னைச் சேர்த்துக்கொள்வார்கள். மெழுகுவர்த்திகள் எரிந்துகொண்டிருக்கும் ஒளியில் சன்னல் வழியாக வெளியிலிருந்து வரும் பளீரென்ற வெண்ணொளியில் எங்கள் முகங்கள் அணைந்து ஒளிர்வதை நாங்கள் பார்ப்போம். தேவனே, எங்கள் தேவனே எங்களைக் காத்து ரட்சியுங்கள் என்பாள் கோரா.

காற்று அதற்குப் பிறகு தெள்ளியதாக லேசானதாக ஆகிவிடும்.

கூரையை, அந்தச் சுண்ணாம்புச்சாந்து மலர்களின் வளையத்தை நிமிர்ந்து பார்க்கிறேன். ஒரு வட்டத்தை வரைந்து அதற்குள் நுழைந்துகொண்டால் அது நம்மைப் பாதுகாக்கும். நடுவில்தான் அந்தச் சரவிளக்கு இருந்தது, அதிலிருந்துதான் முறுகிய இழையோடான ஒரு விரிப்பு தொங்கியது. அதிலிருந்துதான் அவள் ஊசலாடினாள், ஒரு பெண்டுலத்தைப் போல அவள் தொங்கியிருந்திருக்க எல்லா வாய்ப்புகளும் உண்டு, ஒரு மரக்கிளையை இரு கைகளாலும் பற்றிக்கொண்டிருந்த குழந்தையாய் அவள் அப்போது பாதுகாப்பாய் இருந்தாள். கோரா கதவைத் திறந்த நொடியில் அவள் முழுமையாக ரட்சிக்கப்பட்டிருந்தாள். சமயங்களில், என்னுடன் அவள் இன்னமும் இங்கிருப்பதாக நான் நினைப்பதுண்டு.

புதைக்கப்பட்டவள் நானே.

அத்தியாயம் முப்பத்து மூன்று

பிற்பகல் நேரம். வானம் மூட்டமாய் இருக்கிறது. சூரியவெளிச்சம் பரவலாய் அடர்த்தியாய்ப் பித்தளைத்தூவல்போல எங்கும் இருக்கிறது. எங்கள் ஜோடி, நானும் ஆஃப்க்ளெனும், நடைபாதையில் வழுக்கிச்செல்கிறோம். எங்களுக்கு முன்னே இன்னொரு ஜோடி, சாலையின் எதிர்ப்பக்கத்தில் வேறு ஒன்று. தொலைவிலிருந்து பார்க்க சுவர்க்காகிதங்களில் அச்சிடப்பட்டிருக்கும் டச்சு பால்காரிகளைப் போல, ஒரு அலமாரியில் வரிசையாய் அடுக்கிவைக்கப்பட்டிருக்கும் வண்ணமயமான, பீங்கானில் செய்யப்பட்ட, உப்பு மற்றும் மிளகுத்தூள் போட்டுவைக்கும் டப்பாக்களைப் போல, ஒரு அன்னப் பறவைப் பரிவாரம்போல அல்லது அவற்றைப் போன்ற குறைந்தபட்ச நளினத்தை கண்களுக்கு இதமாக வெளிப்படுத்தும் எதைப் போலவும் கண்களைக் கவரும் விதமாக நாங்கள் அழகாய்த் தோன்றுவோமாய் இருக்கும். **கண்கள்**, ஆம் **கண்களுக்கு**. அவர்களுக்கான அலங்கார அணிவகுப்புதான் இது. நாங்கள் அதி ஆராதனைக்குப் போகிறோம், நாங்கள் எவ்வளவு கீழ்ப்படிந்தவர்கள் என்பதையும் பக்திமான்கள் என்பதையும் காட்டுவதற்கு.

ஒரு டான்டிலியன்கூடக் கண்ணில் படுகிறதில்லை. இங்கே புல்வெளிகள் அதி தூய்மையாய் இருக்கின்றன. நான் ஒரு டான்டிலியனுக்காக ஏங்குகிறேன். ஒன்றே ஒன்றுக்காக. மடத்தனமாகவும் திமிர்த்தனமாகவும் குப்பைபோலவும் முளைத்துக்கிடக்கும் ஒன்றுக்காக. பிடுங்கப்பிடுங்க முளைப்பதும் சூரியனைப் போல நிலையான மஞ்சள் நிறத்ததும் மகிழ்ச்சிகரமானதும் சாதாரணமானதும் அதைப் போன்ற மற்ற அனைத்துக்குமாய்ச் சேர்த்து தானே மிளிர்வதுமான ஒன்றுக்காக. அவற்றின் பால்கறை எங்கள் விரல்களில் படியப்படிய நாங்கள் அவற்றிலிருந்து மோதிரங்களை மணிமுடிகளை மாலைகளையும்கூடச் செய்வோம். அல்லது அவளுடைய முகவாயின் அடியில் நான் ஒன்றை நீட்டுவேன். உனக்கு வெண்ணெய் பிடிக்குமா? (அல்லது அவை பட்டர்கப்புகளா?) அவற்றை முகரும் அவளுடைய மூக்கில் மகரந்தம் ஒட்டிக்கொள்ளும். அவை பூத்து

முடித்து விதையாகும் பருவத்தில் இருக்கும் அந்தப் புல்வெளி என் கண்களின் எதிரில் வருகிறது. அவளும். அவளைப் பார்க்கிறேன். புல்வெளியில் ஓடுகிறாள். இரண்டு வயதில் இருக்கும் அவள். பிறகு, மூன்று வயதில். மீதமிருக்கும் சில டான்டிலியன்களில் மினுக்கட்டானைப் போல, வெள்ளைத் தீயின் சிறு வளையத்தைப் போல, காற்றில் நிறையும் சிறு பாராசூட்டுகளைப் போல இருக்கும் ஒன்றை எடுத்து ஆட்டுகிறாள். *அதை ஊது, ஊதிவிட்டு நேரத்தைச் சொல்லு.* கோடையின் தென்றலில் நாங்கள் எந்நேரமும் அவற்றை ஊதித்திரிவோம். ஆனால் காதலுக்கானவை டெய்சிக்கள்தான். நாங்கள் அவற்றையும் வைத்திருந்தோம்.

சோதனைச்சாவடியைக் கடப்பதற்காக இருவர் இருவர் இருவராய் வரிசையில் நிற்கிறோம். உலவப்போய்விட்டு அதிக காலம் வெளியில் தங்கிவிட்ட தனியார் பள்ளி மாணவியரைப் போல இருக்கிறோம். வருடவருடமாய்க் கடந்துவிட்டதில் கால்களும் உடல்களும் உடைகளுமெல்லாம் அதீதமாய் வளர்ந்துவிட்டவர்களைப் போல, மாந்தரீகத்துக்கு வயப்பட்டுவிட்டவர்களைப் போல, ஒரு தேவதைக்கதையின் பாத்திரங்களைப் போல என்றெல்லாம் நம்ப விரும்புகிறேன். ஆனால், சோதனை முடிந்து உள்ளே அனுமதிக்கப்படுகிறோம். இருவர் இருவராய்த் தொடர்ந்து நடக்கிறோம்.

சிறிது நேரத்தில் அல்லிகளைத் தாண்டி ஆற்றை நோக்கி வலதுபுறம் திரும்புகிறோம். முன்னொரு காலத்தில் நாங்கள் சூரியக் குளியலுக்காகப் படுத்துக்கிடந்ததும் வளைந்த பாலங்கள் இருந்ததும் விரிந்த பெரிய கரை இருந்ததுமான அந்த இடம்வரை போக விரும்புகிறேன். அந்த ஆற்றின் ஓரமாய்ச் சிறிது தொலைவு நடந்து ஒரே அலைவரிசையில் வீசும் அந்தக் காற்றோடு சென்றால் நீங்கள் கடலை அடையலாம். ஆனால், அங்கு சென்று என்ன செய்ய முடியும்? சிப்பி பொறுக்கலாம், வழவழப்பான அந்தப் பாறைகளில் உருளலாம்.

ஆனால், நாங்கள் ஆற்றுக்குப் போகவில்லை. வழியில் இருக்கும் கட்டடங்களின் நீலமும் வெள்ளையுமான பொன் வேலைப்பாடுள்ள களங்கமற்ற மகிழ்ச்சியை வெளிப்படுத்தும் சிறிய தூபி மாடங்களைப் பார்க்கப்போவதில்லை. வெகுநவீனமான கட்டடம் ஒன்றினுள் நுழைகிறோம். அதன் கதவுக்கு மேலே ஒரு பெரிய பதாகை கட்டப்பட்டிருக்கிறது - **இன்று பெண்களின் அதிஆராதனை நிகழ்வு.** இந்தக் கட்டடத்தின் பழைய பெயரான

சுட்டுக்கொல்லப்பட்ட யாரோ ஒரு பிரதமரின் பெயரை பதாகை மறைக்கிறது. சிவப்பு எழுத்துகளுக்குக் கீழே சிறிய அச்சில் கறுப்பில் எழுதப்பட்டிருக்கிறது: **கடவுள் தேசத்தின் சொத்து.** சிறகுடன் கூடிய ஒரு கண்ணின் வரையுருவங்கள் அதன் இருபுறமும் இருக்கின்றன. வாயிற்கதவின் இருபுறமும் தவிர்க்கவே முடியாத பாதுகாவலர்கள் நிற்கிறார்கள். இரண்டு ஜோடிகள், மொத்தமாக நால்வர். கைகள் பக்கவாட்டில் இருக்க கண்கள் முன்னே பார்க்க கிட்டத்தட்ட துணிக்கடை பொம்மைகளைப் போல இருக்கிறார்கள். சீராக வாரப்பட்ட கேசம் மற்றும் இஸ்திரி செய்யப்பட்ட சீருடையுடன் அச்சில் வார்த்தது போன்ற இளம் முகங்கள். இன்று பரு முகங்கள் இல்லை. ஒவ்வொருவனும் ஒரு இயந்திரக் கைத்துப்பாக்கியைத் தயாராகத் தொங்கவிட்டிருக்கிறான். உள்ளே நாங்கள் செய்துவிடக்கூடும் என்று அவர்கள் நினைக்கும் அபாயகரமான மற்றும் நிலைகுலையவைக்கும் செயல்களுக்கான ஆயத்தமாக.

அதிஆராதனை நீள்வட்ட வடிவில் தளமும் கூரை விளக்குகளும் இருக்கும் இடத்தில் மூடப்பட்டிருக்கும் கூடத்தில் நடைபெறவிருக்கிறது. கால்பந்தாட்ட மைதானங்களில் நடக்கும் முழு நகரத்துக்கான ஆராதனை அல்ல இது. இந்த மாவட்டத்துக்கு மட்டுமானது. வலதுபுறத்தில் உயர்பதவி வகிக்கும் அதிகாரிகளுக்காக, அலுவலர்களின் மனைவியருக்காக, அவர்களின் பெண்மக்களுக்காக மர மடக்கு நாற்காலிகள் வரிசையாகப் போடப்பட்டிருகின்றன. அதில் தர வித்தியாசம் பெரிதாய் இல்லை. மேலே, கற்காரைப்பூச்சில் வளைப்பிடிமானமுள்ள மாடங்கள் தாழ்நிலைப் பெண்களுக்கும், பல்வேறு வண்ணக்கோடுகள் உள்ள ஆடைகளை அணிந்திருக்கும் மார்த்தாக்களுக்கும் மலிவு மனைவியருக்குமானவை. அதிஆராதனைகளில் அவர்களுடைய வருகை கட்டாயமானதில்லை. குறிப்பாக, அவர்களின் பணிநேரங்களின்போது அல்லது குழந்தைகள் உள்ளவர்களுக்கு. ஆனாலும், மாடங்கள் நிரம்பியே இருக்கின்றன. இது அவர்களுக்கு ஒரு பொழுதுபோக்கு நிகழ்ச்சி, ஒரு கண்காட்சி அல்லது வித்தைவட்டரங்கு.

மனைவியரில் பலரும் அவர்களுடைய ஆகச்சிறந்த பூப்பின்னல் வேலைப்பாடுள்ள நீலங்களில் ஏற்கெனவே ஆஜராகியிருக்கிறார்கள். அவர்களுடையதற்கு எதிர்ப்பக்கத்துக்கு நாங்கள் இருவர் இருவராய் எங்கள் சிவப்புகளில் நடக்கும்போது அவர்களுடைய கண்கள் எங்கள் மீதிருப்பதை எங்களால் உணர முடிகிறது. நாங்கள்

பார்க்கப்படுகிறோம், மதிப்பிடப்படுகிறோம், கிசுகிசுக்கப்படுகிறோம். நாங்கள் அதை உணர்கிறோம், எங்கள் வெற்றுடம்பில் ஓடும் எறும்புகளைப் போல.

இங்கே நாற்காலிகள் இல்லை. திரையரங்குகளில் வாடிக்கையாளர்களைக் கட்டுப்படுத்த வைத்திருக்கப்பட்டிருந்தது போன்ற, பட்டு செஞ்சிவப்புப் முறுக்குக் கயிறால் எங்களுடைய எல்லை வகுக்கப்பட்டிருக்கிறது. இந்தக் கயிறு எங்களைப் பிரிக்கிறது, குறித்துவைக்கிறது, மற்றவர்கள் எங்களால் கறைப்பட்டுவிடாமல் அவர்களைக் காக்கிறது, எங்களுக்கான பட்டி அல்லது கொட்டிலைச் செய்திருக்கிறது. ஆக, எப்படி என்று எங்களுக்கு மிக நன்றாகவே தெரிந்த வகையில் நாங்கள் எங்களை வரிசைகளில் அமைத்துக்கொண்டு அதற்குள் செல்கிறோம். பிறகு, அந்தக் காரைத்தரையில் முழந்தாளிடுகிறோம்.

“பின்வரிசைக்குப் போ.” பக்கவாட்டில் ஆஃப்க்ளென் கிசுகிசுக்கிறாள். “நன்றாகப் பேச முடியும்.” தலைகளை லேசாகக் கவிழ்த்துக்கொண்டு நாங்கள் முழந்தாளிடும்போது நெடுக வளர்ந்த காய்ந்த புற்களிலிருந்து பூச்சிகள் கத்துவதைப் போல எங்கள் எல்லாப் பக்கங்களிலிருந்தும் மெல்லிய சலசலப்பைக் கேட்க முடிகிறது. கிசுகிசுப்புகளால் ஆன மேகம் சூழ்கிறது. நாங்கள் சுதந்திரமாகப் பேச, ஒருவரிடமிருந்து இன்னொருவருக்கு செய்தியைப் பகிர இயல்கிற இடங்களில் இது ஒன்று. இங்கு அவர்களுக்கு எங்களில் ஒருவரைக் குறிப்பாகக் கண்டுபிடிப்பதும் நாங்கள் என்ன பேசிகொள்கிறொமென்று கேட்பதும் சிரமம். மேலும், விழாவில் குறுக்கீடு செய்ய அவர்கள் துணிய மாட்டார்கள். முக்கியமாக, தொலைக்காட்சி ஒளிபடக்கருவிகளின் முன்னிலையில்.

என் கவனத்தைப் பெறுவதற்காக ஆஃப்க்ளென் தன்னுடைய முழங்கையால் என்னை இடிக்கிறாள். நான் மெல்ல, நிதானமாக நிமிர்கிறேன். நாங்கள் முழந்தாளிட்டிருக்கும் இடத்திலிருந்து மக்கள் உள்ளே நுழைந்தவாறிருக்கும் கூடத்தின் நுழைவாயிலை நன்றாகப் பார்க்க முடிகிறது. அவள் என்னை ஜனினைப் பார்க்கத்தான் சொல்கிறாள் போலும். ஏனெனில், அதோ அவள் இருக்கிறாள். உடன் ஒரு புதிய பெண்ணுடன். முன்பு இருந்தவள் இல்லை. இந்த இன்னொருத்தியை எனக்கு அடையாளம் தெரியவில்லை. அப்படியானால் ஜனின் வேறொரு குடித்தனத்துக்கு ஒரு புதிய பணியிடத்துக்கு மாற்றப்பட்டிருக்க வேண்டும். இது மிகவும் சீக்கிரமாயிற்றே. அவளுடைய முலைப்பாலில் ஏதேனும் பிரச்சினையா? அந்த ஒரு காரணத்துக்காகத்தான் அவளை

மாற்றுவார்கள். அதாவது, குழந்தைக்காகச் சண்டை நிகழாதவரை, நீங்கள் நினைப்பதைவிட அதிகமாக அப்படியும் நடக்கும். கைகளில் அது கிடைத்தான பிறகு அவள் அதைக் கொடுக்க மறுத்திருக்கலாம். அவளுடைய சிவப்பு உடையின் அடியில் அவளுடைய உடல் மிக மெலிந்து, சொல்லபோனால் எலும்பாக இருப்பதை என்னால் நன்றாகப் பார்க்க முடிகிறது. அந்தக் கர்ப்பகாலப் பொலிவையும் அவள் இழந்திருக்கிறாள். அவளிலிருந்து சாறெல்லாம் உறிஞ்சப்பட்டுவிட்டதைப் போல அவளுடைய முகம் வெள்ளையாய்க் கூம்பியிருக்கிறது.

"அது தேறவில்லை தெரியுமா? உதிர்ந்துபோயிற்று." என் தலைக்கு அருகிலிருந்து ஆஃப்க்ளென் சொல்கிறாள்.

அவள் ஜனினின் குழந்தையைச் சொல்கிறாள். ஜனின் வழியாக வந்து வேறெங்கோ போய்விட்ட அந்தக் குழந்தையை. குழந்தை ஏஞ்சலா. அவளுக்கு அவ்வளவு சீக்கிரம் பெயர் வைத்திருக்கக் கூடாது. என்னுடைய அடிவயிற்றில் ஏதோ சங்கடம் எழுகிறது. சங்கடம் அல்ல, வெறுமை. அதற்கு என்ன ஆகிற்று என்று தெரிந்துகொள்ள நான் விரும்பவில்லை. அடக் கடவுளே. அவ்வளவும் இதற்குத்தானா, ஏதுமில்லாமல் போவதற்கு. ஏதுமற்றிருப்பதைவிடவும் இது மோசமாயிற்றே.

"அவளுக்குச் சொந்தமானதைச் சேர்க்காமல், அது அவளுடைய இரண்டாவது. அவளுக்கு எட்டு மாதத்தில் குறைப்பிரசவம் ஒன்று நடந்தது தெரியும்தானே" என்கிறாள் ஆஃப்க்ளென்.

கயிறு கட்டப்பட்ட இந்தப் பகுதிக்குள் ஜனின் தன்னுடைய தீண்டத்தகாத துரதிர்ஷ்டத்தின் முக்காட்டுடன் நுழைவதைப் பார்த்துக்கொண்டிருக்கிறோம். அவள் என்னைப் பார்க்கிறாள். என்னைப் பார்க்கும்போது என்னூடாகப் பார்க்கிறாள். இந்த முறை வெற்றிப் புன்னகை ஏதுமில்லை. அவள் திரும்புகிறாள் மண்டியிடுகிறாள். இப்போது எனக்குப் பார்க்கக் கிடைப்பதெல்லாம் அவளுடைய முதுகும் அவளுடைய மெலிந்து வளைந்த தோள்களுமே.

"வரிசையாய் இரண்டு இப்படியானதை அவள் தன்னுடைய தவறென்று நினைக்கிறாள். பாவம் செய்துவிட்டதாய். அவள் ஒரு மருத்துவரைப் பயன்படுத்திக்கொண்டாள் என்று சொல்கிறார்கள். அது அவளுடைய தளபதியுடையதே இல்லை."

எனக்கும் தெரியுமென்று நான் சொல்ல முடியாது. எப்படி என்று ஆஃப்க்ளென் யோசிப்பாள். அவளுக்குத் தெரிந்தவரை எனக்கு இப்படியான செய்திகளைக் கொண்டுவரும் ஒரே ஊடகம் அவள்தான். அவளிடம் ஆச்சரியப்படும் அளவுக்கு இப்படியான செய்திகள் உண்டுதான். அவளுக்கு ஜனினைப் பற்றி எப்படித் தெரிய வந்திருக்கும்? மார்த்தாக்கள் வாயிலாகவா? ஜனினின் உலாத்தோழி சொல்லியிருப்பாளா? தேநீர் மற்றும் மதுக் கோப்பைகளோடு மனைவிமார்கள் தங்களுடைய வலைகளைப் பின்னிக்கொண்டிருக்கும் வேளைகளில் மூடப்பட்ட கதவுகளுக்குப் பின்னிருந்து கேட்டதிலா? செரினா ஜாயும் அவள் விரும்புவதை நான் செய்தால் என்னைப் பற்றி இப்படிப் பேசுவாளா? *உடனே ஒப்புக்கொண்டாள். அவள் கவலையேபடவில்லை. இரண்டு கால்களும் ஒரு நல்ல - அதுதான் - அதுவும் கொண்ட எதாக இருந்தாலும் அவளுக்கு சம்மதம்தான். அவர்கள் அலட்டிக்கொள்வதில்லை. நம்மைப் போலவெல்லாம் அவர்கள் உணர்வதில்லை.* மற்ற அனைவரும் தங்கள் நாற்காலிகளிலிருந்து எம்பி, அதிர்ச்சியோடும் அருவருப்போடும், அடக் கடவுளே எப்படி முடிகிறது அவளுக்கு? எங்கே? எப்போது? என்பார்கள்.

ஜனினுக்குச் செய்ததுபோலவே, சந்தேகமேயில்லாமல் செய்வார்கள். "அடக் கொடுமையே" என்கிறேன். தன்னையே குற்றஞ்சாட்டிக்கொள்வது ஜனினின் வழக்கம்தான். அந்தக் குழந்தையின் குறைகள் தன்னால் மட்டுமே என்று நினைப்பதும். ஆனால், தங்கள் வாழ்வுகளுக்கு அர்த்தமில்லை, அதனால் ஒரு பயனும் இல்லை, அவர்களிடம் ஒரு திட்டமும் இல்லை என்பதை ஒப்புக்கொள்வதைக் காட்டிலும் வேறெதை வேண்டுமானாலும் மனிதர்கள் ஒப்புக்கொள்வார்கள்.

ஒருநாள் காலை நாங்கள் ஆயத்தமாகிக்கொண்டிருந்தபோது ஜனின் தன்னுடைய வெண்ணிற இரவாடையிலேயே இன்னமும் இருப்பதைக் கவனித்தேன். அவள் தன் படுக்கையின் ஓரத்தில் அமர்ந்திருந்தாள்.

நான் உடற்பயிற்சிக்கூடத்தின் இரட்டைக் கதவுகளை, ஆன்ட்டுகள் வழக்கமாக நிற்கும் இடத்தை எட்டிப்பார்த்தேன். அவள் கவனித்துவிட்டாளா என்று பார்க்க. ஆனால், ஆன்ட் அங்கே இல்லை. அவள் ஒரு கோப்பை காப்பி அல்லது ஒரு சிகரெட்டுக்காகக் கம்பிநீட்டியிருப்பாள். அந்நேரத்துக்கு அவர்களுக்கு எங்கள் மீது நம்பிக்கை வந்துவிட்டது. சில சமயங்களில் வகுப்பறைகளில்

எங்களைக் கண்காணிக்க ஆளே இல்லாமல்கூட விட்டார்கள். சமயத்தில் உணவுக்கூடத்திலும்கூட சில நிமிடங்கள் சேர்ந்தாற்போல எங்களைத் தனியே விட்டார்கள்.

எனக்கு அடுத்த படுக்கைக்காரி ஆல்மாவிடம் இவளைப் பார் என்றேன்.

ஜனினைப் பார்த்தாள் ஆல்மா. பிறகு, நாங்கள் இருவரும் ஜனினின் வெள்ளை முதுகுக்கு அருகில் சென்றோம். உடைகளை உடுத்திக்கொள் ஜனின் என்றாள் ஆல்மா. உன்னால் எங்கள் பிரார்த்தனை நேரம் நீள்வதை நாங்கள் விரும்பவில்லை என்றாள். ஆனால், ஜனின் அசையவில்லை.

அதற்குள் மொய்ராவும் வந்துவிட்டாள். அவள் இரண்டாவது முறையாகத் தப்புவதற்கு முன்பாக நடந்தது இது. அவளுடைய பாதத்தை அவர்கள் பதம்பார்த்திருந்ததில் அவள் இன்னமும் நொண்டிக்கொண்டிருந்தாள். அவள் ஜனினின் முகத்தைப் பார்க்க ஏதுவாய்ப் படுக்கையைச் சுற்றிப் போனாள்.

இங்கே வாருங்கள் என்றாள் ஆல்மாவிடமும் என்னிடமும். மற்றவர்களும் குழுமத் தொடங்கிவிட்டார்கள். சிறு கூட்டம் சேர்ந்துவிட்டது. பின்னால் போங்கள் என்றாள் மொய்ரா அவர்களிடம். விஷயத்தைப் பெரிதாக்காதீர்கள், அவள் வந்துவிட்டால் என்ன செய்வது?

நான் ஜனினைப் பார்த்துக்கொண்டிருந்தேன். அவளுடைய விழிகள் விரியத்திறந்திருந்தன, ஆனால் அவை என்னைப் பார்க்கவே இல்லை. அவை உருண்டு, அகன்றிருந்தன. அவளுடைய பற்கள் ஒரு சிரிப்பில் உறைந்திருந்தன. அந்தச் சிரிப்பினூடாக அந்தப் பற்களினூடாக அவள் தன்னிடமே கிசுகிசுத்துக்கொண்டிருந்தாள். நான் அவளருகில் குனிய வேண்டியிருந்தது.

ஹலோ என்றாள் அவள். ஆனால், என்னிடமல்ல. என் பெயர் ஜனின். இன்று உங்களுடைய மேசைப்பணியாளர் நான்தான். முதலில் உங்களுக்குக் கொஞ்சம் காப்பி கொண்டுவரட்டுமா?

கர்த்தரே என்றாள் மொய்ரா என்னருகில் நின்று.

கத்தாதே என்றாள் ஆல்மா.

ஜனினின் தோள்களைப் பற்றிய மொய்ரா அவளைக் குலுக்கினாள். ஏ ஜனின் அந்த வார்த்தையைச் சொல்லாதே. அதிலிருந்து வெளியில் வா என்றாள் கடுமையாக.

ஜனின் புன்னைகைத்தாள். நன்னாளாகட்டும் என்றாள்.

மொய்ரா அவளுடைய முகத்தில் முன்னும் பின்னுமாக இருமுறை அறைந்தாள். நீ இங்கே மீண்டுவா. உடனே வா. அங்கே இருக்க முடியாது, நீ அங்கே இல்லை. அதெல்லாம் முடிந்துவிட்டது.

ஜனினின் புன்னகை மறையத் தொடங்கியது. அவள் தன் கையைக் கன்னத்தில் வைத்தாள். நீங்கள் எதற்காக என்னை அடித்தீர்கள்? ஏன் அது நன்றாக இல்லையா? நான் உங்களுக்கு இன்னமொன்று கொண்டுவருவேனே. இதற்காக நீங்கள் என்னை அடிக்க வேண்டியதில்லை.

ஏய், அவர்கள் என்ன செய்வார்கள் என்று உனக்குத் தெரியாதா? மொய்ரா கேட்டாள். அவளுடைய குரல் அடங்கி, ஆனால் கடுமையாய் ஸ்திரமாய் ஒலித்தது. என்னைப் பார். என் பெயர் மொய்ரா. இது சிவப்பு மையம். என்னைப் பார்.

ஜனினின் கண்கள் குவியத் தொடங்கின. மொய்ராவா? எனக்கு எந்த மொய்ராவையும் தெரியாது.

உன்னை அவர்கள் மருத்துவமனைக்கெல்லாம் அனுப்ப மாட்டார்கள். அதனால், நீ அதையெல்லாம் நினைத்துக்கூடப் பார்க்காதே. உன்னை சரிசெய்யவெல்லாம் அவர்கள் சிரமப்பட மாட்டார்கள். உன்னைக் காலனிக்கு அனுப்பும் அளவுக்குக்கூடப் போக மாட்டார்கள். நீ இப்படி வெகுதூரம் போனாய் என்றால் உன்னை வேதியியல் சோதனை அறைக்குக் கொண்டுசென்று பெண்ணல்லாதவர்களைச் செய்வதைப் போல குப்பைகளோடு சேர்த்து எரித்துவிடுவார்கள்.

எனக்கு வீட்டுக்குப் போக வேண்டும். ஜனின் அழத் தொடங்கினாள்.

கர்த்தாவே, கடவுளே. போதும் நிறுத்து. இதோ ஒரே நிமிடத்தில் அவள் வந்துவிடுவாள். சத்தியமாய்ச் சொல்கிறேன். மரியாதையாய் உன் இழவெடுத்த உடைகளை மாட்டிக்கொண்டு வாயை மூடிக்கொள்.

ஜனின் விசும்பிக்கொண்டே இருந்தாள். அவள் எழுந்து உடுத்திக்கொள்ளவும் செய்தாள்.

மொய்ரா என்னிடம் சொன்னாள். அவள் மறுபடியும் இதையே செய்யும்போது நான் இங்கில்லை என்றால் நீதான் அவளை இப்படி அறைய வேண்டும். அந்த விளிம்புக்கு அவள் போகக் கூடாது. அது பிடித்தால் விடாது, தொடரத் தொடங்கிவிடும்.

அவள் அப்போதே திட்டம் தீட்டிக்கொண்டிருந்திருக்க வேண்டும். அங்கிருந்து வெளியேறுவது குறித்து.

அத்தியாயம் முப்பத்து நான்கு

முற்றத்தில் அமர்வதற்கான எல்லா இடங்களும் ஆக்ரமிக்கப்பட்டுவிட்டன. நாங்கள் சரசரத்தபடி காத்திருக்கிறோம். ஒருவழியாக இந்தப் பணிக்குப் பொறுப்பேற்றிருக்கும் தளபதி உள்ளே வருகிறார். அவர் வழுக்கையராகிக்கொண்டிருக்கிறவர். ஆஜானுபாகுவான தோற்றத்தில், வயதேறிப்போயிருக்கும் ஒரு கால்பந்தாட்டப் பயிற்சியாளரைப் போல இருக்கிறார். மென் கறுப்பிலானதும் வரிசையாய் லச்சினைகளும் அலங்காரங்களும் பொருத்தப்பட்டதுமான சீருடையை உடுத்தியிருக்கிறார். பார்ப்பவர்கள் அசந்துபோகாமல் இருப்பது கடினம்தான், ஆனால் நான் முயல்கிறேன். அவருடைய மனைவி மற்றும் சேடிப்பெண்ணோடு அவர் படுக்கையில் இருப்பதைக் கற்பனை செய்கிறேன். சாலமன் மீன்களின் வருடாந்திரச் சினைச்சடங்கில் போல, அதில் இன்பம் ஏதும் காணாதவரைப் போல நடித்துக்கொண்டு அவர் வெறித்தனமாகச் சினையேற்றுவதை நினைத்துப்பார்க்கிறேன். நீங்கள் பல்கிப் பெருகுங்கள் என்று தேவன் சொன்னபோது இந்த மனிதனை நினைத்தா சொல்லியிருப்பார்?

தளபதி மேடைக்குப் போகும் படிகளில் ஏறுகிறார். பெரிய வெள்ளைச்சிறகுகள் கொண்ட கண்கள் பொரிக்கப்பட்ட சிவப்பு விரிப்புள்ள படிகள் அவை. அறையெங்கும் பார்வையைத் திருப்புகிறார். அவர் தன் கையைக்கூட உயர்த்த வேண்டியதில்லை, எங்கள் மென்குரல்கள் அடங்குகின்றன. பிறகு, அவருடைய குரல் அதன் அடித்தொனியே இல்லாமல் கூரிய உலோகத்தன்மை வாய்ந்ததாய், ஏதோ அது அவருடைய வாயால் உடலால் அல்லாமல் ஒலிப்பெருக்கிகளாலேயே செய்யப்பட்டதாய்த் தொனிக்குமாறு ஒலிவாங்கிக்குள் சென்று ஒலிப்பெருக்கிகள் வழியாக வெளிவருகிறது. அவருடைய குரலுக்கு உலோக நிறம் ஊதுகொம்பின் வடிவம்.

அவர் தொடங்குகிறார். "இன்றைய தினம் நன்றி அறிவிப்புக்கான ஒன்று. துதி பாராட்டும் தினம்."

வெற்றி மற்றும் தியாகம் குறித்த அவருடைய உரையைக் கவனிப்பதை நிறுத்துகிறேன். பிறகு, நீண்டதொரு பிரார்த்தனை, பெறுமானமற்ற பாத்திரங்களைப் பற்றியது, பிறகு இறைவாழ்த்து: "கிலியட்டில் ஒரு ஆற்றும் மருந்திருக்கிறது."

"கிலியட்டில் ஒரு சாக்காட்டு மருந்திருக்கிறது" என்பாள் மொய்ரா.

இதோ இப்போதுதான் முக்கியமான சமாச்சாரம் நடக்க இருக்கிறது. அந்த இருபது தேவதூதர்கள் உள்ளிடுகிறார்கள். அவர்கள் இப்போதுதான் எல்லையிலிருந்து திரும்பியிருக்கிறார்கள். மெருகேற்றப்பட்டிருக்கிறார்கள். அவர்களுடைய கௌரவக் காப்பாளர்கள் உடன் வர, நடுவில் இருக்கும் வெற்றிடத்துக்கு ஒன்று-இரண்டு, ஒன்று-இரண்டு என்று வீறார்ந்து இலகுவாய் நடைபோடுகிறார்கள். தொடர்ந்து வெள்ளுடைகளில் இதோ இருபது முக்காடிட்ட பெண்மக்கள். அவர்களுடைய முழங்கைகளைத் தாய்மார்கள் பற்றியிருக்க, நாணத்தோடு முன்னே நடக்கிறார்கள். எல்லாமே பெற்றோரால் நிச்சயிக்கப்படும் திருமணங்கள்தான். இப்போதெல்லாம் திருமணங்களை ஏற்பாடு செய்வதும் பெண்மக்களை மணம் செய்விக்கக் கொடுப்பதும் தாய்மார்களே. தந்தையரில்லை. இந்தப் பெண்கள் ஒரு ஆணோடு தனிமையில் இருக்க இத்தனைக் காலம்வரை அனுமதிக்கப்பட்டதில்லை. இதுவெல்லாம் எத்தனைக் காலமாக நடப்பில் இருக்கிறதோ அத்தனைக் காலமாக.

இதற்கு முந்தையதெல்லாம் நினைவில் இருக்கும் அளவுக்கு இவர்களுக்கு வயதிருக்குமா? ஜீன்ஸ் மற்றும் விளையாட்டு ஜோடுகள் அணிந்து அடிப்பந்தாட்டம் விளையாடுவது? மிதிவண்டி ஓட்டுவது? புத்தகம் வாசிப்பது? இவர்களில் சிலர் பதினான்கு வயதுக்கு மேற்பட்டவர்களில்லை. ஒரு நொடியையும் நாம் வீணாக்க முடியாது. அவர்களைப் பிஞ்சிலேயே பிடித்துவிடுதல் என்பதே கொள்கை. ஆனாலும், இவர்களுக்கு நினைவிருக்கும் என்றே நினைக்கிறேன். இவர்களுக்குப் பிறகு உள்ளவர்களுக்கும் இருக்கும். இன்னும் மூன்று, நான்கு அல்லது ஐந்து வருடங்களுக்கு. ஆனால், அதற்குப் பிறகு இருக்காது. இவர்கள் எப்போதும் வெள்ளுடையில் இருந்திருப்பார்கள், எப்போதும் பெண்களோடே இருந்திருப்பார்கள், எப்போதும் மௌனமாகவே இருந்திருப்பார்கள்.

நாங்கள் எடுத்துக்கொண்டதைவிடவும் அதிகமாகவே அவர்களுக்குக் கொடுத்திருக்கிறோம் என்றார் தளபதி. முன்பெல்லாம் அவர்களுக்கு

நிகழ்ந்த பிரச்சினைகளை எண்ணிப்பார். தனியார் குடியகங்கள், உயர்நிலைப் பள்ளிகளின் குருட்டுத்தனமான இணைப்பழகல்கள், இவையெல்லாம் நினைவிருக்கின்றனவா? வெறும் தசைவணிகம். ஆண்கள் கிடைக்கப்பெறுகிறவர்களுக்கும் கிடைக்காதவர்களுக்கும் இடையில் இருந்த பயங்கரமான இடைவெளிகள் நினைவில்லையா? அவர்களில் சிலர் வெறித்தனமாகத் தங்களைப் பட்டினி போட்டு உடலை மெலியவைத்தார்கள் அல்லது முலைகள் நிரம்ப சிலிக்கானை அடைத்துக்கொண்டார்கள். மூக்கை நறுக்கிக்கொண்டார்கள். மனிதப்பிறவியின் அவலங்களை நினைத்துப்பார்.

பழைய மாதாந்திரிகள் வைக்கப்பட்டிருந்த அடுக்கை நோக்கிக் கையை ஆட்டினார். அவர்கள் எப்போதும், எப்போதும் இந்தப் பிரச்சினை அல்லது அந்தப் பிரச்சினை என்று புலம்பினார்கள். பத்திகளில் வெளியிடப்பட்ட விளம்பரங்கள் நினைவிருக்கின்றனவா? பளிச்சென்ற கவர்ச்சியான பெண், முப்பத்து ஐந்து வயது... ஆனால், நம்முடைய இந்த வழியில் எல்லோருக்கும் ஒரு ஆண் கிடைப்பான். யாரும் விடுபடுவதில்லை. ஆனால், அவர்களுக்கோ மணமானாலும் ஒரு குழந்தையோடு, இரண்டு குழந்தைகளோடு, கைவிடப்படலாம். கணவன் வெறுத்துப்போய் ஓடிவிடலாம். காணாமல்போகலாம். இவர்கள் அரசின் பொதுநலக்காப்பை நாட வேண்டியிருக்கும். அல்லது அவன் இருந்து அவர்களை அடித்து உதைப்பான். அல்லது அவர்களுக்கு ஒரு வேலை இருந்தாலோ அவர்களுடைய குழந்தைகள், காப்பகங்களில் அல்லது கொடூரமான அறிவுகெட்ட பெண்களிடம் விடப்படலாம். அதற்கும் இவர்களேதான் அவர்களுடைய இழிபட்ட சிறு சம்பள உறைகளிலிருந்து பணம் கொடுக்க வேண்டியிருக்கும். எல்லோருக்குமே மதிப்பை நிறுக்க பணமே அளவுகோலாய் இருந்தது. தாய்மாராய் அவர்களுக்கு மரியாதையே கிடைக்காதிருந்தது. அவர்கள் இதிலெல்லாம் நம்பிக்கை இழக்க ஆரம்பித்ததில் ஆச்சரியமே இல்லை. ஆனால், நம்முடைய இந்த வழியில் அவர்கள் பாதுகாக்கப்படுகிறார்கள். தங்களுடைய உடற்கூறு ரீதியிலான கடமைகளை முழு ஆதரவு மற்றும் ஊக்குவித்தலோடு அவர்கள் நிம்மதியாக நிறைவேற்ற முடியும். இப்போது சொல். நீ ஒரு புத்திசாலி, நீ என்ன நினைக்கிறாய் என்று எனக்குத் தெரிய வேண்டும். நாங்கள் எதையாவது தவறவிட்டிருக்கிறோமா?

காதலை, என்றேன்.

காதலா? என்றார் தளபதி. காதல்?

காதலில் விழுவதை என்றேன்.

தளபதி ஒரு நேர்மையாளச் சிறுவனின் கண்களோடு என்னைப் பார்த்தார். ஓ, ஆம். நான் மாதாந்திரிகளைப் படித்திருக்கிறேன் அவர்கள் அதைத்தானே வலியுறுத்தினார்கள் இல்லையா? ஆனால், புள்ளிவிவரங்களைப் பார் என் அன்பே. காதலில் விழுவது உண்மையில் அவ்வளவு பெறுமானமுள்ளதுதானா? ஏற்பாடு செய்யப்பட்ட திருமணங்களும் அதைவிடச் சிறப்பாக இல்லாவிட்டாலும் நன்றாகவே செயல்பட்டன.

காதல் என்பாள் ஆன்ட் லிடியா அருவருப்புடன். இங்கே இருந்துகொண்டு அந்தக் கொஞ்சல் கண்றாவியெல்லாம் வைத்துக்கொள்ளாதீர்கள் பெண்களே. உங்களைக் கையும்களவுமாகப் பிடிக்கவைத்துவிடாதீர்கள். அவளுடைய விரலை ஆட்டிக்காட்டுவாள். காதலுக்கெல்லாம் தேவையே இல்லை.

அந்தக் காலம் ஒழுங்கீனத்தின் காலம். வரலாற்றுரீதியாகப் பார்த்தாலும் எல்லாம் குருட்டாம்போக்கில் நடந்தது. நாம் செய்திருப்பதோ எல்லாவற்றையும் இயற்கையின் போக்கில் இணைத்ததுதான். என்றார் தளபதி.

வழக்கமாகப் பெண்களின் அதிஆராதனைகள் இம்மாதிரியான குழுத் திருமணங்களுக்கானவை. ஆண்களுடையவை போர் வெற்றிகளுக்கானவை. இவற்றைத்தான் நாம் அதிகமதிகமாகக் கொண்டாடியாக வேண்டும். ஆனால், சில நேரங்களில் பெண்களுக்கானவை கன்னியாஸ்த்ரீகளின் மறுதலிப்புகளுக்காகவும் நடக்கும். அவற்றில் பெரும்பான்மையும் முன்பே நடந்துவிட்டது. அவர்களைக் கூண்டோடு பிடித்துவிட்டார்கள். ஆனால், இப்போதும் ஒன்றிரண்டு பேரைத் தோண்டியெடுக்கவே செய்கிறார்கள். நிலத்துக்கு அடியில் முள்ளெலிகளைப் போல அவர்கள் ஒளிந்துகொண்டிருந்த இடங்களிலிருந்து அவர்களைத் தூரெடுக்கிறார்கள். அவர்களுக்கு அதே போன்ற தோற்றமும் வந்துவிடுகிறது. அதீத வெளிச்சத்தால் அதிர்ந்திருக்கும் இடுங்கிய விழிகளோடு இருப்பார்கள். வயதானவர்கள் அப்படியே காலனிகளுக்கு அனுப்பப்படுவார்கள். ஆனால், இனப்பெருக்க வளமிக்க இளையவர்களைத்தான் அவர்கள் மாற்ற முயல்வார்கள். அவர்கள் வெற்றிபெற்றுவிட்டால், சடங்கு நிகழ்த்தப்படுவதையும்

அவர்கள் தங்கள் கன்னிமையை மீளுறுதி செய்வதையும் அதை அவர்கள் பொதுநலனுக்காக அர்ப்பணிப்பதையும் இங்கு நாங்கள் எல்லோரும் குழுமிப் பார்ப்போம். அவர்கள் முழந்தாளிட்டிருக்க, தளபதி பிரார்த்திப்பார். பிறகு, நாங்கள் எல்லோரும் செய்ததைப் போல அவர்கள் சிவப்பு முக்காட்டை ஏற்றுக்கொள்வார்கள். அவர்கள் மனைவியராய் ஆக அனுமதிக்கப்படுவதில்லை. அப்படிப்பட்ட அதிகாரம் மிக்க பதவிகளைக் கொடுக்கக் கூடாத அளவுக்கு அவர்கள் ஆபத்தானவர்களாகக் கருதப்படுகிறார்கள். அவ்வளவு தேய்த்துக் கழுவப்பட்டும், அவர்களுடைய பாதங்களில் காணப்பெறும் அடித்தழும்புகளை மீறியும், அவர்கள் தனிமையில் கழித்த காலத்தைத் தாண்டியும், அவர்களிடத்திருந்து மர்மமான, அரிதான, சூனியத்தின் மணம் எழுகிறது. அவர்கள் எல்லோருக்கும் அடித்தழும்புகள் உண்டு. அத்தனைப் பேரும் அவ்வளவு காலத்தைத் தனிமையில் கழித்திருக்கிறார்கள். ஆக வதந்தி என்னவென்றால், அவர்கள் அத்தனை சுலபத்தில் விட்டுவிட மாட்டார்கள் என்பது. ஆனால், இவர்களில் பலர் காலனிகளைத் தேர்ந்தெடுத்துவிடுவார்கள். எங்களில் யாரும் அவர்களை எங்களோடு கடைத்தெருவுக்கு வரும் உலாத்துணையாய்த் தேர்ந்தெடுப்பதில்லை. எங்களில் மற்றவர்களைவிட இவர்கள் மிக உடைந்தவர்கள். இவர்களோடு இயல்பாய் இருப்பது ஆகவும் கடினம்.

தாய்மார்கள் தங்கள் வெண்ணிற முக்காட்டுப் பெண்மக்களைச் சரியான இடத்தில் நிறுத்திவைத்துவிட்டு தங்கள் நாற்காலிகளுக்குத் திரும்பிவிட்டார்கள். அவர்களுக்கிடையில் கொஞ்சம்போல அழுதுகாட்டப்படுகிறது. ஒருவருக்கொருவர் தட்டிக்கொடுத்துக்கொள்வதும், கைகளைப் பற்றிக்கொள்ளவதும், கைக்குட்டைகளின் போலித்தனமான பயன்பாடும் நடக்கின்றன. தளபதி தன் பணியைத் தொடர்கிறார்:

“பெண்கள் தங்களைத் தகுதியான ஆடைகளால், நாணத்தால், தெளிந்த புத்தியால் (இறைபக்தியுள்ளவர்கள் என்று சொல்லிக்கொள்ளும்) பெண்களுக்கு ஏற்ற நற்காரியங்களால் அல்லாமல் மயிரைப் பின்னியும், பொன்னாலும் முத்துகளாலும் விலைமதிப்புமிக்க ஆடைகளாலும் அலங்கரித்துக்கொள்ளாதிருக்கவும் வேண்டுமென்று நான் விரும்புகிறேன்.

“பெண் எல்லாவற்றிலும் அடக்கமுடையவளாக இருந்து அமைதலோடு கற்றுக்கொள்ளக் கடவள்.” இதோ அவர் எங்கள் புறம் பார்க்கிறார். “எல்லாவற்றிலும்” என்று மீண்டும் சொல்கிறார்.

“உபதேசிக்கவும் ஆண்கள் மீது அதிகாரம் செலுத்தவும் நான் பெண்களுக்கு அனுமதியளிப்பதாக இல்லை, அவள் அமைதியாக மட்டுமே இருக்க வேண்டும்.

“ஏனென்றால், முதலில் படைக்கப்பட்டவன் ஆதம், அடுத்துதான் ஏவாள் படைக்கப்பட்டாள்.

“மேலும், ஆதம் வஞ்சிக்கப்படவில்லை, வஞ்சிக்கப்பட்ட பெண்ணே மீறுதலுக்கு உட்பட்டாள்.

“அப்படியிருந்தும், அவள் பிள்ளைப் பேற்றாலே ரட்சிக்கப்படுவாள், அவள் தெளிந்த புத்தியோடு விசுவாசத்திலும் அன்பிலும் பரிசுத்தத்திலும் நிலைகொண்டிருந்தால்.”

பிள்ளைப் பேற்றால் ரட்சிக்கப்படுதல். முந்தைய காலகட்டத்தில் நாங்கள் எதனால் ரட்சிக்கப்படுவோம் என்று நினைத்திருந்தோம்?

“இதை இவர் மனைவிமாரிடம் சொல்ல வேண்டும்.” ஆஃப்க்ளென் முணுமுணுக்கிறாள். “அவர்கள் ஷெர்ரியில் மூழ்கியிருக்கும் வேளையில்.” தெளிந்த புத்தி என்பதைக் குறிப்பாகச் சொல்கிறாள். தளபதி முக்கியச் சடங்கை நிறைவேற்றிவிட்டார். அவர்கள் மோதிரங்களில், முக்காட்டை விலக்குதலில் கவனம் செலுத்திக்கொண்டிருக்கிறார்கள். நான் என் தலைக்குள் பேசிக்கொள்கிறேன். பே! நன்றாகப் பார்த்துக்கொள், ஏனென்றால் இப்போதே காலம் கடந்துவிட்டது. தேவதூதர்கள் பிற்காலத்தில் குறிப்பாக தங்களுடைய மனைவியர் கருத்தரிக்கவில்லை என்றால் சேடிப்பெண்களை வைத்துக்கொள்ளத் தகுதி பெறுவார்கள். ஆனால், பெண்களே உங்கள் கதை முடிந்தது. இப்போது நீங்கள் பார்ப்பது பருவோ மருவோ உங்களுக்குக் காலத்துக்கும் அதுதான். ஆனால், நீங்கள் அவனை நேசிக்க வேண்டும் என்று எதிர்பார்க்கப்படுவதில்லை. சீக்கிரமே அதைப் புரிந்துகொள்வீர்கள். உங்கள் கடமையை மட்டும் அமைதியாகச் செய்ய வேண்டும். சந்தேகம் எழும்போது, நீங்கள் மல்லாந்திருக்கும்போது வேண்டுமானால் விட்டத்தை வெறித்துக்கொள்ளலாம். அங்கே பார்க்க என்னவெல்லாம் கிடைக்குமோ யாருக்குத் தெரியும்? சவங்களுக்கான மலர்வளையங்கள், தேவதைகள், தூசி மற்றும் நட்சத்திரங்களின் தொகுப்பு அல்லது சிலந்திகள் விட்டுச்சென்ற

புதிர்கள். கேள்விகேட்டவாறு இருக்கும் மனதை ஆக்ரமிக்க எப்போதுமே ஏதாவது கிடைக்கும்.

ஒரு பழைய வேடிக்கைத் துணுக்கு:

அன்பே ஏதாவது பிரச்சினையா?

இல்லையே, ஏன்!

நீ அசைந்தாயே.

அசையாதீர்கள். அவ்வளவுதான்.

நம்முடைய குறிக்கோளே பெண்களுக்கிடையிலான தோழமையுணர்வுதான். நாம் எல்லோரும் ஒன்றிணைதல். என்பாள் ஆன்ட் லிடியா.

அப்படிப்போடு ஆன்ட் லிடியா. உன் தோழமையுணர்வும் மயிறும். கழிப்பறைப் பொந்து வழியாகச் சொல்கிறாள் மொய்ரா. நான் சொல்கிறேன் கேட்டுக்கொள். அவள் ஜனினை மண்டியிட வைத்திருக்கிறாள். நீ மறுக்கிறாயா? பந்தயமா? இருவருமாக அவளுடைய அலுவல் அறைக்கு எதற்காகப் போகிறார்கள் என்று நினைக்கிறாய்? நான் நிச்சயமாகச் சொல்வேன் இவள் அவளுடைய அந்த மயிரடர்ந்த வறண்ட -

மொய்ரா!

என்ன மொய்ரா? இவள் கிசுகிசுக்கிறாள். நீ அப்படி நினைக்கவில்லை என்று சொல்லேன் பார்ப்போம்.

இப்படியெல்லாம் பேசுவது நமக்கு நல்லதே இல்லை என்கிறேன். ஆனால், கிளுகிளுத்துச் சிரிக்கும் ஆவல் எழாமல் இல்லை. என்றாலும், என்னிடமே நடித்துக்கொள்கிறேன். கண்ணியத்துக்கு நிகரான எதையாவதாவது காப்பாற்றியாக வேண்டுமே.

நீ எப்போதுமே தொடை நடுங்கிதானே என்கிறாள் மொய்ரா. ஆனால், பிரியத்துடன் சொல்கிறாள். அது நல்லதுக்குத்தான். நல்லதுதான்.

மறுக்க முடியாத அளவுக்குக் கெட்டித்தட்டியிருக்கும் இந்தத் தரையில் மண்டியிட்டபடி இந்தச் சடங்கு நிகழ்வு இழுபட்டுக்கொண்டிருப்பதைக் கேட்டுக்கொண்டிருக்கும் இந்த வேளையில் உணர்கிறேன். அவள் சரியாகத்தான் சொன்னாள். அதிகாரத்தில் உள்ளவர்களைப் பற்றி ஆபாசமாகக் கிசுகிசுப்பதில்

சக்திமிக்கதாய் ஏதோ இருக்கிறது. மகிழ்ச்சிகரமான ஏதோ இருக்கிறது. துடுக்கான, ரகசியமான, விலக்கப்பட்ட, சுவாரஸ்யமான ஏதோ இருக்கிறது. ஒருவகையில் அது சபித்தல். அது அவர்களுடைய காற்றைப் பிடுங்கி அவர்களை நாம் ஏறிட்டுப்பார்க்கும் சாதாரண நிலைக்கு இறக்குகிறது. கழிப்பறைத் தடுப்பு ஒன்றின் சாயப்பூச்சில் யாரோ ஒருமுறை கீறியிருந்தார்கள்: ஆன்ட் லிடியா ஒரு ஊம்பி. அது மலையுச்சியிலிருந்து விசிறப்பட்ட புரட்சியின் கொடியாகத் தோன்றியது. ஆன்ட் லிடியா அப்படியொரு செயலில் ஈடுபடுவதாக நினைப்பதே மனதை நிறையச் செய்வதாய் இருந்தது.

ஆக, இதோ நான் கற்பனை செய்கிறேன். இந்தத் தேவதூதர்களுக்கும் அவர்களுடைய வெளிறிய வெள்ளுடை மணப்பெண்களுக்கும் இடையிலான முனகல்களை, வியர்த்தலை, ஈரமான மயிடர்ந்த எதிர்கொள்ளல்களை. அல்லது இன்னமும் சிறப்பாகக் கற்பனை செய்ய வேண்டுமென்றால் இவற்றை: படுகேவலமான தோல்விகளை, மூன்று வாரங்களே ஆன கேரட்டைப் போன்ற ஆண்குறிகளை, பச்சை மீனைப் போல எதிர்வினையாற்றாத சில்லிட்ட சதை குறித்த கடுந்துயரை, தடுமாற்றத்தை.

ஒருவழியாக அதெல்லாம் முடிந்து நாங்கள் வெளியில் நடக்கும்போது ஆஃப்க்ளென் என்னிடம் மெல்லிய ஊடுருவும் குரலில் கிசுகிசுக்கிறாள். "நீ அவரைத் தனிமையில் சந்திப்பது எங்களுக்குத் தெரியும்."

அவளை நிமிர்ந்துபார்க்கும் ஆவலைக் கட்டுப்படுத்திக்கொண்டு, "யாரை" என்கிறேன். யாரை என்று எனக்குத் தெரியும்.

"உன் தளபதியை. எங்களுக்குத் தெரியும் நீ செய்வது."

எப்படி என்று கேட்கிறேன்.

"எங்களுக்குத் தெரியும் அவ்வளவுதான். என்ன வேண்டுமாம் அவருக்கு? வக்கிரமான உடலுறவா?"

அவருக்கு என்ன வேண்டுமென்று இவளுக்கு விளக்குவது சிரமம். ஏனென்றால், அதற்கு என்னிடம் இன்னும் பெயர் இல்லை. எங்களுக்கிடையில் நடப்பதை நான் எப்படிப் புரியவைப்பது? அவள் சிரிப்பாள். அது மட்டும் நிச்சயம். "ஒருவகையில் அப்படித்தான்" என்று சொல்வது சுலபமாக இருக்கிறது. நிர்பந்தப்படுத்தப்பட்டதன் கண்ணியமாவது எனக்குக் கிடைக்கும்.

அவள் யோசிக்கிறாள். "எத்தனைப் பேர் இப்படிச் செய்கிறார்கள் என்று தெரிந்தால் நீ ஆச்சரியப்பட்டுவிடுவாய்."

"எனக்கு வேறு வழியில்லை. வர முடியாது என்று என்னால் சொல்ல முடியாது." அவளுக்கும் இது தெரிந்திருக்கும்.

இப்போது நாங்கள் நடைபாதைக்கு வந்துவிட்டோம். பேசுவது ஆபத்தாகலாம். மற்றவர்களுக்கு மிக நெருக்கமாக இருக்கிறோம். கூட்டத்தில் கிசுகிசுப்பது முடியாது. இறுதியில், அவள் இப்படிச் சொல்லலாம் என்று தீர்மானிக்கும்வரை நாங்கள் மௌனமாய் நடக்கிறோம், பின்தங்குகிறோம். "ஆம், நிச்சயமாக மறுக்க முடியாதுதான். ஆனால், எங்களுக்குக் கண்டுபிடித்துச் சொல்."

"கண்டுபிடிக்கவா? எதை?"

அவளுடைய தலை திரும்புவதைப் பார்க்கவில்லை. உணர்கிறேன். "எதை முடியுமோ அதை."

அத்தியாயம் முப்பத்து ஐந்து

என்னுடைய அறையின் அதீத வெப்பக் காற்றில் இப்போது நிரப்பட வேண்டிய இடமொன்று இருக்கிறது. ஒரு பொழுதும். ஒரு இடமும் - பொழுதும், இங்கு மற்றும் இப்போது க்கு இடையிலும் அங்கு மற்றும் அப்போது க்கு இடையிலும், செல்லுபடியாகாத ஒருவருக்கு எடுத்துவரப்படுவதைப் போல படிகளில் ஏறி எடுத்துவரப்படும் ஒரு தட்டு இரவுணவால் நிறுத்தற்குறியும் இடப்படும். செல்லுபடியாக நபர் செல்லாதவராக்கப்பட்ட ஒருவர். செல்லுபடியாகும் கடவுச்சீட்டு இல்லாத ஒருவர். வெளியேற்றம் இல்லாத ஒருவர்.

நாங்கள் நாங்கள் அல்ல என்று சொன்ன - அதாவது, லூக் விவாகரத்துச் செய்தவன் அல்ல, ஆக நாங்கள் சட்டதிட்டங்களின் படியானவர்களே, புதிய சட்டதிட்டத்தின்படி - புதிய கடவுச்சீட்டின் உதவியோடு நாங்கள் எல்லையைக் கடக்க முயன்ற நாளில் அதுதான் நடந்தது.

நாங்கள் எங்கள் சிற்றுலாவைப் பற்றி அந்த மனிதனுக்கு விளக்கி அவன் காருக்குள் தன்னுடைய பொம்மைகளின் விலங்குப்பூங்காவுக்குள் உறங்கும் எங்கள் மகளைப் பார்த்த பிறகு எங்கள் கடவுச்சீட்டுகளோடு உள்ளே போனான். லூக் என் கையைத் தட்டிக்கொடுத்துவிட்டு கால்களை நீட்டிக்கொள்வதற்காக இறங்குகிறவன்போல இறங்கி குடிநுழைவுக் கட்டடத்தின் சன்னலூடாக அந்த மனிதனைப் பார்த்துக்கொண்டிருந்தான். நான் காரிலேயே இருந்தேன். என்னை நிலைப்படுத்திக்கொள்ளவென ஒரு சிகரெட்டைப் பற்றவைத்தேன். போலி ஆசுவாசத்தின் நெடிய மூச்சொன்றில் புகையை இழுத்தேன். அந்நேரத்துக்குள் பழக்கமானதாக மாறிக்கொண்டிருந்த பரிச்சயமற்ற சீருடை அணிந்திருந்த இரண்டு வீரர்களைப் பார்த்துக்கொண்டிருந்தேன். மஞ்சள் மற்றும் கறுப்புக் கோடுகள் வரையப்பட்ட தூக்குத் தடையரணுக்குப் பக்கத்தில் அவர்கள் சோம்பலாய் நின்றிருந்தார்கள். அவர்கள் பெரிதாய் எதையும் செய்யவில்லை. அவர்களில் ஒருவன் மறுபக்கத்தில் இருந்த பாலத்தின் கைப்பிடி

மீது வந்திறங்கும், அதிலிருந்து எழும், சுற்றிவரும் ஒரு பறவைக் கூட்டத்தை, கடற்புறாக்களைப் பார்த்துக்கொண்டிருந்தான். அவனைப் பார்த்துவிட்டு நானும் அவற்றைப் பார்த்தேன். எல்லாம் அவற்றின் வழக்கமான நிறத்திலேயே இருந்தன, கூடுதலாய்ப் பளிச்சென்று.

எல்லாம் நலமாகும், என் தலைக்குள் ஒரு பிரார்த்தனையைச் சொன்னேன். அப்படியே நடக்க வையுங்கள். எங்களைக் கடந்துபோக வையுங்கள். இந்த ஒருமுறை மட்டும், அதற்காக நான் எதையும் செய்வேன். அதைக் கேட்டுக்கொண்டிருப்பதாக நான் நினைத்த நபருக்காக நான் செய்வதாகச் சொன்ன எதுவுமே அவருக்கு ஒருபோதும் உதவுவதாகவும் ஆர்வமூட்டுவதாகவும் இருக்கப்போவதில்லை என்பதை நான் அறிந்திருக்கவே இல்லை.

பிறகு, லூக் மிக வேகமாகக் காருக்குள் வந்தான், சாவியை நுழைத்து வண்டியைப் பின்புறமாக ஓட்டினான். தொலைபேசியை எடுத்துக்கொண்டு வருவதாக அவர்களிடம் சொல்லியிருக்கிறான். பிறகு, அவன் மிக வேகமாக ஓட்டத் தொடங்கினான், பிறகு அந்த மண்சாலை வந்தது, பிறகு காடும், பிறகு நாங்கள் காரிலிருந்து குதித்து ஓடத் தொடங்கினோம். ஒரு குடிசை, ஒளிந்துகொள்வதற்கான ஒரு படகு எது கிடைக்குமென்று நாங்கள் நினைத்தோம் என்று எனக்குத் தெரியவில்லை. கடவுச்சீட்டுகள் கச்சிதமாகவே இருக்கின்றன என்றும், திட்டம் தீட்டவெல்லாம் நேரம் இல்லை என்றும் லூக் சொல்லியிருந்தான். ஒருவேளை அவனிடம் அவனுடைய தலைக்குள் ஒரு வரைபடம் போன்ற எதுவோ ஒரு திட்டம் இருந்திருக்கலாம். என்னைப் பொறுத்தமட்டிலோ நான் ஓடினேன். விலகி, விலகி.

இந்தக் கதையை நான் சொல்லிக்கொண்டிருக்கக் கூடாது.

நான் இதைச் சொல்ல வேண்டியதில்லை. எனக்கும் வேறு யாருக்கும் நான் எதையும் சொல்ல வேண்டியதில்லை, நான் வெறுமனே இங்கு அமர்ந்திருக்கலாம். அமைதியாக. நான் பின்வாங்கிக்கொள்ளலாம். அவர்கள் வெளியில் கொண்டுவரவே முடியாத ஆழத்துக்குத் தூரத்துக்கு உள்ளே போய்விடுவதும் சாத்தியம்தான்.

Nolite te bastardes carborundorum. அவளுக்கு இது என்ன பெரிய நன்மையைச் செய்துவிட்டது.

எதற்காகப் போராடுவது?

அதெல்லாம் சரியே வராது.

காதல்? என்றார் தளபதி.

இது பரவாயில்லை. இது குறித்துக் கொஞ்சமாவது எனக்குத் தெரியும். இது பற்றிப் பேசலாம்.

காதலில் விழுவது என்றேன். அதற்குள் விழுவது, ஒரு வகையிலோ இன்னொன்றிலோ நாம் எல்லோரும் அதைச் செய்தோமே, அதை எப்படி நீங்கள் அவ்வளவு சிறுமைப்படுத்தலாம்? இகழவே செய்தீர்களே. ஏதோ அது அற்பமானது என்பதுபோல. ஒரு பகட்டு, ஒரு கனவு என்பதுபோல. சொல்லப்போனால் அது அதற்கு நேர்மாறானது அல்லவா. அதுதானே மையம். உங்களை நீங்கள் புரிந்துகொள்வதற்கான வழியே அதுதானே. அது மட்டும் உங்களுக்கு நிகழவே இல்லையென்றால் நீங்கள் மரபுப்பிறழ்ந்தவராகவும் வேற்றுகிரகவாசியாகவும் ஆவீர்களே. எல்லோருக்கும் இது தெரியுமே.

காதலில் விழுவது. நாங்கள் அப்படித்தான் சொல்வோம், *நான் அவனிடத்தில் வீழ்ந்தேன்.* நாங்கள் வீழும் பெண்கள். நாங்கள் அதில், அந்த கீழ்முகப் பாங்கில் நம்பிக்கை வைத்தோம், அதில்தான் எவ்வளவு அழகு, பறப்பதில் போல, அதே நேரத்தில் பெரும் கிலி ஏற்படுத்தவல்லதுமானது. அவ்வளவுக்கு அதீதமானதும், அவ்வளவு நம்ப இயலாத ஒன்றாகவும் வேறு எது இருக்க முடியும். முன்னொரு காலத்தில் கடவுள் அன்பு வடிவானாவர் என்றார்கள், ஆனால் நாங்கள் அதைத் திருப்பிப்போட்டோம், அன்பும் சொர்க்கத்தைப் போலவே கைக்கெட்டும் தொலைவில்தான் இருந்தது. எங்கள் அண்மையில் இருந்த குறிப்பிட்ட ஆணை நேசிப்பதில் எவ்வளவுக்கெவ்வளவு சிரமம் இருந்ததோ அவ்வளவுக்கு நாங்கள் காதலில் அதன் அருவத்திலும் முழுமையிலும் நம்பிக்கை கொண்டோம்.

மேலும், சில சமயங்களில் அது ஒரு சிறுபொழுதுக்கானதாக மட்டும் நிகழ்ந்தது உண்டு. அம்மாதிரியான காதல் வரும் போகும், வலியைப் போல, பிற்பாடு நினைவுகூர்வது கடினம். ஒருநாள் அந்த நபரைப் பார்த்து நீங்கள் நினைப்பீர்கள், நான் உன்னைக் காதலித்தேன், வாசகத்தின் காலம் கடந்த காலமாய் இருக்கும், அதோடு நீங்கள் ஆச்சரியத்தில் ஆழ்ந்துபோவீர்கள், ஏனென்றால் அது நம்ப முடியாத அளவுக்கு முட்டாள்தனமான ஒரு செய்கையாகத் தெரியும், உங்களுடைய நண்பர்கள் அது குறித்து ஏன் அவ்வளவு கடுப்படித்தார்கள் என்பது உங்களுக்குப் புரியவரும்.

அதை இப்போது நினைவுகூரும்போதும் பெரிய ஆசுவாசம் உண்டாகிறது.

அல்லது நீங்கள் இன்னமும் காதலில் இருக்கும்போதும், வீழ்ந்து கொண்டிருக்கும்போதும்கூட, நள்ளிரவில் விழித்துப்பார்க்கும்போது, உறங்கிக்கொண்டிருக்கும் அவனுடைய முகத்தின் மீது சன்னலின் வழியாக வீழும் நிலவொளி, அவனுடைய விழிக்கோளங்களைப் பகல்நேரத்தில் இருப்பதைவிடவும் ஆழமாகவும் கருமையாகவும் காட்டும்போது, இவர்கள் தனிமையிலும் மற்ற ஆண்களின் அண்மையிலும் என்ன செய்வார்களென்று யாருக்குத் தெரியும்? அவர்கள் என்ன பேசுவார்கள் என்பதோ எங்கு போவார்கள் என்பதோ யாருக்குத் தெரியும்? அவர்களுடைய அன்றாடங்களுக்கு அடியில், அவர்கள் யார் என்பதை யாரால் சொல்ல முடியும்?

அந்த நேரத்தில் இவன் என்னை உண்மையாகவே நேசிக்கிறானா என்று நினைக்கவும் நிச்சயமாக வாய்ப்பிருக்கிறது.

அல்லது வாய்க்கால்களில் அல்லது காடுகளில் அல்லது கைவிடப்பட்ட வாடகைக்கு எடுக்கப்பட்ட அறைகளின் குளிர்சாதனப்பெட்டிகளுக்குள் கண்டெடுக்கப்பட்ட பெண்கள் - பெரும்பான்மையும் பெண்கள் சில சமயங்களில் ஆண்களும் அல்லது இன்னமும் மோசம் குழந்தைகள், அவர்களைப் பற்றி நீங்கள் செய்தித்தாள்களில் படித்த செய்திகள் உங்கள் நினைவுக்கு வரும். உடைகளோடோ அல்லது அவை இல்லாமலோ, பாலியல் துன்புறுத்தலுக்கு உள்ளாக்கப்பட்டோ அல்லாமலோ எப்படியானாலும் கொல்லப்பட்டு இருந்த அவர்களைப் பற்றி நீங்கள் படித்த செய்திகள். நீங்கள் போகக் கூடாத இடங்கள் இருந்தன, சன்னல்களிலும் கதவுகளிலும் பூட்டுகள் போட்டு, திரைச்சீலைகளை இழுத்துவிட்டு, விளக்குகளை எரியவிட்டு என்று நீங்கள் செய்ய வேண்டிய பாதுகாப்பு நடவடிக்கைகள் இருந்தன. இவையெல்லாம் பிரார்த்தனைகளைப் போன்றவை, நீங்கள் அவற்றைச் செய்துவிட்டு அவை உங்களைக் காக்கும் என்று நம்பினீர்கள். பெரும்பான்மையான சமயங்களில் அவை காக்கவே செய்தன. அல்லது ஒருசிலவாவது காத்தன என்று நீங்கள் இன்னமும் உயிரோடு இருப்பதை வைத்தே சொல்லலாம்.

ஆனால், அதெல்லாம் இரவுகளுக்கு மட்டுமே பொருந்தக்கூடியவை. நீங்கள் நேசிக்கும் மனிதனுக்கும் அதற்கும் யாதொரு சம்மந்தமும், குறைந்தபட்சம் பகலிலேனும் இல்லை. நீங்கள் நேசித்த மற்றும் உறவுபேணிக்கொள்ள வேண்டும் என்று நினைத்த மனிதனுக்கும்

அதற்கும் ஒரு தொடர்பும் இல்லை. உங்கள் உடலையும் நீங்கள் பேணியாக வேண்டும், அந்த மனிதனுக்காக, அதை வடிவாக வைத்திருப்பதற்காக. நீங்கள் சரியாகப் பேணிக்கொண்டால் ஒருவேளை அவனும் அதையே செய்வானாகலாம். ஏதோ நீங்கள் இருவரும் விடைகண்டுவிடக்கூடியதான ஒரு புதிர் என்பதுபோல நீங்கள் இருவரும் ஒன்றானால் எல்லாமும் பேணப்படலாம் இல்லாவிட்டால் உங்களில் ஒருவர் பெரும்பாலும் ஆண், அவனுக்கே உரிய வளைவுப் பாதையில் அவனுடைய போதையுண்டாக்கும் உடலோடு போய்விடலாம். மோசமான பின்விளைவுகளால் பாதிக்கப்படும் நீங்களோ உடலைப் பேணும் உடற்பயிற்சிகளால் அவற்றை எதிர்த்துநிற்கலாம். உறவு பேணுதலில்லாமல் போக உங்களில் ஒருவரின் அணுகுமுறை தவறாயிருத்தல் காரணமாகலாம். உங்கள் வாழ்வில் நிகழும் எதுவுமே உங்களுடைய மண்டைக்குள்ளிருந்து சரியாகவோ தவறாகவோ கிளம்பும் ஆற்றலைப் பொருத்தது என்று நம்பப்படுகிறது.

உனக்குப் பிடிக்காததை மாற்றிவிடு, நாங்கள் ஒருவருக்கொருவரும் மற்றவர்களுக்கும் சொல்லிக்கொண்டோம். அப்படியே நாங்கள் அந்த ஆணையும் மாற்றுவோம். மாற்றம் எப்போதுமே மேம்பாட்டைத் தரும் என்று நாங்கள் நம்பினோம். நாங்கள் திருத்தல் போக்கு உடையவர்கள். நாங்கள் திருத்திக்கொண்டது எங்களைத்தான்.

நாங்கள் அப்போது நம்பியதை நினைத்தால் ஆச்சரியமாக இருக்கிறது. எங்களுக்கு எப்போதும் எல்லாம் கிடைக்கும் என்பதாகவும், தடைகளோ எல்லைகளோ ஏதுமில்லை என்பதாகவும், விரிந்தவாறே இருக்கும் எங்கள் வாழ்க்கை வட்டத்தின் சுற்றளவின் அளவையும் வடிவத்தையும் நாங்கள் காலத்துக்கும் மாற்றிக்கொண்டே இருக்கலாம் என்பதாகவும் நினைத்தோம். நானும் அப்படித்தான் இருந்தேன். லூக் என்னுடைய முதல் ஆண் அல்லன், ஒருவேளை அவன் அப்படி உறைந்துபோகாமல் இருந்திருந்தால், மரங்களுக்கிடையில் விழுந்துகொண்டிருந்த நொடியில் காலத்தினுள் தொலைந்துபோகாமல் இருந்திருந்தால் அவன் இறுதி ஆணாக இல்லாமலும் ஆகியிருக்கலாம்.

முந்தைய காலகட்டத்தின்போது இறந்துபோனவன் வைத்திருந்த பொருட்களைச் சேகரித்து உங்களுக்கு அனுப்புவார்கள். போர்க்காலங்களில் அப்படிச் செய்வார்கள் என்று அம்மா சொல்லியிருக்கிறாள். எவ்வளவு காலத்துக்கு துக்கம் அனுஷ்டிக்க வேண்டும்? அவர்கள் என்ன சொல்வார்கள்? உன் அன்பனுக்கு

உன்னுடைய வாழ்க்கையையே காதல் சின்னமாக அர்ப்பணி என்பார்கள். அவனே அன்பன். அன்பனாக இருந்தவன்.

இருப்பவன் என்கிறேன். இருப்பவன். சீ மடச்சனியனே. இவ்வளவு சிறிய சொல்லை நினைவில் வைத்திருக்க முடியாதா உன்னால்?

என்னுடைய சட்டைக்கையால் முகத்தைத் துடைக்கிறேன். முற்காலத்தில் என்றால், இழுப்பிக்கொள்ளும் எனும் பயத்தில் இதை நான் செய்திருக்கவே மாட்டேன், இப்போது இழுப்பிக்கொள்ள ஏதுமில்லை. இப்போது அங்கு என்ன உணர்ச்சிப்பாவம் இருந்தாலும் என்னால் பார்க்க முடியாத அது அசலானது.

நீங்கள் என்னை மன்னித்தே ஆக வேண்டும். நான் கடந்தகாலத்தின் அகதி, எல்லா அகதிகளையும் போல நான் கைவிட்ட அல்லது கைவிட நிர்பந்திக்கப்பட்ட என்னுடைய சடங்குகள் மற்றும் வழக்கங்களை நான் மீண்டும்மீண்டும் தேடிச்செல்வேன், அதுவும் இங்கிருந்து பார்க்க அவையெல்லாம் ஆவலைத் தூண்டும் வகையில் கவர்ச்சியாய்த் தோன்றுகின்றன, நானும் அவை குறித்துப் பித்தாய் இருக்கிறேன். பாரிஸில் தேநீர் அருந்தும் வெள்ளை ரஷ்யனைப் போல இருபதாம் நூற்றாண்டில் தன்னந்தனியாய்ச் சிக்கிக்கொண்டுவிட்டு நான் அந்தத் தூரப் பாதைகளை மீண்டும் பெற பின்னோக்கிப் போய்ப் பார்க்கிறேன். சுய இரக்கத்தில் அமிழ்கிறேன், என்னை இழக்கிறேன், விசும்புகிறேன். அது விசும்பல்தான், அழுகை அல்ல. இந்த நாற்காலியில் அமர்ந்து ஒரு நுரைப்பஞ்செனக் கசிகிறேன்.

ஆக, மேலும் காத்திருப்பு. காத்திருக்கும் பெண்மணி என்றே மகப்பேறு உடைகள் விற்கும் கடைகளில் சொல்வார்கள். காத்திருக்கும் பெண்மணி என்பது ரயில் நிலையத்தில் காத்திருப்பவளைக் குறிப்பதுபோல்தான் இருக்கிறது. காத்திருப்பு என்பதும் ஒரு இடம்தான். அது நீங்கள் எங்கு காத்திருக்கிறீர்களோ அதுவே. எனக்கு அது இந்த அறை. இங்கே வளை அடைப்புக்குறிகளுக்கு நடுவில், மற்றவர்களுக்கு மத்தியில் நான் ஒரு வெறுங்கோடு.

என்னுடைய கதவில் தட்டல் ஒலிக்கிறது. கோராவும் அவளுடைய தட்டும்.

ஆனால், அது கோரா அல்ல. “உனக்காக இதைக் கொண்டுவந்தேன்” என்கிறாள் செரினா ஜாய்.

நான் சுற்றிமுற்றிப் பார்க்கிறேன், என்னுடைய நாற்காலியிலிருந்து எழுகிறேன், அவளை நோக்கி நடக்கிறேன். அவள் அதை வைத்திருக்கிறாள், செவ்வகமாக, பளபளப்பாக இருக்கும் ஒரு போலராயிட்டுப் பிரதியை. ஆக இவற்றை, இம்மாதிரியான புகைப்படக் கருவிகளை இன்னமும் தயாரிக்கிறார்கள். அப்படியென்றால் எல்லாக் குழந்தைகளோடும் இருக்கும் குடும்பப் புகைப்பட ஏடுகளும் இருக்கும், சேடிப்பெண்களுக்கு அவற்றில் இடம் இருக்காதுதான். எதிர்காலம் வரலாற்றின் கண்களால் அவற்றைக் காணும்போது, இந்த இனம், எங்கள் இனம் புலனாகாது. ஆனால், குழந்தைகள் இருப்பார்கள். கீழ்த்தளங்களில் பிறப்புநாட்களின்போது காத்துக்கொண்டிருக்கும் மனைவிமார் விருந்துகளில் கொரித்தவாறே புரட்டுவதற்கு ஏதாவது வேண்டுமே.

"நீ ஒரு நிமிடம் மட்டும் இதை வைத்துக்கொள்ளலாம். இதைக் காணோம் என்று அவர்கள் அறிந்துகொள்ளும் முன் நான் இதைத் திருப்பியாக வேண்டும்." செரினா ஜாய் மெல்லிய கள்ளக்குரலில் சொல்கிறாள்.

இதை அவளுக்காக எடுத்துவந்தது ஒரு மார்த்தாவாகத்தான் இருக்க வேண்டும். அப்படியென்றால் மார்த்தாக்களின் வலைப்பிணைப்பு ஒன்று இருக்கிறது, இதில் அவர்களுக்கு ஏதோ கிடைக்கிறது. தெரிந்துகொண்டது நல்லது.

அதை அவளிடமிருந்து வாங்குகிறேன், சரியாகப் பார்ப்பதற்காகத் திருப்புகிறேன், இது அவள்தானா, என் பொக்கிஷம். அவள் இப்படித்தான் இருக்கிறாளா இப்போது?

அந்த காலத்தில் முதல் திருப்பலிக்கு உடுத்துவது போன்ற வெள்ளுடுப்பில் எவ்வளவு உயரமாக எவ்வளவு மாறியிருக்கிறாள். அதற்குள்ளாகவே கொஞ்சம் சிரிப்பும் வந்திருக்கிறதே.

காலம் அப்படியே நின்றுவிடவில்லை. அது என்னைக் கழுவிச்சென்றுவிட்டது, என்னைக் கழுவித்தள்ளிவிட்டது. ஒரு மணல் பெண் என்பதைத் தாண்டி நான் வேறெதுவும் இல்லை என்பதைப் போலவும் தண்ணீருக்கு மிக அருகில் கவனக்குறைவான ஒரு குழந்தையால் விடப்பட்டவளைப் போலவும் அவளுக்கு நான் இப்போது துடைத்தழிக்கப்பட்டவள். இறந்துபோன அம்மாக்கள் ஆகிவிடுவதைப் போல இப்போது நான் ஒரு நிழல் மட்டுமே. இந்தப் புகைப்படத்தின் வழவழப்பான மினுக்கும் தளத்துக்கு அப்பால் வெகு தொலைவில் இருக்கும் ஒரு நிழலின் நிழல், அவளுடைய கண்களில் அதைக் காண முடிகிறது. நான் அங்கு இல்லை.

ஆனால், அவள் இருக்கிறாள், அவளுடைய வெள்ளுடையில். அவள் வளர்கிறாள், வாழ்கிறாள். இது நல்ல விஷயம் இல்லையா? ஒரு ஆசீர்வாதம் இல்லையா?

ஆனாலும், என்னால் இதைத் தாங்க முடியவில்லை, இப்படி அழித்தொழிக்கப்பட்டதை. இவள் எனக்கு எதையும் கொண்டுவராமல் இருந்திருந்தாலே நன்றாக இருந்திருக்கும்.

நான் அந்தச் சிறு மேசையில் அமர்ந்து பாலேடு சேர்க்கப்பட்ட சோளத்தை முட்கரண்டியால் உண்டுகொண்டிருக்கிறேன். என்னிடம் ஒரு முட்கரண்டியும் கரண்டியும் உள்ளன, கத்தி மட்டும் எப்போதும் கிடையாது. இறைச்சி இருந்தால் அவர்கள் அதை வெட்டிவைத்துவிடுவார்கள். ஏதோ எனக்கு அதற்கான துப்பில்லை என்பதுபோல அல்லது பற்களில்லை என்பதுபோல. ஆனால், எனக்கு இரண்டுமே உண்டு. அதனால்தான், எனக்குக் கத்தி அனுமதிக்கப்படவில்லை.

அத்தியாயம் முப்பத்து ஆறு

நான் அவருடைய கதவைத் தட்டுகிறேன், அவர் குரலைக் கேட்கிறேன், முகத்தைச் சீராக்கிக்கொள்கிறேன், உள்ளே போகிறேன். அவர் கணப்படுப்பினருகே நிற்கிறார், கையில் கிட்டத்தட்ட காலியாகிவிட்ட குவளையொன்றை வைத்திருக்கிறார். வழக்கமாக அவர் தன்னுடைய பானத்தைக் குடிக்க நான் அங்கு வரும்வரை காத்திருப்பார், அவர்கள் இரவுணவோடு வைன் அருந்துவார்கள் என்பதும் எனக்குத் தெரியும். அவருடைய முகம் கொஞ்சம் சிவந்திருக்கிறது, அவர் எவ்வளவு குடித்திருப்பார் என்று நான் கணிக்க முயல்கிறேன்.

"ஹலோ, இன்றிரவு என் சின்னஞ்சிறு அழகி நலமாக இருக்கிறாளா?" என்கிறார்.

நன்றாகவே குடித்திருக்கிறார், அவருடைய புன்னகையின் அகலத்தைப் பார்த்தே என்னால் சொல்லிவிட முடியும். அவர் காதலாடும் மனநிலையில் இருக்கிறார்.

"நலமாக இருக்கிறேன்" என்கிறேன்.

"ஒரு சிறிய கொண்டாட்டத்துக்குத் தயாரா?"

"என்ன?" இந்தச் செய்கைக்குப் பின்னால் இருக்கும் அவருடைய கூச்சத்தையும், என்னோடு இதை எவ்வளவு தூரத்துக்குக் கொண்டுசெல்ல முடியும் எனும் தயக்கத்தையும், எந்தத் திசையில் என்ற குழப்பத்தையும் என்னால் உணர முடிகிறது.

"இன்றிரவு உனக்காக ஒரு சிறிய ஆச்சரியம் காத்திருக்கிறது." அவர் சிரிக்கிறார், ஆனால் அது அடங்கின சிரிப்பாயிருக்கிறது. இன்று மாலை எல்லாமே சிறியதாய் இருப்பதைக் கவனிக்கிறேன். அவர் எல்லாவற்றையும் சிறிதாக்கிவிட விரும்புகிறார், என்னையும் சேர்த்து.

"என்ன அது? சைனீஸ் செக்கர்ஸா?" இம்மாதிரியான உரிமைகளை நான் எடுத்துக்கொள்ளலாம், அவற்றை அவர் ரசிப்பதாய்த்

தோன்றும், குறிப்பாகக் கொஞ்சம் குடித்த பிறகு. நான் சிறுபிள்ளைத்தனமாய் இருப்பதை அவர் விரும்புகிறார்.

“இன்னும் சிறப்பானது.” என்னைத் தூண்டும் விதமான எத்தனிப்பாய்ச் சொல்கிறார்.

“எனக்குப் பொறுமையில்லை.”

“நல்லது.” அவர் அவருடைய மேசைக்குச் செல்கிறார், இழுப்பறையோடு மல்லுக்கட்டுகிறார். பிறகு, என்னிடம் வருகிறார், ஒரு கை அவருடைய முதுகுப்புறமாக இருக்கிறது.

“சொல் பார்க்கலாம்.”

“விலங்கா, காயா, தாதுப்பொருளா?”

“ஆ,.. விலங்கு.” போலி தீவிரத்துடன் சொல்கிறார். “விலங்கு என்றுதான் சொல்ல வேண்டும்.” முதுகுப்புறத்தில் இருக்கும் கையை என் புறமாகக் கொண்டுவருகிறார். கை நிறைய மென் ஊதாவும் இளஞ்சிவப்புமான இறகுகளை வைத்திருக்கிறார் என்று தோன்றுகிறது. இப்போது அதை விரிக்கிறார். அது ஒரு ஆடை, பெண்ணுக்கானது. மார்பகங்களுக்கான கச்சையோடுள்ள உடலைக் கவ்வும் வகையிலானது. அடர் ஊதா நிற ஜிகினாக்களோடானது. சின்னஞ்சிறு நட்சத்திர ஜிகினாக்கள். தொடைப் பகுதியிலும் மேற்பகுதியிலும் சுற்றி இறகுகள் உள்ளன, அப்படியென்றால் அந்த அரைக்கச்சை விஷயத்தை நான் சரியாகத்தான் கணித்திருக்கிறேன்.

இதை எங்கே பிடித்தார் என்று ஆச்சரியமாக இருக்கிறது. இம்மாதிரியான ஆடைகள் அத்தனையும் அழிக்கப்பட்டுவிட்டன என்றல்லவா கேள்வி. ஒவ்வொரு நகரத்திலும் படமாக்கப்படவற்றைத் தொலைகாட்சிச் செய்தித்துணுக்குகளில் பார்த்த நினைவிருக்கிறது. நியூ யார்க் நகரத்தில் அது மன்ஹட்டான் சுத்திகரிப்பு என்றழைக்கப்பட்டது. டைம்ஸ் சதுக்கத்தில் சொக்கப்பனைகள் எரிக்கப்பட்டன. அவற்றைச் சுற்றிலும் மக்கள் கும்பல்களாக நின்று கோஷம் எழுப்பினார்கள். புகைப்படக்கருவிகள் தங்களை நோக்கித் திரும்புவதைக் கண்ட பெண்கள் கைகளை வானை நோக்கி நன்றிகூறும் விதமாய் உயர்த்தினர். அப்பழுக்கற்றதும், தீவிரம் நிறைந்ததுமான முகங்களைக் கொண்ட இளைஞர்கள் தங்கள் கைகள் நிறைய பட்டு, நைலான் மற்றும் செயற்கை மென்மயிராடைகள், எலுமிச்சைப்பச்சை, சிவப்பு, அடர் ஊதா, கறுப்பு சாட்டின், தங்க லமே மற்றும் பளபளக்கும் வெள்ளி, நீச்சல் அரையாடைகள், காம்புகளை மட்டும் மறைப்பதற்காக சாட்டின்

இதய வடிவங்கள் தைக்கப்பட்ட மெல்லிய மார்புக்கச்சைகள் ஆகியவற்றை நெருப்புக்குள் வீசினர். அவற்றின் தயாரிப்பாளர்கள், இறக்குமதியாளர்கள், விற்பனையாளர்கள் ஆகியோரின் தலைகளில் **வெட்கக்கேடு** என்று சிவப்பில் அச்சிடப்பட்ட கூம்பு வடிவக் காகிதக் கோமாளித்தொப்பிகள் வைக்கப்பட்டிருக்க, அவர்கள் முழந்தாளிட்டுப் பொது மன்னிப்பு கோரிக்கொண்டிருந்தார்கள்.

ஆனால், சில உருப்படிகள் எரியூட்டலிலிருந்து தப்பியிருக்கும்தான், எல்லாவற்றையும் எரித்திருக்க வாய்ப்பில்லையே. மாதாந்திரிகளைக் கண்டெடுத்ததுபோலவே இதையும் பிடித்திருப்பார், நிச்சயமாக நேர்வழியிலல்ல. இதிலிருந்து கறுப்புச்சந்தையின் ஊத்தை வீசுகிறது. மேலும் இது புதிதல்ல, முன்பே அணியப்பட்டது, கைகளின் அடிப்பகுதி கசங்கியிருப்பதுடன் லேசாகக் கறைப்பட்டும் இருக்கிறது, இன்னொரு பெண்ணின் வியர்வையால்.

“அளவை ஊகிக்க வேண்டியிருந்தது, பொருந்தும் என்று நினைக்கிறேன்” என்கிறார்.

“நான் இதை அணிந்துகொள்ள வேண்டும் என்கிறீர்களா?” நாணத் திடுக்கமும் விருப்பமின்மையும் என் குரலில் வெளிப்படுவதை அறிகிறேன். ஆனாலும், இந்தச் செய்கையில் ஏதோ ஒரு கவர்ச்சி இருக்கத்தான் செய்கிறது. இம்மாதிரியான எதையும் இவ்வளவு நாடகீயமானதும் பளபளப்பானதுமான எதையும் நான் அணிந்ததேயில்லை. பழைய நாடக அணிகலனாக அல்லது ஒழிந்துபோன இரவுவிடுதி ஒன்றில் உபயோகப்பட்ட ஒன்றாகத்தான் இது இருந்திருக்கும். சிறிதேனும் இதைப் போன்ற ஒன்று என்னிடம் இருந்ததென்றால் நான் குளிக்கும்போது அணிந்தவற்றைத்தான் சொல்ல வேண்டும். அதோடு லூக் ஒருமுறை வாங்கிக்கொடுத்த இள ஆரஞ்சு லேஸ் வைத்த இன்னொரு உள்ளாடை ஜோடியையும் சொல்லலாம். என்றாலும், இதில் ஒரு மாயம் இருக்கத்தான் செய்கிறது, அலங்காரம் செய்துகொள்வதன் குழந்தைத்தனமான பரவசத்தை இது கொண்டுவருகிறது. ஆன்ட்டுகளுக்கு எரிச்சலூட்டும் விதமான பகட்டான பாவ காரியமாகவும், விடுதலையுணர்வூட்டுவதாகவும் இருக்கிறது. விடுதலையுணர்வும் எல்லாவற்றையும் போல தருணத்தைப் பொருத்ததே.

ஆர்வத்தை வெளிப்படுத்திக்கொள்ளாமல், “சரிதான்” என்கிறேன். நான் அவருக்கு ஒரு அனுகூலம்புரிவதாக அவர் உணர வேண்டும். இப்போது அவருடைய மனதின் ஆழத்தில் இருக்கும் உண்மையான

ஆசை என்ன என்று தெரியவரலாம். கதவுக்குப் பின்னால் குதிரைச் சவுக்கு ஒன்றை மறைத்துவைத்திருக்கிறாரோ? பூட்சுகளை எடுத்து வருவாரோ, மேசை மீது அவரோ அல்லது நானோ கவிழ வேண்டியிருக்குமோ?

"இது ஒரு மாறுவேடம், நீ உன் முகத்திலும் பூச்சு பூச வேண்டும், அதற்கான பொருட்களும் வைத்திருக்கிறேன். அது இல்லாமல் நீ உள்ளே போகவே முடியாது."

"உள்ளேயா எங்கே?"

"இன்றிரவு நான் உன்னை வெளியில் அழைத்துச்செல்கிறேன்."

"வெளியிலா?" இது வழக்கொழிந்துபோன ஒன்று. ஒரு ஆண் ஒரு பெண்ணை அழைத்துச்செல்வதற்கான வெளி என்று ஒன்று எங்குமே இல்லை,

"இங்கிருந்து வெளியில்."

சொல்லப்படாமலேயே அவருடைய இந்தக் கோரிக்கை அவருக்கும் என்றாலும் முக்கியமாக எனக்கு ஆபத்தானது என்பதை அறிகிறேன். ஆனாலும், எனக்குப் போயாக வேண்டும். இந்தச் சலிப்பூட்டும் தினப்படியை உடைக்கும் எதுவும், மரியாதைக்குரியதாக முன்வைக்கப்படும் இந்த ஒழுங்கைக் குலைக்கும் எதுவும் வேண்டும்.

இதை அணிந்துகொள்ளும்போது அவர் என்னைப் பார்ப்பதை நான் விரும்பவில்லை என்று சொல்கிறேன், என் உடல் குறித்து அவரிடத்தில் எனக்கு இன்னமும் கூச்சம் இருக்கிறது, அவர் திரும்பிக்கொள்வதாகச் சொல்கிறார், செய்கிறார், நான் காலணிகளைக் கழற்றுகிறேன், பிறகு பருத்தி அரையாடையையும் கழற்றிவிட்டு என்னுடைய கூடாரம் போன்ற உடைக்குள்ளேயே இந்த இறகாடையை இழுத்துக்கொள்கிறேன். பிறகு என் உடையைக் களைந்துவிட்டு ஜிகினா வைத்த மெல்லிய பட்டைகளைத் தோள்களின் மீது இழுத்துவிடுகிறேன். மடத்தனமாக உயர்ந்த குதிகளுடன் ஊதா நிறத்தில் காலணிகளும் இருக்கின்றன. எதுவும் சரியாகப் பொருந்தவில்லை. காலணிகள் கொஞ்சம் அதிகமாகவே பெரிதாக உள்ளன, ஆடையின் இடுப்பு அதீத இறுக்கமாக இருக்கிறது, ஆனால் சமாளித்துக்கொள்ளலாம்.

"இதோ" என்கிறேன். அவர் திரும்புகிறார். நான் ஒரு முட்டாளைப் போல உணர்கிறேன். கண்ணாடியில் என்னைப் பார்த்துக்கொள்ள வேண்டும்போல் இருக்கிறது.

"பிரமாதம். இப்போது முகத்துக்கு" என்கிறார்.

அவரிடம் இருப்பதென்னவோ பழையதும், நீர்த்துப் போய்விட்டதும், செயற்கை திராட்சைகளைப் போல மணப்பதுமான உதட்டுச்சாயமும், கண் மையும், இமைச்சாயமும் தான். புருவங்களுக்குக் கீழே தடவிக்கொள்ளவோ, கன்னங்களின் மீது பூசிக்கொள்ளவோ ஒன்றுமில்லை. இதில் எதையுமே எப்படி உபயோகப்படுத்துவதென்று எனக்குத் தெரியப்போவதில்லை என்று ஒரு நொடி தோன்றுகிறது, கண் மையைத் தடவ முயலும் முதன்முறை அது என் இமை மீது கறுப்பாக ஈஷி ஏதோ சண்டை போட்டுக்கொண்டிருந்தவளைப் போல என்னைக் காட்டுகிறது, நான் அதைக் கைகளுக்குத் தடவிக்கொள்ளும் எண்ணெயை வைத்து அழித்துவிட்டு மீண்டும் முயல்கிறேன். உதட்டுச்சாயத்தையே கன்னங்களின் மீதும் தடவி இழைக்கிறேன். நான் இதையெல்லாம் செய்யும்போது அவர் வெள்ளிப்பூண் போட்ட ஒரு கைக்கண்ணாடியை எனக்காகப் பிடித்துக்கொண்டிருக்கிறார். அது செரினா ஜாயுடையது என்பது எனக்குத் தெரிகிறது. இதை அவர் அவளுடைய அறையிலிருந்து கொண்டுவந்திருக்க வேண்டும்.

என்னுடைய கூந்தலைப் பொருத்தவரை, ஒன்றுமே செய்ய முடியாது.

"அட்டகாசம்" என்கிறார். இந்நேரத்துக்குள் அவர் ரொம்பவும் பரபரப்பாகிவிட்டார், ஏதோ நாங்கள் ஒரு விழாவுக்காக உடுத்திக்கொள்வதுபோல இருக்கிறது.

அலமாரிக்குச் சென்று குல்லாவுடனான மேலங்கி ஒன்றை வெளியில் எடுக்கிறார்.

அது இளநீல நிறத்திலானது, மனைவியருக்கான நிறம். இதுவும் செரினாவுடையதாக இருக்க வேண்டும்.

"சோதனைச்சாவடிகள் இருக்கும். முகத்தின் மீது குல்லாவை இழுத்துவிட்டுக்கொள், ஒப்பனை கலைந்துவிடாமல் இருக்குமாறு பார்த்துக்கொள்."

"கடவுச்சீட்டு?"

"அதைப் பற்றிக் கவலைப்படாதே. உனக்காக ஒன்று வைத்திருக்கிறேன்" என்கிறார்.

அப்படியாக நாங்கள் வெளியில் கிளம்பிவிட்டோம்.

இருட்டிக்கொண்டிருக்கும் சாலையினூடாக நடந்து கொண்டிருக்கிறோம். ஏதோ நாங்கள் திரைப்படம் பார்க்க வந்த பதின்வயதினர் என்பதுபோல் தளபதி என்னுடைய வலதுகையைப் பிடித்துக்கொண்டிருக்கிறார். நான் ஒரு நல்ல மனைவி செய்வதுபோல இந்த இளநீல வண்ண மேலங்கியை என்னோடு சேர்த்து அழுத்திப்பிடித்துக்கொள்கிறேன். குல்லாயின் வளைவினூடாக என்னால் நிக்கின் பின்னந்தலையைக் காண முடிகிறது. அவனுடைய தொப்பி நிமிர்ந்திருக்கிறது, அவன் நேராக நிமிர்ந்து அமர்ந்திருக்கிறான், அவனுடைய கழுத்து நிமிர்ந்திருக்கிறது, அவன் ஒரேயடியாக நிமிர்ந்திருக்கிறான். அவனுடைய உடல்மொழி என்னைக் கண்டிப்பதாக இருக்கிறது அல்லது நான் அப்படிக் கற்பனை செய்துகொள்கிறேனா? இந்த மேலங்கிக் கீழே நான் என்ன கோலத்தில் இருக்கிறேன் என்று இவனுக்குத் தெரியுமா? அதைக் கொண்டுவந்தவனே இவன்தானா? அப்படியாக இருக்கும்பட்சத்தில் இவனுக்கு இது கோபத்தை ஏற்படுத்துகிறதா, அல்லது இச்சையையா, பொறாமையையா அல்லது எதையாவது உணரச்செய்யுமா இல்லையா? எங்கள் இருவருக்கும் பொதுவான ஒன்று இருக்கிறது. இருவரும் கண்களுக்குப் புலப்படாமல் இருக்க வேண்டியவர்கள், இருவரும் பணியாளர்கள். அவனுக்கு இது தெரியுமா என்று யோசிக்கிறேன். தளபதிக்காக அவன் வண்டியின் கதவைத் திறந்த பிறகு அதை எனக்காகவும் பிடித்துவைத்தபோது நான் அவனுடைய பார்வையைச் சந்திக்க முயன்றேன், அவனை என்னைப் பார்க்க வைக்க எண்ணினேன், ஆனால் அவன் என்னைப் பார்க்காததைப் போலவே நடந்துகொண்டான். வேறென்ன செய்வான்? இது அவனுக்கு ஒரு எளிமையான பணி, ஏவும் சிறிய வேலைகளை, சிறிய சேவைகளைச் செய்வது, அதைப் போய் அவன் பிரச்சினைக்கு உள்ளாக்கிக்கொள்ள மாட்டான்தான்.

சோதனைச் சாவடிகள் ஒரு பிரச்சினையே அல்ல, என் தலைக்குள் ரத்தம் பாயும் அழுத்தம் மற்றும் அதன் வேகம் தவிர தளபதி சொன்னதுபோல எல்லாம் சுமுகமாக நடக்கின்றன, ச்சீ கோழிப்பீ, என்றிருப்பாள் மொய்ரா.

இரண்டாவது சோதனைச் சாவடியைத் தாண்டியதும், "இங்குதானே, சார்?" என்கிறான் நிக். தளபதி "ஆம்" என்கிறார்.

வண்டி ஓரங்கட்டி நிற்கிறது, "நீ இப்போது கீழே வண்டியின் தளத்தின் மீது படுத்துக்கொள்ள வேண்டும் என்று கேட்டுக்கொள்கிறேன்" என்கிறார் தளபதி.

"கீழேயா?"

"நாம் வாயிலுக்குள் நுழைந்துபோக வேண்டும். மனைவியருக்கு அனுமதி இல்லை" என்கிறார். ஏதோ அப்படிச் சொன்னால் எனக்குப் புரிந்துவிடும் என்பதுபோல. நாங்கள் எங்கு போகிறோம் என்று அவரிடம் கேட்க முயன்றேன், ஆனால் அவர் என்னை ஆச்சரியப்படுத்தப்போவதாகச் சொல்லிவிட்டார்.

ஆக, நான் கீழே படுத்துக்கொள்ள கார் மறுபடி கிளம்புகிறது, அடுத்த சில நிமிடங்களுக்கு என்னால் எதையும் பார்க்க முடியவில்லை. இந்த மேலங்கிக்குள் அனலாய்த் தகிக்கிறது. இது குளிர்கால அங்கி, கோடைக்கானதல்ல, அதிலும் அந்துருண்டைகளின் வாசம் வீசுகிறது. அவள் கவனிக்க மாட்டாள் என்ற தைரியத்தில் அவர் கிடங்கறையிலிருந்து இதை வாங்கியிருப்பார். கரிசனத்துடன் தன்னுடைய கால்களை நகர்த்தி எனக்கு இடம் ஏற்படுத்தியுள்ளார். ஆனாலும், என்னுடைய நெற்றி அவருடைய காலணி மீதே இருக்கிறது. இதற்கு முன்பு அவருடைய காலணிகளுக்கு இத்தனை நெருக்கமாக நான் இருந்ததில்லை. அவை கடினமாக, முரடாக, வண்டுகளின் கூடுகளைப் போல் சருமத்தில் படுகின்றன. கறுப்பாகவும் பளபளப்பாக்கப்பட்டும் மர்மமானவையாகவும் அவற்றுக்கும் பாதங்களுக்கும் சம்மந்தம் இல்லை என்பதுபோல இருக்கின்றன.

நாங்கள் இன்னொரு சோதனைச்சாவடியைத் தாண்டுகிறோம். எனக்குக் குரல்கள் கேட்கின்றன, கவனமான பணிவான குரல்கள். மேலும், கடவுச்சீட்டுகளைக் காட்டுவதற்காகச் சன்னல்கள் மின்தன்மையோடு ஏறுவதும் இறங்குவதும் கேட்கிறது. இம்முறை அவர் என்னுடையதை, என்னுடையதென்று காட்ட வேண்டியதை, காட்ட மாட்டார், இப்போது, இப்போதைக்கு, என்னுடைய இருப்பு சட்டத்துக்கு உட்பட்டதல்ல.

பிறகு, கார் கிளம்பி மீண்டும் நிற்கிறது, தளபதி இப்போது நான் எழுந்துகொள்ள உதவுகிறார்.

"நாம் வேகமாகப் போக வேண்டும். இது பின்வாசல். நீ மேலங்கியை நிக்கிடம் கொடுத்துவிடு" என்கிறார். நிக்கிடம், "வழக்கமான அதே நேரத்தில் நிக்" என்கிறார். ஆக, இதுவும் முன்பே நிகழ்த்தப்பட்டிருக்கிறது.

மேலங்கியைக் கழற்ற எனக்கு உதவுகிறார், காரின் கதவு திறந்திருக்கிறது. கிட்டத்தட்ட வெற்றாய் இருக்கும்

என்னுடைய முதுகில் காற்றுப் படுவதை உணர்கிறேன், நான் வியர்த்துக்கொண்டிருந்திருப்பது தெரிகிறது. வண்டியின் கதவை மூட நான் திரும்பும்போது நிக் கண்ணாடியினூடாக என்னைப் பார்ப்பது தெரிகிறது. இதோ அவன் என்னைப் பார்க்கிறான். நான் பார்ப்பது வெறுப்பையா அசட்டையையா? உன்னிடம் வேறெதை எதிர்பார்க்க முடியும் என்று நினைத்திருப்பானா?

சிவப்புக் கற்களால் ஆன ஓரளவுக்கு நவீனமான ஒரு கட்டடத்தின் பின்புறச்சந்தில் இருக்கிறோம். கதவுக்குப் பின்னால் ஏராளமான நெகிழிக்குவளைகள் கிடக்கின்றன. வறுத்த கோழியிறைச்சி அழுகும் வாடை வீசுகிறது. சாம்பல் நிறமும் சுவரோடு பொருந்தி இருப்பதுமான ஒரு கதவின் சாவி தளபதியிடம் இருக்கிறது, அது இரும்பாலானது என்று நினைக்கிறேன். அந்தக் கதவின் பின்னே காரைக்கலவைக் கற்களால் ஆன கூடம் இருக்கிறது. கூடம் கூரையில் இருக்கும் பளீர் மின்விளக்குகளால் ஒளியூட்டப்பட்டிருக்கிறது. ஏதோ ஒரு காரணத்துக்கான பயன்பாட்டில் இருக்கும் ஒரு சுரங்கப்பாதை இது.

"இந்தா" என்னுடைய மணிக்கட்டைச் சுற்றி ஒரு அட்டையைக் கட்டுகிறார், ஊதா நிறத்தது, ஒரு தொய்நாடாப்பட்டையின் மேல் இருக்கிறது, விமான நிலையங்களில் நம் பெட்டிகளுக்குக் கட்டுபவை போன்றது. "யாரும் கேட்டால் ஒரு மாலைக்கான ஒப்பந்தத்தின் பேரில் வந்தவள் என்று சொல்" என்கிறார். என்னுடைய வெற்று மேற்கையைப் பற்றி என்னை முன்னே அழைத்துச்செல்கிறார். எனக்கு இப்போது வேண்டியது ஒரு கண்ணாடி, என்னுடைய உதட்டுச்சாயம் சரியாக இருக்கிறதா, இந்த இறகுகள் மிகவும் கண்றாவியாக, அழுக்காக இருக்கின்றனவா என்று சரிபார்க்க. இந்த வெளிச்சத்தில் நான் மிகவும் கோரமாகத் தோன்றுவேனாக இருக்கும். ஆனால், காலம் கடந்துவிட்டதே.

முட்டாள் என்கிறாள் மொய்ரா.

அத்தியாயம் முப்பத்து ஏழு

நாங்கள் இன்னொரு கூடத்தினூடாக, தட்டையான இன்னொரு சாம்பல்நிறக் கதவின் உள்ளாக வேறொரு கூடத்துக்குள் போகிறோம், இது மென் விளக்கொளியோடும் அடர்ப்பழுப்பும் இளஞ்சிவப்புமான காளான் நிறத்தோடும் இருக்கிறது. அதில் இருக்கும் அறைக் கதவுகளில், புயல் வீசும்போது நீங்கள் அதில் சிக்கிக்கொள்ள இன்னமும் எவ்வளவு நேரம் இருக்கிறது என்பதைக் கணிப்பதற்காகச் செய்யும் எண்ணிக்கையை ஒத்து, நூற்று ஒன்று நூற்று இரண்டு என்ற எண்கள் பொறிக்கப்பட்டிருக்கின்றன. ஆக, இது ஒரு விடுதி. கதவுகளில் ஒன்றின் பின்னாலிருந்து சிரிப்பொலி கேட்கிறது, ஆணினுடையது. கூடவே ஒரு பெண்ணினதும். இப்படியொன்றைக் கேட்டு வெகுகாலமாயிற்று.

நடுவாந்திரமாக இருக்கும் ஒரு முற்றத்துக்குள் நுழைகிறோம். அது அகலமாகவும் உயரமாகவும் இருக்கிறது. உச்சியில் இருக்கும் மேல்தளச்சாளரம்வரை பல மாடிகளுக்கு நீள்கிறது. அதன் மத்தியில் ஒரு வட்டமான நீரூற்றிருக்கிறது, விதைகளை உண்டாக்கும் பருவத்திற்கு முற்றிவிட்ட டான்டிலியன் ஒன்றின் வடிவத்தில் இருக்கும் அது நீரைச் சொரிகிறது. ஆங்காங்கு தொட்டிச் செடிகளும் மரங்களும் முளைத்து நிற்கின்றன, பலகணிகளிலிருந்து கொடிகள் தொங்குகின்றன. நீளுருண்டை வடிவப் பக்கவாட்டுகளைக் கொண்ட மின்தூக்கிகள் மிகப் பெரிய நத்தைகளைப் போல மேலும்கீழுமாகச் சரிந்து எழுகின்றன.

நான் எங்கிருக்கிறேனென்று எனக்குத் தெரிகிறது. இங்கு நான் ஒரு காலத்தில் மதியங்களில் லூக்குடன் இருந்திருக்கிறேன். அப்போது இது ஒரு விடுதியாக இருந்தது. இப்போது பெண்களால் நிரம்பியிருக்கிறது.

நான் அசையாது நின்று அவர்களை வெறித்துக்கொண்டிருக்கிறேன். இங்கு நான் வெறிக்கலாம், சுற்றிலும் பார்க்கலாம், என்னை அப்படிச் செய்யவிடாமல் தடுக்கும் வெள்ளைச் சிறகங்கள் இப்போது இல்லை. அவை இல்லாத என் தலை விசித்திரமான

வகையில் எடை குறைந்து உணர்கிறது, அதன் மீதிருந்து ஒரு சுமை, ஒரு பொருள் நீக்கப்பட்டதைப் போல இருக்கிறது.

இந்தப் பெண்கள் அமர்ந்திருக்கிறார்கள், கிடக்கிறார்கள், உலாவுகிறார்கள், ஒருவர் மீது ஒருவர் சாய்ந்திருக்கிறார்கள். அவர்களோடு ஆண்களும் கலந்திருக்கிறார்கள், ஏராளமான ஆண்கள், ஆனால் தங்களுடைய அடர்வண்ணச் சீருடைகள் அல்லது சூட்டுகளில் ஒருவருக்கொருவர் ஒத்தாற்போல இருப்பதோடு வெறும் ஒரு பின்னணியைப் போல மட்டும் இருக்கிறார்கள். பெண்களோ விழாக்கால உடுப்புகளில் மிகக் கவர்ச்சிகரமாகத் தோன்றுகிறார்கள். அவர்களில் சிலர் என்னுடையதைப் போன்ற இறகுகளும் ஜிகினாவுமான, தொடைகள்வரைக்குமான மற்றும் மார்பகங்களைக் காட்டும் வண்ணமான ஆடைகளில் இருக்கிறார்கள். சிலர் முற்காலத்தைய உள்ளாடைகளில், சிறிய இரவு உடைகளில், பேபி டால் சட்டைகளில் அதோடு வெகுசிலர் உள்ளிருப்பதையெல்லாம் வெளிக்காட்டும் உடுப்புகளிலும் இருக்கிறார்கள். சிலர் ஒரே துண்டாலானது மற்றும் இரண்டு உருப்படிகளைக் கொண்டது என்று நீச்சல் உடைகளை அணிந்திருக்க இன்னொருத்தி பின்னலாடை ஒன்றை உடுத்தியிருக்கிறாள், அவளுடைய முலைகளை இரண்டு பெரிய சோழிகள் பொத்தியிருக்கின்றன. சிலர் மெல்லோட்ட உடைகளிலும் சணலாடைகளிலும் இருக்க இன்னும் சிலர் முன்பு தொலைக்காட்சிகளில் காண்பிக்கப்பட்ட மாதிரியிலான உடலைக் கவ்விப்பிடிக்கும் சட்டைகளும் இளவண்ணப் பின்னல் காலுறைகளுமான உடற்பயிற்சி ஆடைகளில் இருக்கிறார்கள். சிலர் பந்தைய விளையாட்டுகளின்போது உற்சாகம் ஊட்டும் அழகியரின் ஆடைகளில், சின்னஞ்சிறிய பாவாடைகள் மற்றும் மார்புகளின் குறுக்காகப் பெரிய எழுத்துகள் பொறிக்கப்பட்ட சட்டைகளில் இருக்கிறார்கள். குப்பையாகக் குவிக்கப்பட்ட ஆடைகளிலிருந்து மீட்டு எடுத்தவற்றையெல்லாம் கொண்டு இவர்கள் ஒப்பேற்ற வேண்டிவந்திருக்குமென்று நினைக்கிறேன். எல்லோரும் ஒப்பனை அணிந்திருக்கிறார்கள், அவர்களுடைய விழிகள் அதீதப் பெரியனவாகவும், அதீதக் கறுப்பாகவும் பளபளப்பாகவும், அவர்களுடைய வாய் அதீதச் சிவப்பாகவும் அதீத ஈரத்தன்மையோடும், ரத்தத்தில் தோய்ந்ததுபோல மினுக்கத்துடனும், இன்னொரு வகையில் அதீதக் கோமாளித்தனத்துடன் இருப்பதாகப் படுவதிலிருந்து எனக்கு இதையெல்லாம் பார்த்து பழக்கம் விட்டுப்போயிருக்கிறது என்பது ஊர்ஜிதமாகிறது.

முதல் பார்வையில் இந்தக் காட்சியில் ஒரு பெரிய உற்சாகம் இருப்பதாகத் தெரிகிறது. முகமூடி அணிந்தவர்களின் நடனக் கொண்டாட்டம்போல, மிகவும் வளர்ந்துவிட்ட குழந்தைகள் தங்களுடைய பழைய ட்ரங்குப்பெட்டிகளைக் கிளறி அவற்றில் இருந்தவற்றை அணிந்துவந்ததைப் போல இருக்கிறது. இதில் மகிழ்ச்சி இருக்கிறதா? இருக்கலாம், ஆனால் அதை அவர்கள் தேர்ந்தெடுத்தார்களா? வெறுமனே பார்த்து மட்டும் அதைச் சொல்லிவிட முடியாது.

இங்கு ஏகப்பட்ட பென்னம்பெரிய பின்னம்பாகங்கள் இருக்கின்றன. இப்படி இவற்றைப் பார்ப்பது இதுதான் முதல்முறை என்பதுபோல் தோன்றுகிறது.

“கடந்த காலத்துக்குள் நுழைவதுபோல இருக்கிறது, என்ன சொல்கிறாய்?” என்கிறார் தளபதி. அவருடைய குரல் திருப்தியோடும், ஏன் ஆனந்தத்தோடுமே ஒலிக்கிறது.

கடந்த காலம் இதேபோல்தான் இருந்ததா என்று நினைவுகூர முயல்கிறேன். இப்போது எனக்கு நிச்சயமாகச் சொல்ல முடியவில்லை. கடந்த காலம் இவ்வகையானவையாலும் ஆனது, ஆனாலும் கலவை வேறு என்று தோன்றுகிறது. கடந்த காலத்தைப் பற்றிய திரைப்படமும் கடந்த காலமும் ஒன்றாகாது.

“ஆம்,” என்கிறேன். நான் உணர்வது குறிப்பான ஒன்றை மட்டுமல்ல. ஆனால், இந்தப் பெண்களால் நான் அருவருப்படையவில்லை அதிர்ச்சி அடைந்துவிடவில்லை. தறுதலைப் பெண்கள் என்று இவர்களை நினைக்கிறேன். கோட்பாடுகள் இவர்களை இவர்களின் இருப்பை நிராகரித்தாலும் இதோ இவர்கள் இருக்கத்தான் செய்கிறார்கள். ஒன்றும் இல்லாததற்கு அரை ரொட்டி மேல்.

“வெறித்துப்பார்க்காதே. உன்னைக் காட்டிக்கொடுத்துக்கொள்ளாதே. சாதாரணமாக இருப்பதைப் போல் நடி.” மறுபடியும் என்னை முன்பக்கமாக இழுக்கிறார். இன்னொருவன் அவரைப் பார்த்து முகமன் தெரிவித்து அவரை நோக்கி நடக்கத் தொடங்கியிருக்கிறான். என்னுடைய மேற்கை மீது தளபதியின் பிடி இறுகுகிறது, “நேராக நில், பதற்றப்படாதே”.

நீ செய்ய வேண்டியதெல்லாம் வாயை மூடிக்கொண்டு ஒரு முட்டாள்போல் தோன்ற வேண்டியது மட்டும்தான். அது அவ்வளவொன்றும் கடினமாக இருக்கப்போவதில்லை. எனக்குள் சொல்லிக்கொள்கிறேன்.

இந்த மனிதனிடமும் அவனைத் தொடர்ந்து வருபவனிடமும் எனக்குப் பதிலாகத் தளபதியே பேசுகிறார். என்னைப் பற்றி அதிகம் சொல்கிறாரில்லை, அதற்கு அவசியம் இல்லை. நான் புதியவள் என்கிறார், அவர்கள் என்னைப் பார்க்கிறார்கள், சட்டை செய்யாமல் வேறு சமாச்சாரங்கள் குறித்துப் பேசுகிறார்கள். என்னுடைய மாறுவேடம் தன் வேலையைச் செய்கிறது.

தளபதி என் கையைப் பிடித்த பிடியை விடாமல் இருக்கிறார், அவர் பேசும்போது கண்களுக்குப் புலப்படாத வகையில் அவருடைய முதுகுத்தண்டு நிமிர்கிறது, நெஞ்சு விரிகிறது, இளமையின் கிளர்ச்சியும் உல்லாசமும் அவருடைய குரலில் நிரம்பித் ததும்புகிறது. அவர் சிலுப்பிக்காட்டுகிறார் என்று படுகிறது. அவர் அவர்களிடம் என்னைக் காட்டி சிலுப்பிக்கொள்கிறார், அதை அவர்கள் புரிந்துகொள்கிறார்கள், தங்கள் கைகளைக் கட்டிவைத்திருக்கும் அளவுக்கு நாசுக்கு அறிந்திருக்கிறார்கள், ஆனால் என்னுடைய மார்புகளை கால்களை மதிப்பிடுகிறார்கள், ஏதோ அப்படிச் செய்யாதிருக்க காரணமேதும் இல்லை என்பதுபோல. ஆனால், அவர் என்னிடமும்தான் சிலுப்பிக்காட்டுகிறார். இந்த உலகில் அவருக்கு இருக்கும் ஆளுமையை என் முன்னே நிகழ்த்திக்காட்டி சிலுப்பிக்கொள்கிறார். அவர்களுடைய கண்களின் முன்னாலேயே அவர் விதிகளை உடைக்கிறார், தன் மூக்கை நுழைக்கிறார், அவர்களின் கண்களைக் கட்டுகிறார். ஒருவேளை அதிகாரம் தரக்கூடியதாய்ச் சொல்லப்படும் உச்சகட்ட போதை நிலையில் அவர் இருக்கிறார் போலும், தான் மிக இன்றியமையாதவன் என்றும் அதனாலேயே எதையும், தான் எதை நினைத்தாலும், அது எதுவாக இருந்தாலும் செய்யலாம் என்றும் நம்பும் அளவுக்கு. யாரும் கவனிக்கவில்லை என்ற நினைப்பில் இருமுறை அவர் என்னைப் பார்த்துக் கண்ணடிக்கிறார்.

இது, இவருடைய செயல்பாடு முழுக்கவே, விடலைத்தனமானதும் பரிதாபத்துக்குரியதும்கூட. ஆனால் என்னால் இதைப் புரிந்துகொள்ள முடிகிறது.

இதையெல்லாம் போதுமான அளவுக்கு அவர் செய்தான பிறகு, விடுதிக்கூடங்களில் முன்பு இருந்தவை போன்ற பூக்கள் அச்சிடப்பட்ட சோஃபா ஒன்றுக்கு என்னை நடத்திச்செல்கிறார், இந்தக் கூடத்தில் முன்பு இருந்த சோஃபா எனக்கு நினைவிருக்கிறது. கருநீலப் பின்னணியில் ஆர்ட் நுவ்வோ மலர்கள் பொறிக்கப்பட்டது அது. “இந்தக் காலணிகளால் உன்னுடைய பாதங்களில் வலி உண்டாகியிருக்கும் என்று நினைத்தேன்” என்கிறார். அவர்

சரியாகக் கணித்திருக்கிறார், நான் கடன்பட்டவளாக உணர்கிறேன். என்னை அமர்த்திவிட்டு அருகில் தன்னை அமர்த்திக்கொள்கிறார். என்னுடைய தோளைச் சுற்றி ஒரு கரத்தை இடுகிறார். வெகுகாலமாகத் தீண்டப்படாமலே பழகிவிட்ட என்னுடைய சருமத்தின் மீது அவருடைய சட்டைக்கையின் துணி உராய்கிறது.

"இப்போது சொல். எங்களுடைய இந்தச் சிறிய கிளப் குறித்து என்ன நினைக்கிறாய்?"

நான் என்னைச் சுற்றி மறுபடியும் பார்க்கிறேன். நான் முதலில் நினைத்ததுபோல் இல்லை. இந்த ஆண்கள் ஓரினத்தைச் சேர்ந்தவர்கள் இல்லை. நீரூற்றுக்கு மறுபக்கத்தில் இளஞ்சாம்பல் வண்ண சூட்டுகளில் ஒரு ஜப்பானியக் குழு நிற்கிறது, இன்னொரு மூலையில் வெண்ணிறத் தெறிப்பொன்று, அராபியர்கள் தங்களுடைய நீளங்கிகளிலும் கோடுபோட்ட தலைக்குட்டைகளோடும்.

"கிளப்பா?"

"எங்களுக்குள் நாங்கள் இதை அப்படித்தான் சொல்லிக் கொள்கிறோம்".

"இம்மாதிரியான சமாச்சாரங்கள் தடுக்கப்பட்டவை என்று நான் நினைத்திருந்தேன்."

"சட்டபூர்வமாகத் தடுக்கப்பட்டவைதான். ஆனால், எல்லோரும் மனிதர்கள்தான் இல்லையா?" என்கிறார்.

அவரே இதை விளக்கட்டுமென்று நான் காத்திருக்க அவர் தொடர்ந்து பேசுகிறாரில்லை. ஆக, நானே கேட்கிறேன், "அப்படியென்றால்?"

"அப்படியென்றால் இயற்கையை ஏமாற்ற முடியாது என்று அர்த்தம். இயற்கை தினுசுகளைக் கோருகிறது, ஆண்களுக்காக. அதற்கு வலுவான காரணமிருக்கிறது, இனப்பெருக்கத்துக்கான உத்திகளில் அதற்குப் பங்கிருக்கிறது. அது இயற்கையின் திட்டம்." நான் ஏதும் பேசுகிறேனில்லை. அவர் தொடர்கிறார். "பெண்களும் உள்ளுணர்வுபூர்வமாக அதை அறிந்திருக்கிறார்கள். முந்தைய காலத்தில் அவர்கள் எதற்காக அவ்வளவு ஆடைகளை வாங்கிக் குவித்தார்கள்? அவர்கள் வெவ்வேறு பெண்கள் என்று ஆண்களை நினைக்கவைத்து ஏமாற்றுவதற்காகத்தான். ஒவ்வொரு நாளும் ஒவ்வொருத்தி என்று நினைக்கவைக்கத்தான்."

இதைத் தீவிரமாக நம்புகிறவர்போல அவர் பேசுகிறார், ஆனால் அவர் பல விஷயங்களை அப்படித்தான் பேசுவார். அவர் இதை நம்பலாம் நம்பாமல் இருக்கலாம் அல்லது ஒரே நேரத்தில் இரண்டையும் செய்யலாம். அவர் எதை நம்புகிறார் என்பதை நிச்சயமாகச் சொல்ல முடியாது.

"ஆக, இப்போது வெவ்வெறு ஆடைகள் இல்லை. அதனால், நீங்கள் வெவ்வேறு பெண்களை வைத்துக்கொள்ள வேண்டியிருக்கிறது இல்லையா?" இது நகைமுரண், ஆனால் அவர் லட்சியம் செய்கிறாரில்லை.

உடனடியாகப் பதிலளிக்கிறார்,"அப்படிச் செய்வதால் ஏராளமான பிரச்சினைகள் தீர்கின்றன."

இதற்கு நான் பதில் சொல்கிறேனில்லை. எனக்கு இவரிடம் கடுமையான சலிப்பு உண்டாகிறது. எரிச்சலோடு அப்படியே மௌனியாகி இந்த மாலை முழுவதும் ஒரு வார்த்தையும் பேசாமல் இருந்துவிடலாம் என்று தோன்றுகிறது. ஆனால், அவ்வளவுக்கெல்லாம் என்னால் போக முடியாது என்பதை அறிவேன். இது என்னவாக இருந்தாலும், இது நாங்கள் வெளியில் வந்திருக்கும் ஒரு மாலைநேரம்.

நான் உண்மையில் செய்ய விரும்புவது இங்கிருக்கும் பெண்களோடு பேசுவதைத்தான், ஆனால் அதற்கான வாய்ப்பு மிகக் குறைவாகத்தான் இருக்கும்போல.

"இவர்களெல்லாம் யார்?" அவரிடம் கேட்கிறேன்.

"இது அதிகாரிகளுக்கு மட்டுமானது. அனைத்துத் துறைகளிலும் இருப்பவர்களுக்கும் உயர் அதிகாரிகளுக்கும். நிச்சயமாக வணிகத் தூதுவர்களுக்கும். அவர்கள் இல்லாமல் எப்படி. இது வணிகத்தை ஊக்குவிக்கிறது. மனிதர்களைச் சந்திப்பதற்கான நல்ல இடம். இது இல்லாமல் வியாபாரங்களைச் செய்யவே முடியாது. வேறு எங்கும் கிடைப்பதற்கு ஒப்பாக இங்கும் எல்லாமும் கிடைக்க ஏற்பாடு செய்திருக்கிறோம். இங்கு ஏராளமான விஷயங்களையும் தெரிந்துகொள்ளலாம். செய்திகளை. ஒரு ஆண் இன்னொரு ஆணிடம் சொல்லாத விஷயங்களை சமயத்தில் ஒரு பெண்ணிடம் சொல்வான்."

"இல்லை, நான் இங்குள்ள பெண்களைப் பற்றிக் கேட்டேன்."

"ஓ, சரி. இங்கு உள்ளவர்களில் சிலர் வேசிகள். உழைக்கும் மகளிர் - சிரிக்கிறார் - முந்தைய காலத்தில் அப்படி இருந்தவர்கள். எல்லோரையும் ஒன்றுதிரட்ட முடியவில்லை என்றாலும் பெரும்பான்மையானவர்கள் இங்கிருப்பதைத் தேர்ந்தெடுத்தார்கள்."

"மற்றவர்கள்?"

"மற்றவர்கள்... இங்கு ஒரு அரிய திரட்டே இருக்கிறது என்று சொல்லலாம். அங்கிருக்கிறாளே, பச்சை ஆடையில் அவள் ஒரு சமூகவியல் நிபுணர் அல்லது அப்படி இருந்தவள். அதோ அவள் வக்கீலாக இருந்தவள், அந்த இன்னொருத்தி வணிகப்புள்ளி, உயர்நிலையில் இருந்தாள், ஏதோ உணவு விடுதியோ அல்லது துரித உணவு விடுதிகளின் தொடரிகளோ சம்பந்தப்பட்டது. பேசுவதில்தான் ஆர்வம் என்பவர்களுக்கு இவளிடம் நல்ல அனுபவம் கிடைக்கும் என்று கேள்விப்படுகிறேன். இவர்களும் இங்கிருப்பதைத் தேர்ந்திருக்கிறார்கள்."

"எதற்குப் பதிலாகத் தேர்ந்தார்கள்?"

"மாற்று ஏற்பாடுகளுக்குப் பதிலாக. நீயேகூட உனக்குக் கிடைத்திருப்பதற்குப் பதிலாக இதைத் தேர்ந்தெடுத்திருக்கலாம்." இதை சங்கோஜத்துடன் சொல்பவர்போல் சொல்கிறார், இது ஒரு தூண்டில், அவருக்கு வேண்டியது ஒரு பாராட்டு. உரையாடலின் விஷயார்த்தமான பகுதி முடிவுக்கு வந்துவிட்டதை உணர்கிறேன்.

"நான் என்ன சொல்ல முடியும். இது மிக கடின உழைப்பைக் கோருவதாயிருக்கலாம்."

"ஒன்று மட்டும் நிச்சயம். எடையை பற்றி மிகக் கவனமாக இருந்தாக வேண்டும். அதில் அதீத கண்டிப்பாக இருப்பார்கள். பத்து பவுண்ட் கூடிவிட்டாயென்றால் உன்னைத் தனிமையில் போட்டுவிடுவார்கள்." இவர் வேடிக்கை செய்கிறாரா? அப்படித்தான் இருக்கும், ஆனால் நான் தெரிந்துகொள்ள விரும்பவில்லை.

"சரி. இப்போது இந்த இடத்தின் துடிப்புக்குத் தக்க நீயும் மாறிக்கொள்ள ஏதுவாய்க் கொஞ்சம் குடிக்கிறாயா?"

"எனக்கு அது விலக்கப்பட்டதாயிற்றே. உங்களுக்கே தெரியும்."

"ஒரு முறை குடித்தால் ஒன்றும் கெட்டுப்போய்விடாது. குடிக்காவிட்டால் அது நன்றாகவும் இருக்காது. இங்கு நிக்கோட்டின், மது விலக்கு எதுவும் இல்லை. அப்படியாக நிறைய அனுகூலங்கள் கிடைக்கின்றன."

"அப்படியென்றால் சரி." மனதுக்குள் நான் இந்த எண்ணத்தை வரவேற்கவே செய்கிறேன். நான் குடித்து ஏகப்பட்ட வருடங்கள் இருக்கும்.

"நல்லது. என்ன வேண்டும் என்று சொல். எது வேண்டுமானாலும் கிடைக்கும். எல்லாமே இறக்குமதி செய்யப்பட்டது."

"ஜின்னும் டானிக்கும். நீர்க்க இருந்தால் போதும். உங்களுக்கு நான் சங்கடம் உண்டாக்கிவிடக் கூடாது."

"அதெல்லாம் ஒன்றும் செய்ய மாட்டாய்." இளிக்கிறார். எழுகிறார், நான் எதிர்பாராத விதமாய் என் கையை எடுத்து முத்துகிறார், புறங்கையில். பிறகு, அருந்தகத்தை நோக்கி நடக்கிறார். இங்கு ஒரே மாதிரியான கறுப்புச் சிற்றாடைகள் அணிந்து மார்புகளில் அலங்காரப் பாம்பாம்களும் வைத்துக்கொண்டு திரியும் மேசைப்பணிப் பெண்களில் யாரையாவது அவர் அழைத்திருக்கலாம், ஆனால் அவர்கள் எல்லோரும் வேலையாக இருப்பதுபோலவும் யாரையும் அழைப்பது சிரமம் என்பதாகவும் தோன்றுகிறது.

பிறகு, நான் அவளைப் பார்க்கிறேன். மொய்ராவை. அந்த நீரூற்றுக்கு அருகில் இன்னும் இரண்டு பெண்களுடன் நிற்கிறாள். அது அவள்தான் என்று உறுதிசெய்துகொள்ள நான் மறுபடியும் கவனமாகப் பார்க்க வேண்டியிருக்கிறது. நான் அதைச் சிறு தெறிப்புகளில், கண்களின் சிறிய துடிப்புகளில் யாரும் அறிந்துவிடாமல் செய்தாக வேண்டியிருக்கிறது.

அவள் கிறுக்குத்தனமாக உடுத்தியிருக்கிறாள், ஒருகாலத்தில் பளபளப்பாக இருந்திருக்கக்கூடிய சாட்டின் துணியாலானதும் மோசமான நிலையில் இருப்பதுமான ஆடை ஒன்றை அணிந்திருக்கிறாள். அதற்குத் தோற்பட்டைகள் இல்லை, முலைகளைத் தூக்கி நிறுத்துவதற்காக அதன் உட்புறத்தில் கம்பிகள் பொருத்தப்பட்டிருக்க வேண்டும், அதோடு அவை மொய்ராவுக்கான அளவிலும் இல்லை, அது அதீதப் பெரிதாய் ஒரு முலை வெளியில் தொங்குமாறும் இன்னொன்று உள்ளே இருக்குமாறும் உள்ளது. தன்னையுமறியாமல் அவள் அந்தக் கச்சையை இழுத்து மேலே தூக்கிவிட்டுக்கொள்கிறாள். அவள் லேசாகத் திரும்பும்போது ஆடையின் பின்பக்கத்திலிருந்து நீட்டிக்கொண்டிருக்கும் பஞ்சுப்பட்டையின் செம்மல் ஒன்றைப் பார்க்க முடிகிறது, சோளப்பொரி பொரிந்து வருவதைப்

போல, ஒரு மாதவிலக்குக் பட்டைபோல அது அங்கிருந்து வெளியில் துருத்தியிருப்பது எனக்குத் தெரிகிறது. அது ஒரு வால் என்பதை உணர்கிறேன். அவளுடைய தலையில் இரண்டு காதுகள் பொருத்தப்பட்டிருக்கின்றன, அவை மானின் காதுகளா அல்லது முயலுடையதா என்று கண்டுபிடிக்க முடியவில்லை. அவற்றில் ஒரு காதுத்துணியில் இருந்திருக்க வேண்டிய கஞ்சி அல்லது கம்பியின் இன்மையால் அது தொய்ந்து பாதியில் தொங்கிக்கொண்டிருக்கிறது. கழுத்தைச் சுற்றி கருநிறப் பட்டை ஒன்றும் கால்களில் பின்னல் துணியாலான உறைகளும் உயர்குதிக் காலணிகளும் அணிந்திருக்கிறாள்.

பழமையானதும் விநோதமானதுமான இந்த ஆடையணி முந்தைய காலத்தைச் சேர்ந்த எதையோ நினைவுபடுத்துகிறது. அது மேடை நாடகமா அல்லது நகைச்சுவை இசை நாடகமா? ஈஸ்டருக்காக முயல் வேடம் பூண்ட சிறுமிகளையா? இங்கு அதற்கான முக்கியத்துவம் என்ன? முயல்கள் பாலியல் கவர்ச்சிக்குரியவை என்று ஆண்கள் எதனால் நினைக்கிறார்கள்? அழுக்கும் கந்தையுமான இந்த உடுப்பு எப்படி கவர்ச்சிகரமாகத் தோன்றும்?

மொய்ரா ஒரு சிகரெட்டைப் புகைத்துக்கொண்டிருக்கிறாள். ஒரு இழுப்பு இழுத்துவிட்டு நீண்ட வால் வைத்ததும் வெள்ளிநிறக் கொம்புகளோடும் சிவப்பு ஜிகினா ஆடையில், சாத்தான் வேடத்தில், அவளுக்கு இடப்புறத்தில் இருக்கும் பெண்ணிடம் அதைக் கொடுக்கிறாள். இதோ இப்போது அவளுடைய கைகளை, கம்பியால் மேலே இழுத்துப்பிடிக்கப்பட்டிருக்கும் மார்புகளுக்குக் குறுக்காகக் கட்டிக்கொண்டிருக்கிறாள். முதலில் ஒரு காலிலும் பின்னர் மற்றையதிலும் நிற்கிறாள், அவளுடைய முதுகு கூனுகிறது, அவளுடைய பாதங்களில் வலியுண்டாகியிருக்கும். அவள் எந்த ஆர்வமும் இல்லாமல் அறையைச் சுற்றிலும் பார்வையை ஓட்டுகிறாள், இது அவளுக்கு மிகப் பழகிய காட்சியாக இருக்க வேண்டும்.

அவள் என்னைப் பார்க்க வேண்டும், கவனிக்க வேண்டும் என்று ஆவலுறுகிறேன், ஆனால் நான் இன்னொரு பனைமரம் இன்னொரு நாற்காலி என்பதுபோல அவளுடைய விழிகள் என் மீது பட்டு வழுக்குகின்றன. ஆண்களில் ஒருவன் அவளிடம் வரும் முன், அவள் இங்கிருந்து மறைந்துவிடும் முன் அவள் திரும்ப வேண்டும், என்னைப் பார்த்தாக வேண்டும். நான் மன்றாடி வேண்டிக்கொள்கிறேன். அதற்குள்ளாகவே அவளோடு இருந்த இன்னொருத்தி, மென்மயிர் தோலால் ஓரங்கள் அலங்கரிக்கப்பட்ட

இளஞ்சிவப்பு பெட் ஜாக்கெட் அணிந்திருந்த தங்கக்கூந்தல் பெண் அழைப்புபெற்று கண்ணாடி மின்தூக்கிக்குள் சென்று கண் மறைந்து போய்விட்டாள். மொய்ரா மறுபடியும் சுற்றிலும் பார்க்கிறாள், வாய்ப்புகளைத் தேடுகிறாளாய் இருக்கும். உயர்நிலைப் பள்ளி நடன விருந்துகளில் அலட்சியப்படுத்தப்படும் பெண்ணைப் போல அழைப்பு பெறாமல் இங்கு நிற்பது வருத்தம் அளிப்பதாக இருக்கக்கூடும், இந்த முறை அவளுடைய விழிகள் என் மீது தங்குகின்றன. அவள் என்னைப் பார்க்கிறாள். எதிர்வினை ஆற்றிவிடக் கூடாது என்பதை அவள் மிக நன்றாக அறிவாள்.

நாங்கள் எங்கள் முகங்களை ஆர்வமில்லாமலும் பாவனைகளற்றும் வைத்துக்கொண்டு ஒருவரையொருவர் வெறிக்கிறோம். பிறகு, அவளுடைய தலையை வலது பக்கமாக நொடித்து மெல்லிய சைகை ஒன்றைச் செய்கிறாள். சிவப்புப் பெண்ணிடமிருந்து சிகரெட்டை வாங்கி வாயில் வைத்துக்கொண்டு ஐந்து விரல்களையும் அகல விரித்த அவளுடைய ஒரு கையை காற்றில் ஒரு நொடி நிறுத்திக்காட்டுகிறாள். பிறகு, திரும்பிக்கொள்கிறாள்.

எங்கள் பழைய சமிக்ஞை. இங்கு வலதுபுறத்தில் எங்கோ இருக்கும் கழிப்பறைக்கு நான் இன்னும் ஐந்து நிமிடங்களில் எதிர்பார்க்கப்படுகிறேன். நான் சுற்றிலும் பார்க்கிறேன். அப்படியொன்று இருக்கும் அறிகுறியே இல்லை. அதோடு தளபதியில்லாமல் நானாக எழுந்து எங்கும் போவது ஆபத்து என்பதை அறிகிறேன். எனக்குப் பெரிதாக ஒன்றும் தெரியாதே, இங்கு கவிழ்க்கும் கயிறுகள் இருக்கலாம், நான் சிக்கலில் மாட்டிக்கொள்ளலாம்.

ஒரு நிமிடம் இரண்டாகிறது. மொய்ரா திரும்பிப்பார்க்காமல் முன்னே நடக்கிறாள். எனக்குப் புரிந்துவிட்டதென்றும் நான் அவளைத் தொடர்ந்து போவேனென்றும் நம்ப மட்டுமே அவள் செய்யலாம்.

தளபதி இரண்டு மதுக் கோப்பைகளுடன் திரும்பி வருகிறார். என்னைக் குனிந்து பார்த்துப் புன்னகைபுரிகிறார், சோஃபாவுக்கு எதிரில் இருக்கும் நீணட கறுப்பு காப்பி மேசையில் பானங்களை வைக்கிறார், அமர்கிறார். “மகிழ்ச்சியாக இருக்கிறாயா?” கேட்கிறார். இருக்க வேண்டுமென்று எதிர்பார்க்கிறார். என்ன இருந்தாலும் இது எனக்காக அவர் ஏற்பாடு செய்ததாயிற்றே.

அவரைப் பார்த்து புன்னகைக்கிறேன். “இங்கே கழிப்பறைகள் உண்டா?” என்கிறேன்.

“இல்லாமலா?” என்கிறார். அவருடைய பானத்தை அருந்துகிறார். எந்தத் திசையையும் காட்டுகிறார் இல்லை.

“எனக்குப் போக வேண்டும்” என்கிறேன். நான் என் தலைக்குள் நிமிடங்களை அல்ல, இப்போது நொடிகளை எண்ணிக்கொண்டிருக்கிறேன்.

“அதோ அங்கிருக்கிறது.” அவர் தலையை ஆட்டிக்காட்டுகிறார்.

“யாராவது என்னை நிறுத்தினால் என்ன செய்வது?”

“அந்தப் பட்டையைக் காட்டு. உனக்கு ஜோடி இருப்பதைப் புரிந்துகொள்வார்கள்.”

எழுகிறேன், அறையினூடாக நொண்டியபடி நடக்கிறேன். நீரூற்றுக்கு அருகில் லேசாகத் தடுமாறுகிறேன். விழாமல் தப்புகிறேன். எல்லாம் இந்தக் குதி உயர்ந்த காலணிகளால்தான். தளபதியின் கைகளின் துணையில்லாமல் நிலைதடுமாறுகிறது. அங்கிருக்கும் ஆண்களில் ஏராளமானோர் என்னைப் பார்க்கிறார்கள். அதில் இச்சை இல்லை, ஆச்சரியம்தான் இருக்கிறது என்று தோன்றுகிறது. ஒரு முட்டாளைப் போல உணர்கிறேன். என்னுடைய இடது கரத்தை, நெகிழிப் பட்டை கட்டப்பட்டிருக்கும் அதை எனக்கு முன்னால் மடக்கி வெளியில் தெரியுமாறு வைத்துக்கொள்கிறேன். யாரும் ஏதும் சொல்கிறார்களில்லை.

அத்தியாயம் முப்பத்து எட்டு

பெண்கள் கழிப்பறையின் வாயிலைக் காண்கிறேன். இப்போதும் அதில் *பெண்கள்* எனும் தங்கநிற வளைவெழுத்துகள் இருக்கின்றன. வாயிலுக்கு அழைத்துச்செல்லும் கூடம் ஒன்றிருக்கிறது, அங்கே நுழைவுகளையும் வெளியேற்றங்களையும் கண்காணித்தபடி மேசைக்கு அருகில் ஒரு பெண் அமர்ந்திருக்கிறாள். முதியவள். கத்திரிப்பூநிற கஃப்தனும் கண்ணிமைகளின் மீது தங்கநிறத்தில் பூச்சும் அணிந்திருக்கிறாள், எப்படியென்றாலும் அவள் ஒரு ஆன்ட் என்பதை என்னால் நிச்சயமாகச் சொல்ல முடியும். அவளுடைய சவுக்கு மேசை மீதும் சவுக்கின் வார்ப் பட்டை அவளது மணிக்கட்டைச் சுற்றியும் இருக்கின்றன. விஷமத்துக்கெல்லாம் இங்கு வேலையே இல்லையே.

"பதினைந்து நிமிடங்கள்" என்கிறாள் என்னிடம். மேசை மீதிருக்கும் அடுக்கிலிருந்து கத்திரிப்பூ நிற நீள்சதுர அட்டையொன்றை என்னிடம் தருகிறாள். முந்தைய காலத்தைய பல்பொருள் அங்காடிகளின் அளவுப் பொருத்தம் பார்க்கும் அறையைப் போல இருக்கிறது இது. எனக்குப் பின்னால் நிற்கும் பெண்ணிடம் "நீ சற்று முன்தானே இங்கு வந்தாய்" என்று அவள் சொல்வதைக் கேட்கிறேன்.

"எனக்கு மறுபடி போக வேண்டும்." அந்தப் பெண் சொல்கிறாள்.

"ஓய்வு இடைவெளி ஒரு மணிநேரத்துக்கு ஒரு முறைதான். உனக்கே விதிமுறைகள் தெரியும்" என்கிறாள் ஆன்ட்.

புலம்பலும் அவசரமும் தொனிக்கும் குரலில் அந்தப் பெண் மறுத்துப் பேசுகிறாள். நான் கதவைத் தள்ளித்திறக்கிறேன்.

ஓய்வுக்கான பகுதி. இது எனக்கு நினைவிருக்கிறது. இளஞ்சிவப்பு வண்ண மெல்லிய விளக்கொளியோடு நிறைய நாற்காலிகளும் சோஃபாக்களும் இடப்பட்டிருக்கின்றன. சுவரில் மஞ்சளும் பச்சையுமான மூங்கில் குருத்துகளின் படம் பொறிக்கப்பட்டிருக்க, அதற்கு நேர் மேலே தங்கநிறப் பின்னல் வேலைப்பாட்டு சுவர்க் கடிகாரம் ஒன்று மாட்டப்பட்டிருக்கிறது. இங்கு அவர்கள்

நிலைக்கண்ணாடியை அகற்றியிருக்கவில்லை, சோஃபாவுக்கு எதிரே நீளமான ஒரு கண்ணாடி இருக்கிறது. இங்கு நீங்கள் எப்படித் தோற்றமளிக்கிறீர்கள் என்பது உங்களுக்குத் தெரிந்திருக்க வேண்டும். வளைவான பாதையொன்றுக்குப் பின்னே குறுங்கழிப்பறைகளும் கழுவுதொட்டிகளும் இருக்கின்றன. அவையும் இளஞ்சிவப்பில் இருக்கின்றன.

காலணிகளை அருகில் கழற்றிப்போட்டுவிட்டு அந்த நாற்காலிகளிலும் சோஃபாவிலும் புகைத்துக்கொண்டிருக்கும் நிறைய பெண்கள் அமர்ந்திருக்கிறார்கள். நான் உள்ளே நுழைய என்னை வெறிக்கிறார்கள். காற்றில் வாசனைத்திரவியமும், அழுகிய புகையும், தொழிற்பட்டுக்கொண்டிருக்கும் தசையின் மணமும் இருக்கின்றன.

"புதியவளா." அவர்களில் ஒருத்தி கேட்கிறாள்.

"ஆம்" என்கிறேன், கண்ணில் படாதிருக்கும் மொய்ராவைத் தேடியபடி.

அந்தப் பெண்கள் புன்னகைக்கிறார்களில்லை. மிக முக்கியக் காரியத்துக்கு மீள்வதுபோல் புகைப்பதைத் தொடர்கிறார்கள். இதற்குப் பின்னால் இருக்கும் அறையில், ஆரஞ்சு வண்ண போலிக் கம்பளி நூலால் வால் பின்னப்பட்டிருக்கும் பூனை உடையை அணிந்திருக்கும் பெண் தன்னுடைய ஒப்பனையைச் சீராக்கிக்கொண்டிருக்கிறாள். இது மேடைகளுக்குப் பின்னால் இருக்கும் பகுதியைப் போல இருக்கிறது. சாயம், புகை, மெல்லிய சல்லாத்துணி ஆடைகள்.

என்ன செய்வதென்று தெரியாமல் தயங்கியபடி நிற்கிறேன். மொய்ராவைப் பற்றிக் கேட்க வேண்டாம் என்றிருக்கிறேன், கேட்பது பாதுகாப்பானதா என்று தெரியாது. இதோ ஒரு கழிப்பறையில் நீர் பாயும் ஓசை, ஒரு இளஞ்சிவப்பு குறுங்கழிப்பறைக்கு உள்ளிருந்து மொய்ரா வெளியே வருகிறாள். என்னை நோக்கி ஆடியசைந்து வருகிறாள். நான் ஒரு சமிக்ஞைக்காகக் காத்திருக்கிறேன்.

மற்ற பெண்களைப் பார்த்து "ஒரு பிரச்சினையும் இல்லை, எனக்கு இவளைத் தெரியும்" என்கிறாள். இப்போது அவர்கள் புன்னகைக்கிறார்கள், மொய்ரா என்னை அணைத்துக்கொள்கிறாள். என்னுடைய கரங்கள் அவளைச் சுற்றித்தழுவுகின்றன, அவளுடைய முலைகளைத் தூக்கி நிமிர்த்திக்கொண்டிருக்கும் கம்பிகள் என்னுடைய மார்பில் அழுத்துகின்றன. நாங்கள்

முத்தமிட்டுக்கொள்கிறோம், முதலில் ஒரு கன்னத்தில் பிறகு மற்றையதில். பிறகு, நகர்ந்துகொள்கிறோம்.

“அடக் கொடுமையே, பாபிலோனின் வேசியைப் போல் இருக்கிறாயே.” பல்லைக்காட்டியபடி சொல்கிறாள்.

“அப்படித்தானே நான் தோற்றமளித்தாக வேண்டும்? நீ, பூனை இழுத்துக்கொண்டுவந்து போட்ட எதையோ போல் இருக்கிறாய்” என்கிறேன்.

“ஆம்” என்றபடி அவளது கச்சையை இழுத்து சீராக்கிக்கொள்கிறாள், “இது எனக்குப் பழக்கமான பாணியிலானதல்ல, விழுந்து தொலையப்போகிறது. இன்னமும் இதையெல்லாம் செய்வது எப்படி என்று தெரிந்துவைத்திருக்கும் யாரையாவது பொறுக்கித் தொலைத்தார்களென்றால் பரவாயில்லை. பாதிக்குப் பாதியாவது ஒழுங்கான ஏதாவது கிடைக்கும்.”

“நீதான் இதைத் தேர்ந்தெடுத்தாயா?” ஒருவேளை எல்லாவற்றிலுமிருந்து இதை அவள்தான் தேர்ந்தெடுத்திருப்பாளோ என்று நினைத்தேன், அது அவ்வளவாக முகத்தில் அறையாததாய் இருந்தது. வெறும் கறுப்பு வெள்ளை மட்டும்தான்.

“சீ, இல்லை. அரசாங்கம் கொடுப்பதுதான். இதுதான் என்னுடைய வகையிலானது என்று நினைத்திருப்பார்கள்.”

என்னால் இன்னமும் இது அவள்தான் என்று நம்ப முடியவில்லை. அவளுடைய கரத்தை மீண்டும் தொடுகிறேன். பிறகு, அழத் தொடங்குகிறேன்.

“வேண்டாம், இதெல்லாம் இப்போது வேண்டாம். மையெல்லாம் இழுகிவிடும். எப்படியும் நேரமும் இல்லை. தள்ளித்தொலையுங்கள்.” அவளுடைய வழக்கமான அதிகாரமான அடாவடிப் பழக்கத்துடன், சோஃபாவில் இருக்கும் வேறு இரு பெண்களிடம் சொல்கிறாள். வழக்கம்போலவே அவள் நினைத்தது நடந்தும்விடுகிறது.

“எப்படியும் என்னுடைய ஓய்வுநேரம் முடிந்துவிட்டது,” என்கிறாள் இளநீல மெர்ரிவிடோ பின்னலாடையும் வெள்ளைக் காலுறைகளும் அணிந்திருக்கும் ஒருத்தி. எழுந்து என்னுடைய கரத்தைக் குலுக்குகிறாள். “நல்வரவு” என்கிறாள்.

மற்றவள் மரியாதையுடன் நகர்ந்துகொள்கிறாள், மொய்ராவும் நானும் அமர்கிறோம். நாங்கள் செய்யும் முதல் காரியம் காலணிகளை அவிழ்ப்பதுதான்.

"இங்கே என்ன இழவைச் செய்துகொண்டிருக்கிறாய்? உன்னைப் பார்க்க மகிழ்ச்சியாய் இல்லாமலில்லை. ஆனால், உனக்கு இது நல்லதில்லையே. என்ன தப்பு செய்து தொலைத்தாய்? அவனுடைய சாமானைப் பார்த்து சிரித்துவைத்தாயா?"

நான் கூரையைப் பார்க்கிறேன். "ஒட்டுக்கேட்பார்களோ?" என்கிறேன். மெல்ல என் விழிகளைச் சுற்றித் துடைக்கிறேன். கறுப்பு கையோடு வருகிறது.

"இருக்கலாம்" என்கிறாள் மொய்ரா. "சிகரெட் வேண்டுமா?"

"அவசியம் வேண்டும்" என்கிறேன்.

"இந்தா, ஒன்று இரவல் கொடேன், தருவாயா?" என்கிறாள் அடுத்து அமர்ந்திருப்பவளிடம்.

மூச்சுக்காட்டாமல் அவள் எடுத்துக்கொடுக்கிறாள். ஓசி வாங்குவதில் மொய்ரா இப்போதும் திறமைசாலிதான். சிரித்துக்கொள்கிறேன்.

"ஒருவேளை இல்லாமலுமிருக்கலாம். நாம் பேசுவதையெல்லாம் அவர்கள் ஒரு பொருட்டாய்க் கருதுவார்கள் என்று நினைக்க முடியவில்லை. பெரும்பாலும் எல்லாவற்றையும் அவர்கள் முன்னமேயே கேட்டுவிட்டார்கள். எப்படியும் இங்கிருந்து யாரும் வெளியில் போகப்போவதில்லை, கறுப்பு வேனில் தவிர. ஆனால், நீ இங்கிருக்கிறாய் என்றால் இதெல்லாம் உனக்குத் தெரிந்திருக்குமே."

கிசுகிசுக்க ஏதுவாய் அவளுடைய தலையை அருகில் இழுக்கிறேன். "நான் தற்காலிகம். இன்றிரவுக்கு மட்டும்தான். நான் இங்கிருக்க வேண்டியவளே அல்ல. என்னை அவர் கடத்திவந்திருக்கிறார்" என்கிறேன்.

"யார்? உன்னோடிருக்கும் அந்தப் பீத்துணுக்கா? அந்தக் கருமத்தோடு நானும் இருந்திருக்கிறேன்."

"அவர்தான் என்னுடைய தளபதி."

அவள் தலையாட்டுகிறாள். "அவர்களில் சிலர் இப்படிச் செய்வார்கள். இதில் ஏதோ போதை அதுகளுக்கு. தேவாலய மேடையின் மீது வைத்து நொட்டுவது போல் இருக்கும்போல. உங்கள் கும்பலே அப்படிப்பட்ட புனிதக்கலயங்களாக இருக்க வேண்டியவர்கள்தானே. உங்களையெல்லாம் சாயம் பூசிப்பார்க்க இதுகளுக்கு ஆசை. மட்டரகமான அதிகார புத்தி."

இந்த விளக்கம் எனக்குத் தோன்றியதே இல்லை. அதைத் தளபதிக்குப் பொருத்திப்பார்க்கிறேன், ஆனால் அவருடைய செயலுக்கு இது அதீத சாதாரணமான முதிராத விளக்கமாய்ப் படுகிறது. நிச்சயமாக அவருடைய நோக்கம் நுணுக்கமானதாகத்தான் இருக்கும். ஆனால், என்னுடைய வெட்டிப் பெருமைதான் என்னை இப்படிச் சிந்திக்கவைக்கிறதோ என்னவோ.

“நமக்கு நேரம் அதிகமில்லை. எல்லாவற்றையும் சொல்” என்கிறேன்.

மொய்ரா தோளைக் குலுக்குகிறாள். “சொல்லி என்னவாகப் போகிறது” என்கிறாள். ஆனால், ஆக வேண்டியதிருக்கலாம் என்று அவளுக்குத் தெரியும். சொல்கிறாள்.

அவள் இதைத்தான் சொல்கிறாள். கிட்டத்தட்ட கிசுகிசுக்கிறாள். மிகத் துல்லியமாகவெல்லாம் எனக்கு நினைவில்லை, ஏனென்றால் அதை எழுதிவைத்துக்கொள்ள வழியில்லை. அவள் சார்பாக என்னால் இயன்றவரை இட்டுநிரப்பியிருக்கிறேன். எங்களுக்கு அதிக நேரம் கிடைக்கவில்லை ஆகவே அவள் சுருக்கமாகத்தான் சொல்லியிருந்தாள். அதோடு அவள் இதையெல்லாம் இரண்டு தவணைகளில் சொன்னாள், நாங்கள் இருவருமாக இரண்டாவது முறை ஓய்வுக்கு வழிசெய்துகொண்டோம். அவளைப் போலவே பேச என்னாலான முயற்சியை எடுத்திருக்கிறேன். அவளை உயிரோடு வைத்திருப்பதற்கான வழி அதுவே.

“அந்த கிழட்டுப் பிசாசு ஆன்ட் எலிசபெத்தை மின்சார உலைக்குப் பின்னால் ஒரு கிறிஸ்துமஸ் வான்கோழியைக் கட்டுவது போல கட்டிவைத்தேன். அவளைக் கொல்லவே எண்ணியிருந்தேன். நிஜமாக அப்படித்தான் நினைத்தேன், ஆனால் அப்படிச் செய்யாததற்காக இப்போது சந்தோஷப்படுகிறேன், இல்லாவிட்டால் என் நிலைமை இன்னும் மோசமாகி இருந்திருக்கும். மையத்தை விட்டு வெளியேறுவது அவ்வளவு எளிதாயிருக்கும் என்று என்னால் நம்பவே முடியவில்லை. அந்த அடர்ப்பழுப்பு உடையில் நான் என்பாட்டுக்கு நடந்துகொண்டே இருந்தேன். எங்கு போகிறோம் என்பதை நன்றாக அறிந்தவளைப் போல் பார்வைகளிலிருந்து மறையும்வரை போய்க்கொண்டே இருந்தேன். என்னிடம் பெரிதாய்த் திட்டமெல்லாம் எதுவுமில்லை. திட்டம் போட்டு நடத்தப்பட்டதல்ல அது. ஆனால், அவர்கள் அப்படித்தான் நினைத்தார்கள். அவர்கள் என்னிடமிருந்து விஷயத்தை

வெளியில் கொண்டுவர நினைத்தபோது நான் என்னவெல்லாமோ சொன்னேன். மின்முறைப்பிடியிலும் மற்றதெல்லாவற்றிலும் நம்மை வைக்கும்போது அதையெல்லாம் செய்வோம்தானே. நாம் என்ன பேசுகிறோம் என்று தெரிந்தா பேசுவோம்.

"என் தோள்களை பின்னுக்குத்தள்ளி, முகவாயை நிமிர்த்தி அடுத்து என்ன செய்வது என்று யோசிக்க முயன்றவாறு நடைபோட்டேன். அவர்கள் ஊடகங்களைச் சிறைப்பிடித்தபோது எனக்குத் தெரிந்த ஏராளமான பெண்களைப் பிடித்துவிட்டார்கள். மீதமிருந்தவர்களையும் அந்நேரத்துக்குப் பிடித்திருப்பார்கள் என்றே நினைத்தேன். அவர்களிடம் நிச்சயமாக ஒரு பட்டியல் இருந்திருக்கும். என்னதான் எங்கள் அலுவலகங்களில் இருந்த எல்லாவற்றையும் ஜனங்களின் பதுங்குக்குழிகளுக்கும் வீடுகளின் புறக்கட்டுகளுக்கும் நாங்கள் மாற்றிவிட்டோம் என்றாலுமே நாங்கள் இயங்கிக்கொண்டிருந்த விதத்தில் தொடர முடியுமென்று நம்பியது எங்கள் முட்டாள்தனம். ஆக, அவ்வாறான வீடுகளைத் தேர்ந்தெடுக்கக் கூடாது என்ற அளவுக்கு எனக்குத் தெளிவு இருந்தது.

"நான் நடந்துகொண்டிருந்த தெருவை முன்னர் பார்த்த நினைவில்லை என்றாலும் நகர அளவில் நான் எங்கிருக்கிறேன் என்பதை ஓரளவுக்கு அறிந்தே இருந்தேன். சூரியனை வைத்து வடக்கு எது என்று அறிந்துகொண்டேன். சாரண இயக்கத்தில் இருந்ததில் ஒரு பிரயோசனம் இருக்கத்தான் செய்தது. அதே வழியில் முன்னேறி மைதானமோ சதுக்கமோ அல்லது வேறெதுவுமோ புலப்படுகிறதா என்று பார்க்கவே எண்ணினேன். அப்படியாக நான் எங்கிருக்கிறேன் என்பதை நிச்சயப்படுத்திக்கொள்ளலாம். அதோடு நகரின் புறப்பகுதிக்கு நடப்பதைவிட நடுப்பகுதியை நோக்கிச்செல்வது என்னை நம்பத்தகுந்தவளாகக் காட்டும் என்று நினைத்தேன்.

"நாம் மையத்தில் இருந்தபோது அவர்கள் இன்னமும் நிறைய சோதனைச் சாவடிகளை அமைத்திருந்தார்கள், எங்கு பார்த்தாலும் அவை இருந்தன. முதலாவது சாவடி என்னைக் கழியவைத்துவிட்டது. ஒரு வளைவில் திரும்பி எதிர்பாராமல் அங்கு போய்விட்டேன். மறுபடியும் எல்லோரும் பார்க்கத் திரும்பி, பின்னால் போனால் சரியாக இருக்காது என்று புரிந்தது, ஆகவே அங்கு வாயிலில் செய்ததுபோலவே இதற்குள்ளும் முகத்தைச் சுளித்துக்கொண்டு, உடலை இறுக்கமாக வைத்துக்கொண்டு, உதடுகளை அழுந்த மூடி, அவர்களெல்லாம் ஏதோ புண்கள் என்பதைப் போல

அவர்களை முறைத்தவாறு என்பாட்டுக்குப் போனேன். ஆண் என்ற வார்த்தையைச் சொல்லும்போது ஆன்ட்டுகள் எப்படி முகத்தை வைத்துக்கொள்வார்கள் என்றுதான் உனக்குத் தெரியுமே. அது ஏதோ மந்திரம்போல உதவியது, அடுத்தடுத்த சோதனைச் சாவடிகளிலும் அப்படியே.

“ஆனால் என் தலைக்குள்ளாக நான் கிறுகிறுத்திருந்தேன். அந்தக் கிழட்டுக் குரங்கை அவர்கள் கண்டுபிடித்து, போலி ஆன்ட் ஒருத்தி நடந்துபோய்க்கொண்டிருக்கிறாள் என்று அபாய அறிவிப்பை வெளியிடும்வரைதான் எனக்கு அவகாசம். சீக்கிரமே என்னைத் தேடத் தொடங்கிவிடுவார்கள். யாரையாவது நான் தேர்ந்தெடுத்தாக வேண்டும், எனக்குத் தெரிந்தவர்களையெல்லாம் யோசித்துப்பார்த்தவாறே போனேன். இறுதியில் எங்களுடைய அஞ்சல் முகவரிகளில் இருந்ததை நினைவுக்குக் கொண்டுவரப் பார்த்தேன். நாங்கள் அதை அப்போதே அழித்துவிட்டோம், இல்லை அப்படிச் சொல்லிவிட முடியாது, நாங்கள் எங்களுக்குள் அவற்றைப் பிரித்துக்கொண்டு ஒவ்வொருவரும் ஒரு பகுதியை மனப்பாடம் செய்துகொண்ட பிறகு அவற்றை அழித்தோம். அப்போது இன்னமும் தபால்களை நாங்களை உபயோகித்துக்கொண்டிருந்த சமயம், ஆனால் உறையின் மீது எங்கள் சின்னத்தை வைப்பதை நிறுத்திக்கொண்டிருந்தோம். அதில் அபாயம் அதிகம் இருந்தது.

“ஆக, என்னுடைய பட்டியலில் இருந்தவற்றை நினைவுகூர முயன்றேன். நான் தேர்ந்தெடுத்த பெயரை உன்னிடம் கூற முடியாது, அவர்கள் பிரச்சினைக்கு ஆளாவதை நான் விரும்பவில்லை, அதாவது ஒருவேளை அவர்கள் இன்னமும் சிக்கிக்கொண்டிருக்கவில்லை என்றால். நான் இதையெல்லாம்கூட அவர்களிடம் உளறிவைத்திருந்திருக்கலாம், அவர்கள் நம்மை அதற்கெல்லாம் ஆளாக்கும்போது நாம் என்ன சொல்கிறோம் என்பது நமக்கு நினைவிருப்பதில்லை. நாம் எதையும் சொல்வோம்.

“நான் தேர்ந்தெடுத்தது திருமணமான ஒரு ஜோடியை, தனித்திருந்தவர்களையும் ஓரினச்சேர்க்கையாளர்களையும்விட அவர்கள்தான் பாதுகாப்பானவர்கள். அவர்கள் பெயருடன் இருந்த பின்னொட்டும் எனக்கு நினைவிருந்தது. **க்** - அப்படியென்றால் க்வேக்கர். மதப் பிரிவுகள் இருக்குமென்றால் அவற்றையும் நாங்கள் குறித்துவைத்திருந்தோம், ஊர்வலங்களின்போது யாரை எதற்கு உபயோகித்துக்கொள்ளலாம் என்று தெரிந்துகொள்வோம். உதாரணத்துக்கு **க** பிரிவில் இருந்தவர்களை, அது பெரிதாக வழக்கத்தில் இல்லாமல் போயிருந்ததுதான் என்றாலும்

கருக்கலைப்பு பற்றிய ஊர்வலங்களுக்கு அழைக்க மாட்டோம். அவர்கள் முகவரியும் என் நினைவில் இருந்தது. முகவரிகளை மனப்பாடம் செய்துகொள்வதில் நாங்கள் ஒருவருக்கொருவர் உதவிக்கொள்வோம். அவற்றைத் துல்லியமாக, அஞ்சல் குறியீடு முதற்கொண்டு நினைவில் வைத்திருப்பது அத்தியாவசியமாக இருந்தது.

அந்நேரம் நான் மாஸ் அவெவுக்கு வந்துசேர்ந்திருந்தேன். நான் எங்கிருக்கிறேன் என்று புரிந்துவிட்டது. அவர்கள் இருக்கும் இடமும் எனக்குத் தெரியும். இப்போது எனக்கு வேறு கவலை வந்துவிட்டது. தங்கள் வீட்டு நடையில் ஒரு ஆன்ட் வந்துகொண்டிருப்பதைப் பார்க்கும் இவர்கள் கதவைப் பூட்டிக்கொண்டு வீட்டில் இல்லாததைப் போல நடிக்க மாட்டார்களா? ஆனால், இதுதான் எனக்கான ஒரே வாய்ப்பு, நான் முயன்றுபார்த்தே ஆக வேண்டும். எப்படியும் என்னைச் சுட்டுவிட மாட்டார்கள் என்பது தெரியும். அதற்குள் மாலை ஐந்து மணிபோல ஆகியிருந்தது. நடந்துநடந்து நான் களைத்திருந்தேன், அதுவும் இந்த ஆன்ட்டுகள் நடப்பது இழவெடுத்த படைவீரர்கள் நடப்பதைப் போல் குண்டியில் குச்சியைச் செருகிக் கொண்டவர்களைப் போலல்லவா இருக்கும். மேலும், காலையுணவுக்குப் பிறகு நான் எதுவுமே உண்டிருக்கவில்லை.

“ஆனால் விஷயம் என்னவென்றால் அத்தனைப் புதிதில் ஆன்ட்டுகள் குறித்தும் மையம் பற்றிய விஷயங்களும் பொது விவகாரங்கள் ஆகிவிடவில்லை. எல்லாம் மின்கம்பிச் சுவர்களுக்குப் பின்னால் இயங்கிக்கொண்டிருந்த ரகசியங்கள். ஆனால், அப்போதே இவர்களின் செயல்பாடுகளுக்கு எதிர்ப்புகள் இருந்திருக்க வேண்டும். ஆக, இந்த விசித்திரமான ஆன்ட் ஒருத்தியை மக்கள் பார்த்தாலும் அவள் எதற்கானவள் என்று அவர்களுக்குத் தெரியாது. அவர்கள் படைச்செவிலிகள் என்று நினைத்திருப்பார்கள். அவர்கள் கேள்வி கேட்பதை முன்னரே நிறுத்தியிருந்தார்கள், கேட்டாக வேண்டிவந்தாலே தவிர.

“ஆக, இவர்கள் என்னை உடனேயே உள்ளே அனுமதித்துவிட்டார்கள். அந்தப் பெண்தான் வாசலுக்கு வந்தாள். நான் ஒரு புள்ளியியல் வினாப்பட்டியலோடு வந்திருப்பதாகச் சொன்னேன். யாராவது கவனித்துக்கொண்டிருக்கும் பட்சத்தில் இவள் ஆச்சரியமாக என்னைப் பார்ப்பதைத் தவிர்ப்பதற்காக அதைச் சொன்னேன். ஆனால், உள்ளே சென்ற மறுநிமிடமே தலைத்துணியை அவிழ்த்துவிட்டு நான் யார் என்பதைச் சொல்லிவிட்டேன்.

அவர்கள் போலிஸுக்கோ எதற்குமோ தொலைபேசியிருக்கலாம், நான் குருட்டுத்துணிச்சலில் செயல்படுகிறேன் என்று எனக்குத் தெரியும் ஆனால், எனக்கு வேறு வழியில்லை. ஆனால், அவர்கள் அப்படியொன்றும் செய்யவில்லை. அவர்கள் எனக்கு உடைகளை, அவளுடையதை, கொடுத்தார்கள். பிறகு, அக்கணமே அந்த ஆண்ட் உடையையும் கடவுச்சீட்டையும் அவர்களுடைய அடுப்பில் போட்டு எரித்தார்கள். என்னை அங்கு வைத்திருப்பதை அவர்கள் விரும்பவில்லை. அது நன்றாகத் தெரிந்தது, அவர்களை அது பெரிய படபடப்புக்கு ஆளாக்கியிருந்தது. அவர்களுக்கு இரு சிறு குழந்தைகள் இருந்தனர், இருவருமே ஏழு வயதுக்கு உட்பட்டவர்கள். என்னால் அவர்களைப் புரிந்துகொள்ள முடிந்தது.

“சிறுநீர் கழிக்கப் போனேன், அவ்வளவு ஆசுவாசமாக இருந்தது. குளியல் தொட்டி முழுக்க ப்ளாஸ்டிக் மீன்களும் இன்னபிறவும் இருந்தன. பிறகு, மாடியில் அந்தக் குழந்தைகளின் அறையில் அமர்ந்து அவர்களோடும் அவர்களுடைய நெகிழி அச்சுகளோடும் நான் விளையாடிக்கொண்டிருக்க, அவர்களுடைய பெற்றோர் கீழேயே இருந்து என்னை என்ன செய்வது என்று முடிவெடுத்தார்கள். அதற்குள் எனக்கு பயம் போய்விட்டது, சொல்லப்போனால் நல்லபடியாகவே உணரத் தொடங்கியிருந்தேன். விதிப்படி நடக்கட்டும் என்றிருந்துவிட்டேன் எனலாம். அந்தப் பெண் எனக்கு சாண்ட்விச்சும் காப்பியும் தயாரித்துக் கொடுத்தாள். அந்த ஆள் என்னை இன்னொரு வீட்டுக்கு அழைத்துச்செல்வதாகச் சொன்னார். தொலைபேசுவது ஆபத்து என்று அவர்கள் அதைச் செய்யவில்லை.

“அந்த இன்னொரு குடும்பமும் க்வேக்கர்கள்தான். இவர்கள் படுபணக்காரர்கள். பெண்களின் ரகசியப்பாதை என்ற ஒரு நிறுத்தத்தை இயக்கிவந்தவர்கள். அந்த முதல் ஆள் சென்ற பிறகு, இவர்கள் என்னை நாட்டை விட்டு வெளியில் அனுப்ப முயல்வதாகச் சொன்னார்கள். அந்த மாதிரியான நிறுத்தங்கள் இன்னமும் செயல்பட்டுக்கொண்டிருக்கலாம் என்பதால் அவர்கள் நாட்டை விட்டு எப்படி அனுப்புவார்கள் என்பதை நான் உனக்குச் சொல்ல மாட்டேன். அவர்களில் ஒவ்வொருவரும் இன்னும் ஒரே ஒருவருடன்தான் தொடர்பில் இருப்பார்கள், அவர்களுக்குச் சரியாக அடுத்த இடத்தில் இருப்பவர்களுடன் மட்டும். அதில் அனுகூலங்கள் இருந்தன - மாட்டிக்கொண்டுவிட்டால் இதனால் அனுகூலம் - ஆனால் பிரச்சினைகளும் உண்டு, ஏனென்றால் ஒரு நிறுத்தம் தகர்க்கப்பட்டால் அவர்களில் மாற்றுவழி அமைக்கும் இன்னொரு

தூதுவரை அவர்களால் தொடர்புகொள்ள இயலும்வரை அந்த முழுக் கண்ணியும் அறுந்துபோகும். ஆனால், நாம் நினைப்பதைவிட மிகச் சிறப்பாகவே அவர்களின் அமைப்பு செயல்பட்டது. அவர்கள் சில உபயோகமான இடங்களில் ஊடுருவியிருந்தார்கள், அவற்றில் ஒன்று தபால்நிலையம். அங்கே இருந்த ஒரு சிறிய பாரவண்டியில் அவர்களின் சாரதி இருந்தான். பாலத்தைத் தாண்டி நகரத்துக்குள் ஒரு தபால் மூட்டைக்குள் இருந்தவாறு நான் நுழைந்தேன். அதைப் பற்றி உனக்கு நான் சொல்லலாம், ஏனென்றால் அதிலிருந்து சிறிது நேரத்துக்குள்ளாகவே அவனைப் பிடித்துவிட்டார்கள். நேராக சுவருக்குப் போய்ச் சேர்ந்தான் அவன். இம்மாதிரியான விஷயங்களெல்லாம் நமக்குத் தெரியவந்துவிடும், இங்கு நிறைய தெரியவரும், நீ ஆச்சரியப்பட்டுப்போவாய். தளபதிகளே எங்களுக்குச் சொல்வார்கள், ஏன் சொல்லக் கூடாது, நாங்கள் அதையெல்லாம் போய்ச் சொல்ல யார் இருக்கிறார்கள், இங்கு இருப்பவர்களைத் தவிர. இங்கு இருப்பவர்களெல்லாம் மனிதக் கணக்கிலேயே வர மாட்டார்கள் என்று தளபதிகள் நினைப்பார்கள்தானே.

"இதை மிகச் சாதாரணமாகச் சொல்கிறேன். ஆனால், உண்மையில் அப்படி நடக்கவில்லை. ஒவ்வொரு முறையும் கிட்டத்தட்ட கழிந்துவிடுவேன். அதில் மிகவும் கடினமானது என்னவென்றால் இந்த ஆட்கள், அவர்கள் அப்படிச் செய்ய அவசியமே இல்லை எனும்போதும் நமக்காக அவர்கள் உயிரைப் பணயம்வைக்கிறார்கள் என்று தெரிந்துகொள்வதுதான். ஆனால், அவர்கள் மதக் காரணங்களுக்காக இதைச் செய்வதாகவும் நான் அதைப் பெரிதாய் எடுத்துக்கொள்ள வேண்டாம் என்றும் சொல்வார்கள். அது கொஞ்சம் உதவியாக இருந்தது. ஒவ்வொரு மாலையும் அவர்கள் மௌனமாய்ப் பிரார்த்தித்தார்கள். முதலில் அதற்குப் பழக எனக்கு சிரமமாய் இருந்தது, ஏனென்றால், அது மையத்தில் நடக்கும் கருமத்தை எனக்கு நினைவுபடுத்தியது. உண்மையைச் சொல்ல வேண்டுமென்றால் எனக்கு வயிற்றைக் கலக்கிவிடும். நான் ரொம்பவும் முயற்சி எடுக்க வேண்டியிருந்தது, இது வேறு சமாச்சாரம் என்று எனக்கே சொல்லிக்கொள்ள வேண்டிருந்தது. முதலில் அதை வெறுத்தேன். ஆனால், அவர்களைத் தொடர்ந்து செயல்பட வைத்தது அதுதானென்று நினைக்கிறேன். பிடிபட்டால் தங்களுக்கு என்ன நேருமென்று அவர்களுக்கு ஓரளவுக்குத் தெரிந்தே இருந்தது. விவரமாகத் தெரியாது என்றாலும், தெரியும். அப்போதே தொலைக்காட்சியில் எல்லாவற்றையும், விசாரணை இன்னபிற எல்லாவற்றையும் காட்டத் தொடங்கியிருந்தார்களே.

“வகுப்புவாதிகளின் கண்காணிப்புச் சுற்றிவளைப்பு முழுவீச்சில் அப்போது தொடங்கியிருக்கவில்லை. நாம் ஏதாவது ஒருவகையில் கிறிஸ்தவர்களாய் இருந்து, திருமணமும் நடந்திருந்தால் நம்மை விட்டுவிடுவார்கள், அதாவது முதல் முறை. மற்றவர்கள் மீதுதான் அவர்கள் அதிக கவனம் செலுத்தினார்கள். அவர்களையெல்லாம் கிட்டத்தட்ட கட்டுப்பாட்டுக்குள் கொண்டுவந்துவிட்டுத்தான் மற்ற எல்லோரையும் பார்த்தார்கள்.

“ஏறத்தாழ எட்டு அல்லது ஒன்பது மாதங்கள் நான் தலைமறைவாக இருந்தேன். ஒரு பாதுகாப்பான வீட்டிலிருந்து மற்றதற்கு நான் அழைத்துச்செல்லப்பட்டுக்கொண்டே இருந்தேன். அவர்கள் எல்லோருமே க்வேக்கர்கள் இல்லை, சிலருக்கு மதநம்பிக்கையேகூட இல்லை. நிகழ்ந்துகொண்டிருந்த எல்லாமும் பிடிக்காதவர்கள் அவர்கள் அவ்வளவே.

“நான் கிட்டத்தட்ட தப்பியே விட்டேன். என்னை சலேம்வரை கொண்டுசென்றார்கள், பிறகு கோழிகள் நிரம்பியிருந்த பாரவண்டியில் மைனுக்குள்ளும் நுழைந்துவிட்டேன். அந்த வாடையில் வாந்தியே வந்துவிட்டது, ஒரு வண்டி முழுக்க இருந்த கோழிகளால் அதுவும் பயணத்தால் வயிறு கலங்கிக்கொண்டிருந்தவை உன் மீது பேண்டவாறே வந்தால் எப்படி இருக்குமென்று என்றாவது நினைத்துப்பார்த்திருக்கிறாயா? அவர்கள் என்னை எல்லையைத் தாண்டி அனுப்பிவிட முடிவெடுத்திருந்தார்கள், காரிலோ பாரவண்டியிலோ அல்ல, அது ஏற்கெனவே மிகச் சிரமமாக இருந்தது, படகில், துறையைத் தாண்டி. அந்த இரவுக்கு முன்வரை எனக்கு இது தெரியாது, அவர்கள் அடுத்த அடியை முன்கூட்டி தெரிவிக்கவே மாட்டார்கள், நடக்கும்போது தவிர. அந்த வகையில் மிகவும் எச்சரிக்கையாக இருந்தார்கள்.

“ஆக, என்ன நடந்ததென்று எனக்குத் தெரியாது. ஒருவேளை யாருக்காவது உதறல் ஏற்பட்டிருக்கலாம் அல்லது வெளியிலிருந்து யாராவது சந்தேகப்பட்டிருக்கலாம். அல்லது அந்தப் படகாய் இருக்கலாம், இரவில் அந்த ஆள் படகில் வெகுநேரம் ஏன் இருந்தான் என்று அவர்கள் யோசித்திருக்கலாம். அந்த நேரம் அந்த இடம் முழுக்க கண்கள் மேய்ந்துகொண்டிருந்திருக்க வேண்டும், எல்லையின் அருகிலும்கூட. என்னவோ தெரியவில்லை, சரியாக நாங்கள் பின்கதவின் வழியாக மேற்தளத்துக்கு வந்த கணத்தில் எங்களைப் பிடித்தார்கள். நான், அந்த ஆள், அவனுடைய மனைவியும்.

அவர்கள் கொஞ்சம் முதிய தம்பதி, ஐம்பதுகளில் இருந்தார்கள். அந்தத் துறையில் மீன்பிடிப்பு ஒழிக்கப்படுவதற்கு முன்பு அவன் இறால் வியாபாரம் பார்த்துவந்தவன். அதற்குப் பிறகு அவர்களுக்கு என்னவாயிற்று என்று எனக்குத் தெரியாது. ஏனென்றால், என்னை வேறொரு வண்டியில் அழைத்துச்சென்றார்கள்.

"அதுதான் என்னுடைய முடிவு என்று நினைத்தேன். அல்லது மீண்டும் மையத்துக்கும் ஆன்ட் லிடியாவுக்கும் அவளுடைய இரும்புக்கம்பிக்கும் ஆளாகப்போகிறேன் என்று நினைத்தேன். அவள் அதையெல்லாம் எப்படி ரசிப்பாள் தெரியுமா. பாவியை நேசி, பாவத்தை வெறு என்றெல்லாம் நடிப்பாள். ஆனால், உண்மையில் அவள் அதை விரும்பினாள். என்னைத் தீர்த்துக்கொள்ள நினைத்தேன், ஏதாவது வழி இருந்தால் செய்திருப்பேன். ஆனால், அந்த வேனின் பின்பக்கத்தில் என்னைக் கழுகைப் போல் கண்காணித்துக்கொண்டிருக்க என்னுடன் இரண்டு ஆட்களை வைத்திருந்தார்கள், ஒரு இழவும் பேசவெல்லாம் இல்லை, சும்மா உட்கார்ந்துகொண்டு சுவரை வெறிப்பதுபோல என்னை வெறிப்பார்கள். ஆக, எதற்கும் வழியில்லை.

"மையத்துக்கும் போகவில்லை, வேறொரு இடத்துக்குப் போனோம். அதற்குப் பிறகு என்ன நடந்தது என்று நான் சொல்வதாயில்லை. அதைப் பற்றி நான் பேசாமல் இருப்பதே சரி. ஒன்று மட்டும் சொல்லிக்கொள்வேன், அவர்கள் ஒரு தடயத்தையும் விட்டுவிடவில்லை.

"அது முடிந்த பிறகு எனக்கு ஒரு திரைப்படத்தைக் காட்டினார்கள். அது எதைப் பற்றியது தெரியுமா? காலனிகளில் வாழ்க்கை எப்படியிருக்கும் என்பது குறித்து. காலனிவாசிகள் தங்கள் நேரத்தை துப்புரவு செய்வதிலேயே கழிக்கிறார்கள். இப்போதெல்லாம் அவர்கள் சுத்தம் குறித்து மிகக் கவனமாக இருக்கிறார்கள். சில சமயங்களில் அது போருக்குப் பிறகான சில உடல்களாகவும் இருக்கும். நகரத்தின் சேரிகளின் சடலங்கள்தான் ஆக மோசம், அவை வெகுகாலத்துக்குக் கிடந்துபோகின்றன, கடுமையாக அழுகியிருக்கின்றன. இந்த ஜென்மங்களுக்கு செத்த உடல்கள் கிடப்பது பிடிப்பதில்லை, கொள்ளைநோய்கள் குறித்து அச்சம்போல. ஆக, காலனிகளில் இருக்கும் பெண்கள்தான் தகனங்களைச் செய்கிறார்கள். மற்ற காலனிகளில் இன்னமும் மோசம். அங்கு விஷக் குப்பைகள் மற்றும் கதிர்வீச்சுத் தெறிப்புகள் உண்டு. இவற்றோடு புழங்கும் ஒருவருக்கு அதிகபட்சம் மூன்று வருடங்கள்தான் என்று ஆய்வுசெய்திருக்கிறார்கள். உன்னுடைய

மூக்கு கழன்று விழும், சருமம் ரப்பர் கையுறையைப் போல் கழன்று வரும். உனக்கு சாப்பாடு கொடுப்பது பற்றியோ பாதுகாப்பான உடைகளையோ வேறெதையுமோ கொடுப்பது குறித்தெல்லாம் அவர்கள் அலட்டிக்கொள்வதில்லை, காசு மிச்சம். எப்படியும் அவர்களெல்லாம் இவர்களுக்குத் தேவையில்லாத ஆட்கள்தானே. வேறு காலனிகளும் இருப்பதாகவும் அவை அவ்வளவு மோசமில்லை என்றும், அங்கு விவசாயம் செய்வதாகவும், அதாவது பருத்தி மற்றும் தக்காளி விளைவிப்பதாகவுமெல்லாம் சொல்கிறார்கள். ஆனால், எனக்குக் காட்டிய படத்தில் அதெல்லாம் இல்லை.

“எல்லாம் வயதான பெண்கள், அவர்களில் நிறையப் பேரை இப்போதெல்லாம் காண முடியாமல்போனது இதனால்தான். அவர்களோடு தங்கள் மூன்று தவணைகளிலும் தோற்றுப்போன சேடிப்பெண்கள், பிறகு என்னைப் போன்ற தறுதலைகளெல்லாம் இருப்பார்கள். நாங்களெல்லாம் கழிவுகள். சந்தேகமில்லாமல் எல்லோரும் மலடுகள். முதலில் ஒருவேளை அப்படியில்லை என்றாலும் அங்கு சில காலம் இருந்ததால் அப்படி ஆனவர்கள். சின்ன சந்தேகமிருந்தால் உனக்கு ஒரு சிறிய அறுவை சிகிச்சை செய்வார்கள், தவறு ஏதும் நிகழ்ந்துவிடாதிருக்க. காலனிகளில் இருக்கும் கால்வாசி ஆண்களுக்கும் அப்படித்தான் என்பேன். பாலினத் துரோகிகள் எல்லோரும் சுவரில் தொங்கவிடப்பட்டுவிடுவதில்லை.

“எல்லோரும் நீள் அங்கிகளைத்தான் உடுத்துவார்கள் மையத்தில் இருப்பவர்களைப் போல. சாம்பல் நிறத்தில் மட்டும் ஆன அங்கிகள். பெண்களும் ஆண்களும் எல்லோரும். குழுப் புகைப்படங்களிலிருந்து சொல்கிறேன். ஆண்களுக்குப் பெரிய நிலைகுலைவை ஏற்படுத்துவதற்காகவே இப்படியான உடைகளை அணியவைக்கிறார்கள் என்று நினைக்கிறேன். இழவு. என்னையே அது நிலைகுலைத்துவிடுமே. அதைப் போய் எப்படி சகித்துக்கொள்ள முடியும்? எல்லாவற்றையும் யோசித்துப்பார்க்கும்போது எனக்கு இந்த உடை பரவாயில்லை.

“ஆக அதற்குப் பிறகு, சிவப்பு மையத்துக்கு அனுப்பக் கூடாத அளவுக்கு நான் அபாயகரமானவள் என்றார்கள். மற்றவர்களையும் கெடுத்துவிடக்கூடியவள் என்றார்கள். இதை அல்லது காலனிகளை நான் தேர்ந்தெடுக்கலாம் என்றார்கள். கருமத்து இழவெடுத்த கன்யாஸ்த்ரீகளைத் தவிர வேறு யார் காலனிகளைத் தேர்ந்தெடுப்பார்கள். நான் என்ன போர்த் தியாகியா. என்னுடைய குழாய்கள் கட்டப்பட்டிருந்தால் எனக்கு அந்த அறுவை சிகிச்சைகூடத் தேவைப்பட்டிருக்காது. இங்கே இருக்கும் யாருக்கும்

செயல்படும் சினைப்பைகள் கிடையாது, அப்படியிருந்தால் என்ன மாதிரியான பிரச்சினையெல்லாம் வரும் என்று உனக்குத் தெரியுமே.

"ஆக, இதோ நான் இங்கிருக்கிறேன். முகப்பூச்செல்லாம்கூடக் கொடுக்கிறார்கள். இங்கே வருவதற்கு நீ ஏதாவது வழியைக் கண்டுபிடித்துவிடு. நீ தளர்வதற்குள் மூன்று அல்லது நான்கு நல்ல வருடங்கள் கிடைக்கும். பிற்பாடு உன்னை எலும்புக்கிடங்குக்கு அனுப்புவார்கள். உணவும் மோசமில்லை, மதுவும் போதைப் பொருட்களும் உனக்கு வேண்டுமென்றால் கிடைக்கும், இரவுகளில் மட்டுமே வேலைபார்ப்போம்."

"மொய்ரா, நீ பொய்தானே சொல்கிறாய்?" என்கிறேன். அவள் என்னை அச்சுறுத்துகிறாள், ஏனென்றால், அவளுடைய குரலில் நான் கேட்பது விலகலை, துணிவில்லாமையை. உண்மையிலேயே அவளுக்கு இதை அவர்கள் செய்துவிட்டார்களா என்ன? அவளுடைய உயிர்நாடியாய் இருந்ததை அறுத்துவிட்டார்களா? ஆனால், அவளுடைய திடம் குறித்த என்னுடைய எண்ணத்தோடு அவள் தொடர வேண்டுமென நான் எப்படி எதிர்பார்க்கலாம், அப்படி வாழ்வதை, செயல்படுவதை? என்னாலேயே இயலாதபோது?

அவள் என்னைப் போல இருப்பதை நான் விரும்பவில்லை. அடங்கிப்போவதை, ஒத்துப்போவதை. ஆக, உயிரைக் காத்துக்கொள்வதில்தான் எல்லாம் வந்து முடிகிறது. அவளிடமிருந்து நான் கலகத்தை விரும்புகிறேன், அசகாய சூரத்தனத்தை, நாயகத்தன்மையை, ஒரே கையால் நிகழ்த்தும் மல்லாடலை. என்னிடம் இல்லாததை.

"என்னை பற்றிக் கவலைப்படாதே." நான் நினைப்பது அவளுக்குத் தெரிகிறது. "நான் இன்னமும் இருக்கிறேன், நானேதான். இதை இப்படிப் பாரேன். அப்படியொன்றும் இது மோசமில்லை, இங்கு நிறைய பெண்கள் இருக்கிறார்கள். ஒருபாலர்களின் சொர்க்கம் என்று இதை அழைக்கலாம்."

இதோ இப்போது எள்ளலாய்ப் பேசுகிறாள், கொஞ்சம் சக்தியைக் காட்டுகிறாள், எனக்கு ஆசுவாசமாக இருக்கிறது.

" உங்களுக்கு அனுமதி கொடுக்கிறார்களா?"

"அனுமதிப்பதா அடச்சே. ஊக்குவிக்கிறார்கள். அவர்களுக்குள் இந்த இடத்தை எப்படிக் குறிப்பிடுகிறார்கள் தெரியுமா? ஜெசெபெல்ஸ். நாங்கள் சபிக்கப்பட்டவர்கள் என்ற முடிவுக்கு

ஆண்ட்டுகள் வந்துவிட்டார்கள், எங்களைத் தண்ணி தெளித்தாயிற்று, நாங்கள் என்ன விஷமம் பண்ணினாலும் கண்டுகொள்வதில்லை. எங்களுடைய ஓய்வுநேரத்தில் நாங்கள் என்ன செய்கிறோமென்றெல்லாம் தளபதிகளுக்கு ஒரு அக்கறை மயிரும் இல்லை. அதிலும் ஒரு பெண்ணின் மீது இன்னொரு பெண் இருப்பது அவர்களுக்குக் கிளர்ச்சியூட்டுகிறது.

"மற்றவர்கள் எப்படி?"

"இப்படிச் சொல்லலாம், அவர்களுக்கு ஆண்கள் மீது அப்படியொன்றும் விருப்பமில்லை." அவள் மறுபடி தோளைக் குலுக்குகிறாள். விடைபெறுகிறாளாய் இருக்கும்.

நான் சொல்ல விரும்புவது இதைத்தான். இந்த முறை மொய்ரா எப்படி வெற்றிகரமாகத் தப்பித்தாள் என்று ஒரு கதை சொல்ல விரும்புகிறேன். அல்லது அப்படிச் சொல்ல இயலாதென்றால் அவள் ஜெசபெல்ஸை, உள்ளே ஐம்பது தளபதிகளோடு எப்படி எரித்தாளென்று சொல்ல விரும்புகிறேன். அவள் ஏதாவது துணிச்சலாக, பயங்கரமாக, அவளுக்குப் பொருந்தும்படியான எப்படியாவது முடிந்துபோக வேண்டுமென்று விரும்புகிறேன். ஆனால், எனக்குத் தெரிந்தவரை அப்படி நடக்கவில்லை. அவள் எப்படி முடிந்தாளென்றோ, முடிந்துபோனாளா என்றுமே எனக்குத் தெரியாது, ஏனென்றால் நான் அவளை மறுபடி பார்க்கவே இல்லை.

அத்தியாயம் முப்பத்து ஒன்பது

தளபதியிடம் ஒரு அறையின் சாவி இருக்கிறது. நான் அந்தப் பூப்போட்ட சோஃபாவில் காத்திருந்தபோது வாயிலில் இருந்த மேசையிலிருந்து அவர் அதை வாங்கிவந்தார். அதை அவர் என்னிடம் பூடகமாகக் காட்டுகிறார். நான் புரிந்துகொள்ள வேண்டும்.

கொடி சுற்றியிருக்கும் பால்கனிகளினூடாகப் பாதி முட்டை வடிவிலான கண்ணாடி மின்தூக்கியில் நாங்கள் இறங்குகிறோம். நான் பார்வைக்கு வைக்கப்பட்டிருக்கிறேன் என்பதையும் நான் புரிந்துகொள்ள வேண்டும்.

அவர் அறைக் கதவைத் திறக்கிறார். முன்னொரு காலத்தில் இருந்ததுபோலவே எல்லாம் இருக்கிறது. அச்சுஅசலாக. படுக்கை விரிப்புக்குப் பொருத்தமான அடர்த்தியாகப் பூப்போட்ட அதே அடர்நீலத்தில் ஆரஞ்சு வண்ண பாப்பிக்கள் இட்ட திரைச்சீலைகள். சூரிய ஒளியை உள்ளே விடுவதற்கானவை மட்டும் மென் வெண்ணிறத்தவை. அலமாரியும் படுக்கையை ஒட்டிய சிறு மேசைகளும் சதுர முனைகளோடும் அந்நியத்தன்மையோடும் அப்படியே இருக்கின்றன. அந்த விளக்குகளும், கிண்ணத்தில் பழங்கள், செயற்கையாய்த் தோன்றும் ஆப்பிள்கள், ஜாடியில் மலர்கள், பட்டர் கப்புகளும், டெவில்ஸ் பெயின்ட் பிரஷ்களும் தீட்டப்பட்ட திரைகள் என்று சுவர் ஓவியங்களும் எல்லாம் அதேதான்.

ஒரு நிமிடம் என்று தளபதியிடம் சொல்லிவிட்டுக் குளியலறை செல்கிறேன். என்னுடைய காதுகளில் புகையின் இரைச்சல் இருக்கிறது, ஜின் என்னைக் களைப்பால் நிரப்பிவிட்டது. ஒரு சிறு துவாலையை நனைத்து நெற்றியில் அழுத்திக்கொள்கிறேன். சிறிது நேரங்கழித்து, முன்பு ஸ்பெய்னிலிருந்து வந்த, நாடோடிகளின் படங்களைக் கொண்ட வகையிலான சோப்புகள் தனித்தனி உறைகளில் வைக்கப்பட்டிருக்கின்றனவா என்று பார்க்கிறேன். இருக்கின்றன.

சோப்பின் மணத்தை முகர்கிறேன், கிருமிநாசினியுடையதையும் மூச்சில் இழுத்தபடி, எங்கோ தொலைவில் நீர் விழும் சப்தங்களைக் கேட்டவாறு, கழிவுப்பீங்கான்களில் நீர் பாய்வதைக் கேட்டவாறு, இந்த வெண்ணிறக் குளியலறையில் நிற்கிறேன். விசித்திரமான வகையில் எனக்கு ஆறுதலாயிருக்கிறது, அமைதியாக உணர்கிறேன். கழிப்பறைகளைப் பொறுத்தமட்டில் அவற்றில் ஏதோ நம்பிக்கையூட்டும் தன்மை இருக்கிறது. உடலின் செயற்பாடுகளிலாவது இன்னமும் ஜனநாயகத்தன்மை இருக்கிறது. எல்லா உடலும் பேலும் என்பாள் மொய்ரா.

குளியல் தொட்டியின் ஒட்டில் அமர்ந்தவாறு அந்த வெற்று துவாலைகளைப் பார்க்கிறேன். ஒருகாலத்தில் அவை எனக்குப் பரவசமூட்டியிருக்கும். அவை எனக்குக் காதலாடலுக்குப் பின் வர இருப்பனவற்றை நினைவுறுத்தும்.

நான் உன் அம்மாவைப் பார்த்தேன் என்றாள் மொய்ரா.

எங்கே? என்றேன். நான் திடுக்கிட்டேன், தூக்கி எறியப்பட்டவளாய் உணர்ந்தேன். இறந்துபோனவளாக அவளை நான் கருதியிருந்ததை உணர்ந்தேன்.

நேரில் அல்ல. காலனிகளைப் பற்றி அவர்கள் காட்டிய படமொன்றில் பார்த்தேன். மிக நெருக்கத்தில் எடுத்த காட்சியொன்று இருந்தது, அவள்தான். ஆமாம். அவள் அந்தச் சாம்பல்நிறச் சமாச்சாரமொன்றில் சுற்றப்பட்டிருந்தாள். ஆனால், எனக்குத் தெரியும். அது அவள்தான்.

கடவுளே, நன்றி.

கடவுளுக்கு எதற்காக நன்றி சொல்கிறாய்?

அவள் இறந்துவிட்டாள் என்று எண்ணியிருந்தேன்.

அதற்கு அவள் இறந்தேபோயிருக்கலாம். நீ அவளுக்காக அதைத்தான் வேண்டிக்கொள்ள வேண்டும்.

அவளைக் கடைசியாகப் பார்த்தது எனக்கு நினைவில்லை. எல்லாவற்றோடும் அதுவும் கரைந்துபோய்விட்டது. அது ஏதாவது சாதாரண நாளாக இருந்திருக்கும். அவள் சும்மா எங்களைப் பார்த்துப்போக வந்திருப்பாள். அவள் அப்படித்தான், என் வீட்டுக்குள் வருவதும் போவதுமாகக் காற்றைப் போல

இருந்தாள். ஏதோ அவள்தான் குழந்தை, நான்தான் தாய் என்பதுபோல இருப்பாள். அவளிடம் அந்தக் கவலையற்ற தன்மை எப்போதுமிருந்தது. சமயங்களில் அவள் வீடு மாறும்போது, சமீபத்தில்தான் ஒரு வீட்டில் குடியேறி இருந்தாலோ அல்லது ஒரு வீட்டை நீங்கியிருந்தாலோ, அவளுடைய சலவைக்கு என்னுடைய இயந்திரத்தை உபயோகித்துக்கொள்வாள். அவள் ஒருவேளை என்னிடமிருந்து எதையாவது இரவல் வாங்க வந்திருக்கலாம். சட்டி, முடியுலர்த்தி இப்படி எதையாவது. அதுவும் அவளுடைய பழக்கங்களில் ஒன்று.

அதுதான் கடைசி முறை என்பது எனக்குத் தெரிந்திருக்கவில்லை, இல்லையென்றால் நான் அதை நன்றாக நினைவில் வைத்திருந்திருப்பேன். நாங்கள் என்ன பேசிக்கொண்டோம் என்பதுகூட நினைவில்லை.

ஒரு வாரம், இரண்டு வாரங்கள், மூன்று வாரங்களில் நிலவரங்களெல்லாம் திடீரென்று மிக மோசமாக மாறியபோது நான் அவளுக்குத் தொலைபேச முயன்றேன். அவள் எடுக்கவில்லை, மறுபடி முயன்றபோதும் அப்படித்தான்.

அவளுடைய அடுக்ககத்தின் மேலாளரை ஒருவழியாகத் தொலைபேசியில் பிடித்தேன். அவளை சமீபத்தில் பார்க்கவே இல்லை என்றான் அவன்.

எனக்குக் கவலையாகிவிட்டது. ஒருவேளை அவளுக்கு மாரடைப்போ பக்கவாதமோ வந்திருக்கலாம் என்று நினைத்தேன், நான் அறிந்தவரையில் அவளுக்கு வியாதி எதுவும் இல்லையென்றாலும் இதற்கான சாத்தியக்கூறுகள் உண்டுதான். அவள் எப்போதுமே ஆரோக்கியமாக இருந்தாள். நாட்டிலஸ் பயிற்சியகத்தில் அப்போதும் உடற்பயிற்சி செய்துவந்தாள், இரண்டு வாரங்களுக்கு ஒரு முறை நீச்சல் பயிற்சிக்குப் போனாள். நான் என்னுடைய நண்பர்களிடம் அவள் என்னைவிடவும் ஆரோக்கியமாக இருப்பதாகச் சொல்வேன், அது உண்மையாகவும் இருந்திருக்கலாம்.

லூக்கும் நானும் நகரத்துக்குப் பயணப்பட்டோம், லூக் அந்த மேலாளனை மிரட்டி வீட்டின் கதவைத் திறக்கச்சொன்னான். அவள் இறந்துபோய் விழுந்துகிடக்கலாம் என்றான் லூக். எவ்வளவுக்கு எவ்வளவு தாமதிக்கிறோமோ அவ்வளவு மோசம். வாடையைப் பற்றி நினைத்துப்பார்த்தாயா என்றான். அந்த மேலாளன் அனுமதிச் சீட்டு வேண்டுமென்பது குறித்து ஏதோ சொன்னான், ஆனால் லூக் பிடிவாதமாக இருந்தான். நாங்கள் அங்கிருந்து

நகரப்போவதில்லை என்பதைத் தெளிவாக உணர்த்தினான். நான் அழத் தொடங்கினேன். ஒருவேளை கடைசியில் அதுதான் காரியத்தைச் சாதித்ததோ என்னவோ.

அவன் கதவைத் திறந்ததும் நாங்கள் முதலில் பார்த்தது அலங்கோலத்தை. அறைக்கலன்கள் தலைகீழாகக் கிடந்தன, மெத்தை கிழிக்கப்பட்டிருந்தது, அலமாரியின் இழுப்பறைகள் தரையில் மேல்கீழாகக் கிடந்தன, அவற்றில் இருந்தவை வீசப்பட்டுக் குவியலாய் கிடந்தன. ஆனால், என்னுடைய அம்மா அங்கில்லை.

காவல்துறையை அழைக்கப்போகிறேன் என்றேன். அழுவதை நிறுத்தியிருந்தேன். தலையிலிருந்து பாதம்வரை சில்லிட்டிருந்தேன், என் பற்கள் கிடுகிடுத்துக்கொண்டிருந்தன.

வேண்டாம் என்றான் லூக்.

ஏன் வேண்டாம். நான் அவனை வெறித்துக்கொண்டிருந்தேன், சினங்கொண்டிருந்தேன். குப்பைக்கூளமாய் இருந்த அந்த அறையில் நின்றபடி அவன் என்னைப் பார்த்தவாறிருந்தான். வேறென்ன செய்வதென்று திகைப்பவர்கள் செய்யும் அனிச்சைச் செயலான, சட்டைப் பைகளுக்குள் கைகளைத் திணித்துக்கொள்வதைச் செய்தான்.

வேண்டாம், அவ்வளவுதான் என்றான்.

நாங்கள் கல்லூரியில் இருந்தபோது மொய்ரா சொல்வாள். உன் அம்மா செமத்தியானவள் என்று. அதற்கு சில காலம் பிறகு சொல்வாள். அவள் சரியான ஆள் என்று. பின்னரோ, அவளைப் போலெல்லாம் வரவே வராது என்பாள்.

அவள் அப்படியெல்லாம் இல்லவே இல்லை என்பேன். அவள் என்னுடைய அம்மா.

கடவுளே நீ என்னுடையவளைப் பார்க்க வேண்டுமே என்பாள் மொய்ரா.

என்னுடைய அம்மா உயிர்க்கொல்லி விஷங்களைப் பெருக்கித்தள்ளிக்கொண்டிருப்பதை நினைத்துப்பார்க்கிறேன், ரஷ்யாவில் வயதான பெண்களைக் குப்பை பெறுக்க உபயோகித்துக்கொண்டது போன்றது இது. அந்தக் குப்பையே அவளைக் கொன்றுவிடுமே. என்னால் அதை நம்பவே முடியவில்லை. அவள் சரியான ஆள், அவளுடைய துடுக்கும் நேர்த்தியும் ஆற்றலும் அவளை அதிலிருந்து நிச்சயமாக வெளியேற்றியிருக்கும்.

அவளைப் போலெல்லாம் வரவே வராது. அவள் நிச்சயம் ஏதாவது செய்திருப்பாள்.

ஆனால், இது உண்மையல்ல என்பதும் எனக்குத் தெரியும். நான் வெறுமனே பொறுப்பைக் கடத்துகிறேன், பிள்ளைகள் அம்மாக்களின் மீது வழக்கமாகக் கடத்திவிடுவதுபோல.

நான் முன்பே அவளுக்காகத் துக்கம் அனுஷ்டித்துவிட்டேன். அதை மீண்டும் செய்வேன், மீண்டும்.

நிகழுக்கு என்னை மீட்டுக்கொள்கிறேன், இங்கே, இந்த விடுதிக்கு. நான் இருக்க வேண்டியது இங்கு. இப்போது இந்தப் பெரிய கண்ணாடியில் இந்த வெள்ளை வெளிச்சத்திற்குக் கீழே என்னையே பார்த்துக்கொள்கிறேன்.

நன்றாகப் பார்க்கிறேன், மெல்ல, கவனமாக. நான் சீர்குலைந்திருக்கிறேன். இமைச்சாயம் மீண்டும் ஈஷியிருக்கிறது, மொய்ரா சரிசெய்த பிறகும், ஊதா உதட்டுச்சாயம் ஒழுகியிருக்கிறது, கேசம் கன்னாபின்னாவென்று கலைந்திருக்கிறது. மிட்டாய்ச் சிவப்பு இறகுகள் திருவிழா பொம்மைகளினதைப் போல அசிங்கமாக இருக்கின்றன, நட்சத்திர வடிவ ஜிகினாக்களில் சில பிய்ந்துபோயிருக்கின்றன. ஒருவேளை அவை ஆரம்பத்திலேயே பிய்ந்திருக்கலாம், நான் கவனிக்காது இருந்திருக்கலாம். மோசமான ஒப்பனையையும் இன்னொருவரின் உடைகளையும் பூண்டிருக்கும் போலிக்கவர்ச்சி ஏளனப் பொருள் நான்.

ஒரு பல்துலக்கும் குச்சம் இருந்தால் நன்றாக இருக்குமென்று தோன்றுகிறது.

இங்கே நின்றபடி அதைப் பற்றி சிந்திக்கலாம், ஆனால் நேரம் போய்க்கொண்டிருக்கிறது.

நள்ளிரவுக்கு முன்பாகவே நான் வீடு சென்றாக வேண்டும். இல்லாவிட்டால் பூசணிக்காயாகிவிடுவேன், அல்லது அந்த வண்டிதான் அப்படியாகுமோ? நாட்காட்டியைப் பொறுத்தமட்டில் நாளைக்கு சடங்கு இரவு. ஆகவே, இன்றிரவு என்னைத் துப்புரவாக்க விரும்புவாள் செரினா. நான் அங்கில்லாமல் அது எதனால் என்று அவள் கண்டுபிடித்துவிட்டால். பிறகு என்னவாகும்?

இங்கேயோ ஒரு மாறுதலாகத் தளபதி காத்துக்கொண்டிருக்கிறார். அவர் முன்னறையில் உலவிக்கொண்டிருப்பது எனக்குக் கேட்கிறது. இதோ குளியலறைக் கதவின் முன் தாமதிக்கிறார், தொண்டையைச்

செருமுகிறார், உரக்க ஒரு அஹெம். தயார்த்தன்மையையோ அதற்கு அண்மையில் இருப்பதையோ தெரிவிப்பதற்காக நான் சுடுநீர் குழாயைத் திறந்துவிடுகிறேன். நான் இதைச் செய்து முடித்தாக வேண்டும். கைகளைக் கழுவுகிறேன். இந்தச் சடத்தன்மையைக் கவனத்தில் கொள்ள வேண்டும்.

நான் வரும்போது அவர் அந்த பெரிய கட்டிலில் படுத்திருக்கிறார், காலணிகளைக் கழற்றியிருக்கிறார் என்பதைக் கவனிக்கிறேன். எனக்குச் சொல்ல வேண்டியதில்லை என்பதால் நான் அவர் அருகில் படுக்கிறேன். நான் படுக்காமல் இருக்கலாம், ஆனால் படுத்துக்கிடப்பது சுகமாய் இருக்கிறது, நான் மிகக் களைப்பாய் இருக்கிறேன்.

இறுதியாகத் தனிமையில் என்று நினைக்கிறேன். உண்மை என்னவென்றால் நான் அவரோடு தனிமையில், படுக்கையில், இருப்பதை விரும்பவில்லை. இதற்கு செரினாவும் உடன் இருப்பது மேல். ஸ்க்ராபிள் விளையாடுவது மேல்.

ஆனால், என்னுடைய மௌனம் அவருக்குத் தயக்கமெதையும் ஊட்டவில்லை. "அது நாளைக்குத்தானே? குறிக்கப்பட்ட நேரத்துக்கு முன்பாகவே துப்பாக்கியை வெடிக்கவிட வேண்டியதுதான்." மெல்ல சொல்லிக்கொண்டே என்புறமாய்த் திரும்புகிறார்.

"இங்கு ஏன் என்னை அழைத்துவந்தீர்கள்." உணர்ச்சியற்ற குரலில் கேட்கிறேன்.

அவர் என் உடலை வருடிக்கொண்டிருக்கிறார், உச்சி முதல் பாதம் வரை என்பார்களே அப்படி, இடதுபக்க இடுப்பிலிருந்து இடது கால்வரை பூனைத்தடவல்கள். என்னுடைய பாதத்தில் நிறுத்துகிறார், அவருடைய விரல்கள் சிறிதே நேரத்துக்கு, ஒரு கொலுசைப் பிடிப்பதுபோல, பச்சைக்குத்தியிருக்கும் அந்த இடத்தை, என் கணுக்காலை, சுற்றிப்பிடிக்கின்றன. அவருக்கு வாசிக்கத் தெரிந்த பிரெயில் எழுத்துகளில் கால்நடைகளில் ஒரு ரகத்தின் பெயர். அதற்கு உரிமம் என்று பொருள்.

அவர் இரக்கமற்ற ஓர் மனிதனல்ல என்பதை நினைவுபடுத்திக் கொள்கிறேன். மேலும், வேறு சந்தர்ப்பங்களில் எனக்கு அவரைப் பிடிக்கவும் செய்யும் என்பதையும்.

அவருடைய கை தாமதிக்கிறது. "ஒரு மாற்றத்திற்காக. நீ இதை விரும்புவாய் என்று நினைத்தேன்." அது போதாது என்பதை அவர் அறிவார். "இது ஒருவகையான பரீட்சார்த்தமாக இருக்கும்

என்றும் நினைத்தேன்.” அதுவும் போதாது.” நீ தெரிந்துகொள்ள விரும்புவதாய்ச் சொன்னாய்.”

அவர் எழுந்து அமர்கிறார். பொத்தான்களை அவிழ்க்கிறார். அவருடைய ஆடைகளின் அதிகாரத்தையெல்லாம் களைந்தான பிறகு இது இன்னமும் மோசமாகுமோ? வெறும் சட்டையோடிருக்கிறார், பிறகு பரிதாபமான சிறிய தொப்பை. கற்றையாய்க் கொஞ்சம் மயிர்.

என்னுடைய கச்சையின் பட்டைகளில் ஒன்றை அவிழ்க்கிறார், இன்னொரு கையை இறகுகளுக்குக் கீழே விடுகிறார், ஆனால் ஒன்றும் பிரயோசனமில்லை, நான் இங்கே ஒரு இறந்த பறவையைப் போல கிடக்கிறேன். இவர் ஒன்றும் ராட்சசன் அல்ல. எனக்குப் பெருமையும் கிடையாது, வெறுப்பும் இல்லை. இப்படிப்பட்ட சந்தர்ப்பங்களில் அந்த மாதிரியான உணர்வுகளையெல்லாம் தூக்கி எறிந்துவிட வேண்டும்.

“நான் வேண்டுமானால் விளக்கை அணைத்துவிடுகிறேன்” என்கிறார் தளபதி. ஊக்கம் குறைந்தவராக, சந்தேகமில்லாமல் ஏமாற்றமடைந்தவராக ஒலிக்கிறார். அவர் இதைச் செய்யும் முன் ஒரு நிமிடம் அவரைப் பார்க்கிறேன். அவருடைய சீருடை இல்லாமல் அவர் சிறிய உருவத்தினராய், இன்னமும் வயோதிகராய், காய்ந்துவிட்ட எதையோ போல இருக்கிறார். பிரச்சினை என்னவென்றால் அவரோடு நான் வழக்கமாக இருப்பதற்கு மாறாக வேறு எப்படியும் என்னால் இருக்க முடியாது. வழக்கமாக நான் உணர்வற்றிருப்பேன். ஆனாலும், இப்போது அவருடைய முயற்சி பயனில்லாமல்போனதைச் சொல்லும் உணர்வையும், சுவையிறக்கத்தையும் தாண்டி எங்களுக்கு இடையில் வேறெதாவது இருந்தே ஆக வேண்டும்.

நடி, நான் என் தலைக்குள் வீறிட்டுக்கொள்கிறேன். எப்படிச் செய்வது என்று உனக்கு நினைவிருக்குமே. இதை முடித்துத் தொலைக்காவிட்டால் இரவு முழுக்க நீ இங்கிருக்க வேண்டிவரும். உன்னைத் தூண்டிவிட்டுக்கொள். உன்னுடைய தசையை அசை, உரக்க மூச்சுவிடு. குறைந்தபட்சமாக உன்னால் செய்ய முடிந்த அதையாவது செய்.

13
இரவு

அத்தியாயம் நாற்பது

இரவின் வெப்பம் பகல் வெப்பத்தைவிட மோசமாக இருக்கிறது. மின் விசிறி ஓடினாலும், எதுவும் அசைவதில்லை, சுவர்கள் வெக்கையைச் சேர்த்துவைத்துக்கொண்டு, எரிந்துகொண்டிருந்த கணப்படுப்பைப் போல அதை இரவில் வெளிவிடுகின்றன. நிச்சயமாக சீக்கிரமே மழை வரும். அதை ஏன் விரும்புகிறேன். அது மேலும் கசகசப்பைத்தானே கொண்டுவரும். தூரத்தில் மின்னுகிறது, ஆனால் இடி இல்லை. சன்னலில் ஒரு மினுக்கம் தெரிகிறது. மப்பும் மந்தாரமுமானதும் மிகக் கீழே இறங்கியுள்ளதுமான மங்கிய சாம்பலும் செந்நிறமுமான வானுக்குப் பின்னால் கலங்கிய கடல்நீரில் தெரியும் ஒளி மினுக்கத்தைப் போன்ற ஒன்று. வழக்கத்திற்கு மாறாகத் தேடுவிளக்குகள் எரியாமல் இருக்கின்றன, மின்சார வெட்டாக இருக்கலாம். அல்லது செரினா இதற்கு ஏற்பாடு செய்திருக்கிறாள்.

நான் இருளில் அமர்ந்திருக்கிறேன். நான் இன்னமும் விழித்திருக்கிறேன் என்ற உண்மையை விளம்பரப்படுத்திக்கொண்டு விளக்குகளை எரியவிடுவதில் அர்த்தமில்லை. மீண்டும் என்னுடைய சிவப்பு உடுப்பில் முழுக்க உடுத்திக்கொண்டுள்ளேன், ஜிகினாக்களையெல்லாம் உதிர்த்தாகி, உதட்டுச்சாயத்தைக் கழிப்பறைத்தாளால் துடைத்தாகிவிட்டது. எதுவும் தெரிந்துவிடாது என்றும் அவற்றின், அவரின் மணம் என்னிலிருந்து வராது என்றும் நம்புகிறேன்.

அவள் இதோ இந்த நள்ளிரவில் இங்கிருக்கிறாள், அவள் சொல்லியிருந்ததைப் போலவே. அவள் வருவது கேட்கிறது, மெல்லிய தட்டலும், தட்டலுக்கு முன் கூடத்தின் தரை விரிப்பில் சிறிய சலசலப்பும் கேட்டது. நான் எதுவும் பேசவில்லை, கூடத்தின் ஊடாகவும் படிக்கட்டுகளிலும் அவளைத் தொடர்ந்து நடக்கிறேன். அவளால் வேகமாக நடக்க முடிகிறது, நான் நினைத்ததைவிட அவள் உறுதியானவள்தான். அவளது இடதுகை படிக்கட்டின் பக்க வளைவை இறுகப் பற்றுகிறது, வலியால் இருக்கலாம், அவளை நிதானப்படுத்திக்கொள்ளவாகவும் இருக்கலாம். அவள்

தன்னுடைய உதடுகளைக் கடித்துக்கொண்டிருக்கலாம், அவள் துயருற்றிருக்கலாம் என்று நினைக்கிறேன். இந்தக் குழந்தை அவளுக்கு வேண்டியிருக்கிறது, சரிதான். நாங்கள் இறங்கும்போது, நிலைக்கண்ணாடியின் கண்களின் ஒருநொடி நான் எங்கள் இருவரைப் பார்க்கிறேன், ஒரு நீல உருவம், ஒரு செவ்வடிவம். நானும் என்னுடைய எதிர்வடிவமும்.

சமையலறையினூடாக வெளியில் போகிறோம். அது காலியாக இருக்கிறது, ஒரு சிறிய விடிவிளக்கு மட்டும் எரியவிடப்பட்டிருக்கிறது. இரவுகளில் அடுப்படிகளுக்கே உரிய அமைதியோடு அது இருக்கிறது. இந்த நிழலொளியில் மேடையில் இருக்கும் கிண்ணங்கள், டப்பாக்கள் மற்றும் கல் ஜாடிகள் அகன்றும் பயமுறுத்தும் விதமாகவும் தோன்றுகின்றன, கத்திகள் அவற்றுக்கான மரச்சட்டங்களில் வைக்கப்பட்டிருக்கின்றன.

“நான் உன்னோடு வெளியில் வர மாட்டேன்.” அவள் கிசுகிசுக்கிறாள். அவள் எங்களில் ஒருத்திபோல் கிசுகிசுப்பது விசித்திரமாக இருக்கிறது. பொதுவாக, மனைவியர் தங்களுடைய குரலைத் தாழ்த்திக்கொள்வதில்லை. “கதவுக்கு வெளியில் போய் வலதுபக்கம் திரும்பு. அங்கே இன்னொரு கதவிருக்கிறது, அது திறந்திருக்கிறது. படிக்கட்டில் ஏறிப்போய் கதவைத் தட்டு, அவன் உன்னை எதிர்பார்த்திருப்பான். யாரும் உன்னைப் பார்க்க முடியாது. நான் இங்கே அமர்ந்திருப்பேன்.” அப்படியென்றால் அவள் எனக்காகக் காத்திருப்பாள். ஒருவேளை ஏதாவது பிரச்சினையென்றால், காரணமில்லாமல் ஒருவேளை ரீட்டாவோ கோராவோ விழித்துக்கொண்டுவிட்டால், அவர்களுடைய அறையிலிருந்து அடுப்படியின் பின்புறத்துக்கு வந்துவிட்டால், இவள் அவர்களிடம் என்ன சொல்வாள்? அவளுக்கு உறக்கம் வரவில்லையென்று. அவளுக்குக் கொஞ்சம் சூடான பால் வேண்டியிருந்ததென்று பொருத்தமாகப் பொய் சொல்லும் அளவுக்கு அவள் தயாராக இருப்பாள், எனக்குத் தெரிகிறது.

“தளபதி, மாடியில் அவருடைய படுக்கையறையில் இருக்கிறார். அவர் இவ்வளவு நேரத்துக்குப் பிறகு கீழே வர மாட்டார், ஒருபோதும் வந்ததில்லை.” அவளுக்குத் தெரிந்தது அவ்வளவுதான்.

நான் அடுப்படிக் கதவைத் திறக்கிறேன், வெளியில் இறங்குகிறேன், கண் தெளிவதற்காக ஒரு நொடி தாமதிக்கிறேன். இரவில், தனிமையில் நான் வெளியில் வந்து பல காலம் ஆகிற்று. இதோ இடி இடிக்கிறது, புயல் அருகில் வருகிறது. திருடி என்று நான் சுடப்படலாம்.

காவலாளிகளை என்ன செய்தாள்? அவர்களுக்கு எதையாவது கொடுத்திருப்பாள் என்று நினைக்கிறேன். சிகரெட்டுகள், விஸ்கி, அல்லது அவர்களுக்கு இதைப் பற்றியெல்லாம் தெரியுமாயிருக்கும், இந்த இனப்பெருக்கப் பண்ணையைப் பற்றி, இந்த ஏற்பாடு சரிவரவில்லை என்றால் அடுத்ததற்கு அவர்களை அழைப்பாளாக இருக்கும்.

வாகனக்கூடத்துக்கான கதவு சில அடிகளில்தான் இருக்கிறது. புற்களின் மீது ஓசையில்லாமல் அடிவைத்து அதைச் சட்டென்று திறக்கிறேன், உள்ளே நுழைகிறேன். படிக்கட்டு இருளாய் இருக்கிறது, ஒன்றும் தெரியாத அளவுக்கு இருளாய். ஒவ்வொரு படியாகத் தடவி நடக்கிறேன். இங்கே விரிப்பிருக்கிறது, அது காளான் நிறத்தில் இருப்பதாய் நினைத்துக்கொள்கிறேன். இது முன்பு ஒரு அடுக்கக மனையாக இருந்திருக்க வேண்டும், ஒரு மாணவனுக்கோ வேலைக்குச் செல்லும் ஒரு இளம் நபருக்கோ ஆனதாக. ஸ்டூடியோ அல்லது பாச்சிலர் என்று அம்மாதிரியான வீடுகளுக்குப் பெயர். இங்கே இருந்த பல பெரிய வீடுகளில் அவை இருந்தன. எனக்கு இது நினைவில் இருப்பது குறித்து மகிழ்ச்சியடைகிறேன். தனி நுழைவாயில், விளம்பரங்களில் இப்படிக் குறிப்பு இருக்கும், நீங்கள் கலவி கொள்ள யாரையும் யார் பார்வையிலும் படாமல் அழைத்துக்கொள்ளலாம் என்று அதற்குப் பொருள்.

நான் படிக்கட்டின் உச்சிக்குச் சென்று அங்கிருக்கும் கதவைத் தட்டுகிறேன். அவனே கதவைத் திறக்கிறான், நான் வேறு யாரை எதிர்பார்த்தேன்? ஒரு விளக்கு எரிந்துகொண்டிருக்கிறது, ஒன்றே ஒன்று, ஆனால் என் கண்ணைக் கூசச்செய்யும் அளவு வெளிச்சம். அவனுடைய கண்களைச் சந்திக்க மாட்டாமல் அவனுக்குப் பின்னால் பார்க்கிறேன். ஓராள் படுக்கையறை, மடக்குக் கட்டில் ஒன்றுள்ளது, அது தயாராக்கப்பட்டிருக்கிறது. அறைக்கோடியில் அடுப்புமேசையும் இன்னொரு கதவும் இருக்கின்றன, அது குளியலறையுடையதாக இருக்க வேண்டும். இந்த அறையில் ஒன்றுமே இல்லை, படைவீரர்களுடையதைப் போல அடிப்படைகள் மட்டுமே. சுவரில் படங்கள் இல்லை, செடிகள் இல்லை. முகாமில் இருக்கிறவன் இவன். மெத்தை மீதிருக்கும் விரிப்பு சாம்பல் நிறமாய் இருக்கிறது. US என்கிறது. அவன் பின்னாலும் பக்கவாட்டிலும் நகர்ந்து என்னை உள்ளே விடுகிறான். கை வைத்த சட்டையும், எரிந்துகொண்டிருக்கும் சிகரெட்டுமாக இருக்கிறான். நான் அவன் மீதும் அந்த அறையின்

வெப்பக் காற்றிலும் எங்குமிருக்கும் புகையை முகர்கிறேன். என்னுடைய உடைகளைக் களைந்துவிட்டு அதில் குளிக்கவும் என்னுடைய சருமத்தில் அதைப் பூசிக்கொள்ளவும் விழைகிறேன்.

பூர்வாங்க நடவடிக்கைகள் ஏதுமில்லை, நான் அங்கிருப்பது எதற்கென்று அவனுக்குத் தெரியும். அவன் எதுவும் சொல்லக்கூட இல்லை. எதற்காகச் சுற்றிவளைப்பது, இது ஒரு இடுபணி. என்னிலிருந்து நகர்கிறான், விளக்கை அணைக்கிறான். வெளியில் தொடக்கப் புள்ளிபோல மின்னலின் வெட்டு ஒன்று தெறிக்கிறது, பிறகு கிட்டத்தட்ட நிறுத்தலே இல்லாத இடி. அவன் என் உடையைக் கழற்றுகிறான், இருளாலான ஓர் மனிதன், அவனுடைய முகத்தை என்னால் பார்க்க முடியவில்லை, என்னால் மூச்சே விட முடியவில்லை, நிற்க முடியவில்லை, நான் நிற்கவுமில்லை. அவனுடைய வாய் அவனுடைய கரங்கள் அவை என் மீது இருக்கின்றன. என்னால் பொறுக்க முடியவில்லை, அவனும் செயல்படத் தொடங்கிவிட்டான், காதல் செய்து ஏக காலமாகிவிட்டது, இன்னமும் என்னுடைய தேகத்தில் உயிர்ப்பிருக்கிறது, கரங்கள் அவனைச் சுற்றியிருக்கின்றன. இந்த ஒரு முறையோடு மட்டும் இது முடிந்துபோகலாம் என்பது எனக்குத் தெரியும்.

நான் கதை கட்டினேன். அது அப்படி நடக்கவில்லை. இப்படித்தான் நடந்தது.

நான் படிக்கட்டின் உச்சிக்குச் செல்கிறேன், கதவைத் தட்டுகிறேன். அவனே அதைத் திறக்கிறான். அங்கே ஒரு விளக்கிருக்கிறது, கண்கள் கூசுகின்றன. அவன் விழிகளைத் தாண்டிப் பார்க்கிறேன், இது ஓராள் படுக்கையறை, பொருட்களே இல்லாமல் போர் வீரனுடையதைப் போல இருக்கிறது. படுக்கை விரிக்கப்பட்டிருக்கிறது, விரிப்பில் படங்கள் இல்லை, US என்றிருக்கிறது. அவன் கை வைத்த சட்டை அணிந்திருக்கிறான், சிகரெட்டைப் பிடித்திருக்கிறான்.

"இந்தா ஒரு இழுப்பு இழு" என்கிறான். பூர்வாங்க நடவடிக்கைகள் ஏதுமில்லை, நான் அங்கிருப்பது எதற்காக என்று அவனுக்குத் தெரியும். வயிற்றில் வாங்கிக்கொள்ள, பிரச்சினைக்கு ஆளாக, சினையேற்றிக்கொள்ள, முன்னொரு காலத்தில் அதற்கு இப்படியெல்லாம் பெயர்கள் இருந்தன. அவனிடமிருந்து சிகரெட்டை வாங்கிக்கொள்கிறேன், ஆழ இழுக்கிறேன், மறுபடி

கொடுக்கிறேன். எங்களுடைய விரல்கள் தொட்டுக்கொள்ளவில்லை. அந்த அளவுப் புகையே எனக்குக் கிறக்கம் விளைவிக்கிறது.

அவன் ஏதும் சொல்கிறானில்லை, புன்னகைக்கவுமில்லாமல் வெறுமனே என்னைப் பார்க்கிறான், அவன் என்னைத் தொட்டுப்பேசினால் இது கொஞ்சம் சிநேகமானதாகவும் நன்றாகவும் இருக்கும். ஒரு முட்டாளாகவும் குரூபியாகவும் இந்த இரண்டாகவும் நான் இல்லை என்று தெரிந்தபோதும் உணர்கிறேன். ஆனால், அவன் என்ன நினைக்கிறான், அவன் ஏன் ஏதும் பேசுகிறானில்லை? ஒருவேளை ஜெஸெபெல்ஸில் தளபதியுடனும் இன்னும் பலருடனும் வேசித்தனம் பண்ணிக்கொண்டு திரிபவள் இவள் என்று நினைக்கிறானோ? அவன் என்ன நினைக்கிறான் என்பதை எண்ணி நான் கவலையுறுவது எனக்கு எரிச்சலாக இருக்கிறது. நடைமுறையைத்தானே அனுசரித்தாக வேண்டும்.

“எனக்கு நிறைய நேரமில்லை” என்கிறேன். கிறுக்குத்தனமாக உளறிவைக்கிறேன். நான் சொல்ல நினைத்தது இதையல்ல.

“நான் ஒரு குப்பியில் வெளியேற்றிவிடுகிறேன், நீ அதை உள்ளே ஊற்றிக்கொள்ளலாம்” என்கிறான். புன்னகைக்கிறானில்லை.

“இவ்வளவு குரூரமாக இருக்க வேண்டிய அவசியமில்லை,” என்கிறேன். உபயோகித்துக்கொள்ளப்படுவதாக உணர்கிறானோ என்னவோ.

ஒருவேளை அவன் என்னிடம் கொஞ்சம் உணர்ச்சியை, அவன் வெறும் ஒரு விதைப்பை மட்டுமல்ல அவனும் ஒரு மனிதன்தான் என்பதற்கான சிறிய அங்கீகாரத்தை இப்படி எதையாவது எதிர்பார்க்கிறானோ. “இது உனக்கு எவ்வளவு சிரமம் என்று எனக்குப் புரிகிறது” என்கிறேன்.

“எனக்குப் பணம் கொடுக்கிறார்கள்.” அவன் தோளைக் குலுக்குகிறான், புண்படுத்தும் சிநேகமற்ற பாவத்தோடு. அப்படியும் அசைகிறானில்லை.

எனக்குப் பணம் கொடுக்கிறார்கள், உன்னைப் படுக்கவைக்கிறார்கள், ராகத்தோடு என் தலைக்குள் சொல்லிக்கொள்கிறேன். ஆக, நாங்கள் அதை இப்படித்தான் செய்யப்போகிறோம். அவனுக்கு அந்த ஒப்பனை, ஜிகினா எதுவும் பிடிக்கவில்லை. எங்களுக்கு இது சிரமமாகத்தான் இருக்கப்போகிறது.

“நீ இப்படி அடிக்கடி வருவதுண்டா?”

"என்னை மாதிரியொரு நல்ல பெண்ணுக்கு இப்படியொரு இடத்தில் என்ன வேலை?" பதிலளிக்கிறேன். இருவரும் புன்னகைக்கிறோம். நாங்கள் இருவரும் நடிக்கிறோம் என்பதற்கான அங்கீகாரம் இது, இப்படியொரு ஏற்பாட்டில் வேறு என்னதான் செய்ய முடியும்?

"இச்சாநோன்பு இதயத்தில் ஆசையை அதிகரிக்கிறது." முற்காலத்தைய திரைப்பட வசனங்களைப் பேசுகிறோம். அந்தப் படங்களுமே அதற்கும் முந்தைய காலத்தியவை. இம்மாதிரியான வசனங்கள் எங்கள் தலைமுறைக்கு முந்தைய தலைமுறையைச் சேர்ந்தவை. என்னுடைய அம்மாகூட இப்படிப் பேசியதில்லை, எனக்குத் தெரிந்து இல்லை. நிஜ வாழ்வில் யாருமே இப்படிப் பேச வாய்ப்பில்லை, ஆரம்பத்திலிருந்து எல்லாமே கட்டுக்கதைதான். ஆனாலும் இவை, இந்தச் சலிப்பான போலி காதல் வசனங்கள் நம் மனங்களுக்கு எப்படிச் சட்டென்று மீள வருகின்றன என்பது ஆச்சரியம்தான். இப்போது எனக்குப் புரிகிறது, அவற்றின் நோக்கம் என்னவென்று, எப்போதுமே அவற்றின் நோக்கமாக இருந்தது ஒருவரின் சுயத்தை எளிதில் அடைய முடியாத இடத்தில் உறையிலிட்டுப் பாதுகாப்பாக வைத்துக்கொள்வது மட்டுமே.

இதோ நான் சோகமாக இருக்கிறேன், நாம் பேசிக்கொள்ளும் விதமும் கலைந்த இசை, வாடிய காகித மலர்கள், சாட்டின் கந்தை, ஒரு எதிரொலியின் எதிரொலி என்று எல்லையில்லா சோகத்துடன் இருக்கிறது. எல்லாம் போயிற்று, இனி ஒருபோதும் வராது. திடீரென்று அழத் தொடங்குகிறேன்.

ஒரு வழியாக அவன் அருகில் வருகிறான், அவனுடைய கரத்தை என்னைச் சுற்றி இடுகிறான், என் முதுகை வருடுகிறான், ஆறுதலுக்காக அப்படியே என்னை அணைக்கிறான்,

"பார், நமக்கு நிறைய நேரமில்லை." என் தோள்களின் மீது கரத்தை வைத்தபடியே என்னை மடக்குக் கட்டிலுக்கு அழைத்துச்சென்று படுக்கவைக்கிறான். அவனே போர்வையையும் தள்ளுகிறான். பொத்தான்களை அவிழ்க்கிறான், வருடுகிறான், செவியின் பின்னே முத்தமிடுகிறான்." காதலெல்லாம் கூடாது. சரிதானா?" என்கிறான்.

முற்காலத்தில் அதற்கு வேறு அர்த்தம். அப்போது அதற்கு ஒட்டுமில்லை உறவுமில்லை என்று அர்த்தம். இப்போது நாயகத்தன்மையெல்லாம் வேலைக்காகாது என்று அர்த்தம். அதாவது, ஒருவேளை நிலைமை மோசமானால் எனக்காக உன்னைக் காட்டிக்கொடுத்துக்கொள்ளாதே என்பது.

ஆக, அது அப்படி ஆனது. அப்படியே.

இது ஒரே முறையோடு மட்டும் முடிந்துபோகலாம் என்பது எனக்குத் தெரியும். விடைபெறுகிறேன், அந்த நேரத்திலும்கூட நினைத்துக்கொள்கிறேன். விடைபெறுகிறேன்.

ஆனால் அப்போது இடியெல்லாம் இல்லை, ஓசைகள், நான் எழுப்பிக்கொண்டிருந்த வெக்கங்கெட்டத்தனமான அந்த ஓசைகள் கேட்காமல் இருப்பதற்காக நான் அதைச் சேர்த்துச் சொல்லிவிட்டேன்.

அது அப்படியும் நிகழவில்லை. அது எப்படி நிகழ்ந்ததென்று துல்லியமாகச் சொல்லத் தெரியவில்லை. என்னால் முடிந்ததெல்லாம் மீளுருவாக்கம்தான். காதல் எப்போதுமே தோராயமாகத்தான் உணரப்படுகிறது.

அந்த நேரத்திலும் அடுப்படியில் அமர்ந்திருக்கும் செரினா ஜாயைப் பற்றி நினைத்துக்கொண்டிருந்தேன். அவள் நினைப்பாள்: மட்டரகமானவர்கள். யாருக்காக என்றாலும் கால்களை விரிப்பார்கள். அவர்களுக்கு நாம் கொடுக்க வேண்டியது ஒரே ஒரு சிகரெட்டைத்தான்.

பிறகு, நான் நினைத்தேன். இது துரோகம். இந்தச் செயல்பாடல்ல, இதற்கான என்னுடலின் மறுமொழி. அவன் நிச்சயமாக இறந்துவிட்டான் என்று தெரிந்தால் ஒருவேளை இந்த நினைப்பு மட்டுப்படுமோ?

லஜ்ஜையற்று இருந்தால் நன்றாக இருக்கும். வெட்கமில்லாமல் இருந்தால் நன்றாக இருக்கும். அறிவீனத்தோடு இருந்தால் நன்றாக இருக்கும். அப்படியாக என் அறிவீனத்தின் ஆழத்தை நான் அறிந்துகொள்ள வேண்டியதிருக்காது.

14
ரட்சிப்பு

14

மதுரம்

அத்தியாயம் நாற்பத்து ஒன்று

இந்தக் கதை வேறுமாதிரி இருந்திருக்கலாம் என்று விரும்புகிறேன். பண்பட்டதாக. என்னைச் சிறப்பாக வெளிப்படுத்துவதாக, மகிழ்ச்சிகரமானவளாக அல்லாவிட்டாலும் துடிப்பானவளாக, அதிகம் தயங்குகிறவளாக இல்லாமலும். அற்ப விஷயங்களால் கவனம் சிதறுபவளாக இல்லாமலும். இதற்கு இன்னமும் சிறப்பான வடிவம் இருந்திருக்கலாம். இது காதலைப் பற்றியதாக, அல்லது ஒருவரின் வாழ்க்கைக்கு அதிமுக்கியமான விழிப்புணர்வு திடீரென்று உண்டாவதைப் பற்றியதாக, அல்லது அஸ்தமனங்களைப் பற்றியதாக, பறவைகள், புயல்மழை, அல்லது பனியைப் பற்றியதாகவாவது இருந்திருக்கலாம்.

ஒருவகையில் இது அவற்றையெல்லாம் பற்றியதாகவும் இருக்கிறது என்றாலும் ஏகப்பட்ட மற்ற விஷயங்களும் குறுக்கிடுகின்றன, ஏராளமான முணுமுணுப்புகள், மற்றவர்கள் குறித்து நிறைய ஊகங்கள், அடுத்தவர்கள் குறித்து உறுதிசெய்யப்பட முடியாத கிசுகிசுக்கள், சொல்லப்படாத ஏராளமான வார்த்தைகள், ஏராளமான பயங்கரச் செயல்பாடுகள், ரகசியங்கள். தாக்குப்பிடித்தாக வேண்டிய நேரமும் அதிகம், வறுத்த உணவு அல்லது அடர்பனியைப் போல எடைமிகுந்த நேரம், பிறகு வழக்கமாகப் பதிவிரதைகள் துயில் நடைபுரிவதைப் போல நலமிக்கவையாக இருக்கும் தெருக்களில் திடீரென்று ஏற்படும் வெடிப்புகளைப் போன்ற சிவப்பு நிகழ்வுகள்.

இந்தக் கதையில் அதீத வலி இருப்பது குறித்து வருந்துகிறேன். குண்டுவெடிப்பில் மாட்டிக்கொண்ட உடலைப் போல, வலுவாகப் பிய்த்து எடுக்கப்பட்ட ஒன்றைப் போல, துண்டுகளாக இது இருப்பது பற்றி வருந்துகிறேன். ஆனால், இதை மாற்ற என்னால் ஆகக்கூடியது எதுவுமில்லை.

நிச்சயமாக நான் சில நல்ல விஷயங்களையும் சேர்க்க முயன்றிருக்கிறேன். உதாரணத்துக்கு மலர்கள், ஏனென்றால் அவையும் இல்லாவிட்டால் நம் பாடு என்னாவது?

என்றாலும், மீண்டும், மீளவும் இதைச் சொல்வது எனக்கு வருத்தம் உண்டாக்குகிறது. ஒருமுறை என்பது போதுமானதாக இருந்ததே. அந்தக் காலத்தில் ஒருமுறை என்பது போதுமானதாகத்தானே இருந்தது? ஆனாலும் நான் சோகமான, பசியும் இழிவுமான, முடமானதும் சின்னாபின்னப்பட்டதுமான இந்தக் கதையைத் தொடர்கிறேன், ஏனென்றால் வாய்ப்பு கிடைத்தால் உங்கள் கதையை நான் எப்படிக் கேட்பேனோ அப்படி நீங்களும் இதைக் கேட்க வேண்டுமென்று நான் விரும்புகிறேன். நான் உங்களைச் சந்திக்கும்போது அதைக் கேட்பேன் அல்லது அப்போது நீங்கள் தப்பிவிட்டால், எதிர்காலத்தில் அல்லது சொர்க்கத்தில் அல்லது சிறையில் அல்லது நிலத்துக்கு அடியில் அல்லது வேறு எங்கென்றாலும் கேட்பேன். இவற்றுக்கெல்லாம் பொதுவான அம்சம் என்னவென்றால் அவை இங்கு இல்லை என்பதுதான். நான் சொல்வது என்னவாக இருந்தபோதும் உங்களிடம் சொல்கிறேன் என்பதாலேயே நீங்கள் நம்பிக்கைக்கு உரியவராகிறீர்கள். நீங்கள் இருப்பதாக நான் நம்புவதாகிறது, உங்கள் இருப்பு என் நம்பிக்கையால் ஆனதாகிறது. இந்தக் கதையை உங்களிடம் சொல்வதன் வாயிலாக உங்கள் இருப்பை நான் உண்டாக்குகிறேன். நான் சொல்வதால் நீங்கள் இருக்கிறீர்கள்.

ஆக, நான் தொடர்வேன். தொடர்வதற்காக என்னை உந்திக்கொள்கிறேன். நான் சரியாக நடந்துகொள்ளாததும், உங்களுக்குக் கொஞ்சமும் பிடிக்காமல் போகக்கூடியதுமான ஒரு பகுதிக்கு வருகிறேன். என்னவானாலும் எதையும் விட்டுவிடாதிருக்க முயல்கிறேன். இவ்வளவுக்கு நீங்கள் ஆட்பட்டுவிட்ட பிறகு நான் விட்டுவைத்திருப்பதை நீங்கள் தெரிந்துகொள்ளத்தான் வேண்டும், அது அதிகமில்லை என்றாலும் உண்மையை உள்ளடக்கியுள்ளது.

ஆக, அந்தக் கதை இதுதான்.

நான் நிக்கிடம் மீண்டும் சென்றேன். அடிக்கடியும், நானாகவேயும், செரினாவுக்குத் தெரியாமலும். அவசியம் என்று எதுவும் இல்லை, சாக்குபோக்கு ஏதுமில்லை என்றபோதும். நான் அதை அவனுக்காகச் செய்யவில்லை, முழுக்கமுழுக்க எனக்காகச் செய்தேன். அவனுக்கு என்னையே கொடுப்பதாகக்கூட நான் நினைக்கவில்லை, ஏனென்றால் கொடுக்க என்னிடம் என்ன இருந்தது? ஒவ்வொரு முறையும் அவன் என்னை உள்ளே அனுமதித்தபோதும் நான் கொடையாளியாக உணரவில்லை.

அவன் அதைச் செய்தே ஆக வேண்டியதில்லை என்பதால் நன்றியுள்ளவளாக உணர்ந்தேன்.

இதைச் செயல்படுத்துவதற்காக நான் விளைவுகளைப் பற்றி யோசிக்காதவளானேன், மடத்தனமான காரியங்கள் செய்தேன். தளபதியோடு நேரங்கழித்த பிறகு வழக்கம்போல மாடிக்குச் செல்வேன். ஆனால், கூடத்தினூடாகப் போய் மார்த்தாக்களின் படிக்கட்டில் இறங்கி, அடுப்படி வழியாக நுழைவேன். ஒவ்வொரு முறையும் எனக்குப் பின்னால் அடுப்படிக் கதவின் கிளிக் ஓசையைக் கேட்கும்போதும் திரும்பிவிட எண்ணுவேன், ஒரு எலிப்பொறியினுடையதைப் போல, ஒரு ஆயுதத்தினுடையதைப் போல அது அவ்வளவு உலோகத்தன்மையிலான ஓசையாக இருந்தது. ஆனாலும், நான் திரும்ப மாட்டேன். இயங்கிக்கொண்டிருக்கும் தேடுவிளக்குகளால் புல்வெளியில் வெளிச்சம் பாயும் அந்தச் சில பாகங்களில், ஓசையை எழுப்புவதற்கு முன்பே என்னைத் துளைத்துவிடக்கூடிய குண்டுகளின் வெடிப்பை எந்த நிமிடமும் எதிர்பார்த்தபடியே வேகமாக நடப்பேன். இருளான அந்தப் படிகளைத் தொட்டு உணர்ந்தபடியே ஏறி காதுகளில் ரத்தம் பாயும் ஓசையோடு அந்தக் கதவின் மீது சாய்வேன். பயம் ஒரு வலுவான கிளர்ச்சியூட்டி. பிறகு கதவை மெல்ல ஒரு பிச்சைக்காரியின் தட்டலாகத் தட்டுவேன். அவன் அங்கில்லாமல் போய்விடக்கூடுமென்றும், நான் உள்ளே வரக் கூடாதென்று அவன் சொல்லிவிடுவானென்றும், இனியும் அவன் எனக்காக சட்டங்களை மீறத் தயாராக இல்லையென்றும், தூக்குக்கயிற்றில் கழுத்தை வைக்க முடியாதென்று அவன் சொல்லிவிடலாமென்றும் ஒவ்வொரு முறையும் நினைப்பேன். அல்லது இன்னமும் பயங்கரமாக இனியும் அவனுக்கு இச்சையில்லையென்று சொல்லிவிடுவானோ என்று அஞ்சுவேன். இப்படி எதையும் அவன் செய்துவிடாதிருந்ததையே நான் அனுபவித்த அனைத்திலும் பார்க்க பெருங்கருணை என்றும் பேரதிர்ஷ்டம் என்றும் நினைத்தேன்.

நிலைமை மோசமாகிற்று என்றும் முன்பே சொன்னேனே.

இப்படித்தான் ஆனது.

அவன் கதவைத் திறக்கிறான். அங்கிகள் ஏதுமில்லாமல் சட்டையை மட்டும் அணிந்திருக்கிறான், அது காற்சட்டைக்குள் திணிக்கப்படவில்லை, கையில் ஒரு பற்குச்சியையோ சிகரெட்டையோ அல்லது எதாலேயோ நிரம்பியிருக்கும் ஒரு

குவளையையோ வைத்திருக்கிறான். அவனுக்கென்று ஒரு சிறிய கிடங்கு இருக்கிறது, கறுப்புச்சந்தைப் பொருட்களாய் இருக்குமென்று நினைக்கிறேன். எப்போதும் கையில் எதையாவது வைத்திருக்கிறான், தன் வாழ்க்கையை வழக்கத்தின்படியாகவே வாழ்ந்துகொண்டிருப்பதுபோல, என்னை எதிர்பார்த்திராததுபோல, காத்திராததுபோல இருக்கிறான். ஒருவேளை அவன் என்னை எதிர்பார்க்கவோ காத்திருக்கவோ இல்லைதான்போல. ஒருவேளை எதிர்காலத்தைப் பற்றிய எண்ணமே அவனுக்கு இல்லைபோல, அல்லது அது குறித்துக் கற்பனை செய்ய திராணியோ விருப்பமோ இல்லாமலும் இருந்திருக்கலாம்.

"அதீத தாமதம் செய்துவிட்டேனா?"

இல்லை என்பதாய்த் தலையாட்டுகிறான். தாமதம் என்று எப்போதுமே ஆகிவிடாது என்பதாய் எங்களுக்குள் புரிதல் இருக்கிறதென்றாலும் நான் மரியாதை நிமித்தமாய் அதை வழக்கமாய்க் கேட்கவே செய்வேன். இன்னமும் எனக்கு ஒரு பிடிமானம் இருக்கிறது, ஒரு தேர்விருக்கிறது, இப்படியோ அப்படியோ எடுத்துவிட ஒரு முடிவுக்கான வழியிருக்கிறது என்று அது என்னை உணரவைக்கிறது. அவன் நகர்கிறான், நான் உள்ளே நுழைகிறேன், அவன் கதவைத் தாளிடுகிறான். பிறகு, அறைக்குக் குறுக்காகச் சென்று சன்னலைச் சாத்துகிறான். விளக்கை அணைக்கிறான். இந்தப் புள்ளியில் எங்களுக்குள் பெரிதாகப் பேச்சில்லை. நான் ஏற்கெனவே பாதி உடைகளைக் களைந்துவிட்டேன். பேச்சைப் பிற்பகுதிக்காக வைத்துக்கொள்வோம்.

தளபதியோடு என்றால் அவருக்கு இரவு வணக்கம் சொல்லி முத்தமிடும்போதும் நான் கண்களை மூடிக்கொள்வேன், அவரை அவ்வளவு நெருக்கத்தில் பார்ப்பதில் எனக்கு விருப்பமிருப்பதில்லை. ஆனால், இங்கே ஒவ்வொரு முறையும் நான் கண்களைத் திறந்து வைத்திருக்கிறேன். எங்காவது ஒரு விளக்கிருந்தால் நன்றாக இருக்கும்போல் இருக்கிறது, கல்லூரிக் காலத்தின் சிறு எதிரொலியென ஒரு குப்பிக்குள் வைக்கப்பட்ட மெழுகுவர்த்தி என்றாலும் போதும். ஆனால், அப்படிப்பட்ட எதுவும் பெரும் ஆபத்தாகிவிடும். என்னுடைய அறையில் போலவே இங்கும் இருக்கும் வெண்ணிறத் திரைச்சீலைகள் வழியாக வடிகட்டப்பட்டு உள்ளே நுழையும் தேடுவிளக்கின் வெளிச்சத்தில் திருப்தியடைய வேண்டியதுதான். பார்க்க இயன்ற எல்லாவற்றையும் பார்த்துவிட விரும்புகிறேன், அவனை மனதில் வாங்கிக்கொண்டு, அந்த உருவத்தோடு பிற்பாடு வாழ்க்கையைக் கழிப்பதற்காக. எல்லாவற்றையும் நினைவில் தேக்கி

சேமித்துவைத்துக்கொள்வதற்காக. அவனுடைய உடலின் கோடுகள், தசையின் இழைநயம், சருமத்தில் ஒளிரும் வியர்வை, நீண்டதும் இறுக்கமானதும் எதையும் காட்டிக்கொள்ளாததுமான முகம் எல்லாவற்றையும். இதை நான் லூக்கிடம் செய்திருக்க வேண்டும், சிறு நுணுக்கங்களுக்குக் கவனம் கொடுத்திருக்க வேண்டும், மச்சங்களுக்கும் தழும்புகளுக்கும் ஒன்றிரண்டு சுருக்கங்களுக்கும், ஆனால் நான் செய்யவில்லை, அவன் மறைந்துகொண்டிருக்கிறான். நாளுக்கு நாள், இரவு போய் இரவு. அவன் பின்னோக்கிச் சென்று மறைகிறான், நான் மேலும்மேலும் விசுவாசமிழக்கிறேன்.

இதற்காக நான் இளஞ்சிவப்பு இறகுகளோ, ஊதா நட்சத்திரங்களோ அவனுக்குப் பிடிக்குமென்றால் அணிவேன். அல்லது வேறு எதுவானாலும், முயலின் வால் என்றாலும். ஆனால், அவனுக்கு இப்படியான சேர்க்கைகள் தேவையில்லை. ஒவ்வொரு முறையும் நாங்கள் கலவிகொள்ளும்போது இனி எப்போதும் எங்கள் இருவருக்குமாகவும் வேறு யாருடனோவும் இது கிடைக்கவே போவதில்லை என்று சந்தேகமறத் தெரியும் என்பதுபோல செய்கிறோம். பிறகு, மீண்டும் வாய்ப்பு கிடைக்கும்போது அதுவும் ஒவ்வொரு முறையும் ஒரு இன்ப அதிர்ச்சியாகவும், கூடுதல் வாய்ப்பாகவும், ஒரு பரிசாகவும் இருக்கிறது.

இங்கு இவனோடு கிடைப்பதற்குப் பெயர் பாதுகாப்பு, இது ஒரு குகை. வெளியில் புயலடித்துக்கொண்டிருக்கும்போது நாங்கள் இங்கே ஒன்றாய்க் கட்டிக்கொண்டிருக்கிறோம். இது சர்வநிச்சயமாய் ஒரு மாயைதான். நான் இருக்கக்கூடிய இடங்களிலேயே இந்த அறைதான் எனக்கு ஆகவும் அபாயகரமானது. பிடிபட்டுவிட்டேன் என்றால் எனக்கு மன்னிப்பே கிடைக்காது, ஆனால் நான் அதையெல்லாம் லட்சியம் செய்யும் மனநிலையில் இல்லை. அதுவும் இவனை இவ்வளவு நம்பும் அளவுக்கு நான் மாறியதே ஆகப்பெரிய மடத்தனம்தான். அவனையோ அவனைப் பற்றிய குறைந்தபட்ச உண்மையோ அவன் உண்மையில் என்ன செய்கிறான் என்பதோ எனக்குத் தெரியும் என்று நானாக ஊகித்துக்கொள்ள முடியுமா?

இப்படிப்பட்ட அசௌகரியமான முணுமுணுப்புகளை உடனுக்குடன் விரட்டியடிக்கிறேன். அதீதமாகப் பேசுகிறேன். சொல்லக் கூடாதவற்றையெல்லாம் அவனிடம் சொல்கிறேன். மொய்ராவைப் பற்றி, ஆஃப்க்ளெனைப் பற்றி எல்லாமும். ஆனால், லூக்கைப் பற்றி அல்ல. என்னுடைய அறையில் இருந்த பெண்ணைப் பற்றி, எனக்கு முன்னால் இருந்தவளைப் பற்றி அவனிடம் சொல்ல நினைக்கிறேன், ஆனால் சொல்லவில்லை. அவளும் இங்கே இந்தப்

படுக்கையில் எனக்கு முன்னால் இருந்திருக்கிறாள் என்றால் அதைத் தெரிந்தகொள்ள எனக்கு விருப்பமில்லை.

என்னுடைய நிஜப் பெயரை அவனுக்குச் சொல்கிறேன், அப்படியாக அவனுக்கு என்னைத் தெரியும் என்றாகிறது. விழிப்பாக நடந்துகொள்ள வேண்டிய நேரத்தில் ஒரு கோமாளியைப் போல நடந்துகொள்கிறேன். அவனிலிருந்து ஒரு அட்டையுருவத்தை ஒரு தேவரூபத்தை உருவாக்குகிறேன்.

அவனோ மிகக் குறைவாகப் பேசுகிறான். பேரம் பேசுவதோ கிண்டல்களோ இப்போது இல்லை. கேள்விகள் கேட்பதே கிட்டத்தட்ட இல்லை. நான் சொல்வதில் பெரும்பாலானதற்கு எதிர்வினை புரிவதில்லை, என்னுடைய உடலின் செயல்பாடுகளுக்குத்தான் உயிர்க்கிறான், ஆனாலும் நான் பேசும்போது என்னைப் பார்க்கிறான். என் முகத்தைப் பார்க்கிறான்.

நான் இவ்வளவுக்கு நன்றி பாராட்டிக்கொண்டிருக்கும் ஒருவன் எனக்கு மாறு செய்வான் என்ற நினைப்பே சாத்தியமில்லை.

எங்களில் ஒருவருமே *காதல்* என்ற வார்த்தையைச் சொல்வதில்லை, ஒரு முறைகூட. அது விதியைத் தூண்டும், வசியமாக்கும். அது துரதிர்ஷ்டமாகும்.

இன்றைக்கு வெவ்வேறு விதமான மலர்கள் இருக்கின்றன, உச்சிக்கோடையின் உலர்ந்த, தெளிவான மலர்கள். டெய்சிக்கள், ப்ளாக் அய்ட் சூஸன்கள், இலையுதிர் காலத்திற்கான ஆயத்தத்தில் இருப்பவை. ஆஃப்க்ளெனுடன் நடந்துபோகவும் வரவுமாக இருக்கும்போது தோட்டங்களில் அவற்றைப் பார்க்கிறேன். நான் அவளுக்கு செவிகொடுப்பதுமில்லை, அவளுடைய பேச்சுகளுக்கு மதிப்பு தருவதுமில்லை. அவள் என்னிடம் கிசுகிசுக்கும் செய்திகள் உண்மையற்றவை. அவற்றால் இப்போது எனக்கு என்ன பயன்?

இரவில் நீ அவருடைய அறைக்குச் செல்லலாம், அவருடைய மேசையை ஆராயலாம். நிச்சயமாகக் காகிதங்கள், குறிப்புகள் இருக்கும் என்கிறாள்.

கதவு பூட்டியிருக்கும். நான் முணுமுணுக்கிறேன்.

எங்களால் உனக்கு ஒரு சாவியை ஏற்பாடு செய்ய முடியும். அவர் யார் என்ன செய்கிறார் என்று நீ தெரிந்துகொள்ள வேண்டாமா?

ஆனால், இப்போது எனக்குத் தளபதி மீது யாதொரு ஆர்வமும் இல்லை. அவர் மீதான எனது ஆர்வமின்மையைக் காட்டிக்கொள்ளாதிருக்க நான் பிரயத்தனப்பட வேண்டியிருக்கிறது.

முன்பு எல்லாவற்றையும் எப்படிச் செய்தாயோ அதேபோல் செய்துகொண்டிரு. எதையும் மாற்றாதே எப்போதும். இல்லையென்றால் அவர்களுக்குத் தெரிந்துவிடும். உறுதி கொடு. கவனமாக இருப்பாயா? நிக் என்னை உற்றுப் பார்த்தவாறே பேசுகிறான். முத்தமிடுகிறான்.

அவனுடைய கையை எனது வயிற்றின் மீது வைக்கிறேன். அது நிகழ்ந்துவிட்டது. எனக்குத் தெரிகிறது. இன்னும் சில வாரங்கள்தான். பிறகு ஊர்ஜிதமாகிவிடும். என்கிறேன்.

இது பேரவா என்பதை அறிகிறேன்.

அவன் உன்னை உயிருக்குயிராக நேசிப்பான் என்கிறான். அவளாயிருந்தாலும்தான்.

ஆனால், இது உன்னுடையது. உண்மையாகவே இது உன்னுடையதாகத்தான் இருக்க வேண்டும். அப்படித்தான் விரும்புகிறேன்.

எப்படியானாலும் நாங்கள் பேச்சைத் தொடரவில்லை.

என்னால் முடியாது. அச்சமாக இருக்கிறது. இதிலெல்லாம் எனக்கு சாமர்த்தியமும் கிடையாது. எப்படியும் மாட்டிக்கொள்வேன். என்கிறேன் ஆஃப்க்ளெனிடம்.

வருத்தத்தோடு சொல்வதாகக் காட்டிக்கொள்ளக்கூட எந்த முயற்சியும் செய்கிறேனில்லை. அவ்வளவு சோம்பல் உண்டாகியிருக்கிறது.

நாங்கள் உன்னை வெளியில் எடுத்துவிடுவோம். ஆபத்தில் இருப்பவர்களை, உடனடி அபாயத்தில் இருப்பவர்களை அவசியம் ஏற்படும்போது எங்களால் வெளியில் எடுக்க முடியும்.

உண்மை என்னவென்றால் எனக்கு இப்போது விலக வேண்டும், தப்பிக்க வேண்டும், எல்லையைத் தாண்டி விடுதலையை நோக்கி ஓட வேண்டும் என்ற விருப்பமெல்லாம் இல்லை. நான் இங்கு இருக்க, நிக்குடன் இருக்க, அவன் இருக்கும் இடத்தில் இருக்க விரும்புகிறேன்.

இதைச் சொல்லும்போது என்னை நினைத்து வெட்கமுறுகிறேன். ஆனால், அதைத் தாண்டியும் வாழ்க்கை இருக்கிறதே. இந்த ஒப்புதல் ஒருவகையான பெருமையடித்தல் என்பதை என்னால் உணர முடிகிறது. இதில் பெருமை இருக்கிறது, ஏனென்றால் இது எவ்வளவுக்கெவ்வளவு விபரீதமானதோ அவ்வளவுக்கு அது எனக்கு நியாயமானது என்பதைப் பறைசாற்றுகிறது. அவ்வளவுக்குப் பெறுமதியானது. வியாதிகளைப் பற்றிய மற்றும் சாவை நெருங்கி மீண்டவர்களைப் பற்றிய கதைகளைப் போன்றது, போர்க்கதைகளைப் போன்றது. அவை பறைசாற்றுவது மேன்மையை அல்லவா.

ஒரு ஆணின் விஷயத்தில் இப்படியொரு தீவிரம் சாத்தியப்படுமென்று இதற்கு முன் எனக்குத் தோன்றியதில்லை.

சில நாட்கள் நான் அறிவார்த்தமாக இருந்தேன். இதை நான் காதல் என்று நினைக்க வேண்டியதில்லை. இங்கே எனக்கென்று ஒரு வாழ்க்கையை, அல்லது அது போன்ற ஒன்றை நான் உருவாக்கிக்கொண்டுள்ளேன். எந்த நிலையிலும் அவர்களுக்கென்று ஓர் ஆண் இருந்தானென்றால் குடியேறிகளின் மனைவியரும் போர்களைச் சந்தித்துத் தப்பித்த பெண்களும் இப்படித்தான் நினைத்திருக்க வேண்டும், மனிதம் மிகுந்த தகவமைப்புத் திறன் கொண்டது என்று என்னுடைய அம்மா சொல்வாள். சிற்சில ஈடாக்கங்கள் கிடைத்துவிட்டால் பொதுமென்று மனிதர்கள் எதையெல்லாம் பொறுத்துக்கொள்வார்கள் என்பது உண்மையில் மிகுந்த ஆச்சரியதுக்குரியது.

என்னுடைய மாதவிலக்குக் குட்டைகளை எடுத்துவைத்தவாறே கோரா சொல்கிறாள், இன்னும் ரொம்ப நாள் இல்லை. வெட்கத்துடன் மட்டுமல்லாமல் அறிந்த புன்னகையுடன் சொல்கிறாள். அவளுக்குத் தெரியுமா? அவளுக்கும் ரீட்டாவுக்கும் நான் அவர்களுடைய படிக்கட்டுகளில் இரவில் திருட்டுத்தனமாய்ச் செய்யும் காரியம் தெரியுமா? பகல்கனவு கண்டபடி, எங்கோ பார்த்துப் புன்னகைத்துக்கொண்டு, அவர்கள் என்னைக் கவனிக்கவில்லை என்று நினைக்கும்போது என் முகத்தை லேசாகத் தொட்டுப் பார்த்து என்னை நானே காட்டிக்கொடுத்துக்கொள்கிறேனோ?

ஆஃப்க்ளென் என் மீது நம்பிக்கை இழந்துவிட்டாள். அவள் முணுமுணுப்பது குறைந்துவிட்டது, பருவச்சூழலைப் பற்றியே அதிகம் பேசுகிறாள். இது குறித்து எனக்கு விசனமொன்றுமில்லை. எனக்கு ஆசுவாசமாகவே இருக்கிறது.

அத்தியாயம் நாற்பத்து இரண்டு

சாமணியோசை முழங்குகிறது, வெகுதூரத்திலிருந்தே அதைச் செவியுற முடிகிறது. காலை நேரம், இன்று நாங்கள் காலையுணவு உண்ணவில்லை. பிரதான வாயிலை அடைந்ததும் நாங்கள் அதன் வழியாக இருவரிருவராக வரிசையில் நுழைகிறோம். காவற்படையினர் ஏராளமாகக் குவிக்கப்பட்டிருக்கின்றனர், சிறப்புப் பணியில் இருக்கும் தேவதூதர்கள் தங்களுடைய கலகத்தடுப்பு ஆயுதங்களுடனும், தாடைப்பகுதி நீண்டவையும் புடைத்தவையும் ஒளியூடுருபவையும் அவர்களை வண்டுகளைப் போல் தோன்றச் செய்பவையுமான தலைக்கவசங்களுடனும், கண்ணீர்ப்புகைத் துப்பாக்கிகளுடனும் - மனப்பிறழ்சிவு நோயாளிகள் இருக்கும்பட்சத்தில் பாதுகாப்புக்காக - சுவரைச் சுற்றி ஒரு பாதுகாப்பு வளையம்போல அணிவகுத்திருக்கிறார்கள். சுவரில் ஆணிகள் காலியாக இருக்கின்றன.

இது மாநில ரட்சிப்பு, நேற்று அறிவிக்கப்பட்டது. பெண்களுக்கு மட்டுமானது. ரட்சிப்புகள் எப்போதுமே தனித்தனியாகவே நடத்தப்படும். எங்களுக்கு முதல் நாள்தான் தெரிவிப்பார்கள். நாங்கள் தயாராகிக்கொள்ள இது போதுமான அவகாசமில்லை.

சாமணியின் ஓசையோடே, ஒருகாலத்தில் விரிவுரைக் கூடங்களாகவும், துயிர்க் கூடங்களாகவும் இருந்த கட்டடங்களைக் கடந்து, முன்பு மாணவர்கள் நடந்துகொண்டிருந்த பாதையில் நடக்கிறோம். இங்கு நடப்பதே விநோதமான உணர்வாகப் படுகிறது. வெளியிலிருந்து பார்க்கும்போது பெரும்பாலான சன்னல்களின் மரத்திரைகள் இழுத்து மூடப்பட்டிருக்கின்றன என்பதைத் தவிர்த்து வேறெதுவும் மாறியிருப்பதாகக் கண்டுபிடித்துவிட முடியாது, மேலே செல்லும் வெண்ணிறப் படிகள் அப்படியே இருக்கின்றன, பிரதான நுழைவாயிலும் மாற்றம் ஏதுமில்லாமல் இருக்கிறது. முற்காலத்தில் துவக்க தினத்துக்காக - நான் தொப்பிகளை நினைவுகூர்கிறேன், தாய்மார்களில் சிலர் அணிந்து வந்த மென்னிறத் தொப்பிகள், மாணவர்களில் சிலர் அணிந்த கருநிற கவுன்கள், சிவப்பும்கூட - ஒவ்வொரு வசந்த காலத்திலும் அமைக்கப்பட்ட ஒன்றைப் போன்ற

மரத்தாலான மேடையொன்று புல்வெளியில் நிறுவப்பட்டிருக்கிறது, ஆனால் இது அதே போன்ற மேடையாக இருக்க முடியாது, கயிற்று வளையங்களோடான மூன்று மரக்கம்பங்கள் அதில் நிறுத்தப்பட்டிருப்பதால்.

மேடையின் முகப்பில் நுண்ணொலிப் பெருக்கி ஒன்று இருக்கிறது, தொலைக்காட்சிப் புகைப்படக்கருவி, ஒருபக்கமாக மறைவில் இருக்கிறது.

இப்படியொன்றுக்கு நான் ஒரே ஒரு முறை போயிருக்கிறேன், இரண்டு வருடங்களுக்கு முன்பு.

பெண்களின் ரட்சிப்புகள் அடிக்கடி நிகழ்வதில்லை. அவற்றுக்கான தேவைகள் அதிகமில்லை. இப்போதெல்லாம் நாங்கள் நல்ல பெண்களாக நடந்துகொள்கிறோம்.

நான் இந்தக் கதையைச் சொல்லிக்கொண்டிருக்கக் கூடாது.

தரவரிசைப்படி நாங்கள் அவரவர்களுக்கான இடங்களுக்குச் செல்கிறோம். பின்பகுதியில் இடப்பட்டிருக்கும் மடக்கு மரநாற்காலிகள் மனைவியருக்கும் மகள்களுக்கும் ஆனவை. மலிவு மனைவியரும் மார்த்தாக்களும் நூலகத்தின் படிக்கட்டுகளின் ஓரங்களில், சேடிப்பெண்கள் முன்பகுதியில், அங்குதான் எல்லோரும் எங்கள் மீது ஒரு கண் வைத்திருக்க முடியும். நாங்கள் நாற்காலிகளில் அமர்வதில்லை, மண்டியிட்டிருப்போம், இம்முறை எங்களுக்குத் திண்டுகள் இருக்கின்றன, எதுவும் எழுதப்படாத சிறிய மென்பட்டுத் திண்டுகள், **நம்பிக்கை** என்பதும்கூட.

அதிர்ஷ்டவசமாகப் பருவநிலை நல்ல விதமாக இருக்கிறது. வெப்பம் அதிகமில்லை, வானம் மூடியும் அதே நேரம் பளிச்சென்றும் இருக்கிறது. கொட்டும் மழையில் இங்கு மண்டியிட்டு அமர வேண்டியிருந்தால் கொடுமையாக இருந்திருக்கும். அதனால்தான் இவர்கள் எங்களிடம் முன்பே அறிவிப்பதில்லைபோல. பருவநிலை பற்றி அறியாததால். மற்ற காரணங்களைப் போல அதுவும் முக்கியமானதுதான்.

நான் என்னுடைய சிறிய மென்பட்டுத் திண்டில் மண்டியிடுகிறேன். இன்றிரவைப் பற்றி, இருளில் வெள்ளைச் சுவர்களில் பட்டுப் பிரதிபலிக்கும் வெளிச்சத்தில் கலவிகொள்வதைப் பற்றி, நினைத்துப்பார்க்க முயல்கிறேன், கட்டிக்கொள்ளப்படுவது நினைவில் எழுகிறது.

முதல் வரிசைத் திண்டுகளை ஒட்டியும் இரண்டாவதன் ஊடாகவும் நாற்காலி வரிசைகளின் பின்னாலும் நீளமான கயிறு ஒன்று பாம்பைப் போல வளைந்துகிடக்கிறது. மேலிருந்து பார்த்தால் மிக மெதுகதியிலோடும் மிகப் பழைய நதி ஒன்று வளைந்திருப்பதுபோல் இருக்கும். அது அடர்ந்தும், அடர்ப்பழுப்பு நிறத்திலும், தாரின் மணத்திலும் இருக்கிறது. கயிறின் முற்பகுதி மேடை மீது இருக்கிறது. ஒரு உருக்குக் கம்பியைப் போல, ஒரு பலூனின் வாலைப் போல இருக்கிறது.

மேடையின் இடதுபுறத்தில் ரட்சிக்கப்படவிருப்பவர்கள் இருக்கிறார்கள். இருவர் சேடிப்பெண்கள். ஒரு மனைவி. மனைவியர் அங்கிருப்பது வழக்கத்துக்கு மாறானது. என்னையும் அறியாமல் நான் அவளை ஆர்வத்துடன் பார்க்கிறேன். இவள் என்ன செய்துவிட்டாள் என்பதை அறிந்துகொள்ள விழைகிறேன்.

வாயில்கள் திறக்கும் முன்னரே அவர்கள் இங்கு இருத்தப்பட்டு விட்டிருக்கிறார்கள். அவர்கள் அனைவரும் பரிசளிக்கப்படவிருக்கும் பட்டதாரி மாணவர்களைப் போல மடக்கு மரநாற்காலிகளில் அமர்ந்திருக்கிறார்கள். அவர்களுடைய கரங்கள் ஏதோ மயக்கநிலையில் மடக்கப்பட்டவைபோல அவர்களது மடிகளில் இருக்கின்றன, ஏதும் ரகளை செய்துவிடாதிருப்பதற்காக அவர்களுக்கு மாத்திரைகளோ ஊசிகளோ கொடுக்கப்பட்டிருக்க வேண்டும். எல்லாம் திட்டமிட்டபடி நடந்தாக வேண்டுமே. மூவரும் முன்னும்பின்னுமாக மெல்ல அசைந்தாடுகிறார்கள், அவர்கள் நாற்காலிகளோடு பிணைக்கப்பட்டிருக்கிறார்களா? நாற்காலிகளின் உறைகளோடு பார்க்கும்போது அதைக் கண்டுபிடிக்க முடியாது.

இதோ அதிகாரபூர்வ அணிவகுப்பு மேடையை நெருங்குகிறது. வலதுபக்கமாக இருக்கும் படிகளில் முதலில் ஒரு ஆன்ட் அடுத்து தங்கள் கருப்பு அங்கிகள் மற்றும் முகமூடிகளில் அவளைத் தொடர்ந்து இரண்டு ரட்சிப்பாளர்கள் என்று மூன்று பெண்களும் ஏற, அவர்களைத் தொடர்ந்து மற்ற ஆன்ட்டுகளும் ஏறுகிறார்கள். எங்களுக்கு இடையில் இருந்த முணுமுணுப்புகள் அடங்குகின்றன. மூவரும் தங்களை இருத்திக்கொள்கிறார்கள், அந்த ஆன்ட்டும் அவளுக்கு இருபுறமாக கறுப்பு அங்கியில் இருக்கும் இரு ரட்சிப்பாளர்களும் எங்களைப் பார்க்கத் திரும்புகிறார்கள்.

அது ஆன்ட் லிடியா. நான் அவளைப் பார்த்து எத்தனை ஆண்டுகள் இருக்கும்? அவள் என்னுடைய தலைக்குள் மட்டும்தான் இருக்கிறாள் என்று நினைக்கத் தொடங்கியிருந்தேன், ஆனால்

இதோ அவள் இப்போது இங்கு என் பார்வைக்குத் தெளிவான கோணத்தில் இருக்கிறாள். இன்னும் கொஞ்சம் முதியவளாக. அவளது மூக்கின் இருபுறத்திலும் ஆழ்ந்துகொண்டிருக்கும் குழிகளையும் நிலைபெற்றிருக்கும் அந்தச் சுளிப்பையும் பார்க்க முடிகிறது. அவளுடைய கண்கள் படபடக்கின்றன, அவள் பதற்றமாகச் சிரிக்கிறாள், இடதும் வலதுமாகப் பார்வையைத் திருப்புகிறாள், பார்வையாளர்களைக் கவனிக்கிறாள், ஒரு கையை உயர்த்தி தலைத்துணியைச் சீராக்குகிறாள். நெறிபடும் குரலினதைப் போல ஒரு ஓசை ஒலிப்பெருக்கியிலிருந்து கேட்கிறது. அவள் தன்னுடைய தொண்டையைச் செருமுகிறாள்.

நான் நடுங்கத் தொடங்கியிருக்கிறேன். வெறுப்பு என் வாயை எச்சிலைப் போல நிரப்புகிறது.

வெயில் ஏறுகிறது, மேடையும் அதிலுள்ளவர்களும் கிறிஸ்துமஸ் குடில் ஒன்றைப் போல வெளிச்சமாகிறார்கள். என்னால் ஆன்ட் லிடியாவின் கண்களின் கீழுள்ள சுருக்கங்களை, அமர்த்தப்பட்டிருக்கும் பெண்களின் வெளிரலை, எனக்கு முன்னே இருக்கும் கயிறின் ரோமங்களை, புல்லின் தாட்களைப் பார்க்க முடிகிறது. சரியாக எனக்கு நேரே முட்டையின் மஞ்சள்கரு நிறத்தில் ஒரு டாண்டிலியன் இருக்கிறது. எனக்குப் பசிக்கிறது. மணி ஒலிப்பது நிற்கிறது.

ஆன்ட் லிடியா எழுகிறாள், இரு கைகளாலும் பாவாடையை நீவிக்கொள்கிறாள், ஒலிப்பெருக்கியின் முன் சென்று நிற்கிறாள். “பெண்மணிகளே, மதிய வணக்கம்” என்கிறாள், ஒலிப்பெருக்கியிலிருந்து உடனடியான காதைப் பிளக்கும் எதிரொலி கேட்கிறது. எங்களுக்கு இடையிலிருந்து நம்ப முடியாத வகையில் நகைப்பொலி எழுகிறது. ஒலியின் அளவைச் சரிசெய்யும் ஆன்ட் லிடியாவின் முகத்தில் இருக்கும் எரிச்சல் மற்றும் பதற்றத்தைப் பார்க்கும்போது சிரிக்காமல் இருப்பது மிகச் சிரமம். இதுவோ கண்ணியத்துக்குரியதாக இருந்திருக்க வேண்டியது.

“மதிய வணக்கம் பெண்மணிகளே” என்கிறாள் மறுபடியும், அவளுடைய குரல் தட்டையான உலோக ஓசையாக ஒலிக்கிறது. பெண்களே என்றல்லாமல் பெண்மணிகளே என்பது மனைவியருக்காகத்தான். “இந்த அழகிய காலையில் நாம் அனைவரும், எனக்காகத்தான் நான் பேசிக்கொள்கிறேனே, நீங்கள் அனைவரும், வேறு ஏதாவது வேலையாக இருந்திருக்கக்கூடிய இந்த நேரத்தில் நம்மையெல்லாம் இங்கு ஒன்றுசேர்த்திருக்கும்

துரதிர்ஷ்டவசமான காரணம் உங்கள் அனைவருக்கும் தெரிந்ததுதான் என்று நினைக்கிறேன், ஆனாலும் கடமை இரக்கமில்லாத முதலாளி, அல்லது இந்தச் சூழலில் நான் முதலாளியம்மா என்று சொல்ல வேண்டுமோ, நாம் அனைவரும் அந்தக் கடமையின் பெயராலேயே இன்று இங்கு கூடியிருக்கிறோம்."

அவள் இப்படியே சில நிமிடங்களுக்குத் தொடர்கிறாள். நான் காதுகொடுக்கவில்லை. இந்தப் பேச்சை அல்லது இது போன்ற ஒன்றை நான் முன்பே அடிக்கடி கேட்டிருக்கிறேன். அதே ஏற்ற இறக்கங்கள், அதே கோஷங்கள், வருங்காலத்தின் வெளிச்சம், குலத்துக்கான தொட்டில், நமக்கு முன்னிருக்கும் கடமை என்று அதே சொற்தொடுப்புகள். இதற்குப் பின் மரியாதை நிமித்தமான கைத்தட்டல் இருக்காது என்பதையும் புல்வெளியில் தேநீரும் பிஸ்கட்டுகளும் பரிமாறப்படப்போவதில்லை என்பதையும் நம்புவது கடினமாக இருக்கிறது.

அது முன்னுரை மட்டுமே என்று நினைக்கிறேன். இனிமேல்தான் முக்கியமான விஷயத்துக்கு அவள் வருவாள்.

ஆன்ட் லிடியா சட்டைப்பையைத் துழாவுகிறாள், கசங்கிப்போன காகிதம் ஒன்றை எடுக்கிறாள். அதைப் பிரிக்கவும் உற்றுப்பார்க்கவும் அநியாயத்துக்கு நேரமெடுத்துக்கொள்கிறாள். அவள் எங்களை அச்சுறுத்துகிறாளாம், தான் யார் என்பதை எங்களுக்குக் காட்டுகிறாளாம், அவள் ஓசையில்லாமல் அதை வாசிப்பதை எங்களைப் பார்க்கவைக்கிறாள், தன் மேலதிகாரத்தை காட்டிக்கொள்கிறாள். மட்டரகமாக இருக்கிறது என்று நான் நினைத்துக்கொள்கிறேன். இதைச் சீக்கிரம் முடித்துத் தொலையேன்.

"முன்பெல்லாம் தண்டனைக்காளாகி நிற்கும் கைதிகளின் குற்றச் செயல்கள் குறித்த விவரமான குறிப்புகளை வாசித்தான பிறகே ரட்சிப்புகளை நிகழ்த்துவது வழக்கம். ஆனால், இவ்வாறான அறிக்கைகளைப் பொதுவில் வைக்கும்போது அதுவும் அதைத் தொலைக்காட்சிப்படுத்தும்போது உடனடியாக அதைத் தொடர்ந்து அதே மாதிரியான குற்றச் செயல்கள் ஒரு வெறித்தனத்தோடு, அல்லது அதைப் பெருவெடிப்போடு என்றும் சொல்லலாம், நிகழ்த்தப்படுவதைப் பார்த்தோம். ஆகவே, பொது நன்மை கருதி அந்தப் பழக்கத்தைக் கைவிடுவதாக முடிவெடுத்திருக்கிறோம். ரட்சிப்புகள் இதோ தாமதமின்றி நிகழ்த்தப்படும்" என்கிறாள் ஆன்ட் லிடியா.

எங்கள் மத்தியிலிருந்து கூட்டாக முணுமுணுப்பு எழுகிறது. அடுத்தவர்களின் குற்றச் செயல்கள் எங்களுக்கிடையிலான ரகசியக் குழூவுக்குறிகள். அவற்றின் மூலமாக எங்களால் என்னவெல்லாம் செய்ய இயலுமென்று எங்களுக்கு நாங்கள் காட்டிக்கொள்வோம். இந்த அறிவிப்பு வரவேற்புக்குரியதல்ல. அதைப் புரிந்துகொள்ளாதவள்போல, ஏதோ கைத்தட்டல் ஓசையால் முழுக்காட்டப்பட்டவள்போல் புன்னகைத்தவாறே விழிக்கிறாள் ஆன்ட் லிடியா. இப்போது நாங்கள் எங்களுடைய உபாயங்களுக்கே, எங்களுடைய கற்பனைகளுக்கே விடப்பட்டுவிட்டோம். முதலாமவள், அவளுடைய இருக்கையிலிருந்து எழுப்பப்பட்டுக்கொண்டிருப்பவள், மேற்கையின் மீது கறுப்புக் கையுறைகள் படிந்திருப்பவள், இவளுடையது என்ன வாசிப்பா? இல்லையே. அதற்கு கை வெட்டுத்தானே. அதுவும் மூன்றாவது குற்றச்சாட்டில்தானே. ஒழுக்கங்கெட்டாளோ, அல்லது அவளுடைய தளபதியின் உயிருக்கு அல்லது தளபதியின் மனைவியின் உயிருக்கு ஏதாவது ஆபத்து விளைவித்தாளோ? இதற்கான வாய்ப்புகள் அதிகம். அதுவாகத்தான் இருக்கும் என்று நினைக்கிறோம். மனைவியரைப் பொறுத்தமட்டில் அந்த ஒரு விஷயத்துக்காகத்தான் அவர்கள் ரட்சிக்கப்படுவார்கள். அவர்கள் எங்களை என்ன வேண்டுமானாலும் செய்யலாம், ஆனால் எங்களைக் கொல்ல மட்டும் அனுமதிக்கப்படுவதில்லை, சட்டப்படியில்லை. பூத்தையல் ஊசிகளாலோ, தோட்டக் கத்திகளாலோ, அடுக்களையிலிருந்து களவாடப்பட்ட கத்திகளாலோ குறிப்பாக நாங்கள் சூல் கொண்டிருக்கையில் கூடவே கூடாது. ஆக, இது ஒழுக்கக்கேடாகத்தான் இருக்கும், ஆம், அது அப்படித்தான் இருக்க முடியும்.

அல்லது தப்பித்து ஓடும் முயற்சியாக.

ஆன்ட் லிடியா அறிவிக்கிறாள் "ஆஃப்சார்லஸ்." எனக்குத் தெரிந்தவள் அல்ல. அந்தப் பெண் முன்பக்கத்துக்கு அழைத்துவரப்படுகிறாள், ஒரு பாதம், பிறகு மற்றையது என்று அவள் நடப்பதைப் பார்த்தால் அதிலேயே தன் கவனத்தைக் குவித்திருப்பதுபோல் இருக்கிறது. நிச்சயமாக இவளுக்கு ஏதோ மருந்து கொடுத்திருக்கிறார்கள். அவளுடைய உதடுகளில் ஒரு கோணலான மயக்கப் புன்னகை நெளிகிறது. அவளுடைய முகத்தின் ஒரு பாதி சுருங்குகிறது. புகைப்படக் கருவியைப் பார்த்து ஒரு பக்கக் கண் மட்டும் சிமிட்டுகிறது. இதை நிச்சயமாகக் காட்ட மாட்டார்கள். இது நேரலையாக ஒளிபரப்பாகாது.

ரட்சிப்பாளர்கள் இருவர் அவளுடைய கரங்களை அவளுடைய முதுகுக்குப் பின்னால் கட்டுகிறார்கள்.

எனக்குப் பின்னாலிருந்து குமட்டலொலி எழுகிறது.

இதற்காகத்தான் எங்களுக்குக் காலையுணவு கொடுக்கப்படுவதில்லை.

“ஜனினாகத்தான் இருக்கும்.” ஆஃப்க்ளென் கிசுகிசுக்கிறாள்.

இதை நான் முன்பே பார்த்திருக்கிறேன், தலைக்கு மேலே வெள்ளைப் பை செருகப்படுவதை, ஏதோ பேருந்தில் ஏற்றிவிடுவதைப் போல அந்தப் பெண் உயர நாற்காலியில் ஏற்றிவிடப்படுவதை, அங்கே சரியாக நிற்கவைக்கப்படுவதை, சுருக்கு ஒரு பூசை உடுப்பைப் போல் கழுத்தைச் சுற்றி மென்மையாக சரிசெய்யப்படுவதை, நாற்காலி எத்திவிடப்படுவதை, என்னைச் சுற்றியிருந்து நீண்ட பெருமூச்சு மேலெழுவதை, காற்றுப்படுக்கையிலிருந்து வெளியேறும் காற்றைப் போன்ற அந்தப் பெருமூச்சையும், அவளுக்குப் பின்னாலிருந்து எழும் ஒலியையும் அடக்க ஆன்ட் லிடியா ஒலிப்பெருக்கியின் வாயை அடைப்பதை, எல்லோரோடும் சேர்ந்து எனக்கு முன்னால் இருக்கும் கயிற்றைத் தொட நான் முன்னே குனிவதை, இரு கைகளும் அதன் மேலிருக்க கயிறின் ரோமங்கள் கொளுத்தும் வெயிலில் தார் உருகியதால் பிசுபிசுப்பாக இருப்பதை, பிறகு அந்தப் பெண்ணின் மரணத்தில் நான் பொறுப்பேற்பதையும் என்னுடைய ரட்சிப்பாளர்களோடு உடன்படுவதையும் என்னுடைய ஒப்புதலையும் கையை நெஞ்சில் வைத்து நான் காட்டுவதை, உதைத்துக்கொள்ளும் பாதங்களை, கறுப்பணிந்திருக்கும் இருவர் அவற்றைப் பிடித்து முழுப் பலத்தோடு கீழே இழுப்பதை நான் பார்த்திருக்கிறேன். இனியும் இதையெல்லாம் எனக்குப் பார்க்க வேண்டாம். பதிலாக, நான் புல்லைப் பார்க்கிறேன். கயிறை விவரிக்கிறேன்.

அத்தியாயம் நாற்பத்து மூன்று

அந்த மூன்று உடல்களும் அதோ தொங்குகின்றன. கழுத்து கட்டப்பட்டு இறைச்சிக் கடைச் சன்னலில் தொங்கவிடப்பட்டிருக்கும் பறவைகளைப் போல சிறகு வெட்டப்பட்ட பறவைகளாக, பறக்கயியலாத பறவைகளாக, முறிந்த தேவதைகளாக, அவற்றின் தலைகளின் மீதிருக்கும் வெள்ளைச் சாக்குகளையும் மீறி அவை ஆவலில் நீண்டிருப்பதுபோல் தோன்றுகின்றன. அவற்றின் மீதிருந்து கண்களை விலக்கிக்கொள்வது சிரமம். அவற்றின் உடைகளின் வரம்புக்குக் கீழே இரண்டு ஜோடி சிவப்பு ஜோடுகளோடும் ஒரு ஜோடி நீல ஜோடுகளோடும் அவற்றின் பாதங்கள் தள்ளாடுகின்றன. அந்தக் கயிறுகளும் சாக்குகளும் மட்டும் இல்லையென்றால் இது ஒருவகையான நடனபாவனையாகக்கூடத் தோன்றிவிடக்கூடும். அந்தரத்தில் உறைந்த ஒரு பாலே காட்சியாக, புகைப்படக் கருவியில் சிக்கிய ஒன்றாக. ஒரு விளம்பரப்படத்தில் இருப்பதுபோல அவை ஒழுங்கமைக்கப்பட்டவையாகத் தோன்றுகின்றன. ஆன்ட் லிடியாதான் நீல ஜோடுக்காரியை நடுவில் தொங்குமாறு செய்திருக்க வேண்டும்.

ஆன்ட் லிடியா ஒலிப்பெருக்கியில் அறிவிக்கிறாள். “இன்றைய ரட்சிப்பு இதோ நிறைவடைந்தது, ஆனால்...”

நாங்கள் அவள் புறம் திரும்புகிறோம். பார்க்கிறோம். கவனிக்கிறோம். பேச்சில் நிறுத்தற்குறிகளை எங்கே வைக்க வேண்டுமென்று அவளுக்கு நன்றாகத் தெரியும். எங்கள் மத்தியில் ஒரு நடுக்கம் பாய்கிறது, ஒரு அதிர்வு. இன்னமும் வேறு என்னவோ நடக்கவிருக்கிறது போலும்.

“முதலில் நீங்கள் எழுந்து வட்ட வடிவில் நில்லுங்கள்.” அவள் எங்களைப் பார்த்துப் பெருந்தன்மையுடன், ஒரு வள்ளல்போல் புன்னகைக்கிறாள். எங்களுக்கு எதையோ தர இருக்கிறாள். அருள இருக்கிறாள். “உடனே, இப்போதே”

அவள் எங்களிடம், சேடிப்பெண்களிடம் பேசிக்கொண்டிருக்கிறாள். மனைவியரில் சிலர் வெளியேறுகிறார்கள். பெண்மக்களில்

சிலரும். பெரும்பான்மையானோர் இருக்கிறார்களென்றாலும் அவர்கள் பின்னுக்குத் தள்ளிநிற்கிறார்கள். அவர்கள் வெறுமனே பார்வையிடுகிறார்கள். அவர்களுக்கு இந்த வட்டத்தில் பங்கில்லை.

இரண்டு காவலாளிகள் முன்னே வந்து முறுகலான அந்தக் கயிற்றை வழியிலிருந்து விலக்குவதற்காகச் சுருட்டுகிறார்கள். மற்றவர்கள் திண்டுகளை அகற்றுகிறார்கள். இதோ நாங்கள் சுற்றித்திரிகிறோம், மேடைக்கு முன்னிருக்கும் புல்வெளியின் மீது. மையத்துக்கு அடுத்துள்ள முன்வரிசைக்குப் போய்விடுவதற்காக சிலர் முன்னேற, சிலரோ அதேபோல தள்ளுமுள்ளு செய்து, தாங்கள் பாதுகாக்காப்பாக இருப்பதற்காக நடுப்பகுதிக்குப் போய்விடப் பார்க்கிறார்கள். இப்படிப்பட்ட கும்பல்களில் தனியாய் நிற்பது தவறாகிவிடும். நீங்கள் அசட்டையானவராக, ஆர்வமற்றவராக முத்திரை குத்தப்படுவீர்கள். இங்கு ஒரு ஆற்றல் உருவாகிக்கொண்டிருக்கிறது. ஒரு குறுகுறுப்பு, தயார்த்தன்மையின் நடுக்கம் மற்றும் சினம். உடல்கள் இறுகியிருக்கின்றன, கண்கள் குறி பார்ப்பனபோல் பளீரிடுகின்றன.

நான் முன்வரிசையில் இருக்க விரும்பவில்லை, பின்னாலும்தான். என்ன நடக்கவிருக்கிறதென்று எனக்கு நிச்சயமாகத் தெரியவில்லை. ஆனால், நான் அருகில் பார்க்க விரும்பும் எதுவாகவும் அது இருக்கப்போவதில்லை என்பதை உணர்கிறேன். ஆஃப்க்ளென் என் கையைப் பற்றியிருக்கிறாள். என்னை அவளோடு சேர்த்துக்கொள்கிறாள். இப்போது நாங்கள் இரண்டாவது வரிசையில் இருக்கிறோம். உடல்களால் ஆன ஒரு மெல்லிய தடுப்பு மட்டுமே இப்போது எங்கள் முன் இருக்கிறது. எனக்குப் பார்ப்பதில் விருப்பமில்லை, ஆனால் என்னைப் பின்னுக்கு இழுத்துக்கொள்கிறேனுமில்லை. நான் அறைகுறையாக மட்டுமே நம்பிய வதந்திகளைக் கேட்டிருக்கிறேன். நான் முன்பே கேள்விப்பட்டிருந்ததையெல்லாம் தாண்டி எனக்குள் சொல்லிக்கொள்கிறேன், அவ்வளவுக்கெல்லாம் துணிய மாட்டார்கள்.

"பங்கேற்புத் தண்டனை நிறைவேற்றலின் விதிமுறைகள் தெரியுமல்லவா? நான் வீளையை ஊதும்வரை காத்திருக்க வேண்டும். அதற்குப் பிறகு நான் மீண்டும் ஊதும்வரை நீங்கள் என்ன செய்வீர்களென்பது உங்கள் விருப்பம் புரிகிறதா?" ஆன்ட் லிடியா சொல்கிறாள்.

எங்களிடையிலிருந்து ஓசை எழுகிறது. உருவில்லாத ஓர் ஒப்புதல்.

“அப்படியென்றால் சரிதான்” என்கிறாள். தலையசைக்கிறாள். இரண்டு பாதுகாவலர்கள் - கயிற்றைச் சுருட்டியவர்கள் அல்லர் - மேடைக்குப் பின்னாலிருந்து முன்னே வருகிறார்கள். அவர்களுக்கிடையே ஒரு மூன்றாவது நபரை அவர்கள் பாதி தூக்கிக்கொண்டும் பாதி இழுத்துக்கொண்டும் வருகிறார்கள். அவனும் பாதுகாவலர்களின் சீருடையில் இருக்கிறான், ஆனால் தலையில் தொப்பியில்லை. அவனுடைய சீருடை அழுக்கடைந்து கிழிந்திருக்கிறது. அவனுடைய முகம் வெட்டுப்பட்டுக் காயப்பட்டிருக்கிறது. ஆழமான செம்பழுப்புக் காயங்கள். சதை வீங்கி, முடிச்சுகளோடு இருக்கிறது. மழிக்கப்படாத தாடியால் அடர்ந்திருக்கிறது. இது ஒரு முகத்தைப் போலவே இல்லை. அறிந்திராத ஏதோ ஒரு காயைப் போல இருக்கிறது. சிதைபட்ட ஒரு கிழங்கு அல்லது தண்டுபோல. பிறழ்ந்து விளைந்துவிட்ட எதையோபோல. நான் நின்றிருக்கும் இடத்திலிருந்தேகூட அவனுடைய வாடையை முகர முடிகிறது. அவனிலிருந்து மலம் மற்றும் வாந்தியின் வாடை வீசுகிறது. அவனுடைய தலைமயிர் பழுப்புநிறமாய் முகமெங்கும் விரவியிருக்கிறது. எதனாலோ குத்திட்டு ஒட்டியிருக்கிறது. காய்ந்த வியர்வையால் இருக்குமோ?

நான் அவனை அருவருப்போடு வெறிக்கிறேன். அவன் போதையில் இருப்பவன்போல் இருக்கிறான். போதையோடு சண்டையில் ஈடுபட்டவனைப் போல. ஒரு குடிகாரனை இங்கு எதற்காக இழுத்துவந்திருக்கிறார்கள்?

“இவன், வன்புணர்வு குற்றஞ்சாட்டப்பட்டவன்.” ஆன்ட் லிடியாவின் குரல் ஆத்திரத்திலும் ஒருவகையான வெற்றியுணர்விலும் நடுங்குகிறது. இவன் பாதுகாவலனாக இருந்தவன். அவனுடைய சீருடைக்கு இழிவை உண்டாக்கிவிட்டான். நம்பிக்கைக்குரிய அவனுடைய பதவியைத் துஷ்பிரயோகம் செய்துவிட்டான். அவனுடைய கூட்டாளி முன்னரே சுடப்பட்டுவிட்டான். வன்புணர்வுக்கான தண்டனை உங்களுக்குத் தெரியும். மரணம். ட்யூடெரொனாமி 22:23-29. உங்களில் இருவர் துப்பாக்கி முனையில் இந்தப் பயங்கரத்தால் பாதிக்கப்பட்டார்கள் என்பதைச் சொல்லிக்கொள்கிறேன். அது மிகக் கொடூரமாய் இருந்தது. உங்களுடைய காதுகளை அந்த விவரங்களால் சிரமப்படுத்த மாட்டேன். சொல்லியாக வேண்டிய ஒன்றைத் தவிர. ஒரு பெண் கர்ப்பமாயிருந்தாள், குழந்தை இறந்துவிட்டது.”

எங்கள் மத்தியிலிருந்து பெருமூச்சு எழுகிறது. என்னையும் அறியாமல் என் முஷ்டி இறுகுகிறது. இது அத்துமீறல், இது

பயங்கரம். நாங்கள் படும்பாட்டுக்கெல்லாம் அப்புறமும் அந்தக் குழந்தைக்குமா இப்படி நடக்க வேண்டும். உண்மைதான், ரத்தவெறி ஏறுகிறது. கிழித்துக்கூறுபோட வேண்டும், குதற வேண்டும், பிய்த்தெறிய வேண்டும்.

நாங்கள் முட்டித்தள்ளி முன்னேறுகிறோம். எங்கள் தலைகள் இரண்டு பக்கமும் மாறிமாறித் திரும்புகின்றன. சாவை முகரும் எங்கள் மூக்குத்துவாரங்கள் விடைக்கின்றன. நாங்கள் ஒருவரையொருவர் பார்க்கிறோம், வெறுப்பைக் காண்கிறோம். சுட்டுக்கொல்வது மிகவும் நல்ல சாவைத் தந்துவிட்டிருக்கும். அந்த மனிதனின் தலை மயக்கத்தில் போல ஆடுகிறது. இவனுக்கு அவள் சொன்னது கேட்டிருக்கக்கூடுமா என்ன?

ஆன்ட் லிடியா ஒரு நொடி தாமதிக்கிறாள். பிறகு, ஒரு சிறிய புன்னகை புரிந்தவாறு வீளையை உதட்டுக்கு அருகில் கொண்டுசெல்கிறாள். நாங்கள் அதைக் கேட்கிறோம். அந்த உச்சஸ்த்தாயி உலோக ஓசையை. வெகுகாலத்துக்கு முந்தைய எங்கள் கூடைப்பந்தாட்டப் போட்டி ஒன்றில் ஒலித்ததன் எதிரொலியை.

அந்த இரு பாதுகாவலர்களும் மூன்றாவது நபரின் பிடியை விடுவித்துவிட்டு பின்வாங்குகிறார்கள். அவன் தடுமாறுகிறான் - அவனுக்கு மயக்கம் கொடுத்திருக்கிறார்களா? - மண்டியிட்டு விழுகிறான். இந்த வெளிச்சத்தைத் தாள முடியாததுபோல வீங்கியிருக்கும் அவன் முகச்சதைக்குள் அவனுடைய விழிகள் அமுங்குகின்றன. அவனை இருளில் வைத்திருந்திருக்கிறார்கள். அவன் ஒரு கையை தன் கன்னத்துக்கு உயர்த்துகிறான், அது இன்னமும் இருக்கிறதா என்று பார்ப்பவன்போல. இதெல்லாம் மிக விரைவாக நடக்கிறது, ஆனால் மெல்ல நடப்பதைப் போல் தோன்றுகிறது.

யாரும் முன்னே நகரவில்லை. இந்தப் பெண்கள், அடுப்படித் தரை மீது தன்னை இழுத்துக்கொண்டு போகும் பாதி செத்த எலியைப் பார்ப்பதுபோல அவனை பீதியுடன் பார்க்கிறார்கள். அவன் ஒரு கண்ணால் எங்களைப் பார்க்கிறான், இந்தச் சிவப்புப் பெண்களின் வட்டத்தை. அவனுடைய வாயின் ஓரம் அசைந்து நம்பவே முடியாத விதமாய் விரிகிறது - புன்னகையா?

நான் அவன் உண்மையில் எப்படி இருக்கக்கூடும் என்று தெரிந்துகொள்ள அவனுக்குள்ளே பார்க்க முயல்கிறேன். அவனுடைய போதைவசப்பட்ட முகத்துக்குள். அவனுக்கு முப்பது வயதிருக்கலாம். அவன் லூக் இல்லை.

ஆனால், அவனாக இருந்திருக்க வாய்ப்புள்ளது. அது எனக்குத் தெரியும். இது நிக்காக இருந்திருக்கலாம். இவன் என்ன செய்திருந்தாலும் என்னால் இவனைத் தொட முடியாது என்பதை உணர்கிறேன்.

அவன் ஏதோ சொல்கிறான். அவனுடைய தொண்டை காயப்பட்டிருப்பதுபோல, அவனுடைய வாயில் நாக்கு வீங்கியிருப்பதுபோல, அது குளறலாய் வெளிவருகிறது. ஆனால், நான் செவியுறுகிறேன். அவன் சொல்கிறான், "நான் செய்யவில்லை..."

அவன் புறமாக ஒரு உந்தல் நிகழ்கிறது. முந்தைய காலத்தின் ராக் இசைக் கச்சேரிகளில் கதவைத் திறந்ததும் எங்களுக்கிடையில் நிகழும் அவசரத்தின் அலைபோல. காற்று அட்ரீனலீனால் பளீரிடுகிறது. எங்களுக்கு எதுவும் அனுமதிக்கப்பட்டிருக்கிறது. இதுவே சுதந்திரம். என்னுடைய உடலுக்குள்ளாகவும் நான் சுழன்றுகொண்டிருக்கிறேன். சிவப்பு எங்கும் பரவுகிறது. ஆனால், உடல்கள் மற்றும் உடைகளின் அலை அவனை நெருங்கும் முன்பே ஆஃப்க்ளென் எங்களுக்கு முன் இருக்கும் பெண்களை நெட்டித்தள்ளி முன்னேறுகிறாள். இடது வலது என்று அவளுடைய முழங்கைகளால் இடித்துத் தள்ளிக்கொண்டு அவனை நோக்கி ஓடுகிறாள். அவனைப் பக்கவாட்டில் கீழே தள்ளுகிறாள். பிறகு, அவனுடைய தலையை உதைக்கிறாள். கொடூரமாக, ஒன்று, இரண்டு, மூன்று முறைகள். அழுத்தமான, வேதனையுண்டாக்கும் உதைகள். பாதங்களால் குறிபார்த்து எத்தப்பட்டவை. இதோ ஓசைகள் எழுகின்றன. அதிர்ச்சிக் கூவல்கள். முனகலைப் போன்ற மெல்லோசை ஒன்று, கத்தல், பிறகு சிவப்பு உடல்கள் முன்னே உருள என்னால் அதற்கு மேல் பார்க்க முடியவில்லை. கரங்களால், முஷ்டிகளால், பாதங்களால் அவன் மறைக்கப்பட்டிருக்கிறான். எங்கிருந்தோ ஒரு அலறல் எழுகிறது, பீதியில் இருக்கும் ஒரு குதிரையினதைப் போல.

நான் நிலையாய் நிற்க முயன்றவாறு பின்னாலேயே இருக்கிறேன். பின்புறத்திலிருந்து எதுவோ என்னைத் தாக்குகிறது. தடுமாறுகிறேன். நான் மீண்டும் நிலைகொண்டு சுற்றிலும் பார்க்க, மனைவியரும் பெண்மக்களும் தங்களுடைய நாற்காலிகளிலிருந்து எம்பிப் பார்ப்பதை, ஆன்ட்டுகள் தங்களுடைய மேடைகளிலிருந்து கீழே நடப்பதை ஆர்வத்துடன் பார்ப்பதைப் பார்க்கிறேன். அங்கே மேலேயிருந்து அவர்களுக்கு நன்றாகத் தெரியுமாயிருக்கும்.

அவன் ஒரு அது வாகி விட்டான்.

ஆஃப்க்ளென் மீண்டும் என் பக்கத்தில் வந்துவிட்டாள். அவளுடைய முகம் இறுகி பாவங்களற்றிருக்கிறது.

இதோ எனக்கு உணர்வுகள் திரும்புகின்றன. அதிர்ச்சி, ஆங்காரம், குமட்டல், காட்டுமிராண்டித்தனம். “நீ செய்ததை நான் பார்த்தேன். ஏன் அப்படிச் செய்தாய்? நீயா அது! உன்னை நான்...”

“என்னைப் பார்க்காதே. அவர்கள் கவனித்துக்கொண்டிருக்கிறார்கள்.”

“யார் பார்த்தாலும் எனக்குக் கவலையில்லை.” என் குரல் உயர்கிறது. என்னால் கட்டுப்படுத்த முடியவில்லை.

“உன்னைக் கட்டுப்படுத்திக்கொள்” என்கிறாள். என் கையை, தோளை, என்னை, தள்ளிவிடுவதுபோல் பாவனை செய்தவாறு என் காதுக்கருகில் அவளது முகத்தைக் கொண்டுவருகிறாள். “முட்டாள்தனமாகப் பேசாதே. அவன் வன்புணர்வாளனே அல்ல, அவன் இயக்கத்தில் இருந்தான். எங்களில் ஒருவன். அவனைப் போட்டுத்தள்ளிவிட்டேன். அவனுடைய துயரத்திலிருந்து விடுதலை அளித்தேன். அவனை அவர்கள் என்ன செய்துகொண்டிருந்தார்கள் என்று நீ பார்க்கவில்லையா?”

எங்களில் ஒருவன். ஒரு பாதுகாவலனா? சாத்தியமே இல்லை என்று நினைக்கிறேன்.

ஆன்ட் லிடியா மறுமுறை அவளுடைய வீளையை ஊதுகிறாள். ஆனால், அவர்கள் உடனடியாக நிறுத்துகிறார்களில்லை. அந்த இரு பாதுகாவலர்களும் உள்ளே புகுந்து எஞ்சிக் கிடப்பதன் மீதிருந்து அவர்களை இழுக்கிறார்கள். புல்வெளியில் சிலர் தவறுதலாக அடிபட்டோ உதைபட்டோ விழுந்த இடத்திலேயே கிடக்கிறார்கள். சிலர் மயங்கிவிட்டிருக்கிறார்கள். அவர்கள் இரண்டு மூன்று பேராகவோ அல்லது தனியர்களாகவோ தள்ளாடியபடி போகிறார்கள். அவர்கள் மயக்கத்தில் இருப்பவர்களைப் போல் இருக்கிறார்கள்.

நீங்கள் உங்கள் கூட்டாளிகளைக் கண்டுபிடித்து மீண்டும் உங்கள் வரிசையை அமையுங்கள். ஆன்ட் லிடியா ஒலிப்பெருக்கியில் பேசுகிறாள். சிலரே கவனம் செலுத்துகிறார்கள். ஒரு பெண் ஏதோ இருளில் பாதங்களால் வழி தேடுகிறவளைப் போல எங்களை நோக்கி வருகிறாள். ஜனின். அவளுடைய கன்னத்தில் ரத்தக் கறை இருக்கிறது. அவளுடைய வெள்ளைத் தலைக்குட்டையில் அது இன்னமும் அதிகம் இருக்கிறது. அவள் புன்னகைக்கிறாள், பளிச்சென்றதும் தானாய்ச் சுருங்குவதுமான புன்னகை.

அவளுடைய கண்கள் முகத்திலிருந்து கழன்றுவிட்டவைபோல் இருக்கின்றன.

“ஏய் எப்படி இருக்கிறாய்” என்கிறாள். அவளுடைய வலதுகையில் எதையோ இறுக்கமாகப் பற்றிக்கொண்டிருக்கிறாள். அது ஒரு கொத்து இளம்பழுப்புக் கேசம். ஒரு கிளுகிளுத்த சிரிப்பு சிரிக்கிறாள்.

“ஜனின்” என்கிறேன். ஆனால், அவள் தன்னைத் தொலைத்துக் கொண்டுவிட்டாள். அவள் வெகுதூரத்தில் இருக்கிறாள்.

“நன்நாளாகட்டும்.” அவள் எங்களைத் தாண்டி வாயிற்கதவை நோக்கிப் போகிறாள்.

நான் அவளைப் பார்க்கிறேன். இது சுலபமான வழி. அவளுக்காக வருந்தியிருக்க வேண்டும் என்றாலும் நான் வருந்தவும் இல்லை. எனக்குக் கோபம் வருகிறது. இதற்காக நான் என்னை நினைத்துப் பெருமைகொள்ளவும் இல்லை. இது எதற்காகவும் என்னைப் பற்றிப் பெருமைகொள்ளவில்லை. ஆனால், விஷயமே அதுதானே.

என்னுடைய கைகளில் சூடான தாரின் மணம் வீசுகிறது. நான் வீட்டுக்குத் திரும்பிச்சென்று குளியலறைக்குப் போய் சோப்பாலும் நுரைக்கல்லாலும் என்னைத் தேய்த்துத்தேய்த்துக் கழுவி இந்த வாடையின் மெல்லிய படலத்தையும்கூட என்னிடமிருந்து நீக்கிக்கொள்ள விரும்புகிறேன். இந்த வாடை எனக்குக் குமட்டலை உண்டாக்குகிறது.

ஆனால், நான் பசியாயும் இருக்கிறேன். இது அரக்கத்தனமாக இருக்கிறது. ஆனாலும், உண்மைதான். சாவு எனக்குப் பசியைக் கிளர்த்துகிறது. ஒருவேளை நான் காலியாக்கப்பட்டுவிட்டதால் எனக்குப் பசிக்கலாம். ஒருவேளை இது என்னுடைய உடல், அதன் அடிநாதமான பிரார்த்தனையான, நான் இருக்கிறேன், நான் இருக்கிறேன், இன்னமும் நான் இருக்கிறேன் என்பதைச் செய்வதற்காக, நான் உயிரோடிருப்பதற்காகச் செய்யும் உபாயமாகவும் இருக்கலாம்.

எனக்குப் படுக்கைக்குப் போக வேண்டும், கலவிகொள்ள வேண்டும். இந்த நிமிடமே.

நான் *ருசித்துமகிழ்* என்ற வார்த்தையை நினைக்கிறேன்.

என்னால் இப்போது ஒரு முழு குதிரையைத் தின்ன முடியும்.

அத்தியாயம் நாற்பத்து நான்கு

எல்லாம் இயல்புநிலைக்குத் திரும்பிவிட்டது.

இதை இயல்பு என்று எப்படிச் சொல்ல முடியும்? ஆனால், இன்று காலையோடு ஒப்பிடும்போது இது இயல்புதான்.

மதிய உணவுக்குக் கோதுமை ரொட்டியில் பாலாடை சேர்த்த சாண்ட்விச், ஒரு குவளை பால், செலரித் துண்டுகள், டப்பாவில் அடைத்த பியர்கள் இருந்தன. ஒரு பள்ளிக்குழந்தையின் மதிய உணவு. நான் எல்லாவற்றையும் உண்டேன். வேகமாக அல்ல, அவற்றின் சுவையில் லயித்து, நாவில் அவற்றின் சுவையை உணர்ந்து உண்டேன். இதோ கடைவீதிக்குப் போகவிருக்கிறேன். வழக்கம்போலவே. நான் அதை எதிர்நோக்கவேகூடச் செய்கிறேன். தினப்படிக்கு மீள்வதால் கிடைக்கும் ஆறுதல்களில் ஒன்று இது.

நான் பின்புற வாயில் வழியாக நடைபாதை ஓரமாக வெளியில் போகிறேன். நிக் காரைக் கழுவிக்கொண்டிருக்கிறான். அவனுடைய தொப்பி பக்கவாட்டில் இருக்கிறது. அவன் என்னைப் பார்க்கிறானில்லை. சமீபமாக நாங்கள் ஒருவரையொருவர் பார்த்துக்கொள்வதைத் தவிர்க்கிறோம். இங்கே யாருமில்லாத வெளியிலும்கூட அப்படித்தான். எதையாவது வெளிக்காட்டிவிடுவோம் என்ற பயம் இருக்கிறது.

தெருவோரத்தில் நான் ஆஃப்க்ளெனுக்காகக் காத்திருக்கிறேன். ஒருவழியாக அவள் வருவதைப் பார்க்கிறேன். ஒரு பட்டத்தைப் போல் சிவப்பாலும் வெள்ளையாலும் ஆன ஒரு துணியுரு. நாங்கள் எப்போதும் நடக்க வேண்டிய நிதானமான வேகத்தில் வருகிறாள். நான் அவளைப் பார்க்கிறேன். முதலில் எதையும் கவனிக்கவில்லை. பிறகு, அவள் நெருங்கநெருங்க அவளிடம் ஏதோ சரியில்லை என்று தோன்றுகிறது. அவள் ஏதோ சரியில்லாமல் இருக்கிறாள். சொல்லத் தெரியாத ஏதோ வகையில் அவள் மாறியிருக்கிறாள். அவள் காயப்படவில்லை, அவள் நொண்டவில்லை. ஏதோ அவள் சுருங்கிவிட்டாள் என்று தோன்றுகிறது.

பிறகு, அவள் இன்னமும் அருகில் வரும்போது தெரிகிறது. இவள் ஆஃப்க்ளென் இல்லை. இவள் அதே உயரத்தில் இருக்கிறாள், ஆனால் மெலிவாயிருக்கிறாள். இவளுடைய முகம் இளஞ்சிவப்பாயில்லை, மணல் நிறமாயிருக்கிறது. அவள் என்னருகில் வந்து நிற்கிறாள்.

“அந்தப் பழம் ஆசிர்வதிக்கப்படட்டும்.” விசுவாசத்தின் குரல், விசுவாசத்தின் பாவனை.

“தேவன் அதைத் திறக்கட்டும்.” நான் பதில் சொல்கிறேன். என்னுடைய அதிர்ச்சியைக் காட்டிக்கொள்ளாதிருக்க முயல்கிறேன்.

“நீ ஆஃப்ரெட்டாக இருக்க வேண்டும்”என்கிறாள். “ஆம்” என்கிறேன். நடக்கத் தொடங்குகிறோம்.

இனி என்ன செய்வது. என் தலைசுற்றுகிறது. இது நல்லதில்லையே. அவளுக்கு என்னவாயிற்று? அதீத அக்கறையைக் காட்டிக்கொள்ளாமல் அதை எப்படித் தெரிந்துகொள்வது? நாங்கள் ஒருவருக்கு ஒருவர் நட்போ விசுவாசமோ வளர்த்துக்கொள்ள அனுமதி இல்லையே. இப்போதைய பணியிலிருந்து மாற்றப்படுவதற்கு ஆஃப்க்ளெனுக்கு இன்னும் எவ்வளவு காலம் இருக்கிறது என்பதை நினைவுகூர முயல்கிறேன்.

“நமக்கு அருமையான சீதோஷணம் அருளப்பட்டிருக்கிறது” என்கிறேன்.

“அதை நான் மகிழ்ச்சியோடு வரவேற்கிறேன்.” இந்தக் குரல் உணர்ச்சியற்று, தட்டையாக எதையும் வெளிப்படுத்தாமல் இருக்கிறது.

எதுவும் பேசிக்கொள்ளாமல் முதல் சோதனைச் சாவடியை கடக்கிறோம். அவள் வாயை இறுக மூடிக்கொண்டிருக்கிறாள். ஆனால், நானும் அப்படித்தான் இருக்கிறேன். நான் தொடங்க வேண்டுமென்று, என்னை வெளிப்படுத்திக்கொள்ள வேண்டுமென்று காத்திருக்கிறாளோ. அல்லது இவள் ஒரு விசுவாசியோ? ஆழ்மன தியானத்தில் இருக்கிறாளோ?

“ஆஃப்க்ளென் அதற்குள்ளாகப் பணியிட மாற்றம் செய்யப்பட்டுவிட்டாளா?” கேட்கிறேன். அப்படியல்ல என்றெனக்குத் தெரியும். இன்று காலையில்தான் அவளைப் பார்த்தேன். அவள் சொல்லியிருப்பாளே.

“நான்தான் ஆஃப்க்ளென்” என்கிறாள் இவள். வார்த்தை சுத்தமாய். ஆனால், அது உண்மைதான். இவள் புது ஆஃப்க்ளென். ஆனால்,

ஆஃப்க்ளென் அவள் எங்கிருந்தாலும் இனி ஆஃப்க்ளென் அல்லதான். எனக்கு அவளுடைய நிஜப் பெயர் தெரியாது. இப்படித்தான் நீங்கள் பெயர்களின் கடலில் தொலைந்துபோவீர்கள். இனி அவளைக் கண்டுபிடிப்பது சுலபமல்ல.

நாங்கள் மில்க் அண்ட் ஹனிக்கும், ஆல் ஃப்ளெஷுக்கும் போகிறோம். நான் கோழியிறைச்சி வாங்கினேன். புதிய ஆஃப்க்ளென் மூன்று பவுண்டுகள் மாட்டிறைச்சி வாங்கினாள். அங்கு வழக்கமான வரிசைகள். அடையாளம் தெரியும் பல பெண்களைப் பார்க்கிறேன். இப்போதும் சிலருக்கு நம்மைத் தெரியும், நாம் இன்னமும் ஜீவித்திருக்கிறோம் என்பதைக் காட்டும் முகமாகக் கண்ணுக்குத் தெரியாத அளவிலான தலையசைப்புகளைச் செய்துகொள்கிறோம். ஆல் ஃப்ளெஷுக்கு வெளியில் வந்து புதிய ஆஃப்க்ளெனிடம் "நாம் சுவரைப் பார்க்கப்போவோம்" என்கிறேன். நான் என்ன எதிர்பார்க்கிறேனென்று எனக்கும் தெரியவில்லை. ஒருவேளை அவளுடைய எதிர்வினை என்னவென்று பார்க்கிறேனாக இருக்கலாம். அவள் எங்களில் ஒருத்தியா இல்லையா என்று எனக்குத் தெரிய வேண்டும். அப்படி அவள் இருந்தால், அதை என்னால் தெரிந்துகொள்ள முடிந்தால், ஆஃப்க்ளெனுக்கு என்ன ஆயிற்று என்பதை என்னால் தெரிந்துகொள்ள முடியும்.

"உன் விருப்பம்போல" என்கிறாள். இது அசட்டையா எச்சரிக்கையா?

சுவரில் இன்று காலையின் பெண்கள் மூவரும், இப்போதும் அவர்களது உடைகளில், இப்போதும் அவர்களது ஜோடுகளோடு, இப்போதும் அந்த வெண்ணிறப் பைகள் அவர்கள் தலைகளுக்கு மேலாக இருக்கத் தொங்குகிறார்கள். அவர்களுடைய கைக்கட்டுகள் விடுவிக்கப்பட்டிருக்கின்றன. கைகள் இறுகி அவர்களின் பக்கங்களில் தொங்குகின்றன. நீலம் நடுவில் இருக்கிறது, இரண்டு சிவப்புகளும் இரண்டு பக்கங்களிலும். ஆனால், அந்த நிறங்களில் இப்போது தெளிவில்லை. அவை மங்கிப்போனதுபோல் இருக்கிறது. அழுக்கடைந்ததுபோல, செத்துப்போன பட்டாம்பூச்சிகளைப் போல, நிலத்தின் மீது காயும் வெப்பமண்டல மீன்களைப் போல. அவர்களின் பளபளப்பு அற்றுப்போய்விட்டது. நாங்கள் அமைதியில் நின்று அவர்களைப் பார்க்கிறோம்.

கடைசியில், "இது நமக்கு ஒரு நினைவூட்டலாக இருக்கட்டும்" என்கிறாள் புதிய ஆஃப்க்ளென்.

நான் முதலில் ஏதும் சொல்கிறேனில்லை. ஏனென்றால், நான் அவள் என்ன சொல்ல வருகிறாள் என்பதைப் புரிந்துகொள்ள முயல்கிறேன். இது இந்த ஆட்சியின் அநியாயம் மற்றும் குரூரத்தை நமக்கு நினைவூட்டுவதாக இருப்பதாகவும் அவள் சொல்லலாம். அப்படித்தான் என்றால் நான் "ஆம்" என வேண்டும். அல்லது அதற்கு எதிர்மாறாக நாங்கள் எங்களுக்குச் சொல்லப்பட்டதை மட்டும் செய்ய நினைவூட்டிக்கொள்ள வேண்டும், அப்படிச் செய்யாமல் பிரச்சினையில் சிக்கிக்கொண்டால் இப்படித்தான் தண்டிக்கப்படுவோம் என்றும் சொல்லலாம். இதுதான் அவள் சொல்ல வருவதென்றால் நான் தேவனுக்கே புகழனைத்தும் என்று சொல்ல வேண்டும். அவளுடைய குரல் தட்டையாக, தனித்தன்மையற்று, எந்தக் குறிப்புமற்று இருந்தது.

நான் துணிகிறேன். "ஆம்" என்கிறேன்.

இதற்கு அவள் எதிர்வினை ஆற்றவில்லை என்றாலும் என்னுடைய பார்வையெல்லையின் ஓரத்தில் வெண்மையின் சிமிட்டலொன்றை உணர்கிறேன். அவள் வெகுவேகமாக என்னைப் பார்க்க நிமிர்ந்து மீண்டிருக்கலாம்.

ஒரு நொடிக்குப் பிறகு நாங்கள் திரும்பி எங்கள் நீள் நடையைத் தொடங்குகிறோம். எங்களுடைய காலடிகளை எங்களுக்கு அறிவுரைக்கப்பட்ட வகையிலும், எங்கள் சீர்மையைக் காட்டவும் ஒன்றாய் வைத்து நடக்கிறோம்.

இன்னமும் வேறெதையும் ஆரம்பிப்பதற்கு முன் நான் சிறிது காத்திருக்க வேண்டும். குறுக்கிடவும் கேள்விகள் கேட்கவும் இது மிகவும் குறுகிய கால அவகாசம். நான் ஒரு வாரமாவது பொறுக்க வேண்டும். இரண்டு வாரங்கள் அல்லது ஒருவேளை இன்னமும்கூட ஆகலாம். ஆஃப்க்ளென் என்னைக் கவனித்ததுபோல இவளைப் பொறுமையாகக் கவனிக்க வேண்டும். இவளுடைய குரலின் தொனியைக் கவனிக்க வேண்டும். யோசிக்காமல் பேசும் வார்த்தைகளைக் கவனிக்க வேண்டும். இதோ ஆஃப்க்ளென் போய்விட்டாள். என்னில் இருந்த அசட்டையும் போய்விட்டது. நான் மீண்டும் சுதாரித்துவிட்டேன். என்னுடைய உடல் இனியும் இன்பத்துக்கானது மட்டுமல்ல, அது அதன் இடையூறுகளை கவனிக்கத் தொடங்கிவிட்டது. நான் நிதானம் தவறக் கூடாது, அநாவசியமான ஆபத்துகளை வரவழைத்துக்கொள்ளக் கூடாது. ஆனால், எனக்குத் தெரிந்துகொள்ள வேண்டும். இறுதி சோதனைச் சாவடியைத் தாண்டும்வரை நான் கட்டுப்படுத்திக்கொள்கிறேன்.

இன்னும் சில அடிகள் மட்டுமே மீதமுள்ளன. அதற்கு மேல் என்னால் என்னை அடக்கிக்கொள்ள முடியவில்லை.

"எனக்கு ஆஃப்க்ளெனை அதிகம் தெரியாது. அதாவது முந்தைய ஆஃப்க்ளெனை" என்கிறேன்.

"அப்படியா" என்கிறாள். அவள் இறுக்கமாய்ப் பேசினாலும் அவள் வேறெதுவும் சொல்லாதது எனக்குத் தைரியம் கொடுக்கிறது.

"மே மாதத்திலிருந்துதான் அவளைத் தெரியும்" என்கிறேன். என்னுடைய சருமம் சூடாவதையும் இதயம் வேகமாய்த் துடிப்பதையும் உணர்கிறேன். முதலில் இது ஒரு பொய். அதிலிருந்து அடுத்த அதி முக்கிய வார்த்தைக்கு எப்படித் தாவுவது? "மே முதல் தேதியிலிருந்து என்று நினைக்கிறேன். மே டே என்றுகூட அதை அழைப்பார்களே."

"அப்படியா?" என்கிறாள், சாதாரணமாக, அசட்டையாக, அச்சுறுத்தும் விதமாக. "அந்தப் பெயரே எனக்கு நினைவில்லை. நீ கொஞ்சம் முயன்று களைய வேண்டும்..." தாமதிக்கிறாள்... "உன்னுடைய மனதிலிருந்து இம்மாதிரியான..." தாமதிக்கிறாள் "எதிரொலிகளை."

என்னுடைய சருமத்தின் மீது தண்ணீர் பரவுவதைப் போல் குளிர் பரவுவதை உணர்கிறேன். அவள் என்னை எச்சரிக்கிறாள்.

அவள் எங்களில் ஒருத்தி அல்ல. ஆனால், அவளுக்குத் தெரிந்திருக்கிறது.

இறுதித் தொகுதிகளை நான் அச்சத்தில் கடக்கிறேன். நான் மறுபடியும் முட்டாளாக நடந்துகொண்டுவிட்டேன். முட்டாளையும்விட மோசமாக. இது எனக்கு முன்பே தோன்றவில்லை, ஆனால், இப்போது தெரிகிறது. ஆஃப்க்ளென் பிடிபட்டிருக்கிறாளென்றால் ஆஃப்க்ளென் பேசலாம் என்று அர்த்தம். எல்லோரையும் பற்றி. என்னைப் பற்றியும். அவள் பேசுவாள். அவளால் வேறு ஒன்றும் செய்ய முடியாது.

நான் என்னிடமே சொல்லிக்கொள்கிறேன். ஆனால், நான் ஒன்றும் செய்யவில்லையே, பெரிதாக ஒன்றுமில்லையே. எனக்குத் தெரியும் அவ்வளவுதானே. நான் செய்ததெல்லாம் அதைச் சொல்லாமல் இருந்ததைத்தானே.

அவர்களுக்கு என் குழந்தை எங்கிருக்கிறது என்று தெரியும். அவர்கள் அவளை இழுத்துவந்து என் முன்னால் வைத்து மிரட்டினால்

என்ன செய்வது? அல்லது அவர்கள் செய்வதைச் செய்துவிட்டால்? அல்லது லூக்கை. அவர்களிடம் லூக் இருந்தால். அல்லது என் அம்மா அல்லது மொய்ரா அல்லது யாராக இருந்தாலுமே. ஐயோ தேவனே என்னை அவர்களில் ஒருவரைத் தேர்ந்தெடுக்கச் செய்யாதீர். என்னால் அதைத் தாங்கவே முடியாது. எனக்கு தெரியும், மொய்ரா என்னைப் பற்றி சரியாகத்தான் சொன்னாள். அவர்கள் விரும்பும் எதையும் நான் சொல்லிவிடுவேன். எவரையும் காட்டிக்கொடுப்பேன். உண்மை. அந்த முதல் அலறல், முனகலாய் இருந்தாலுமே அது என்னை நிலைகுலையச் செய்துவிடும். எந்தக் குற்றத்தையும் நான் ஒப்புக்கொள்வேன். அந்தச் சுவரில் ஒரு ஆணியில் கயிறின் முனையில் தொங்குவேன். உன்னுடைய தலையைத் தாழ்த்திக்கொண்டு ஆபத்துகளை எதிர்நோக்கு என்று எனக்கு நானே முன்பு சொல்லிக்கொண்டிருக்கிறேன். ஆனால், இப்போது அதனால் ஒரு பயனுமில்லை.

வீடு திரும்பும் வழியில் நான் இப்படித்தான் எனக்குள் பேசிக்கொள்கிறேன்.

வளைவில் இருவரும் வழக்கம்போல ஒருவரை நோக்கி ஒருவர் திரும்புகிறோம்.

“அவருடைய கண்களின் பிடியில்” என்கிறாள் இந்தப் புதியவளும் நம்பிக்கைத் துரோகியுமான ஆஃப்க்ளென்.

“அவருடைய கண்களின் பிடியில்” என்கிறேன் நான், விசுவாசமாய்ச் சொல்வதுபோல. ஏதோ இவ்வளவு ஆகிவிட்டதற்குப் பிறகும் இந்த நடிப்பெல்லாம் செல்லுபடியாகும் என்பதுபோல.

பிறகு, அவள் விசித்திரமான ஒன்றைச் செய்கிறாள். முன்னே குனிகிறாள், எங்களுடைய விரைப்பான வெண்ணிறக் கவிகங்கள் கிட்டத்தட்ட தொட்டுக்கொள்வதுபோல, அவளுடைய வெளிறிய மணல்நிற விழிகளை நான் மிக அருகில் பார்க்க, அவளுடைய கன்னங்களின் கோடுகள் எனக்குத் தெளிவாய்த் தெரியுமளவு நெருங்கிவந்து கிசுகிசுக்கிறாள். மிக வேகமாய்ச் சொல்கிறாள். அவளுடைய குரல் அவ்வளவு மெல்லியதாய், காய்ந்த சருகுகளைப் போல இருக்கிறது. “அவள் தூக்கிட்டுக்கொண்டாள். ரட்சிப்பு நிகழ்வுக்குப் பிறகு. அவளைத் தேடி கறுப்பு ஊர்தி வருவதைத் தெரிந்துகொண்டாள். தனக்கு நல்ல வழியைத் தேடிக்கொண்டாள்.”

பிறகு, அவள் என்னிலிருந்து அகன்று தெருவில் நடந்துபோகிறாள்.

அத்தியாயம் நாற்பத்து ஐந்து

நான் உதைபட்டவளைப் போல ஒரு நொடி ஸ்தம்பிக்கிறேன். காற்றுக்குத் தவித்துப்போகிறேன்.

ஆக, அவள் இறந்துவிட்டாள். அத்தோடு நான் தப்பித்துவிட்டேன். எப்படியோ. அவர்கள் வரும் முன்னே அவள் அதைச் செய்துவிட்டாள். நான் மிகுந்த நிம்மதியை உணர்கிறேன். அவளுக்கு மிகுந்த கடன்பட்டவளாக உணர்கிறேன். நான் வாழட்டுமென்று அவள் இறந்துவிட்டாள். துக்கத்தை நான் பின்னர் அனுஷ்டித்துக்கொள்வேன்.

எல்லாம், அந்தப் பெண் பொய் சொல்லாதிருக்கும் பட்சத்தில்தான். பொய்யாக இருக்க எல்லா வாய்ப்புகளும் உண்டு.

நான் மூச்சிழுக்கிறேன். ஆழமாக. மூச்சுவிடுகிறேன். காற்றால் என்னை நிரப்பிக்கொள்கிறேன். எனக்கு முன்னே இருக்கும் வெளி கருக்கிறது, பின்னர் தெளிகிறது. என்னால் என் பாதையைக் காண முடிகிறது.

நான் திரும்புகிறேன். வாயிற்கதவைத் திறக்கிறேன். நிதானித்துக் கொள்ள ஒரு நொடி அதன் மீது கையை வைத்திருந்துவிட்டு உள்ளே நடக்கிறேன். அங்கே நிக் இருக்கிறான். இன்னமும் காரைக் கழுவிக்கொண்டு லேசாகச் சீட்டியடித்துக்கொண்டு இருக்கிறான். அவன் வேறேதோ உலகில் இருப்பதுபோல் இருக்கிறது.

அன்புள்ள தேவனே, நீர் விரும்பும் எதையும் நான் செய்வேன். நீர் என்னைத் தப்புவித்துவிட்டீர். நான் என் பாவங்களைத் துடைத்தழித்துக்கொள்கிறேன். நீர் அதைத்தான் விரும்புவீரென்றால் நான் என்னைக் காலியாக்கிக்கொள்வேன். உண்மையாகவே ஒரு பூசைக்கிண்ணமாவேன். நான் நிக்கைக் கைவிடுவேன். எல்லோரையும் மறந்துவிடுகிறேன். புகார் சொல்வதை நிறுத்துவேன். எனக்கானதை ஏற்றுக்கொள்வேன். தியாகம் செய்வேன். பாவமன்னிப்பு கோருவேன். ஆசையறுப்பேன். உம்மிடம் மீள்வேன்.

இது சரியல்ல என்று தெரிந்தாலும் நான் அப்படித்தான் நினைக்கிறேன். சிவப்பு மையத்தில் அவர்கள் சொல்லிக்கொடுத்த அத்தனையும், நான் எதிலிருந்து முரண்பட்டேனோ அத்தனையும், வெள்ளமாய்ப் பாய்ந்துவருகிறது. எனக்கு வேதனை வேண்டாம். என் கால்கள் அந்தரத்தில் தொங்க வேண்டாம். என் தலை முகமற்ற நீள்சதுர வெண்ணிற மூட்டையாக வேண்டாம். நான் ஒரு நடனக்காரியாக வேண்டாம். சுவரில் தொங்கவிடப்பட்ட ஒரு பொம்மையாக வேண்டாம். சிறகுகளற்ற ஒரு தேவதையாக வேண்டாம். நான் வாழ வேண்டும். எந்த வடிவத்திலென்றாலும் சரிதான். நான் என்னுடலை மற்றவர்களின் உபயோகத்துக்கென மனதார ஒப்புக்கொடுக்கிறேன். அவர்கள் என்னை என்ன வேண்டுமானாலும் செய்துகொள்ளலாம். நான் கீழ்ப்படிகிறேன்.

முதன்முறையாக நான் **அ**வர்களுடைய சக்தியை உணர்கிறேன்.

நான் பூம்பாத்திகளைத் தாண்டி வில்லோ மரத்தைத் தாண்டி பின்வாசல் கதவை நோக்கிப் போகிறேன். நான் உள்ளே போவேன். நான் பத்திரப்படுவேன். என் அறையில் முழந்தாலிட்டு விழுவேன். அறைக்கலன் பூச்சின் வாடையடிக்கும் காற்றை என் நெஞ்சு நிரம்ப நன்றியோடு உள்ளிழுப்பேன்.

செரினா ஜாய் முன்வாசல் வழியாக வெளியில் வந்திருக்கிறாள். படிக்கட்டின் மீது நின்றுகொண்டிருக்கிறாள். என்னை அழைக்கிறாள். அவளுக்கு என்ன வேண்டும்? வரவேற்பறையின் உள்ளே வந்து அவளுடைய சாம்பல் நிறக்கம்பளியைச் சுற்ற உதவச் சொல்வாளா? என்னால் என் கரங்களை நிதானமாக நிறுத்திவைக்க முடியாதே. அவள் எதையாவது கவனித்துவிடுவாள். ஆனாலும், நான் அவளிடம் செல்கிறேன். எனக்கு வேறு வழியில்லை.

முதல் படியில் அவள் எனக்கு மேலே உயர நிற்கிறாள். சுருக்கங்களோடான அவளது வெண்ணிறச் சருமத்தின் மீது செந்நீலமாய் அவளுடைய விழிகள் தகதகக்கின்றன. நான் அவளது முகத்திலிருந்து பார்வையை அகற்றுகிறேன். நிலத்தைப் பார்க்கிறேன். அவளது பாதங்களை, அவளுடைய கைத்தடியின் நுனியைப் பார்க்கிறேன்.

"நான் உன்னை நம்பினேன். உனக்கு உதவ முயன்றேன்" என்கிறாள்.

இன்னமும் நான் அவளை ஏறிடவில்லை. குற்றவுணர்வு என்னுள் ஊடுருவுகிறது. நான் பிடிபட்டுவிட்டேன், ஆனால் எதன் பொருட்டு?

என்னுடைய பாவங்களுள் எதற்காகக் குற்றஞ்சாட்டப்படுகிறேன்? தெரிந்துகொள்வதற்கான ஒரே வழி அமைதியாக இருப்பதுதான். இதற்காக அதற்காக என்று சாக்கு சொல்லத் தொடங்குவதென்பது மிகப் பெரிய பிழையாகிவிடும். அவள் ஊகித்திராத எதையாவது நானே உளறிவிடக்கூடும்.

இது ஒன்றுமே இல்லாமலிருக்கலாம். என்னுடைய மெத்தையில் நான் ஒளித்துவைத்திருக்கும் தீக்குச்சியாக இருக்கலாம். நான் தலையைக் கவிழ்த்துக்கொள்கிறேன்.

"ஓஹோ, உனக்கான விளக்கமென்று ஒன்றுமே இல்லையா?"

நிமிர்ந்து அவளைப் பார்க்கிறேன். "எது குறித்து?" திக்கித்திணறிக் கேட்கிறேன். வெளியில் வந்து விழுந்த நொடியே வார்த்தைகள் அதிகப்பிரசங்கித்தனமாகத் தொனிக்கின்றன.

"பார்." அவளுடைய முதுகுக்குப் பின்னாலிருந்து அவளது இன்னொரு கையை முன்னுக்குக் கொண்டுவருகிறாள். அவள் வைத்திருப்பது அந்த மேலங்கியை. அந்தக் குளிராடையை. "இதில் உதட்டுச்சாயம் இருந்தது. இவ்வளவு மட்டரகமாக நடந்துகொள்ள உன்னால் எப்படி முடிந்தது? நான் அவரிடம் *சொல்லியிருந்தேனே*..." அவள் மேலங்கியை வீசுகிறாள். எலும்பெலும்பான அந்தக் கையில் வேறு எதையோ வைத்திருக்கிறாள். அதையும் கீழே போடுகிறாள். படிகளின் மீது பாம்புத்தோலைப் போல வழுக்கிக்கொண்டு சூரிய ஒளியில் மின்னியவாறு அந்த ஊதா ஜிகினாக்கள் விழுகின்றன. "என் முதுகுக்குப் பின்னால் இப்படியா" என்கிறாள். "எனக்கென்று நீ எதையாவது விட்டுவைத்திருக்கக் கூடாதா?" அவள் அவரை விரும்புகிறாளா என்ன? அவள் கைத்தடியை உயர்த்துகிறாள். என்னை அடிக்கப்போகிறாள் என்று நினைக்கிறேன். ஆனால், அவள் அப்படிச் செய்கிறாளில்லை. "அந்தக் கருமத்தை எடுத்துக்கொண்டு உன் அறைக்குப் போ. அப்படியே அவளைப் போலவே அந்த வேசியைப் போலவே உன் முடிவும் அதே போலத்தான் இருக்கும்."

நான் குனிகிறேன். பொறுக்குகிறேன். எனக்குப் பின்னால் நிக் சீட்டியடிப்பதை நிறுத்தியிருக்கிறான்.

நான் திரும்ப விரும்புகிறேன். அவனிடம் ஓட, அவனைக் கட்டிக்கொள்ள நினைக்கிறேன். இது முட்டாள்த்தனமாகிவிடும். அவனால் எந்த உதவியும் செய்ய முடியாது. அவனும் மூழ்கிப்போவான்.

நான் பின்வாயிலுக்கு நடக்கிறேன். அடுப்படியின் உள்ளே சென்று என் கூடையை வைக்கிறேன். மாடிக்குச் செல்கிறேன். நான் நிதானமாக, அமைதியாக இருக்கிறேன்.

15
இரவு

அத்தியாயம் நாற்பத்து ஆறு

என்னுடைய அறையின் சன்னல் திண்டில் அமர்ந்திருக்கிறேன். காத்திருக்கிறேன். என்னுடைய மடியில் ஒரு கைப்பிடி நொறுங்கின நட்சத்திரங்கள் இருக்கின்றன.

நான் காத்திருக்கும் இறுதி முறை இதுவாகவே இருக்கலாம். ஆனால், நான் எதற்காகக் காத்திருக்கிறேன் என்பது தெரியவில்லை. எதற்காகக் காத்திருக்கிறாய்? என்பார்களே அதற்கு சீக்கிரம் செய் என்று அர்த்தம். பதில் எதிர்பார்க்கப்படும் கேள்வி அல்ல அது. நீ காத்திருப்பது எதற்காக? என்பது வேறு கேள்வி. அதற்கும் என்னிடம் பதிலில்லை.

என்றாலும், துல்லியமாகப் பார்த்தால் இது காத்திருப்பல்ல. இது ஒருவகையான இடைநிறுத்தங்களற்ற இறுதிநிறுத்தம். இறுதியில் எதற்கும் நேரமில்லை.

மானக்கேட்டுக்கு ஆளாகியிருக்கிறேன். மாண்பின் எதிர்நிலைக்கு. அதை நினைத்து நான் கேவலமாக உணர வேண்டும்.

ஆனால், நான் ஆசுவாசமாய் உணர்கிறேன். அமைதியாக உணர்கிறேன். அசிரத்தை நிரம்புகிறது. அந்த வேசிமகன்கள் உன்னை நசுக்க அனுமதிக்காதே. இதைச் சொல்லிக்கொண்டே இருக்கிறேன். ஆனால், அதற்கு அர்த்தமென்று ஒன்றுமில்லை. அங்கு காற்று இருக்கக் கூடாது, நீ இருக்கக் கூடாது என்றெல்லாம்கூடச் சொல்லலாம்.

அப்படிச் சொல்வது பொருத்தம் என்றே நினைக்கிறேன்.

தோட்டத்தில் யாரும் இல்லை.

மழை வரும் என்று நினைக்கிறேன்.

வெளியில் வெளிச்சம் மங்குகிறது. இதோ செந்நிறம் கூடிவிட்டது. சீக்கிரமே இருட்டிவிடும். இதோ மேலும் இருட்டிவிட்டது. அதற்கு அதிக நேரம் பிடிக்கவில்லை.

என்னால் செய்யக்கூடியதென்று சில விஷயங்கள் இருக்கின்றன. உதாரணத்துக்கு, இந்த வீட்டைக் கொளுத்தலாம். என்னுடைய துணிகள் சிலதையும் விரிப்புகளையும் சுருட்டிவைத்து, நான் மறைத்துவைத்திருக்கும் ஒரு குச்சியைக் கிழிக்கலாம். அது பற்றவில்லையென்றால் அவ்வளவுதான். ஆனால், அது நிகழ்ந்தாலோ என்னுடைய வெளியேற்றத்தைக் குறிப்பதான ஒரு சம்பவமாகவேனும் அது இருக்கும். கொஞ்சமே பிழம்புகள் கிளம்பும் சீக்கிரமே அணைக்கப்பட்டுவிடும். அதற்குள் புகை மேகங்களைச் சூழவிட்டு நான் மூச்சுத்திணறிச் சாகலாம்.

என்னுடைய படுக்கைவிரிப்பைத் துண்டுகளாய்க் கிழித்து ஒரு கயிறுபோல அதை முறுக்கி அதன் ஒரு முனையை என் கட்டிலின் ஒரு காலில் கட்டி சன்னலை உடைக்க முனையலாம். ஆனால், அது உடைபடாத கண்ணாடியால் செய்யப்பட்டது.

தளபதியிடம் போகலாம். தலைவிரி கோலமாய் தரையில் விழலாம். அவர் கால்களைக் கட்டிப்பிடித்து என்பார்களே அப்படிக் குற்றத்தை ஒப்புக்கொண்டு, அழுது மன்றாடலாம். பிரார்த்தனையைச் சொல்ல முடியாது *Nolite te bastardes carborundorum* என்று சொல்லலாம். அவருடைய ஜோடுகளை, கறுப்பான, பளபளப்பான, ஒளி ஊடுருவ முடியாத, எதையும் வெளிப்படுத்தாத அவற்றை என் கற்பனையில் பார்க்கிறேன்.

அதற்குப் பதிலாக, படுக்கைவிரிப்பை என் கழுத்தைச் சுற்றி இறுக்கி, அலமாரிக் கொக்கியில் தொங்கி, முன்னே குதித்து, தொண்டையை முறித்துக்கொள்ளலாம்.

கதவுக்குப் பின்னால் ஒளிந்துகொள்ளலாம். கூடத்தினூடாக நொண்டியவாறே, பிராயச்சித்தமோ தண்டனையோ அந்தத் தீர்ப்போடு அவள் வரும்வரை காத்திருக்கலாம். அவள் மீது பாய்ந்து, கீழே தள்ளி, குறிபார்த்து அவளுடைய தலையில் ஓங்கிக்குத்தலாம். அவளை அவளது துயரத்திலிருந்து, என்னிலிருந்து விடுவிக்கலாம். அவளை எங்களுடைய துயரத்திலிருந்து விடுவிக்கலாம்.

அது நேரத்தை மிச்சப்படுத்தும்.

படிக்கட்டுகளில் நிதானமான வேகத்தில் நடந்து முன்வாயிலைக் கடந்து தெருவில் இறங்கலாம். எங்கு போகிறோம் என்று அறிந்தவளைப் போல் தோன்ற முனைந்து எவ்வளவு தூரம் போக முடியமென்று பார்க்கலாம். ஆனால், சிவப்பு பளீரென்று தெரியும்.

முன்பு செய்வதைப் போல வாகனக்கூடத்தைத் தாண்டி நிக்கின் அறைக்குப் போகலாம். அவன் என்னை உள்ளே விடுவானா மாட்டானா, எனக்கு அடைக்கலம் கொடுப்பானா என்று யோசிக்கலாம். இப்போது உண்மையாகத் தேவை வந்துவிட்டதே.

சோம்பலாய் இதையெல்லாம் பரிசீலித்துக்கொண்டிருக்கிறேன். இவை எல்லாமே ஒன்றே போன்றவைதான் எனத் தோன்றுகிறது. ஒன்றுகூடத் தேர்ந்தெடுக்க லாயக்கில்லை. இதோ களைப்பு. என் உடலில், கால்களில், கண்களிலும். அதுதான் இறுதியில் உங்களை வந்து கவ்வும். நம்பிக்கை என்பது பூவேலைப்பாடால் ஆகியிருக்கும் ஒரு சொல், அவ்வளவே.

பனிக்காலம் வந்துவிட்டதை அரையிருளுக்குள் பார்த்தபடி நினைத்துக்கொள்கிறேன். பனி விழுகிறது. மெல்ல, எளிதாக. எல்லாவற்றையும் மென்மையான படிகங்களால் மூடுகிறது. மழைக்கு முந்தைய நிலவொளியின் சாரல் உருவெளிகளை மங்கச்செய்வது, நிறங்களை அழிப்பது. குளிரின் அந்த முதல் சில்லிடலுக்குப் பிறகு விரைத்துச் சாதல் வலியற்றது என்பார்கள். பனியில் குழந்தைகள் செய்த தேவதையைப் போல் படுத்து உறங்கிவிடலாம்.

எனக்குப் பின்னே அவளுடைய பிரசன்னத்தை உணர்கிறேன், எனக்கு முன்னவள், என்னுடைய இரட்டை. அவள் சரவிளக்கின் கீழே நட்சத்திரங்களாலும் இறகுகளாலும் ஆன தன்னுடைய உடுப்போடு சுழல்வதை உணர்கிறேன். பறக்கையில் நிறுத்தப்பட்ட ஒரு பறவை, தேவதையாக்கப்பட்ட ஒரு பெண், இந்த முறை என்னால் கண்டுபிடிக்கப்பட வேண்டுமெனக் காத்திருந்தவள் அவள். இங்கே நான் தனியாக இருப்பதாக நம்ப என்னால் எப்படி முடிந்தது. எப்போதும் நாங்கள் இருவர் இருந்தோமே. இதோ அவள் சொல்கிறாள். போதும் இதெல்லாம். இந்த மிகைநாடகம் எனக்கு சலித்துவிட்டது. மௌனித்திருந்து எனக்கு சலித்துவிட்டது. உன்னால் பாதுகாக்கப்பட வேண்டிய யாரும் இனி இல்லை. உன் உயிர் யாருக்கும் பெறுமதியானதில்லை. அது முடிந்துபோக வேண்டும் என்று நான் விரும்புகிறேன்.

நான் எழுந்துநிற்கையில் கறுப்பு ஊர்தியின் ஓசையைக் கேட்கிறேன். அதைப் பார்க்கும் முன்னரே அதைச் செவியுறுகிறேன். கருக்கலோடு கலந்து அதன் ஓசையிலிருந்து வெளிப்படும் ஒரு திண்மையை, இரவின் திட்டை, உணர்கிறேன். அது ஓடுபாதையில் வந்துநிற்கிறது.

அந்த வெண்ணிறக் கண்ணையும் இரு இறகுகளையும் காண முடிகிறது. அந்தப் பூச்சு இருளில் ஒளிர்வதாக இருக்க வேண்டும். அந்த வடிவத்திலிருந்து தங்களை வெளிப்படுத்திக்கொள்ளும் இரண்டு நபர்கள் வாசற்படிகளுக்கு வந்து அழைப்பு மணியை ஒலிக்கிறார்கள். ஒப்பனைப் பொருட்களை விற்கும் ஒரு பெண்ணின் ஆவியைப் போல் கூடத்தில் மணி ஒலிப்பதைக் கேட்கிறேன், டிங் டாங்.

ஆக, கேடு நெருங்கிவிட்டது.

நான் நேரத்தை வீணாக்கிக்கொண்டிருந்திருக்கிறேன். ஒரு வாய்ப்பு இருந்தபோதே விஷயத்தை என் கையில் எடுத்துக்கொண்டிருந்திருக்க வேண்டும். அடுப்படியிலிருந்து ஒரு கத்தியைத் திருடியிருக்க வேண்டும். கத்திரிக்கோலை எப்படியாவது கண்டுபிடித்திருக்க வேண்டும். தோட்டக் கத்தி இருந்தது, தையல் ஊசி இருந்தது, நீங்கள் தேடினால் இந்த உலகம் முழுக்க ஆயுதங்கள் இருக்கின்றன. நான் கவனமாய் இருந்திருக்க வேண்டும்.

ஆனால், அதையெல்லாம் பற்றி யோசிக்க இப்போது காலம் கடந்துவிட்டது. படிக்கட்டின் மங்கிய ரோஜா வண்ண விரிப்பில் இதோ அவர்களின் காலடி, அழுத்தமான அடங்கிய நடை, முன்நெற்றித் துடிப்பு. என் முதுகு சன்னலைப் பார்த்திருக்கிறது.

நான் ஒரு அந்நியனை எதிர்பார்த்திருக்க, கதவைத் திறப்பது நிக். விளக்கைப் போடுகிறான். எனக்கு இது புரியவில்லை, அவன் அவர்களில் ஒருவனாய் இருக்க வேண்டும். அதற்கான வாய்ப்பு எப்போதுமே உண்டு. ஆக, நிக் ரகசியமாகச் செயல்பட்டுக்கொண்டிருந்த ஒரு கண். கேவலமான செய்கைகள் கேவலமானவர்களால்தான் செய்யப்படும்.

சீ, அதைச் சொல்ல வாயைத் திறக்கிறேன். ஆனால், அவன் என்னிடம் வருகிறான். நெருங்கி, கிசுகிசுக்கிறான். "ஒரு பிரச்சினையுமில்லை. இது மே டே. அவர்களோடு போ." அவன் என்னை என் நிஜப் பெயரைச் சொல்லி அழைக்கிறான். இதற்கு என்ன அர்த்தம் இருக்க முடியும்?

"அவர்களோடா?" என்கிறேன். அவனுக்குப் பின்னால் இரு ஆண்கள் நிற்பதைக் காண்கிறேன். கூடத்தில் இருக்கும் விளக்குகளின் வெளிச்சத்தில் அவர்களுடைய தலைகள் மண்டையோடுகளாய்த் தெரிகின்றன. "உனக்கென்ன பைத்தியமா?" என்னுடைய சந்தேகம் அவன் தலைக்கு மேலாய்த் தொங்குகிறது, ஒரு கறுநிற தேவதூதன்

என்னை எச்சரிப்பதை என்னால் பார்க்கவுமே முடிகிறது. அவனுக்கு மே தினத்தைப் பற்றி எப்படித் தெரியாமல் இருக்கும். எல்லாக் கண்களுக்கும் மே தினம் பற்றித் தெரிந்திருக்குமே. ஏராளமான உடல்களை, ஏராளமான வாய்களை நசுக்கி, உடைத்து வார்த்தைகளையும் செய்திகளையும் பிடுங்கியிருப்பார்களே இந்நேரத்துக்கு.

"என்னை நம்பு" என்கிறான். இது என்றைக்குமே ஒரு கவசமந்திரமாய் இருந்ததில்லையே, இதற்கு உத்தரவாதமே இல்லையே.

ஆனாலும், நான் அதைப் பற்றிக்கொள்கிறேன். எனக்கு மீதம் இருப்பது அது மட்டும்தான்.

ஒருவன் முன்னே ஒருவன் பின்னே என்று மெதுநடையில் என்னைப் படிகளில் அழைத்துச்செல்கின்றனர். விளக்குகள் எரிகின்றன. அச்சத்துக்கு அப்பாலும் இது எப்படி இவ்வளவு சாதாரணமாக இருக்கிறது. இங்கிருந்து என்னால் கடிகாரத்தைப் பார்க்க முடிகிறது. இப்போது குறிப்பான நேரமென்று எதுவும் இல்லை.

நிக் இப்போது எங்களுடன் இல்லை. அவன் பார்க்கப்படக் கூடாது என்பதற்காகப் பின்வாசல் படிக்கட்டு வழியாகப் போயிருப்பான்.

செரினா ஜாய் கூடத்தில் கண்ணாடிக்குக் கீழே அதிர்ச்சியோடு மேலே பார்த்தபடி நிற்கிறாள். தளபதி அவள் பின்னே நிற்கிறார். அமரும் அறைக் கதவு திறந்திருக்கிறது. அவருடைய கேசம் மிக வெளுத்திருக்கிறது. அவர் கவலையார்ந்தும் ஓய்ந்துபோயும் தெரிகிறார். ஆனால், நிச்சயமாக என்னிலிருந்து விலக்கமாய்த் தன்னைத் தனியாக்கிக்கொண்டு நிற்கிறார். நான் அவருக்கு யாராக இருந்திருந்தாலுமே இப்போது நான் அவருக்கு ஒரு பேரிடர். சந்தேகமேயில்லாமல் என்னைக் குறித்து அவர்கள் சண்டையிட்டுக்கொண்டிருந்திருக்கிறார்கள். சந்தேகமேயில்லாமல் அவள் அவரைச் சித்திரவதை செய்திருக்கிறாள். இப்போதும்கூட என்னால் அவர் மீது பரிதாபம்கொள்ள முடிகிறது. மொய்ரா சொன்னது சரிதான், நானொரு தொடைநடுங்கி.

"இவள் என்ன செய்தாள்?" செரினா ஜாய் கேட்கிறாள். ஆக, இவர்களை அழைத்தவள் இவள் அல்ல. அவள் எனக்காக யோசித்து வைத்திருந்தது தனிப்பட்ட விசாரணைக்கானது.

"மன்னிக்க வேண்டும் மேம், அதைச் சொல்வதற்கில்லை." எனக்கு முன்னே இருப்பவன் சொல்கிறான்.

"உங்களுடைய அத்தாட்சியை நான் பார்க்க வேண்டும். வாரண்ட் இருக்கிறதா?" என்கிறார் தளபதி.

நான் இப்போது அலறலாம். படிக்கட்டின் கம்பியைப் பற்றிக்கொள்ளலாம். குற்றமற்ற தன்மையைச் சொல்லி மன்றாடலாம். ஒரு நொடியேனும் அவர்களைத் தாமதப்படுத்தலாம். அவர்கள் உண்மையானவர்கள் என்றால் நிற்பார்கள் அல்லது என்னை இங்கே விட்டுவிட்டு ஓடிவிடுவார்கள்.

"அதைக் காட்ட வேண்டியது கட்டாயம் இல்லை தளபதி. எல்லாம் முறையாய் நடக்கிறது." முன்னே நிற்பவன் மறுபடி பேசுகிறான். "அரசு ரகசியங்களை வெளியிட்டதாய்க் குற்றஞ்சாட்டப்பட்டிருக்கிறது."

தளபதி தலையில் அடித்துக்கொள்கிறார். நான் யாரிடம் எதைச் சொல்லிவிட்டேன்? அவருடைய எதிரிகளில் யார் அதைக் கண்டுபிடித்தது? தேசப் பாதுகாப்புக்கு அச்சுறுத்தலாய் இருப்பவராய் அவரும் கருதப்படலாம். நான் அவருக்கு மேலே இருக்கிறேன், கீழே பார்க்க அவர் சுருங்குகிறார். இவர்களுக்கு மத்தியிலும் பல துப்புரவாக்கங்கள் நிகழ்ந்திருக்கின்றன, இனியும் நிகழும். செரினா ஜாய் வெளிறிப்போகிறாள்.

"வேசி. உனக்காக அவர் அவ்வளவு செய்துமா."

கோராவும் ரீட்டாவும் அடுப்படியிலிருந்து பார்க்கிறார்கள். கோரா அழத் தொடங்கிவிட்டாள். நான் அவளுடைய நம்பிக்கையாய் இருந்தேன். அவளை ஏமாற்றிவிட்டேன். இனி அவள் குழந்தையற்றவளாகவே இருப்பாள்.

ஓடுபாதையில் கறுப்பு ஊர்தி காத்திருக்கிறது, அதன் இரட்டைக் கதவுகள் திறந்தே இருக்கின்றன. அவர்கள் இருவரும் என்னிரு பக்கங்களிலும் நின்று என்னுடைய முழங்கைகளைப் பற்றி உள்ளே ஏற்றுகின்றனர். இது என்னுடைய முடிவா அல்லது புதிய தொடக்கமா என்று அறிந்துகொள்ள எனக்கு வழியேதுமில்லை. நான் என்னை இரு அந்நியர்களின் கைகளில் ஒப்படைத்துக்கொண்டேன், ஏனென்றால், வேறு வழியில்லை.

ஆக, நான் அடி எடுத்துவைக்கிறேன். உள்ளிருக்கும் இருளுக்குள் அல்லது ஒளிக்குள்.

***

வரலாற்றுக் குறிப்புகள்

சர்வதேச வரலாற்றுக் கூட்டமைப்பு மாநாட்டின் ஒரு நிகழ்வாக நுனாவிட், டினே பல்கலைக்கழகத்தில், ஜூன் 25, 2195 அன்று நடைபெற்ற கிலியடிய ஆய்வுகள் மீதான 12ஆவது கருத்தரங்க நிகழ்வுகளினுடைய எழுத்துப்படிவத்தின் ஒரு பகுதி.

அவைத்தலைவர்: *பேராசிரியர் மரியன் க்ரெசண்ட் மூன், இந்தோ-ஐரோப்பிய மானுடவியல் துறை, டினே பல்கலைக்கழகம், நுனாவிட்.*

தலைமை உரையாளர்: *பேராசிரியர் ஜேம்ஸ் டார்ஸி பெஸோத்தோ, இருபது, இருபத்து ஒன்றாம் நூற்றாண்டின் தொல்பொருள் ஆய்வுத் துறை. கேம்பிரிஜ் பல்கலைக்கழகம், இங்கிலாந்து.*

க்ரெசண்ட் மூன்:

இந்தக் காலைப் பொழுதில் உங்கள் அனைவரையும் வரவேற்பதில் பெரிதும் உவகையடைகிறேன். உங்களில் பெரும்பான்மையானோர் பேராசிரியர் பெஸோத்தோவின், சந்தேகத்திற்கிடமின்றி ஆர்வத்தைத் தூண்டக்கூடியதும் பயனுள்ளதுமான உரையைக் கேட்பதற்காக வந்திருக்கிறீர்களென்பதைக் காண எனக்கு மகிழ்ச்சியாய் இருக்கிறது. பூகோளத்தின், முக்கியமாக அதன் இந்தப் பகுதிக் கோளத்தின் நிலவரைபடத்தை மீண்டும் உருவாக்குவதற்குப் பேருதவியாக இருந்த இந்த ஆய்வு முடிவுகளோடு இந்தக் கருத்தரங்கக் காலமும் சேர்ந்து மேலும் ஆராய்ச்சிகளுக்கு வழிகோலும் என்று கிலியடிய ஆய்வு கூட்டமைப்பைச் சேர்ந்த நாங்கள் நம்புகிறோம்.

ஆனால், அதுகுறித்து மேலும் பேசுவதற்கு முன் சில அறிவிப்புகள். திட்டமிட்டபடியே மீன்பிடிப் பயணம் நாளை நடக்கும். பூச்சி விரட்டிகள் மற்றும் மழைக்கோட்டுகள் கொண்டுவராதவர்களுக்கு, அவை பதிவாளரின் மேசையில் சகாய விலைக்குக் கிடைக்கும் என்பதைத் தெரிவித்துக்கொள்கிறோம். நம்முடைய பேராசிரியர்

ஜானி ரன்னிங் டாக் அவர்கள் நாளை மறுநாள் நிச்சயமாக இதமான சீசோஷணம் நிலவும் என்று சொல்வதால், இயற்கை நடை மற்றும் முந்தைய காலத்தைய உடை ஒப்பனைகளுடன் கூடிய சேர்ந்திசைக் குழுப்பாடல் நிகழ்ச்சி நாளை மறுநாளுக்கு ஒத்திவைக்கப்பட்டிருக்கிறது.

நம் 12ஆவது கருத்தரங்கத்துக்காக கிலியடிய ஆய்வுக் கூட்டமைப்பு சார்பாக ஏற்பாடு செய்யப்பட்டிருக்கும் நிகழ்ச்சிகளை உங்களுக்கு நினைவுறுத்துகிறேன். நாளை மதியம் பரோடா பல்கலைக்கழகத்தின் மேலைத் தத்துவயியல் துறைப் பேராசிரியர் கோபால் சாட்டர்ஜி அவர்கள் 'தொடக்க கால கிலியடியப் பேரரசின் சமயக் கோட்பாட்டில் கிருஷ்ணா, காளி ஆகிய கடவுள்களின் கூறுகள்' என்ற தலைப்பில் பேசவிருக்கிறார். வியாழக்கிழமை காலையில் சான் அன்டானியோ பல்கலைக்கழகத்தின் ராணுவ வரலாற்றுத் துறைப் பேராசிரியர் சியக்லிந்தா வான் ப்யூரன் அவர்களின் காட்சி விளக்க உரை நிகழவிருக்கிறது. பேராசிரியர் வான் ப்யூரன் அவர்கள் 'வார்சா உத்தி: கிலியடிய உள்நாட்டுப் போர்களில் நகர மையங்களைச் சுற்றிவளைக்கும் கொள்கை' என்ற தலைப்பில் மிக சுவாரஸ்யமான உரை ஒன்றை ஆற்றவிருக்கிறார். நாம் அனைவரும் அந்த உரையை கேட்க மீண்டும் ஒன்றுகூடுவோம் என்று எதிர்பார்க்கிறேன்.

மேலும், நாம் நமக்கான கேள்வி நேரம் ஒதுக்கப்பட வேண்டுமென்று விரும்புவதாலும், நேற்று நிகழ்ந்ததைப் போல இன்றும் மதிய உணவைத் தவறவிடுவதற்கு நம் யாருக்குமே விருப்பமிருக்காதென்றே நான் எதிர்பார்ப்பதாலும் நம் தலைமை உரைஞருக்கென ஒதுக்கப்பட்டிருக்கும் காலக்கெடுவுக்குள் அவர் தன் பேச்சை முடித்துக்கொள்ள வேண்டும் என்பதையும், அதற்கு அவசியமில்லை என்பதில் உறுதியாகவே இருக்கிறேன் என்றாலும்கூட, நான் நினைவுபடுத்தியே ஆக வேண்டியிருக்கிறது. *(சிரிப்பொலி).*

பேராசிரியர் பெஸோத்தோ, ஒருவேளை உங்களுக்கு அவருடன் நேரடிப் பழக்கம் இல்லாவிட்டாலும்கூட அவருடைய ஆழ்ந்தகன்ற நூல்களின் வாயிலாக நம் அனைவராலும் நன்கு அறியப்பட்டவராதலால், அன்னாருக்கு அறிமுகம் தேவையில்லை. இவற்றில் 'தலைமுறைகளின் ஊடாக செலவினக் கட்டுப்பாட்டுச் சட்டம்: ஆவணங்களின் மீதான ஒரு ஆய்வு', 'இரான் மற்றும் கிலியட்: நாட்குறிப்புகளின் வாயிலாக அறிய வந்த இருபதாம் நூற்றாண்டின் ஓரிறைக்கொள்கை நாடுகள்' ஆகிய நூல்களும்

அடங்கும். நீங்கள் ஏற்கெனவே அறிந்திருக்கிறபடி இவர், மற்றொரு கேம்பிரிட்ஜ் பேராசிரியர் நாட்லி வேட் தொகுத்தளித்து இன்று விவாதப் பொருளாகியிருக்கும் கையெழுத்துப் பிரதியின் இணைத் தொகுப்பாளரும், அதன் படியெடுப்பு, சுட்டு விளக்கம் மற்றும் நூல் பதிப்பிற்கும் காரணகர்த்தாவும் ஆவார். அவருடைய உரையின் தலைப்பு 'சேடிப்பெண் சொன்ன கதை' குறித்த நம்பகத்தன்மை மீதான பிரச்சினைகள்'.

பேராசிரியர் பெஃஸோத்தோ.

கரவொலி.

பெஸோத்தோ:

நன்றி. நேற்று இரவு உணவில் அற்புதமான ஆர்க்டிக் சார் மீன் உணவை நாம் எல்லோருமே ரசித்து உண்டோம், இப்போது அதற்கு இணையான கவர்ச்சிகரமான ஆர்க்டிக் சேரையும் (அவைத்தலைவரையும்) ரசித்துக்கொண்டிருக்கிறோம். 'ரசித்தல்' என்ற சொல்லை முதல் இரண்டு புலன்களுக்கான பொருளில் மட்டுமே சொல்கிறேன், நிச்சயமாக மூன்றாவதைச் சேர்க்கவில்லை. (சிரிப்பொலி)

*சரி, விஷயத்துக்கு வருவோம். என்னுடைய சிறு உரையாடலின் தலைப்பிற்கு ஒப்ப, சேடிப்பெண்ணின் கதை என்கிற தலைப்பிலானதும், இப்போது உங்கள் அனைவராலுமே நன்கு அறியப்பட்டதுமான, ஆவணமென்று சொல்லப்படும் ஒரு கையெழுத்துப் பிரதியோடு தொடர்புடைய பிரச்சினைகளில் சிலவற்றைப் பரிசீலிக்க விரும்புகிறேன். சொல்லப்படும் என்று நான் குறிப்பிடுவது ஏனென்றால் நம் முன்னே இருக்கும் இது இதன் மூலப் பிரதியின் வடிவத்தில் இல்லை என்பதால்தான். கறாராகச் சொல்ல வேண்டுமானால், இது முதன்முதலாகக் கண்டுபிடிக்கப்பட்டபோது ஒரு கையெழுத்துப் பிரதியே இல்லை, தலைப்பெதையும் கொண்டிருக்கவுமில்லை. அதன் மேலொட்டான சேடிப்பெண் சொன்ன கதை என்பது பேராசிரியர் வேடால் அதனுடன் பாதி மகாகவி ஜெஃப்ரி சாசரு*க்கான அஞ்சலியாயும், பாதி 'வால்' என்கிற சிலேடைப் பொருளிலும் இணைக்கப்பட்டது. ஆனால், என்னைப் போலவே பேராசிரியர் வேடை நட்பார்ந்த முறையில் அறிந்தவர்கள், அனைத்துச் சிலேடைகளுமே உள்நோக்கம் கொண்டவையென்றும், அதிலும் குறிப்பாக, நம்*

★ கான்டர்பரி டேல்ஸ் என்ற பாடல்கதைத் தொகுப்பை எழுதியவர்.

கதை நிகழ்கிற கிலியடியச் சமூகத்தின் அந்தக் குறிப்பிட்ட பகுதியில், ஒரு பொருளில் எலும்பு என்பதாகக் குறிக்கப்படக்கூடிய, விவாதத்திற்குரிய ஒரு சமாச்சாரம் வால் என்கிற வார்த்தையின் தொன்மையான ஆபாசக் குறியீட்டுடன் தொடர்புறுத்தப்படுகிறது என்று சொன்னால் அதைச் சரியாகப் புரிந்துகொள்வார்கள். *(சிரிப்பொலி, கரவொலி)*

இந்த உருப்படி - இதை ஆவணம் என்று சொல்லத் தயங்குகிறேன் - கிலியடியன் ஆட்சி தொடங்குவதற்கு முந்தைய காலகட்டத்தில் மெய்ன் அரசாக இருந்திருக்கக்கூடிய, ஒருகாலத்தில் பாங்கோர் நகரமாக இருந்த நிலத்திலிருந்து அகழ்ந்தெடுக்கப்பட்டது. நம்முடைய கதைசொல்லியால் 'ரகசிய பெண்கள் சாலை' என்று குறிப்பிடப்படுகிற, சில குறும்புக்கார வரலாற்றாசிரியர்களால் 'ரகசிய மென்மைச் சாலை' என்று மொழிமாற்றம் செய்யப்பட்ட *(சிரிப்பொலி, முனகல்கள்)* இந்த நகரம் மிக முக்கியமான பயண இடைநிறுத்தமாக இருந்தது என்பதை நாம் அறிவோம். இந்தக் காரணத்துக்காகவும் நம் கூட்டமைப்பு இதில் பிரத்யேகமான ஆர்வம் கொண்டிருக்கிறது.

இந்த உருப்படியின் அசல் வடிவம் *U.S.* ராணுவத்தில் புழங்கிய, தோராயமாக ஆண்டு *1955*-ஐச் சேர்ந்த தகரப்பெட்டியோடு கிடைத்தது. இந்த வகையான தகரப்பெட்டிகள் 'ராணுவ உபரிகள்' என்று தொடர்ச்சியாக விற்கப்பட்டு அதனால் பரவலான புழக்கத்தில் இருந்திருக்க வேண்டும் என்பது நன்கு அறியப்பட்ட ஒன்றாதலால் இந்த உண்மை அதனளவில் முக்கியத்துவம் கொண்டிருக்க அவசியமில்லை. ஒருகாலத்தில் அஞ்சல் வழி அனுப்பப்படும் பொதிகளின் மேல் பயன்படுத்தப்பட்ட துணிப்பட்டை வகையான ஒன்றால் காப்பு முத்திரையிடப்பட்ட அந்தத் தகரப்பெட்டியில் இருந்தவை எண்பதுகள் அல்லது தொண்ணூறுகளில் எப்போதோ குறுந்தகடுகளின் வரவால் வழக்கொழிந்துபோன, தோராயமாக, முப்பது ஒலிநாடாக்கள்.

இந்த உருப்படி இவ்வகையான முதல் கண்டுபிடிப்பு அல்ல என்பதையும் நான் உங்களுக்கு நினைவூட்டுகிறேன். எடுத்துக்காட்டாக, சியாடிலினுடைய புறநகர்ப் பகுதியில் ஒரு வாகனக்கூடத்திலிருந்து கண்டெடுக்கப்பட்ட '*A.B.* நினைவுக் குறிப்புகள்' என்ற உருப்படியுடனும், நியூயார்க்கில் இருந்த, ஒருகாலத்தில் சிராக்கஸ் என்றறியப்பட்ட நகரத்திற்கு அருகில் புதிய கூடுகை மன்றம் ஒன்றை எழுப்பியபோது தற்செயலாகத்

தோண்டியெடுக்கப்பட்ட '*P*-யின் நாட்குறிப்பு'டனும் நீங்கள் சந்தேகத்திற்கு இடமின்றிப் பரிச்சயமானவர்கள்தான்.

இந்தப் புதிய கண்டுபிடிப்பு குறித்துப் பேராசிரியர் வேடும் நானும் மிகவும் உற்சாகம் அடைந்தோம். எங்கள் உள்ளூறைத் தொல்பொருள் வல்லுநர் ஒருவரின் உதவியோடு, இப்படியான ஒலிநாடாக்களை ஒலிக்கச் செய்யக்கூடிய இயந்திரம் ஒன்றைப் பல வருடங்களுக்கு முன்பே அதிர்ஷ்டவசமாக மீளுருவாக்கியிருந்தோம் என்பதால் நாங்கள் இதை எழுத்துருவாக்கம் செய்யும் மிகக் கடினமான பணியை உடனடியாகத் தொடங்கினோம்.

ஒவ்வொரு ஒலிநாடாவிலும் இசையும் பேச்சும் மாறுபட்ட விகிதங்களில் இருந்தன. கிட்டத்தட்ட முப்பது நாடாக்கள் கிடைத்திருந்தன. ரகசியப் பதிவைப் பாதுகாக்கும் நோக்கோடு ஒவ்வொரு நாடாவும் இரண்டு அல்லது மூன்று பாடல்களோடு தொடங்கும். பிறகு, இசை நின்று ஒரு பெண்ணின் குரலில் பேச்சு தொடங்கும். எங்கள் குரல்வள நிபுணர்களைப் பொறுத்தவரை எல்லா நாடாக்களிலும் பேசியிருப்பது ஒரே குரல்தான். நாடாக்களின் முகப்புச்சிட்டைகள் கிலியட் அரசாங்கத்தின் தொடக்கத்துக்கு முன்பான தேதியிடப்பட்டிருந்தவை. சமயச்சார்பற்ற இசை கிலியட் அரசாங்கத்தால் தடுக்கப்பட்டிருந்தது. 'எல்விஸ் ப்ரெஸ்லிஸ் கோல்டன் இயர்ஸ்' என்ற தலைப்போடு மூன்று நாடாக்கள், 'ஃபோக் சாங்க்ஸ் ஆஃப் லித்துவேனியா', என்ற தலைப்பில் மூன்று, 'பாய் ஜார்ஜ் டேக்ஸ் இட் ஆஃப்' என்ற தலைப்போடு நான்கு நாடாப்பதிவுகள் இருந்தன. 'மன்டோவனிஸ் மெலோ ஸ்ட்ரிங்க்ஸ்', என்று இரண்டு பதிவுகள் தலைப்பிடப்பட்டிருக்க, 'ட்விஸ்டட் ஸிஸ்டர் அட் கார்னெஜி ஹால்' என்ற சிட்டையோடு இருந்த ஒரு பதிவே தனிப்பட்ட முறையில் எனக்கு மிகப் பிடித்தமானது.

முகப்புச்சிட்டைகள் அதிகாரபூர்வமானவை என்றாலும் அந்த நாடாக்களில் இருந்த எல்லாப் பாடல்களும் தலைப்புகளோடு ஒத்துப்போகவில்லை. அதோடு அவை குறிப்பான எந்த வரிசையிலும் அடுக்கப்பட்டிருக்கவில்லை. பெட்டியின் அடிப்பகுதியில் அவை ஒழுங்கற்றுக் கிடந்தன. எண் வரிசை ஏதும் குறிப்பிடப்படவில்லை. ஆக, சரியான வரிசை என்று நாங்கள் ஊகித்த வகையில் நானும் பேராசிரியர் வேடும் அவற்றை அடுக்க வேண்டியிருந்தது. நான் முன்பே சொன்னதுபோல இம்மாதிரியான பொருத்துகைகளெல்லாம் ஊகத்தின் அடிப்படையில் செய்யப்படுபவை, ஆகவே தோராயமானவை

என்றும் மேலதிக ஆராய்ச்சிக்கு உட்படுத்தப்பட வேண்டியவை என்றும் கருதப்பட வேண்டியவை.

எழுத்துருவாக்கம் கைகளில் வந்ததுமே - அந்த உச்சரிப்பு, குறிப்பாக மட்டுமே உணர்த்தப்பட்ட சில பெயர்கள் மற்றும் வழக்கிலிருந்து ஒழிந்துபோயிருக்கும் சில சொற்கள் உபயோகப்படுத்தப்பட்டிருப்பது, ஆகியவற்றின் காரணமாக நாங்கள் ஒலிநாடாக்களை பல முறை கேட்க வேண்டியிருந்தது - நாங்கள் அவ்வளவு பாடுபட்டு சேகரித்த குறிப்புகளைப் பொருத்த சில முடிவுகளை எடுக்க வேண்டிவந்தது. ஏராளமான சாத்தியக்கூறுகள் எங்களை எதிர்கொண்டு நின்றன. முதலாவது அந்த நாடாப்பதிவுகள் எல்லாமே போலியானவையாக இருப்பதற்கான வாய்ப்பு. இம்மாதிரியான ஏமாற்றுவேலைகள் குறித்தும், அவற்றுக்காகப் பதிப்பாளர்கள் மிகப் பெரிய தொகைகளைச் செலவழித்து இந்தக் கதைகள் உண்டாக்கக்கூடிய கிளர்ச்சிமிக்க உணர்வலைகளைத் தங்களுக்கு சாதகமாகப் பயன்படுத்திக்கொண்ட நிகழ்வுகள் குறித்தும் நீங்கள் எல்லோரும் அறிந்திருப்பீர்கள். கடந்த காலத்தைய அரசாங்கங்களின் ஒரு குறிப்பிட்ட காலகட்டத்தின் செயல்பாடுகள் சமகாலத்தைய மற்ற சமூகங்களுக்கும் அவற்றைத் தொடர்ந்துவந்த பிற சமூகங்களுக்கும் அப்படியொன்றும் பின்பற்ற வேண்டிய ஒழுக்கங்களை கொண்டிருக்கவில்லை என்பதாகவும் அவற்றைப் பார்க்க தங்கள் செயல்பாடுகள் மேம்பட்டவை என்றும் தோன்றச்செய்துவிடக்கூடியதாக ஆகிவிடலாம். என்னுடைய தனிப்பட்ட அபிப்பிராயங்களுக்கு இடம் இருக்குமென்றால் ஒரு விஷயத்தைத் தெளிவுபடுத்திக்கொள்ள விரும்புகிறேன், கிலியடியர்களின் அறவுணர்வு குறித்தான முடிவுகளுக்கு வரும் முன் நாம் தீர யோசித்தாக வேண்டும். குறிப்பிட்ட சமூகத்தின் பண்பாட்டுக் கூறுகளை முன்வைத்து மட்டுமே இப்படியான முடிவுகளை எடுக்க முடியும். அதோடு நாம் இப்போது விடுபடல் அடைந்திருக்கும் மக்கள்தொகை சார் மற்றும் இன்னமும் பல வகையான அழுத்தங்களுக்கு கிலியடிச் சமூகம் உள்ளாகியிருந்தது. நாம் செய்ய வேண்டியது கண்டனம் தெரிவிப்பதல்ல, புரிந்துகொள்ள முயல்வது மட்டுமே. *(கரவொலி)*

மீண்டும் விஷயத்துக்கு வருவோம். ஆனால், இம்மாதிரியான நாடாப்பதிவுகளைத் துல்லியமாகப் போலிசெய்வது மிகச் சிரமமான காரியம்தான். மேலும், வல்லுநர்களின் கருத்துகளை வைத்து அந்த ஸ்தூலப் பொருட்கள் மட்டுமாவது போலிகள்

அல்ல என்பதை நாங்கள் தெரிந்துகொண்டோம். மேலும், அந்த நாடாக்களின் இசை மீது படிந்திருக்கும் அந்தக் குரல் பதிவுகளையும் கடந்த நூற்று ஐம்பது வருடங்களுக்கு உள்ளாகச் செய்திருக்கவும் முடியாது என்பதும் நிச்சயம்.

அந்த ஒலிநாடாக்கள் மெய்யானவை என்றே பாவித்துக்கொண்டாலும் அவற்றில் இருந்த கூற்று எப்படிப்பட்டது? நம் கதைசொல்லி சொல்வது உண்மையாக இருக்கும் பட்சத்தில் அவருக்கு ஒலிப்பதிவு செய்யக்கூடிய இயந்திரங்களோ, பதிவுசெய்தவற்றை ஒளித்து வைப்பதற்கான வசதியோ கிடைத்திருக்க முடியாது, ஆக அதை அவர் செய்ததாகச் சொல்லும் காலகட்டத்தில் அதைச் செய்திருக்க வாய்ப்பே இல்லை. மேலும், கூறுமுறையில் இருக்கும் சிந்தனையார்ந்த தன்மை ஏதோ பொருத்தமின்மையை, மோனம் என்று அதைச் சொல்லிவிட முடியாதென்றாலும் நிகழ்வுகளுக்குப் பிறகு உருவாகக்கூடிய மறுஓர்மைக்கு உட்படுத்தப்பட்ட உணர்வுகளை நமக்கு உணர்த்துகிறது.

கதைசொல்லிக்கான ஒரு அடையாளத்தை உண்டாக்கிவிட்டால் இந்த ஆவணம் - சுருக்கம் கருதி அப்படி அழைத்துக்கொள்ளலாம் - உருவாக்கப்பட்ட வழியைக் கண்டுபிடித்துவிடலாம் என்று நினைத்தோம். இதற்காக நாங்கள் இரண்டு வழிகளில் ஆராய்ச்சிகளைத் தொடங்கினோம்.

முதலில், பேங்கார் நகரத்தின் பழைய திட்ட வரைபடங்கள் மற்றும் வேறு ஆதாரப் பதிவுகள் வழியாக சர்சைக்குரிய ஆவணம் கண்டுபிடிக்கப்பட்ட இடத்தில் இருந்திருக்கக்கூடிய வீட்டில் வசித்திருந்த நபர்களை அடையாளம் காண முயன்றோம். ரகசிய பெண்கள் சாலையின் ஒரு பாதுகாப்பான வீட்டில், நம்முடைய கவனத்துக்குரிய அந்தக் காலகட்டத்தில், நம்முடைய கதைசொல்லி ஒரு பதுங்குக்குழியிலோ அல்லது பரணையிலோ பல வாரங்கள் அல்லது மாதங்கள் ஒளித்துவைக்கப்பட்டிருக்கவும் அங்கிருந்து அவர் இந்தப் பதிவுகளைச் செய்திருக்கவும் சாத்தியம் உண்டு என்று கருதினோம். அதோடு இந்த நாடாப்பதிவுகள் உருவாக்கப்பட்ட பிறகும்கூட சர்ச்சைக்குரிய அந்த இடத்துக்கு எடுத்துச்செல்லப்பட்டிருக்கவும் சாத்தியக்கூறுகள் உண்டுதான். அந்த வீட்டில் வசித்திருக்கக்கூடியவர்களாக நாம் நினைக்கும் அந்தக் கற்பனா குடித்தனவாசிகளின் வழித்தோன்றல்களைக் கண்டுபிடித்து அவர்களிடமிருந்து நாட்குறிப்புகள் அல்லது பரம்பரையாகக் கையளிக்கப்பட்டுவரும் எழுதப்படாத குறிப்புகள் ஏதும் கிடைக்குமா என்று பார்க்கவும் நினைத்தோம்.

துரதிர்ஷ்டவசமாக அந்தப் பாதை எங்களை எங்கேயும் இட்டுச்செல்லவில்லை. ஒருவேளை அந்த ரகசியக் கண்ணிகள் வழியாக இந்த நபர்கள் இணைக்கப்பட்டிருந்தாலும் அவர்கள் கண்டுபிடிக்கப்பட்டு அவர்களிடம் இருந்திருக்கக்கூடிய ஆவணங்கள் அழிக்கப்பட்டிருக்க வேண்டும். ஆக, நாங்கள் இரண்டாவது வழியைச் செயல்படுத்தத் தொடங்கினோம். அந்தக் காலகட்டத்தைச் சார்ந்த ஆவணங்களை ஆராய்ந்து ஆசிரியரின் குறிப்புகளில் இடம்பெற்றிருக்கும் நபர்களோடு ஒத்துப்போகக்கூடிய வரலாற்றுப் பிரமுகர்களை அடையாளம் காண முயன்றோம். கிலியடிய அரசு தங்கள் கணினித் தரவுகளை அவ்வப்போது தூரெடுத்து அச்சுப்படிவங்களை அழித்து அவற்றை மேம்படுத்திக்கொள்ளும் வழக்கத்தை வைத்திருந்ததால் தரவுகள் துல்லியமாக இல்லை, ஆனாலும் ஒருசில அச்சுப்படிகள் மீதமிருந்தன. அவற்றில் சில இங்கிலாந்துக்குக் கடத்திச்செல்லப்பட்டு அப்போது பிரித்தானியத் தீவுகளில் மிகுதியாக இருந்த ‘பெண்களைப் பேணும்’ இயக்கங்களால் பிரச்சாரத்துக்காக உபயோகப்படுத்தப்பட்டன.

கதைசொல்லியை அடையாளம் கண்டுவிட முடியுமென்ற நம்பிக்கையை நாங்கள் வளர்த்துக்கொள்ளவே இல்லை. சமூகப் படிநிலைகளில் இருந்த உயர் இடத்தோடு தேவையும் இருந்தவர்களால் இனப்பெருக்கத்துக்கான பணியில் புதிதாகச் சேர்க்கப்பட்ட பெண்களின் முதல் அலையைச் சேர்ந்தவர் அவர் என்பது குறிப்புகளிலிருந்து கிடைத்த சான்றுகள் வழியாக தெரியவருகிறது. இரண்டாவது திருமணங்கள் மற்றும் திருமண உறவுக்கு அப்பால் இருந்த உறவுகளைச் சட்டத்துக்குப் புறம்பானவை என்று அறிவித்தும், அவ்வாறான உறவுகளைக் கொண்டிருந்த பெண்களை ஒழுக்கங்கெட்டவர்கள் என்று பிரகடனப்படுத்திக் கைதுசெய்தும், அவர்களுக்குக் குழந்தைகள் இருந்த பட்சத்தில் அவற்றைக் கைப்பற்றி ஒரு வாரிசு அது எப்படியானதாக இருந்தாலும் சரி என்ற ஆவல் கொண்டிருந்தவர்களில் சமூகப் படிநிலைகளில் உயரத்தில் இருந்தவர்களுக்குத் தத்துக்கொடுத்தும், இப்படியான பெண்களைச் சட்டென்று ஒன்றுதிரட்டியது அந்த அரசு. (மத்திய காலகட்டத்தில் அரசின் திருச்சபைச் சட்டதிட்டங்களுக்கு உட்படாத எல்லாத் திருமணங்களையும் இந்தத் திட்டத்தின்கீழ் கொண்டுவந்தது கிலியடிய அரசாங்கம்.) இது வெள்ளை இனத்தவரின் மக்கள்தொகைப் புள்ளிவிவரக்கோடுகள் பாதாளத்துக்குச் சென்றுகொண்டிருந்த அந்த நேரத்தில், மிகவும் விரும்பத்தக்க

வகையில் ஒன்று அல்லது அதற்கு மேற்பட்ட குழந்தைகளைப் பெற்றுத் தங்கள் இனப்பெருக்க வளத்தை நிரூபித்திருந்த (ஒழுக்கங்கெட்டவர்கள் என்று பிரகடனப்படுத்தப்பட்ட) பெண்களிலிருந்து அரசதிகார மட்டத்தில் உயர்நிலையில் இருந்த ஆண்கள் இனப்பெருக்கத்துக்காகத் தங்களுக்கான ஒருத்தியைத் தேர்ந்தெடுத்துக்கொள்ள வாய்ப்பாக அமைந்தது. இந்தக் கொள்கை கிலியடில் மட்டுமல்லாமல் அந்தக் காலகட்டத்தைச் சேர்ந்த வட ஐரோப்பிய வெள்ளைச் சமூகத்தாலும் பின்பற்றப்பட்டது.

மக்கள்தொகை இவ்வகையில் சரிய என்ன காரணமென்று பார்க்கும்போது ஒட்டுமொத்தமான முடிவுக்கு நம்மால் வர முடியவில்லை. ஆனால், இனப்பெருக்க விதிகம் குறைந்ததற்கான காரணங்களில் ஒன்றாக கிலியட் அரசுக்கு சற்று முந்தைய காலகட்டத்தில் பரவலாகப் புழக்கத்தில் இருந்த கருக்கலைப்பு உள்ளிட்ட பல்வேறு வகையான கர்ப்பத்தடைச் சாதனங்களைச் சொல்லலாம். கருத்தரியாமையை விரும்பித் தேர்ந்தவர்கள் சொற்ப எண்ணிக்கையினர் மட்டுமே. வெள்ளை இனத்தவருக்கும் மற்றவர்களுக்கும் இடையில் பிறப்பு விகிதங்களில் வித்தியாசங்கள் இருந்ததற்கு இதுவும் ஒரு காரணமாக இருந்திருக்கலாம், ஆனால் பெரும் பகுதிக்குப் பல காரணங்கள் கூட்டாக வழிவகுத்தன. அது மரபியல் மாற்றம் அடைந்த சிபிலிஸ் மற்றும் எயிட்ஸ் நோய் ஆதிக்கம் செலுத்திய காலகட்டம் என்பதை நான் உங்களுக்கு நினைவுபடுத்த வேண்டியதில்லை. இந்நோய்கள் பாலியல் தொடர்புகளில் தீவிரமாக ஈடுபட்டிருந்த இளைய சமூகத்தினரின் ஒரு பெரும் பகுதியைக் காலிசெய்துவிட்டன. அதோடு செத்துப்பிறத்தல், கருத்தங்காமை, பிறவிக்கோளாறுகளுடன் பிறத்தல் ஆகிய குறைபாடுகளும் அதிகமாய் இருந்ததோடு தொடர்ந்து அதிகரித்தவாறும் இருந்தன. இதற்குக் காரணமாக அணு உலை விபத்துகள், அந்தக் காலகட்டத்துக்கே உரிய வகையிலான அவை தொடர்பான சதித்திட்டங்கள், இவற்றோடு வேதியியல் மற்றும் உயிரியல் போர் ஆயுதக் கிடங்குகளிலும் விஷக்குப்பைகள் எறியப்பட்ட இடங்களிலும் - இவ்வாறானவை ஆயிரக்கணக்கில் இருந்தன, சட்டபூர்வமானவையும் சட்டத்துக்கு புறம்பானவையுமாக - நிகழ்ந்த கசிவுகள் எல்லாமும் காரணமாக இருந்திருக்கலாம். விஷக்குப்பைகள் சர்வசாதாரணமாகக் கழிவுநீர் வாய்க்கால்களுக்குள் கொட்டப்பட்ட நிகழ்வுகளும் உண்டு. இவை மட்டுமல்லாமல் பூச்சிக்கொல்லிகள், களைக்கொல்லிகள், இதர நீர்மத்தெளிப்பான்கள் ஆகியனவும் எந்தக் கட்டுபாடுகளுமற்று உபயோகிக்கப்பட்டிருந்திருக்கின்றன.

காரணங்கள் என்னவாக இருந்தபோதும் அவற்றின் விளைவுகள் மோசமாக இருந்தன. அவற்றுக்கு எதிர்வினை ஆற்றியவர்கள் கிலியடியர்கள் மட்டுமல்லர். உதாரணத்துக்கு, எண்பதுகளிலேயே வருங்காலத்தை அவதானித்துவிட்ட ரொமானியர்கள் எல்லா வகையான கருத்தடை முறைகளையும் ஒழித்தார்கள், பெண்களுக்குக் கர்ப்பப் பரிசோதனைகளைக் கட்டாயமாக்கினார்கள், பதவி உயர்வுகளையும் சம்பள உயர்வையும் இனப்பெருக்க வளத்தோடு தொடர்புபடுத்தினார்கள்.

இனப்பெருக்கச் சேவைகள் என்று நான் குறிப்பிட நினைக்கும் சேவைகளுக்கான தேவை கிலியட் அரசின் தொடக்கத்துக்கு முன்பே புரிந்துகொள்ளப்பட்டுவிட்டது. அதற்காக செயற்கைக் கருவூட்டல் முறைகள், கருத்தரிப்பு மையங்களை உருவாக்குதல், வாடகைத்தாய்மாரை அமர்த்திக்கொள்ளுதல் போன்ற அதிகம் வெற்றிபெறாத வழிமுறைகள் நடைமுறைப்படுத்தப்பட்டன. முதல் இரண்டு வழிகள் கடவுள் மறுப்புக் குற்றங்கள் என்ற அடிப்படையில் ஒழிக்கப்பட்டன. மூன்றாவது கிறிஸ்தவ ஏடுகளில் குறிப்பிடப்பட்டிருக்கும் வழி என்று கருதப்பட்டது. இப்படியாக கிலியட் அரசுக்கு முந்தைய காலகட்டத்தில் வழக்கில் இருந்த ஒன்றன் பின் ஒன்று என்ற கணக்கிலான பலதார மண முறையை, பழைய ஏற்பாட்டில் குறிப்பிடப்பட்டிருப்பதும் பத்தொன்பதாம் நூற்றாண்டில் யூட்டா நகரில் வழக்கில் இருந்ததுமான ஒரே சமயத்தில் ஒன்றுக்கு மேற்பட்ட பெண்களோடு உறவுகொள்ளும் முறையால் பதிலிசெய்தனர். எந்தப் புதிய அமைப்பையும் பழைய அமைப்பின் கூறுகளில் சிலவற்றையாவது சேர்த்துக்கொள்ளாமல் நிறுவ முடியாது என்பதை இடைக்கால கிறிஸ்தவத்தில் காணப்பட்ட புற சமயச் சாயல்கள் மற்றும் ஜாரிஸ்ட் ரகசிய சேவையைத் தொடர்ந்து உருவான ரஷ்ய ஜேகேபி என்பனவற்றின் வாயிலாக வரலாறு நமக்கு அறியத்தந்திருக்கிறது. கிலியட் அரசும் இதற்கு விதிவிலக்கில்லை. உதாரணத்துக்கு, அதன் இனவெறிக் கொள்கைகள் கிலியடுக்கு முன்பான காலத்திலேயே வேரூன்றியவை. மக்களிடையே காணப்பட்ட இனவெறி தொடர்பான அச்சங்களே கிலியட் அரசாங்கம் தன்னை ஸ்திரப்படுத்திக்கொள்வதற்கான எரியூட்டியாக இருந்திருக்கின்றன.

ஆக, நம் கதைசொல்லி வரலாற்றின் அந்தத் தருணத்தின் ஒரு பகுதியாக, அதன் அகன்ற வரைகோட்டுக்குள்ளிருந்த பலருள் ஒருவராகப் பார்க்கப்பட வேண்டியவர். ஆனால், அவரைப் பற்றி வேறென்ன நமக்குத் தெரியும், வேறு

யாருடையதுமாகவும் இருந்திருக்கக்கூடிய வயது, புறத்தோற்றம், வசிப்பிடம் ஆகியவற்றைத் தவிர? அதிகம் இல்லை. அவர் ஒரு பட்டதாரி என்று சொல்லப்படுகிறது, அதாவது அந்தக் காலகட்டத்தில் வட அமெரிக்கக் கல்லூரிகளில் ஏதாவது ஒன்றில் இருந்திருக்கக்கூடிய கல்வியின் தரத்தில் அவர் ஒரு பட்டதாரியாக இருந்தார் என்று. (சிரிப்பும் முனகல்களும்). ஆனால், தடுக்கி விழுந்தால் பட்டதாரிகளைப் பார்க்கலாம் என்பார்களே அப்படிப்பட்ட அதனால் ஒரு பிரயோசனமும் இல்லை. அவரால் அவருடைய இயற்பெயரைச் சொல்ல முடியவில்லை, அவர் ரேச்சல் லியா மையத்தில் நுழைந்ததுமே அவரைப் பற்றிய எல்லா ஆவணங்களும் அழிக்கப்பட்டிருக்கும் என்பதும் உண்மைதான். ஆஃப்ரெட், ஆஃப்க்ளென், ஆஃப்வாரன் என்பதிலிருந்தெல்லாம் நம்மால் எதையும் தெரிந்துகொள்ள முடியாது. இவை ஆண்மையக் கலாச்சார வழியிலான பெயர்கள், அவர்கள் மீது உரிமை கொண்ட ஆணின் முதல் பெயரிலிருந்து உருவாக்கப்பட்டவை. ஒரு குடித்தனத்துக்குள் அவர்கள் நுழையும்போது அதன் தலைவரான தளபதியின் பெயரை ஒட்டி இவர்களுக்கு சூட்டப்படும் இப்பெயர்களை அவர்கள் அங்கிருந்து நீங்கும்போது துறக்க வேண்டியவர்கள் ஆவார்கள்.

ஆவணத்தில் இருக்கும் மற்ற பெயர்களும் அடையாளம் காண்பதற்கும் சான்று பகர்வதற்கும் அதே வகையில் உபயோகமற்றவையே. லூக்கும் நிக்கும் மொய்ரா, ஜனின் போன்ற பெயர்களைப் போலவே வெறும் கோடிட்ட இடங்களையே நமக்குக் காட்டுகின்றன. இந்த நாடாப்பதிவுகள் ஒருவேளை கண்டுபிடிக்கப்படுமானால் அந்த நபர்கள் பிடிபட்டுவிடாது இருப்பதற்காக வைக்கப்பட்ட புனைபெயர்களாக இவை இருக்க நிறைய சாத்தியக்கூறுகள் உண்டு. அப்படி இருக்கும் பட்சத்தில் இந்த ஒலிப்பதிவு நாடாக்கள் கிலியட்டுக்கு உள்ளேயேதான் உருவாக்கப்பட்டிருக்க வேண்டுமென்றும் வெளியில் உருவாக்கப்பட்டு ரகசிய மேடே செயலகத்தின் பயன்பாட்டுக்காக உள்ளே கடத்திவரப்பட்டவை அல்ல என்றும் நாம் ஊகித்தது சரி என்றாகிறது.

எல்லா சாத்தியக்கூறுகளும் பொய்த்துவிட்ட நிலையில் நமக்கு ஒன்றே ஒன்று எஞ்சியிருக்கிறது. நம்மிடமிருந்து நழுவியவாறே இருக்கும் அந்தத் தளபதியை மட்டும் அடையாளம் கண்டுவிட்டால் ஆராய்ச்சியளவில் ஒரு சிறிய மேம்பாடு கிடைக்கும். அதிகாரப் படிநிலையில் இவ்வளவு உயரத்தில் இருந்த நபரான இவர்,

கிலியடின் மெய்யியல் மற்றும் சமூகக் கட்டமைப்பை நிர்மாணித்த ஜேக்கப்பின் மக்கள் ரகசிய மதியுரையகத்தின் முதல் ஐந்து இடங்களுக்குள் சர்வ நிச்சயமாக இடம்பெற்றிருந்திருப்பார் என்பது எங்கள் ஊகம். அரசாங்க வட்டத்துக்குள் அதீத வலுகொண்ட எதிர் அணிகள் செயலிழக்கும் தருணங்களை அடையாளம் கண்டு அவர்களின் அதிகாரம் செல்லுபடியாகும் எல்லைகளை வகுக்கும் ஒப்பந்தங்கள் கையெழுத்தான பிறகே மதியுரையகம் நிர்மாணிக்கப்பட்டிருக்க வேண்டும். இந்த ஒப்பந்தங்களுக்குப் பிறகு அவர்களுடைய அரசாட்சிக்கு உட்பட்ட எல்லைகளில் வளர்ந்துகொண்டிருந்த புரட்சிக் குழுக்களைத் தலையீடுகள் இன்றி அந்த அணிகளால் கையாள இயன்றிருக்கும். கிலியடின் இடைக்காலத்தில் நிகழ்த்தப்பட்ட பெருந்துப்புரவாக்கத்தின்போது ஜேக்கபின் மக்கள் குழுக்கூடுகைகளின் அதிகாரபூர்வ அறிக்கைகள் அழிக்கப்பட்டன, அதன் விளைவாக கிலியடை நிர்மாணித்த மூத்தவர்களுள் பலரும் மதிப்பழிந்து காலாவதியாகினர். என்றாலும், சமூக உயிரியல் துறை வல்லுநர் வில்ஃப்ரெட் லிம்ப்கின் மறைக்குறியீட்டாக்கத்தில் எழுதி வைத்திருந்த நாட்குறிப்பின் வாயிலாக நமக்கு சில செய்திகள் தெரியவந்தன. (இயற்கையின் பன்மணச்சமூகமுறையைத் தூக்கிப்பிடிக்கும் சமூக உயிரியல் துறை கோட்பாடு அந்த ஆட்சியின் பல விசித்திரமான நடைமுறைகளை விஞ்ஞானபூர்வமானவை என்று நியாயப்படுத்தியது. அதற்கு முன்னர் இருந்த சமூகங்கள் டார்வினின் கோட்பாட்டை நியாயப்படுத்தியதைப் போல.)

நம்முடைய ஆர்வத்துக்காளான தளபதியாக இவர்களில் ஒருவர் இருக்கலாம் என்று லிம்ப்கினின் குறிப்புகளிலிருந்து இருவரைக் கண்டெடுத்தோம். ஃப்ரெட் என்ற பெயருடன் கூடிய இரண்டு நபர்களை. ஃப்ரெட்ரிக் ஆர் வாட்டெர்ஃபோர்ட், பி. ஃப்ரெட்ரிக் ஜட். இருவரில் யாருடைய புகைப்படமும் நமக்குக் கிடைக்கவில்லை, ஆனால் இரண்டாமவர் குறித்துப் பேசும்போது லிம்ப்கின் காற்சட்டைக்குள் சட்டையைத் திணித்திருப்பவர் என்று குறிப்பிடுகிறார், நான் அவரைப் பற்றி ஏதாவது சொல்ல வேண்டுமென்றால் “அவரைப் பொறுத்தவரை முன்விளையாட்டு என்பது கோல்ஃப் மைதானங்களில் ஆடப்படுவது” என்பேன். *(சிரிப்பொலி).* லிம்ப்கினுமே கிலியட் அரசு தொடங்கி நெடுநாளைக்கு நீடிக்கவில்லை, தன்னுடைய முடிவை அவர் எதிர்பார்த்திருந்ததால் நாட்குறிப்பை கால்கரியில் வசித்துவந்த அவருடைய மைத்துனியிடம் சேர்ப்பித்திருந்தார்.

நம் தளபதி இவர்தான் என்று நாம் அறுதியிடுவதற்கான பண்புகளை வாட்டெர்ஃபோல்ட், ஜட் ஆகிய இருவருமே கொண்டுள்ளனர். வணிக மேலாண்மைத் துறையில் வல்லுநராக இருந்த வாட்டெர்ஃபோர்டே பெண்களின் ஆடை வடிவமைப்புகளுக்கு, சேடிப்பெண்கள் சிவப்புடுத்த வேண்டுமென்ற எண்ணத்துக்கு வித்திட்டவர் என்று லிம்ப்கின் கருதுகிறார். இரண்டாவது உலகப் போரின்போது கனடாவில் ஜெர்மானியப் போர்க் கைதி முகாம்களில் பாவிக்கப்பட்ட சீருடைகளிலிருந்து அவர் சேடிப்பெண்களுக்கான உடையை வடிவமைத்திருக்கிறார். 'பங்கேற்புடணை' என்ற சொற்குறிப்பைப் பதினேழாம் நூற்றாண்டில் ஆங்கிலேய கிராமங்களில் நடைமுறையில் இருந்த கூட்டுமுறுக்குக் கயிறு சடங்கிலிருந்தும், அந்த நூற்றாண்டின் இறுதியில் நடைமுறையில் இருந்த தண்டனை முறையிலிருந்தும் அவர் உருவாக்கியிருந்தார். 'ரட்சிப்பு'ம்கூட அவர் உருவாக்கியதாகத்தான் இருக்க வேண்டும். அதன் ஆதி வேர்கள் பிலிப்பைன்ஸில் தொடங்கியவை என்றாலும் கிலியட் ஆட்சி தொடங்கியிருந்த சமயத்தில் அந்த வழக்கம் அரசியல் எதிரிகளைத் தீர்த்துக்கட்டும் வழியாக மற்ற எங்கும் பரவத் தொடங்கியிருந்தது. நான் முன்பே எங்கோ சொன்னதுபோல கிலியடுக்கென்றே பிரத்யேகமான செயல்முறையென்று எதுவும் இல்லை. அதன் மேதமை அது கருத்தாடல்களைக் கூட்டிணைத்ததிலேயே இருந்தது.

மாறாக, புறக்கட்டமைப்புகளில் ஜட் அவ்வளவு ஆர்வம் காட்டவில்லை. அவருடைய விருப்பம் சூட்சுமங்கள் சார்ந்தது. அயல்நாட்டு அரசாங்கங்கள் கவிழ்க்கப்பட்டபோது பயன்படுத்தப்பட்ட புதிரான *CIA* என்ற மேலொட்டை ஜேக்கபின் மக்கள் அமைப்பு பயன்படுத்திக்கொள்ள வேண்டுமென்று பரிந்துரைத்தவர் இவர்தான். மேலும், அப்போது முக்கியப் புள்ளிகளாக இருந்த அமெரிக்கர்களிலிருந்து கொல்லப்பட வேண்டியவர்களின் பட்டியலைத் தயாரித்தவரும் இவராகத்தான் இருந்திருக்க வேண்டும். குடியரசுத் தலைவர் தினத்தில் நிகழ்ந்த படுகொலைகளுக்கான திட்டத்தைத் தீட்டியவரும் இவராகத்தான் இருக்க வேண்டும் என்று சந்தேகிக்கப்படுகிறது. இதற்காக அவர் பேராயம் மற்றும் பாதுகாப்புப் படைக்குள்ளாக அதிகபட்ச அளவில் ஊடுருவலை நிகழ்த்தியிருக்க வேண்டும், அப்படிச் செய்யாமல் அரசியலமைப்பைக் கவிழ்த்திருக்க முடியாது. தேசியத் தாயகம், யூதர்களின் படகுசவாரித் திட்டம் இரண்டுமே இவருடையதுதான். அதேபோல யூதர்களைத் தாயகத்துக்குத்

திருப்புதல் திட்டமும், அதன் விளைவாக அதிகபட்ச லாபத்துக்காக ஒரு படகு நிறைய யூதர்கள் அட்லாண்டிக் கடலில் மூழ்கடிக்கப்பட்டதும் இவருடைய திட்டப்படி நடத்தப்பட்டதே. ஜட்டைப் பற்றி நாம் அறிந்துகொண்டதிலிருந்து அவர் இவ்வாறான விஷயங்களுக்குப் பெரிதாக அலட்டிக்கொள்பவர் இல்லை. மிகப் பிடிவாத குணமுடையவரான இவருடைய மேற்கோள்களில் ஒன்றாக லிம்ப்கின் குறிப்பிடுவது "அவர்களுக்கு வாசிக்கச் சொல்லிக்கொடுத்தது பெருந்தவறு. அதை நாம் மறுபடியும் செய்ய மாட்டோம்" என்பது.

பங்கேற்புடணை என்ற பெயருக்கு மாறான செயல்வடிவத்தைக் கொண்ட அந்தத் திட்டத்தையும் ஜட் நிறைவேற்றினார். அரசுக்கு எதிரான நடவடிக்கைகளில் ஈடுபடுகிறவர்களை ஒழித்துக்கட்டும் பயங்கரமான மற்றும் சூழ்ச்சிகரமான செயல்பாடு என்பதைத் தாண்டி, கிலியட்டின் பெண் ஜென்மங்களின் உளக்கொதிப்பை வெளியேற்றும் ஒரு வடிகாலாகவும் இது இருக்கும் என்று யோசித்தவர். பலிகடாக்கள் மிகக் கொடூரமான வழிகளிலும் பயன்பட்டிருக்கிறார்கள் என்பதற்கு வரலாற்றில் எண்ணற்ற சாட்சியங்கள் உள்ளன. எந்நேரமும் கடுமையான கட்டுப்பாடுகளுக்கு ஆளாகியிருக்கும் சேடிப்பெண்கள், ஒரு மனிதனைத் தங்கள் வெறுங்கைகளால் அக்கு வேறு ஆணி வேறாகப் பிய்த்துப்போடக் கிடைக்கும் வாய்ப்பை மிகப் பெரிய ஆசுவாசமாகக் கருதியிருப்பார்கள். வருடத்துக்கு நான்கு முறை, சூரியகிரகணங்களின்போதும் சம இராக்காலங்களிலும் நிகழ்த்தப்பட்ட இந்தச் செயல்பாட்டுக்குக் கிடைத்த எதிர்பாராத அதீத வரவேற்பின் காரணமாய் மத்திம காலத்தில் இதை முறைப்படுத்த வேண்டியும் வந்தது. ஆதியில் பூமித்தாய்க்குக் கொடுக்கப்பட்ட இனப்பெருக்கத்துக்கான பலிகள் என்ற பெயரால் நடத்தப்பட்ட வெறியாட்டங்களின் எதிரொலியே இது. கிலியட் அரசாங்கம் சந்தேகமே இல்லாமல் மிகுதியும் ஒரு ஆண்மையச் சமூகம் என்றபோதும் சமூக அமைப்பின் கூறுகளில் சிலவற்றின் தேவைக்கேற்ப அது அரிதாகப் பெண்வழிச் சமூகங்களின் சில நிலைப்பாடுகளையும் சுவீகரித்திருந்தது. ஒரு சர்வாதிகார அமைப்பை, ஏன் எந்த ஒரு அமைப்பையுமே ஸ்திரமாக நிறுவ, அதற்காக அவர்கள் நீக்கியவற்றின் பேரில் சில ஆதாயங்களையும் சிறிய சுதந்திரங்களையும் குறைந்தபட்சமான ஒருசிலருக்காவது கொடுக்க வேண்டியது அவசியம் என்பதை கிலியடின் நிர்மாணிகள் நன்கு அறிந்திருந்தார்கள்.

ஒழுக்கங்கெட்ட பெண்களைக் கட்டுக்குள் வைத்திருக்கும் முகமையான ஆன்ட்டுகளையும் இதே அடுக்கில் வைத்துப் பேசலாம். லிம்ப்கின் கூறுவதுபோல, இனப்பெருக்க மற்றும் இதர பயன்பாடுகளுக்காகவும் பெண்களைக் கட்டுப்படுத்துவதற்கான மிகச் சிறப்பான அதே நேரம் செலவில்லாத வழி அதைப் பெண்களை வைத்தே செய்வதுதான் என்பது ஜட்டின் திட்டம். இதற்கான ஆதாரங்கள் வரலாற்றில் ஏராளமாக இருக்கின்றன. நாம் கவனித்துப் பார்த்தோமானால் வலுக்கட்டாயமாகவோ அல்லது வேறு எப்படியுமோ அமைக்கப்பட்ட எந்த ஆட்சியிலும் இப்படியான அம்சங்கள் இல்லாமல் இருந்ததில்லை என்பது புரியும். கிலியட்டைப் பொறுத்தமட்டில் மரபார்ந்த முறைகள் என்று தாங்கள் நம்பியவற்றுக்கு நியாயம் செய்யவும், இந்தப் பணி அவர்களுக்கு அளிக்கக்கூடிய சிறிய அனுகூலங்களுக்காகவும் ஆன்ட் என்ற நிலையில் பணிபுரிய ஏராளமான பெண்கள் முன்வந்தார்கள். அதிகாரம் என்பது அருகிப்போன ஒன்றாக இருக்கும்போது அதன் சிறு கூறுகளும் கவர்ச்சிகரமாகத் தோன்றும் அல்லவா. அதற்கு இன்னமொரு காரணமும் இருந்தது. குழந்தைப் பேறில்லாத பெண்கள், மலட்டுப் பெண்கள், திருமணம் செய்துகொள்ளாத முதிய பெண்கள் எல்லோரும் உபரிகளில் ஒருத்தி என்று பிரகடனப்படுத்தப்பட்டு அதன் விளைவாகக் காலனிகளுக்குப் போய்ச்சேர்ந்து, விஷக்குப்பைகளை சுத்தப்படுத்துவதற்காக மட்டுமே உபயோகப்படுத்தப்படும் குழுவாக - அதிர்ஷ்டமிருந்தால் அவ்வளவு விஷத்தன்மை இல்லாத வேலைகளான பருத்திகாய் பறித்தல், பழங்களை அறுவடை செய்தல் ஆகிய குழுக்களுக்கு அனுப்பப்படாமல் - ஆகிவிடாமல் தப்பிக்கலாம் என்பதுதான் அது.

இந்தத் திட்டத்தின் கருத்தாக்கம் ஜட்டுடையது என்றாலும் அதைச் செயல்வடிவமாக்கியது வாட்டெர்ஃபோர்ட். ஒப்பனைப் பொருட்கள், உடனடி கேக் மாவுகள், உறைய வைக்கப்பட்ட இனிப்புகள் ஏன் மருந்துப் பொருட்களின் பெயர்களிலிருந்தும்கூட எடுக்கப்பட்ட பெயர்களை ஆன்ட்களுக்கு வைக்கும் தந்திரம் வாடெர்ஃபோர்டுக்கு அல்லாமல் வேறு யாருக்கு இருந்திருக்கும். அவருடைய பணிக் காலத்தில் அவர் மிகச் சிறந்த மேதைமையுடன் திகழ்ந்திருக்கிறார். ஜட்டும் அவரைப் போலவே ஆனவர்.

இந்த இருவருமே வாரிசுகள் அற்றவர்கள் என்று தெரியவருகிறது. ஆக, இருவருமே ஒருத்திக்குப் பின் ஒருத்தி என்று சேடிப்பெண்களை வைத்துக்கொள்ளத் தகுதி பெற்றவர்கள். பேராசிரியர் வேட்

அவர்களும் நானும் கூட்டாக எழுதிய, 'தொடக்க கால கிலியடில் விதை என்ற கருத்தாக்கம்' என்ற தலைப்பிலான அறிக்கையொன்றில் இவ்வாறு குறிப்பிட்டிருக்கிறோம் - கிலியட் அரசின் நிர்மாணத்துக்கு சற்று முன்பு செய்யப்பட்ட தாளம்மையின் மரபணுவைப் பிளந்துபார்க்கும் ஒரு ஆராய்ச்சியின்போது நிகழ்ந்த விபத்தில் வெளியேறிய மலட்டுத்தன்மைக்குக் காரணமான ஒரு வைரஸால் மேலும் பல தளபதிகளைப் போல இவர்கள் இருவருமே பாதிக்கப்பட்டிருந்திருக்கலாம். உண்மையில் மாஸ்கோவின் தலைமை அதிகாரிகளின் உணவில் மீன் முட்டைகளால் செய்யப்படும் ஒரு பதார்த்தத்தில் அந்த வைரஸைச் செலுத்தி அதை அவர்களை உண்ண வைக்கும் நோக்கத்தில் செய்யப்பட்ட ஆராய்ச்சி அது. அந்த வைரஸ் கட்டுப்பாடில்லாமல் பரவக்கூடியதென்றும் மிக ஆபத்தானதென்றும் பலராலும் கருதப்பட்டதால் ஆராய்ச்சி தொடராமல் கைவிடப்பட்டது. ஆனாலும், இந்தியா மீது அதைத் தூவ வேண்டும் என்று ஒருசிலர் விரும்பவே செய்தார்கள்.

எப்படியும், ஜட்டோ வாட்டர்ஃபோர்டோ பாம் அல்லது செரினா ஜாய் என்ற பெயருடைய யாரையும் மணம் செய்திருக்கவில்லை. இரண்டாவது பெயருடைய நபர் நம் கதைசொல்லியின் ஒரு வன்மத்தனமான உருவாக்கம் என்று தோன்றுகிறது. ஜட்டின் மனைவியின் பெயர் பேம்பி மே, வாட்டெர்ஃபோர்டின் மனைவி தெல்மா. தெல்மா ஒருகாலத்தில் நம் கதைசொல்லியின் கூற்றுப்படியே தொலைக்காட்சி நட்சத்திரமாகப் பணியாற்றியிருக்கிறார். லிம்ப்கின் இது குறித்துக் குற்றச்சாட்டான தொனியுடன் பல இடங்களில் குறிப்பிட்டிருக்கிறார். தங்கள் தலைமைப் பதவியாளர்களின் மனைவியரின் இவ்வாறான வழுக்களை ஆட்சியே சிரமேற்கொண்டு மறைத்துவைத்திருந்தது.

சாட்சியங்கள் வாட்டெர்ஃபோர்டுக்கே ஆதரவாக இருக்கின்றன. வாட்டெர்ஃபோர்ட் அவருடைய முடிவை நெருங்கியது பெருந்துப்புரவாக்கத்தின் முதல் அலையின்போது என்று நம்முடைய கதைசொல்லியின் வழியாக நாம் புரிந்துகொள்ள முடிகிறது. மதநிந்தனைக் கருத்துகளைப் பேசுகிற, இலக்கிய மற்றும் படங்களோடு கூடிய புத்தகங்களை ஏராளமாகவும் சட்டத்துக்குப் புறம்பாகவும் வைத்திருந்ததாகவும் முற்போக்குவாதக் கொள்கையோடு இருந்ததாகவும் கிளர்ச்சியில் ஈடுபடுவதற்கான தயாரிப்பில் இருந்ததாகவும் அவர் குற்றஞ்சாட்டப்பட்டார். இதுவெல்லாம் அரசு அதன் விசாரணைகளை ரகசியமாகச்

செய்ய ஆரம்பித்ததற்கு முன்பு நிகழ்ந்தது என்பதால் விசாரணை நடவடிக்கைகள் செயற்கைக்கோள் வழியாக இங்கிலாந்தில் பதிவுசெய்யப்பட்டன. அந்தப் பதிவு நம்முடைய ஆவணக்கிடங்கில் காணொளிப் பதிவாக இருக்கிறது. வாடெர்ஃபோர்டின் உருவம் சரியாகப் பதிவாகவில்லை, ஆனால் அவருடைய கேசம் சாம்பல் நிறத்ததுதானென்று நாம் தெரிந்துகொள்ளும் அளவில் தெளிவாக இருக்கிறது.

கிளர்ச்சிக்கான திட்டம் தீட்டியவர் என்று வாட்டெர்ஃபோர்ட் குற்றஞ்சாட்டப்பட்டதற்கு ஆஃப்ரெட் காரணமாக இருந்திருக்கலாம். ஏனென்றால், இறுதியில் அவள் காணாமல்போன நிகழ்வின் தன்மை இவ்வாறான குற்றச்சாட்டுக்கு இடமளித்திருக்கும். ஆஃப்ரெட் தப்பித்துச்செல்வதற்கு சர்வநிச்சயமாக நிக்தான் காரணமாக இருந்திருக்க முடியும். இந்த நாடாப்பதிவுகளின் இருப்பே அதை உறுதிசெய்யப் போதுமானது. அதை அவன் சாதித்த விதத்திலேயே ரகசிய பெண்கள் சாலை இயக்கத்தைப் போன்றதாக அல்லாவிட்டாலும் அதோடு தொடர்புகொண்டிருந்த ரகசிய மேடே இயக்கத்தின் அங்கத்தினனாய் அவன் இருந்திருக்க வேண்டும் என்பது நிரூபணமாகிறது. முன்னது மீட்புக் குழு, பின்னது பகுதி ராணுவச் செயல்பாடுகள் உள்ள படை. மேடே உறுப்பினர்கள் பலரும் கிலியடின் அதிகாரக் கட்டமைப்புக்குள் பல்வேறு உயர்நிலைகளிலும் ஊடுருவியிருந்ததாகத் தெரிகிறது, அவர்களில் ஒருவனையே வாட்டெர்ஃபோர்டின் சாரதியாக அமர்த்தியிருந்தது மிகச் சாதுர்யமான ஒரு செயல், ராஜதந்திரம் என்றும் சொல்லலாம். ஏனென்றால், பல சாரதிகளும் பணியாட்களில் பலரும் இருந்ததைப் போல அவனும் கண்களின் ஒரு அங்கத்தினனாகவும் இருந்திருக்கிறான். எல்லா உயர்நிலைத் தளபதிகளும் கண்களின் உயர்நிலைப் பதவியாளர்களாகவும் இருந்தார்கள் என்பதால் வாட்டெர்ஃபோர்ட் இதை அறிந்தே இருந்திருப்பார். ஆனால், சிறிய சட்டமீறல்கள் மட்டுமே நடக்கும் என்ற நினைப்பில் அவர் இதை அசட்டை செய்திருக்கவும், கிலியடின் முதல் அலை அதிகாரிகளில் பலரும் நினைத்திருந்ததைப் போல இவரும்தான் தாக்குதலுக்கு ஆளாகும் இடத்துக்கு மேலே இருப்பதாக நம்பியிருக்கவும் வாய்ப்பிருக்கிறது. இதற்கெல்லாம் பிறகு மத்திய கிலியடின் நடவடிக்கைகள் படு உஷாராக்கப்பட்டன.

இது நம்முடைய ஊகம் மட்டுமே. அது சரியாக இருக்கும் பட்சத்தில், அதாவது வாட்டெர்ஃபோர்ட்தான் நம் தளபதி எனும் பட்சத்தில் நிரப்பப்பட வேண்டிய கோடுகள் இன்னமும்

உள்ளன. அவற்றில் சில நம்முடைய கதைசொல்லியாலேயே நிரப்பப்பட்டிருக்கக்கூடியவையே, அவருக்கு மட்டும் மாற்றி யோசிக்கும் திறன் இருந்திருந்தால், ஒரு நிருபரின் அல்லது ஒற்றரின் உள்ளுணர்வோடு அவர் செயல்பட்டிருந்தால் கிலியட் அரசாங்கத்தின் செயல்பாட்டு முறை பற்றி அவர் நமக்கு ஏராளமாகச் சொல்லியிருக்கலாம். வாட்டெர்ஃபோர்டின் கணினியிலிருந்து கிடைக்கக்கூடிய இருபது பக்க அச்சுப் பதிப்புக்காக நாம் இப்போது என்ன விலையானாலும் கொடுக்கலாமே. ஆனால், வரலாற்றுத் தேவி நமக்காக வைத்திருந்த சிறு துகள்களுக்கும் நாம் நன்றியுடைவர்களாய் இருக்கவே செய்கிறோம்.

இறுதியில் நம்முடைய கதைசொல்லிக்கு என்னதான் ஆனது என்பதைப் பொறுத்தமட்டில் அது இன்னமும் மர்மமாகவே உள்ளது. அவர் கிலியட்டின் எல்லையைத் தாண்டி அப்போது கனடாவாக இருந்ததற்குள் கடத்தப்பட்டு பிறகு இங்கிலாத்துக்குள் நுழைந்திருப்பாரா? அதுதான் புத்திசாலித்தனமாக இருந்திருக்கும், ஏனென்றால் அன்றைய கனடாவுக்குத் தன்னுடைய பலம் பொருந்திய அண்டை நாட்டுடன் பொருதிக்கொள்ள விருப்பம் இருக்கவில்லை. இப்படிப்பட்ட அகதிகளைச் சுற்றிவளைத்து அவர்களுடைய நாட்டுக்கே ஒப்படைக்கப்பட்ட நிகழ்வுகளெல்லாம் அப்போது நடந்துகொண்டிருந்தன. அவ்வாறு சென்றிருந்தால் அவர் ஏன் தன்னுடைய ஒலிநாடாப்பதிவுகளை அவருடன் எடுத்துச்செல்லவில்லை? அவருடைய பயணம் திடீரென்று தொடங்கிய ஒன்றாக இருந்திருக்கலாம், இடையீடுகள் ஏற்படும் என்று அவர் அஞ்சியிருக்கலாம். அதற்கு மாறாக அவர் மீண்டும் சிறைப்பட்டிருக்கலாம். அப்படி ஒருவேளை இங்கிலாந்தை அடைந்திருந்தால் முன்பு தப்பித்துப்போன வேறு சிலர் செய்ததுபோல அவர் ஏன் தன்னுடைய கதையை வெளியில் சொல்லவில்லை? லூக் இன்னமும் உயிரோடு இருக்கலாம் என்ற நம்பிக்கையாலும் அவனுக்கு ஏதேனும் ஆபத்து நேர்ந்துவிடும் என்ற அச்சத்தாலும் இருந்திருக்கலாம். (லூக் உயிரோடு இருந்திருக்க வாய்ப்பே இல்லை.) அல்லது அவருடைய மகளின் உயிருக்கு ஆபத்து விளைந்துவிடக் கூடாது என்பதற்காகவும் அப்படிச் செய்திருக்கலாம். வெளிநாடுகளில் தனக்கு உண்டாக்கப்பட்ட அவப்பெயருக்குப் பதிலி நடவடிக்கையாக எதை வேண்டுமானாலும் செய்யக்கூடியது கிலியட் அரசு. யோசிக்காமல் செயல்பட்டுவிட்ட பல அகதிகளுக்கு காப்பி டப்பாக்களுக்குள் ஒரு கை, காது, அல்லது பாதம் வைத்து அனுப்பப்பட்ட செய்திகளும் உண்டு. அல்லது

மிகப் பாதுகாக்கப்பட்ட ஓர் இருப்பிலிருந்து வெளி உலகத்துக்குத் திடீரென்று வெளிப்பட்டு அவருக்கு அதைத் தாங்க இயலாமல் போயிருக்கவும் வாய்ப்பிருக்கிறது. பலரைப் போல அவருக்கும் பைத்தியம் பிடித்திருக்கலாம்.

நாம் ஊகிக்க மட்டுமே முடியும். நிக் அவரைத் தப்புவிக்கச் செய்த வழிமுறைகளைப் பற்றியும் அதற்கான காரணத்தையும்கூட அப்படி ஊகிக்கத்தான் முடியும். கதைசொல்லியின் உலாத்துணை ஆஃப்க்ளெனுக்கு மேடேயுடன் இருந்த தொடர்பு வெளிப்பட்டுவிட்டதும், தானே கண்களின் ஒரு உறுப்பினனாய் இருந்ததால் அடுத்து ஆஃப்ரெட்டும் விசாரணைக்கு ஆளாவார் என்பதையும் அதனால் தனக்கும் பாதிப்பு உண்டாகும் என்பதையும் அவன் யோசித்திருக்கலாம். சட்டத்துக்குப் புறம்பான பாலியல் தொடர்புகள் அதுவும் ஒரு சேடிப்பெண்ணுடனாது மிகக் கடுமையான தண்டனைக்கு ஆளாக்கக்கூடிய குற்றம். அவன் கண்களின் ஒரு உயர்நிலை உறுப்பினனாய் இருந்தாலும் அதற்குத் தப்புகை கிடைக்காது. கிலியட் சமூகம் அந்த வகையில் பைசாந்தியப் பேரரசைப் போன்றது. அதன் அதிகாரப் பின்னல் அதற்குள்ளாகவே பின்னிப்பிணைந்து சிக்கலாக இருந்தது. ஒரே ஒரு அத்துமீறல் அரசாங்கத்துக்குள்ளேயே பல பேரைக் காட்டிக்கொடுத்துவிடக்கூடும். அவனே நம் கதைசொல்லியைக் கொன்றுவிடவும் யோசித்திருக்கலாம். ஆனால், நாம் எல்லோரும் அறிந்ததுபோல மனித இதயம் ஒரு முக்கியக் காரணியாக இருந்திருக்கும். அவர்கள் இருவரும் அவர் அப்போது கர்ப்பமாக இருந்ததாக நினைத்திருக்கிறார்கள். கிலியட் காலத்தின் எந்த ஆண் மகன் தான் தகப்பனாகக்கூடிய ஒரு வாய்ப்பிருப்பதை, அவ்வளவு கவர்ச்சிகரமான ஒரு தகுதியை அவ்வளவு விலைமதிப்பற்ற ஒன்றை விட்டுக்கொடுப்பான்? ஆகவே, கண்களின் மீட்புப் படையினரை அவன் அழைத்திருக்கலாம், அவர்கள் அதிகாரபூர்வமானவர்களாகவோ அல்லாமலோ இருந்திருக்கலாம், எப்படியும் இவனுடைய ஆணைக்கு கீழே உள்ளவர்கள். இந்தச் செய்கையால் அவனுடைய வீழ்ச்சிக்கு அவனே காரணமாகவும் இருந்திருக்கலாம். நமக்குத் தெரியவரவே போவதில்லை.

நம் கதைசொல்லி பத்திரமாக வெளியுலகை அடைந்து தனக்கென்று ஒரு வாழ்வை அமைத்துக்கொண்டாரா? அல்லது பதுங்குக்குழியில் ஒளிந்திருக்கும்போது பிடிபட்டுக் கைதுசெய்யப்பட்டு காலனிக்கோ ஜெஸெபெல்ஸுக்கோ அனுப்பப்பட்டாரா அல்லது இன்னமும் மோசமான வாய்ப்பாகக் கொல்லப்பட்டாரா? நம்முடைய

ஆவணம் சொற்திறம் வாய்ந்த ஒன்று என்றாலும் இவ்விஷயங்களில் மௌனம் காக்கிறது. இறந்தவர்களின் உலகிலிருந்து யுரிடிசியை மீளக் கொண்டுவரலாம், ஆனால் அவளைப் பேச வைக்க முடியாது. நாம் அவள் புறம் திரும்பி ஒரே ஒரு நொடி அவளைப் பார்ப்பதற்குள்ளாகவே அவள் நழுவி நம் கண்களிலிருந்து தப்பிப் பறந்துவிடுகிறாள். வரலாற்றறிஞர்கள் எல்லோரும் அறிந்ததுபோல, கடந்த காலம் மிக இருளார்ந்தது, எதிரொலிகளால் நிரம்பியது. அதிலிருந்து குரல்கள் எழும்பி நம்மை அடையலாம். ஆனால், அவற்றின் பேச்சு அவை இருக்குமிடத்தின் மர்மத்தன்மையால் நிரம்பியிருப்பது, நாம் எவ்வளவு முயன்றாலும் நம்முடைய காலத்தின் ஒளியைக் கொண்டு அவற்றின் குறியீடுகளை நம்மால் வாசிக்கவே முடியாது.

கைத்தட்டல்.

ஏதேனும் கேள்விகள் உள்ளனவா?